ಡಾ. ಮಿರ್ಜಾ ಬಷೀರ್

ತಮ್ಮ 50ನೆಯ ವಯಸ್ಸಿನಲ್ಲಿ ಬರವಣಿಗೆ ಆರಂಭಿಸಿದ ಡಾ ಮಿರ್ಜಾ ಬಷೀರ್ ಅವರು ಇಂದು ಕಥಾ ಕ್ಷೇತ್ರದಲ್ಲಿ ತಮ್ಮದೇ ಛಾಪು ಮೂಡಿಸಿದ್ದಾರೆ.

ಬಟ್ಟೆ ಇಲ್ಲದ ಊರಿನಲ್ಲಿ (2013) ಜಿನ್ನಿ (2016) ಹಾರುವ ಹಕ್ಕಿ ಮತ್ತು ಇರುವೆ (2020) ಕಥಾ ಸಂಕಲನಗಳು ಈಗಾಗಲೇ ಓದುಗರ, ವಿಮರ್ಶಕರ ಮನ ಗೆದ್ದಿದೆ. ಸಾಕಷ್ಟು ಪುರಸ್ಕಾರಗಳಿಗೂ ಪಾತ್ರವಾಗಿದೆ.

'ಜಿನ್ನಿ' ಕಥಾ ಸಂಕಲನಕ್ಕೆ ಲಂಕೇಶ್ ಪ್ರಶಸ್ತಿ ಮತ್ತು ಸಾಂಬಶಿವಯ್ಯ ಸಾಹಿತ್ಯ ಟ್ರಸ್ಟ್ ಪುಸ್ತಕ ಬಹುಮಾನ.

'ಹಾರುವ ಹಕ್ಕಿ ಮತ್ತು ಇರುವೆ' ಕಥಾ ಸಂಕಲನಕ್ಕೆ ಸ್ವಾಭಿಮಾನಿ ಕರ್ನಾಟಕ, ಬೆಂಗಳೂರು ಇವರ ಪುಸ್ತಕ ಪ್ರಶಸ್ತಿ ಮತ್ತು ಬೆಸಗರಹಳ್ಳಿ ರಾಮಣ್ಣ ಕಥಾ ಸಂಕಲನ ಪ್ರಶಸ್ತಿ ಗೌರವ.

'ಪ್ರಜಾವಾಣಿ'ಯ ದೀಪಾವಳಿ ಕಥಾಸ್ಪರ್ಧೆಯಲ್ಲಿ ಮೂರು ಬಾರಿ ಬಹುಮಾನ ವಿಜೇತರಾದ ಹಿರಿಮೆ ಇವರದ್ದು. 'ಕನ್ನಡಪ್ರಭ' ಮತ್ತು 'ಸಪ್ನ ಬುಕ್ಸ್'- ಸಂಕ್ರಾಂತಿ ಕಥಾಸ್ಪರ್ಧೆಯಲ್ಲಿ ಬಹುಮಾನ.

ಇವರ ಹಲವು ಕಥೆಗಳು ಅನೇಕ ವಿಶ್ವವಿದ್ಯಾಲಯಗಳ ಪದವಿ ತರಗತಿಗಳಿಗೆ ಮತ್ತು ಪ್ರೌಢಶಾಲೆ ತರಗತಿಗಳಿಗೆ ಪಠ್ಯವಾಗಿವೆ. ತೆಲುಗಿಗೆ ಅನುವಾದಗೊಂಡಿವೆ.

ಇವರು ಬರೆದ ನಾಟಕ ಮತ್ತು ಕಥೆಯೊಂದು ಇವರು ಓದಿದ ಪಶುವೈದ್ಯಕೀಯ ವಿಶ್ವವಿದ್ಯಾಲಯದಲ್ಲಿಯೇ ಪಠ್ಯವಾಗಿರುವುದು ಇವರಿಗೆ ಹೆಮ್ಮೆಯ ವಿಷಯ.

ಚಿತ್ರದುರ್ಗ ಜಿಲ್ಲೆ ಚಳ್ಳಕೆರೆಯಲ್ಲಿ ಹುಟ್ಟಿದ ಬಷೀರ್ ಅವರು ಚಳ್ಳಕೆರೆ, ಹೊಳಲ್ಕೆರೆ, ಜಗಳೂರು, ಬೆಂಗಳೂರಿನಲ್ಲಿ ವಿದ್ಯಾಭ್ಯಾಸ ಮಾಡಿ ನಂತರ ಎರಡು ವರ್ಷ ಭಾರತೀಯ ಆಗ್ರೋ ಇಂಡಸ್ಟ್ರೀಸ್ ಫೌಂಡೇಶನ್ (ಬಿಎಐಎಫ್) ಮಹಾರಾಷ್ಟ್ರ ಹಾಗೂ ಕರ್ನಾಟಕದ ಹಲವು ಕಡೆ ಕೆಲಸ ಮಾಡಿದ್ದಾರೆ.

1983ರಲ್ಲಿ ಸರಕಾರಿ ಸೇವೆಗೆ ಸೇರ್ಪಡೆ. 2015ರಲ್ಲಿ ಸ್ವಯಂ ನಿವೃತ್ತಿ. ಪ್ರಸ್ತುತ ತುಮಕೂರಿನಲ್ಲಿ ವಾಸ.

ಗಂಗೆ ಬಾರೆ ಗೌರಿ ಬಾರೆ

ಡಾ. ಮಿರ್ಜಾ ಬಷೀರ್

ಬಹುರೂಪಿ
ಎಂಬೆಸಿ ಸೆಂಟರ್, 111, ಮೊದಲನೇ ಮಹಡಿ, ಕ್ರೆಸೆಂಟ್ ರಸ್ತೆ,
ಕುಮಾರಪಾರ್ಕ್ ಈಸ್ಟ್, ಬೆಂಗಳೂರು 560 001.
ದೂರವಾಣಿ: 70191 82729

56

Gange Baare Gowri Baare
A veterinar doctor's intriguing journey in the world of animals By **Dr. MIRZA BASHEER**

Dr Mirza Basheer
basheervetdoc@gmail.com
94481 04973

Published By
Bahuroopi
Embassy Centre, 111, First Floor, Crescent Road,
Kumarapark East, Bangalore 560001

editor@bahuroopi.in | Mobile: 70191 82729

online book store: **bahuroopi.in**

Whats App Bookstore: **70191 82729**

ISBN: 978-81-958516-0-7
First Edition: September 2022
Pages: 240 | Price: Rs 300

Art: **Gujjar**
Photo: **Manu Chakravarti**
Design: **Sagar M S**

Produced by
Bahuroopi Designs and Prints
Bangalore
99454 40841

ಕೊಟ್ಟಿಗೆಯಲ್ಲಿ
ಸಗಣಿ
ಗಂಜಲ
ಬಾಚುತ್ತಲೇ
ನಾಡು
ಕಟ್ಟುತ್ತಿರುವ
ಕೋಟ್ಯಾಂತರ
ರೈತಾಪಿ
ಹೆಣ್ಣುಮಕ್ಕಳಿಗೆ
ಅರ್ಪಣೆ

ಬಹುರೂಪಿಯದ್ದೇ ಈಗ
ಪುಸ್ತಕ ಮಳಿಗೆಯೂ ಇದೆ

ಬಹುರೂಪಿ ಬುಕ್ ಹಬ್

ನಂ 1, ಉಡುಪಿ ಗಾರ್ಡನ್ ಹೋಟೆಲ್ ಎದುರು,
ಸಂಜಯನಗರ ಮುಖ್ಯ ರಸ್ತೆ ಬೆಂಗಳೂರು -560 094
ದೂರವಾಣಿ: 080-41679293, ಮೊ: 70191 82729
Bahuroopi.in | bahuroopibookhub@gmail.com

ಎಂದೂ ಮುಗಿಯದ ಪಾಠ...

1981ರಿಂದ 2015ರವರೆಗೆ 35 ವರ್ಷಗಳ ಕಾಲ ನಾನು ಪಶುವೈದ್ಯ ವೃತ್ತಿಯಲ್ಲಿ ಮುಳುಗಿ ಹೋಗಿದ್ದೆ. ಆ 35 ವರ್ಷಗಳೆಂಬುವು ಕಣ್ಣು ಮಿಟುಕಿಸುವುದರಲ್ಲಿ ಉರುಳಿ ಹೋಗಿದ್ದವು. ಯಾಕೆಂದರೆ ಆ ವೃತ್ತಿಯು ನನಗೆ ಕೇವಲ ಸರಕಾರಿ ಕೆಲಸವಾಗಿರದೆ, ಜೀವನೋಪಾಯವಾಗಿರದೆ, ಕಾಲ ನೂಕುವ ನೆಪವಾಗಿರದೆ, ಮನೋಲ್ಲಾಸದ ಮನೋವಿಕಾಸದ ಆಟವಾಗಿತ್ತು. ಎಂದೂ ಮುಗಿಯದ ಪಾಠವಾಗಿತ್ತು.

ಬುದ್ಧನು ಹೇಳುವ ಕರುಣೆಯಾಗಿತ್ತು. ಬಸವಣ್ಣ ಹೇಳುವ ದಯೆಯ ಧರ್ಮವಾಗಿತ್ತು. ಜಾತ್ಯತೀತ ಗುಣದ ಗಣಿಯಾಗಿತ್ತು. ಬಡವ ಶ್ರೀಮಂತ ಎಂಬುವ ಬೇಧ ಮೀರಿದುದಾಗಿತ್ತು. ಕುವೆಂಪು ಹೇಳುವ 'ಇಲ್ಲಿ ಯಾರೂ ಮುಖ್ಯರಲ್ಲ; ಯಾರೂ ಅಮುಖ್ಯರಲ್ಲ; ಯಾವುದೂ ಯಃಕಶ್ಚಿತವಲ್ಲ' ಎಂಬುದನ್ನು ಶ್ರುತಪಡಿಸುವಂತಿತ್ತು. ಅದು ಮನುಜಮತವೂ ವಿಶ್ವಪಥವೂ ಐಕ್ಯಗೊಂಡ ಬಿಂದುವಾಗಿತ್ತು. ಆ ವೃತ್ತಿಯೇ ನನ್ನ ಉಸಿರಾಗಿತ್ತು, ನಾಡಿಮಿಡಿತವಾಗಿತ್ತು, ಅಧ್ಯಾತ್ಮವಾಗಿತ್ತು, ಧ್ಯಾನವಾಗಿತ್ತು.

ವೃತ್ತಿಯಲ್ಲಿ ನನಗಾದ ಕೆಲವು ಅನುಭವಗಳು ಇಲ್ಲಿವೆ. ಇವುಗಳನ್ನು ಟಿಪ್ಪಣಿಗಳಂತೆಯೂ, ಪ್ರಬಂಧಗಳಂತೆಯೂ, ಕಥೆಗಳಂತೆಯೂ ಓದಿಕೊಳ್ಳಬಹುದು. ಇವು ನನ್ನ ಆತ್ಮಕಥಾನಕದ ತುಣುಕುಗಳೂ ಹೌದು.

ಪರಿಚಯವಾದ ಕ್ಷಣದಿಂದ ಉದ್ದಕ್ಕೂ ಪ್ರೀತಿಯ ಸೆಲೆಯನ್ನು ಹರಿಸಿರುವ ಡಾ॥ ಕೆ.ಬಾಲರಾಜ್, ಡಾ॥ ಜೆ.ಶಂಕರ್, ಡಾ॥ ಟಿ.ಆರ್.ಸ್ವಾಮಿ, ಮೆಡಿಕಲ್ ರಾಜಣ್ಣ, ಮೆಡಿಕಲ್ ಶಿವು, ಶಂಭು, ನಂಬೂದಿರಿ, ಎಸ್.ಶಂಕರ್‌ಮೂರ್ತಿ ಮುಂತಾದವರು ನನ್ನ ಅಂತರಂಗದ ಭಾಗವೇ ಆಗಿದ್ದಾರೆ. ಇವರಿಗೆ ಶರಣು.

ನನ್ನ ಸಹಪಾಠಿಗಳಾದ ಡಾ॥ ಟಿ.ಜಯರಾಂ, ಡಾ॥ ಗುರುಲಿಂಗಯ್ಯ, ಡಾ॥ ಸಿ.ಮುನಿವೆಂಕಟಪ್ಪ ಇವರನ್ನು ಮುದದಿಂದ ನೆನೆಯುತ್ತೇನೆ.

ಇಲ್ಲಿನ ಕೆಲವು ಲೇಖನಗಳನ್ನು ಸಿದ್ಧಪಡಿಸುವಲ್ಲಿ ಮಾಹಿತಿ ಸ್ಪಷ್ಟಪಡಿಸಿದ ಪ್ರೊ. ಎ ಮುರಳೀಧರ, ಪ್ರೊ. ಎಚ್ ಎ ಉಪೇಂದ್ರ, ಡಾ. ಪಿ ಗಿರಿಧರ್ ಮತ್ತು ಡಾ. ಟಿ ಎಸ್ ಮಂಜು ಇವರಿಗೆ ವಂದಿಸುತ್ತೇನೆ.

ನನ್ನ ಈ ಬರಹಗಳನ್ನು ಮೆಚ್ಚಿ ತಮ್ಮ 'ಅವಧಿ' ಅಂತರ್ಜಾಲ ಪತ್ರಿಕೆಯಲ್ಲಿ ಅಂಕಣವಾಗಿ ಪ್ರಕಟಿಸಿದ್ದಲ್ಲದೆ, ಪುಸ್ತಕ ರೂಪದಲ್ಲಿ ಪ್ರಕಟಿಸುತ್ತಿರುವ ಜಿ ಎನ್ ಮೋಹನ್ ಅವರ ಪ್ರೀತಿಗೆ ಸಾವಿರ ನಮನ.

ಕೆಲವು ಲೇಖನಗಳು 'ಸಂಗಾತ' ಹಾಗೂ 'ಅಗ್ರಿಕಲ್ಚರ್' ಇಂಡಿಯಾದಲ್ಲಿ ಪ್ರಕಟವಾಗಿವೆ. ಅದಕ್ಕಾಗಿ ಟಿ.ಎಸ್.ಗೊರವರ ಹಾಗೂ ಕುಮಾರ ರೈತ ಅವರಿಗೆ ಕೃತಜ್ಞ.

ಬರಹಗಳನ್ನು ಡಿಟಿಪಿ ಮಾಡಿಕೊಟ್ಟ ತುಮಕೂರಿನ ಬಾಳೇಶ್ವರ ಡಿಟಿಪಿ ಸೆಂಟರಿನ ಡಿ ಪಿ ಮಂಜುನಾಥ್ ಇವರಿಗೆ ಆಭಾರಿಯಾಗಿದ್ದೇನೆ. ಪುಸ್ತಕಕ್ಕಾಗಿ ಫೋಟೋವನ್ನು ತೆಗೆದ ಕ್ಯಾತ್ಸಂದ್ರದ ಮನು ಚಕ್ರವರ್ತಿಯವರಿಗೆ ನಾನು ಕೃತಜ್ಞ.

ಡಾ. ಮಿರ್ಜಾ ಬಷೀರ್

ಮೂಕಲೋಕದೊಳಗೆ...

ಹ ಹ್ಹ ಹ್ಹಾ ಹಸೀನಾ!

ನನ್ನದು Arranged ಮದುವೆ. ಮದುವೆ ಆಗಲು ಹೆಣ್ಣು ಬೇಕಲ್ಲ? ಹೆಣ್ಣು ನೋಡಲು ತುಮಕೂರಿಗೆ ಹೋಗಿದ್ದು ಡಿಸೆಂಬರ್ 1987ರಲ್ಲಿ. ಮದುವೆ ಆಗುವ ಹೆಣ್ಣು ಹೀಗೇ ಇರಬೇಕು ಹಾಗೇ ಇರಬೇಕು, ಎಂಬ ಯಾವ ಪೂರ್ವಾಗ್ರಹಗಳೂ ಇಲ್ಲದೆ ಹೋಗಿದ್ದೆ. ನನ್ನನ್ನು ಮದುವೆಯಾಗುವವಳಿಗೂ ಯಾವ ಪೂರ್ವಾಗ್ರಹಗಳು ಇಲ್ಲದ್ದು Made for each other ಎಂಬಂತಾಗಿತ್ತು. ಮನೆಮಂದಿಯೆಲ್ಲ ಹೋಗಿ ಒಪ್ಪಿ 'ಸೈ' ಎಂದು ಬಂದಿದ್ದೆವು. ಮದುವೆ ಏಪ್ರಿಲ್ 10, 1988 ಎಂದು ನಿಗದಿಯಾಗಿತ್ತು.

ಮದುವೆಗೆ ಮುನ್ನ ನನ್ನ ಹೆಂಡತಿಯಾಗುವವಳಿಗೂ ಮತ್ತವಳ ಆಪ್ತ ಸ್ನೇಹಿತೆ ಮಮತ ಎಂಬುವವಳಿಗೂ ಆದ ಪತ್ರ ವ್ಯವಹಾರವನ್ನಿಲ್ಲಿ ನಿಮ್ಮೆದುರು ಇಡುತ್ತಿದ್ದೇನೆ.

ಮಮತಳ ಪತ್ರ: ಏನೇ ಡಾಕ್ಟ್ರನ್ನೇ ಹೊಡೆದಿದ್ದೀಯಲ್ಲೇ?

ಇವಳ ಪತ್ರ: ಬಿಡ್ತು ಅನ್ನೇ. ಹೊಡಿಯೋದು ಬಡಿಯೋದೆಲ್ಲ ಮದುವೆ ಆದ್ಮೇಲೆ!

ಮಮತಳ ಪತ್ರ: ಎಲ್ಲೇ ಅವನು ಕೆಲಸ ಮಾಡ್ತಿರೋದು? ಯಾವ ಆಸ್ಪತ್ರೆಯೇ? ಯಾವ ಸ್ಪೆಶಲಿಸ್ಟೇ? ಕಣ್ಣು ಕಿವಿ ಕಿಡ್ನಿ ಹೃದಯ ಬುಲ್ಡೆ? ಡಾಕ್ಟರೆಂದ ಮೇಲೆ ನರ್ಸುಗಳ ಬಗ್ಗೆ ಹುಷಾರೇ! 'ಪತಿ ಪತ್ನಿ ಔರ್ ವೋ' ಆಗಿಬಿಟ್ಟರೆ ಗತಿ ಏನು?

ಇವಳ ಪತ್ರ: ಛೇ ಛೇ... ಅಸಲಿಗೆ ಅವ್ರು ಎಂಬಿಬಿಎಸ್ ಡಾಕ್ಟರ್ ಅಲ್ಲವೇ ಅಲ್ಲ. ಯಾವ ತರಹದ ಡಾಕ್ಟರ್ ಇರಬಹುದು ಹೇಳು. Guess ಮಾಡೇ!

ಮಮತಳ ಪತ್ರ: ಆಯುರ್ವೇದ? ಹೋಮಿಯೋಪತಿ? ಯುನಾನಿ?

ಇವಳ ಪತ್ರ: ಅಲ್ಲವೇ ಅಲ್ಲ! ಅವ್ರು ಡಾಕ್ಟ್ರೇ! ಆದ್ರೆ ನೀನು ಸರಿಯಾಗಿ Guess ಮಾಡಲಿಲ್ಲ! Take some more chances.

ಮಮತಳ ಪತ್ರ: ಹಂಗಾದ್ರೆ ಅವ್ನು Ph.D. ಮಾಡಿರೊ ಡಾಕ್ಟ್ರೆ ಇರ್ಬೇಕು!

ಇವಳ ಪತ್ರ: ಪೆದ್ದಿ. ಅಲ್ವೇ ಅಲ್ಲ! ಸರಿಯಾಗಿ Guess ಮಾಡು!

ಮಮತಳ ಪತ್ರ: ಯಾವ್ದಾದ್ರು ಯೂನಿವರ್ಸಿಟಿಯವರು ಗೌರವ ಡಾಕ್ಟರೇಟ್ ಕೊಟ್ಟಿದ್ದಾರೇನೇ? ಮುದಿಯನೇನೇ? ಯಾರೇ?

ಇವಳ ಪತ್ರ: ಗೌರವ ಡಾಕ್ಟರೇಟೂ ಅಲ್ಲ ಏನೂ ಅಲ್ಲ! ಏನು ದರಿದ್ರ ಪ್ರಾಣೀನೇ ನೀನು! ಸರಿ ಹೇಳಿದ್ರೆ ಮದುವೇಲಿ ನಿನಗೊಂದು ಸರಿಯಾದ ಪಾರ್ಟಿ ಕೊಡ್ತೀನಿ! Guess ಮಾಡೇ!

ಮಮತಳ ಪತ್ರ: ಕಳ್ಳ ಬಸಿರು ತೆಗಿಯೋ ಡಾಕ್ಟರೇನೆ? ಮೂಳೆ ಡಾಕ್ಟರೇನೇ? ಮೊಳೆ ಡಾಕ್ಟರೇನೇ?

ಇವಳ ಪತ್ರ: ಅಲ್ವೇ ಅಲ್ಲ! ನೀನೊಬ್ಬು ಹುಟ್ಟು ದರಿದ್ರ ಕಣೇ!

ಮಮತಳ ಪತ್ರ: ಏನೂ ಅಲ್ಲದ ಅಡ್ನಾಡಿ Quack ಏನೇ? 500 ರೂಪಾಯಿ ಸರ್ಟಿಫಿಕೇಟ್ ಡಾಕ್ಟರೇನೇ? ಸಂತೇಲಿ ಜಾತ್ರೇಲಿ ಬರುವ ಕಳ್ಳ ಡಾಕ್ಟರೇನೇ?

ಇವಳ ಪತ್ರ: ಅಲ್ವೇ ಅಲ್ಲ!

ಮಮತಳ ಪತ್ರ: ಅಯ್ಯೋ ಸೋತೆ ಕಣೆ! ಸೋತೆ ಸೋತೆ ಸೋತೆ! ನಿನ್ನ ಮದುವೇಲಿ ನಾನೇ ನಿನಗೊಂದು ಒಳ್ಳೆ ಪಾರ್ಟಿ ಕೊಡ್ತೀನಿ! ಯಾವ ಡಾಕ್ಟರು ಹೇಳಮ್ಮ ನಿನ್ನ ಕಾಲಿಗೆ ಬೀಳ್ತೀನಿ!

ಇವಳ ಪತ್ರ: ವೆಟರ್ನರಿ ಡಾಕ್ಟರ್ ಕಣೆ ಪೆದ್ದಿ! ಪಶುವೈದ್ಯ! ನೀನು ಇನ್ಮೇಲೆ ಅವರತ್ರನೇ ಟ್ರೀಟ್‌ಮೆಂಟ್ ತಗೊ ಸರಿಹೋಗ್ತೀಯ!

ಮಮತಳ ಪತ್ರ: ರಾಮ ರಾಮ! ಹೌದಲ್ವೇ! ವೆಟರ್ನರಿ ಡಾಕ್ಟ್ರುಗಳು ಇದ್ದೂ ಇಲ್ಲದಂಗೆ ಇದ್ದಾರಲ್ವೇನೇ? ಪ್ರಚಾರ ಇಲ್ದೆ?

ಹೀಗೆ ಇವಳು ತನ್ನ ಸ್ನೇಹಿತೆಯನ್ನು ಬೇಸ್ತು ಬೀಳಿಸಿದ್ದಳು.

ಮದುವೆಗೆ ಮುಂಚೆ ನಡೆದ ಈ ಪತ್ರಗಳ ಜೊತೆ ನಾನೂ ನನ್ನವಳಿಗೊಂದು ಪತ್ರ ಬರೆದಿದ್ದೆ. ಅದರಲ್ಲಿ ಅವಳ ಹೆಸರೂ ಇದೆ. ಆ ಸಮಯದಲ್ಲಿ ಎಲ್ಲರೂ ಕವಿಗಳೇ ಆದ್ದರಿಂದ ನಾನೂ ಪದ್ಯರೂಪದ ಪತ್ರ ಬರೆದಿದ್ದೆ. ನೀವೂ ಓದಿ. ನಗು ಉಕ್ಕಿದರೆ ನಕ್ಕು ಬಿಡಿ:

ಹ ಹ್ಹ ಹ್ಹ ಹಸೀನಾಗೆ
See See See ಹಸೀನಾಗೆ
ನಾ ನಾ ನಾನೇ ಹಸೀನಾಗೆ
ನಗಬೇಡ ಹುಸಿನಗೆ
ಏಪ್ರಿಲ್ 10 ಎಂದಿಗೆ?

❖

ಚನ್ನಪ್ಪನ ಕರು ಸಾಲ

ಅದು 1983. ಪಶುವೈದ್ಯನಾಗಿ ತಿಪಟೂರು ತಾಲ್ಲೂಕು ನೊಣವಿನಕೆರೆ ಪಶುಚಿಕಿತ್ಸಾಲಯದಲ್ಲಿ ಕೆಲಸಕ್ಕೆ ಸೇರಿದ ಹೊಸತು. ಜಾನುವಾರುಗಳ ಚಿಕಿತ್ಸೆ ಬಿಟ್ಟು ಕಚೇರಿ ವ್ಯವಹಾರ, ಆಡಳಿತ ಏನೂ ಗೊತ್ತಿರಲಿಲ್ಲ. ಆಸ್ಪತ್ರೆಯಲ್ಲಿ ಆಗಲೇ ನನ್ನ ವಯಸ್ಸಿಗಿಂತ ಹೆಚ್ಚು ಸರ್ವೀಸ್ ಆಗಿದ್ದ ಇನಸ್ಪೆಕ್ಟ್ರು, ಕಾಂಪೌಂಡ್ರು, ಸೇವಕ ಇದ್ರು, ಎಲ್ಲ ಘಟಾನುಘಟಿಗಳೇ. ಹಿಂದಿದ್ದ ವೈದ್ಯರು ಕತ್ತರಿ, ಚಾಕು, ಸೂಜಿ ಮುಂತಾದವನ್ನೆಲ್ಲ ಕೊಡದೆ ನನ್ನ ಸಹಿ ಮಾತ್ರ ಪಡೆದು ಜಾಗ ಖಾಲಿ ಮಾಡಿದ್ದರು. ನಾನೊಂದು ರೀತಿಯ ಆಘಾತದಲ್ಲಿದ್ದೆ.

'ರೀ ಡಾಕ್ಟ್ರೇ, ನನ್ನ ಸಾಲದ ಅರ್ಜಿ ಏನಾಯ್ತು?' ಎಂದು ಎದುರು ಬಂದು ಕುಳಿತವನ ಹೆಸರು ಚನ್ನಪ್ಪ.

ಆಗ ಮಿಶ್ರತಳಿ ಹೆಣ್ಣು ಕರು ಸಾಕಾಣಿಕೆಗೆ ಸಬ್ಸಿಡಿ ಸಾಲ ಕೊಡುತ್ತಿದ್ದರು. ಆ ಯೋಜನೆಯಡಿ ಚನ್ನಪ್ಪ ಆಸ್ಪತ್ರೆಗೆ ಅರ್ಜಿ ಸಲ್ಲಿಸಿದ್ದು, ಅದೇನಾಯ್ತು ಎಂದು ವಿಚಾರಿಸಲು ಬಂದಿದ್ದ. ಆ ಥರದ ಸಾಲದ ಬಗ್ಗೆ ನನಗೇನೂ ಗೊತ್ತಿರಲಿಲ್ಲ. ಆಸ್ಪತ್ರೆಗೆ ಬಂದಿದ್ದ ಜಾನುವಾರುಗಳ ಚಿಕಿತ್ಸೆ ಮಾಡುತ್ತಿದ್ದೆ. ಕಾಂಪೌಂಡ್ರು ನನ್ನ ಜೊತೆಯಲ್ಲಿದ್ದರು. ಇನ್ಸ್‌ಪೆಕ್ಟರಿಗೆ ಕೀ ಗೊಂಚಲು ಕೊಟ್ಟು ಚನ್ನಪ್ಪನ ಅರ್ಜಿ ಹುಡುಕಲು ತಿಳಿಸಿದೆ.

ಇನ್ಸ್‌ಪೆಕ್ಟರ್ ಆಸ್ಪತ್ರೆಯ ಮತ್ತೊಂದು ರೂಮಿಗೆ ಹೋದ ಕೂಡಲೆ ಕಾಂಪೌಂಡ್ರು ಬಂದು ನನ್ನ ಕಿವಿಯಲ್ಲಿ, 'ಸಾರ್ ಇನ್ಸ್‌ಪೆಕ್ಟ್ರು ತಾನೇ ಡಾಕ್ಟರೆಂದು ಹಳ್ಳಿಗಳಲ್ಲೆಲ್ಲ ತಿರುಗುತ್ತ ಬೇಜಾನ್ ದುಡ್ಡು ಮಾಡ್ತಾವ್ನೆ. ಅವ್ನ ಕಂಟ್ರೋಲ್ ಮಾಡಿ,' ಎಂದು ಪುರಾಣ ಬಿಚ್ಚಿದ. ಇನ್ಸ್‌ಪೆಕ್ಟರ್ ಮತ್ತು ಸೇವಕ ಇಬ್ಬರೂ ಮುಂದುವರಿದ ಒಂದೇ ಜಾತಿಗೆ ಸೇರಿದವರಾಗಿದ್ದು ದಲಿತನಾದ ಕಾಂಪೌಂಡ್ರು ಮೇಲೆ ಸದಾ ಕತ್ತಿ ಮಸೆಯುತ್ತಿದ್ದರು.

ಎಲ್ಲರೂ ಒಬ್ಬರ ಮೇಲೆ ಒಬ್ಬರು ಪರಸ್ಪರ ಚಾಡಿ ಚುಚ್ಚುತ್ತಿದ್ದರು. ಇಷ್ಟಾಗೋ ಹೊತ್ತಿಗೆ ಊಟದ ವಿಶ್ರಾಂತಿ ಆಗಿ ನಾನೂ ಅರ್ಜಿ ಹುಡುಕುವ ಕೆಲಸದಲ್ಲಿ

ಮುಳುಗಿದೆ. ಸಿಬ್ಬಂದಿಯೆಲ್ಲ ಚಿಕಿತ್ಸೆಗೆ, ಊಟಕ್ಕೆಂದು ನಾಪತ್ತೆಯಾದರು. ಬುಸುಗುಡುತ್ತಿದ್ದ ಚನ್ನಪ್ಪ ಮತ್ತು ನಾನು ಇಬ್ಬರೇ ಉಳಿದೆವು.

ಈಗಾಗಲೇ ಹುಡುಕಿದ ಕಡತ, ವಹಿ, ಖಾನೆಗಳು, ಬೀರು, ಔಷಧ ದಾಸ್ತಾನು ರೂಮು ಎಲ್ಲವನ್ನೂ ಮತ್ತೆ ಹುಡುಹುಡುಕಿ ಸಾಕಾಗಿ ಹೋಯ್ತು. ದನಗಳಿಗೆ ಔಷಧ ಕಟ್ಟಿ ಕೊಡಲು ಇಟ್ಟಿದ್ದ ರದ್ದಿ ಪೇಪರ್ ಗಳನ್ನು ಸಹ ಕಿತ್ತು ಕಿತ್ತು ನೋಡಿದೆ. ಅಲ್ಲಿದ್ದ ಕಡತಗಳ ಹೆಸರಿಗೂ, ಕಡತಗಳಲ್ಲಿ ಹಾಕಿದ್ದ ಹಾಳೆಗಳಿಗೂ ಸಂಬಂಧವೇ ಇರಲಿಲ್ಲ. 'ಕರು ಸಾಲ' ಎಂಬ ಕಡತದಲ್ಲಿ ಹಬ್ಬದ ಮುಂಗಡದ ಸಾಲ, ಕೆಜಿಐಡಿ ಸಾಲ, ಜಿಪಿಎಫ್ ಸಾಲ, ಕೆಇಬಿ ಬಿಲ್ಲು ರಸೀದಿಗಳು, ವರ್ಗಾವಣಾ ಆದೇಶಗಳು, 1980ನೇ ಸಾಲಿನ ಸರ್ಕಾರಿ ರಜಾ ದಿನಗಳ ಪಟ್ಟಿ ಹೀಗೆ ಅಸಂಬದ್ಧಗಳು ತುಂಬಿದ್ದವು.

'ಏನ್ ಮಾಡಿದ್ರೀ ನನ್ನ ಅರ್ಜಿನ?' ಎಂದು ಟೇಬಲ್ಲು ಕುಟ್ಟಿದ 30–35ರ ಪ್ರಾಯದ ಚನ್ನಪ್ಪ. ಎಣ್ಣೆಗೆಂಪು ಬಣ್ಣದ ಅವನು ಕಾಕಿ ಚಡ್ಡಿ ಹಾಕಿ ಮೇಲೊಂದು ಬಿಳಿ ಷರ್ಟು ಧರಿಸಿದ್ದ. ಅವನ ಮುಖ ಭಗಭಗ ಉರಿಯುತ್ತಿತ್ತು. ಕಣ್ಣುಗಳು ಕಿಡಿ ಕಾರುತ್ತಿದ್ದವು. ಅಷ್ಟೊತ್ತಿಗೆ ಆಸ್ಪತ್ರೆಗೆ ಬಂದ ಕಾಂಪೌಂಡ್ರು ತಡೀರಿ ಸಾರ್ ಎಂದು 'ಇಂದ' 'ಗೆ' ಎಂಬ ಆಸ್ಪತ್ರೆಗೆ ಬರುವ ಮತ್ತು ರವಾನೆಯಾಗುವ ಪತ್ರಗಳ ವಹಿ ಹಿಡಿದುಕೊಂಡು ಬಂದ.

ನನಗೆ ಖುಷಿಯೋ ಖುಷಿ. ಆ ವಹಿಯನ್ನು ತೆರೆದರೆ ಅದು 1982ನೇ ಇಸವಿಗೆ ಕೊನೆಗೊಂಡು ಅಲ್ಲಿಂದೀಚೆಗೆ ಬಂದ ಅಥವಾ ಹೋದ ಪತ್ರಗಳ ಸುದ್ದಿಯೇ ಇರಲಿಲ್ಲ.

'ಎಲ್ರೀ ಅರ್ಜಿ? ವರ್ಗವಾಗಿ ಹೋದ ಡಾಕ್ಟ್ರು ನಿಮಗೆ ಕೊಟ್ಟೋಗಿರ್ತಾರೆ. ನೀವೇ ಕಳೆದಾಕಿರೋದು. ಹುಡುಕ್ರಿ,' ಎಂದು ಚನ್ನಪ್ಪ ಕೂಗು ಹಾಕಿದ. ಅವನ ಕಾಲಲ್ಲಿ ಮೆಟ್ಟುಗಳು ದಪ್ಪಗಿದ್ದು ನಡೆದಾಡಿದರೆ ಕರಕರ ಶಬ್ದ ಮಾಡುತ್ತಿದ್ದವು. ನನ್ನ ಗಂಟಲು ಒಣಗಿ ಹೋಗಿ ಬಹಳ ಹೊತ್ತಾಗಿತ್ತು. ಮೈಯೆಲ್ಲಾ ಬೆವರು ಕಿತ್ತುಕೊಂಡಿತ್ತು. ಮೊದಲೇ ಭಯಸ್ಥನೂ ಅನನುಭವಿಯೂ ಆಗಿದ್ದ ನಾನು ಅಪರಾಧಿಯಂತೆ ನಿಂತುಕೊಂಡಿದ್ದೆ.

ಬೆಂಗಳೂರಿನಲ್ಲಿದ್ದ ಅಪ್ಪ ಅಮ್ಮ, ದಿಕ್ಕಿಗೊಬ್ಬರಂತಿದ್ದ ಅಣ್ಣಂದಿರು, ಅಕ್ಕ ತಂಗಿಯರೆಲ್ಲ ನೆನಪಾದರು. 'ಥೂ ಯಾಕಾದ್ರೂ ಈ ಕೆಲಸಕ್ಕೆ ಬಂದ್ನೋ' ಎಂದು ದಿಗ್ಭ್ರಾಂತನಾಗಿದ್ದೆ.

‘ನಾಳೆ ಮಂತ್ರಿ ಲೋನ್ ಪೂಜಾರಿ ಬರ್ತಾ ಇದಾನಿಲ್ಲಿಗೆ. ನಿನಿಗೆ ಪೂಜೆ ಮಾಡಿಸ್ತಿನಿ’ ಎಂದು ಕೂಗಿ ಆಸ್ಪತ್ರೆಯಿಂದ ಮೆಟ್ಟಿಲಿಳಿದು ಚನ್ನಪ್ಪ ಹೊರಟು ಹೋದ.

ಕಾಂಪೌಂಡ್ರು, ‘ಹೌದು ಸಾರ್. ನಾಳೆ ಮಂತ್ರಿ ಜನಾರ್ದನ ಪೂಜಾರಿ ನಮ್ಮೂರಿಗೆ ಬರ್ತಿದಾರೆ,’ ಅಂದ ನಿರ್ಭಾವುಕವಾಗಿ.

ಆ ದಿನ 6 ಗಂಟೆ ಆದ ಕೂಡಲೇ ತಾಲ್ಲೂಕು ಕೇಂದ್ರ ತಿಪಟೂರು ಆಸ್ಪತ್ರೆಗೆ ವಿಚಾರಿಸೋಣ ಎಂದುಕೊಂಡು ಹೋದೆ. ಆದರೆ ಆಸ್ಪತ್ರೆಯ ಬಾಗಿಲಿಗೆ ಬೀಗ

ಜಡಿದಿತ್ತು. ವಿಚಿತ್ರ ಇಕ್ಕಟ್ಟಿನಲ್ಲಿ ಸಿಗಿಹಾಕಿಕೊಂಡಿದ್ದೆ. ಬೆಳಗ್ಗೆ ಎದ್ದರೆ ಮಂತ್ರಿ ಪೂಜಾರಿಯಿಂದ ಗ್ರಾಮಸ್ಥರೆಲ್ಲರೆದುರು ನನಗೆ ಕಾದಿರುವ ಅವಮಾನ ನೆನೆಸಿಕೊಂಡು ಬಸ್ಟಾಂಡಿಗೆ ದೌಡಾಯಿಸಿ ಬೆಂಗಳೂರು ಬಸ್ ಹಿಡಿದು ಮನೆಗೋದೆ.

ಅಪ್ಪ ಅಮ್ಮ ಎಲ್ಲ ನನ್ನ ಇಳಿಬಿದ್ದ ಮುಖ ನೋಡಿ 'ಯಾಕೆ ಏನಾಯ್ತು?' ಎಂದರು. ಏನಿಲ್ಲ ಎಂದೆ. ಏನು ಹೇಳುವುದು? ಉಂಡು ಬಿದ್ದುಕೊಂಡೆ. ರಾತ್ರಿಯೆಲ್ಲ ಕೆಟ್ಟ ಕನಸುಗಳು. ಜನಾರ್ದನ ಪೂಜಾರಿಯವರು ಥರಾವರಿ ಕುಣಿದರು. ಚನ್ನಪ್ಪ ಕೂಗುತ್ತಿದ್ದ. ಪೂಜಾರಿಯವರು ಅತಿ ಕೆಟ್ಟದಾಗಿ ಬೈದು ಸಸ್ಪೆಂಡ್ ಮಾಡಿದರು. ಗ್ರಾಮಸ್ಥರು ಮತ್ತು ನನ್ನ ಆಸ್ಪತ್ರೆ ಸಿಬ್ಬಂದಿ ನಗುತ್ತಿದ್ದರು.

ಒಂದು ವಾರವಾದರೂ ನಾನು ಆಸ್ಪತ್ರೆಗೆ ಹಿಂದಿರುಗಲೇ ಇಲ್ಲ. ಮನೆಯಲ್ಲಿಯೇ ದಿನವೂ ಹಲವಾರು ದಿನಪತ್ರಿಕೆಗಳನ್ನು ವಿವರವಾಗಿ ಓದುವುದು. ಜನಾರ್ದನ ಪೂಜಾರಿಯವರು ಎಲ್ಲೆಲ್ಲಿ, ಯಾವ್ಯಾವ ಕಾರ್ಯಕ್ರಮ ಹಮ್ಮಿಕೊಂಡಿದ್ದರು, ಏನು ಭಾಷಣ ಮಾಡಿದ್ದಾರೆ, ನನ್ನ ಸಸ್ಪೆಂಡ್ ಮಾಡಿದ್ದಾರೆಯೇ? ಇತ್ಯಾದಿ ಇತ್ಯಾದಿ ಗಮನಿಸುತ್ತಿದ್ದೆ.

ಯಾವ ಪೇಪರಲ್ಲೂ ಜನಾರ್ದನ ಪೂಜಾರಿಯವರ ಕಾರ್ಯಕ್ರಮಗಳ ಬಗ್ಗೆ ಮತ್ತು ಚನ್ನಪ್ಪನ ದೂರಿನ ಬಗ್ಗೆ ಒಂದೇ ಒಂದು ಶಬ್ದವಿರಲಿಲ್ಲ. ಆದರೂ ಒಂದು ವಾರ ಮನೆಯಲ್ಲಿಯೇ ಇದ್ದೆ. ಆ ನಂತರ ಅಪ್ಪ ಅಮ್ಮನ ಕಾಟಕ್ಕೆ ವಾಪಸ್ ಹೊರಟೆ.

ನೊಣವಿನಕೆರೆಯ ಬಸ್ಟಾಂಡಿನಲ್ಲಿಯೇ ಪಶುಚಿಕಿತ್ಸಾಲಯ ವಿರುವುದು. ಎಲ್ಲರ ದೃಷ್ಟಿಯೂ ನನ್ನ ಮೇಲಿರುತ್ತದೆ. ಎಲ್ಲರೂ ನನ್ನ ಬಗ್ಗೆ ಮಾತಾಡುತ್ತಿರುತ್ತಾರೆ, ಪೂಜಾರಿ ಏನೇನು ಬೈದರು, ಚನ್ನಪ್ಪನ ಕುಣಿತ, ಆಸ್ಪತ್ರೆಗೆ ಹೋದ ಕೂಡಲೆ ಕೈಗೆ ಬಂದು ಬೀಳುವ ಸಸ್ಪೆನ್ಷನ್ ಆರ್ಡರ್! ನಾನು ಕುಸಿದು ಬೀಳುವುದೊಂದು ಬಾಕಿ ಅಷ್ಟೆ.

ಆಸ್ಪತ್ರೆಯಲ್ಲಿ ಯಾವುದೇ ಗಡಿಬಿಡಿಯಿರಲಿಲ್ಲ. ಎಲ್ಲ ಎಂದಿನಂತೆ ಮಾಮೂಲಾಗಿತ್ತು. ಸಿಬ್ಬಂದಿ ವರ್ಗದವರು 'ಯಾಕ್ಸಾರ್ ಹುಷಾರಿದ್ದಂಗೆ ಕಾಣ್ತಾ ಇಲ್ಲ' ಎಂದರು. ಚನ್ನಪ್ಪನ ಸುದ್ದಿ ಇಲ್ಲ. ಪೂಜಾರಿ ಸುದ್ದಿ ಇಲ್ಲ. ಆದ್ರೆ ನನಗೆ ಸಮಾಧಾನ ಇಲ್ಲ. 'ಏನಾದ್ರೂ ಪೋಸ್ಟ್ ಇದೆಯೇನ್ರಿ ಅಥವಾ ಮುದ್ದಾಂ ಟಪಾಲು' ಅಂದೆ. ಸಿಬ್ಬಂದಿ 'ಕ್ಯಾಬೀ ನೈ' ಅಂದ್ರು.

ಮಧ್ಯಾಹ್ನ ಊಟದ ಬಿಡುವಿನಲ್ಲಿ ಮೆಲ್ಲಗೆ ಕಾಂಪೌಂಡ್ರನ್ನ ಕೇಳ್ದೆ, 'ಪೂಜಾರಿ ಬಂದಿದ್ರೇನ್ರೀ?' 'ಇಲ್ಲ ಸಾರ್ ಪೂಜಾರಿನೂ ಇಲ್ಲ, ದೇವ್ರೂ ಇಲ್ಲ. ಅವತ್ತು ಮಿನಿಸ್ಟ್ರು ಮಧ್ಯಾಹ್ನ 3 ಗಂಟೆಗೆ ಬರ್ಬೇಕಾಗಿತ್ತು. ಜನ್ರು ಕಾದೂ ಕಾದೂ ಸಾಕಾದ್ರು. ಸಂಜೆ 6 ಗಂಟೆಯಾದ್ರೂ ಬರಲಿಲ್ಲ.

ಅವ್ರು ಬಂದಾಗ ಜನ ಎಲ್ಲ ಖಾಲಿಯಾಗಿದ್ರು. ಮಂತ್ರಿ ಬಂದಾಗ ಇದ್ದ ನಾಲ್ಕು ಜನ ಹಾರ ಹಾಕಿದ್ರು. ಹಾರ ಹಾಕಿಸ್ಕಂಡು ನೆಟ್ಟಗೆ ಹೋಗ್ತಿದ್ರಂತೆ,' ಎಂದ್ರು. 'ಚನ್ನಪ್ಪ ಎಲ್ಲಿ?' ಎಂದೆ. 'ನಿಮ್ಮತ್ರ ಅವತ್ತು ಜಗಳ ಆಡಿ ಹೋದವನು ಮತ್ತೆ ಇತ್ತ ಬಂದಿಲ್ಲ ಸಾ' ಅಂದ್ರು ಕಾಂಪೌಂಡ್ರು.

1988 ರತನಕ ನಾನು ನೊಣವಿನಕೆರೆಯಲ್ಲೇ ಇದ್ದೆ. ನಿಧಾನಕ್ಕೆ ಗ್ರಾಮಸ್ಥರ ಪರಿಚಯ ಆಗ್ತಾ ಹೋಯ್ತು. ಅಷ್ಟೇ ಅಲ್ಲ ಆ ಊರು ನನಗೆ ತವರುಮನೆಯಂತಾಯಿತು. ಚನ್ನಪ್ಪ ಮತ್ತು ಮನೆಯವರೆಲ್ಲರ ಪರಿಚಯವೂ ಆಯ್ತು. ಆಮೇಲೆ ಚನ್ನಪ್ಪನಿಂದ ಇನ್ನೊಂದು ಅರ್ಜಿ ಹಾಕಿಸಿದೆ. ಆದರೆ ಆ ವರ್ಷ ಬಿಡುಗಡೆಯಾದ ಹಣ ಖಾಲಿಯಾಗಿದ್ದರಿಂದ ಚನ್ನಪ್ಪನಿಗೆ ಸಾಲ ಮಂಜೂರಾಗಲಿಲ್ಲ.

ಚನ್ನಪ್ಪನ ಹೆಂಡತಿ 'ಸರ್ಕಾರದ ದುಡ್ಡು ಬ್ಯಾಡ ಬಿಡಿ ಸಾ. ಬಾಯಾಗೆ ಮಣ್ಣಾಕ' ಎಂದು ಸರ್ಕಾರವನ್ನು ನಾನಾ ರೀತಿ ಬೈದಳು. ಗೆಲುವಿನಿಂದ ಮನೆ ತುಂಬ ಓಡಾಡುತ್ತಿದ್ದ ಆಕೆಯ ಜೀವನೋತ್ಸಾಹವೇ ಮನೆಯ ಸೌಂದರ್ಯವಾಗಿತ್ತು.

1988ರಲ್ಲಿ ನನಗೆ ಬಳ್ಳಾರಿ ಜಿಲ್ಲೆಯ ಹಂಪಸಾಗರಕ್ಕೆ ವರ್ಗಾವಣೆಯಾಯಿತು. ಅಲ್ಲಿ 1992ರವರೆಗೆ ಕೆಲಸ ಮಾಡಿದೆ. ಆನಂತರ 1998ರವರೆಗೆ ನೊಣವಿನಕೆರೆ ಸಮೀಪದ ತಂಡಗದಲ್ಲಿ ಕಾರ್ಯನಿರ್ವಹಿಸಿದೆ. ಈ ಅವಧಿಯಲ್ಲಿ ನಾನು ನೊಣವಿನಕೆರೆಯಿಂದಲೇ ಓಡಾಡುತ್ತಿದೆ.

ವಿಶೇಷ ಅಂದರೆ ಮತ್ತೆ ನಾನು 2010ರಲ್ಲಿ ನೊಣವಿನಕೆರೆಗೇ ಮತ್ತೊಮ್ಮೆ ವರ್ಗವಾಗಿ ಹೋದೆ. ನಾನು ಸಹಾಯಕ ನಿರ್ದೇಶಕನಾಗಿಯೂ, ಪಶುಚಿಕಿತ್ಸಾಲಯವು ಪಶು ಆಸ್ಪತ್ರೆಯಾಗಿಯೂ ಮೇಲ್ದರ್ಜೆಗೇರಿದ್ದೆವು. ಆಗ ಸಿಬ್ಬಂದಿ ಎಲ್ಲರೂ ಹೊಸಬರಿದ್ದರು. ಹಳಬರೆಲ್ಲ ನಿವೃತ್ತಿಯಾಗಿದ್ದರು ಅಥವಾ ಸತ್ತೇ ಹೋಗಿದ್ದರು.

ಪ್ರತಿದಿನ ಬೆಳಗ್ಗೆ 6 ಗಂಟೆಗೆ ವಾಕಿಂಗ್ ಹೋಗುವುದು ನನ್ನ ರೂಢಿ. ಮನೆಯಿಂದ ಹೊರಟವನು ಪಕ್ಕದ ರಂಗನಹಳ್ಳಿಗೆ ಹೋಗಿ ವಾಪಸ್ ಬರುತ್ತಿದ್ದೆ. ಆರು ಕಿ.ಮೀ. ನಡಿಗೆ ಆಗುತ್ತಿತ್ತು. ಮಾರ್ಗಮಧ್ಯದಲ್ಲಿ ಸಿಗುವ ಮಠದ ಪಾಳ್ಯದಲ್ಲಿ ಯಾವುದಾದರೂ ಮನೆಯಲ್ಲಿ ತಿಂಡಿ ಕಾಫಿ ಆಗುತ್ತಿತ್ತು. ವಿಪರೀತ ಪ್ರೀತಿ ವಿಶ್ವಾಸದ ಜನ.

ಒಂದು ದಿನ ವಾಕಿಂಗ್ ಹೋಗುವಾಗ ಒಬ್ಬ ಹಣ್ಣು ಹಣ್ಣು ಮುದುಕ ಕೋಲೂರುತ್ತ ನಿಧಾನಕ್ಕೆ ರಸ್ತೆಯಲ್ಲಿ ಬರುತ್ತಿದ್ದ. ಅವನ ಬಟ್ಟೆಗಳೆಲ್ಲ ಹಳತಾಗಿ ಹರಿದು ಜೂಲು ಜೂಲಾಗಿದ್ದವು. ಕಾಲಲ್ಲಿ ಗೋಣಿದಾರದಿಂದ ಕಟ್ಟಿಕೊಂಡ ಹವಾಯಿ ಚಪ್ಪಲಿ, ಕನ್ನಡಕದ ಒಂದು ಹಿಡಿ ಮುರಿದು ಹೋಗಿದ್ದರಿಂದ ದಾರದಿಂದ ಕಿವಿಗೆ ಸುತ್ತಿಕೊಂಡಿದ್ದ. ಬಾಗಿಕೊಂಡು ನಡೆಯಲಾರದೆ ಕೋಲೂರಿ ನಡೆಯುತ್ತಿದ್ದ. ಯಾರಾದರೂ ಮುಟ್ಟಿದರೆ ಸಾಕು ಪಲ್ಟಿ ಹೊಡೆದು ಬೀಳುವಂತಿದ್ದ.

ಅವನೆದುರು ನಿಂತೆ. ಸುಮಾರು ಹೊತ್ತು ದಿಟ್ಟಿಸಿದ ನಂತರ ಆಘಾತವಾಯ್ತು. ಅವನಾರು ಗೊತ್ತೇ? ಚನ್ನಪ್ಪ. ಒಂದು ಕಾಲಕ್ಕೆ ನನ್ನನ್ನು ಭಯಭೀತನನ್ನಾಗಿ ಮಾಡಿ

ಒಂದು ವಾರ ಮನೆಗೆ ಓಡಿಹೋಗುವಂತೆ ಮಾಡಿದ್ದ ಚನ್ನಪ್ಪ. ಜೀರ್ಣಾವಸ್ಥೆಯಲ್ಲಿದ್ದ.

ನನ್ನ ಪರಿಚಯವನ್ನು ಪರಿಪರಿಯಾಗಿ ಹೇಳಿ ನೋಡಿದೆ. ಊಹುಂ. ಏನು ಮಾಡಿದರೂ ಅವನಿಗೆ ಗೊತ್ತಾಗಲಿಲ್ಲ. ಚನ್ನಪ್ಪ ಈ ಲೋಕದವನೆನ್ನಿಸಲಿಲ್ಲ. ಜೇಬಿನಿಂದ ನೂರು ರೂಪಾಯಿ ನೋಟು ತೆಗೆದುಕೊಟ್ಟೆ. ನಡುಗುವ ಕೈಯ್ಯಲ್ಲಿ ಇಸಿದುಕೊಂಡ. ಅವನು ಎರಡೂ ಕೈಯ್ಯಲ್ಲಿ ಮಾಡಿದ ನಮಸ್ಕಾರದಲ್ಲಿ ವಿನಯವಿತ್ತು, ಕೃತಜ್ಞತೆಯಿತ್ತು ಮತ್ತು ಅದು ನಡುಗುತ್ತಿತ್ತು.

ಏನು ದುರಾದೃಷ್ಟವೋ ಏನೋ? ಕುಟುಂಬದ ಎಲ್ಲರೂ ತೀರಿ ಕೊಂಡು ಚನ್ನಪ್ಪ ಒಬ್ಬಂಟಿಯಾಗಿದ್ದ. ಕಣ್ತುಂಬಿಕೊಂಡು ಮುನ್ನಡೆದೆ.

❖

ವಟ್ನವ್ವಿನ ಡಾಕ್ಟ್ರು

ನೊಣವಿನಕೆರೆಯಲ್ಲಿದ್ದಾಗ ಒಮ್ಮೆ ಸಂಬಂಧಿಕರ ಮದುವೆಗೆ ಹಿರಿಯೂರಿಗೆ ಹೋಗಿದ್ದೆ. ಹಿರಿಯೂರಿನಲ್ಲಿ ನಿಖಾ ಆಯಿತು. ಚಳ್ಳಕೆರೆಗೆ ಹೊರಟೆವು. ಪಿಂಜಾರರಾದ ನಮಗೆ ಮುಸಲ್ಮಾನರಿಗಿಂತ ಹಿಂದೂಗಳಲ್ಲೇ ಹೊಕ್ಕುಬಳಕೆ ಜಾಸ್ತಿಯಾದ್ದರಿಂದ ಮದುವೆಗೆ ಅರ್ಧಕ್ಕಿನ್ನ ಹೆಚ್ಚು ಹಿಂದೂಗಳೇ ಇದ್ದರು. ಊಟವಾದ ನಂತರ ಮಧ್ಯಾಹ್ನ ಮೂರು ಗಂಟೆಯ ಮೇಲೆ ಛತ್ರದಿಂದಲೇ ಬಸ್ಸು ಹೊರಟಿತು. ನಾನು ಬಸ್ಸಿನ ಬಳಿ ಹೋಗುವುದು ಸ್ವಲ್ಪ ಲೇಟಾದುದರಿಂದ ಸೀಟು ಸಿಗಲಿಲ್ಲ. ಬಸ್ಸು ಜನರಿಂದ ತುಂಬಿ ತುಳುಕುತ್ತಿತ್ತು. ಹಿರಿಯೂರಿಂದ ಚಳ್ಳಕೆರೆ ಹತ್ತಿರದ ಊರಾದ್ದರಿಂದ ಎಲ್ಲರ ಜೊತೆಯೇ ಹೋದರಾಯಿತೆಂದುಕೊಂಡು ಬಸ್ಸು ಹತ್ತಿದೆ.

ನನ್ನ ಸ್ವಂತ ಊರೇ ಚಳ್ಳಕೆರೆ. ನಾನು ಚಿಕ್ಕವನಿದ್ದಾಗ ಅಲ್ಲಿ ನಮ್ಮ ತಂದೆಯವರು ಪ್ರೌಢಶಾಲೆ ಉಪಾಧ್ಯಾಯರಾಗಿದ್ದರು. ನಾನು ಒಂದನೇ ಕ್ಲಾಸು ಪಾಸಾಗುವ ತನಕ ಬಾಲ್ಯ ಕಳೆದದ್ದು ಚಳ್ಳಕೆರೆಯಲ್ಲಿಯೇ. ನಂತರ ತಂದೆಯವರ ವರ್ಗಾವಣೆ ಬಳಿಕ ಬೇರೆ ಬೇರೆ ಕಡೆ ವಾಸವಿದ್ದು ಚಳ್ಳಕೆರೆಗೆ ನಾವು ಹಿಂತಿರುಗಲೇ ಇಲ್ಲ. ನನ್ನ ಬಾಲ್ಯದ ಚಳ್ಳಕೆರೆಯನ್ನು ಮೂವತ್ತು ವರ್ಷದ ನಂತರ ನೋಡುವ ಮಹದಾಸೆಯೂ ಸಹ ನನ್ನ ಈ ಪ್ರವಾಸಕ್ಕಿತ್ತು.

ದಾವಣಗೆರೆ, ಚಿತ್ರದುರ್ಗ, ಹಿರಿಯೂರು, ಜಗಳೂರು, ಚಳ್ಳಕೆರೆ ಈ ಕಡೆಯಲ್ಲೆಲ್ಲ ಪಿಂಜಾರರು ಅಧಿಕ ಸಂಖ್ಯೆಯಲ್ಲಿದ್ದು, ಸಮಸ್ತ ಪಿಂಜಾರರೂ ರಕ್ತ ಸಂಬಂಧಿಗಳೇ ಆಗಿದ್ದಾರೆ. ಆದುದರಿಂದ ನೂರರ ಸಂಖ್ಯೆಯಲ್ಲಿ ಜನರಿದ್ದ ಬಸ್ಸಿನಲ್ಲಿ ಕೇವಲ ಕನ್ನಡ ಭಾಷೆ ಕೇಳಿಸುತ್ತಿತ್ತೇ ವಿನಃ ಉರ್ದು ಭಾಷೆಯ ಒಂದು ಶಬ್ದ ಸಹ ಕೇಳಿಸುತ್ತಿರಲಿಲ್ಲ.

ಊಟ ಮಾಡಿಕೊಂಡು ಬಸ್ಸು ಹತ್ತಿದ್ದೆವು. ಮಧ್ಯಾಹ್ನದ ಉರಿಬಿಸಿಲು, ಸೆಕೆ, ಬೆವರು, ನಿದ್ದೆಗಳ ಹೊಡೆತ ಸಹಿಸಲಸಾಧ್ಯವಾಗಿತ್ತು. ಕುಳಿತುಕೊಳ್ಳುವುದಿರಲಿ ನಿಂತುಕೊಳ್ಳಲೂ ಜಾಗವಿರಲಿಲ್ಲ. ನಾನಂತೂ ಕಾಲ್ಬೆರಳುಗಳ ಮೇಲೆ ಸಮತೋಲನ ಕಾಯ್ದುಕೊಳ್ಳುತ್ತಾ ನಿಂತಿದ್ದೆ. ನನ್ನ ಜೊತೆ ನಿಂತಿದ್ದವರಾರೂ ನನಗೆ ಗೊತ್ತಿರಲಿಲ್ಲ.

ಯಾವುದೇ ಕಾರ್ಯಕ್ರಮಗಳಿಗೂ ಹೋಗದ ನಾನು ಈ ಸಲ ಯಾಕೆ ಈ ಮದುವೆಗೆ ಬಂದು ಸಿಕ್ಕಿಕೊಂಡೆನೋ ಎಂದು ನನ್ನನ್ನು ನಾನು ಬೈದುಕೊಳ್ಳುತ್ತಾ, ಬೆವರುತ್ತಾ ನಿಂತಿದ್ದೆ.

ಅಷ್ಟೊತ್ತಿಗೆ ಬಸ್ಸಿನ ಕಿಟಕಿಯಲ್ಲಿ ಒಬ್ಬ ಜೋರಾಗಿ ಕೂಗುತ್ತಾ ಎಲ್ಲರ ಗಮನ ಸೆಳೆದ. ಆ ಮನೆಹಾಳ ಅತಿ ಕಡಿಮೆ ಬೆಲೆಯ ಮಕ್ಕಳ ಆಟದ ಸಾಮಾನುಗಳನ್ನು ಮಾರುತ್ತಿದ್ದ. ನಮ್ಮ ಬಸ್ಸಿನಲ್ಲಿದ್ದ ಹತ್ತಿಪ್ಪತ್ತು ಮಕ್ಕಳು ಪ್ಲಾಸ್ಟಿಕ್ ಪೀಪಿಯನ್ನು ಕೊಂಡು 'ಪಿಯ್ಞ್' ಎಂದು ಊದತೊಡಗಿದರು. ಮತ್ತೆ ಕೆಲವರು 'ಕಟರ್ ರ್ ರ್' ಎಂದು ವಿಕಾರವಾದ ಶಬ್ದ ಹೊರಡಿಸುತ್ತಿದ್ದ ಗಿರಿಗಿಟ್ಲೆ ಕೊಂಡರು. ಅಳುವ ಮಕ್ಕಳು, ಪೀಪಿ ಊದುವ ಮಕ್ಕಳು, 'ಕಟರ್ರ್ರ್ರರ್' ಎಂದು ಗಿರಿಗಿಟ್ಲೆ ತಿರುಗಿಸುವ ಮಕ್ಕಳು, ಡ್ರೈವರ್ ಬಸ್ಸಿನ ಎಂಜಿನ್ನನ್ನು ಚಾಲೂ ಮಾಡಿ ಎತ್ತಲೋ ಹೋಗಿದ್ದ.

ಬಸ್ಸಿನ ಕ್ಲೀನರ್ ಹುಡುಗನೊಬ್ಬ ಅಭ್ಯಾಸ ಬಲದಿಂದೆಂಬಂತೆ ಬಸ್ಸಿನ ಬಾಗಿಲನ್ನು ನಿಮಿಷಕ್ಕೊಂದು ಸಲ 'ಡಬ್ ಡಬ್' ಎಂದು ಬಡಿದು 'ರೈಯ್ಯ' ಎಂದು ಕೂಗುತ್ತಿದ್ದ. ಬಸ್ ಬುರ್ರ್ ಎಂದು ಶಬ್ದ ಮಾಡುತ್ತಿತ್ತು. ಇದೆಲ್ಲವೂ ಸಾಲದೆಂಬಂತೆ ಟೇಪ್ ರಿಕಾರ್ಡರ್ ಯಾವುದೋ ಹಾಡನ್ನು ವದರುತ್ತಿತ್ತು. ನರಕದ ಸರ್ವಸೂತ್ರಗಳೂ ಒಂದೇ ಕಡೆ ಇಕ್ಕಟ್ಟಾಗಿದ್ದವು.

ಬಸ್ಸಿಳಿದು ಎತ್ಲಗಾದ್ರೂ ಓಡೋಗನಾಂತಂದ್ರೆ, ಅಲ್ಲಾಡಕ್ಕೇ ಆಗ್ತಿರಲಿಲ್ಲ. "ಚಳ್ಳಕೆರೆ ಮೇಷ್ಟ್ರು ಮಗಲ್ಲೇನು ನೀನು?" ಪಕ್ಕದಲ್ಲಿ ನನ್ನನ್ನೇ ಇಷ್ಟೊತ್ತನಕ ದುರುಗುಟ್ಟಿ ನೋಡುತ್ತಿದ್ದ ವ್ಯಕ್ತಿ ಕೇಳಿದ. ತಲೆ ಮೇಲೆ ಕೆಳಗೆ ಮಾಡಿ ಹೌದು ಎಂದೆ. 'ಏನು ಮಾಡ್ತೀಯ' ನಾನು ನಿಮ್ಮಾವನ್ಮಗ ಬುಡೇನ್ ಎಂದು ಕೂಗಿದ. ಪಕ್ಕದಲ್ಲಿದ್ದರೂ ಕೂಗಿ ಮಾತನಾಡಬೇಕಿತ್ತು. 'ವೆಟರ್ನರಿ ಡಾಕ್ಟ್ರು' ಎಂದು ಕೂಗಿದೆ.

ಹಂಗಂದ ಕೂಡಲೆ ನಾನು ನಿಂತುಕೊಂಡಿದ್ದ ಜಾಗದಿಂದ ಎರಡು ಸಾಲಿನ ಹಿಂದುಗಡೆ ಕೂತುಕೊಂಡಿದ್ದ ಒಬ್ಬ ದಿಢೀರನೇ ಎದ್ದು ಕೈ ಮುಗಿದು, 'ನಮಸ್ಕಾರ ಕಣ್ತಮ, ಎಷ್ಟು ವರ್ಷದ ಮೇಲೆ ಸಿಕ್ಕಲ್ಲಪ್ಪ. ಅಂತೂ ಸಿಕ್ಕಲ್ಲ. ಅದೇ ದೊಡ್ಡು,' ಅಂದ. ಇಷ್ಟು ಹೊತ್ತಿಗೆ ಬಸ್ ಹೊರಟಿತು. ಬಸ್ ಚಲಿಸಿದ ಮೇಲೆ ಗಾಳಿ ಆಡಿತು ಮತ್ತು ಅಲ್ಪಸ್ವಲ್ಪ ಜಾಗವೂ ಆಯಿತು. ಆದರೆ ಗಲಾಟೆ ಕಡಿಮೆಯಾಗಲಿಲ್ಲ.

ಎರಡು ಸಾಲು ಹಿಂದೆ ಕುಳಿತಿದ್ದವನು ಏನೋ ಕೂಗಿ ಕೇಳುತ್ತಿದ್ದ. ನನಗೇನೂ ಕೇಳಿಸುತ್ತಿರಲಿಲ್ಲ. ಅವನ ಮುಖದಲ್ಲಿ ಸಂಕಟ, ಸಂಭ್ರಮ ಎರಡೂ ಕಾಣುತ್ತಿದ್ದವು. ಮಕ್ಕಳು ಪೀಪಿ ಊದುವುದು, 'ಕಟರ್'

ಎಂದು ಗಿರಿಗಿಟ್ಲೆ ತಿರುಗಿಸುವುದು, ಅಳುವುದು ನಡೆದೇ ಇತ್ತು. ಈ ಎಲ್ಲಾ ಗಲಾಟೆಯ ನಡುವೆ ಕೂಗುತ್ತಿದ್ದವನ ಹೆಸರು 'ಕಾಸಿಮಲಿ' ಎಂಬುದಾಗಿ ಗೊತ್ತಾಯಿತು. ಸುಮಾರು ಐವತ್ತು ವರ್ಷ ವಯಸ್ಸಿರಬಹುದು ಅವನಿಗೆ. ಆ ಬಸ್ಸಿಗೇನಾಗಿತ್ತೋ ಏನೋ, ಗೇರ್ ಬದಲಿಸುವಾಗ ಹಂದಿ ಥರ ಕಿರುಚುತ್ತಿತ್ತು. ಆ ಬಸ್ಸಿನಲ್ಲಿ ಮದುವೆ ಪಾರ್ಟಿ ಮಾತ್ರವಲ್ಲದೆ ಬೇರೆ ರೆಗ್ಯುಲರ್ ಪ್ರಯಾಣಿಕರೂ ಸಹ ಇದ್ದರು. ಆದ್ದರಿಂದ ನಮ್ಮ ಬಂಧು ಬಳಗದವರಾರೋ, ಪ್ರಯಾಣಿಕರು ಯಾರೋ ಎಂಬುದು ಸಹ ನನಗೆ ಗೊತ್ತಿರಲಿಲ್ಲ.

ಕಾಸಿಮಲಿ ನನ್ನ ಬಳಿ ಬರಲು ಯಮಸಾಹಸ ಪಟ್ಟ. ಆಗಲಿಲ್ಲ. ಇದ್ದಲ್ಲಿಂದಲೇ ಕೂಗತೊಡಗಿದ.

"ಸಾರ್ ನೀವು ವಟ್ನವ್ವಿನ್ ಡಾಕ್ಟ್ರ?'

ಮಕ್ಕಳ ಅಳು, ಪೀಪಿ, ಗಿರಿಗಿಟ್ಲೆ, ಬಸ್ಸಿನ ಶಬ್ದ, ಹಾರನ್ ಶಬ್ದ, ಗೇರ್ ಶಬ್ದ ಎಲ್ಲ ಮೀರಿ ನನ್ನ ಕಿವಿಗಪ್ಪಳಿಸಿದ್ವು ಅವನ ಮಾತುಗಳು.

'ವೆಟ್ನರಿ ಡಾಕ್ಟ್ರು' 'ವೆಟ್ನರಿ ಡಾಕ್ಟ್ರು' ಎರಡೆರಡು ಸಲ ಕೂಗಿದೆ.

"ಅದೇ ಸಾರ್? ವಟ್ನವ್ವಿನ್ ಡಾಕ್ಟ್ರು! ಒಳ್ಳೇದಾತು!" ಎಂದು ಬೊಬ್ಬೆ ಹೊಡೆದ.

"ಅಲ್ಲ ಅಲ್ಲ" ಕೂಗಿದೆ.

"ನನ್ ಮಗ್ಳಿಗೆ ಈಗಾಗಲೇ ವರ್ಷದಿಂದ ವಟ್ನವ್ವು ಸಾರ್. ದೇಶಯೆಲ್ಲ ತಿರುಗ್ದೆ. ಹುಷಾರಾಗಲಿಲ್ಲ. ನೀನೇ ಸರಿ ಮಾಡ್ಬೇಕು. ನಮ್ಮ ಕಳ್ಳುಬಳ್ಳಿ ನೀನು. ನನ ಮಗ್ಳು ಸೊರಗಿ ಕಡ್ಡಿಯಾಗಿ ಬಿಟ್ಟಿದಾಳೆ. ದೇವ್ರು ಬಂದಂಗೆ ಬಂದೀಯ. ಇದೇ ಫಸ್ಟು ನಾನ್ನಿನ್ನೋಡ್ತಿರದು. ಬಲೊಳ್ಳೆ ಡಾಕ್ಟ್ರಂತೆ ನೀನು" ಇತ್ಯಾದಿಯಾಗಿ ಎಷ್ಟು ಜೋರಾಗಿ ಕೂಗಿದ್ದ ಅಂದ್ರೆ ಬಸ್ಸಿನವರಿಗೆಲ್ಲ ಆ ಗದ್ದಲದಲ್ಲೂ ನನ್ನ ಗುರ್ತು ಕೂನು ಗೊತ್ತಾಗಿ ನನ್ನ ಕಡೆ ದೃಷ್ಟಿ ನೆಟ್ಟರು. ಹೋದ ಕಡೆ ಬಂದ ಕಡೆ ಯಾವ ಪ್ರಚಾರವನ್ನೂ ಬಯಸದ, ನನ್ನ ಪಾಡಿಗೆ ನಾನಿರುವ ಸ್ವಭಾವದ ನನಗೆ ಎಲ್ಲರೆದುರು ಬೆತ್ತಲೆ ನಿಂತಂತಾಯಿತು.

ಕಾಸಿಮಲಿ ಬೆಂಬಿಡದ ಬೇತಾಳದಂತೆ ಪ್ರಶ್ನೆಗಳ ಮೇಲೆ ಪ್ರಶ್ನೆ ಎಸೆಯತೊಡಗಿದ. ಅದರಲ್ಲಿ ಅವನ ಮಗಳು ಇಮಾಂಬಿ ಹೇಗೆ ದೊಡ್ಡವಳಾದಳು, ಎಷ್ಟು ದಿನಕ್ಕೊಂದಾವರ್ತಿ ಹೊರಗಾಗುತ್ತಾಳೆ, ಎಷ್ಟು ರಕ್ತ ಹೋಗುತ್ತೆ, ಆಗ ಹೊಟ್ಟೆ ನೋವು ಬಂದು ಉರುಳಾಡುವ ಬಗೆ, ವಿವಿಧ ವೈದ್ಯರು ಮಾಡಿದ ಚಿಕಿತ್ಸೆ, ಅವಧಿ, ಪಡೆದ ಫೀಸು, ಒಟ್ಟು ಖರ್ಚಾದ ದುಡ್ಡೆಷ್ಟು, ಇತ್ಯಾದಿ ಇತ್ಯಾದಿ. ಅವನು ಈ ವಿವರಗಳನ್ನೆಲ್ಲ ಕಂಡಕಂಡವರಿಗೆ ಎಷ್ಟು ಸಲ ಹೇಳಿದ್ದನೋ ಏನೋ? ಕೆಲವೊಮ್ಮೆ ಕಾಸಿಮಲಿ ಶುರುಮಾಡಿದ ವಿಷಯವನ್ನು ಬೇರೆ ಯಾರೋ ಮುಂದುವರಿಸುತ್ತಿದ್ದರು.

ಕಾಸಿಮಲಿ ನನಗೆ ಮಾತಾಡಲು ಆಸ್ಪದ ಕೊಡದೆ ಗಟ್ಟು ಮಾಡಿದ ನಾಟಕದ ಸಂಭಾಷಣೆಯಂತೆ ಮಾತಾಡುತ್ತಲೇ ಇದ್ದ. ನಾನು ಸಾಕಾಗಿ "ಕಾಸಿಮಲಿ, ಕೇಳಪ್ಪ ಇಲ್ಲಿ. ನಾನು ವೆಟರ್ನರಿ ಡಾಕ್ಟರು ಕಣಪ್ಪ. ಮನುಷ್ಯರ ಡಾಕ್ಟರಿಗೆ ತೋರಿಸು ನಿನ್ನ

ಮಗಳನ್ನು," ಎಂದು ಕೂಗಿದೆ. "ಇಲ್ಲ ನಾನ್ಯಾವನಿಗೂ ತೋರಿಸಲ್ಲ. ನೀನು ಬಲ್ಲೊಳ್ಳೆ ಡಾಕ್ಟ್ರಂತೆ. ಅದ್ಯಾವುದೋ ದನೀನ್ ಜಾತ್ರೇಗೆ ಯಾರೋ ಹೇಳ್ತಿದ್ರು," ಕಾಸಿಮಲಿಯೂ ಕೂಗಿಕೊಂಡ.

ಕಾಸಿಮಲಿಯ ಹಿಂದಿನ ಸಾಲಿನಲ್ಲಿ ಒಬ್ಬ ಪ್ಯಾಂಟು, ಶರ್ಟು ಧರಿಸಿ ಕೂತಿದ್ದವನು ಇದ್ದಕ್ಕಿದ್ದಂತೆ ಕರೆಂಟ್ ಬಂದಂತಾಗಿ "ಲೇ ಕಾಸಿಮ, ಅವಾಗಿಂದಾ ಅವರು ವೆಟರ್ನರಿ ಡಾಕ್ಟರು ಅಂತ ಹೇಳ್ತಿದಾರೆ. ನೀನು ವಟ್ಟವ್ವಿನ ಡಾಕ್ಟರು ಅಂತ ತಿಳ್ಕಂಡಿದೀಯ. ಸುಮ್ನಾಗಲೆ ಸಾಕು. ವೆಟರ್ನರಿ ಡಾಕ್ಟರು ಅಂದ್ರೆ ದನೀನಾಸ್ಪತ್ರೆ ಡಾಕ್ಟರು ಕಣಲೇ!" ಎಂದು ಕಿರುಚಿದ. ಅವನು ಎಷ್ಟು ಜೋರಾಗಿ ಕಿರುಚಿದನೆಂದರೆ ಬಸ್ಸಿಗೆ ಬಸ್ಸೇ ಸ್ತಬ್ಧವಾಯಿತು. ಪೀಪಿ, ಗಿರಿಗಿಟ್ಲೆ, ಅಳುವ ಮಕ್ಕಳೆಲ್ಲಾ ಗಪ್‌ಚುಪ್ಪಾಗಿ, ಡ್ರೈವರ್ ಬಸ್ಸು ನಿಧಾನಿಸಿ ಹಿಂದಕ್ಕೆ ತಿರುಗಿ "ಏನದು ಗಲಾಟೆ?" ಎಂದು ಅವನೊಂದು ಅವಾಜ್ ಹಾಕಿದ.

ಕಾಸಿಮಲಿಗೆ ಭ್ರಮನಿರಸನವಾದುದರಿಂದ ಮತ್ತೆ ಬಾಯಿ ಬಿಡದಂತೆ ಕುಳಿತುಬಿಟ್ಟ. ಆ ಬಡ ತಂದೆಗೆ ಬಗೆಹರಿಯದ ಮಗಳ ಹೊಟ್ಟೆನೋವು ದೆವ್ವದಂತೆ ಕಾಡುತ್ತಿತ್ತೇನೋ?

ಅಂದಿನಿಂದ ಯಾರು ಕೇಳಿದರೂ ನಾನೊಬ್ಬ 'ದನೀನ ಡಾಕ್ಟರು' ಅಂತಲೇ ಪರಿಚಯ ಮಾಡಿಕೊಳ್ಳತೊಡಗಿದೆ.

❖

ಭಾರ್ಗವಿಗೆ ಇಂಗ್ಲಿಷಿನಲ್ಲಿ ಪಾಠ

ಬ್ರಾಹ್ಮಣರ ಬೀದಿಯಲ್ಲಿದ್ದ ರಾಮಚಂದ್ರನ್ ಮತ್ತು ಅವರ ಶ್ರೀಮತಿಯವರು ನನಗೆ ಅತ್ಯಂತ ಆಪ್ತರಾಗಿದ್ದರು. ಅವರು ಬಹಳ ಪ್ರೀತಿಯಿಂದ ಹಸು ಎಮ್ಮೆಗಳನ್ನು ಸಾಕಿದ್ದರು. ಅವರಲ್ಲಿದ್ದ ನಾಟಿ ಹಸುಗಳು ಸೈತ 5–6 ಲೀಟರ್ ಹಾಲು ಕೊಟ್ಟು ಆಶ್ಚರ್ಯ ಹುಟ್ಟಿಸುತ್ತಿದ್ದವು. ನಾನು ನೊಣವಿನಕೆರೆಗೆ ಹೋದ ಹೊಸತರಲ್ಲಿ ಅವರಲ್ಲೊಂದು ಅತ್ಯಂತ ಸುಂದರವಾದ ಎಚ್ ಎಫ್ ಹೆಣ್ಣು ಕರು ಇತ್ತು.

ಸುಮಾರು ಒಂದು ತಿಂಗಳ ಕರುವಾಗಿದ್ದರೂ ಮೂರು ತಿಂಗಳ ಕರುವಿನಷ್ಟು ದೊಡ್ಡದಿತ್ತು. ಈ ಕರುಗಳಿಗೆ ಕೊಂಬು ಬಾರದೇ ಇರಲಿ ಎಂದು ಎಳೆ ವಯಸ್ಸಿನಲ್ಲಿ ಕೊಂಬಿನ ಬುಗುಟುಗಳನ್ನು ಕಾದ ಕಬ್ಬಿಣದಲ್ಲಿ ಸುಡಲಾಗುತ್ತದೆ. ಈ ಕೆಲಸವನ್ನು ರಾಸಾಯನಿಕದಿಂದಲೂ ಮಾಡಬಹುದು. ಆದರೆ ಆ ರಾಸಾಯನಿಕ ಆಸ್ಪತ್ರೆಗೆ ಸರಬರಾಜಾಗದಿದ್ದಾಗ ಕಾದ ಕಬ್ಬಿಣವೇ ಸಾಕು. ನಾನು ಇಲಾಖೆಯಲ್ಲಿ ಕೆಲಸ ಮಾಡಿದ ಸುಮಾರು 35 ವರ್ಷಗಳಲ್ಲಿ ಒಮ್ಮೆಯೂ ಆ ರಾಸಾಯನಿಕ ಸರಬರಾಜಾಗಲಿಲ್ಲ. ಕಬ್ಬಿಣದಿಂದ ಸುಟ್ಟರೂ, ರಾಸಾಯನಿಕದಿಂದ ಸುಟ್ಟರೂ ಕರುವಿಗೆ ನೋವಾಗೇ ಆಗುತ್ತದೆ. ಕೊಂಬು ಬಂದ್ರೆ ಬರಲಿ ಬಿಡ್ರಿ ಅಂದರೆ ಕೆಲವು ಜಾನುವಾರು ಮಾಲೀಕರು ಒಪ್ಪದ ಕಾರಣ ನಾನು ಅನೇಕ ಸಲ ಕರುಗಳ ಕೊಂಬು ಸುಟ್ಟು ಹಾಕುವ ಪಾಪದ ಕೆಲಸವನ್ನು ಮಾಡಿದ್ದೇನೆ.

ಜಾನುವಾರುಗಳಲ್ಲಿ ಕೊಂಬುಗಳಿದ್ದರೆ ಕೊಟ್ಟಿಗೆಯಲ್ಲಿ ಜಾಸ್ತಿ ಜಾಗ ಆಕ್ರಮಿಸಿ ಕೊಳ್ಳಬಹುದು, ಹಾದಾಡಿಕೊಂಡು ಕೊಂಬುಗಳನ್ನು ಮುರಿದುಕೊಳ್ಳಬಹುದು ಅಥವಾ ಕೊಂಬಿನ ಕ್ಯಾನ್ಸರ್‌ನಂತಹ ಕಾಯಿಲೆಬರಬಹುದು ಎಂದು ಕರುಗಳಿದ್ದಾಗಲೇ ಕೊಂಬಿನ ಬುಗುಟುಗಳನ್ನು ಸುಡಲಾಗುತ್ತದೆ.

ಆದರೆ ನಾನು ಹಲವು ದಶಕಗಳಲ್ಲಿ ಕಂಡುಕೊಂಡ ಸತ್ಯವೇನೆಂದರೆ ಮಿಶ್ರತಳಿ ಹಸುಗಳಿಗೆ ಕೊಂಬು ಬಹಳ ಸಣ್ಣವಿರುತ್ತದೆ. ಗೋಡೆಗೋ, ಗ್ವಾದಲಿಗೋ ತಗುಲಿಸಿಕೊಂಡು ಅಥವಾ ಬೇರೆ ದನಗಳ ಮೇಲೆ ಹಾದಾಡಿ ಕೊಂಬು

ಮುರಿದುಕೊಂಡದ್ದನ್ನು ನಾನು ನೋಡಲೇ ಇಲ್ಲ. ಕೊಂಬು ಕ್ಯಾನ್ಸರ್ ಕೇಸುಗಳಂತೂ ಇಲ್ಲವೇ ಇಲ್ಲ ಎಂಬಷ್ಟು ಅಪರೂಪ. 1998ರ ನಂತರ ಈ ಕೊಂಬು ಸೀಯುವಂಥ ನಿರರ್ಥಕ ಕಾರ್ಯಾಚರಣೆಯನ್ನು ನಾನು ನಿಲ್ಲಿಸಿಯೇ ಬಿಟ್ಟೆ.

ವಾಪಸ್ಸು ರಾಮಚಂದ್ರನ್ ಅವರ ಕರು ವಿಷಯಕ್ಕೆ ಬರೋಣ. ಅದೇ ಮೊದಲನೆ ಬಾರಿ ರಾಮಚಂದ್ರನ್ ಆಸ್ಪತ್ರೆಗೆ ಬಂದು ಕೊಂಬು ಸುಡಿಸಿದ ಅವರ ಕರುವಿಗೆ ಒಂದು ಕೊಂಬಿನಲ್ಲಿ ವಿಪರೀತ ರಕ್ತ ಸುರಿದು ಹೋಗುತ್ತಿದೆ ಎಂದು ಹೇಳಿದರು. ಆಗ ಸಮಯ ಸಂಜೆ ಆರು ಗಂಟೆಯಾಗಿತ್ತು. ಬೈಕಲ್ಲಿ ಅವರನ್ನು ಕೂರಿಸಿಕೊಂಡು ಔಷಧದ ಬ್ಯಾಗಿನೊಂದಿಗೆ ಅವರ ಮನೆ ಹಿತ್ತಲಿಗೆ ಹೋದೆ. ದೊಡ್ಡ ಗಾತ್ರದ ರಾಮಚಂದ್ರನ್ ಕೂತಷ್ಟೂ ಸಮಯ ನನ್ನ ಬೈಕ್ ಕಿರುಗುಟ್ಟಿ ಹೋಯಿತು.

ಮಹಾ ತಂಟೆಕೋರ ಆಗಿದ್ದ ಅವರ ಕರುವಿಗೆ ಮೂರ್‍ನಾಲ್ಕು ದಿನದ ಕೆಳಗೆ ಕೊಂಬಿನ ಬುಗುಟು ಬೇರೆ ಯಾರಿಂದಲೋ ಸುಡಿಸಿದ್ದರು. ಇನ್ನೇನು ಎಲ್ಲ ಒಣಗಿಹೋಯ್ತು ಅನ್ನುವಷ್ಟರಲ್ಲಿ ಕರು ಹಿತ್ತಲ ಗೋಡೆಗೆ ಹಣೆಯಿಂದ ಗುದ್ದಿ ಗುದ್ದಿ ಗಾಯವನ್ನು ಹೊಸದು ಮಾಡಿಕೊಂಡಿದೆ. ಕೊಂಬಿನ ಬುಗುಟಿನಲ್ಲಿದ್ದ ಒಂದು ರಕ್ತನಾಳ ತುಂಡಾಗಿ ಪಿಚಕಾರಿ ಹೊಡೆದಂತೆ ರಕ್ತ ಧಾರೆ ಧಾರೆಯಾಗಿ ಚಿಮ್ಮುತ್ತಿತ್ತು.

ರಕ್ತ ಸುರಿಯುತ್ತಿದ್ದ ಭಾಗಕ್ಕೆ ಒಣ ಹತ್ತಿಯನ್ನು ಒಂದೆರಡು ನಿಮಿಷ ಒತ್ತಿ ಹಿಡಿದೆ. ತುಂಡಾಗಿದ್ದ ರಕ್ತನಾಳ ಎಲ್ಲ ಸ್ಪಷ್ಟವಾಗಿ ಕಾಣಿಸಿತು. ಕರುವನ್ನು ಇಬ್ಬರು ಮೂವರು ಒತ್ತಿ ಹಿಡಿದರು. ಬ್ಯಾಟರಿ ಬೆಳಕಲ್ಲಿ ನಾನು ಆ ರಕ್ತನಾಳಕ್ಕೆ ಸರಿಯಾಗಿ Artery Forceps ಹಾಕಿ ಬಿಗಿ ಮಾಡಿದೆ. ಎಲ್ಲರಿಗೂ ಆಶ್ಚರ್ಯವಾಗುವಂತೆ ರಕ್ತ ಸೋರುವುದು ಒಮ್ಮೆಲೇ ನಿಂತು ಹೋಯಿತು. ಟಿಂಚರ್ ಅಯೋಡಿನ್‌ನಲ್ಲಿ ಅದ್ದಿದ್ದ ದಾರವನ್ನು ಆ ರಕ್ತನಾಳಕ್ಕೆ ಬಿಗಿದು Forceps ತೆಗೆದೆ. ಗಾಯಕ್ಕೆಲ್ಲ ಟಿಂಚರ್ ಹಾಕಿ, ನೋವು ಮತ್ತು ಸೋಂಕಿಗೆ ಇಂಜೆಕ್ಷನ್ ಮಾಡಿದೆ.

ರಾಮಚಂದ್ರನ್ ಅವರ ಶ್ರೀಮತಿಯವರು (ಅವರ ಹೆಸರೂ ಸಹ ಶ್ರೀಮತಿ ಎಂದೇ) ಮತ್ತು ಮೂವರು ಮಕ್ಕಳು ತಮಿಳಿನಲ್ಲಿ ಮಾತಾಡಿಕೊಳ್ಳುತ್ತ ಸಂಭ್ರಮಿಸಿದರು. ಡಾಕ್ಟರು ಹೊಸಬರಾದ್ದರಿಂದ ಅವರಿಗೆ ಅನುಭವವಿಲ್ಲ, ಬೇರೆಯವರಿಂದ ಚಿಕಿತ್ಸೆ ಕೊಡಿಸಿ ಎಂದು ಯಾರೋ ಅವರಿಗೆ ಹೇಳಿದ್ದರಂತೆ. ಆದರೂ ರಾಮಚಂದ್ರನ್ ನನ್ನ ಬಳಿ ಚಿಕಿತ್ಸೆಗೆ ಬಂದಿದ್ದರು.

ಅಷ್ಟು ಹೊತ್ತಿಗೆ ರಾತ್ರಿ ಏಳೂವರೆ ಆಗಿತ್ತು. ಮಕ್ಕಳೆಲ್ಲ ಓದಲು ಬರೆಯಲು ಕೂತರು. ಮೊದಲನೇ ಮಗಳು ಭಾರ್ಗವಿ ತಿಪಟೂರಿನ ಯಾವುದೋ ಕಾನ್ವೆಂಟ್ ಸ್ಕೂಲಿಗೆ ಹೋಗಿ ಬರುತ್ತಿದ್ದಳು. ಅವಳು ತನ್ನ ವಿಜ್ಞಾನದ ಪುಸ್ತಕ ತೆಗೆದು ಓದುತ್ತಿದ್ದಳು. ನಾನು ಕುತೂಹಲಕ್ಕೆ ಪುಸ್ತಕ ಇಸಿದುಕೊಂಡು ನೋಡತೊಡಗಿದೆ. ನನಗೇನೂ ಅವಸರವಿರಲಿಲ್ಲ. ಆಗಿನ್ನೂ ನನ್ನ ಮದುವೆಯಾಗಿರಲಿಲ್ಲ. ನೊಣವಿನಕೆರೆಯಲ್ಲಿಯೇ ಮನೆ ಮಾಡಿದ್ದೆ. ಸಂಜೀವಪ್ಪರ ಹೋಟೆಲಲ್ಲಿ ಊಟ. ಗುಂಡುಗೋವಿ ಥರ ಇದ್ದೆ.

ಆ ವಿಜ್ಞಾನ ಪುಸ್ತಕದಲ್ಲಿ `Soil' ಎಂಬ ಅಧ್ಯಾಯದ ಪ್ರಶ್ನೋತ್ತರವನ್ನು ಬರೆಯುತ್ತಿದ್ದ ಭಾರ್ಗವಿಗೆ Types of Soil, Properties of Soil ಮುಂತಾದ ವಿಷಯಗಳ ಬಗ್ಗೆ ಹೇಳಿಕೊಟ್ಟೆ. ಮಿಡ್ಲ್ ಸ್ಕೂಲಲ್ಲಿ ಓದುತ್ತಿದ್ದ ಭಾರ್ಗವಿ ಬಹಳ ಲವಲವಿಕೆಯಿಂದ ಪಾಠ ಕೇಳಿದಳು. ಆ ದಿನ ಹೋಮ್ ವರ್ಕನ್ನೆಲ್ಲ ಬರೆದು ಮುಗಿಸಿದಳು.

ಈ ದಿನ ನಮ್ಮನೆಯಲ್ಲೇ ಊಟ ಮಾಡಿರೆಂದರು ರಾಮಚಂದ್ರನ್ ಮತ್ತು ಶ್ರೀಮತಿಯವರು. ಒಪ್ಪಿಕೊಂಡು ಮತ್ತೊಮ್ಮೆ ಕೈ ತೊಳೆದುಕೊಂಡು ನೆಲದ ಮೇಲೆ ಚಕ್ಕಳಬಕ್ಕಳ ಕೂತು ಊಟ ಮಾಡುತ್ತ `Soil ಅಂದ್ರೇನು ಭಾರ್ಗವಿ ಕನ್ನಡದಲ್ಲಿ?' ಅಂದೆ. ಪುಸ್ತಕಗಳನ್ನೆಲ್ಲ ತೆಗೆದು ಚೀಲಕ್ಕೆ ತುಂಬುತ್ತಿದ್ದ ಭಾರ್ಗವಿ ಹಿಂದುಮುಂದು ನೋಡದೆ 'ಎಣ್ಣೆ' ಅಂದಳು. ನಾನು ಅವಾಕ್ಕಾಗಿ ಕೂತೆ. Soil ಮತ್ತು Oil ಶಬ್ದಗಳು ಅವಳನ್ನು ಗಲಿಬಿಲಿಗೊಳಿಸಿದ್ದವು.

ಅವಳ ಮಾತೃಭಾಷೆ ತಮಿಳು. ಮನೆಯ ಹೊರಗೆ ಕನ್ನಡ. ಶಾಲೆಯಲ್ಲಿ ಎಂದೂ ಕೇಳದ ಆಡದ ಇಂಗ್ಲಿಷ್. Soil ಬಗ್ಗೆ ಏನು ಕೇಳಿದರೂ ಪಟಪಟನೆ ಇಂಗ್ಲಿಷಿನಲ್ಲಿ ಉತ್ತರಿಸುತ್ತಿದ್ದಳು. ಎಷ್ಟು ಸಲ ಓದಿದ್ದಳೋ ಏನೋ? ಕಂಠಪಾಠವಾದಂತಿತ್ತು. ಇದು 1984ರಲ್ಲಿ ನಡೆದದ್ದು. ಅದಾಗಲೇ ನಮ್ಮ ಶಿಕ್ಷಣ ಪದ್ಧತಿ ದಿಕ್ಕುತಪ್ಪಿತ್ತು.

ಮಹಾ ಜಾಣೆಯಾಗಿದ್ದ, ಚೈತನ್ಯದಿಂದ ಪುಟಿಯುತ್ತಿದ್ದ ಭಾರ್ಗವಿ ಕಂಡು ಕೇಳರಿಯದ ಇಂಗ್ಲಿಷಿನಲ್ಲಿ ಕಲಿಯುತ್ತ, ಮೇಷ್ಟ್ರ ಹೆದರಿಕೆಗೂ, ಅಂಕ–ರ್‍ಯಾಂಕುಗಳ ಆಮಿಷಕ್ಕೂ ಬಲಿ ಬಿದ್ದು ಎಲ್ಲವನ್ನೂ ಉರುಹೊಡೆವ ಯಂತ್ರವಾಗಿದ್ದಳು. ಏನು ಓದುತ್ತಿದ್ದೇನೆಂಬ ಅರಿವು ಸಹ ಅವಳಿಗಿರಲಿಲ್ಲ.

❖

ಮಿಲ್ ರಂಗೇಗೌಡ್ರ ನಂಬರ್ ಹೋರಿ

ಮಾಗೋಂಡನಹಳ್ಳಿಯ ಹೆಸರು ಜನರ ಬಾಯಲ್ಲಿ ಮಾರ್ಗನಳ್ಳಿಯಾಗಿತ್ತು. ನೊಣವಿನಕೆರೆಗೆ ಐದು ಕಿ.ಮೀ. ದೂರದಲ್ಲಿತ್ತು ಆ ಹಳ್ಳಿ. ನಾನು ನೊಣವಿನಕೆರೆಗೆ ಹೋದ ಸ್ವಲ್ಪ ದಿನಗಳಲ್ಲಿ ಪರಿಚಯವಾಗಿದ್ದ ಮಿಲ್ ರಂಗೇಗೌಡ್ರು ಆ ಹಳ್ಳಿಯವರು. ಸದಾ ಬಿಳಿ ಷರ್ಟು, ಬಿಳಿ ಪಂಚೆ ಉಟ್ಟು ಸ್ಕೂಟರಲ್ಲಿ ಸಂಚರಿಸುತ್ತಿದ್ದ ಅಜಾನುಬಾಹು. ಸಿಟ್ಟಿಲ್ಲ, ಸೆಡವಿಲ್ಲ, ಮಾತು ಹೆಚ್ಚಿಲ್ಲ, ಕಡಿಮೆಯಿಲ್ಲ. ಸಂಕೋಚ ಜಾಸ್ತಿ. ಅದನ್ನೂ ತೋರಿಸಿಕೊಳ್ಳುತ್ತಿರಲಿಲ್ಲ. ಕೆಲಸವಾದ ಕೂಡಲೆ ನುಣುಚಿಕೊಂಡು ಹೋಗಿಬಿಡುತ್ತಿದ್ದರು.

ತೆಂಗಿನ ತೋಟ, ಮನೆ, ಹೊಲ ಹೊಂದಿದ್ದು, ಮನೆ ಮುಂದೇನೇ ಒಂದು ರೂಮಲ್ಲಿ ಹಿಟ್ಟಿನ ಮಿಲ್ಲು ಸಹ ನಡೆಸ್ತಾ ಇದ್ರು ಗೌಡ್ರು. ಅದಕ್ಕೇ ಮಿಲ್ಲು ರಂಗೇಗೌಡ್ರು ಅಂತ ಹೆಸರು. ಸ್ವಲ್ಪ ದಿನ ಒಂದು ಕೋಳಿ ಫಾರಂ ಸಹ ನಡೆಸ್ತಿದ್ರು. ಅವರದ್ದು ಇನ್ನೊಂದು ಸ್ಪೆಷಾಲಿಟಿ ಅಂದ್ರೆ ಯಾವಾಗ್ಲೂ ಒಂದು ಜೊತೆ 'ನಂಬರ್ ಹೋರಿ' ಸಾಕ್ತಿದ್ರು. ನಂಬರ್ ಹೋರಿಗಳು ಅಂದ್ರೆ ಸಖತ್ತಾದ ಅಮೃತ್ ಮಹಲ್ ತಳಿಯ ಎತ್ತುಗಳು. ಒಂದೇ ಅಳತೆಯ, ಬಿಳಿ ಬಣ್ಣದ, ಒಂದೇ ರೀತಿಯ ಕೊಂಬಿನ, ಹೆಚ್ಚು ಕಡಿಮೆ ಒಂದೇ ವಯಸ್ಸಿನ ಜೋಡಿ ಎತ್ತುಗಳು.

ಅವುಗಳನ್ನೇ ಬೇರೆ ಕಡೆ ಕಟ್ಟಿಹಾಕುತ್ತಿದ್ದರು. ಬೇರೆ ಮೇವು, ಹತ್ತಿ ಕಾಳು, ಮುಸುಕಿನ ಜೋಳ, ಹಿಂಡಿ, ನೀರು ಹೀಗೆ ಅವುಗಳಿಗೆ ರಾಜಾತಿಥ್ಯ. ಬೇರೆ ದನಗಳಂತೆ ಯಾವಾಗಲೂ ಬ್ಯಾಸಾಯಕ್ಕೆ ಅವುಗಳನ್ನು ಕಟ್ಟುತ್ತಿರಲಿಲ್ಲ. ಯಾವಾಗಾದರೊಮ್ಮೆ ಕೆಲಸಕ್ಕೆ ಕಟ್ಟುತ್ತಿದ್ದರು. ಬೇರೆ ದನಗಳನ್ನು ಮನೆಯ ಹೊರಗೆ ಕಟ್ಟಿಹಾಕಿದರೆ ನಂಬರ್ ಹೋರಿಗಳು ಮಾತ್ರ ಕೊಟ್ಟಿಗೆಯಲ್ಲಿಯೇ ಇರುತ್ತಿದ್ದವು. ರಂಗೇಗೌಡ್ರ ಮನೆಯ ಒಳಗಿದ್ದ ಕೊಟ್ಟಿಗೆಯಲ್ಲಿ ನಂಬರ್ ಹೋರಿಗಳು ಯಾವಾಗಲೂ ಸುಖವಾಗಿ ಮೇಯುತ್ತಾ, ಮೆಲುಕು ಹಾಕುತ್ತಾ, ಮುಸುಗರೆಯುತ್ತಾ ವಿಶ್ರಾಂತಿ ಪಡೆಯುತ್ತಿದ್ದವು.

ಗೌಡ್ರು ಗಂಟೆ ಎರಡು ಗಂಟೆಗೊಮ್ಮೆಯಾದರೂ ಹೋರಿಗಳ ಹತ್ತಿರ ಹೋಗಿ ಮಾತಾಡಿಸಿ ಮೈ ತೂಬರಿಸಿ ಬರುತ್ತಿದ್ದರು. ಆ ಹೋರಿಗಳೋ ಮನೆಯ ಒಬ್ಬರಿಗೋ ಇಬ್ಬರಿಗೋ ಮಾತ್ರ ಅಭ್ಯಾಸವಾಗಿರುತ್ತಿದ್ದವು. ಮಿಕ್ಕಂತೆ ಯಾರೇ ಹೋದರೂ 'ಸಿರ್' ಎಂದು ಹಾಯಲು ಕೊಂಬು ಮುಂದೆ ಮಾಡಿಕೊಂಡು ನುಗ್ಗಿ ಬರುತ್ತಿದ್ದವು. ದುಡ್ಡಿನಲ್ಲಿ ನಾಲ್ಕು ಜೊತೆ ಸಾಧಾರಣ ಎತ್ತುಗಳಿಗೆ ಸಮ ಈ ನಂಬರ್ ಹೋರಿಗಳು. ಅಷ್ಟು ರೇಟು!

ಆಗೆಲ್ಲಾ ನಾನು ಪ್ರತಿ ವರ್ಷ ಚಪ್ಪೆರೋಗ, ಮೆಟ್ರೆರೋಗ, ಗೆರಸಲುರೋಗಗಳಿಗೆ ಮುಂಜಾಗ್ರತಾ ಕ್ರಮವಾಗಿ ಗ್ರಾಮದ ಎಲ್ಲ ದನ ಎಮ್ಮೆಗಳಿಗೆ ಚುಚ್ಚು ಮದ್ದು ಲಸಿಕೆ ಹಾಕುತ್ತಿದ್ದೆ. ರಂಗೇಗೌಡ್ರು ಕುಲವಾಡಿಗೆ ಹೇಳಿ, ಊರಲ್ಲೆಲ್ಲ ಟಾಂ ಹಾಕಿಸಿ ಮನೆ ಮುಂದೆ ಜಾಗವನ್ನು ಸ್ವಚ್ಛಗೊಳಿಸಿ ಎರಡು ದಡಿಗಳನ್ನು (ಕಂಬ) ನೆಲದಲ್ಲಿ ಹೂಳಿಸಿ, ಮತ್ತೊಂದು ದಡಿಯನ್ನು ಅಡ್ಡ ಕಟ್ಟಿಸಿ, ಊರಿನ ಎಲ್ಲ ದನಗಳ ಇಂಜೆಕ್ಷನ್ ಮಾಡಲು ಜಾಗ ಸಿದ್ಧಗೊಳಿಸಿಡುತ್ತಿದ್ದರು. ದನಗಳು ಬಂದು ನಿಲ್ಲುವ ಜಾಗದಲ್ಲಿ ಧೂಳಾಗದಂತೆ ನೀರು ಚಿಮುಕಿಸುತ್ತಿದ್ದರು. ಸಿರಿಂಜ್ ಮತ್ತು ಸೂಜಿಗಳನ್ನು ಸ್ಟೆರಿಲೈಸ್ ಮಾಡಲು ಮೂರು ಕಲ್ಲುಗಳನ್ನು ಹೂಡಿ ತಾತ್ಕಾಲಿಕ ಒಲೆಯೂ ಸಿದ್ಧಗೊಳ್ಳುತ್ತಿತ್ತು.

ಬೆಳಗ್ಗೆ 7 ಗಂಟೆಗೆ ನಾನು ಸೇವಕನ ಜೊತೆ ಮಾರ್ಗನಳ್ಳಿಗೋದರೆ ಇಷ್ಟೆಲ್ಲ ರೆಡಿಯಿರುತ್ತಿತ್ತು. ಆ ಸಣ್ಣ ಹಳ್ಳಿಯಲ್ಲಿ ಹತ್ತಿರತ್ತಿರ ಮುನ್ನೂರಕ್ಕೂ ಮಿಕ್ಕು ಜಾನುವಾರುಗಳಿರುತ್ತಿದ್ದವು. ಕೆಲಸ ಮುಗಿಯುವ ಹೊತ್ತಿಗೆ ಸುಸ್ತಾಗಿರುತ್ತಿತ್ತು. ಅಷ್ಟರಲ್ಲಿ ಒಂದೆರಡು ಸಲ ಗೌಡರ ಮನೆಯಿಂದ ಟೀ ಸರಬರಾಜಾಗುತ್ತಿತ್ತು.

ಊರದನಗಳೆಲ್ಲ ಮುಗಿದ ಮೇಲೆ ಏಳೆಂಟು ಜನ ಸೇರಿ ಗೌಡರ ನಂಬರ್ ಹೋರಿಗಳನ್ನು ಇಂಜೆಕ್ಷನ್‌ಗೆ ಹಿಡಿಯುತ್ತಿದ್ದರು. ಅವೆರಡಕ್ಕೆ ಇಂಜೆಕ್ಷನ್ ಮಾಡುವಷ್ಟರಲ್ಲಿ ನಮ್ಮ ಪ್ರಾಣವೇ ತೂಗುಯ್ಯಾಲೆ ಯಾಡುತ್ತಿತ್ತು. ಅಷ್ಟು ಅಪಾಯಕಾರಿ. ಇಡೀ ನೊಣವಿನಕೆರೆ ಹೋಬಳಿಯಲ್ಲಿ ಎಂಟತ್ತು ಜೊತೆ ನಂಬರ್ ಹೋರಿಗಳಿದ್ದಿರಬಹುದು ಅಷ್ಟೆ.

ಒಮ್ಮೆ ಗೌಡರ ನಂಬರ್ ಹೋರಿಗೆ ಹುಷಾರು ತಪ್ಪಿತು. ಗೌಡ್ರೇ ಆಸ್ಪತ್ರೆಗೆ ಬಂದರು. ಆಗಾಗ ಹೊಟ್ಟೆ ಉಬ್ಬರ ಬರುತ್ತದೆ ಮತ್ತು ನೆಲ ಹಿಡಿದು ಮೇಯಲ್ಲ ಎಂಬುದು ಅವರ ಅಹವಾಲಾಗಿತ್ತು. ಆಗ ಯಾವುದೇ ತರಹದ ಫೋನುಗಳಿರಲಿಲ್ಲ. ನಾನು ನನ್ನ ಬ್ಯಾಗನ್ನು

ತೆಗೆದುಕೊಂಡು ಬೈಕಲ್ಲಿ ಹೊರಟೆ. ಆಗ ಬೆಳಗ್ಗೆ 9 ಗಂಟೆ. ಮನೆ ತಲುಪಿದ ಮೇಲೆ ಗೌಡರೊಬ್ಬರೇ ಜೋರಾಗಿ ಮಾತಾಡುತ್ತ ಕೊಟ್ಟಿಗೆ ಪ್ರವೇಶಿಸಿದರು.

ನಾನು ಮತ್ತು ಹೋರಿಯನ್ನು ಹಿಡಿಯಲು ಬಂದಿದ್ದ ನಾಲ್ಕೈದು ಜನ ಮೌನವಾಗಿದ್ದೆವು. ಅಪರಿಚಿತರ ಧ್ವನಿ ಕೇಳಿದ ಕೂಡಲೆ ಹೋರಿಗಳು ಕುಣಿದಾಡಲು ಶುರುವಿಟ್ಟುಕೊಳ್ಳುತ್ತಿದ್ದವು. ಹೊಸತಾಗಿ ಲಾಳ ಕಟ್ಟಿಸಿದ್ದರು. ಕೊಟ್ಟಿಗೆಯ ನೆಲಕ್ಕೆ ಹಾಸಿದ್ದ ಕಲ್ಲು ಚಪ್ಪಡಿಗಳಿಗೆ ಲಾಳಗಳು ತಾಕಿ ಜೋರಾಗಿ ಶಬ್ದ ಬರುತ್ತಿತ್ತು. ಕನಿಷ್ಠ 300 ಕೆಜಿ

ತೂಗುವ ಹೋರಿ. ಅದು ಕೊಟ್ಟಿಗೆ ತುಂಬಾ ಗಾಬರಿ ಬಿದ್ದು ಎಷ್ಟು ಜನ ಹಿಡಿದರೂ ತಹಬಂದಿಗೆ ಬರದೆ ಕುಣಿಯುತ್ತಿದ್ದುದ ನೋಡಿದರೆ ಪುಕ್ಕಲ ಹೃದಯಿಗಳು ಉಚ್ಚೆ ಹುಯ್ದುಕೊಳ್ಳುವುದು ಗ್ಯಾರಂಟಿಯಿತ್ತು.

ಹೋರಿಯ ಗುದದ್ವಾರದಲ್ಲಿ ಥರ್ಮೋಮೀಟರ್ ಇಟ್ಟು ಮೈತಾಪ ತೆಗೆದುಕೊಳ್ಳುವಷ್ಟರಲ್ಲಿ ಸಾಕಾಗಿ ಹೋಯ್ತು. ಮೈತಾಪದಲ್ಲಿ ಏರುಪೇರಿರಲಿಲ್ಲ. ಮೂಗು ಹಸಿಯಿತ್ತು. ತಾನೊಂದೇ ಇದ್ದಾಗ ಹೋರಿ ಮೆಲುಕು ಸಹ ಹಾಕುತ್ತದೆ ಎಂದು ಗೌಡರು ಹೇಳಿದರು. ಇಷ್ಟೇ ಹೋರಿ ಪರೀಕ್ಷೆ ಸಾಧ್ಯವಾದದ್ದು. 'ಗೌಡ್ರೇ ಯಾವ ಪರೀಕ್ಷೆ ಮಾಡಲೂ ಹೋರಿ ಬಿಡುತ್ತಿಲ್ಲ. ಅದಕ್ಕೆ ಜ್ವರವೇನೂ ಇಲ್ಲ. ಹಸಿವು ಹೆಚ್ಚಾಗಲು ಒಂದು ಇಂಜೆಕ್ಷನ್ ಮಾಡುತ್ತೇನೆ. ಸಾಕು,' ಎಂದು ವಿಟಮಿನ್ 'ಬಿ' ಕಾಂಪ್ಲೆಕ್ಸ್ ಇಂಜೆಕ್ಷನ್ ಸಿರಿಂಜ್‌ನಲ್ಲಿ ಭರ್ತಿ ಮಾಡಿ ಹೋರಿಯ ಬಳಿ ಹೋದೆ.

ಕೊಟ್ಟಿಗೆ ವಿಶಾಲವಾಗೇನೂ ಇರಲಿಲ್ಲ. ಇಕ್ಕಟ್ಟು. ಜೊತೆ ಹೋರಿಯ ಪಕ್ಕದಲ್ಲಿ ಸ್ವಲ್ಪ ಜಾಗವಿತ್ತು. ಗೌಡ್ರು ಮಾತಾಡಿಸುತ್ತ, ಮೈ ಸವರುತ್ತ ಹೋರಿಯ ಬಳಿ ಸಾರಿದರು. ಇನ್ನೊಂದಿಬ್ಬರು ತಲೆ ಮತ್ತು ಕೊಂಬುಗಳನ್ನು ಒಂದು ಕಡೆ ವಾರೆ ಮಾಡಿ ಹಿಡಿದುಕೊಂಡಿದ್ದರು. ಹೋರಿ ಊರಿಗೇ ಕೇಳಿಸುವಂತೆ ಮುಸುಗರೆಯುತ್ತಿತ್ತು. ಕಣ್ಣು ಮೆಡ್ಡರಿಸಿ ನಮ್ಮನ್ನೆಲ್ಲ ಗಮನಿಸುತ್ತಿತ್ತು. ಕಾಲು ಝಾಡಿಸುತ್ತಿತ್ತು. ನಾನು ಚಲಿಸುತ್ತಿದ್ದ ದಿಕ್ಕಿನಲ್ಲಿ ಅದರ ಕಣ್ಣುಗಳು ತಿರುಗುತ್ತಿದ್ದವು. ಇನ್ನೂ ಜೋರಾಗಿ ಉಸಿರೆಳೆದು ಬಿಡುತ್ತಿತ್ತು.

ಸಮಯ ನೋಡಿಕೊಂಡು ಕ್ಷಣಾರ್ಧದಲ್ಲಿ ಕತ್ತಿನ ಭಾಗಕ್ಕೆ ಸೂಜಿ ಹೊಡೆದೆ. ಹದಿನಾರು ಸೈಜಿನ ಹೊಸ ಸೂಜಿ. ಕಣ್ಣು ಮುಚ್ಚಿ ತೆಗೆಯುವಷ್ಟರಲ್ಲಿ ಹತ್ತು ಮಿಲಿ ಔಷಧ ಹೋರಿಯ ಮೈ ಸೇರಿತು. ಅದು ಬಿ ಕಾಂಪ್ಲೆಕ್ಸ್ ಮತ್ತು ಲಿವರ್ ಎಕ್ಸ್‌ಟ್ರಾಕ್ಟ್ ಔಷಧವಷ್ಟೇ ಆಗಿತ್ತು. ಸೂಜಿ ವಾಪಸ್ ತೆಗೆದು ಹಿಂದಕ್ಕೆ ಒಂದು ಹೆಜ್ಜೆ ಸರಿದಿರಲಿಲ್ಲ, ಹೋರಿ ಇದ್ದಕ್ಕಿದ್ದಂತೆ ಎಗರಿ ಗ್ವಾದಲಿಯಲ್ಲಿ ದಬ್ಬೆಂದು ಬಿದ್ದುಬಿಟ್ಟಿತು. ಹೋರಿ ಹಿಡಿದುಕೊಂಡವರೆಲ್ಲ ದಿಕ್ಕಿಗೊಬ್ಬರು ಬಿದ್ದಿದ್ದರು. ಗೌಡರು ಮೂಗುದಾರ ಬಿಸಾಕಿ ನನ್ನ ಮೇಲೆ ಬಂದು ಬಿದ್ದರು.

ಅಷ್ಟು ಆರ್ಭಟ ಮಾಡುತ್ತಿದ್ದ ಹೋರಿ ಬಿದ್ದ ಕ್ಷಣವೇ ಸ್ತಬ್ಧವಾಯಿತು. ಲಾಳದ ಶಬ್ದ ಬಂದ್, ಕಣ್ಚಲನೆ ಬಂದ್, ಉಸಿರಾಟ ಬಂದ್, ಬಿದ್ದವರೆಲ್ಲಾ ಮೇಲಕ್ಕೇಳುತ್ತ ಒಂದೊಂದು ನಮೂನಿಯ ಉದ್ಗಾರ ಮಾಡತೊಡಗಿದರು. 'ಏನಾಯ್ತು ನೋಡಿ ಸಾ' 'ಅರರೆ' 'ಮೇಲಕ್ಕೆತ್ಲ ಹೋರಿಯ' ಇತ್ಯಾದಿ. ಇಕ್ಕಟ್ಟಾದ ಗ್ವಾದ್ಲಿಯಲ್ಲಿ ಹೋರಿ

ಮುದುರಿ ಬಿದ್ದಿತ್ತು. ಗೌಡರು ಮೂಗುದಾರ ಹಿಡಿದು ಎಳೆದರು. ಅವಸರಿಸಿ ಹೋಗಿ ನಾನು ಹೋರಿಯ ಕಣ್ಣುಗಳಲ್ಲಿ ಕಣ್ಣಿಟ್ಟು ನೋಡಿದೆ. ಹೋರಿ ಸತ್ತು ಹೋಗಿತ್ತು.

ಮಾತಾಡುವವರು ಮಾತಾಡುತ್ತಿದ್ದರು. ಕೂಗುವವರು ಕೂಗುತ್ತಿದ್ದರು. ಯಾರೋ ತಣ್ಣೀರು ತಂದು ಹೋರಿಯ ತಲೆಯ ಮೇಲೆ ಸುರಿದರು. ಗೌಡರ ಮನೆಯವರೆಲ್ಲ ಬಂದು ಹೋರಿಯ ಸುತ್ತ ನಿಂತುಕೊಂಡು ಜೋರಾಗಿ ಅಳತೊಡಗಿದರು. ಒಂದೆರಡು ಕ್ಷಣಗಳಲ್ಲಿ ಊರಿಗೆ ಊರೇ ಮನೆ ಸುತ್ತ ನೆರೆಯಿತು. ಕೆಲವರು ನನ್ನನ್ನು ಕೊಲೆಗಡುಕನಂತೆ ನೋಡತೊಡಗಿದರು.

ಆಗ ನಾನೇ ಬಾಯ್ಬಿಟ್ಟೆ. 'ಗೌಡ್ರೆ ಈ ಸಾವಿಗೆ ಕಾರಣ ಕಂಡು ಹಿಡಿಯಲೇಬೇಕು. ನಾನು ಮಾಡಿದ ಇಂಜೆಕ್ಷನ್‌ಗೂ ಸಾವಿಗೂ ಬಹುಶಃ ಸಂಬಂಧ ಇಲ್ಲ. ಈಗಲೇ ಹೋರಿಯನ್ನು ಹತ್ತಿರದ ತೋಟಕ್ಕೊಯ್ದು ಶವ ಪರೀಕ್ಷೆ ಮಾಡೋಣ' ಎಂದೆ. ರಂಗೇಗೌಡ್ರು ಕೂಡಲೇ ಒಪ್ಪಿದರು.

ಊರ ಪಕ್ಕದಲ್ಲಿದ್ದ ಅವರದೇ ತೋಟದಲ್ಲಿ ಹೋರಿಯನ್ನು ಹೂತು ಸಮಾಧಿ ಮಾಡಲು ಮನೆಯವರೊಂದಿಗೆ ಚರ್ಚಿಸಿ 'ಆಯ್ತು ಸಾರ್, ಅಲ್ಲಿಯೇ ನೀವು ಶವ ಪರೀಕ್ಷೆ ಮಾಡಿ. ನನಗೂ ಕಾರಣ ಗೊತ್ತಾಗಬೇಕಾಗಿದೆ' ಎಂದು ಶಾಂತವಾಗಿಯೇ ನುಡಿದರು. ಬೇರೆಯವರಾರಾದರೂ ಆಗಿದ್ದರೆ ಹೋರಿ ಸಾವಿಗೆ ನಾನೇ ಕಾರಣವೆಂದು ಕೂಗಾಡಿ ಹುಚ್ಚು ಬಿಡಿಸುತ್ತಿದ್ದರು. ಆದರೆ ರಂಗೇಗೌಡರ ಶಾಂತ ಸ್ವಭಾವ ನನಗೆ ನಿಜಕ್ಕೂ ಆಶ್ಚರ್ಯಕರವಾಗಿತ್ತು ಮತ್ತು ಶ್ರೀರಕ್ಷೆಯಾಗಿತ್ತು.

ತೆಂಗಿನ ತೋಟದಲ್ಲಿ ಒಂದು ಕಡೆ ಹೋರಿಗೆ ಗುಂಡಿ ತೋಡುತ್ತಿದ್ದರು. ಅದರ ಪಕ್ಕದಲ್ಲಿ ಹೋರಿಯ ಶವ ಪರೀಕ್ಷೆ ಶುರುವಾಯಿತು. ಊರಿನ ದಲಿತರೇ ತಮ್ಮ ಹತಾರಗಳಿಂದ ಶವವನ್ನು ಅಂಗಾತ ಮಲಗಿಸಿ ಎದೆಯಿಂದ ಪ್ರಾರಂಭಿಸಿ ಚರ್ಮ ಕೊಯ್ಯತೊಡಗಿದರು. 'ರಂಗಣ್ಣ ಸುಮ್ನೆ ಯಾಕೆ ಕೊಯ್ಸತಿದೀಯೋ, ಬ್ಯಾರೆ ಕ್ಯಾವಿಲ್ಲ ನಿನಗೆ' ಎನ್ನುವವರೇ ಜಾಸ್ತಿ ಜನ. ಆದರೆ ಗೌಡರು ನಿರ್ಧರಿಸಿಯಾಗಿತ್ತು.

ನನ್ನೊಳಗೆ ಯುದ್ಧ ನಡೆದಿತ್ತು. ಸಾವಿಗೆ ಕಾರಣವೇನಿರಬಹುದು? ಯಾವುದೇ ಔಷಧಕ್ಕೂ ಪ್ರಾಣಿಗಳು ಅಡ್ಡ ಪರಿಣಾಮ ತೋರಿಸಬಹುದು (Idiosyncrasy) ಹಾಗೇನಾದರೂ ಆಗಿದ್ದರೆ? ನನ್ನಿಂದ ಸಾವಾಗಿಲ್ಲ ಎಂಬ ಧೈರ್ಯ ಬಾರದೆ ಹೋಯಿತು. ಪಾಪ ಪ್ರಜ್ಞೆಯಿಂದ ನರಳತೊಡಗಿದ್ದೆ. ಜೀವನವೆಂಬುದು ಅರ್ಥವಾಗದ ಕಗ್ಗಟ್ಟೆಂದೂ, ಬಿಡಿಸಲಾಗದ ಒಗಟೆಂದೂ, ಮನುಷ್ಯನ ಎಲ್ಲ ಸಾಧ್ಯತೆಗಳ ಮೀರಿದ್ದೆನಿಸತೊಡಗಿತು. ಬದುಕು ಯಾವ ಕ್ಷಣದಲ್ಲಿ ಯಾವ ಸವಾಲೆಸೆದು ಅಟ್ಟಹಾಸಗೈಯ್ಯುತ್ತದೆಯೋ?

ಸಾಮಾನ್ಯವಾಗಿ ದನಗಳ ಶವ ಕೊಯ್ಯುವವರು ಅದರ ಚರ್ಮವನ್ನು ಬೇರ್ಪಡಿಸಿ ಮಾರಿಕೊಳ್ಳುತ್ತಾರೆ. ಅದು ಅವರಿಗೆ ಆ ದಿನದ ದುಡಿಮೆಯಂತೆ ಮತ್ತು ದನದ ಕೆಲವು ಭಾಗಗಳನ್ನು ಮನೆಗೊಯ್ದು ಅಡಿಗೆಗೆ ಸಹ ಉಪಯೋಗಿಸುವುದುಂಟು. ಆದರೆ ಗೌಡರು ಹೋರಿ ಕೊಯ್ಯುತ್ತಿದ್ದವರಿಗೆ ಚರ್ಮವನ್ನು ಬೇರ್ಪಡಿಸಬಾರದೆಂದೂ, ಶವ

ಗಂಗೆ ಬಾರೆ ಗೌರಿ ಬಾರೆ

ಡಾ. ಮಿರ್ಜಾ ಬಷೀರ್

ಪರೀಕ್ಷೆಯ ನಂತರ ಚರ್ಮ ಬೆರೆಸಿಯೇ ಹೂತು ಹಾಕಬೇಕೆಂದೂ ಹೇಳಿದರು.

ಶವಚ್ಛೇದ ಮಾಡಿದವರು ಎದೆಗೂಡು, ಹೊಟ್ಟೆ ಭಾಗವನ್ನು ತೆರೆದ ನಂತರ ಬಳಿ ಸಾರಿದೆ. ಸತ್ತು ಬಹಳ ಹೊತ್ತಾಗಿದ್ದರೆ ಅಲ್ಲೆಲ್ಲೂ ನಿಲ್ಲದಂತೆ ಗಬ್ಬು ವಾಸನೆ ತುಂಬಿರುತ್ತಿತ್ತು. ಆಗ ತಾನೇ ಸತ್ತದ್ದರಿಂದ ಕಡಿಮೆ ವಾಸನೆಯಿತ್ತಾದರೂ ಹೊಟ್ಟೆಯ ಮೊದಲ ಕೋಣೆಯಾದ ರೂಮೆನ್‌ಗೆ ಚೂರಿ ಹಾಕಿ ಗಾಳಿ ತೆಗೆದದ್ದರಿಂದ ವಾಸನೆಯಿತ್ತು. ತೋಟದ ಮಧ್ಯೆ ಬಯಲಿನಲ್ಲಿ ತಾಜಾ ಗಾಳಿ ಆಡುತ್ತಿದ್ದುದರಿಂದ ವಾಸನೆಯಿಂದ ಬಚಾವಾಗಿದ್ದೆವು.

ಬಿಸಿಲು ಸುರಿಯುತ್ತಿತ್ತು. ಬೆವರು ಹರಿಯುತ್ತಿತ್ತು. ನೂರಾರು ಜನ ಟವಲ್ಲು, ಪಂಚೆ, ಸೆರಗುಗಳಲ್ಲಿ ಗಾಳಿ ಹಾಕಿಕೊಳ್ಳುತ್ತ ಬಿಸಿಲಲ್ಲಿ, ಮರದ ನೆರಳಲ್ಲಿ ನಿಂತಿದ್ದರು. ಪರೀಕ್ಷೆ ಮಾಡುತ್ತ ಹೊಟ್ಟೆಯ ಎರಡನೇ ಕೋಣೆ ಕಡೆ (ರೆಟಿಕ್ಯುಲಮ್) ಇಣುಕಿದೆ. ಇದರ ಒಳಭಾಗ ಜೇನುಗೂಡಿನಂಥ ರಚನೆಗಳಿಂದ ಕೂಡಿದ್ದು ಗುಂಡಿಗೆಗೆ ಬಹಳ ಹತ್ತಿರವಿರುತ್ತದೆ.

ಇಲ್ಲಿ ನನಗೆ ಆಶ್ಚರ್ಯವೂ, ಹೋರಿಯ ಸಾವಿಗೆ ಕಾರಣವೂ, ನಮ್ಮೆಲ್ಲರ ಪ್ರಶ್ನೆಗೆ ಉತ್ತರವೂ ಕಾದು ಕೂತಿತ್ತು. ಅಲ್ಲೊಂದು ಸುಮಾರು ಐದು ಇಂಚು ಉದ್ದನೆಯ ಗಟ್ಟಿ ಮತ್ತು ಚೂಪನೆಯ ಸೂಜಿಯೊಂದು ಹತ್ತಿರದಲ್ಲಿ ಎದೆಗೂಡಿನಲ್ಲಿರುವ ಗುಂಡಿಗೆಗೆ ಚುಚ್ಚಿಕೊಂಡ ಸ್ಥಿತಿಯಲ್ಲಿತ್ತು. ಎದೆಗೂಡಿನ ತುಂಬ ಗುಂಡಿಗೆಯ ಪಂಚರ್‌ನಿಂದಾಗಿ ಸುರಿದ ರಕ್ತ ಹೆಪ್ಪುಗಟ್ಟಿ ತುಂಬಿತ್ತು.

ಮೆಲುಕು ಹಾಕುವ ಪ್ರಾಣಿಗಳಲ್ಲಿ ಹೊಟ್ಟೆಗೆ ನಾಲ್ಕು ಕೋಣೆಗಳಿರುತ್ತವೆ. ಅವು ರೂಮೆನ್, ರೆಟಿಕ್ಯುಲಮ್, ಓಮೇಜಮ್ ಮತ್ತು ಅಬೋಮೇಜಮ್. ದನಗಳು ಮೇವು ತಿನ್ನುವಾಗ ಅವಸರದಲ್ಲೋ, ಗೊತ್ತಿಲ್ಲದೆಯೋ ಮೇವಿನ ಜೊತೆ ಕೆಲವೊಮ್ಮೆ ದಬ್ಬಳ, ಮೊಳೆ, ಸೂಜಿ, ಕಬ್ಬಿಣದ ತುಂಡು, ಪ್ಲಾಸ್ಟಿಕ್‌ಗಳನ್ನೆಲ್ಲ ತಿಂದುಬಿಡುತ್ತವೆ.

ಈ ತರಹ ತಿಂದ ಚೂಪನೆಯ ವಸ್ತುಗಳು ಎರಡನೇ ಕೋಣೆ ಸೇರಿಕೊಳ್ಳುತ್ತವೆ. ಜೀರ್ಣಕ್ರಿಯೆಯಲ್ಲಿ ಹೊಟ್ಟೆ ಚಲಿಸಿದಂತೆಲ್ಲ ಚೂಪಾದ ವಸ್ತುಗಳಲ್ಲಿ ಕೆಲವು ರೆಟಿಕ್ಯುಲಮ್ ಅನ್ನು ಚುಚ್ಚಿ ಮುಂದುವರಿದು ಹತ್ತಿರದಲ್ಲಿರುವ ಗುಂಡಿಗೆಗೆ ಚುಚ್ಚುವ ಸಂಭವವಿರುತ್ತದೆ. ಇಷ್ಟು ಹಾನಿಯಾಗಲು ಕೆಲವು ಸಲ ವರ್ಷಾರು ತಿಂಗಳು ಸಮಯ ಬೇಕಾಗಬಹುದು. ಆದರೆ ರಂಗೇಗೌಡರ ಹೋರಿ ಗಲಾಟೆ ಮಾಡುತ್ತ ಒದ್ದಾಡುವಾಗ ದೇಹದ ಎಲ್ಲ ಭಾಗಗಳೂ, ಮಾಂಸಖಂಡಗಳೂ ಸಂಕುಚನಕ್ಕೆ ಒಳಗಾಗಿ, ಒಳ ಅಂಗಗಳೂ

ಹಿಚುಕಿದಂತಾಗಿ ಸೂಜಿಯನ್ನು ಮುಂದಕ್ಕೆ ತಳ್ಳಿ, ಗುಂಡಿಗೆಗೆ ಚುಚ್ಚಿರಬೇಕು. ತನ್ನ ಒದ್ದಾಟವೇ ಕಾರಣವಾಗಿ ಹೋರಿ ತನ್ನ ಸಾವನ್ನು ಬೇಗನೆ ತಂದುಕೊಂಡಿತ್ತು.

ಇದನ್ನು ಅಲ್ಲಿದ್ದವರಿಗೆಲ್ಲ ವಿವರಿಸಿದೆ. ಸೂಜಿಯನ್ನು ಹೊರತೆಗೆದು ರಂಗೇಗೌಡರ ಕೈಗೆ ಕೊಟ್ಟೆ.

ಗೌಡರು ಮತ್ತು ಕುಟುಂಬದವರೆಲ್ಲ ನೋಡಿದ ಮೇಲೆ ಗ್ರಾಮದ ಎಲ್ಲರೂ ನೋಡುವುದು, ಲೊಚಗುಟ್ಟುವುದೂ ಮಾಡಿದರು.

'ನಾವೇನೇನೋ ತಿಳ್ಕಂಡು ಬಿಟ್ಟಿದ್ವಿ ಸಾ. ನಿಮ್ಮ ಇಂಜೆಕ್ಷನ್ನಿಗೆ ಹೋರಿ ಸತ್ತೋಯ್ತು ಅಂದ್ಕಂಡೇ ಇದ್ವಿ. ಈಗ ಎಲ್ಲಾ ಕ್ಲಿಯರ್ರಾತು.'

'ಲೇ ಮಗ ಇನ್ಮೇಲೆ ದನಗಳಿಗೆ ಹುಲ್ಲಾಕ್ಬೇಕಾದ್ರೆ ಹುಷಾರು. ಚೆನ್ನಾಗಿ ಕೊಡವಿ ಹಾಕ್ರಲೇ' ಎಂದು ಹಲವರು ತಮ್ಮ ತಮ್ಮ ಮನೆ ಮಕ್ಕಳಿಗೆ, ಆಳುಕಾಳುಗಳಿಗೆ ಅಲ್ಲೇ ಎಚ್ಚರಿಕೆ ನೀಡಿದರು. ಗೌಡ್ರ ಮನೆಯಲ್ಲಿ ರಾಗಿ ಮುದ್ದೆ, ಸೊಪ್ಪಿನ ಸಾರು ಉಂಡು ಆಸ್ಪತ್ರೆ ತಲುಪಿದಾಗ ಮಧ್ಯಾಹ್ನ ಎರಡು ಗಂಟೆ ದಾಟಿತ್ತು. ಚಿಕಿತ್ಸೆಗೆ ಬಂದಿದ್ದ ದನಗಳ ಜಾತ್ರೆ ನೆರೆದಿತ್ತು.

❖

ಬಡುವ್ರಿಗೆ ಅನ್ಯಾಯ ಮಾಡ್ಬಾರ್ದು ಸಾರ್!

ಅದು 1981. ನಾನು ಪಶುವೈದ್ಯಕೀಯ ಪದವಿ ಪಡೆದ ಕೂಡಲೇ ಬಿಎಐಎಫ್ (ಭಾರತೀಯ ಆಗ್ರೋ ಇಂಡಸ್ಟ್ರೀಸ್ ಫೌಂಡೇಷನ್) ಎಂಬ ಸಂಸ್ಥೆಯಲ್ಲಿ ಕೆಲಸಕ್ಕೆ ಸೇರಿಕೊಂಡೆ. ಅದರ ಕೇಂದ್ರ ಕಚೇರಿ ಪುಣೆಯ ಬಳಿ ಉರುಳಿಕಾಂಚನದಲ್ಲಿದೆ. ಮ್ಯಾಗ್ಸೆಸ್ಸೇ ಪ್ರಶಸ್ತಿ ವಿಜೇತರಾದ ಶ್ರೀ ಮಣಿಭಾಯಿ ದೇಸಾಯಿಯವರು ಕಟ್ಟಿ ಬೆಳೆಸಿದ ಸಂಸ್ಥೆ ಅದು.

ಉರುಳಿಕಾಂಚನದಲ್ಲಿ ಒಂದು ತಿಂಗಳು ಕಚೇರಿ ಕೆಲಸಗಳ ನಿರ್ವಹಣೆ ಬಗ್ಗೆ ತರಬೇತಿ ಪಡೆದ ಮೇಲೆ ನನಗೆ ಮಹಾರಾಷ್ಟ್ರದ ಅಹಮದ್ ನಗರ ಜಿಲ್ಲೆಯ ಅಶ್ವಿ ಎಂಬ ಗ್ರಾಮಕ್ಕೆ ಸ್ಥಳ ನಿಯುಕ್ತಿ ಆಯ್ತು. ಆ ಪ್ರಕಾರ ನಾನು ಅಶ್ವಿಯಲ್ಲಿ ಕೆಲಸ ಮಾಡಲು ತೊಡಗಿದೆ. ಅಲ್ಲಿ ಮರಾಠಿ ಭಾಷೆಯದೇ ಪ್ರಾಧಾನ್ಯ. ನನಗೆ ಮರಾಠಿಯ ಒಂದೇ ಒಂದು ಶಬ್ದ ಗೊತ್ತಿರಲಿಲ್ಲ.

ಬೈಫ್ ಸಂಸ್ಥೆಯ ಧ್ಯೇಯೋದ್ದೇಶವೆಂದರೆ ಕಡಿಮೆ ಹಾಲು ಹಿಂಡುವ ನಮ್ಮ ನಾಟಿ ತಳಿ ಹಸುಗಳಿಗೆ ವಿದೇಶಿ ತಳಿಗಳಾದ ಎಚ್ ಎಫ್ ಮತ್ತು ಜರ್ಸಿ ತಳಿಗಳ ವೀರ್ಯವನ್ನು ಬಳಸಿ ಕೃತಕ ಗರ್ಭಧಾರಣೆ ಮಾಡಿ ಹೆಚ್ಚು ಹಾಲು ಉತ್ಪಾದಿಸುವ ಮಿಶ್ರತಳಿಯ ಹಸುಗಳನ್ನು ಪಡೆಯುವುದು. ಇದರಿಂದ ರೈತರ ಆದಾಯ ಹೆಚ್ಚಿಸುವ ಉದ್ದೇಶವಿತ್ತು ಮತ್ತು ವರ್ಷಪೂರ್ತಿ ಉದ್ಯೋಗ ಒದಗಿಸುವುದಾಗಿತ್ತು.

ಅಶ್ವಿ ಎಂಬುದು ಒಂದು ಸಣ್ಣ ಹಳ್ಳಿ. ಅಲ್ಲಿ ನಮ್ಮ ಕಚೇರಿಯಿತ್ತು. ಒಂದು ರೂಮಿನ ಕಚೇರಿ. ಅದರಲ್ಲಿ ಇಬ್ಬರು ವೈದ್ಯರು, ಮೂರು ಜನ ಇತರೆ ಸಿಬ್ಬಂದಿ ಕುಳಿತುಕೊಳ್ಳಬೇಕಾಗಿತ್ತು. ದಿನವೂ ಸರಾಸರಿ

ಇಪ್ಪತ್ತು ಹಸುಗಳಿಗೆ ಕೃತಕ ಗರ್ಭಧಾರಣೆ ಮಾಡಬೇಕಾಗುತ್ತಿತ್ತು. ಅಂದರೆ ಸುತ್ತಮುತ್ತ ಹಳ್ಳಿಗಳಲ್ಲಿರುವ ಹತ್ತು ಹದಿನೈದು ಮನೆಗಳಿಗೆ ಹೋಗಿ ಬರಬೇಕು ಮತ್ತು ಕನಿಷ್ಠ ಪಕ್ಷ ಹತ್ತು ಹನ್ನೆರಡು ಹಳ್ಳಿಗಳ ಭೇಟಿ ಇದ್ದೇ ಇರುತ್ತಿತ್ತು. ಕಚೇರಿಗೆ ಒಂದು ಬೈಕ್ ಕೊಟ್ಟಿದ್ದರು. ಆ ಬೈಕಲ್ಲಿ ನಮ್ಮ ಓಡಾಟ. ಕೃತಕ ಗರ್ಭಧಾರಣೆಯೆಂದರೆ ಹೋರಿಗಳಿಂದ ಪಡೆದು ಸಂಸ್ಕರಿಸಿದ ವೀರ್ಯವನ್ನು ಕೃತಕ ಉಪಕರಣ (ಇದಕ್ಕೆ A.I. Gun ಎನ್ನುತ್ತಾರೆ. A.I. Gun = Artificial Insemination Gun) ಬಳಸಿ ಬೆದೆಗೆ ಬಂದಿರುವ ಹಸುಗಳ ಗರ್ಭಕೋಶದಲ್ಲಿ ಹನಿಸುವುದು.

ಒಂದು ದಿನ ಕಚೇರಿಯಲ್ಲಿದ್ದೆ. ಒಬ್ಬ ಮೂವತ್ತರ ಆಸುಪಾಸಿನ ವ್ಯಕ್ತಿ ಜೀಪಲ್ಲಿ ಬಂದ. ಅವನು ಬಂದ ಕೂಡಲೇ ಕಚೇರಿಯಲ್ಲಿ ಸಂಚಲನವುಂಟಾಯಿತು. ಆತ ಯಾರು ಎಂಬುದು ಗೊತ್ತಿರಲಿಲ್ಲವಾದ್ದರಿಂದ ನಾನು ಸುಮ್ಮನಿದ್ದೆ. ಬಂದವನೋ ಒಂದು ರಾಶಿ ಮಾತಾಡುತ್ತ ಊರಿಗೇ ಕೇಳಿಸುವಂತೆ ನಗುತ್ತಿದ್ದ. ಅವನ ಆತ್ಮವಿಶ್ವಾಸ ಅದ್ವಿತೀಯವಾಗಿತ್ತು. ಅವನೊಬ್ಬ ಸ್ಫುರದ್ರೂಪಿಯಾಗಿದ್ದ. ಎಲ್ಲರನ್ನೂ ಮರುಳು ಮಾಡುವುದರಲ್ಲಿ ನಿಸ್ಸೀಮನಂತಿದ್ದ.

ನನಗೆ ಮರಾಠಿ ಬರುವುದಿಲ್ಲ ಎಂದು ಗೊತ್ತಾದ ಕೂಡಲೆ ಇಂಗ್ಲಿಷಿನಲ್ಲಿ ಮಾತನಾಡತೊಡಗಿದ. ಸುತ್ತ ಇದ್ದ ಗ್ರಾಮದ ಜನರನ್ನೆಲ್ಲ ಆಕರ್ಷಿಸುವುದು, ಅವರ ಮೆಚ್ಚುಗೆ ಗಳಿಸುವುದು, ತಾನು ಲೋಕವನ್ನು ಗೆದ್ದವನು ಎಂದು ಪ್ರಚುರಪಡಿಸುವುದು ಅವನ ಉದ್ದೇಶವಿದ್ದಂತಿತ್ತು. ನಾನು ಕನ್ನಡದವನೆಂದು ಗೊತ್ತಾದ ಕೂಡಲೇ "ಹೆಸರು ಏನು? ಯಾವೂರು? ತಿಂಡಿ ಆಯ್ತಾ?" ಎಂದು ಕೇಳಿ ಎಲ್ಲರನ್ನೂ ದಂಗುಬಡಿಸಿದ! ಅವನಿಗೆ ಸುಮಾರಾಗಿ ಕನ್ನಡವೂ ಬರುತ್ತಿತ್ತು. ಮಹಾರಾಷ್ಟ್ರದ ಯಾವುದೋ ಕುಗ್ರಾಮದಲ್ಲಿ ಕನ್ನಡ ನುಡಿ ಕೇಳಿ ನಾನೂ ರೋಮಾಂಚಿತನಾದದ್ದು ಸುಳ್ಳಲ್ಲ. ಆ ವಾಚಾಳಿಯ ಹೆಸರು ಕೇಳಿ ತಿಳಿದುಕೊಂಡೆ. ಅವನ ಹೆಸರು ಕ್ಷೀರಸಾಗರ.

ಜೀಪಿನಲ್ಲಿ ಬಂದಿದ್ದ ಆತನ ಜೊತೆ ಹೊರಟೆ. ವೀರ್ಯ ನಳಿಕೆಗಳನ್ನಿಟ್ಟಿದ್ದ (Semen Straws) ದ್ರವಸಾರಜನಕದ ಜಾಡಿ (Liquid Nitrogen Container) ಮತ್ತು ಕೃತಕ ಗರ್ಭಧಾರಣೆಯ ಸಲಕರಣೆಗಳನ್ನು ಜೀಪಿನಲ್ಲಿ ಇಡಲಾಯಿತು. ವಿವಿಧ ಗಾತ್ರದ ಜಾಡಿಗಳು ಲಭ್ಯವಿದ್ದು ಅವುಗಳಲ್ಲಿ ಸಾವಿರಾರು ವೀರ್ಯದ ಕಡ್ಡಿಗಳನ್ನು ಇಡಲಾಗುತ್ತದೆ. ವೀರ್ಯ ಕಡ್ಡಿಗಳು ಪೆನ್ನಿನ ರೀಫಿಲ್ ಥರವೇ ಇರುತ್ತವೆ. ಆ ಕಡ್ಡಿಗಳಲ್ಲಿ ವೀರ್ಯವನ್ನು ತುಂಬಿ ದ್ರವಸಾರಜನಕದ ಜಾಡಿಗಳಲ್ಲಿಟ್ಟು ಬೇಕಾದಾಗ ಉಪಯೋಗಿಸಬಹುದು. ದ್ರವಸಾರಜನಕದಲ್ಲಿ (ಇದರ ತಾಪ –196 ಡಿಗ್ರಿ ಸೆಂಟಿಗ್ರೇಡ್ ಇರುತ್ತದೆ) ಮುಳುಗಿರುವ ವೀರ್ಯದ ಕಡ್ಡಿಗಳನ್ನು ಅನೇಕ ವರ್ಷಗಳ ಕಾಲ ಉಪಯೋಗಿಸಿ ಕರುಗಳನ್ನು ಪಡೆಯಬಹುದು. ಒಂದು ಕೃತಕ ಗರ್ಭಧಾರಣೆಗೆ ಒಂದು ವೀರ್ಯದ ಕಡ್ಡಿ ಬೇಕಾಗುತ್ತದೆ. ಸದ್ಯಕ್ಕೆ ಹಸು, ಎಮ್ಮೆಗಳಲ್ಲಿ ಮಾತ್ರ ಕೃತಕ ಗರ್ಭಧಾರಣೆ ಲಭ್ಯವಿದ್ದು, ಮುಂಬರುವ ದಿನಗಳಲ್ಲಿ ಇನ್ನಿತರ ಪ್ರಾಣಿಗಳಿಗೂ (ಕುರಿ, ಮೇಕೆ) ಈ ಸೌಲಭ್ಯವನ್ನು ವಿಸ್ತರಿಸಬಹುದು.

ಕ್ಷೀರಸಾಗರನ ಮನೆ ನಾಲ್ಕೈದು ಕಿ.ಮೀ. ದೂರದಲ್ಲಿತ್ತು. ಅಲ್ಲಿಗೆ ಹೋಗುವವರೆಗೆ ಆತ ಬಾಯಿ ಮುಚ್ಚಲೇ ಇಲ್ಲ. ತನಗೆ ಎರಡು ಮುತ್ತಿನಂಥ ಮಕ್ಕಳಿದ್ದಾರೆಂದ. ಮಕ್ಕಳ ಸೌಂದರ್ಯಕ್ಕೆ ಅವುಗಳ ತಾಯಿಯ ಸೌಂದರ್ಯವೇ ಕಾರಣ ಎಂದ. ಯಾವುದನ್ನು ಹೇಳಬೇಕು, ಯಾವುದನ್ನು ಹೇಳಬಾರದು ಎಂಬ ಎಗ್ಗಿಲ್ಲದೆ ಮಾತಾಡುತ್ತಿದ್ದ. ಬಹುಶಃ ಜನ್ಮದಲ್ಲಿ ಬೇರೆಯವರಿಗೆ ಹೇಳದೇ ಇದ್ದ ಯಾವ ವಿಷಯವೂ ಉಳಿದಿರಲಿಲ್ಲ ಎಂದೆನಿಸುತ್ತದೆ. ಗುಟ್ಟೆಂದರೆ ಅವನಿಗೆ ಗೊತ್ತೇ ಇರಲಿಲ್ಲವೇನೋ? ಜೀಪು ನಿಂತದ್ದು ಒಂದು ಭಾರೀ ತೋಟದ ಮನೆಯ ಮುಂದೆ. ಸುಮಾರು ಜನ ಹೆಣ್ಣಾಳುಗಳು, ಗಂಡಾಳುಗಳು ಏನೇನೋ ಕೆಲಸಗಳಲ್ಲಿ ತೊಡಗಿದ್ದರು.

ಮೊದಲು ಶೆಡ್ಡಿಗೆ ಹೋಗಿ ಹಸುಗಳಿಗೆ ವೀರ್ಯ ಕೊಟ್ಟು ಬರೋಣ ಎಂದುಕೊಂಡು ಕೊಟ್ಟಿಗೆಗೆ ಹೋದರೆ ಅಲ್ಲಿ ಮೂವತ್ತರಿಂದ ನಲವತ್ತು ಮಿಶ್ರತಳಿಯ ಹಸುಗಳಿದ್ದವು. ಎಚ್ ಎಫ್ ಹಸುಗಳೇ ಜಾಸ್ತಿ. ಜರ್ಸಿಗಳು ಕಮ್ಮಿ. ಕೆಲವು ಗಿರ್ ತಳಿಯ ಹಸುಗಳೂ ಇದ್ದವು. ಗಂಡಾಳು, ಹೆಣ್ಣಾಳುಗಳು ಕೂಗಾಡುತ್ತ ಕೆಲಸ ಮಾಡುತ್ತಿದ್ದರು. ಕ್ಷೀರಸಾಗರನಂತೂ ಅವರ ಮೈ ಕೈ ಮುಟ್ಟಿ ಅವರ ಕುಂಡೆಗಳ ಮೇಲೆಲ್ಲಾ ಹೊಡೆಯುತ್ತ ಮಾತನಾಡುತ್ತಿದ್ದ.

ಅದರಲ್ಲಿದ್ದ ಕೆಲವು ಹುಡುಗಿಯರಂತೂ ಆಕರ್ಷಕವಾಗಿದ್ದರು. ಯಾವಾಗಲೋ ಉಂಡು, ಯಾವಾಗಲೋ ಸ್ನಾನ ಮಾಡಿ, ಯಾವಾಗಲೋ ನಿದ್ದೆ ಮಾಡಿದ್ದರೂ, ಬಡತನ, ಸಾಲಸೋಲಗಳು ಅವರನ್ನು ಹಣ್ಣುಗಾಯಿ ನೀರುಗಾಯಿ ಮಾಡಿದ್ದರೂ ಅವರ ಚರ್ಮದ ಹೊಳಪಲ್ಲಿ, ಕಣ್ಣುಮಿಂಚಲ್ಲಿ, ನಗುವಲ್ಲಿ, ಎಗ್ಗಿಲ್ಲದ ಮಾತಲ್ಲಿ, ಕತ್ತು ಕೊಂಕಲ್ಲಿ ಅನೇಕ ಸೌಂದರ್ಯದ ವ್ಯಾಖ್ಯಾನಗಳಿದ್ದವು.

ಒಟ್ಟು ನಾಲ್ಕು ಹಸುಗಳು ಬೆದೆಗೆ ಬಂದಿದ್ದವು. ಇಷ್ಟು ಹೊತ್ತಿನ ತನಕ ಕೇಕೆ ಹೊಡೆಯುತ್ತ, ಮಾತಾಡುತ್ತಿದ್ದ ಕ್ಷೀರಸಾಗರ ಇದ್ದಕ್ಕಿದ್ದಂತೆ ಗಂಭೀರನಾದ. ಅವನು ಇಂಗ್ಲಿಷ್, ಹಿಂದಿ, ಕನ್ನಡ ಮೂರೂ ಭಾಷೆಗಳ ಬಳಸಿ ಹೇಳಿದ್ದಿಷ್ಟು: ಇಂದು ಹೀಟಿಗೆ (ಬೆದೆಗೆ) ಬಂದಿರುವ ನಾಲ್ಕು ಹಸುಗಳಲ್ಲಿ ಒಂದು ಹಸು ಮುಂದಿನ ಒಂದೆರಡು ದಿನದಲ್ಲಿ ಯೋನಿಯಿಂದ ರಕ್ತ ಸುರಿಸುತ್ತದೆ. ಮತ್ತು ಈ ಹಸು ಬೇಗನೆ ಗರ್ಭ ಧರಿಸುವುದಿಲ್ಲ. ಬೇರೆ ಹಸುಗಳು ಸಾಮಾನ್ಯವಾಗಿ ಒಂದು ಅಥವಾ ಎರಡು ಸಲ ವೀರ್ಯ ಕೊಡಿಸಿದರೆ ಗರ್ಭ ಕಟ್ಟುತ್ತವೆ. ಆದರೆ ರಕ್ತಸ್ರಾವ ತೋರಿಸುವ ಹಸುಗಳು ಗರ್ಭ ಧರಿಸುವುದು ಸ್ವಲ್ಪ ತಡವಾಗುತ್ತದೆ. ಗರ್ಭ ಧರಿಸುವುದು ತಡವಾದರೆ ಡೈರಿ ಲಾಸು. ಇಷ್ಟು ಮಾತು

ಮುಗಿಸುವಷ್ಟರಲ್ಲಿ ಮತ್ತೆ ಚಂಗಲು ಚಂಗಲಾಗಿ ಆಡತೊಡಗಿದ. ಅವನ ಇನ್ನೊಂದು ವಿಶೇಷವೆಂದರೆ ಮಾತಾಡುತ್ತ ಕಣ್ಣು ಮಿಟುಕಿಸುತ್ತಿದ್ದುದು. ಎದುರಿದ್ದವರು ಸಣ್ಣವರು, ದೊಡ್ಡವರು, ಗಂಡು, ಹೆಣ್ಣು ಎಂಬ ಯಾವ ವ್ಯತ್ಯಾಸವಿಲ್ಲದೆ ಒಂದೇ ಥರ ಹಾವಭಾವವನ್ನು ಪ್ರದರ್ಶಿಸುತ್ತಿದ್ದ.

ಕ್ಷೀರಸಾಗರನಿಗೆ ಸ್ವಲ್ಪ ಹೊತ್ತು ಸಮಾಧಾನವಾಗಿರು ಎಂದು ಸೂಚಿಸಿದೆ. ಕೃತಕ ಗರ್ಭಧಾರಣೆ ಮಾಡುವಾಗ ವೈದ್ಯರು ಎಡಗೈಯನ್ನು ಹಸುವಿನ ಗುದದ್ವಾರದಲ್ಲಿ ಹಾಕಿ ಒಳಗಿಂದಲೇ ಗರ್ಭಕೋಶದ ಬಾಯಿಯನ್ನು (cervix) ಹಿಡಿದು, ಬಲಗೈಯಲ್ಲಿ ವೀರ್ಯದ ಕಡ್ಡಿಯನ್ನು ಹಾಕಿ ಸಿದ್ಧ ಮಾಡಿರುವ A.I. Gun ಅನ್ನು ಯೋನಿಯ ಮುಖಾಂತರ ಗರ್ಭಕೋಶದ ಬಾಯಿಯ ತನಕ ತಳ್ಳಿ ವೀರ್ಯವನ್ನು ಹನಿಸುತ್ತಾರೆ. ಇದನ್ನು ವಿವರಿಸುವುದು ಕಷ್ಟ. ಆದರೆ ಎದುರಿದ್ದು ನೋಡಿದರೆ ಸುಲಭವಾಗಿ ಅರ್ಥವಾಗುತ್ತದೆ.

ಕೃತಕ ಗರ್ಭಧಾರಣೆ ಮಾಡುವ ವೇಳೆ ಇಬ್ಬರು ಮೂರು ಜನ ಹಸುವಿನ ಮೂಗುದಾರ, ತಲೆ, ಬೆನ್ನು, ಬಾಲ ಹಿಡಿದುಕೊಂಡು ಮೈ ತುರಿಸುವುದು ಅವಶ್ಯಕ. ಅಂದು ಮೂರು ಜನ ಹೆಣ್ಣುಮಕ್ಕಳೇ ಪೈಪೋಟಿಯ ಮೇಲೆ ಹಸು ಹಿಡಿದಿದ್ದರು. ವೀರ್ಯ ಕೊಡುವಾಗ ಹಸು ರಂಪ ಮಾಡದೆ ಎಷ್ಟು ಸಮಾಧಾನದಿಂದ ಇರುತ್ತದೆಯೋ ಅಷ್ಟು ಒಳ್ಳೆಯದು. ಇದರಿಂದ ಗರ್ಭಕೋಶದಲ್ಲಿ ಹನಿಸಿರುವ ವೀರ್ಯಾಣುಗಳು (Sperms) ವೇಗ ವರ್ಧಿಸಿಕೊಂಡು ಅಂಡ/ಮೊಟ್ಟೆ/ತತ್ತಿ (Ova or Egg)ಗಳ ಕಡೆಗೆ ದೌಡಾಯಿಸುತ್ತವೆಯಂತೆ! ಇದೆಷ್ಟು ವಿಚಿತ್ರ ನೋಡಿ. ಇಲ್ಲಿ ವೀರ್ಯಾಣುಗಳ ಚಲನೆಗೆ ಸಹಕರಿಸಲು ಗರ್ಭಕೋಶವು ಅಂಡಾಶಯಗಳ (Ovary) ಕಡೆ ಸಂಕುಚನಗೊಂಡರೆ, ಕರು ಹಾಕುವ ಸಮಯದಲ್ಲಿ ಇದೇ ಗರ್ಭಕೋಶದ ಮಾಂಸಖಂಡಗಳು ಇದಕ್ಕೆ ತದ್ವಿರುದ್ಧ ದಿಕ್ಕಿನಲ್ಲಿ ಸಂಕುಚನಗೊಳ್ಳುತ್ತವೆ. (Uterine contractions) ಪ್ರಕೃತಿಯ ಸೋಜಿಗದ ಬಗ್ಗೆ ನಾನು ಮಗ್ನನಾಗಿದ್ದರೆ, ಕ್ಷೀರಸಾಗರ ನಾನು ಕೈಗೊಂಡಿದ್ದ ಕ್ರಿಯೆಯ ಅಂದರೆ ಕೃತಕ ಗರ್ಭಧಾರಣೆಯ ಬಗ್ಗೆ ರೋಮಾಂಚಿತನಾಗಿ ವಿಚಿತ್ರವಾಗಿ ವರ್ತಿಸತೊಡಗಿದ್ದ. ಕಿಸಿಕಿಸಿ ನಗುವುದು, ಬಾಯಿ ಬಿಟ್ಟು, "ಹಾಗೆ ಸಾರ್, ಕರೆಕ್ಟ್ ಸಾರ್," ಎಂದು ಜೋರಾಗಿ ಹೇಳುವುದು. ಮೆಲ್ಲಗೆ ಸೀಟಿ ಹಾಕುವುದು ಇತ್ಯಾದಿ. ಆ ಹೆಣ್ಣುಮಕ್ಕಳು ಇದೆಲ್ಲವನ್ನೂ ಎಷ್ಟು ವರ್ಷದಿಂದ ನೋಡುತ್ತಿದ್ದರೋ, ಅನುಭವಿಸುತ್ತಿದ್ದರೋ ಎಂದು ನನಗೆ ಪಿಚ್ಚೆನಿಸಿತು. ಆದರದು ಅವರಿಗೆ ಅನಿವಾರ್ಯವಾಗಿತ್ತು.

ನಾಲ್ಕು ಹಸುಗಳ ಕೃತಕ ಗರ್ಭಧಾರಣೆ ಮಾಡಿ ಮುಗಿಸಿದ ಮೇಲೆ ಕೈ ಕಾಲುಗಳನ್ನು ತೊಳೆದುಕೊಂಡೆ. ಕ್ಷೀರಸಾಗರ ಮನೆಯೊಳಗೆ ಕರೆದುಕೊಂಡು ಹೋದನು. ಮನೆಯೊಳಗೆ ದುಬಾರಿ ಬೆಲೆಯ ಕುರ್ಚಿ, ಮೇಜು, ಸೋಫಾ ಸೆಟ್ಟು, ಕಿಟಕಿ, ಬಾಗಿಲು, ಪರದೆಗಳು, ನೆಲಹಾಸು ಎಲ್ಲವೂ ಭವ್ಯವಾಗಿದ್ದವು. ಮನೆ ಸಣ್ಣ ಅರಮನೆಯಂತಿತ್ತು.

ಮತ್ತೊಂದು ವಿಶೇಷವೆಂದರೆ ಕ್ಷೀರಸಾಗರನು ಉದಾರವಾಗಿ ವರ್ತಿಸುತ್ತಿದ್ದನು. ಅವನು ಯಾರ ಮೇಲೆಯೂ ಸಿಟ್ಟಾಗುತ್ತಿರಲಿಲ್ಲ. ಹಸು ಹಿಡಿದುಕೊಂಡಿದ್ದ ಹೆಣ್ಣುಮಕ್ಕಳಿಗೆ ಅಲ್ಲೇ ಐದೈದು ರೂಪಾಯಿಗಳ ಭಕ್ಷೀಸು ಕೊಟ್ಟಿದ್ದ.

ಬೆದೆಯ ನಂತರದ ರಕ್ತಸ್ರಾವಕ್ಕೆ ಮೆಟ್‌ಈಸ್ಟ್ರಸ್ ಬ್ಲೀಡಿಂಗ್ (Metoestrous bleeding) ಎಂದು ಕರೆಯುತ್ತಾರೆ. ಶರೀರದ ಹಾರ್ಮೋನುಗಳ (ಈಸ್ಟ್ರೋಜನ್–ಪ್ರೊಜೆಸ್ಟ್ರಾನ್) ಬಿಡುಗಡೆ ಮತ್ತು ನಿಲುಗಡೆ ಕಾರಣವಾಗಿ ಹಾಗೆ ರಕ್ತ ಸುರಿಯುತ್ತದೆ. ಇದನ್ನು ಸರಿಪಡಿಸಲು ನಾವು ಆಗ ಈಸ್ಟ್ರೋಜನ್ ಮತ್ತು ಪ್ರೊಜೆಸ್ಟ್ರಾನ್ ಹಾರ್ಮೋನುಗಳ ಸಂಯೋಗದಿಂದ ತಯಾರಿಸಿದ ಇಂಜೆಕ್ಷನ್ ಮಾಡುತ್ತಿದ್ದೆವು. ಮನುಷ್ಯರಿಗಾಗಿ ತಯಾರಿಸಿದ ಔಷಧವನ್ನೇ ದನಗಳಲ್ಲೂ ಉಪಯೋಗಿಸುತ್ತಿದ್ದೆವು. ಕ್ಷೀರಸಾಗರನಿಗೆ ಒಂದು ಪೇಪರಲ್ಲಿ ಸಂಬಂಧಪಟ್ಟ ಇಂಜೆಕ್ಷನ್ ಬರೆದುಕೊಟ್ಟೆ. ಬರೆದುಕೊಟ್ಟ ಚೀಟಿಯನ್ನು ಓದಿದವನೇ ಕ್ಷೀರಸಾಗರ ಮೈಮೇಲೆ ಬಂದವನಂತೆ ಆಡತೊಡಗಿದ. ಜೋರಾಗಿ ನಗತೊಡಗಿದ. ನನ್ನ ಕೈ ಹಿಡಿದು, "ಸಾರ್ ನೀವು ತಮಾಷೆ ಮಾಡುತ್ತಿದ್ದೀರಿ! ಕನ್ನಡಿಗರು ತಮಾಷೆ ಜಾಸ್ತಿ! ಈ ಇಂಜೆಕ್ಷನ್ ಯಾಕೆ ಬರೆದುಕೊಟ್ಟಿರಿ? ಕಿಲಾಡಿ ನೀವು!" ಎಂದು ಹುಚ್ಚುಚ್ಚಾಗಿ ಮಾತಾಡತೊಡಗಿದನು. ನನಗೇನೂ ಅರ್ಥವಾಗಲಿಲ್ಲ.

ಎಷ್ಟೋ ಹೊತ್ತಿನ ಮೇಲೆ ಸುಧಾರಿಸಿಕೊಂಡು ನನ್ನ ಹತ್ತಿರ ಬಂದು, "ಹಸುಗಳ ರಕ್ತಸ್ರಾವ ನಿಲ್ಲಿಸಿ ಗರ್ಭ ಧರಿಸುವಂತೆ ಮಾಡಲು ಚಿಕಿತ್ಸೆ ನೀಡಿ ಸಾರ್ ಎಂದು ನಾನು ಕೇಳಿಕೊಂಡರೆ ನೀವು ಅಬಾರ್ಷನ್ ಮಾಡಿಸಲು ಇಂಜೆಕ್ಷನ್ ಬರೆದುಕೊಟ್ಟಿದ್ದೀರಿ!" ಎಂದು ಮತ್ತೊಮ್ಮೆ ನಗತೊಡಗಿದ. ನನಗೇನೂ ಅರ್ಥವಾಗದೆ ಸುಮ್ಮನೆ ನಿಂತುಕೊಂಡಿದ್ದೆ. ಅವನು ನನ್ನ ಕಿವಿಯ ಬಳಿ ಬಂದು ಗುಟ್ಟು ಹೇಳಿದ.

"ನಮ್ಮನೆಗೆ ಕೆಲಸಕ್ಕೆ ಬರುವ ಹೆಣ್ಣಾಳುಗಳಲ್ಲಿ ಅನೇಕರಿಗೆ ಇದೇ ಇಂಜೆಕ್ಷನ್ ನಾನೇ ಮಾಡಿದ್ದೇನೆ ಸಾರ್. ಜೊತೆ ಮಲಗಲು ಹತ್ತು ರೂಪಾಯಿ ಕೊಟ್ರೆ ಸಾಕು. ಆದರೆ ನಾನು ಕನಿಷ್ಠ ಐವತ್ತು ರೂಪಾಯಿ ಕೊಡುತ್ತೇನೆ. ಬಡವರಿಗೆ ಅನ್ಯಾಯ ಮಾಡ್ಬಾರ್ದು ಸಾರ್. ಏನೂ ಹೆಚ್ಚು ಕಡಿಮೆ ಆಗದಂಗೆ ನೋಡ್ಕಳ್ತೀನಿ. ಏನಾದ್ರೂ ಹೆಚ್ಚುಕಮ್ಮಿ ಆಗಿ ಪ್ರೆಗ್ನೆಂಟ್ ಆದ್ರೆ ಇದೇ ಇಂಜೆಕ್ಷನ್ ಮಾಡ್ತೀನಿ. ಅಬಾರ್ಷನ್ ಆಗುತ್ತೆ. ಬಾಳ ಒಳ್ಳೆ ಇಂಜೆಕ್ಷನ್ ಸಾರ್ ಇದು. ನನ್ನ ಸುಖ, ಮಾನ ಮರ್ಯಾದೆ, ಹಣ, ಅಂತಸ್ತು ಎಲ್ಲ ಕಾಪಾಡಿಕೊಂಡು ಬಂದಿದೆ ಈ ಇಂಜೆಕ್ಷನ್ನು. ಎಲ್ಲ ಮೆಡಿಕಲ್ ಶಾಪಲ್ಲೂ ಸಿಗುತ್ತೆ. ಡಾಕ್ಟ್ರ ಚೀಟಿ ಸೈತ

ಬೇಕಾಗಿಲ್ಲ! ಹಸುಗಳಿಗೆ ಈ ಅಬಾರ್ಷನ್ ಇಂಜೆಕ್ಷನ್ ಯಾಕೆ ಬರೆದಿದ್ದೀರಿ ಸಾರ್" ಎಂದು ಕೇಳಿ ಕ್ಷೀರಸಾಗರ ಕಣ್ಣು ಮಿಟುಕಿಸಿದ.

ಇಂಜೆಕ್ಷನ್‌ಗಳು ಬೇರೆ ಬೇರೆ ಪ್ರಾಣಿಗಳಲ್ಲಿ ಬೇರೆ ಬೇರೆ ವಿಧದಲ್ಲಿ ಕೆಲಸ ಮಾಡಬಹುದು ಮತ್ತು ದೇಹದ ಬೇರೆ ಬೇರೆ ಸ್ಥಿತಿಗಳಲ್ಲಿ, ಬೇರೆ ಬೇರೆಯ ಪರಿಣಾಮವುಂಟು ಮಾಡಬಹುದು. ಉದಾಹರಣೆಗೆ ಹಸು ಬೆದೆಗೆ ಬರುವಂತೆ ಮಾಡಲು ಬಳಸುವ ಔಷಧವನ್ನೇ ಅಬಾರ್ಷನ್ ಮಾಡಲು ಅಥವಾ ದಿನ ತುಂಬಿದ ಮೇಲೆ ಹೆರಿಗೆಯಾಗುವಂತೆ ಮಾಡಲು ಬಳಸಬಹುದು ಇತ್ಯಾದಿ ತಿಳಿಸಿದೆನಾದರೂ ನಾನು ಅಕ್ಷರಶಃ ವಿಚಲಿತನಾಗಿದ್ದೆ. ಮನೆ, ಕೊಟ್ಟಿಗೆ, ಕಣ ಎಲ್ಲ ಕಡೆ ಓಡಾಡಿಕೊಂಡು ಕೆಲಸ ಮಾಡುತ್ತಿದ್ದ ಅನೇಕ ಬಡ ಮತ್ತು ಮುಗ್ಧ ಹೆಣ್ಣುಮಕ್ಕಳ ಉಲಿ ಕೇಳಿಸುತ್ತಿತ್ತು. ಎಳೆಯರು, ನಡುವಯಸ್ಕರೆಲ್ಲ ಅಲ್ಲಿದ್ದರು. ಅವರಿಗೆಲ್ಲ ಈ ಕಿರಾತಕ ಏನೇನು ನರಕ ಸೃಷ್ಟಿಸಿರಬಹುದು!

ಮಹಿಳೆಯರಿಗೆ ಕೆಲಸ ನಿರ್ವಹಿಸುವ ಸ್ಥಳದಲ್ಲಿ ಲೈಂಗಿಕ ಕಿರುಕುಳ ಎಂದಾಗ ನಮಗೆ ನಗರಗಳು, ಮಾಲ್‌ಗಳು, ಕಚೇರಿಗಳು, ಚಿತ್ರೋದ್ಯಮ ಇತ್ಯಾದಿ ನೆನಪಾಗುತ್ತವೆ. ಆದರೆ ಮಹಿಳೆಯರಿಗೆ ಲೈಂಗಿಕ ಕಿರುಕುಳ ಸರ್ವಾಂತರ್ಯಾಮಿಯಾಗಿಯೇ ಇದೆ.

ಇನ್ನೊಂದು ಸಂಗತಿಯೇನೆಂದರೆ ಈ ಇಂಜೆಕ್ಷನ್ನನ್ನು ಮುಂದುವರಿದ ದೇಶಗಳಲ್ಲಿ ಬಹಳ ಹಿಂದೆಯೇ ನಿಷೇಧಿಸಿದ್ದಾರೆ. ಮುಂದೊಂದು ದಿನ ನಮ್ಮಲ್ಲೂ ನಿಷೇಧಕ್ಕೊಳಗಾಗಬಹುದು. ಪಶುವೈದ್ಯ ವಿಜ್ಞಾನದ ಅರಿವಿನಲ್ಲಿಯೂ ಪ್ರಗತಿಯಾಗಿ ಈ ರಕ್ತಸ್ರಾವಕ್ಕೆ ಚಿಕಿತ್ಸೆಯೇ ಬೇಕಿಲ್ಲ ಎಂಬ ಅರಿವು ಮೂಡಿದೆ.

ಆದರೆ ಒಂದು ಔಷಧ ನಿಷೇಧಿಸಿದರೆ ಮನುಷ್ಯ ಅದಕ್ಕಿನ್ನ ಪ್ರಭಾವಶಾಲಿಯಾದ ಮತ್ತು ಸುಲಭವಾದ ಮತ್ತೊಂದು ಸಾಧನವನ್ನು ಕಂಡು ಹಿಡಿಯುತ್ತಾನೆ! ವಿಜ್ಞಾನವು ಕಾಲಡಿಯಲ್ಲಿ ತೆಪ್ಪಗೆ ಬಿದ್ದುಕೊಂಡಿರುವಾಗ ಅದಕ್ಕೆ ಮೂಗುದಾರ ಏರಿಸದೆ ಸುಮ್ಮನೆ ಬಿಟ್ಟಾನೆಯೇ! ಅದೂ ತನ್ನ ಸುಖ, ಸಂತೋಷ, ಅಂತಸ್ತು, ಅಧಿಕಾರ ಕಾಯುವ ಗುಲಾಮನಾಗಿರುವಾಗ!

❖

ಸಾಬ್ರಾದ್ರೂ ಬಷೀರ್ ಡಾಕ್ಟ್ರು ಅಂಥವರಲ್ಲ!

1982 ರಲ್ಲಿ ರಾಮದುರ್ಗ ತಾಲೂಕಿನ ಸುರೇಬಾನ ಎಂಬ ಹಳ್ಳಿಯಲ್ಲಿ ಬಿಎಐಎಫ್ (ಬೈಫ್) ಸಂಸ್ಥೆಯಲ್ಲಿ ಜಾನುವಾರು ಸಂವರ್ಧನಾ ಅಧಿಕಾರಿ ಆಗಿ ಕೆಲಸ ಮಾಡುತ್ತಿದ್ದೆ. ನಾಟಿ ಹಸುಗಳಿಗೆ ಎಚ್ ಎಫ್ ಮತ್ತು ಜರ್ಸಿ ವಿದೇಶಿ ತಳಿಯ ವೀರ್ಯ ಬಳಸಿ ಕೃತಕ ಗರ್ಭಧಾರಣೆ ಮಾಡಿ ಮಿಶ್ರತಳಿಯ ಹಸುಗಳ ಸಂಖ್ಯೆಯನ್ನು ಹೆಚ್ಚಿಸುವುದು ಆ ಸಂಸ್ಥೆಯ ಉದ್ದೇಶವಾಗಿತ್ತು.

ಈ ಸೇವೆಗಳು ರೈತರ ಮನೆ ಬಾಗಿಲಲ್ಲಿ ಉಚಿತವಾಗಿ ದೊರೆಯುತ್ತಿದ್ದವು. ಮಿಶ್ರತಳಿಗಳು ಅಧಿಕ ಹಾಲು ಕೊಡುವುದರಿಂದ ರೈತರ ಆರೋಗ್ಯ, ಆರ್ಥಿಕ ಸ್ಥಿತಿ ಉತ್ತಮಗೊಳ್ಳುವುದಲ್ಲದೆ ಹೈನುಗಾರಿಕೆಯಿಂದ ರೈತರಿಗೆ ವರ್ಷವಿಡೀ ಉದ್ಯೋಗ ದೊರೆಯಲಿ ಎಂಬುದು ಸಂಸ್ಥೆಯ ಆಶಯವಾಗಿತ್ತು. ಆಗಿನ ಕಾಲಕ್ಕೆ ಬೈಫ್ ಸಂಸ್ಥೆ ಹಸುಗಳಲ್ಲಿ ಮಾತ್ರ ಕೃತಕ ಗರ್ಭಧಾರಣೆ ಕೈಗೊಂಡಿತ್ತು. ನಂತರದ ವರ್ಷಗಳಲ್ಲಿ ಎಮ್ಮೆಗಳಲ್ಲಿಯೂ ಕೃತಕ ಗರ್ಭಧಾರಣೆ ಮಾಡತೊಡಗಿದರು. ಮಿಶ್ರತಳಿ ಹಸುಗಳು ಮತ್ತು ಕೃತಕ ಗರ್ಭಧಾರಣೆ ಕಾರ್ಯವು ಆಗ ಹೆಚ್ಚು ಪ್ರಚಲಿತವಾಗಿದ್ದಿಲ್ಲ. ಆದುದರಿಂದ ಇವುಗಳ ಬಗ್ಗೆ ಪ್ರಚಾರ ಕಾರ್ಯವೇ ಬಹಳ ಮುಖ್ಯವಾಗಿತ್ತು. ಪ್ರತಿದಿನ ನಾನು 2–3 ಹಳ್ಳಿಗಳಿಗೆ ಹೋಗಿ ಗಂಟೆಗಟ್ಟಲೆ ಅಲ್ಲಿದ್ದು ಬರುತ್ತಿದ್ದೆ. ರೈತರ ಸಂಪರ್ಕ ಬೆಳೆಸುವುದು ಸುಲಭದ ಕೆಲಸವಾಗಿರಲಿಲ್ಲ. ಹೊಸ ವಿಷಯಗಳನ್ನು ಅವರ ಮನಸ್ಸಲ್ಲಿ ನಾಟಿ ಮಾಡುವುದು ಮತ್ತೂ ಕಷ್ಟದ ಕೆಲಸ! ತಿಂಗಳಿಡೀ ಹೋರಾಡಿದರೂ 30–40 ಹಸುಗಳಿಗೆ ಕೃತಕ ಗರ್ಭಧಾರಣೆ ಮಾಡುವುದು ಮತ್ತು ಗರ್ಭ ತಪಾಸಣೆ ಮಾಡುವುದು

ಮಾತ್ರ ಸಾಧ್ಯವಾಗುತ್ತಿತ್ತು. ನಾನು ವಿಸ್ತರಣೆ ಚಟುವಟಿಕೆಗಳಿಗೆ ಹೊಸಬ. ನಾನಿದ್ದ ಪ್ರದೇಶ, ಭಾಷೆ, ಊಟ, ತಿಂಡಿ ಎಲ್ಲದಕ್ಕೂ ಹೊಸಬ. ನಿಧಾನಕ್ಕೆ ಹೊಸ ಊರು ಮತ್ತು ಕೆಲಸಕ್ಕೆ ಕುದುರುವ ಪ್ರಯತ್ನದಲ್ಲಿದ್ದೆ.

ಒಂದು ದಿನ ನನ್ನ ಹಳೆಯ ಗೆಳೆಯ 'ಬಾಲ್ಯ' (ಬಾಲಚಂದ್ರ) ಪತ್ರ ಬರೆದು ಭಾನುವಾರ ತಾನು ತನ್ನ ಮಿತ್ರರೊಡಗೂಡಿ ಸುರೇಬಾನಿಗೆ ಬರುತ್ತೇನೆಂದೂ, ಅದೇ ದಿನ ಪಕ್ಕದ ಹಳ್ಳಿಯಲ್ಲಿರುವ ಪರಿಚಯದವರ ಮನೆಗೆ ಹೋಗಿ ಬರಬೇಕಿದೆ ಎಂದು ತಿಳಿಸಿದ. "ಆಯ್ತೋ ಮಾರಾಯ" ಎಂದಿದ್ದೆ. ಭಾನುವಾರು ಹತ್ತು ಗಂಟೆಗೆ ಬಾಲ್ಯ ಮತ್ತು ಅವನ ಮೂರು ಜನ ಮಿತ್ರರು ಎರಡು ಬೈಕುಗಳಲ್ಲಿ ಬಂದರು. ಅಲ್ಲಿಯೇ ಹತ್ತಿರದ ಗ್ರಾಮಕ್ಕೆ ಅವರೊಡನೆ ನಾನು ನನ್ನ ಬೈಕಲ್ಲಿ ಹೊರಟೆ.

ಬಾಲ್ಯ ಮತ್ತು ಅವನ ಸ್ನೇಹಿತರೆಲ್ಲಾ ಬ್ಯಾಂಕ್ ಉದ್ಯೋಗಿಗಳಾಗಿದ್ದರು. ಮಿತಭಾಷಿಗಳಾಗಿದ್ದ ಅವರಲ್ಲಿ ಒಬ್ಬಾತ ಕೃಷಿ ಪದವೀಧರನಾಗಿದ್ದು ಮುಟ್ಟಿದರೆ ಮುನಿಯಂತೆ ಇದ್ದ. ಆಗ ನಾನು ಇಪ್ಪತ್ತೈದರ ಹರೆಯದವನು. ಬಂದವರೂ ಸರಿಸುಮಾರು ನನ್ನ ವಯಸ್ಸಿನವರೇ ಆಗಿದ್ದರು. ಅವರೆಲ್ಲ ಪ್ಯಾಂಟು ಶರ್ಟು ಧರಿಸಿದ್ದರೆ, ನಾನು ಮಾತ್ರ ಅಂದಿನ ಫ್ಯಾಷನ್ ಆಗಿದ್ದ ಸಫಾರಿ ಡ್ರೆಸ್ ಧರಿಸಿದ್ದೆ. ಅವರೆಲ್ಲ ದೂರದ ಊರಿಂದ ಬಂದು ಬಳಲಿದ್ದರೆ ನಾನು ಮಾತ್ರ ಎಲ್ಲರಿಗಿಂತ ಫ್ರೆಶ್ ಆಗಿದ್ದೆ. ಐದು ಜನರಲ್ಲಿ ನಾನು ಮಾತ್ರ ವಾಚಾಳಿಯಾಗಿದ್ದೆ. ಸ್ನೇಹಿತ ಬಂದುದರಿಂದ ಹೆಚ್ಚು ಸಂತೋಷದಲ್ಲಿದ್ದೆ. ಮಾತಾಡುವ ಹುಕ್ಕಿಯಲ್ಲಿದ್ದೆ. ಎಲ್ಲರನ್ನೂ ನಕ್ಕು ನಗಿಸುವ ಪಣ ತೊಟ್ಟವನಂತೆ ಮಾತಾಡುತ್ತಿದ್ದೆ.

ನಾವು ಐದು ಜನ ಪ್ರವೇಶಿಸಿದ್ದು ಅನುಕೂಲಸ್ಥರ ಮನೆಯಾಗಿತ್ತು. ಆ ಮನೆಗೆ ಮನೆಯೇ ಸಂಭ್ರಮದಿಂದ ತುಳುಕುತ್ತಿತ್ತು. ಐದಾರು ಜನ ಹೆಣ್ಣುಮಕ್ಕಳು ಹೊಸ ಸೀರೆಯುಟ್ಟು 'ಸರಬರ' ಶಬ್ದ ಮಾಡುತ್ತ ಮನೆ ತುಂಬ ಓಡಾಡುತ್ತಿದ್ದರು. ಅವರಿಗೆ ನಮ್ಮೊಡನೆ ಮಾತಾಡಲು ವಿಪರೀತ ಹಿಂಜರಿಕೆ, ನಾಚಿಕೆ. ಮೈ ತುಂಬ ಸೀರೆ, ತುಂಬು ತೋಳಿನ ರವಿಕೆ, ಕೈ ತುಂಬ ಬಳೆ, ಕಾಲ್ಗೆಜ್ಜೆ, ಸೊಂಟದಲ್ಲಿ ಪಟ್ಟಿ, ಇನ್ನಿತರೆ ಹತ್ತಾರು ಒಡವೆಗಳ ಹೊತ್ತು ಓಡಾಡುತ್ತಿದ್ದು ಅವರಲ್ಲಿ ಒಂದಿಬ್ಬರು ಹರೆಯದವರ ಸೌಂದರ್ಯ ಕಂಡು ನಾವೆಲ್ಲರೂ ಮಂತ್ರದ ಕಲ್ಲು ಹಾಕಿದಂತೆ ಗಪ್ ಚುಪ್ ಆದೆವು.

ಮನೆಯ ಗಂಡುಮಕ್ಕಳೆಲ್ಲ ಯಾವ ತುರ್ತು ಕಾರ್ಯ ನಿರ್ವಹಿಸಲು ಎತ್ತ ಹೋಗಿದ್ದರೋ ಒಬ್ಬರೂ ಇರಲಿಲ್ಲ. ಹೆಣ್ಣುಮಕ್ಕಳ ಸಂಭ್ರಮದಲ್ಲಿ ಗಾಬರಿ, ಸಂಕೋಚ, ನಾಚಿಕೆಗಳಿದ್ದರೂ ಉಕ್ಕುತ್ತಿದ್ದ ಸಂತೋಷವನ್ನು ಕಷ್ಟಪಟ್ಟು ತಡೆಹಿಡಿದಿದ್ದರು. ಅವರು ನಮ್ಮ ಮೇಲೆಲ್ಲ ಕದ್ದು ಕಣ್ಣು ಹಾಯಿಸುವ ಪರಿ ಮನಮೋಹಕವಾಗಿತ್ತು. ಒಂದಿಬ್ಬರು ಸುಂದರಿಯರಂತೂ ನಮ್ಮ ಮನಸ್ಸನ್ನು ಮೀಟಿ ಅದರ ಸಮತೋಲನವನ್ನು ಹದಗೆಡಿಸಿಬಿಟ್ಟರು. ಅವರ ಸೌಂದರ್ಯದೆದುರು ನಮ್ಮ ಮಾತುಗಳು ಕರ್ಕಶವಾಗಿ ಕೇಳಿಸಿ ನಾವು ಮೂಕರಾಗಿಬಿಟ್ಟಿದ್ದೆವು. ನಮ್ಮ ಕಣ್ಣುಗಳು ಮಾತ್ರ ನಮ್ಮ ಎಲ್ಲ ನಿಯಂತ್ರಣವನ್ನೂ ಮೀರಿ ಸ್ವತಂತ್ರವಾಗಿ ಕೆಲಸ ನಿರ್ವಹಿಸತೊಡಗಿದ್ದವು.

ಡಾ. ಮಿರ್ಜಾ ಬಷೀರ್

ಇಷ್ಟಾದರೂ ಈ ಮನೆಗೆ ಬಂದ ಉದ್ದೇಶ ನನಗೆ ಗೊತ್ತಿರಲಿಲ್ಲ. ನಾನು ಕೇಳಿದರೂ ಬಾಲ್ಯ ಹೇಳಿರಲಿಲ್ಲ. ಕಾಕತಾಳೀಯವೆಂಬಂತೆ ನಾನು ಆ ರೂಮಿನ ಪ್ರಧಾನ ಕುರ್ಚಿಯಲ್ಲಿ ಕುಳಿತುಕೊಂಡು ಬಿಟ್ಟಿದ್ದೆ. ಕುಳಿತಾಗ ನನಗೆ ಗೊತ್ತಾಗಿರಲಿಲ್ಲ. ಅದರಲ್ಲಿ ಯಾವ ಉದ್ದೇಶವೂ ಇರಲಿಲ್ಲ. ಆ ಸೀಟು ಮನೆಯ ಹಿತ್ತಲವರೆಗೆ ಕಾಣುತ್ತಿತ್ತು. ಅಡಿಗೆ ಮನೆಯಿಂದ ಮತ್ತು ವಿಶಾಲವಾದ ಮನೆಯ ಯಾವಾವುದೋ ಕಿಟಕಿಗಳಿಂದ ಯಾರ್ಯಾರೋ ಕದ್ದುಮುಚ್ಚಿ ನೋಡುತ್ತಿದ್ದುದು ನನ್ನ ಗಮನಕ್ಕೆ ಬಂದಿತ್ತು.

ಆಗ ಒಂದು ಅಜ್ಜಿ ನನ್ನೆಡೆಗೆ ಬಂದಿತು. ಗಿಡ್ಡಕ್ಕೂ, ಬೆಳ್ಳಗೂ ಇದ್ದ ಅಜ್ಜಿ ಬಹಳ ನಿಧಾನವಾಗಿ ಬಂದು ನನ್ನೆದುರು ನಿಂತು ಸಾಕಷ್ಟು ಬೆಳಕಿದ್ದರೂ ಹಣೆ ಮೇಲೆ ಕೈ ಇಟ್ಟುಕೊಂಡು ಕನ್ನಡಕ ಸರಿಪಡಿಸಿಕೊಂಡು ನನ್ನನ್ನೇ ತದೇಕಚಿತ್ತದಿಂದ ನೋಡಿತು.

ಎರಡು ಮೂರು ನಿಮಿಷ ಕಣ್ಣು ಮಿಟುಕಿಸದಂತೆ ನೋಡಿ 'ಸ್ಯೆ ಕಣಪ್ಪ' ಎಂದು ಪ್ರಸನ್ನವದನಳಾಗಿ ನುಡಿದು ಒಂದು ಹೆಜ್ಜೆ ಹಿಂದೆ ಸರಿದು, "ಯಾಕೋ ಕಾಣೆ ಇವತ್ತು ಊರಿಗೆ ಡಿಸಿ ಬಂದಾನೆ. ಮನೆಯ ಗಂಡಸರೆಲ್ಲ ಅಲ್ಲಿಗೆ ಹೋಗಿದ್ದಾರೆ ಕಣಪ್ಪ. ಅವನನ್ನು ಮಾತಾಡಿಸಿ ಈಗ ಬಂದುಬಿಡ್ತಾರೆ. ಇದೇ ಟೈಮಿಗೆ ಬರಬೇಕಾ ಅವ್ನು. ಅಲ್ಲೀತನಕ ತಿಂಡಿ ತಿನ್ನಿ, ಜ್ಯೂಸ್ ಕುಡೀರಿ," ಎಂದು ನಾವು ಕೂತಿದ್ದ ದೊಡ್ಡ ಹಾಲಿನ ಒಂದು ಮೂಲೆಗೆ ಸರಿದು ಒಂದು ಆರಾಮ್ ಕುರ್ಚಿಯಲ್ಲಿ ಕೂತು "ಊಂ, ಇನ್ನು ತಿಂಡಿ ತನ್ರಮ್ಮ," ಎಂದದ್ದೇ ತಡ ಇದುವರೆಗೆ ಮಿಂಚಿ ಮಾಯವಾಗಿದ್ದ ಸಾಂಪ್ರದಾಯಿಕ ಸುಂದರಿಯರು ಮೂರ್ನಾಲ್ಕು ಟ್ರೇಗಳಲ್ಲಿ ಥರಾವರಿ ತಿಂಡಿ ತಿನಿಸುಗಳನ್ನು ಹೊತ್ತು ತಂದರು.

ತಂದಿಟ್ಟಿದ್ದ ತಿಂಡಿ ತಿನಿಸನ್ನು ಒಬ್ಬನೇ ತಿಂದು ಮುಗಿಸುವಷ್ಟು ಒರಟನೂ, ಉಡಾಳನೂ ಆಗಿದ್ದ ನಾನು ಸಜ್ಜನಿಕೆಗೆ ಬೇಕೋ ಬೇಡವೋ ಎಂಬಂತೆ ಕುಂದಾ, ಕರದಂಟು, ಲಡ್ಡು, ಖಾರಗಳನ್ನು ಅಳಿಲಿನ ತರಹ ತಿನ್ನತೊಡಗಿದೆ. ಔಪಚಾರಿಕತೆಯ ಪರಮಶತ್ರುವಾಗಿದ್ದ ನಾನು ನಿರುಪಾಯನಾಗಿದ್ದೆ.

ಆಗ ಮನೆಯ ಗಂಡಸರೆಲ್ಲ ಧಡ ಧಡ ಎಂದು ಓಡೋಡುತ್ತಲೇ ಮನೆ ಪ್ರವೇಶಿಸಿ ಪ್ರಧಾನ ಕುರ್ಚಿಯಲ್ಲಿ ಕುಳಿತಿದ್ದ ನನ್ನೆದುರು ನಿಂತು, "ಕ್ಷಮಿಸಿ ಸಾರ್, ಡಿಸಿ ಬಂದಿದ್ರು. ಗ್ರಾಮದ ಕೆಲಸಗಳು ನಾವಿಲ್ಲದೇ ಸಾಗುವುದಿಲ್ಲ. ಬಂದು ಬಾಳ ಹೊತ್ತಾಯ್ತೇನ್ರೀ?" ಮುಂತಾಗಿ ನನ್ನನ್ನೇ

ಉದ್ದೇಶಿಸಿ ಹೇಳತೊಡಗಿದರು. ನನ್ನ ಜೊತೆಯ ನಾಲ್ಕು ಜನ ಮೊದ್ದುಮಣಿಗಳು ಸುಮ್ಮನೇ ಕೂತಿದ್ದರು.

ನಾವು ಬಂದಾಗಲಿಂದ ನಮ್ಮ ಪರಿಚಯವೇ ಆಗಿರಲಿಲ್ಲ. ಬಂದಾಗ ಇದ್ದ ಹೆಣ್ಣುಮಕ್ಕಳು ನಮ್ಮನ್ನು ಮಾತಾಡಿಸಲೇ ಅಂಜುತ್ತಿದ್ದರು. ಈಗ ಗಂಡಸರು ಪರಿಚಯಿಸಿಕೊಳ್ಳದೆ ನಾವು ಹೇಗೆ ಕುಳಿತಿದ್ದೆವೋ ಹಾಗೆಯೇ ಸತ್ಕರಿಸತೊಡಗಿದ್ದರು!

ಸನ್ನಿವೇಶ ನಿಗೂಢವಾಗಿದ್ದು ನನ್ನನ್ನು ಇಕ್ಕಟ್ಟಿಗೆ ತಳ್ಳುತ್ತಿದೆ ಎಂದು ನನ್ನ ಆರನೇ ಇಂದ್ರಿಯ ಎಚ್ಚರಿಸತೊಡಗಿತು. ಅದೇ ಹೊತ್ತಿಗೆ ಸರಿಯಾಗಿ ನನಗೆ ಪರಿಚಯವಿದ್ದ ಅದೇ ಗ್ರಾಮದ ಸುಭಾಸ ಪಾಟೀಲ ಎಂಬಾತ ಜೋರಾಗಿ ಮಾತನಾಡುತ್ತ ನಾವಿದ್ದ ಮನೆ ಪ್ರವೇಶಿಸಿದರು. ಆ ಗ್ರಾಮದಲ್ಲಿ ನನಗೆ ಪರಿಚಯವಿದ್ದ ಏಕೈಕ ವ್ಯಕ್ತಿ ಆತ. ಮನೆಯಲ್ಲಿ ಹೊಸಬರು ಕುಳಿತಿದ್ದನ್ನು ಕಂಡು, "ಹೊಸ ಬೀಗರಿಗೆ ಶರಣು. ಒಳ್ಳೆ ಮನೆ ಹೊಕ್ಕಿದ್ದೀರ, ಒಳ್ಳೇದಾಗಲಿ. ಋಣಾನುಬಂಧ!" ಎಂದು ಮೇಲಕ್ಕೆ ತಲೆಯೆತ್ತಿ ದೇವರನ್ನು ವಂದಿಸಿದವರೇ ನನ್ನನ್ನು ನೋಡಿ, "ಅರೇ ಬಷೀರ್ ಡಾಕ್ಟ್ರು! ಏನ್ಸಾರ್ ನೀವಿಲ್ಲಿ?" ಎಂದು ಜೋರಾಗಿ ಹೇಳಿದವರೇ ಸಖೇದಾಶ್ಚರ್ಯದಿಂದ ನನ್ನ ಕೈ ಹಿಡಿದುಕೊಂಡು ನಿಂತುಬಿಟ್ಟರು.

"ಬಷೀರ್ ಡಾಕ್ಟ್ರು" ಎಂದು ಪಾಟೀಲರು ಹೇಳಿದ್ದೇ ತಡ ಇಡೀ ಮನೆಗೆ ಮನೆಯೇ ಥಂಡಾ ಹೊಡೆದು ಹೋಯಿತು. ನಿಂತವರು ನಿಂತಂತೆ, ಕುಂತವರು ಕುಂತಂತೆ ಗಪ್ಪಾಗಿಬಿಟ್ಟರು. ಆದರೆ ಆರಾಮ್ ಕುರ್ಚಿಯಲ್ಲಿ ಎಲೆಯಡಿಕೆ ಜಗಿಯುತ್ತಾ ಕಣ್ಮುಚ್ಚಿ ತುರಿಯಾವಸ್ಥೆಯಲ್ಲಿದ್ದ ಅಜ್ಜಿ ನಿಟ್ಟುಬಿದ್ದು, "ಶಿವನೇ ಇದೇನು ಕೇಡುಗಾಲನೋ, ಮಗನೇ ಶರಣಪ್ಪ! ನಮ್ಮ ಸಿದ್ಲಿಂಗಮ್ಮನ ನೋಡಾಕೆ ಸಾಬ್ರುನ್ನ ಕರ್ಕೊಂಡು ಬಂದಿದ್ದೀಯಲ್ಲೋ. ಬುದ್ಧಿ ಮಾನ ಮರ್ಯಾದೆ ಎಲ್ಲಿಟ್ಟಿದಿಯೋ? ಗ್ರಾಚಾರ ಗ್ರಾಚಾರ!" ಎಂದದ್ದೇ ಹಣೆ ಹಣೆ ಬಡಿದುಕೊಳ್ಳತೊಡಗಿತು.

ಪಾಟೀಲರು, "ಇಲ್ಲ ಬಿಡಬೇ. ಏನೋ ಪರ್ಪಾಟಾಗ್ಯೆತೆ. ಸಿದ್ಲಿಂಗಮ್ಮನ್ನ ನೋಡಾಕೆ ಬಷೀರ್ ಯಾಕ್ ಬರ್ತಾರೆ. ಸಾಬ್ರಾದ್ರೂ ಬಷೀರ್ ಡಾಕ್ಟ್ರು ಅಂಥವರಲ್ಲ!" ಎಂದರು. ಅಲ್ಲಿದ್ದವರೆಲ್ಲ ಅವು ನನ್ನ ಕುರಿತು ಮೆಚ್ಚುಗೆ ಮಾತುಗಳು ಎಂಬಂತೆ ತಲೆದೂಗಿ ನನ್ನತ್ತ ಕರುಣೆಯ ನೋಟ ಬೀರಿದರು. ಕಲ್ಪನಾ ಲೋಕದಲ್ಲಿ ವಿಹರಿಸುತ್ತಿದ್ದ ನಾನು ಒಮ್ಮೆಲೇ ಕೆಟ್ಟ ವಾಸ್ತವಕ್ಕೆ ತಳ್ಳಲ್ಪಟ್ಟಿದ್ದೆ.

ನಾನು ಸಾರಾಸಗಟಾಗಿ ಒಳ್ಳೆಯದಲ್ಲದ ನಿರ್ದಿಷ್ಟ ಧರ್ಮದವನೆಂದು ಗುರುತಿಸಲ್ಪಟ್ಟಿದ್ದೆ. ಆಗ ಗೆಳೆಯ ಬಾಲಚಂದ್ರ ಮೈ ಚಳಿ ಬಿಟ್ಟು ಒಬ್ಬೊಬ್ಬರನ್ನೇ ಪರಿಚಯಿಸತೊಡಗಿದ. ನಮ್ಮ ಜೊತೆಯಿದ್ದ ಕೃಷಿ ಪದವೀಧರನ ಕನ್ಯಾನ್ವೇಷಣೆಯ ಸಲುವಾಗಿ ನಾವಿಲ್ಲಿರುವುದು ಎಂದು ಆಗ ನನಗೆ ಗೊತ್ತಾಯಿತು. ಬಾಲ್ಯ ನನ್ನನ್ನೂ ಎಲ್ಲರಿಗೆ ಪರಿಚಯಿಸಿದ. ಅಜ್ಜಿಯನ್ನೊಳಗೊಂಡಂತೆ ಎಲ್ಲರೂ ಸಮಾಧಾನದ ನಿಟ್ಟುಸಿರು ಬಿಟ್ಟು ಹಳಾರ ಆದರು.

ನಾನು ಸುಭಾಸ ಪಾಟೀಲರ ಜೊತೆ ನಿಧಾನಕ್ಕೆ ಮನೆಯಿಂದ ಈಚೆ ಬಂದೆ. ಅದೂ ಇದೂ ಮಾತಾಡುತ್ತ ಪಾಟೀಲರ ಜೊತೆ ಕಾಲ ಕಳೆದೆ. "ಸಾಬ್ರಾದ್ರೂ ಬಷೀರ್ ಡಾಕ್ಟ್ರು ಅಂಥವರಲ್ಲ," ಅಂದಿದ್ದ ಪಾಟೀಲರು ಎಂದಿನಂತೆ ಮಾತಾಡುತ್ತಿದ್ದರೇ ವಿನಹ ತಮ್ಮ ಮಾತಿನ ಅರ್ಥ ಅವರ ಅರಿವಿಗೆ ಬಂದಿರಲಿಲ್ಲ ಮತ್ತು ಅರಿವಾಗಿದ್ದರೂ ಅದರಲ್ಲಿ ತಪ್ಪೇನೂ ಇಲ್ಲವೆಂಬಂತೆ ನಿರಾಳವಾಗಿದ್ದರು. ಪಾಟೀಲರ ಮಾತನ್ನು ಅಲ್ಲಿಗೇ ಬಿಟ್ಟು ಅವರ ಜೊತೆ ಅವರ ಮನೆ, ಕೊಟ್ಟಿಗೆಗಳನ್ನೆಲ್ಲ ಸುತ್ತು ಹಾಕಿ ವಾಪಸು ಬರುವಷ್ಟರಲ್ಲಿ ಕನ್ಯಾನ್ವೇಷಣಾ ತಂಡ ವಾಪಸು ಹೊರಟು ನಿಂತಿತ್ತು. ಎಲ್ಲರೂ ಸುರೇಬಾನಕ್ಕೆ ವಾಪಸಾದೆವು.

ಇದಾದ ನಂತರ ಸುರೇಬಾನದಲ್ಲಿ ಕೆಲವು ತಿಂಗಳಿದ್ದು ಚಿತ್ರದುರ್ಗ ಜಿಲ್ಲೆಯ ಹೊಳಲ್ಕೆರೆಗೆ ಕರ್ತವ್ಯದ ಮೇಲೆ ಸ್ಥಳ ಬದಲಾಯಿಸಿದೆ. ಅಲ್ಲಿಯವರೆಗೂ ನಮ್ಮ ಬಾಲ್ಯನ ದೋಸ್ತ ಕನ್ಯೆಯನ್ನು ಒಪ್ಪಿಯೂ ಇರಲಿಲ್ಲ, ಒಪ್ಪದೆಯೂ ಇರಲಿಲ್ಲ. ಅಡ್ಡಗೋಡೆಯ ಮೇಲೆ ದೀಪವಿಟ್ಟು ತಮಾಷೆ ನೋಡುತ್ತಿದ್ದರು. ವಿಶ್ವ ಸುಂದರಿಯರನ್ನೂ ಮೀರಿಸುವಂತಿದ್ದ ಆ ಹಳ್ಳಿಯ ಮುಗ್ಧೆ ತನ್ನ ಹಣೆಬರಹದ ಮೇಲೆ ಭಾರ ಹಾಕಿ ಮದುವೆಯೆಂಬ ಲಾಟರಿಯ ಫಲಿತಾಂಶಕ್ಕೆ ಕಾಯುತ್ತಿದ್ದುದು ದೊಡ್ಡ ದುರಂತ.

❖

ಸಾರ್... ಕತ್ತೆ ಮರಿಗೆ ತಲೆಯೇ ಇಲ್ಲ

ನಾನು ಬೈಕಿನಲ್ಲಿ ಹಳ್ಳಿಗಳಿಗೆ ಹೋಗುವಾಗ ಬರುವಾಗಲೆಲ್ಲ ಒಬ್ಬ ಕತ್ತೆ ಕಾಯುವವನು ಎದುರಾಗುತ್ತಿದ್ದ. ಬಹಳ ವರ್ಷಗಳ ಕಾಲ ನನಗೆ ಅವನ ಪರಿಚಯವೇ ಆಗಿರಲಿಲ್ಲ. ಸಾಮಾನ್ಯವಾಗಿ ಕುರಿ, ಮೇಕೆ, ದನ ಮೇಯಿಸುವವರನ್ನು ನಾನೇ ಹೋಗಿ ಮಾತನಾಡಿಸುತ್ತಿದ್ದೆ. ದಿನವಿಡೀ ಕಾಡು ಮೇಡು ಅಲೆಯುತ್ತ, ದನಗಳ ಜೊತೆ ಮಾತಾಡುತ್ತ, ಬೈಯ್ಯುತ್ತ, ಬಿಸಿಲು ಗಾಳಿಗಳಿಗೆ ಮೈಯ್ಯೊಡ್ಡಿ ಒಣ ಕಟ್ಟಿಗೆಗಳಂತಾಗಿರುತ್ತಿದ್ದ ಅನೇಕರು ಎಷ್ಟು ಪ್ರೀತಿಯಿಂದ ಸ್ಪಂದಿಸುತ್ತಿದ್ದರೆಂದರೆ ಅದನ್ನು ಮಾತಲ್ಲಿ ಹೇಳುವುದು ಕಷ್ಟ.

ಅದರಲ್ಲೂ ನಾನು ದನದ ಡಾಕ್ಟರಾಗಿ ಕಂಡ ಸ್ಥಳದಲ್ಲೇ ಟಿಂಚರ್, ಮುಲಾಮು, ಜಂತು ಔಷಧ, ಒಮ್ಮೊಮ್ಮೆ ಇಂಜೆಕ್ಷನ್ ಸಹ ಕೊಡುತ್ತಿದ್ದುದರಿಂದ, 'ಫೇಮಸ್ ಸರ್ಜನ್ ಡಾಕ್ಟರ್' ಆಗಿದ್ದೆ. ಹಲವು ಸಲ ಕಾಡಿನಲ್ಲೆಲ್ಲೋ ಹೀಗೆ ಭೇಟಿಯಾಗಿ ಸಿರಿಂಜು, ಸೂಜಿಗಳನ್ನು ಸ್ಟೆರಿಲೈಸೇಷನ್ ಸಹ ಇಲ್ಲದೆ ಇಂಜೆಕ್ಷನ್ ಮಾಡಿದ್ದೂ ಇದೆ. ದನಗಳು ಹುಷಾರಾಗಿದ್ದೂ ಇದೆ. ಯಾವುದೇ ಸ್ಟೆರಿಲೈಸೇಷನ್ ಇಲ್ಲದೆ ಕೊಟ್ಟ ಇಂಜೆಕ್ಷನ್ನುಗಳು ನಂಜಾಗುತ್ತಿರಲಿಲ್ಲ ಎಂಬುದು ನಂಬಲಿಕ್ಕೆ ಕಷ್ಟ. ಆದರೆ ಇದು ನಿಜ. ಹಲವಾರು ಸಲ ಹರಿದ ಚರ್ಮಕ್ಕೆ ಹೊಲಿಗೆ ಹಾಕಿದ್ದೂ ಇದೆ.

ಸ್ಟೆರಿಲೈಸೇಷನ್ ಇಲ್ಲದೆ ಸೂಜಿ ದಾರಗಳನ್ನು ಟಿಂಜರ್ ಅಯೋಡಿನ್‌ನಲ್ಲಿ ಅದ್ದಿ ಹೊಲಿಗೆ ಹಾಕಿದರೆ ನಾಲ್ಕಾರು ದಿನದಲ್ಲಿ ಗಾಯಗಳು ಒಣಗಿ ಹೋದ ಸಾವಿರಾರು ಪ್ರಕರಣಗಳಿವೆ. ಜಾನುವಾರು ಮಾಲೀಕರು ನಮ್ಮ ಮಾತಿನಂತೆ ಆಸ್ಪತ್ರೆಗೆ ಬಂದು ಹೊಲಿಗೆ ಗಾಯಕ್ಕೆ ಹಚ್ಚಲು ಟಿಂಚರು ಅಥವಾ ಮುಲಾಮು ತೆಗೆದುಕೊಂಡು ಹೋಗುತ್ತಿರಲಿಲ್ಲ. ಮನೆಯಲ್ಲಿದ್ದ ಬೇವಿನ ಎಣ್ಣೆಯನ್ನೋ, ಹೊಂಗೆ ಎಣ್ಣೆಯನ್ನೋ ಹಚ್ಚಿಕೊಂಡು ನೊಣ ಆಡದಂತೆ ಮಾಡಿ ಗಾಯ ವಾಸಿ ಮಾಡಿಕೊಳ್ಳುತ್ತಿದ್ದರು.

ಅದು 1987ರ ಒಂದು ದಿನ. ಮಧ್ಯಾಹ್ನದ ಉರಿಬಿಸಿಲಲ್ಲಿ ಮೇಲೆ ಹೇಳಿದ ಕತ್ತೆಯವನು ಆಸ್ಪತ್ರೆ ಬಾಗಿಲಲ್ಲಿ ತನ್ನ ಕತ್ತೆಮಂದೆಯ ಜೊತೆ ಕಾಣಿಸಿಕೊಂಡ. ಅವನ ಹೆಸರು ದಾಸಪ್ಪ ಎಂದು ಆಗ ಗೊತ್ತಾಯಿತು. ನಾನು ತಿಳಿದುಕೊಂಡಂತೆ ಕತ್ತೆಗಳು ದಾಸಪ್ಪನವಾಗಿರಲಿಲ್ಲ. ಅವು ಯಾವುದೋ ಸೌಕಾರನಿಗೆ ಸೇರಿದ ಕತ್ತೆಗಳು. ದಾಸಪ್ಪ ಅವರ ಮನೆಯ ಕೂಲಿಯಾಳು. ಸೌಕಾರ ಹೇಳಿದ ತೋಟದಲ್ಲಿ ಕತ್ತೆಗಳನ್ನು ಕೂಡಾಕಿಕೊಂಡು ಮೇಯಿಸುತ್ತಿದ್ದ. ಅದಕ್ಕೆ ಮಂದೆ ಹಾಕುವುದು ಎನ್ನುತ್ತಾರೆ.

ಯಾವ ತೋಟದಲ್ಲಿ ಮಂದೆ ಹಾಕಲಾಗುವುದೋ ಆ ತೋಟದವನು ಕತ್ತೆಗಳ ಯಜಮಾನನಿಗೆ ಇಂತಿಷ್ಟು ದುಡ್ಡು ಕೊಡಬೇಕಾಗುತ್ತಿತ್ತು. ದಾಸಪ್ಪ ಭಯಸ್ಥನೂ, ಲೋಕ ವ್ಯವಹಾರದಲ್ಲಿ ದಡ್ಡನೂ ಆಗಿದ್ದನು. ಅವನಿಗೆ ಓದಲು, ಬರೆಯುವುದಿರಲಿ ಅಂಕಿ ಸಂಖ್ಯೆಗಳೂ ಸೈತ ಗೊತ್ತಿರಲಿಲ್ಲ. ಪೀಚಲು ದೇಹದ ಅವನು ದಪ್ಪ ಅಟ್ಟೆಯ ಮೆಟ್ಟುಗಳನ್ನು ಕಷ್ಟಪಟ್ಟು ಎತ್ತಿಡುತ್ತಾ ಓಡಾಡುತ್ತಿದ್ದನು. ತೋಟದವರು ಕೊಟ್ಟ ದುಡ್ಡನ್ನು ತನ್ನ ಯಜಮಾನರಿಗೆ ಮುಟ್ಟಿಸುವುದು ಸಹ ಅವನಿಗೆ ಕಷ್ಟದ ಕೆಲಸವಾಗಿತ್ತು.

ನೊಣವಿನಕೆರೆಯ ಬಸ್ಟಾಂಡಿನ ಬಳಿಯಿದ್ದ ಪಶುಚಿಕಿತ್ಸಾಲಯಕ್ಕೆ ಹಿಂದೆ ಮುಂದೆ ಬೇಜಾನ್ ಜಾಗವಿತ್ತು. ಆಸ್ಪತ್ರೆಯ ಕಾಂಪೌಂಡ್ ಒಳಗೆ ನೂರಾರು ಕತ್ತೆಗಳು ಅಲ್ಲಲ್ಲಿ ಜೂಗರಿಸುತ್ತ ನಿಂತವು. ಕುರಿ, ಮೇಕೆಗಳಾದರೆ ಕಾಂಪೌಂಡ್ ತುಂಬ ಓಡಾಡುತ್ತ ಲೇವಡಿ ಮಾಡುತ್ತವೆ. ಆದರೆ ಕತ್ತೆಗಳಲ್ಲಿ ಆ ಪ್ರಶ್ನೆಯೇ ಇಲ್ಲ. ದಾಸಪ್ಪ, "ಸಾರ್ ಈ ಹೆಣ್ಗತ್ತೆ ನೋಡಿ ವಸೀಯ. ಬೆಳಗ್ಗಿಂದ ತಿಣುಕ್ತೈತೆ. ಮರಿ ಮಾತ್ರ ಈಚೆಕ್ ಬರ್ತಿಲ್ಲ," ಎಂದ.

ಐದು ವರ್ಷ ಪಶುವೈದ್ಯಕೀಯ ಓದಿ, ಮತ್ತೈದು ವರ್ಷ ಆಸ್ಪತ್ರೆಯಲ್ಲಿ ಕೆಲಸ ಮಾಡಿದ್ದರೂ ನಾನೆಂದೂ ಕತ್ತೆಗಳ ಮುಟ್ಟಿರಲಿಲ್ಲ, ಚಿಕಿತ್ಸೆ ನೀಡಿರಲಿಲ್ಲ. ಇದೇ ಓಂ ಪ್ರಥಮ ಅದೂ ಡಿಸ್ಟೋಕಿಯ(ಹೆರಿಗೆಯಲ್ಲಿ ಅಡಚಣೆಯಾಗಿರುವುದು)! ಹೆರಿಗೆ ಮಾಡಿಸಲು ನಾನು ಕತ್ತೆಯ ಹಿಂದೆಯೇ ನಿಲ್ಲಬೇಕಿತ್ತು. ಅದರ ಯೋನಿ ದ್ವಾರದಲ್ಲಿ ಕೈ ಹಾಕಿ ಒಳಗಿರುವ ಕತ್ತೆ ಮರಿಯ ಸ್ಥಿತಿಗತಿಗಳ ಪರೀಕ್ಷಿಸಬೇಕಿತ್ತು. ಗರ್ಭಚೀಲದೊಳಗಿನ ಮರಿಯ ತಲೆ ಕಾಲುಗಳ ಅಂಗವಿನ್ಯಾಸ ಸರಿಪಡಿಸಿ ಹೊರಗೆ ತೆಗೆಯಬೇಕಾಗಿತ್ತು. ಆದರೆ ಬೆದೆಯ ಸಮಯದಲ್ಲಿ ಬೆನ್ನು ಹತ್ತಿದ ಗಂಡು ಕತ್ತೆಗಳಿಗೆ ಹೆಣ್ಣು ಕತ್ತೆಗಳು ಮುಖ ಮಾರೆ ನೋಡದೆ ಎರಡೂ ಕಾಲೆತ್ತಿ ಝಾಡಿಸುವುದನ್ನು ನೋಡಿದ್ದೆ.

ಕತ್ತೆಗಳು ಕಂಡ ಕೂಡಲೇ ಬೆನ್ನು ಹತ್ತುತ್ತಿದ್ದ ಬೀದಿಯ ನಾಯಿಯೊಂದಕ್ಕೆ ಒಂದು ಕತ್ತೆ ಯಾವ ರೀತಿ ಕಾಲು ಝಾಡಿಸಿತ್ತೆಂದರೆ ನಾಯಿಯ ಕೆಳ ದವಡೆಯೇ ಕಿತ್ತು ಹೋಗಿತ್ತು! ಇದರಿಂದ ಕತ್ತೆಯ ಹಿಂದೆ ನಿಲ್ಲಲು ನನಗೆ ಭಯ ಆವರಿಸಿತು.

ಎಲ್ಲ ಪಶುವೈದ್ಯ ಸಂಸ್ಥೆಗಳಲ್ಲಿಯೂ ಒಂದು ಟ್ರೆವಿಸ್ ಇರುತ್ತದೆ. ಇದು ದನ ಎಮ್ಮೆಗಳ ನಿಯಂತ್ರಣದ ಕಟಕಟೆ. ಕಬ್ಬಿಣದ ಪೈಪಿನಿಂದ ಮಾಡಿ, ಕಾಂಕ್ರೀಟ್ ಬೆಡ್ ಹಾಕಿ ಬಿಗಿ ಮಾಡಿರುವ ಕಟಕಟೆ. ಈ ಟ್ರೆವಿಸ್ ಒಳಗೆ ಕತ್ತೆಯನ್ನು ನೂಕಿ ಪರೀಕ್ಷಿಸಲಣಿಯಾದೆ. ಹತ್ತಿರ ಹೋಗದಷ್ಟು ಕತ್ತೆ ಕೆಟ್ಟ ವಾಸನೆ ಹೊಡೆಯುತ್ತಿತ್ತು. ಅದರ ಗುದದ್ವಾರದಲ್ಲಿ ಕೈಹಾಕಿ ಮರಿ ಜೀವಂತವಾಗಿರುವುದನ್ನು ಖಚಿತಪಡಿಸಿಕೊಂಡೆ.

ಆದರೆ ಟ್ರೆವಿಸ್ ಒಳಗೆ ಕತ್ತೆಯ ಹೆರಿಗೆ ಮಾಡಿಸುವುದು ಅಸಂಭವ ಎಂಬುದು ಗೊತ್ತಾಗಲು ತಡವಾಗಲಿಲ್ಲ. ಆದ್ದರಿಂದ ಕತ್ತೆಯನ್ನು ನಿಧಾನಕ್ಕೆ ಮಣ್ಣಿನ ನೆಲಕ್ಕೆ

ತಳ್ಳಿಕೊಂಡು ಹೋದೆವು. ಅಲ್ಲೆಲ್ಲ ಗರಿಕೆ ಬೆಳೆದಿದ್ದರಿಂದ ನೆಲ ಮೆತ್ತಗಿತ್ತು. ಕಾಂಪೌಂಡಿನಲ್ಲಿ ಬೆಳೆದಿದ್ದ ಬೃಹತ್ ಆಕಾಶ ಮಲ್ಲಿಗೆ ಮರದ ನೆರಳು ಹಬ್ಬಿಕೊಂಡಿತ್ತು. ಅಲ್ಲೊಂದೆರಡು ಹೊಂಗೆ ಮರಗಳೂ ಇದ್ದುದರಿಂದ ತಣ್ಣಗಿತ್ತು.

ದಾಸಪ್ಪ ಕತ್ತೆಯನ್ನು ನಿಧಾನಕ್ಕೆ ಮಲಗಿಸಿದ. ಸಿಬ್ಬಂದಿ ವರ್ಗದವರು ಮುಂಜಾಗ್ರತಾ ಕ್ರಮವಾಗಿ ಹಿಂದಿನ ಎರಡು ಕಾಲುಗಳನ್ನೂ ಕಟ್ಟಿ ಜಗ್ಗಿ ಹಿಡಿದುಕೊಂಡಿದ್ದರು. ನಾನು ಕತ್ತೆಯ ಬಾಲ ಬುಡಕ್ಕೆ ಕುಳಿತು ಯೋನಿದ್ವಾರದಲ್ಲಿ ಕೈ ಹಾಕಿ ಪರೀಕ್ಷಿಸತೊಡಗಿದೆ. ಕತ್ತೆ ಉಚ್ಚೆ ಹೊಯ್ಯದೆ ಎಷ್ಟು ಹೊತ್ತಾಗಿತ್ತೋ ಏನೋ? ಕೂಡಲೇ ಒಂದು ಬಕೆಟಿನಷ್ಟು ಉಚ್ಚೆ ಹೊಯ್ದ ಪರಿಣಾಮವಾಗಿ ಅಲ್ಲಿಯೇ ಕೂತಿದ್ದ ನನ್ನ ಕೈ, ಕಾಲು, ಶರ್ಟು, ಪ್ಯಾಂಟ್‌ಗಳೆಲ್ಲ ಭಾಗಶಃ ತೊಯ್ದು ಹೋದವು.

ಇಷ್ಟಾಗುವ ಹೊತ್ತಿಗೆ ಬಸ್ಸುಗಳಿಗೆ ಕಾಯುತ್ತಿದ್ದ ಜನರು, ವಿದ್ಯಾರ್ಥಿಗಳು ಆಸ್ಪತ್ರೆಯ ಕಡೆಗೆ ಆಕರ್ಷಿತರಾಗಿ ಆಸ್ಪತ್ರೆಯ ಕಾಂಪೌಂಡ್ ಒಳಗೆ ಬಂದು, ಸುತ್ತ ನಿಂತುಕೊಂಡು ಸರ್ಕಸ್ ತರ ಕತ್ತೆಯ ಹೆರಿಗೆ ನೋಡತೊಡಗಿದರು. ನಮ್ಮ ಆಸ್ಪತ್ರೆಯ ಸಿಬ್ಬಂದಿಯಾದ ಪಶು ಪರೀಕ್ಷಕ, ಕಾಂಪೌಂಡರ್ ಮತ್ತು ಸೇವಕ ಎಲ್ಲರೂ ಇದ್ದರು. ಸೇವಕ ಪುಟ್ಟಯ್ಯ ಜನರನ್ನೆಲ್ಲ ಕಾಂಪೌಂಡ್ ಆಚೆಗೆ ಕಳುಹಿಸುವುದು ಮತ್ತೊಂದು ಕ್ಷಣದಲ್ಲಿ ಅವರೆಲ್ಲ ವಾಪಸ್ ಬರುವುದು ನಡೆದೇ ಇತ್ತು.

ಕೆಲವು ಹುಡುಗರು ಕಾಂಪೌಂಡ್ ಮೇಲೆ ನಿಂತು ಗದರಿಸಿದಾಗ ಆಚೆ ಎಗರುವುದು, ಸುಮ್ಮನಾದ ಕೂಡಲೆ ಈಚೆ ಎಗರುವುದು ಮಾಡುತ್ತಿದ್ದರು. ಕೊನೆ ಕೊನೆಗೆ ಪುಟ್ಟಯ್ಯ ಸುಮ್ಮನಾಗಿಬಿಟ್ಟ. ಇದು ದಿನವೂ ನಡೆಯುತ್ತಿದ್ದ ನಾಟಕವೇ ಆಗಿತ್ತು. ಇವತ್ತು ಮಾತ್ರ ಕತ್ತೆ ದೆಸೆಯಿಂದ ಪ್ರೇಕ್ಷಕ ವರ್ಗ ಅಪಾರವಾಗಿ ನೆರೆದಿತ್ತು. ಕತ್ತೆ ಉಚ್ಚೆ ಹುಯ್ದ ಕೂಡಲೆ ಮಕ್ಕಳೆಲ್ಲ ಬಿದ್ದು ಬಿದ್ದು ನಗುವುದು, ದೊಡ್ಡವರು ಬೈಯ್ಯೋದು, ಅಲ್ಲೊಬ್ಬ ಇಲ್ಲೊಬ್ಬ ಬೀಡಿ ಸೇದೋದು, ಕ್ಯಾಕರಿಸಿ ಉಗಿಯೋದು ಇತ್ಯಾದಿ ನಡೆದೇ ಇತ್ತು.

ಕತ್ತೆಯ ಕಣ್ಣಲ್ಲಿ ಭಯ, ನೋವು ತುಂಬಿಕೊಂಡಿದ್ದವು. ಕತ್ತೆಯು ನೋವಿಗೂ, ಸುಸ್ತಿಗೂ ನಾವೇಳಿದಂತೆ ಕೇಳುತ್ತಿತ್ತು. ದಾಸಪ್ಪನ ಕಣ್ಣಲ್ಲಿ ಒಂದು ಹನಿ ನೀರು ಉರುಳಿ ಬಿತ್ತು. "ಯಾವಾಗಲಾದರೂ ಹಿಂಗಾಗಿತ್ತ ದಾಸಪ್ಪ?" ಎಂದೆ. "ಇಲ್ಲ ಕಣೀ ಸಾ. ಯಾವತ್ತೂ ಇಲ್ಲ. ಇವತ್ತೇ ಹಿಂಗೆ. ಬಲೊಳ್ಳೆ ಕತ್ತೆ ಸಾ ಇದು" ಎಂದ. ಆಸ್ಪತ್ರೆಯ ಮೆಟ್ಟಿಲ ಮೇಲೆ ಕುಳಿತವನೊಬ್ಬ "ಎಪ್ಪತ್ತೆಂಬತ್ತು ರೂಪಾಯಿಗೆ ಒಂದು ಕತ್ತೆ ಸಿಗುತ್ತೆ, ಅದಕ್ಯಾಕೆ ಇಷ್ಟು ವ್ಯಥೆ ಪಡ್ತೀರಿ?" ಎಂದ.

ಉಚ್ಚೆಯಿಂದ ಗಬ್ಬು ವಾಸನೆ ಹೊಡೆಯುತ್ತಿದ್ದ ನನ್ನ ಶರ್ಟನ್ನು ಬಿಚ್ಚಿಡುವಷ್ಟರಲ್ಲಿ ಕತ್ತೆಯನ್ನು ಪರೀಕ್ಷಿಸಿದ ಪಶು ಪರೀಕ್ಷಕರು, "ಸಾರ್ ಮರೀಗೆ ತಲೇನೇ ಇದ್ದಂಗೆ ಕಾಣಲ್ಲ ಸಾ" ಅಂದ್ರು. ಗಾಬರಿಯಲ್ಲಿ ಹಾಗಂದದ್ದೇ ತಡ ನೂರಾರು ಜನ, "ಆಂ!" "ತಲೇನೇ ಇಲ್ವ?" "ದೇವ್ರಾಟ!" ಮುಂತಾಗಿ ಉದ್ಗಾರ ತೆಗೆದರು. "ಸುಮ್ನಿರ್ರಯ್ಯ" ಎಂದು ಕೂಗಿದ ಪುಟ್ಟಯ್ಯ.

ಆಸ್ಪತ್ರೆಯ ಸುತ್ತಲೂ ಜಾಗವಿದ್ದುದರಿಂದ ಒಂದು ಬ್ಯಾಡ್ಮಿಂಟನ್ ಕೋರ್ಟ್ ಮಾಡಿಕೊಂಡು ನಾವೊಂದಷ್ಟು ಗೆಳೆಯರು ದಿನವೂ ಬೆಳಗ್ಗೆ, ಸಾಯಂಕಾಲ ಅವಕಾಶವಾದಾಗ ಆಟ ಆಡುತ್ತಿದ್ದೆವು. ನಮ್ಮೆಲ್ಲರ ಬ್ಯಾಟು, ಷಟಲ್ ಕಾಕು, ಟೀ ಶರ್ಟು ಎಲ್ಲವನ್ನೂ ಆಸ್ಪತ್ರೆಯಲ್ಲಿಯೇ ಇಟ್ಟಿರುತ್ತಿದ್ದೆವು. ಈಗ ಆ ಟೀ ಶರ್ಟನ್ನು ಏರಿಸಿಕೊಂಡು ಕತ್ತೆ ಚಿಕಿತ್ಸೆಗೆ ತಯಾರಾದೆ.

ಯೋನಿಯಲ್ಲಿ ಕೈ ಹಾಕಿ ಒಳಗಿನ ಮರಿಯನ್ನು ಪರೀಕ್ಷಿಸಿದೆ. ಪಶು ಪರೀಕ್ಷಕರು ಹೇಳಿದ್ದು ನಿಜವಾಗಿತ್ತು. ಯಾಕೆಂದರೆ ಸಾಮಾನ್ಯವಾಗಿ ಜಾನುವಾರುಗಳಲ್ಲಿ ಹೆರಿಗೆಯಾಗುವಾಗ ಮೊದಲು ತಲೆ ಮತ್ತು ಮುಂದಿನ ಕಾಲುಗಳು ಯೋನಿ ದ್ವಾರದಿಂದ ಹೊರಬರುತ್ತವೆ. ಅಂಥ ಹೆರಿಗೆಗಳಲ್ಲಿ ಗರ್ಭಚೀಲದಲ್ಲಿ ಕೈ ಹಾಕಿದರೆ ಮೊದಲಿಗೇ ತಲೆ ಸಿಗುತ್ತದೆ. (ಇದಕ್ಕೆ ಮುಮ್ಮುಖ ಹೆರಿಗೆಯೆನ್ನಬಹುದು. ಇಂಗ್ಲಿಷಿನಲ್ಲಿ ಇದಕ್ಕೆ Anterior Presentation ಎನ್ನುತ್ತಾರೆ). ಆದರೆ ಪ್ರಸ್ತುತ ಹೆರಿಗೆಯಲ್ಲಿ ಮರಿ ಗರ್ಭಚೀಲದಿಂದ ಹಿಂದು ಮುಂದಾಗಿ ಹೊರಬರತೊಡಗಿದ್ದರಿಂದ ನಮ್ಮ ಸಿಬ್ಬಂದಿಗೆ ಮರಿಯ ತಲೆ ಎಟುಕಿರಲಿಲ್ಲ. (ಇದಕ್ಕೆ ಹಿಮ್ಮುಖ ಹೆರಿಗೆಯೆನ್ನಬಹುದು. ಇಂಗ್ಲಿಷಿನಲ್ಲಿ ಇದಕ್ಕೆ Posterior Presentation ಎನ್ನುತ್ತಾರೆ). ಅದಕ್ಕೆ ಸಿಬ್ಬಂದಿ ಆಶ್ಚರ್ಯದಿಂದಲೂ, ಗಾಬರಿಯಿಂದಲೂ 'ಸಾರ್ ಕತ್ತೆ ಮರಿಗೆ ತಲೆಯೇ ಇಲ್ಲ' ಎಂದು ಕೂಗಿದ್ದು.

ಮುಂದಿನದೆಲ್ಲ ಸುಲಭವಿತ್ತು. ಹೆರಿಗೆಯ ಕ್ರಿಯೆ ಪ್ರಾರಂಭವಾಗಿ ಬಹಳ ಹೊತ್ತಾದುದರಿಂದ ಗರ್ಭಚೀಲವು ಒದ್ದೆಯಾಗಿಯೂ, ಲೋಳೆಲೋಳೆಯಾಗಿಯೂ ಇರದೆ ಸ್ವಲ್ಪ ಒಣಗಿದಂತಿತ್ತು. ಕೈಯಿಂದ ಸ್ವಲ್ಪ ಒತ್ತಡ ಹಾಕಿ ಕಾಲುಗಳ ಎಳೆದದ್ದೇ ತಡ ಮೊದಲು ಹಿಂದಿನ ಕಾಲುಗಳು, ದೇಹ, ಆಮೇಲೆ ಮುಂದಿನ ಕಾಲುಗಳು ಮತ್ತು ತಲೆ ಹೊರಬಂದವು. ನೆರೆದಿದ್ದ ಜನರು 'ಶಿವ ಶಿವ' ಎಂದರು.

ಕತ್ತೆಗೆ ನಂಜು ಮತ್ತು ನೋವು ನಿವಾರಕ ಇಂಜೆಕ್ಷನ್ನು ಕೊಟ್ಟು ಗರ್ಭಚೀಲದಲ್ಲಿ ಆಂಟಿಬಯೋಟಿಕ್ ಮಾತ್ರೆಗಳನ್ನು ಇಟ್ಟೆ. ಪುಟ್ಟಯ್ಯ ಕತ್ತೆಗೆ ಕುಡಿಯಲು ಒಂದು ಬಕೆಟ್ ನೀರಿಟ್ಟನು. ಕತ್ತೆ ಎದ್ದದ್ದೇ ಮರಿಯನ್ನು ನೆಕ್ಕತೊಡಗಿತು. ಕತ್ತೆ ಮರಿ ಬಹಳ ಮುದ್ದಾಗಿತ್ತು. ಆಸ್ಪತ್ರೆಯಿಂದ ಒಂದು ಹಿಂಡು ಜನರು ಸಿನಿಮಾ ಬಿಟ್ಟಂತೆ ಹೊರಹೊರಟರು. ಅದರಲ್ಲೊಬ್ಬ, "ಪುಣ್ಯ ಬರುತ್ತೆ ಕಣ್ಲಾ ದನೀನ ಡಾಕ್ಟ್ರಿಗೆ," ಎಂದ. ಮತ್ತೊಬ್ಬ, "ಪುಣ್ಯ ಇದ್ದೋರ್ಗೆ ಮಾತ್ರ ಈ ಕೆಲ್ಸ ಸಿಗೋದು, ಅದು ತಿಳ್ಕ," ಎಂದ.

❖

ಗಂಗೆ ಬಾರೆ ಗೌರಿ ಬಾರೆ

ಡಾ. ಮಿರ್ಜಾ ಬಷೀರ್

50 • 51

ಅನಂತರಾಮು ಹಸುವಿನ ಶವಪರೀಕ್ಷೆ

ನಾನು ಯಾವಾಗಲೋ ಒಮ್ಮೆ ಬಸ್ ಬೋರ್ಡೊಂದನ್ನು ನೋಡಿ ಆಶ್ಚರ್ಯಗೊಂಡಿದ್ದೆ. ಏಕೆಂದರೆ ಬೋರ್ಡಲ್ಲಿ ಗುಂಗುರುಮೆಳೆ ಎಂಬ ಹೆಸರಿತ್ತು. ಹೆಸರು ಎಷ್ಟು ಚೆನ್ನಾಗಿದೆ ಎನ್ನಿಸಿತ್ತು. ನಾನು ನೊಣವಿನಕೆರೆಗೆ ಹೋದ ಮೇಲೆ ಗುಂಗುರುಮೆಳೆ ಎಂಬುದು ನೊಣವಿನಕೆರೆ ಹೋಬಳಿಗೆ ಸೇರಿದ ಒಂದು ಹಳ್ಳಿ ಎಂದು ತಿಳಿಯಿತು. ಗುಂಗುರುಮೆಳೆಯ ಸಮೀಪ ಜಿ ಮಲ್ಲೇನಹಳ್ಳಿ ಇತ್ತು. ಜಿ ಎಂದರೆ ಗುಂಗುರುಮೆಳೆ.

ಜಿ ಮಲ್ಲೇನಹಳ್ಳಿಯ ಅನಂತರಾಮು ನನಗೆ ಪರಿಚಯವಾಗಲು ತಡವಾಗಲಿಲ್ಲ. ಸೀಮೆಹಸುಗಳನ್ನು ಸಾಕಿದ್ದರಿಂದ ವಾರಕ್ಕೆ ಒಂದೆರಡು ಸಲವಾದರೂ ಅವರ ಮನೆಗೆ ಹೋಗಿ ಬರುತ್ತಿದ್ದೆ. ಅನಂತರಾಮು ನನಗಿನ್ನ ನಾಲ್ಕೈದು ವರ್ಷಕ್ಕೆ ದೊಡ್ಡವನಿದ್ದರೂ ಮದುವೆಯಾಗಿ ಮಕ್ಕಳಿದ್ದರು. ಮೂರ್ನಾಲ್ಕು ವರ್ಷದ ಮಗಳು ಬೆಕ್ಕಿನ ಕಣ್ಣಿನೊಂದಿಗೆ ವಿದೇಶಿಯರಂತಿದ್ದಳು. ಅವಳನ್ನು ಪರಂಗಿ ಎಂದು ಕರೆಯುತ್ತಿದ್ದೆ. ದನಗಳನ್ನು ಎಳೆದು ಇಂಜೆಕ್ಷನ್ ಮಾಡುತ್ತಿದ್ದುದರಿಂದ ಹೆದರಿ ನನ್ನಿಂದ ದೂರದಲ್ಲೇ ಇರುತ್ತಿದ್ದಳು. ಹತ್ತಿರ ಯಾವತ್ತೂ ಬರುತ್ತಿರಲಿಲ್ಲ. ಅವಳಣ್ಣ ತೇಜನೂ ಅಷ್ಟೆ. ಅವರ ಮನೆಗೋದಾಗಲೆಲ್ಲ ಅನಂತರಾಮು ತಾಯಿಯ ಜೊತೆ ಮಾತಾಡುತ್ತ ಕಡ್ಡಾಯವಾಗಿ ಟೀ ಕುಡಿದು ಬರುತ್ತಿದ್ದೆ.

ಬಡರೈತನಾಗಿದ್ದ ಅನಂತರಾಮು ಹತ್ತಿರದ ಕಸವನಹಳ್ಳಿಯ ಗ್ರಾಮೀಣ ಬ್ಯಾಂಕಲ್ಲಿ ಸಾಲ ಪಡೆದು ಸೀಮೆಹಸು ಕೊಂಡು ತಂದಿದ್ದ. ದನಕರುಗಳನ್ನು ಬಹಳ ನಿಗಾ ಮಾಡಿ ಸಾಕಿದ್ದರಿಂದ ಹೈನುಗಾರಿಕೆಯಲ್ಲಿ

ಯಾವತ್ತೂ ನಷ್ಟ ಅನುಭವಿಸಿರಲಿಲ್ಲ. ನಾನು 1986ರಲ್ಲಿ ನೊಣವಿನಕೆರೆಯಲ್ಲಿ ಹೋಬಳಿ ಮಟ್ಟದ ಮಿಶ್ರತಳಿ ಹಸುಗಳ ಪ್ರದರ್ಶನ ಏರ್ಪಡಿಸಿದ್ದೆ. ಅದರಲ್ಲಿ ಅನಂತರಾಮು ಸಾಕಿ ಮಾರಾಟ ಮಾಡಿದ್ದ ಹಸುವಿಗೆ ಮೊದಲ ಬಹುಮಾನ ಬಂದಿತ್ತು.

ಇಂತಹ ಅನಂತರಾಮುವಿನ ಸಾಲದ ಹಸು ಇದ್ದಕ್ಕಿದ್ದಂತೆ ಹೊಟ್ಟೆ ಉಬ್ಬರ ಬಂದು ಚಿಕಿತ್ಸೆಗೂ ಸಮಯಾವಕಾಶ ಕೊಡದೆ ಸತ್ತು ಹೋಯಿತು. ಬ್ಯಾಂಕ್ ಸಾಲದ ಹಸುವಾದ್ದರಿಂದ ವಿಮೆ ಇತ್ತು. ಕಿವಿಗೆ ಹಾಕಿದ ವಾಲೆ ಕಿವಿಯಲ್ಲಿರುವುದನ್ನು ಅನಂತರಾಮು ತಿಳಿಸಿದ. ಸುದ್ದಿ ಬಂದ ಕೂಡಲೆ ಹಿಂದೆ ಸಾಲ ವಿತರಣೆಯಾದಾಗ ಕೊಟ್ಟಿದ್ದ ಹಸುವಿನ ಆರೋಗ್ಯ ಪ್ರಮಾಣಪತ್ರದ ನಕಲನ್ನು ತೆಗೆದುಕೊಂಡು ಹೊರಟೆ.

ಅದರಲ್ಲಿ ಹಸುವಿನ ಚಹರೆ ಮತ್ತು ವಿಮೆಯ ಮೊತ್ತ ಸಹ ನಮೂದಾಗಿರುತ್ತದೆ. ಚಹರೆ ಅಂದರೆ ಹಸುವಿನ ಬಣ್ಣ, ಕೊಂಬುಗಳ ವಿವರ, ಬಾಲದ ಕುಚ್ಚಿನ ಬಣ್ಣ, ಎತ್ತರ ಇತ್ಯಾದಿ ವಿವರಗಳು. ಅಂದು ಶನಿವಾರವಾಗಿತ್ತು. ಸಮಯ ಮಧ್ಯಾಹ್ನ ಒಂದು ಗಂಟೆಯಾಗಿರಬಹುದು.

ನಾನು ಮತ್ತು ಅನಂತರಾಮು ನನ್ನ ಯಜ್ಡಿ ಬೈಕ್ ಹತ್ತಿ ಹೊರಟೆವು. ಫೋಟೋಗ್ರಾಫರ್ ಜಗದೀಶನಿಗೆ ತಿಳಿಸಲಾಗಿ ಅವನೂ ತನ್ನ ಬೈಕಿನಲ್ಲಿ ಜಿ ಮಲ್ಲೇನಹಳ್ಳಿಗೆ ಹೊರಟುಬಂದ.

ಮಾರ್ಗಮಧ್ಯದಲ್ಲಿದ್ದ ಕಸವನಹಳ್ಳಿ ಗ್ರಾಮೀಣ ಬ್ಯಾಂಕಿಗೆ ಹೋಗಿ ವಿಷಯ ತಿಳಿಸಿದೆ. ಅನಂತರಾಮು ಹಸು ಸತ್ತ ಬಗ್ಗೆ ಅರ್ಜಿ ಕೊಟ್ಟನು. ಮ್ಯಾನೇಜರ್ ಕೆಲಸಕ್ಕೆ ಹೊಸಬರಿದ್ದು ವಿಮೆಯ ಹಸುಗಳು ಸತ್ತಾಗ ವಿಮೆ ಅಧಿಕಾರಿಗಳೂ ಸಹ ಬರಬೇಕು ಮತ್ತು ಅವರು ಶವವನ್ನು ನೋಡಿದ ನಂತರವೇ ಶವ ಪರೀಕ್ಷೆ ಮಾಡಬೇಕೆಂದು ತಿಳಿಸಿದರು. ಪ್ರೀತಿಯಿಂದ ಸಾಕಿದ್ದ ಹಿಂಡುವ ಹಸು ತೀರಿದ್ದರಿಂದ ಮತ್ತು ಒಂದು ತಿಂಗಳ ಎಳೆ ಕರು ತಬ್ಬಲಿಯಾಗಿದ್ದರಿಂದ ಅನಂತರಾಮು ದುಃಖದಲ್ಲಿದ್ದ.

"ಸರ್, ಹಾಗೇನಿಲ್ಲ. ನಾನಿದುವರೆಗೆ ವಿಮೆ ಇರುವ ನೂರಾರು ಹಸು ಎಮ್ಮೆ ಕುರಿ ಮೇಕೆಗಳ ಶವಪರೀಕ್ಷೆ ಮಾಡಿದ್ದೇನೆ ಮತ್ತು ಎಲ್ಲವೂ ನಿಯಮಬದ್ಧವಾಗಿದ್ದರೆ ರೈತರಿಗೆ ವಿಮೆ ಹಣ ಬಂದೇ ಬರುತ್ತದೆ. ಒಂದೇ ಒಂದು ಪ್ರಕರಣದಲ್ಲಿಯೂ ವಿಮಾಧಿಕಾರಿಗಳಾಗಲೀ ಅಥವಾ ಅವರ ಸಿಬ್ಬಂದಿಯಾಗಲೀ ಸ್ಥಳ ಪರಿಶೀಲನೆಗೆ ಬಂದಿಲ್ಲ. ವಿಮೆ ಮಾಡಿಸಿದ ರಾಸುಗಳು ಆಗಿಂದಾಗ್ಗೆ ಹತ್ತಾರು ಕಡೆ ಸಾಯುತ್ತಲೇ ಇರುತ್ತವೆ. ಅಲ್ಲಿಗೆಲ್ಲ ವಿಮೆ ಕಚೇರಿಯವರು ತುಮಕೂರಿನಿಂದ ಬಂದು ಸ್ಥಳ ಪರೀಕ್ಷೆ ಮಾಡಲು ಸಾಧ್ಯವಿಲ್ಲ. ಅನುಮಾನವಿದ್ದರೆ ನೀವೇ ಬಂದು ನೋಡಿ" ಎಂದು ಮ್ಯಾನೇಜರ್‌ಗೆ ತಿಳಿಸಿದೆ.

ಬ್ಯಾಂಕಿನಲ್ಲಿ ಗ್ರಾಹಕರು ಬಹಳ ಇರಲಿಲ್ಲ. ಬ್ಯಾಂಕಿಂದ ಅನಂತರಾಮು ಮನೆ ಎರಡು ಕಿ.ಮೀ. ಇತ್ತು. ಅರ್ಧ ಗಂಟೆಯಲ್ಲಿ ಹೋಗಿ ಬರಬಹುದಿತ್ತು. ಆದರೆ

ಮ್ಯಾನೇಜರ್ ಬರಲು ಒಪ್ಪಲಿಲ್ಲ. ಆತನ ವರ್ತನೆ ವಿಷಯ ಗೊತ್ತಿಲ್ಲದ ಪೆದ್ದುತನದಿಂದ ಕೂಡಿತ್ತೇ ವಿನಃ ಧೂರ್ತತನದಿಂದ ಕೂಡಿರಲಿಲ್ಲ.

ಗುರ್ತು ಪರಿಚಯದ ಅನೇಕ ಗ್ರಾಮಸ್ಥರು ಬಂದು ನೆರೆತರು. ಎಲ್ಲರಿಗೂ ವಿಷಯ ಗೊತ್ತಾಯಿತು. "ಹೋಗ್ಬರ್ರಿ ಸಾರ್, ದೇವರಿಟ್ಟಿದ್ದಾಗುತ್ತೆ. ಪಾಪ ಬಡವ" ಎಂದು ಹಲವರು ಹೇಳಿದರು. ಆದರೆ ಮ್ಯಾನೇಜರ್ ಜುಪ್ ಎನ್ನಲಿಲ್ಲ. "ನಿಯಮದ ಪ್ರಕಾರ," ಎಂದರು. "ವಿಮೆ ಕಚೇರಿಯವರು ಬರೋತನಕ ಹಸು ಊರಲ್ಲಿಟ್ಟುಕೊಳ್ಳೋಕಾಗಲ್ಲ. ನಾಳೆ ಭಾನುವಾರದ ರಜಾ ದಿನ. ಗಬ್ಬು ವಾಸನೆ ಊರಲ್ಲೆಲ್ಲ ಹಬ್ಬಲ್ವ ಸಾರ್," ಎಂದರು ಅನಂತರಾಮು ಮತ್ತು ಗ್ರಾಮಸ್ಥರು. ಊಹುಂ ಮ್ಯಾನೇಜರ್ ಒಪ್ಪಲೇ ಇಲ್ಲ.. ತಪ್ಪು ತಿಳಿವಳಿಕೆ ಜೊತೆ ಈಗ ಮೊಂಡಾಟಕ್ಕೆ ಬಿದ್ದಿದ್ದರು ಮ್ಯಾನೇಜರ್.

"ಸಾರ್ ಹ್ಯಾಗೂ ಅರ್ಜಿ ಕೊಟ್ಟಿದ್ದೇವೆ. ವಿಮೆ ಕಚೇರಿಗೆ ತಿಳಿಸಿ ಹಣ ಪಡೆಯಲು ಕ್ಲೈಮ್ ಫಾರಂ ತರಿಸಿಕೊಡಿ" ಎಂದು ಮ್ಯಾನೇಜರಿಗೆ ಹೇಳಿ ಜಿ ಮಲ್ಲೇನಹಳ್ಳಿಗೆ ನಾನು, ಅನಂತರಾಮು ಮತ್ತು ಫೋಟೋಗ್ರಾಫರ್ ಜಗದೀಶ ತೆರಳಿದೆವು.

ಅನಂತರಾಮುವಿನ ಹಳೆಯದಾಗಿದ್ದ ಮನೆಯ ಬಳಿ ಹೃದಯ ವಿದ್ರಾವಕ ದೃಶ್ಯವೇ ಕಂಡುಬಂದಿತು. ಹಸು ಹತ್ತಿರ ಕುಳಿತು ಅಜ್ಜಿ ದುಃಖಿಸುತ್ತಾ ಮೊಮ್ಮಕ್ಕಳನ್ನು ತಬ್ಬಿ ಹಿಡಿದುಕೊಂಡಿತ್ತು. ಮೊಮ್ಮಕ್ಕಳು ಪುಟ್ಟ ಕೈಗಳಿಂದ ಕಣ್ಣೀರು ಒರೆಸುತ್ತ ಬಿಕ್ಕುತ್ತಿದ್ದವು. ಮನೆಯಾಕೆ ಅತ್ತೂ ಅತ್ತೂ ಹಣ್ಣಾದಂತಿತ್ತು.

ಮನೆಯವರ ಮತ್ತು ಅಕ್ಕಪಕ್ಕದವರ ಕಣ್ಣೀರ ಮಧ್ಯೆ ಗಾಡಿಯಲ್ಲಿ ಹಸುವನ್ನು ಊರ ಹೊರಕ್ಕೆ ಸಾಗಿಸಿದೆವು. ಹಸು ಹೂತು ಹಾಕಲು ಒಂದು ಗುಂಡಿಯನ್ನು ಈಗಾಗಲೇ ತೋಡಿಸಿದ್ದರು. ಗುಂಡಿಯ ಪಕ್ಕದಲ್ಲಿ ಮೃತ ಹಸುವನ್ನು ಮಲಗಿಸಿದೆವು. ಅಂದಿನ ಕಷ್ಟ ಪರಂಪರೆ ಅಲ್ಲಿಗೇ ಮುಗಿಯಲಿಲ್ಲ.

ಹಸು ಸತ್ತಾಗ ಶವ ಕೊಯ್ದು ಪರೀಕ್ಷೆಗೆ ಸಹರಿಸುತ್ತಿದ್ದ ಹಟ್ಟಿಯ ಕೆಂಪಯ್ಯ, ಕುಂಬ ಎಲ್ಲ ತಮ್ಮ ಬಂಧುವೊಬ್ಬನ ಶವಸಂಸ್ಕಾರಕ್ಕೆ ಬೇರೆ ಊರಿಗೆ ಹೊರಟು ಹೋಗಿದ್ದರು. ಯಾರೋ ಊರಲ್ಲೆಲ್ಲ ಅಲೆದು ಶವ ಕೊಯ್ಯಲು ಬೇಕಾಗಿದ್ದ ಚಾಕು ಚೂರಿಗಳನ್ನು ಹೊಂದಿಸಿಕೊಂಡು ಬಂದರು. ಶವದ ಚರ್ಮವನ್ನೇನೂ ನಾವು ಬಿಡಿಸಿಕೊಳ್ಳಲಿಲ್ಲ. ಅಸ್ಪೃಶ್ಯರೆಂದು ನಾವು ಸಮಾಜದ ತಳಕ್ಕೆ ತಳ್ಳಿರುವ ದಲಿತರು ಶವವನ್ನು ಕೊಯ್ಯುವ ಮೊದಲು ಚರ್ಮವನ್ನು ಬಿಡಿಸಿಕೊಳ್ಳುತ್ತಾರೆ. ಆ ಚರ್ಮವನ್ನು ಮಾರಾಟ ಮಾಡಿ ಅಲ್ಪಸ್ವಲ್ಪ ದುಡ್ಡು ಮಾಡಿಕೊಳ್ಳುತ್ತಾರೆ.

ಇನ್ನೊಂದು ಆಘಾತಕಾರಿ ವಿಷಯ ನಾನು ಗಮನಿಸಿದ್ದು: ಶವಪರೀಕ್ಷೆ ಆದ ನಂತರ ಅವರು ಶವದ ಅನೇಕ ಭಾಗಗಳನ್ನು ಮನೆಗೆ ಸಾಗಿಸಿ ಅಡಿಗೆ ಮಾಡಿ ತಿನ್ನುತ್ತಿದ್ದರು. ಆದರೆ ಶವಪರೀಕ್ಷೆಗೊಳಪಡುವ ಹಸು, ಎಮ್ಮೆ, ಕುರಿ, ಮೇಕೆಗಳೆಲ್ಲ ಅಪಾಯಕಾರಿ ಕಾಯಿಲೆಗಳಿಗೆ ತುತ್ತಾಗಿ ಮೃತಪಟ್ಟಿರುವುದರಿಂದ ಯಾವುದನ್ನು ತಿನ್ನಲೂ ನಾನು ಅವಕಾಶ ಕೊಡುತ್ತಿರಲಿಲ್ಲ. ವಿಮೆ ಮಾಡಿಸಿರುವ ಪ್ರಾಣಿ, ಅಪಘಾತದಿಂದ ಮೃತಪಟ್ಟ ಪ್ರಾಣಿ ಅಥವಾ ಕೋರ್ಟು ಮೆಟ್ಟಿಲೇರಿದ ಕೇಸುಗಳಲ್ಲಿ ಅಕಸ್ಮಾತ್ ಏನಾದರೂ ಮೇಲಾಧಿಕಾರಿಗಳು, ವಿಮಾಧಿಕಾರಿಗಳು, ಪೋಲೀಸಿನವರೇನಾದರೂ ಹೂತಿರುವ ಶವವನ್ನು ತೆಗೆದು ತೋರಿಸಲು ಕೇಳಬಹುದಾದ ಸಾಧ್ಯತೆಯನ್ನು ತೆಗೆದುಹಾಕುವ ಹಾಗಿರಲಿಲ್ಲ. ಪರೀಕ್ಷೆ ಪೂರ್ಣವಾದ ಮೇಲೆ ಶವವನ್ನು ಮಣ್ಣಲ್ಲಿ ಹೂಳಿಸಿ ಅಲ್ಲಿಂದ ಹೊರಡುತ್ತಿದ್ದೆ.

ಹಸು ಶವವನ್ನು ಕೊಯ್ದು ಅಭ್ಯಾಸವಿರದ ಜನ ಉರಿವ ಬಿಸಿಲಲ್ಲಿ ಚಾಕು ಚೂರಿ ಹಿಡಿದು ಹಸುವಿನ ದೇಹವ ಸೀಳುತ್ತ ಬೆವರಿ ತೊಯ್ದುಹೋಗಿದ್ದರು. ವಿವಿಧ ಹಂತಗಳಲ್ಲಿ ಫೋಟೋ ತೆಗೆದುಕೊಳ್ಳಲು ತಿಳಿಸುತ್ತ ನಾನು ವಿವಿಧ ಭಾಗಗಳನ್ನು ಪರೀಕ್ಷಿಸುತ್ತ ಬರೆದುಕೊಳ್ಳುತ್ತಿದ್ದೆ. ಸುತ್ತೂ ನಿಂತಿದ್ದ ಹಲವರು, "ದೊಮ್ಮೆ ನೋಡ್ಲ!" "ಗುಂಡಿಗೆ ನೋಡ್ಲ!" "ಬದ್ನೇಕಾಯಿಯಷ್ಟಿರೋ ಗರ್ಭಕೋಶದಲ್ಲಿ (Uterus) ಅಷ್ಟು ದೊಡ್ಡ ಕರು ಹೆಂಗೆ ಬೆಳೀತೈತಪ್ಪ!" ಮುಂತಾಗಿ ಜನರಿಂದ ಕಾಮೆಂಟರಿ ಸಾಗಿತ್ತು.

ಊರ ನಾಯಿಗಳೆಲ್ಲ ಅವಕಾಶ ಸಿಕ್ಕರೆ ಎಲ್ಲವನ್ನೂ ತಿಂದು ಹಾಕಲು ಜನರ ಕಾಲುಗಳಲ್ಲಿ ನುಸುಳುತ್ತ ಹಾತೊರೆಯುತ್ತಿದ್ದವು. ಅವುಗಳ ಬೊಗಳು, ಕಿತ್ತಾಟ ವಿಪರೀತ ಕಿರಿಕಿರಿಯಾಗುತ್ತಿತ್ತು. ಇದರ ಜೊತೆ ಆಕಾಶದಲ್ಲಿ ಹಾರುತ್ತಿರುವ, ಹತ್ತಿರದ ಮರಗಳ ತುದಿಯಲ್ಲಿ ಕುಳಿತು ಎಲ್ಲವನ್ನೂ ಗಮನಿಸುತ್ತಿರುವ ಹದ್ದುಗಳು! ನಾವು ಸ್ವಲ್ಪ ಯಾಮಾರಿದರೂ ಪರೀಕ್ಷೆ ಮಾಡಲು ಲಿವರ್, ಕಿಡ್ನಿ, ಹಾರ್ಟ್, ಲಂಗ್ಸ್, ಗರ್ಭಕೋಶ ಯಾವುವೂ ಇರುತ್ತಿರಲಿಲ್ಲ! ಮಾಯಣ್ಣ ಎನ್ನುವವನಂತೂ ಸರಿಯಾದ ದೊಣ್ಣೆಯಲ್ಲಿ ನಾಯಿಗೊಡೆದ ಪರಿಣಾಮ ಅದು "ಕಯ್ಯಯ್ಯೋ" ಎಂಬ ಶಬ್ದ ಪಕ್ಕದ ಹಳ್ಳಿಗಳಿಗೂ ಕೇಳಿಸಿರಬೇಕು.

"ಬಿಡ್ಲ. ಅದನ್ಯಾಕ್ ಸಾಯಿಸ್ತೀಯ? ಡಾಕ್ಟ್ರು ಹಸು ಬಿಟ್ಟು ನಾಯಿ ಪೋಸ್ಟ್ ಮಾರ್ಟಂ ಮಾಡ್ಬೇಕೇನಲ?" ಎಂದ ಮತ್ತೊಬ್ಬ. ಜನ ಪಕ್ಕೆ ಹಿಡಕೊಂಡು ನಗತೊಡಗಿದರು. ಅದಕ್ಕೆ ಪ್ರತಿಯಾಗಿ ಮಾಯಣ್ಣ, "ನಿಂಗೇನ್ ಗೊತ್ಲ! ದನೀನ್ ಡಾಕ್ಟ್ರು ಏನಂದ್ಕಂಡಿದೀಯ? ಅವರು ಹಸು, ಎಮ್ಮೆ, ಕುರಿ, ಮೇಕೆ ಅಷ್ಟೇ ಅಲ್ಲ ನಾಯಿನೂ ಕೊಯ್ಬೇಕು, ಹಂದಿನೂ ಕೊಯ್ಬೇಕು. ಮೊನ್ನೆ ಪೋಲೀಸ್ ಕೇಸಾಗಿ ಹಂದಿ ಶವಪರೀಕ್ಷೆ ಮಾಡಿ ಬಂದ್ರು ಇವ್ರು. ಹಂದಿಗೆ ವಿಷ ಹಾಕಿ ಸಾಯ್ಸಿದಾರೆ ಅಂತ ಬಜಗೂರವರೋ ಯಾರೋ ಪೋಲೀಸ್ ಕಂಪ್ಲೇಂಟು ಕೊಟ್ಟಿದ್ರಂತೆ. ನೊಣವಿನಕೆರೆ ಪೋಲೀಸ್ ಸ್ಟೇಷನ್ನಾಗೆ ಕೇಸ್ ನಡೀತೈತೆ," ಅಂದ.

ಇದೆಲ್ಲ ರಾದ್ಧಾಂತದ ಮಧ್ಯೆ ಅಂತೂ ಇಂತೂ ಶವಪರೀಕ್ಷೆ ಮುಗಿಸಿ ಹೊರಟೆವು. ಮ್ಯಾನೇಜರ್ ಯಡವಟ್ಟು ಮಾಡಿದ್ದರಿಂದ ಸಾಕ್ಷ್ಯಗಳು ಅಧಿಕ ಸಂಖ್ಯೆಯಲ್ಲಿರಲಿ

ಅಂತ ಜಗದೀಶ ಒಂದಿಪ್ಪತ್ತು ಫೋಟೋ ತೆಗೆದಿದ್ದ. ನಾವೆಲ್ಲರೂ ಗಲೀಜೆದ್ದು ಹೋಗಿದ್ದೆವು. ವಾಪಸ್ಸು ಅನಂತರಾಮು ಮನೆಗೆ ಬಂದೆವು. ಒಂದು ಬಕೆಟ್ ಚಹಾ ರೆಡಿಯಾಯಿತು. ಎಲ್ಲ ಪರಿಚಯದ ರೈತರೇ. ಚಹಾ ಕುಡಿಯುತ್ತ ಎಲ್ಲರೂ ಹಗುರಾಗತೊಡಗಿದರು. "ಖಂಡಿತವಾಗ್ಲೂ ವಿಮೆಯ ಹಣ ಬಂದೇ ಬರುತ್ತೆ ಅನಂತರಾಮು. ಬೇಕಿದ್ರೆ ತುಮಕೂರಿಗೂ ಹೋಗಿ ಬರೋಣ," ಎಂದು ನಾನು ಹೇಳಿದ ಮೇಲೆ ಅನಂತರಾಮು ಮನೆಯವರು ನಿರಾಳರಾದಂತೆ ತೋರಿದರು.

"ಇನ್ನೋಗಿ ಸಾ, ಮನೆಗೋಗಿ ಸ್ನಾನ ಗೀನ ಮಾಡ್ಕಳಿ ಜಲ್ದಿ. ಹಿಂಗೆ ಗಲೀಜಾಗಿದ್ರೆ ನಿಮಗ್ಯಾರು ಹೆಣ್ಣು ಕೊಡ್ತಾರೆ?" ಎಂದು ಒಬ್ಬ ಜೋಕು ಮಾಡಿದ.

"ಅದ್ಯಾಕ್ಲ ಅಂಗಂದೀ, ಅವರೇನು ನಾಕ್ ಮದ್ವೆ ಆಗಬ್ಯೆದು ಗೊತ್ತಾ! ಡಾಕ್ಟರ್ ಸಾಹೇಬರು ಸಾಬರು ಕಣ್ಲಾ!" ಎಂದ ಮತ್ತೊಬ್ಬ. ರೈತರೊಡನೆ ಸದಾ ಖುಷಿಯಿಂದಿರುತ್ತಿದ್ದುದ್ದರಿಂದ ನನ್ನನ್ನು ಎಗ್ಗಿಲ್ಲದೆ ರೇಗಿಸುತ್ತಿದ್ದರು. ಅವರೆಲ್ಲರಲ್ಲಿ ತಮಾಷೆ ಗುಣವಿತ್ತೇ ವಿನಹ ಕೋಮು ವಿಷವಿರುತ್ತಿರಲಿಲ್ಲ. ಬೇಡ ಎಂದರೂ ಅನಂತರಾಮು ಮತ್ತೆ ನನ್ನ ಜೊತೆ ನೊಣವಿನಕೆರೆಗೆ ಬಂದ. ಅದಾಗಲೇ ಕತ್ತಲಾಗುತ್ತಿತ್ತು.

ಒಂದು ವಾರದಲ್ಲಿ ಅನಂತರಾಮು ಆಸ್ಪತ್ರೆಗೆ ಬಂದು ವಿಮೆ ಹಣ ಪಡೆಯುವ ಪತ್ರಗಳನ್ನು ತಂದುಕೊಟ್ಟ. ಮ್ಯಾನೇಜರ್ ಒಂದಿಬ್ಬರು ಬೇರೆ ಬ್ಯಾಂಕ್ ಮ್ಯಾನೇಜರುಗಳ ಬಳಿ ಚರ್ಚಿಸಿ ವಿಷಯ ತಿಳಿದುಕೊಂಡು ಬಂದಿದ್ದರಂತೆ. ಯಾವ ತಕರಾರೂ ಮಾಡಲಿಲ್ಲವೆಂದು ಅನಂತರಾಮು ತಿಳಿಸಿದ. ಒಂದೇ ದಿನದಲ್ಲಿ ಆ ಎಲ್ಲ ಫಾರಂಗಳನ್ನೂ ಭರ್ತಿ ಮಾಡಿ ಕಿವಿ ವಾಲೆ ಮತ್ತು ಫೋಟೋಗಳ ಜೊತೆ ಬ್ಯಾಂಕಿಗೆ ಕೊಟ್ಟೆವು. ಒಂದು ತಿಂಗಳೊಳಗಾಗಿ ವಿಮೆಯ ಸಂಪೂರ್ಣ ಹಣ ಅನಂತರಾಮುವಿನ ಬ್ಯಾಂಕ್ ಅಕೌಂಟಿಗೆ ಬಂದು ಸೇರಿಕೊಂಡಿತು.

ಅನಂತರಾಮು ಮತ್ತು ನನ್ನ ಪ್ರೀತಿ ವಿಶ್ವಾಸ ಇಂದಿಗೂ ಹಾಗೇ ಇದೆ. 2011ರಲ್ಲಿ ಒಮ್ಮೆ ಅವರ ಮನೆಗೆ ಹೋಗಿದ್ದೆ. ಅಜ್ಜಿ ಕಾಲವಾಗಿದೆ. ಮಗ, ಮಗಳು ಇಬ್ಬರೂ ಬೆಂಗಳೂರಿನಲ್ಲಿ ನೌಕರಿಯಲ್ಲಿದ್ದಾರೆ. ಊರ ಹೊರಭಾಗದಲ್ಲಿ ಅನಂತರಾಮು ಬೇರೆ ಮನೆ ಕಟ್ಟಿಸಿಕೊಂಡಿದ್ದಾನೆ. ಊಟ ಮಾಡ್ರಣ್ಣ, ಚಹಾ ಕುಡೀರಣ್ಣ ಅಂತ ಅನಂತರಾಮು ಪತ್ನಿ ಬಾಯ್ತುಂಬ ಮಾತಾಡುತ್ತಿದ್ದರೆ ನನಗೆ ಬೇಡ ಅನ್ನಲಾಗುವುದೇ ಇಲ್ಲ. ಅನಂತರಾಮುವಿನಲ್ಲಿ ಅದೇ ವಿನಯ, ಅದೇ ಸೌಮ್ಯತೆ ಮನೆ ಮಾಡಿದೆ.

❖

ಜಲಮಲ ಬಂದ್

ನೊಣವಿನಕೆರೆಯ ಹತ್ತಿರ ಬುರುಡೇಘಟ್ಟ ಎಂಬ ಸಣ್ಣ ಹಳ್ಳಿ ಇದೆ. ಹತ್ತು ಕಿ.ಮೀ. ದೂರವಿದ್ದುದರಿಂದ ವಾರಕ್ಕೊಂದು ದಿನ ನಮ್ಮ ಒಬ್ಬ ಸಿಬ್ಬಂದಿಯನ್ನು ಅಲ್ಲಿಗೆ ಕಳುಹಿಸಿಕೊಡುವ ಪರಿಪಾಠವಿತ್ತು. ಆ ದಿನವೆಲ್ಲ ಅವರು ಆ ಹಳ್ಳಿಯಲ್ಲಿದ್ದು ಕೆಲಸ ಮಾಡುತ್ತಿದ್ದರು.

1980ರ ದಶಕದಲ್ಲಿ ಬುರುಡೇಘಟ್ಟ ಮತ್ತು ಸುತ್ತಮುತ್ತಲ ಹಳ್ಳಿಗಳಲ್ಲಿ ದನ, ಎಮ್ಮೆ, ಕುರಿ, ಮೇಕೆ, ಕೋಳಿಗಳ ಸಂಖ್ಯೆ ಅಧಿಕವಿತ್ತು. ಮಾಯಣ್ಣ ಎಂಬುವ ಯಜಮಾನರೊಬ್ಬರು ತಮ್ಮ ಮನೆ ಹಿತ್ತಲಲ್ಲಿ ನೂರಾರು ನಾಟಿ ಕೋಳಿಗಳನ್ನು ಸಾಕಿದ್ದರು. ನಮ್ಮ ಸಿಬ್ಬಂದಿ ಸೈಕಲ್‌ನಲ್ಲಿಯೇ ಅಲ್ಲಿಗೆ ಹೋಗಿ ಬರುತ್ತಿದ್ದರು. ಅಲ್ಲಿನ ಅನೇಕ ಹಳ್ಳಿಗಳಾದ ಧರ್ಮೇಗೌಡನ ಪಾಳ್ಯ, ಕೊನೇಗೌಡನ ಪಾಳ್ಯ, ಚಿಗ್ಗಾವಿ, ನೆಲ್ಲಿಕೆರೆ, ನೆಲ್ಲಿಕೆರೆ ಗೊಲ್ಲರಹಟ್ಟಿ, ಎಡೇಹಳ್ಳಿ, ಬಸ್ತಿಹಳ್ಳಿಯ ರೈತರಿಗೂ ಅನುಕೂಲವಾಗುತ್ತಿತ್ತು. ನನ್ನ ಬಳಿ ಯಜ್ಡಿ ಬೈಕ್ ಇತ್ತು. ಆಗ ಬೈಕುಗಳು ಸಹ ಬಹಳ ಕಡಿಮೆ ಸಂಖ್ಯೆಯಲ್ಲಿದ್ದವು.

ಒಂದು ದಿನ ಬೆಳಗ್ಗೆಯೇ ಸೌಮ್ಯ ಮುಖದ ಕನ್ನಡಕಧಾರಿ ವಯೋವೃದ್ಧರು ಆಸ್ಪತ್ರೆಗೆ ಬಂದು ತಮ್ಮ ಒಂದು ಎತ್ತಿನ 'ಜಲಮಲ' ಬಂದಾಗಿಬಿಟ್ಟಿದೆ. ಕೂಡಲೇ ಏನಾದರೂ ಮಾಡಬೇಕು. ಇಲ್ಲದಿದ್ದರೆ ಎತ್ತು ಏನಾಗುತ್ತದೆಂದು ಹೇಳೋಕಾಗಲ್ಲ ಸಾರ್. ಆಪರೇಷನ್ ಮಾಡ್ಬೇಕೋ ಏನೋ? ಎಂದರು. ಅವರು ಬುರುಡೇಘಟ್ಟದ ಕರಿಕಲ್ ರಾಮಯ್ಯ. ಆಸ್ಪತ್ರೆಯ ತುಂಬ ಜನರಿದ್ದುದರಿಂದ ತಮ್ಮ ಸರದಿ ಬರುವವರೆಗೂ ಕಾದಿದ್ದು ತಮ್ಮ ಅಹವಾಲು ಹೇಳಿಕೊಂಡಿದ್ದರು.

ಅರವತ್ತಕ್ಕೂ ಹೆಚ್ಚು ವಯಸ್ಸಾಗಿದ್ದ ಯಜಮಾನರೊಬ್ಬರು ಇಪ್ಪತ್ತಾರು ವರ್ಷದ ನನಗೆ ಅಷ್ಟು ವಿನಮ್ರವಾಗಿ ಸಾರ್ ಎನ್ನುವುದು ಬಹಳ ಮುಜುಗರವಾಗುತ್ತಿತ್ತು. "ಯಾವಾಗಿಂದ ಉಚ್ಚೆ ಹೊಯ್ದಿಲ್ಲ?" ಎಂದು ಪ್ರಶ್ನಿಸಿದೆ. "ನಿನ್ನೆ ಸಾಯಂಕಾಲದಿಂದ ಒಂದು ತೊಟ್ಟೂ ಹೊಯ್ದಿಲ್ಲ ಸಾರ್, ಸಗಣೀನೂ ಹಾಕಿಲ್ಲ. ಮೇವು, ನೀರು, ಮೆಲುಕು ಏನೂ ಇಲ್ಲ. ನೆಲದ ಮೇಲೆ ಅಡ್ಡ ಮಲಗಿ ಕಾಲು ಚಿಮ್ಮುತ್ತೆ. ಏಳೋದು,

ಮಲಗೋದು ಮಾಡುತ್ತೆ. ಉಸಿರು ಬಿಗಿಹಿಡಿದು ಮುಲುಕುತ್ತೆ. ಈಗ ಸ್ವಲ್ಪ ದಿನದಿಂದ ಉಚ್ಚೆ ಹನಿ ಹನಿ ತೊಟ್ಟಿಕ್ತಿದ್ದವು. ಈಗ ಅಪೂಟ ಬಂದಾಗೈತೆ," ಎಂದರು.

'ಜಲಮಲ' ಬಂದಾಗೋದು ಎಂದರೆ ಇದೇ. ಉಚ್ಚೆ ಹೊಯ್ಯುವುದು ಮತ್ತು ಸಗಣಿ ಹಾಕುವುದು ನಿಂತು ಹೋಗುವುದು ಎಂದು ಅರ್ಥ.

ನಾನು ಮಾಡುತ್ತಿದ್ದ ಕೆಲಸವನ್ನೆಲ್ಲ ಅಲ್ಲಿಗೇ ನಿಲ್ಲಿಸಿ ರಾಮಯ್ಯನವರನ್ನು ಹಿಂದೆ ಕೂರಿಸಿಕೊಂಡು ಬುರುಡೇಘಟ್ಟಕ್ಕೆ ಹೊರಟೆ. ಬೈಕು ರಾಮಯ್ಯರ ಕಟಾಂಜನದ ಮನೆಯ ಬಳಿ ನಿಲ್ಲಿಸಿ ಒಳಗಡೆ ಕಟ್ಟಿಹಾಕಿದ್ದ ಎತ್ತನ್ನು ಪರೀಕ್ಷಿಸತೊಡಗಿದೆ. ಒಂದು ಬಕೆಟ್ ನೀರು, ಸೋಪು, ಟವಲ್ಲು, ಒಂದು ಪಾತ್ರೆಯಲ್ಲಿ ಕುದಿಯುವ ನೀರು ಎಲ್ಲ ವ್ಯವಸ್ಥೆ ಮಾಡಿದರು.

ನಾನು ಎತ್ತಿನ ಗುದದ್ವಾರದಲ್ಲಿ ಕೈ ಹಾಕಿ ಸಗಣಿಯನ್ನೆಲ್ಲ ತೆಗೆದು ಪರೀಕ್ಷಿಸಿದೆ. ಎತ್ತಿನ ರೆಕ್ಟಮ್ (Rectum)ನಲ್ಲಿ ನನ್ನ ಕೈ ಇತ್ತು. ಅದು ದೊಡ್ಡ ಕರುಳಿನ ಕೊನೆಯ ಭಾಗ. ರೆಕ್ಟಮಿನ ಕೆಳಗಡೆ ಎತ್ತಿನ ಮೂತ್ರ ಚೀಲ (Urinary bladder) ಇರುತ್ತದೆ. ರಾಮಯ್ಯನವರ ಹೇಳಿಕೆಯಂತೆ ಎತ್ತು ಉಚ್ಚೆ ಹೊಯ್ದು ಹೆಚ್ಚು ಕಡಿಮೆ ಹನ್ನೆರಡು ಗಂಟೆ ಮೇಲಾಗಿತ್ತು. ಆದುದರಿಂದ ಮೂತ್ರಚೀಲವು ತುಂಬಿ ಫುಟ್ ಬಾಲ್‌ನಷ್ಟು ದೊಡ್ಡದಾಗಿತ್ತು. ನಂತರ ಎತ್ತನ್ನು ನೆಲದ ಮೇಲೆ ಹುಲ್ಲು ಹಾಕಿ ಮೆತ್ತಗೆ ಮಾಡಿ ಮಲಗಿಸಿಕೊಂಡು ಅದರ ಮೂತ್ರನಾಳ (Urethra)ವನ್ನು ಪರೀಕ್ಷಿಸಬೇಕಿತ್ತು. ಮೂತ್ರನಾಳದ ಮುಂದಿನ ತುದಿಯೇ ಶಿಶ್ನ. ಮೂತ್ರನಾಳದ ಹಿಂದಿನ ತುದಿಯು ಮೂತ್ರಚೀಲಕ್ಕೆ ಹೋಗಿ ಸೇರಿರುತ್ತದೆ. ಅಂದರೆ ಮೂತ್ರನಾಳವು ಮೂತ್ರವನ್ನು ಮೂತ್ರಚೀಲದಿಂದ ದೇಹದ ಹೊರಗಡೆ ಸಾಗಿಸುತ್ತದೆ. ಮೂತ್ರನಾಳದಲ್ಲಿ ಎಲ್ಲಿಯಾದರೂ ಅಡಚಣೆಯುಂಟಾದರೆ ಮೂತ್ರವು ಹೊರಹೋಗದೆ ಮೂತ್ರಚೀಲದಲ್ಲಿಯೇ ತುಂಬಿಕೊಳ್ಳುತ್ತದೆ. ಇದರಿಂದ ಮೂತ್ರ (ಜಲ) ಹರಿಯುವುದು ಬಂದಾಗುತ್ತದೆ. ಆಗ ಮೂತ್ರಚೀಲ ಊದಿಕೊಂಡು ರೆಕ್ಟಮಿಗೆ ಅಡಚಣೆ ಮಾಡುತ್ತದೆ. ಇದರಿಂದ ಸಗಣಿ (ಮಲ) ಹಾಕುವುದೂ ಬಂದಾಗುತ್ತದೆ. ರಾಮಯ್ಯನವರ ಎತ್ತಿಗೆ ಇದೇ ಅವಸ್ಥೆ ಆಗಿದ್ದು. ಜಲಮಲ ಎರಡೂ ಬಂದಾಗಿದ್ದವು.

ಎತ್ತುಗಳಲ್ಲಿ ಮೂತ್ರನಾಳವು ಮೂತ್ರಚೀಲದಿಂದ ಹೊರಟು ಶಿಶ್ನದಲ್ಲಿ ಕೊನೆಗೊಳ್ಳುವುದಕ್ಕೆ ಮುಂಚೆ ಇಂಗ್ಲಿಷ್ ಅಕ್ಷರವಾದ `S' ಆಕಾರದಲ್ಲಿ ತಿರುವು ಹೊಂದಿರುತ್ತದೆ. ಇದನ್ನು ಸಿಗ್ಮಾಯ್ಡ್

ಫ್ಲೆಕ್ಷರ್ (Sigmoid Flexure) ಎನ್ನುತ್ತಾರೆ. ದನಗಳ ಆಹಾರ ಮತ್ತು ನೀರು ಕ್ಷಾರಯುಕ್ತವಾಗಿದ್ದರೆ ದಿನಕಳೆದಂತೆ ನಿಧಾನವಾಗಿ ಮೂತ್ರನಾಳದಲ್ಲಿ ಉಪ್ಪುಗಳು ಹರಳುಗಟ್ಟುತ್ತವೆ. ಉದಾಹರಣೆಗೆ ಕ್ಯಾಲ್ಸಿಯಂ, ಮೆಗ್ನೀಶಿಯಂ, ಅಮೋನಿಯಂ ಲವಣಗಳು ಹರಳುಗಟ್ಟುತ್ತವೆ. ಕಡಿಮೆ ನೀರು ಕುಡಿಸಿದರೂ ಮೂತ್ರನಾಳಗಳಲ್ಲಿ ಉಪ್ಪುಗಳು ಹರಳುಗಟ್ಟಬಹುದು. ಬರೀ ಭತ್ತದ ಹುಲ್ಲನ್ನು ನಿರಂತರವಾಗಿ ತಿನ್ನಿಸುತ್ತಿದ್ದರೆ ಸಹ ಈ ಅವಸ್ಥೆ ಕಾಣಿಸಿಕೊಳ್ಳುವುದು ಕಂಡುಬಂದಿದೆ.

`S' ಆಕಾರದ ತಿರುವುಗಳಲ್ಲಿ ಹರಳುಗಟ್ಟುವ ಅವಕಾಶ ಜಾಸ್ತಿ. ಈ ಹರಳುಗಳು ಸಣ್ಣವಿದ್ದರೆ, ದುಂಡಗಿದ್ದರೆ ಮೂತ್ರದ ಒತ್ತಡಕ್ಕೆ ಉರುಳಿ ಹೊರಬರಬಹುದು. ಆದರೆ ಅವು ದೊಡ್ಡದಾಗಿದ್ದು, ವಕ್ರ ವಕ್ರವಾಗಿ, ಚೂಪಾದ ಅಂಚುಗಳನ್ನು ಹೊಂದಿದ್ದರೆ ಮೂತ್ರನಾಳದಲ್ಲಿ ಹೊರಬರಲಾರದಂತೆ ಸಿಕ್ಕಿಕೊಳ್ಳುತ್ತವೆ. ಅವುಗಳ ಮೇಲೆ ಮತ್ತಷ್ಟು ಉಪ್ಪು ಕೂತು ದೊಡ್ಡದಾದರೆ ಬೆಣೆ ಹೊಡೆದಂತಾಗಿ ಮೂತ್ರ ಹೊರಬರುವುದು ಸಂಪೂರ್ಣ ನಿಂತು ಹೋಗುತ್ತದೆ. ಈ ಹರಳುಗಳನ್ನು 'ಯೂರೋಲಿಥ್ಸ್' (Uroliths) ಎಂದು ಕರೆಯುತ್ತಾರೆ.

ಒಮ್ಮೊಮ್ಮೆ ನಮ್ಮ ಮತ್ತು ಎತ್ತಿನ ಅದೃಷ್ಟ ಒಳ್ಳೆಯದಿದ್ದರೆ `S' ಆಕಾರದ ತಿರುವಿನ ನಂತರ ಹರಳುಗಳಿರುತ್ತವೆ. ಆಗ ಹರಳುಗಳನ್ನು ಗುರುತಿಸುವುದು ಸುಲಭ. ಶಸ್ತ್ರಚಿಕಿತ್ಸೆಯೂ ಸುಲಭ. ಒಂದು ವೇಳೆ ಹರಳುಗಳು `S' ಆಕಾರದ ತಿರುವಿಗಿಂತ ಹಿಂದೆಯೇ ಇದ್ದರೆ ಹರಳುಗಳನ್ನು ಗುರುತಿಸುವುದು ಕಷ್ಟ. ಶಸ್ತ್ರಚಿಕಿತ್ಸೆಯೂ ಸಂಕೀರ್ಣವಾಗುತ್ತದೆ.

ರಾಮಯ್ಯರ ಎತ್ತನ್ನು ನೆಲದ ಮೇಲೆ ಮಲಗಿಸಿಕೊಂಡೆವು ಎಂದು ಹೇಳಿದೆನಲ್ಲವೆ? ನಾಲ್ಕು ಕಾಲುಗಳನ್ನೂ ಒಟ್ಟು ಮಾಡಿ ಬಿಗಿಯಾಗಿ ಕಟ್ಟಿದೆವು. ನಂತರ ಎತ್ತಿನ ಶಿಶ್ನವನ್ನು ಬಿಗಿ ಹಿಡಿದು ಮುಂದಕ್ಕೆಳೆದುಕೊಂಡು ನಿಧಾನವಾಗಿ ಮತ್ತು ಸೂಕ್ಷ್ಮವಾಗಿ ಎಷ್ಟು ಸಾಧ್ಯವೋ ಅಷ್ಟು ಉದ್ದಕ್ಕೂ ಸವರಿದೆ. ಮೂತ್ರನಾಳದ ಒಳಗೇನಾದರೂ ಕಲ್ಲಿನಂತಹ ಗಟ್ಟಿ ವಸ್ತುವೇನಾದರೂ ಸಿಕ್ಕಿಕೊಂಡಿದೆಯಾ ಎಂದು ಪರೀಕ್ಷಿಸಿದೆ. ಶಿಶ್ನದ ತುದಿಯಿಂದ ಸುಮಾರು ಒಂದೂವರೆ ಅಡಿ ದೂರದಲ್ಲಿ ಹರಳೊಂದು ಪತ್ತೆಯಾಯಿತು. ಅದು ಆಚೆ ಈಚೆ ಸ್ವಲ್ಪವೂ ಅಲ್ಲಾಡದಂತೆ ಸಿಕ್ಕಿಕೊಂಡಿತ್ತು. ಶಸ್ತ್ರಚಿಕಿತ್ಸೆ ಮಾಡಿಯೇ ಅದನ್ನು ಹೊರತೆಗೆಯಬೇಕಾಗಿತ್ತು.

ಆಗ ಪಶುವೈದ್ಯನಾಗಿ ನಾನು ಒಂದೂ ಗಹನವಾದ ಆಪರೇಷನ್ ಮಾಡಿರಲಿಲ್ಲ. ಒಬ್ಬನೇ ಮಾಡಲು ಧೈರ್ಯ ಒಟ್ಟುಗೂಡಿಸಿಕೊಳ್ಳತೊಡಗಿದೆ. ಅದಿನ್ನೂ 1984ರ ಮೊದಲ ದಿನಗಳು. ಆಪರೇಷನ್ನಿಗೆ ಹತಾರಗಳನ್ನೂ, ಇಂಜೆಕ್ಷನ್‌ಗಳನ್ನೂ ತರಲು ಕೂಡಲೇ ನೊಣವಿನಕೆರೆ ಆಸ್ಪತ್ರೆಗೆ ವಾಪಸ್ ಬಂದು ಜೋಡಿಸಿಕೊಂಡೆ. ಒಬ್ಬನೇ ಆಪರೇಷನ್ ಮಾಡಲು ಧೈರ್ಯ ಸಾಲದಾಯಿತು.

ಕೂಡಲೇ ತಿಪಟೂರಿಗೆ ಸಹಾಯಕನನ್ನು ಕಳುಹಿಸಿದೆ. ಆಗ ಡಾ. ಜಿ ಎನ್ ಎಸ್ ರೆಡ್ಡಿ ತಿಪಟೂರಿನ ಬೈಫ್ ಸಂಸ್ಥೆಯಲ್ಲಿದ್ದರು (ಅಕ್ಷಯ ಕಲ್ಪ ಸಾವಯವ

ಹಾಲು ಉತ್ಪಾದಕರಾಗಿ ಪ್ರಸಿದ್ಧರಾದವರು). ನಾನು ಊಟ ಮಾಡಿ ರೆಡಿಯಾಗುವಷ್ಟರಲ್ಲಿ ಡಾ. ರೆಡ್ಡಿ ಬಂದೇಬಿಟ್ಟರು. ಎರಡು ವರ್ಷಕ್ಕೆ ನನಗಿಂತ ಹಿರಿಯರಾದ ಅವರು ನನ್ನನ್ನು ಕೊಳ್ಳಿದೆವ್ವ ಎಂದು ಯಾವಾಗಲೂ ರೇಗಿಸುತ್ತಿದ್ದರು. ನನ್ನ ಆಗಿನ ಸಿಗರೇಟು ಚಟವೇ ಅದಕ್ಕೆ ಕಾರಣವಾಗಿತ್ತು.

ಆಪರೇಷನ್ನಿಗೆ ಬೇಕಾದ ಎಲ್ಲ ಉಪಕರಣಗಳೂ ಸಿಕ್ಕವು. ಆದರೆ Urinary Cathetor ಎಂಬುದೊಂದು ಸಿಗಲಿಲ್ಲ. ಅದರ ಬದಲಿಗೆ ನಾನು I.V. Setಗಳನ್ನು ಜೋಡಿಸಿಕೊಂಡಿದ್ದೆ. ಬೇರೆ ಮಾರ್ಗವಿರಲಿಲ್ಲ. ಅದೊಂದು ಉಪಕರಣಕ್ಕಾಗಿ ಆಪರೇಷನನ್ನು ನಿಲ್ಲಿಸುವ ಹಾಗಿರಲಿಲ್ಲ. ಯೂರಿನರಿ ಕೆಥಿಟರ್ ಬದಲು ಐವಿ ಸೆಟ್ ಅನ್ನು ಬಳಸಬಹುದಾಗಿತ್ತು. (ಯೂರಿನರಿ ಕೆಥಿಟರ್ ಮೂತ್ರನಾಳದ ಕೊಳವೆಯಲ್ಲಿ ತೂರಿಸುವ ಒಂದು ಪೈಪು. ರಬ್ಬರ್ ಅಥವಾ ಪ್ಲಾಸ್ಟಿಕ್‌ನಿಂದ ಮಾಡಿರುತ್ತಾರೆ. ಇದು ಮೂತ್ರವನ್ನು ಮೂತ್ರಚೀಲದಿಂದ ಹೊರಗಡೆಗೆ ಸಾಗಿಸಬಲ್ಲದು.)

ತಡಮಾಡದೆ ನಾನು ಮತ್ತು ಡಾ. ರೆಡ್ಡಿಯವರು ಬುರುಡೇಘಟ್ಟಕ್ಕೆ ಹೋದೆವು. ರಾಮಯ್ಯರ ಮನೆ ಒಳಗೇ ಎತ್ತು ಮಲಗಿಸಿ ಕಾಲುಗಳನ್ನು ಕಟ್ಟಿದೆವು. ಆಪರೇಷನ್ ಮಾಡುವ ಜಾಗವನ್ನೆಲ್ಲ ಸೋಪು ಹಾಕಿ ತೊಳೆದು ಒಣಬಟ್ಟೆಯಲ್ಲಿ ಒರೆಸಿದೆವು. ಎತ್ತಿನ ಶಿಶ್ನದ ಭಾಗದಲ್ಲಿದ್ದ ಕೂದಲುಗಳನ್ನು ತೆಗೆದು ಶೇವ್ ಮಾಡಿ ಟಿಂಚರ್ ಐಯೋಡಿನ್ ಹಚ್ಚಿ ಸಿದ್ಧಪಡಿಸಿದೆವು.

ಒಂದಾದ ಮೇಲೊಂದು ಕೆಲಸವನ್ನು ನಾನು ಮತ್ತು ರೆಡ್ಡಿ ಒಬ್ಬರಾದ ಮೇಲೆ ಒಬ್ಬರಂತೆ ಮಾಡುತ್ತಿದ್ದೆವು. ದನಗಳಲ್ಲಿ ಜನರಲ್ ಅನಸ್ತೇಶಿಯಾ ಕೊಡುವುದಿಲ್ಲ. 'ಕ್ಸೈಲೋಕೈನ್' (Xylocaine) ಎಂಬ ಲೋಕಲ್ ಅನಸ್ತೇಶಿಯಾವನ್ನೇ (Local anesthesia) ಎಪಿಡ್ಯೂರಲ್ ಅನಸ್ತೇಶಿಯಾದಲ್ಲೂ (Epidural anesthesia) ಬಳಸುತ್ತೇವೆ. ಇದು ಬೆನ್ನುಮೂಳೆಯಲ್ಲಿ ಕೊಡುವ ಅನಸ್ತೇಶಿಯಾ ಆಗಿರುತ್ತದೆ.

ಅನಸ್ತೇಶಿಯಾ ಆದ ನಂತರ ಎತ್ತಿನ ಶಿಶ್ನವನ್ನು ಹೊರಗೆಳೆದುಕೊಂಡೆವು. ಈ ಮೊದಲು ಹೇಳಿದಂತೆ ಶಿಶ್ನವನ್ನು ಸವರುತ್ತ ಮೊದಲು ಗುರುತಿಸಿದ ಹರಳನ್ನು ಗುರುತಿಸಿದೆವು. ನಾನು ಯುರಿನರಿ ಕೆಥಿಟರ್ ಬದಲಿಗೆ ಐವಿ ಸೆಟ್ ನ ಪೈಪನ್ನು ಶಿಶ್ನದ ನಾಳದಲ್ಲಿ ತೂರಿಸಿದ್ದೆ. ಅದು ಮೂತ್ರನಾಳದಲ್ಲಿದ್ದ ಹರಳಿನ ತನಕ ಬಂದು ನಿಂತಿತ್ತು. ಮುಂದಕ್ಕೆ ಹೋಗದಂತೆ ಹರಳು ಅಡ್ಡವಿತ್ತು. ಆ ಹರಳಿನ ಸ್ವಲ್ಪ ಮುಂದೆ ಮೂತ್ರನಾಳವನ್ನು ಬಿಪಿ ಬ್ಲೇಡಲ್ಲಿ ಒಂದು ಸೆಂ.ಮೀ.ನಷ್ಟು ಉದ್ದದ ಕಚ್ಚು ಹಾಕಿದೆ (Incision).

ಕಚ್ಚು ಹಾಕಿದ್ದ ಭಾಗದಲ್ಲಿ ಶಿಶ್ನವನ್ನು ಸ್ವಲ್ಪ ಹಿಚುಕಿದ ಕೂಡಲೆ ಒಂದು ಮುಸುಕಿನ ಜೋಳದಷ್ಟು ಉದ್ದ ಅಗಲ ಇದ್ದ ಹರಳು ಮೂತ್ರನಾಳದಿಂದ ಹೊರಬಂದಿತು. ಹರಳು ಹೊರಬಂದದ್ದೇ ತಡ ಸುಮಾರು ಹದಿನೈದು ಗಂಟೆಯಿಂದ ತಡೆಹಿಡಿದಿದ್ದ ಉಚ್ಚೆ 'ಚಿರ್' ಎಂಬ ಶಬ್ದದೊಂದಿಗೆ ಚಿಲುಮೆಯಂತೆ ಉಕ್ಕಿದವು.

ಇದುವರೆಗೆ ನಮ್ಮ ಚಲನವಲನಗಳನ್ನು ನಿಶ್ಯಬ್ಧವಾಗಿ, ಏಕಾಗ್ರತೆಯಿಂದ ನೋಡುತ್ತಿದ್ದ ಮನೆಯೊಳಗಿನ ಜನ ಮತ್ತು ಮನೆಯ ಹೊರ ನಿಂತು ಕಟಾಂಜನಕ್ಕೆ ಜೋತುಬಿದ್ದು ನೋಡುತ್ತಿದ್ದವರು ಒಮ್ಮೆಲೇ ಏನೋ ಅಚಾತುರ್ಯವಾದಂತೆ ಗಾಬರಿ ಬಿದ್ದು ಪರಸ್ಪರ ಡಿಕ್ಕಿ ಹೊಡೆದುಕೊಂಡರು. ಕೆಲವರು ಕೇಕೆ ಹೊಡೆದರು.

ಒಮ್ಮೆಲೆ ಎದ್ದ ಗಲಾಟೆಗೆ ಒಬ್ಬ ಹೆಣ್ಣುಮಗಳು ಎತ್ತಿಕೊಂಡಿದ್ದ ಕೈಗೂಸೊಂದು ಚೀರಿ ಅಳತೊಡಗಿತು. ನನ್ನ ಅರ್ಧ ಶರ್ಟೆಲ್ಲ ಕ್ಷಣಾರ್ಧದಲ್ಲಿ ಉಚ್ಚೆಯಿಂದ ತೊಯ್ದು ಹೋಗಿತ್ತು. ಹರಳನ್ನು ರಾಮಯ್ಯರ ಕೈಗೆ ಕೊಟ್ಟೆ. ಅದನ್ನು ಅಲ್ಲಿದ್ದವರೆಲ್ಲ ಒಬ್ಬರಾದ ಮೇಲೆ ಒಬ್ಬರು ನೋಡಿದರು. "ಲೌಡಿ ಮಗಂದು ಏನು ಕೆಲಸ ಕೊಡ್ತು ನೋಡ್ಲಾ!" ಎಂದೊಬ್ಬ ಜೋರಾಗಿ ಉದ್ಗರಿಸಿದ.

ಎತ್ತಿಗೆ ಎಷ್ಟು ಆರಾಮವಾಯಿತೆಂದು ಹೇಳುವುದು ಕಷ್ಟ. ಎತ್ತು ಉಚ್ಚೆ ಹೊಯ್ದ ಸುಖದಲ್ಲಿ ನರಳಿತು. ಉಚ್ಚೆ ಖಾಲಿಯಾದ ಮೇಲೆ ಮೂತ್ರನಾಳದಲ್ಲಿದ್ದ ಐವಿ ಸೆಟ್ ಅನ್ನು ಇನ್ನೂ ಸ್ವಲ್ಪ ಒಳನೂಕಿದೆ. ಮತ್ತೆ ಯಾವ ಹರಳೂ ಅಡ್ಡ ಬರಲಿಲ್ಲ. ಎತ್ತಿನ ಹೊಕ್ಕುಳ ಭಾಗದಲ್ಲಿ ಐವಿ ಸೆಟ್ ಅನ್ನು ಎತ್ತಿನ ಚರ್ಮಕ್ಕೆ ಸೇರಿಸಿ ಒಂದೆರಡು ಹೊಲಿಗೆ ಹಾಕಿದೆ. ಇದರಿಂದ ಐವಿ ಸೆಟ್ ಜಾರಿ ಬೀಳದಂತೆ ಮತ್ತು ಮೂತ್ರನಾಳದಲ್ಲಿಯೇ ಇರುವಂತೆ ಮಾಡಿದೆ.

ಇಂತಹ ಪ್ರಕರಣಗಳಲ್ಲಿ ಸಾಮಾನ್ಯವಾಗಿ ಮೂತ್ರನಾಳದಲ್ಲಿ ಕೇವಲ ಒಂದು ಹರಳು ಇರುವುದಿಲ್ಲ. ವಿವಿಧ ಗಾತ್ರ ಮತ್ತು ಆಕಾರದ ಹಲವು ಹರಳುಗಳಿರುತ್ತವೆ. ಸಣ್ಣ ಪುಟ್ಟ ಹರಳುಗಳು ಉಚ್ಚೆಯ ಜೊತೆಯೇ ಉರುಳಿ ಹೋಗುತ್ತವೆ. ದೊಡ್ಡ ಹರಳಿದ್ದರೆ ಮೂತ್ರನಾಳದಲ್ಲಿ ನೂಕಿದ್ದ ಐವಿ ಸೆಟ್‌ಗೆ ತಾಗಬೇಕಿತ್ತು. ಆದರೆ ಏನೂ ಅಡಚಣೆಯಾಗಿರಲಿಲ್ಲವಾದ್ದರಿಂದ ಕಲ್ಲುಗಳಿಲ್ಲವೆಂದು ಖಚಿತವಾಗಿತ್ತು.

ಮೂತ್ರನಾಳಕ್ಕೆ ಕಚ್ಚು ಹಾಕಿದ್ದ ಒಂದು ಸೆಂ.ಮೀ.ನಷ್ಟು ಜಾಗಕ್ಕೆ ಎರಡು ಹೊಲಿಗೆಗಳನ್ನು ಹಾಕಿದೆವು. 'ಕ್ಯಾಟ್‌ಗಟ್' (Catgut) ಹೊಲಿಗೆ ಹಾಕಿದ್ದರಿಂದ ಮತ್ತೊಮ್ಮೆ ಹೊಲಿಗೆಗಳನ್ನು ಬಿಚ್ಚುವ ಪ್ರಮೇಯವಿರಲಿಲ್ಲ. ಕ್ಯಾಟ್‌ಗಟ್ ದಾರ ತನ್ನಷ್ಟಕ್ಕೆ ತಾನೇ ಕರಗಿ ಹೋಗುವಂತದ್ದು.

ಇಬ್ಬರೂ ಸೇರಿ ಆಪರೇಷನ್ ಮಾಡುತ್ತಿದ್ದುದರಿಂದ ಯಾವುದೇ ಅಡೆತಡೆ ಇಲ್ಲದೆ ಆಪರೇಷನ್ ಬೇಗನೆ ಮುಗಿಯಿತು. ಎತ್ತಿಗೆ ನೋವು ಶಮನದ, ಆಂಟಿಬಯೋಟಿಕ್, ಆಂಟಿಹಿಸ್ಟೋಮಿನಿಕ್ ಇಂಜೆಕ್ಷನ್‌ಗಳನ್ನು ಮಾಡಿದೆವು. ರಾಮಯ್ಯನವರು ಖುಷಿಯಿಂದ ತಾರಾಡುತ್ತಿದ್ದರು. ದನದ ಮೂತ್ರನಾಳದಿಂದ ಹೊರತೆಗೆದಿದ್ದ

ಹರಳನ್ನು ಬಂಗಾರದ ಒಡವೆಯೋ ಎಂಬಂತೆ ಕಾಗದದಲ್ಲಿ ಸುತ್ತಿ ಜೇಬಲ್ಲಿಟ್ಟುಕೊಂಡರು. ಒಳಗಿನ ರೂಮಿನಲ್ಲಿ ಸುಧಾರಿಸಿಕೊಳ್ಳಲು ಕುಳಿತೆವು.

ಬಿಸ್ಕತ್ತು, ಬಾಳೇಹಣ್ಣು ಮತ್ತು ಚಹಾ ಸರಬರಾಜಾಯಿತು. ರಾಮಯ್ಯರ ಸೊಸೆಯೊಬ್ಬರು ಮನೆಯಲ್ಲಿ ಪಾದರಸದಂತೆ ಕೆಲಸ ಮಾಡುತ್ತಿದ್ದರು.

"ಮೇವಿನ ಜೊತೆ ತಿಂದ ಕಲ್ಲುಗಳಲ್ವಾ ಸಾರ್ ಅವು?"

"ಹಿಂಡಿಯಲ್ಲಿ ತಿಂದ ಕಲ್ಲುಗಳಲ್ವಾ ಸಾರ್ ಅವು?"

ಹೀಗೆ ರೈತರು ಪ್ರಶ್ನೆಗಳ ಕೇಳತೊಡಗಿದರು.

"ಇಲ್ಲ ಮೇವು ಹಿಂಡಿ ಜೊತೆ ತಿಂದ ಕಲ್ಲುಗಳು ಹೊಟ್ಟೆ ಸೇರಿಕೊಳ್ತವೆ. ಮೂತ್ರನಾಳದಲ್ಲಿಯ ಕಲ್ಲುಗಳು ದನಗಳ ದೇಹದಲ್ಲಿಯೇ ಉತ್ಪತ್ತಿಯಾಗುತ್ತವೆ. ಸಮುದ್ರದ ನೀರು ಹರಳುಗಟ್ಟಿ ಉಪ್ಪಾದಂತೆ," ಮುಂತಾಗಿ ಹೇಳಿದೆವು. ಅಲ್ಲಿಗೆ ಆಗ ತಾನೇ ಬಂದ ಯಜಮಾನರೊಬ್ಬರು, "ಏನ್ಸಾರ್ ಆಪರೇಷನ್ ಮಾಡಿದಿರಂತೆ! ಎಲ್ಲಿ ಮಾಡಿದ್ದೀರಿ? ದನದ ಮೈಮೇಲೆ ಎಲ್ಲೆಲ್ಲೂ ಬ್ಯಾಂಡೇಜ್ ಇಲ್ಲ, ಯಾವಳೂ ಇಲ್ಲ! ಆರಾಮಾಗಿ ಹೊರಗೆ ನಿಂತ್ಕಂಡು ಮೇವು ತಿನ್ತೈತೆ ಎತ್ತು! ಜಲ್ಮಲ ಬಂದಾಗಿದ್ದು ಯಾವ ಎತ್ತಿಗೆ?" ಎಂದು ಪ್ರಶ್ನಿಸಿದರು. ಜನರೆಲ್ಲ "ಈಗ ಸರಿಹೋತು" ಎಂದು ನಕ್ಕು ವಿವರಿಸತೊಡಗಿದರು. ಒಂದು ವಾರದ ನಂತರ ಎತ್ತಿನ ಮೂತ್ರನಾಳದಲ್ಲಿದ್ದ ಐವಿ ಸೆಟ್ಟನ್ನು ಬಿಚ್ಚಿಕೊಂಡು ಬಂದೆ.

ನನ್ನ ವೃತ್ತಿ ಜೀವನದಲ್ಲಿ ಮೂತ್ರನಾಳದ ಆಪರೇಷನ್ (Urethrotomy) ಇದೊಂದೇ ಮಾಡಿದ್ದು. ಇನ್ನೊಂದು ಸಲ ನಾನು ಹಂಪಸಾಗರದಲ್ಲಿದ್ದಾಗ ಒಂದು ಸಂಜೆ ಇಬ್ಬರು ರೈತರು ಬಂದು 'ಜಲಮಲ' ಬಂದಾಗಿರುವ ಎತ್ತಿಗೆ ಚಿಕಿತ್ಸೆಗೆಂದು ಕರೆದುಕೊಂಡು ಹೋದರು. ಎತ್ತು ಇಪ್ಪತ್ತು ಕಿ.ಮೀ. ದೂರದ ಹಳ್ಳಿಯಲ್ಲಿತ್ತು.

ಅಲ್ಲಿಗೆ ನಾನು ಒಬ್ಬ ಸಿಬ್ಬಂದಿಯ ಜೊತೆ ಹೋಗುವ ವೇಳೆಗೆ ಕತ್ತಲಾಗಿತ್ತು. ಎತ್ತನ್ನು ಕೆಡವಿ ಕಾಲುಗಳನ್ನು ಕಟ್ಟಿದೆವು. ಎತ್ತು ಉಚ್ಚೆ ಹೊಯ್ಯುವುದನ್ನು ಸಂಪೂರ್ಣ ನಿಲ್ಲಿಸಿರಲಿಲ್ಲ. ಹನಿ ಹನಿ ತೊಟ್ಟಿಕ್ಕುತ್ತಿತ್ತು. ನನ್ನ ಸಿಬ್ಬಂದಿ ಸಹಾಯ ಮಾಡುತ್ತಿದ್ದರು. ನಾನು ಎತ್ತಿನ ಶಿಶ್ನ ಹಿಡಿದು ಮೂತ್ರನಾಳವನ್ನು ಸವರುತ್ತ ಪರೀಕ್ಷಿಸಿದೆ.

ಮೂತ್ರನಾಳದಲ್ಲಿ ಶಿಶ್ನದ ಸ್ವಲ್ಪ ಹಿಂದೆ ಒಂದು ಹರಳು ಇತ್ತು. ಅಷ್ಟೇನೂ ದೊಡ್ಡದಿರಲಿಲ್ಲ. ಹರಳಿನ ಹಿಂದಿನಿಂದ ಮುಂದಕ್ಕೆ ನಿಧಾನಕ್ಕೆ

ನೀವತೊಡಗಿದೆ. ನನಗೇ ಆಶ್ಚರ್ಯವಾಗುವಂತೆ ಹರಳು ಚಲನೆ ತೋರಿತು. ಹಾಗೆ ನೀವುತ್ತಲೇ ಇದ್ದೆ. ತೊಟ್ಟಿಕ್ಕುತ್ತಿದ್ದ ಉಚ್ಚೆ ಸ್ವಲ್ಪ ಜೋರಾದಂತೆ ತೋರಿತು. ಆಮೇಲೆ ದಾರದಂತೆ ಸುರಿಯತೊಡಗಿತು. ಶಿಶ್ನ ನನ್ನ ಕೈಯಲ್ಲಿಯೇ ಇತ್ತು. ಮರುಗಳಿಗೆಯೇ ಉಚ್ಚೆ ರಭಸದಿಂದ ಸುರಿಯತೊಡಗಿತು. ನೆಲದ ಮೇಲೆ ಆಗಿದ್ದ ಉಚ್ಚೆಯ ಸಣ್ಣ ಗುಂಡಿಯಲ್ಲಿ ರುಬ್ಬುಗುಂಡು ಆಕಾರದ ಸಣ್ಣ ಹರಳಿತ್ತು. ಅದನ್ನು ಎತ್ತಿಕೊಂಡು ಎತ್ತಿನ ಮಾಲೀಕನಿಗೆ ಕೊಟ್ಟೆ. ಹಗ್ಗ ಬಿಚ್ಚಿ ಎತ್ತನ್ನು ಎಬ್ಬಿಸಿದೆವು.

ಒಂದೇ ನಿಮಿಷದಲ್ಲಿ ಆ ಕಲ್ಲನ್ನು ನೆಲದ ಮೇಲೆ ಬೀಳಿಸಿಕೊಂಡು ಮಾಲೀಕ ಮತ್ತವನ ಸ್ನೇಹಿತರು ಕೂಗಾಡುತ್ತ ಹುಡುಕತೊಡಗಿದರು. ಏನಾಗಿತ್ತೆಂದರೆ ಎತ್ತಿನ ಮಾಲೀಕ ಮತ್ತವನ ಸ್ನೇಹಿತರು ಎತ್ತಿಗೆ ಸಾಯಂಕಾಲವೇ ಸಾರಾಯಿ ಕುಡಿಸಿದ್ದಲ್ಲದೇ ತಾವೂ ಕಂಠಮಟ್ಟ ಕುಡಿದು ಎಲ್ಲೋ ಹೋಗಿದ್ದವರು ವಾಪಸ್ ಬಂದು ಕೂಗಾಡುತ್ತ ತಟ್ಪಾಡತೊಡಗಿದ್ದರು. ನನ್ನನ್ನು ಕರೆದುಕೊಂಡು ಬಂದಿದ್ದ ವ್ಯಕ್ತಿಗಳು ನಾಪತ್ತೆಯಾಗಿದ್ದರು.

ನಾನು ನನ್ನ ಸಿಬ್ಬಂದಿಯನ್ನು ಕರೆದುಕೊಂಡು ಬೈಕು ಹತ್ತಿ ಹೊರಟು ಬಂದೆ. ದೈತ್ಯ ದೇಹದ ಐದಾರು ಜನ ಹೇಗೆ ಕೂಗಾಡುತ್ತಿದ್ದರೆಂದರೆ ನನಗೆ ಆ ದಿನಗಳಲ್ಲಿ ನೋಡಿದ್ದ 'ಸಂಗ್ಯಾ ಬಾಳ್ಯಾ' ನಾಟಕದ ಸಂಗ್ಯಾನ ಹತ್ಯೆಯ ದೃಶ್ಯ ನೆನಪಾಯಿತು. "ಯಾರೋ ಅದು ಬೈಕಲ್ಲಿ ಹೋದವ್ರು? ಅವನೇನೋ ನನ್ನ ಕೈಯ್ಯಾಗ ಕೊಟ್ಟಿದ್ನಪ್ಪ!" ಎಂದು ಎತ್ತಿನ ಮಾಲೀಕ ತನ್ನ ಜಿಗ್ರಿ ದೋಸ್ತರಿಗೆ ಹೇಳುತ್ತಿದ್ದುದ್ದು ಕೇಳಿಬಂತು. ಅಲ್ಲಿಂದ ನಾವು ಹಗರಿಬೊಮ್ಮನಹಳ್ಳಿಗೆ ಹೋಗಿ ಹೋಟೆಲಲ್ಲಿ ಊಟ ಮಾಡಿದೆವು. ಹಂಪಸಾಗರಕ್ಕೆ ವಾಪಸು ಬಂದಾಗ ರಾತ್ರಿ ಹತ್ತಿರತ್ತಿರ ಹನ್ನೊಂದು ಗಂಟೆಯಾಗಿತ್ತು.

❖

ಕತ್ತೆ ಸಿದ್ದಣ್ಣನ ಕಥೆ

ಪಶುಪಾಲನಾ ಮತ್ತು ಪಶುವೈದ್ಯ ಸೇವಾ ಇಲಾಖೆಯಲ್ಲಿ ಪಶುವೈದ್ಯಾಧಿಕಾರಿ ಹುದ್ದೆಗೆ ಮೊದಲ ಮೇಲಧಿಕಾರಿ ಎಂದರೆ ತಾಲ್ಲೂಕು ಮಟ್ಟದ ಸಹಾಯಕ ನಿರ್ದೇಶಕರು. ಇವರಿಗೆ ಪಶುವೈದ್ಯಾಧಿಕಾರಿಗಳ ಮೇಲೆ ಹೆಚ್ಚಿನ ಮಟ್ಟದ ನಿಯಂತ್ರಣವೇನೂ ಇರುವುದಿಲ್ಲ. ನಾನು ಕೆಲಸಕ್ಕೆ ಸೇರಿದಾಗ ಸಾಂದರ್ಭಿಕ ರಜೆಯನ್ನೂ ಸಹ ಸಹಾಯಕ ನಿರ್ದೇಶಕರಿಗೆ ಮಂಜೂರು ಮಾಡುವ ಅಧಿಕಾರವಿರಲಿಲ್ಲ.

ಪಶುವೈದ್ಯಾಧಿಕಾರಿಗಳ ಅಸಲಿ ನಿಯಂತ್ರಣಾಧಿಕಾರಿಯೆಂದರೆ ಜಿಲ್ಲಾ ಮಟ್ಟದ ಉಪನಿರ್ದೇಶಕರೇ. ಜಿಲ್ಲೆಯ ಎಲ್ಲ ಪಶುವೈದ್ಯಾಧಿಕಾರಿಗಳ ಸೇವಾ ಪುಸ್ತಕ ಇವರ ಬಳಿ ಇರುತ್ತಿದ್ದವು. ಅವರೇ ನಮ್ಮ ಎಲ್ಲ ತರಹದ ರಜೆಗಳನ್ನು ಮತ್ತು ವಾರ್ಷಿಕ ವೇತನ ಬಡ್ತಿಯನ್ನೂ ಸಹ ಬಿಡುಗಡೆ ಮಾಡುತ್ತಿದ್ದದ್ದು.

ನಾನು ಸೇವೆಯಲ್ಲಿದ್ದಾಗ ಕೆಲವು ಸರ್ಕಾರದ ಕಾರ್ಯಕ್ರಮಗಳು ನಮ್ಮ ಇಲಾಖೆಗೆ ನೇರವಾಗಿ ಸಂಬಂಧಪಡದೇ ಹೋದರೂ ಗುರಿ ನಿಗದಿಪಡಿಸಿ ಸಾಧಿಸಬೇಕೆಂದು ಆದೇಶವಿರುತ್ತಿತ್ತು. ಉದಾಹರಣೆಗೆ ಸಣ್ಣ ಉಳಿತಾಯ, ಕುಟುಂಬ ಯೋಜನೆ, ಸಾಕ್ಷರತಾ ಆಂದೋಲನ, ಬಯೋಗ್ಯಾಸ್ ಇತ್ಯಾದಿ.

ನಮ್ಮ ಇಲಾಖೆಯ ಗುರಿಗಳು ಮತ್ತು ಸಣ್ಣ ಉಳಿತಾಯ ಯೋಜನೆಯಲ್ಲಿ ನಿಗದಿಪಡಿಸಿದ ಗುರಿಗಳನ್ನು ಸುಲಭವಾಗಿ ಸಾಧಿಸುತ್ತಿದ್ದೆ. ಆದರೆ ಕುಟುಂಬ ಕಲ್ಯಾಣ ಯೋಜನೆಗೆ ಸಂಬಂಧಪಟ್ಟ ಗುರಿಗಳೇ ನನ್ನ ತಲೆ ತಿನ್ನುತ್ತಿದ್ದವು. ಅದರಲ್ಲಿ ಇಷ್ಟು ಕಾಂಡೋಮ್‌ಗಳ ಬಳಕೆ, ಇಷ್ಟು ಕಾಪರ್ ಟಿ ಹಾಕಿಸುವುದು, ಇಷ್ಟು ವ್ಯಾಸೆಕ್ಟಮಿ, ಟ್ಯೂಬೆಕ್ಟಮಿ ಆಪರೇಷನ್ ಮಾಡಿಸಬೇಕು ಎಂದು ಗುರಿ ಇರುತ್ತಿತ್ತು.

ಇದರಲ್ಲಿ ಯಾವುದೇ ಪರಿಶ್ರಮ ಇಲ್ಲದ ಪಶುವೈದ್ಯರೇನು ಮಾಡಬೇಕು, ಹೇಗೆ ಮುಂದುವರಿಯಬೇಕೆಂದು ಹೇಳುವವರಿರಲಿಲ್ಲ. ಒಂದಷ್ಟು ವರ್ಷಗಳ ಸೇವೆ ಸಲ್ಲಿಸಿ ಪಳಗಿದ ಪಶುವೈದ್ಯರನೇಕರು ಇಂತಹ ಕೆಲಸಗಳ ಬಗ್ಗೆ ಕ್ಯಾರೇ ಎನ್ನುತ್ತಿರಲಿಲ್ಲ. ಆದರೆ ಕೆಲಸಕ್ಕೆ ಹೊಸದಾಗಿ ಸೇರಿದ್ದ ನಾನು ಇಂತಹವುಗಳನ್ನೆಲ್ಲ ಬಹಳ ತೀವ್ರವಾಗಿ ಪರಿಗಣಿಸಿ ಆತಂಕಕ್ಕೊಳಗಾಗುತ್ತಿದ್ದೆ.

ಆಗ ನಮ್ಮ ಉಪನಿರ್ದೇಶಕರಾಗಿದ್ದವರು ಜಿಲ್ಲಾ ಪಂಚಾಯಿತಿ ಮುಖ್ಯ ಕಾರ್ಯದರ್ಶಿಗಳನ್ನು ಮತ್ತಿತರೆ ಹಿರಿಯ ಅಧಿಕಾರಿಗಳನ್ನು ಹಾಗೂ ರಾಜಕಾರಣಿಗಳನ್ನು ಮೆಚ್ಚಿಸಲು ಆರೋಗ್ಯ ಮತ್ತು ಕುಟುಂಬ ಕಲ್ಯಾಣ ಇಲಾಖೆಯ ಕಾರ್ಯಕ್ರಮಗಳನ್ನು ನಮ್ಮ ತಲೆಯ ಮೇಲೆ ಎಳೆದಿದ್ದರು.

ಅದೃಷ್ಟಕ್ಕೆ ನನಗೆ ಸರ್ಕಾರಿ ಆಸ್ಪತ್ರೆಗಳ ಅನೇಕ ವೈದ್ಯಾಧಿಕಾರಿಗಳು ಪರಿಚಯ ವಿದ್ದುದರಿಂದ ಇಂತಿಷ್ಟು ಕಾಂಡೋಮ್‌ಗಳ ಬಳಕೆ, ಕಾಪರ್ ಟಿ ಗಳ ಅಳವಡಿಕೆಗಳಿಗೆ ನಾನು ಪ್ರೇರಕನಾಗಿದ್ದೇನೆಂದು ಅವರಿಂದ ಪತ್ರ ಪಡೆದು ನಿರಾತಂಕನಾದೆ. ಆದರೆ ವ್ಯಾಸೆಕ್ಟಮಿ, ಟ್ಯೂಬೆಕ್ಟಮಿ ಶಸ್ತ್ರಚಿಕಿತ್ಸೆ ಮಾಡಿಸುವುದೇ ತ್ರಾಸದಾಯಕವಾಗಿತ್ತು.

ಇಡೀ ನೊಣವಿನಕೆರೆ ಹೋಬಳಿಗೆ ಇದ್ದುದು ನಮ್ಮದೊಂದೇ ಪಶುವೈದ್ಯ ಸಂಸ್ಥೆ. ಪಶುಚಿಕಿತ್ಸಾಲಯದ ವ್ಯಾಪ್ತಿಯಲ್ಲಿ 60–70ಕ್ಕೂ ಮೇಲ್ಪಟ್ಟು ಹಳ್ಳಿಗಳಿದ್ದವು. ಒಬ್ಬ ಪಶುವೈದ್ಯನಾದ ನಾನು, ಒಬ್ಬ ಪಶುಪರೀಕ್ಷಕ, ಒಬ್ಬ ಕಾಂಪೌಂಡರ್, ಒಬ್ಬ ಸೇವಕ ಇಷ್ಟೇ ಇದ್ದದ್ದು ಒಟ್ಟು ಸಿಬ್ಬಂದಿ. ಬೆಳಗ್ಗೆ 7–8 ಗಂಟೆಗೆ ಕೆಲಸ ಪ್ರಾರಂಭಿಸಿದರೆ ರಾತ್ರಿ ಏಳೆಂಟು ಗಂಟೆಯಾದರೂ ಮುಗಿಯುತ್ತಿರಲಿಲ್ಲ. ಅದರಲ್ಲೇ ಬಿಡುವು ಮಾಡಿಕೊಂಡು ಜನರಲ್ ಆಸ್ಪತ್ರೆಗೆ ಹೋಗಿ ಅರ್ಹ ದಂಪತಿಗಳ ಪಟ್ಟಿಯನ್ನು ತಂದೆನು.

ಆಗ ಡಾ. ಬ್ರಹ್ಮರಾಜ್ ಎಂಬುವವರು ವೈದ್ಯಾಧಿಕಾರಿಗಳಾಗಿದ್ದರು. ಅವರು ನನಗಿಂತ ಬಹಳ ಹಿರಿಯರಾಗಿದ್ದರೂ ವಿಪರೀತ ಪ್ರೀತಿ ವಿಶ್ವಾಸದಿಂದಿದ್ದರು. ಅವರು ಕೊಟ್ಟ ಪಟ್ಟಿಯನ್ನು ಜಾಲಾಡಿದರೂ ನನಗೆ ಒಬ್ಬನೇ ಒಬ್ಬ ಪರಿಚಿತನಿರಲಿಲ್ಲ. ಆಗ ನಮ್ಮ ಪಶುಪರೀಕ್ಷಕರಾಗಿದ್ದ ತಿಮ್ಮೇಗೌಡರು ಪಟ್ಟಿಯನ್ನು ಕೂಲಂಕುಷವಾಗಿ ಅಭ್ಯಸಿಸಿ ಆ ಪಟ್ಟಿಯಲ್ಲಿರುವ ಸಿದ್ದಣ್ಣ ಎನ್ನುವವನನ್ನು ಬಜಗೂರು ವಾಸಿಯೂ, ವಿವಾಹಿತನೂ, ಯಾವುದೇ ಕುಟುಂಬ ಕಲ್ಯಾಣ ಯೋಜನೆಯನ್ನೂ ಅಳವಡಿಸದೆ ನಾಲ್ಕೈದು ಮಕ್ಕಳಾಗಿವೆಯೆಂದೂ ಇನ್ನೂ ಹಲವು ವರ್ಷ ಅವನು ಹೀಗೇ ಮುಂದುವರಿಯಬಹುದೆಂದು ಸಮಾಚಾರ ತಂದರು.

ಈ ಸಿದ್ದಣ್ಣ ಎಂಬ ವ್ಯಕ್ತಿ ಆರೋಗ್ಯ ಇಲಾಖೆಗೆ ಸವಾಲಾಗಿದ್ದ. ಸರ್ಕಾರದ ಯಾವ ಆಮಿಷಗಳಿಗೂ ಸೊಪ್ಪು ಹಾಕದೆ, ಇಲಾಖೆಯ ಎಲ್ಲ ಜನನ ನಿಯಂತ್ರಣದ ಕಾರ್ಯಕ್ರಮಗಳನ್ನು ಕಾಲಕಸವಾಗಿ ಕಂಡಿದ್ದ. ಇಡೀ ಆರೋಗ್ಯ ಇಲಾಖೆಯೇ ಸಿದ್ದಣ್ಣನ ಮನವೊಲಿಸಲು ಪ್ರಯತ್ನಿಸಿ ಸೋತಿರುವುದಾಗಿ ಡಾ. ಬ್ರಹ್ಮರಾಜ್ ತಿಳಿಸಿದರು. "ಕುಟುಂಬ ಯೋಜನೆ ಬಗ್ಗೆ ನಮ್ಮ ದೊಡ್ಡ ಇಲಾಖೆಯೇ ಇದೆ. ನಾವೇ ಪ್ರಗತಿ ಸಾಧಿಸುತ್ತೇವೆ. ನೀವೇನು ತಲೆ ಕೆಡಿಸ್ಕೋಬೇಡಿ. ನಮ್ಮ ಆಸ್ಪತ್ರೆಯ ಪ್ರಗತಿ

ಚೆನ್ನಾಗಿಯೇ ಇದೆ” ಎಂದರು. ಡಾ. ಬ್ರಹ್ಮರಾಜರು ಇಷ್ಟೇ ಹೇಳಿದ್ದರೆ ನಾನು ವ್ಯಾಸೆಕ್ಟಮಿ/ಟ್ಯುಬೆಕ್ಟಮಿಗಳ ಸಹವಾಸವೇ ಬೇಡ ಎಂದು ಸುಮ್ಮನಾಗಿ ಬಿಡುತ್ತಿದ್ದೆನೋ ಏನೋ? ಆದರೆ ಡಾ. ಬ್ರಹ್ಮರಾಜ್ ಕೊನೆಯದಾಗಿ, “ಸಿದ್ದಣ್ಣ ಮನುಷ್ಯ ಡಾಕ್ಟ್ರ ಮಾತು ಕೇಳಲ್ಲ. ಆದರೆ ದನೀನ ಡಾಕ್ಟ್ರು ಮಾತು ಕೇಳ್ಬಹುದು! ಒಮ್ಮೆ ಪ್ರಯತ್ನಿಸಿ ಬಷೀರ್,” ಎಂದು ಬೆನ್ನು ತಟ್ಟಿದರು.

ಡಾ. ಬ್ರಹ್ಮರಾಜರ ಮಾತುಗಳು ನನ್ನಲ್ಲಿ ಚೆನ್ನಾಗಿ ಕೆಲಸ ಮಾಡಿದವು. ಒಂದು ಕೈ ನೋಡೇಬಿಡೋಣ ಎಂದುಕೊಂಡೆ. ಯಾರೋ ಒಬ್ಬ ಬಡವ ಮಕ್ಕಳಾಗದಂತೆ ಆಪರೇಷನ್ ಮಾಡಿಸಿಕೊಳ್ಳೋದು ಒಳ್ಳೆಯದೇ ಅಲ್ಲವೇ? ಈಗಾಗಲೇ ಹುಟ್ಟಿರುವ ಮಕ್ಕಳಿಗಾದರೂ ಇನ್ನೂ ಹೆಚ್ಚು ಅನ್ನ, ಅಕ್ಷರ ಸಿಗಲಿ ಎಂದು ಯೋಚಿಸಿದೆ.

ಪಶುವೈದ್ಯ ಪರೀಕ್ಷಕರಾದ ತಿಮ್ಮೇಗೌಡರಿಗೆ ಬಜಗೂರಿಗೆ ಹೋದಾಗ ಸಿದ್ದಣ್ಣನ ವೃತ್ತಿ, ಮನೆ ಇತ್ಯಾದಿ ವಿವರ ತಿಳಿದುಕೊಂಡು ಬನ್ರಿ ಎಂದು ಹೇಳಿದೆ. ಒಂದೆರಡು ದಿನದಲ್ಲಿಯೇ ತಿಮ್ಮೇಗೌಡರು, “ಸಾರ್ ಸಿದ್ದಣ್ಣನು ಬೋಜೇಗೌಡರ ಮನೇಲಿ ಕತ್ತೆ ಕಾಯ್ತಾನೆ. ಅವನು ಕತ್ತೆ ಸಿದ್ದಣ್ಣ ಎಂದೇ ಫೇಮಸ್. ಬೋಜಣ್ಣಾರವು ಐವತ್ತು ಕತ್ತೆ ಇವೆ. ಕೇಳಿಕೊಂಡ ಅವರಿವರ ತೋಟದಲ್ಲಿ ಅವನ್ನು ಮಂದೆ ಹಾಕೋದಕ್ಕೆ ಸಿದ್ದಣ್ಣನ್ನ ಮಡಿಕ್ಕಂಡವ್ರೆ,” ಅಂತ ಸುದ್ದಿ ತಂದ್ರು.

ಬಹಳಷ್ಟು ಜನ ಬಹಳಷ್ಟು ವರ್ಷ ಮಕ್ಕಳಾಗದಂಗೆ ಮಾಡುವ ಆಪರೇಷನ್ ಬಗ್ಗೆ ಮಾತಾಡಿ ಕತ್ತೆ ಸಿದ್ದಣ್ಣನಿಗೆ ರೇಗಿ ಹೋಗಿತ್ತೆಂದು ಕಾಣುತ್ತದೆ. ಆಪರೇಷನ್ನನ್ನು ಸಿದ್ದಣ್ಣ ಸಾವಿಗೆ ಸಮೀಕರಿಸಿಕೊಂಡಿದ್ದ. ಆಪರೇಷನ್ ಅಂದರೆ ಸಾಕು ಗಡಗಡ ನಡುಗುತ್ತಿದ್ದ. ತಾನಾಗಲೀ ತನ್ನ ಹೆಂಡತಿಯಾಗಲೀ ಯಾವುದೇ ಕಾರಣಕ್ಕೆ ಆಪರೇಷನ್ ಮಾಡಿಸ್ಕಳಲ್ಲ ಅಂತ ಎಲ್ಲರಿಗೂ ಖಂಡತುಂಡಾಗಿ ಹೇಳುತ್ತಿದ್ದ. ಅನಕ್ಷರಸ್ಥನೂ, ಅತ್ಯಂತ ಮುಗ್ಧನೂ ಆಗಿದ್ದ ಸಿದ್ದಣ್ಣನಿಗೆ ಆಪರೇಷನ್ ಮಾಡಿಸುವುದು ಈ ಜನ್ಮದಲ್ಲಿ ಸಾಧ್ಯವೇ ಇರಲಿಲ್ಲ. ತಿಮ್ಮೇಗೌಡ್ರಿಗೆ, “ಹೋಗ್ರಿ ಹೋಗ್ರಿ, ದನ ಎಮ್ಮೆಗಳೆಲ್ಲ ಚಪ್ಪೆರೋಗ, ಮೆಟ್ರೆರೋಗ ಬಂದು ಸಾಯ್ತಿದಾವೆ. ಅವಕ್ಕಿಂಜಕ್ಷನ್ ಮಾಡ್ರಿ, ದನಗಳವರಿಗೆ ಯಾಕ್ರಿ ಜನಗಳ ಉಸಾಬರಿ. ನಿಮ್ನಿಮ್ಮ ಕೆಲಸ ನೀವು ಮಾಡ್ರಿ” ಎಂದು ಸಿದ್ದಣ್ಣ ಬೈದು ಕಳಿಸಿದ್ದ. ಸಿದ್ದಣ್ಣನ ಮಾತಿನಲ್ಲಿ ಸಲಹೆ, ಉಪದೇಶ, ಆದೇಶ, ಲೋಕಜ್ಞಾನ, ವಿವೇಕ ಎಲ್ಲವೂ ಇದ್ದವು. ಅವನ ಮಾತಿಗೆ ಒಪ್ಪಿ ನಾವು ಸುಮ್ಮನಾದೆವು.

ಅದೇ ಸಮಯದಲ್ಲಿ ಬಜಗೂರಿನ ಪುಟ್ಟಸ್ವಾಮಿ ಎನ್ನುವವರು ತನಗಾಗದವರು ಮನೆಯ ಎರಡು ಎಮ್ಮೆಗಳಿಗೆ ವಿಷ ಹಾಕಿ

ಸಾಯಿಸಿದ್ದಾರೆ ಎಂದು ಪೊಲೀಸ್ ಕೇಸ್ ಹಾಕಲಾಗಿ, ಪೊಲೀಸ್ ಸಬ್ ಇನಸ್ಪೆಕ್ಟರರು ನನ್ನನ್ನು ಎಮ್ಮೆಗಳ ಶವಪರೀಕ್ಷೆಗೆ ಬಜಗೂರಿಗೆ ಕರೆದುಕೊಂಡು ಹೋದರು. ನಾನು ನಮ್ಮ ಪಶುಪರೀಕ್ಷಕರನ್ನು ಕರೆದುಕೊಂಡು ಪೊಲೀಸ್ ಜೀಪು ಹತ್ತಿದೆ. ಫೋಟೋಗ್ರಾಫರ್, ಒಂದಿಬ್ಬರು ಪೊಲೀಸರು ಎಲ್ಲ ಸೇರಿ ಜೀಪು ಭರ್ತಿಯಾಗಿತ್ತು. ಎರಡು ಎಮ್ಮೆ ಶವಗಳನ್ನು ಕೆರೆಯ ಅಂಗಳದಲ್ಲಿ ಹಾಕಿಕೊಂಡು ಬಜಗೂರಲ್ಲಿ ಜನ ನಮಗಾಗಿ ಕಾಯುತ್ತಿದ್ದರು.

ಜೀಪು ಸೀದಾ ಕೆರೆಯಂಗಳಕ್ಕೆ ಹೋಗಿ ನಿಂತಿತು. ಅಲ್ಲಿಯೇ ಸುಮಾರು ಕತ್ತೆಗಳು ಮೇಯುತ್ತಿದ್ದವು. ನಾವೆಲ್ಲರೂ ಇಳಿದೆವು. ನಾನು, ಪೊಲೀಸ್ ಸಬ್ ಇನಸ್ಪೆಕ್ಟರು, ಇಬ್ಬರು ಪೊಲೀಸರು ಮತ್ತು ಪಶುಪರೀಕ್ಷಕರಾದ ತಿಮ್ಮೇಗೌಡರು ಎಲ್ಲರೂ ಒಂದು ಕಡೆ ಮಾತಾಡುತ್ತ ನಿಂತಿದ್ದೆವು. ನಮ್ಮ ಮುಂದೆ ಒಬ್ಬ ವ್ಯಕ್ತಿ ಕೈಯ್ಯಲ್ಲೊಂದು ಉದ್ದನೆ ಕೋಲು ಹಿಡಿದುಕೊಂಡು ನಿಂತಿದ್ದ. ಕೂಡಲೇ ತಿಮ್ಮೇಗೌಡರು ಅವನ ಕಡೆ ಕೈ ತೋರಿಸಿ, "ಇವನೇ ಸಾರ್ ಕತ್ತೆ ಸಿದ್ದಣ್ಣ, ಡಾ. ಬ್ರಹ್ಮರಾಜ್ ಹೇಳಿದ್ರಲ್ಲಾ, ಅವನೇ ಇವ್ನು," ಎಂದು ಜೋರಾಗಿಯೇ ಹೇಳಿದರು.

ಸಿದ್ದಣ್ಣ ಅನಾಯಾಸವಾಗಿ ಕಾಣಿಸಿದ್ದು ತಿಮ್ಮೇಗೌಡರಿಗೆ ಸಂತಸ ತಂದಿತ್ತು. ನಾನು ಗೊತ್ತಾಯ್ತೆಂದು ತಲೆಯಾಡಿಸಿ ಸುಮ್ಮನಾದೆ. ಆದರೆ ಪೊಲೀಸ್ ಸಬ್ ಇನಸ್ಪೆಕ್ಟರ್ ಮಾತ್ರ, "ಯಾಕ್ರೀ... ಏನ್ ಮಾಡ್ದ?" ಎಂದು ಸಿದ್ದಣ್ಣನ ಕಡೆ ತಿರುಗಿದರು ಅಷ್ಟೇ. ಸಿದ್ದಣ್ಣ ಕೈಯ್ಯಲ್ಲಿದ್ದ ಕೋಲು ಬಿಸಾಕಿ ಸತ್ನೋ ಕೆಟ್ನೋ ಎಂದು ಓಡುತ್ತ ನಮ್ಮೆಲ್ಲರ ಕಣ್ಣುಗಳ ವ್ಯಾಪ್ತಿಯಿಂದ ಏಕ್‌ದಂ ನಾಪತ್ತೆಯಾದ. ಸಿದ್ದಣ್ಣನನ್ನು ಮಾತನಾಡಿಸಬೇಕೆಂದಿದ್ದೆ. ಆದರೆ ಯಾವುದಕ್ಕೂ ಅವನು ಅವಕಾಶವನ್ನೇ ಕೊಡಲಿಲ್ಲ.

ನಾವು ಎಮ್ಮೆಗಳ ಶವಪರೀಕ್ಷೆಯನ್ನು ಮಾಡಿಕೊಂಡು, ಪ್ರಯೋಗಾಲಯಕ್ಕೆ ಕಳುಹಿಸಬೇಕಾದ ಎಮ್ಮೆಗಳ ಶರೀರದ ಕೆಲವು ಭಾಗಗಳನ್ನು ಬಾಟಲಲ್ಲಿ ಹಾಕಿಕೊಂಡು ಆಸ್ಪತ್ರೆಗೆ ವಾಪಸ್ ಬಂದೆವು. ಆದರೆ ಅಂದು ನಾಪತ್ತೆಯಾದ ಕತ್ತೆ ಸಿದ್ದಣ್ಣ ಮತ್ತೆಂದೂ ಬಜಗೂರಿಗೆ ವಾಪಸ್ ಬರಲಿಲ್ಲ. ನಾಲ್ಕಾರು ತಿಂಗಳ ನಂತರ ಎಮ್ಮೆಕರುಗಳಿಗೆ ಜಂತು ನಾಶಕ ಔಷಧ ತೆಗೆದುಕೊಂಡು ಹೋಗಲು ಬೋಜಣ್ಣ ನಮ್ಮಾಸ್ಪತ್ರೆಗೆ ಬಂದಿದ್ದರು. "ಸಿದ್ದಣ್ಣ ಮತ್ತೇನಾದ್ರೂ ಬಂದ್ನ ಬೋಜಣ್ಣ?" ಎಂದು ವಿಚಾರಿಸಿದೆ.

ಬೋಜಣ್ಣ, "ಅಯ್ಯೋ... ಇಲ್ಲ ಸಾರ್. ಅಂಥ ಒಳ್ಳೆ ಆಳು ನನಗಿನ್ನ ಸಿಗಲ್ಲ ಬಿಡಿ. ಯಾರ ಮುಖಾಂತರ ಹೇಳಿ ಕಳಿಸಿದ್ನೋ ಏನೋ! ಅವನ ಹೆಂಡತಿ ಮಕ್ಕಳೂ ಸಹ ಯಾರಿಗೂ ಹೇಳ್ದಂಗೆ ಕೇಳ್ದಂಗೆ ಊರು ಖಾಲಿ ಮಾಡಿದ್ರು. ಈಗ ಎಲ್ಲೋ ಕೂಲಿನಾಲಿ ಮಾಡ್ಕಂಡ್ ಬದುಕಿರ್ತಾರೆ. ಈಗ ಐದಾರು ವರ್ಷದ ಹಿಂದೆ ಎಲ್ಲಿಂದಲೋ ಬಂದು ನಮ್ಮನೆ ಸೇರ್ಕಂಡಿದ್ದ. ಈಗ ಎತ್ತೋದ್ನೋ. ಹೆಣ ಹೊರೋಕೆ ಹಿಂದಾದ್ರೇನು ಮುಂದಾದ್ರೇನು ಸಾರ್?" ಅಂದು ಸ್ವಲ್ಪ ಹೊತ್ತು ಮೌನವಾಗಿದ್ದು ಎದ್ದು ಹೋದರು.

ಬದುಕು ಕಥೆಗಿಂತ ವಿಚಿತ್ರವೂ, ಊಹಾತೀತವೂ, ನಾಟಕೀಯವೂ ಆಗಿರುತ್ತದೆ ಎನಿಸಿತು.

ಮರೆತೇನೆಂದರೆ ಮರೆಯಲಿ ಹ್ಯಾಂಗ??

ನನ್ನ ಸುದೀರ್ಘ ಸೇವಾವಧಿಯಲ್ಲಿ ಹಲವು ಮರೆಯಲಾರದ ಘಟನೆಗಳಿವೆ. ಕೆಲವು ಸಿಹಿ, ಕೆಲವು ಕಹಿ, ಕೆಲವು ಸ್ವಯಂಕೃತ ಮತ್ತೆ ಕೆಲವು ಇತರೆಯವರಿಂದ ಆದವುಗಳು. ಕೆಲವಂತೂ ಎಷ್ಟು ಗಾಢವಾಗಿ ತಟ್ಟಿವೆ ಎಂದರೆ ಅವು ಮುಂದಿನ ಜನ್ಮದಲ್ಲೂ ನನ್ನನ್ನು ಬೆನ್ನು ಹತ್ತಿ ಕಾಡಬಹುದು!

1983ರಿಂದ 1988ರವರೆಗೆ ನಾನು ನೊಣವಿನಕೆರೆ ಮತ್ತು ಗುಂಗುರಮೆಳೆಯ ಮಧ್ಯೆ ಸಾವಿರಾರು ಸಲ ಬೈಕಲ್ಲಿ ಅಡ್ಡಾಡಿರಬಹುದು. ಜಾನುವಾರುಗಳ ಚಿಕಿತ್ಸೆಗೆ ಹೋಗಿ ಬಂದದ್ದೇ ಹೆಚ್ಚು. ಹಾಗೆ ಹೋಗಿ ಬರುವಾಗ ಮಾರ್ಗ ಮಧ್ಯದಲ್ಲಿ ಅಮಾಸೇಗೌಡ ಎಂಬ ಹಿರಿಯ ನನಗೆ ಸಿಗುತ್ತಿದ್ದ. ಮನೆಯ ಕಟ್ಟೆಯ ಮೇಲೆ ಕುಳಿತುಕೊಂಡು ನನ್ನನ್ನು ತಡೆ ಹಾಕುತ್ತಿದ್ದ. ಇಲ್ಲದಿದ್ದರೆ ರಸ್ತೆಯ ಪಕ್ಕದಲ್ಲಿ ತನ್ನ ಕುರಿ ಮೇಕೆ ಮೇಯಿಸುವಾಗ ಅಥವಾ ತನ್ನ ತೋಟದ ಬಳಿ ಕೈ ಅಡ್ಡ ಹಾಕುತ್ತಿದ್ದ. ಹೋಗುವಾಗ ಇಲ್ಲವೇ ಹಿಂದಿರುಗುವಾಗ ಅಮಾಸೇಗೌಡ ಅಡ್ಡ ಹಾಕುತ್ತಿದ್ದುದು ಕಾಯಂ ಎಂಬಂತಾಗಿತ್ತು. ಹೊತ್ತು ಗೊತ್ತಿನ ಪರಿವೆ ಇಲ್ಲದಂತೆ ಮಾತಿಗಿಳಿಯುತ್ತಿದ್ದ. ಯಾವಾವುದೋ ತುರ್ತು ಚಿಕಿತ್ಸೆಗೆ ಹೋಗುತ್ತಿರುವಾಗ ಇವನ ಅನಿರೀಕ್ಷಿತ ಅಡೆ ತಡೆಗಳು ಭಯಂಕರ ಕಿರಿಕಿರಿ ಮಾಡುತ್ತಿದ್ದವು. ಟಿಂಚರ್ ಕೊಡ್ರಿ, ಜಂತಿನ ಔಷಧ ಕೊಡ್ರಿ, ಕೆಮ್ಮು ಭೇದಿ ಔಷಧಿ ಕೊಡ್ರಿ, ಎಮ್ಮೆಗೆ ಬೆದೆಗೆ ಮಾತ್ರೆ ಕೊಡ್ರಿ, ಕುರಿಗೆ ಈಟಿ (Entero Toxaemia) ಇಂಜೆಕ್ಷನ್ ಮಾಡ್ರಿ. ಹೀಗೆ ಅವನ ಬಳಿ ಸಾವಿರಾರು ಬೇಡಿಕೆಗಳಿದ್ದವು. ಅವನ ಬೇಡಿಕೆ ಈಡೇರಿಸಲು ನಾನು ಆಸ್ಪತ್ರೆಯಲ್ಲಿರೋ ಔಷಧಗಳನ್ನೆಲ್ಲ ತರಬೇಕಿತ್ತು!

ಅಮಾಸೇಗೌಡ ಒಮ್ಮೊಮ್ಮೆ ಹೋಗುವಾಗ ಬರುವಾಗ ಎರಡು ಸಲವೂ ಬೆನ್ನತ್ತುತ್ತಿದ್ದ. ಇಂತಹವರನ್ನು ತೃಪ್ತಿ ಪಡಿಸತೊಡಗಿದರೆ ನನಗೆ ಇನ್ನಿತರೆ ಯಾವ ದನಗಳಿಗೂ ಚಿಕಿತ್ಸೆ ನೀಡಲು ಸಮಯವೇ ಆಗುತ್ತಿರಲಿಲ್ಲ. ಯಾವಾಗಲಾದರೂ ಒಮ್ಮೆ ಕೇಳಿದರೆ ಅಥವಾ ತುರ್ತು ಚಿಕಿತ್ಸೆಯ ಅಗತ್ಯವಿದ್ದರೆ ಖಂಡಿತವಾಗಿಯೂ ಸಹಾಯ ಮಾಡೋಣ. ಆದರೆ ನನ್ನಂತಹವನ ಕೆಲಸದ ತುರ್ತು ಮತ್ತು ಸಮಯದ ಬಗ್ಗೆ ಯೋಚಿಸದೆ ವರ್ತಿಸಿದರೆ ಏನು ಮಾಡುವುದು?

ಒಮ್ಮೆ ಗುಂಗುರುಮೆಳೆಗೆ ಹೋಗಿ ಬರುತ್ತಿದ್ದೆ. ಅಮಾಸೇಗೌಡ ಕೂಗುತ್ತಾ ಓಡಿ ಬರುತ್ತಿದ್ದುದು ಕಾಣಿಸಿತು. ನನಗೆ ಒಮ್ಮೆಲೇ ಸಿಟ್ಟು ನೆತ್ತಿಗೇರಿತು. ಅವನು ಕೂಗುವುದು ಕೇಳಿಸುತ್ತಿತ್ತು. ಅವನು ಓಡಿ ಬರುತ್ತಿರುವುದು ಕಾಣಿಸುತ್ತಿತ್ತು. ಆದರೂ ಕೇಳಿಸದವನಂತೆ, ಕಾಣಿಸಲಿಲ್ಲವೆಂಬಂತೆ ಬೇರೆ ಕಡೆ ತಿರುಗಿಕೊಂಡು ಬೈಕು ಓಡಿಸಿಕೊಂಡು ಬಂದುಬಿಟ್ಟೆ.

ನಾನು ದೂರವಾದರೂ ಅವನು ಓಡಿ ಬರುತ್ತಲೇ ಇದ್ದ. ಉರಿಬಿಸಿಲಲ್ಲಿ ಓಡಿ ಬರುತ್ತಿದ್ದ. ಬರಿಗಾಲಲ್ಲಿ ಓಡಿ ಬರುತ್ತಿದ್ದ. ಆದರೆ ನಾನು ನಿಲ್ಲಲೇ ಇಲ್ಲ. ಸೇಡು ತೀರಿಸಿಕೊಂಡಂತೆ, ಅವನಿಗೆ ಒಳ್ಳೆಯ ಪಾಠ ಕಲಿಸಿದಂತೆ ಭಾವಿಸಿದೆ. ಆ ದಿನವೆಲ್ಲ ನಿಸೂರಾಗಿ ಕಾಲ ಕಳೆದೆ.

ಒಂದೆರಡು ದಿನದಲ್ಲಿ ಮತ್ತೆ ಗುಂಗುರುಮೆಳೆ ಕಡೆ ಹೋಗಬೇಕಾಯಿತು. ಬೈಕು ಅಮಾಸೇಗೌಡನ ಮನೆ ಮುಂದೆಯೇ ಹೋಗಬೇಕಿತ್ತು. ಅಮಾಸೇಗೌಡನ ಮನೆ ತುಂಬಾ ಜನರಿದ್ದರು. ಮನೆಯಲ್ಲಿ ಯಾವುದೋ ಕಾರ್ಯಕ್ರಮವಿತ್ತೆಂದು ಕಾಣುತ್ತದೆ. ಅಮಾಸೆಪ್ಪ ಕಟ್ಟೆ ಮೇಲೆ ಕೂತಿದ್ದ. ನನ್ನನ್ನು ನೋಡಿದ ಕೂಡಲೇ ನಮಸ್ಕರಿಸಿದ. ನಾನು ಪ್ರತಿಯಾಗಿ ನಮಸ್ಕರಿಸಿದೆ. ಅಷ್ಟು ಹೊತ್ತಿಗೆ ಮೂರ್ನಾಲ್ಕು ಹೆಣ್ಣುಮಕ್ಕಳು ಒಬ್ಬರಾದ ಮೇಲೆ ಒಬ್ಬರು ಅಮಾಸೇಗೌಡನ ಕಾಲಿಗೆ ಬಿದ್ದರು. ಅಮಾಸೇಗೌಡ ಆಶೀರ್ವದಿಸಿದ.

ಯಾವಾಗಲೂ ಬನೀನು ಚಡ್ಡಿಯಲ್ಲಿರುತ್ತಿದ್ದವನು ಇಂದು ಪಂಚೆ ಮತ್ತು ತುಂಬು ತೋಳಿನ ಶರ್ಟು ಧರಿಸಿದ್ದ. ಅವನು ಹೊಟ್ಟೆ ಬಟ್ಟೆಗೆ ನ್ಯಾರವಾಗಿದ್ದಂತಹ ರೈತನೇ ಹೊರತು ಅನುಕೂಲಸ್ಥನೇನಾಗಿರಲಿಲ್ಲ. ಹೆಣ್ಣುಮಕ್ಕಳ ಸರತಿ ನಂತರ ಗಂಡುಮಕ್ಕಳು ಕಾಲಿಗೆ ಬಿದ್ದು ಆಶೀರ್ವಾದ ಪಡೆದರು. ನನಗೆ ಅಮಾಸೇಗೌಡ ಅದೇ ಪ್ರಥಮ ಬಾರಿಗೋ ಎಂಬಂತೆ ಹಿರಿಯವನಾಗಿಯೂ, ದೊಡ್ಡ ಕುಟುಂಬದ ಮುಖ್ಯಸ್ಥನಾಗಿಯೂ, ಇಷ್ಟೂ ಜನರಿಂದ ಗೌರವಿಸಲ್ಪಡುವ ವ್ಯಕ್ತಿಯಾಗಿಯೂ ಕಾಣಿಸಿದ.

ಎರಡು ದಿನದಿಂದ ವಿಜಯದ ಭಾವದಲ್ಲಿ ಬೀಗಿದ್ದ ನನಗೆ ಆ ವಿಜಯದ ನಿರರ್ಥಕತೆ ದೃಗ್ಗೋಚರವಾಯಿತು. ಯಾಕೆ ನಾನು ಅಷ್ಟು ಕ್ರೂರವಾಗಿ ವರ್ತಿಸಿದೆ ಎಂಬುದು ತಿಳಿಯದಾಯಿತು. ಸೇಡಿನ ಕ್ಷಣಿಕತೆ ಮತ್ತು ಕ್ಷಮೆಯ ನಿರಂತರತೆ, ನಿರಾಳತೆ ಮನಸ್ಸನ್ನಾವರಿಸಿದವು. ನನಗಿಂತ ಎರಡರಷ್ಟು ವಯಸ್ಸಾಗಿದ್ದ ಅಮಾಸೇಗೌಡ ಮಕ್ಕಳು ಮರಿಯ ತಲೆಯ ಸವರುತ್ತ ಧನ್ಯತೆಯಲ್ಲಿ ಕಣ್ಣು ಮುಚ್ಚಿಕೊಂಡಿದ್ದ.

ಇದೆಲ್ಲ ಆಗಿ ಈಗ ಮೂವತ್ತೈದು ವರ್ಷಗಳಾಗಿವೆ. ಆದರೆ ಆ ಆತ್ಮೋನ್ನತಿಯ ಘಟನೆ ನನ್ನಲ್ಲಿ ಹಸಿಯಾಗಿದೆ. ಹಸಿರಾಗಿದೆ. ಉಸಿರಾಡುತ್ತಲೇ ಇದೆ. ಅಮಾಸೇಗೌಡನೆಂಬ ಅನಾಮಿಕನೊಬ್ಬ ನನ್ನ ಬಾಳಲ್ಲಿ ಎಂತಹ ದಿವ್ಯ ಕ್ಷಣಕ್ಕೆ ಸಾಕ್ಷಿಯಾದ! ಗುರುವಾದ! ಅದಾದ ನಂತರ ಎಂಥಾ ತುರ್ತು ಇದ್ದರೂ ಯಾರನ್ನೂ ಉಪೇಕ್ಷಿಸದೆ ಒಂದು ನಿಮಿಷವಾದರೂ ನಿಲ್ಲಿಸಿ ವಿಷಯ ತಿಳಿದುಕೊಂಡು ಮುಂದುವರಿಯುತ್ತಿದ್ದೆ. ವಾಪಸು ಬರುವಾಗ ಖಂಡಿತ ಭೇಟಿ ಮಾಡುತ್ತಿದ್ದೆ. ❖

ಹಸು ಕೆಡವಿದ್ದು

ಕುಪ್ಪಣ್ಣಯ್ಯಂಗಾರ್ ಅವರ ಕಾಲಾನಂತರ ಅವರ ಮಕ್ಕಳು ಬ್ಯಾಟರಾಯಸ್ವಾಮಿ ದೇವಸ್ಥಾನದ ಅರ್ಚಕರಾಗಿ ಮುಂದುವರಿದಿದ್ದರು. ಅವರಲ್ಲಿ ನಾಗರಾಜು ಮತ್ತು ರಮೇಶ ಇಬ್ಬರೂ ದೇವಸ್ಥಾನದ ಕೆಲಸದ ಜೊತೆ ತೋಟ ಮನೆಯ ಕೆಲಸವನ್ನೂ ನೋಡಿಕೊಳ್ಳುತ್ತಿದ್ದರು. ಅವರ ಮನೆಯಲ್ಲಿ ಯಾವಾಗಲೂ ಒಂದೆರಡು ಮಿಶ್ರತಳಿ ಹಸುಗಳಿದ್ದೇ ಇರುತ್ತಿದ್ದವು.

ಆ ಹಾಲನ್ನೇ ಅವರು ಮನೆಯ ಬಳಕೆಗೆ ಇಟ್ಟುಕೊಂಡು ಡೈರಿಗೂ ಹಾಕುತ್ತಿದ್ದರು. ನೊಣವಿನಕೆರೆಯ ಡೈರಿಯು ಆಗ ನಾನಿದ್ದ ಬಾಡಿಗೆ ಮನೆಯ ಪಕ್ಕದಲ್ಲಿತ್ತು. ದಿನವೂ ಬೆಳಗ್ಗೆ ಮತ್ತು ಸಾಯಂಕಾಲ ಹಾಲು ಹಾಕಲು ಬಂದ ನೂರಾರು ರೈತರು ಕಾಣಸಿಗುತ್ತಿದ್ದರು. ಅವರೆಲ್ಲರೂ ಯಾವ ಕೃತ್ರಿಮತೆಯಿಲ್ಲದೆ ತಮ್ಮ ಕಷ್ಟ ಸುಖಗಳನ್ನು ನನ್ನಲ್ಲಿ ಹೇಳಿಕೊಳ್ಳುತ್ತಿದ್ದರು. ಜೊತೆಗೆ ದನ ಕರುಗಳ ಯೋಗಕ್ಷೇಮ ಸಹ.

ಹೀಗಿದ್ದಾಗ ಒಮ್ಮೆ ನಾಗರಾಜ್‌ರವರ ಎಚ್ ಎಫ್ ಹಸುವಿಗೆ ಕೆಚ್ಚಲು ಬಾವು ಕಾಣಿಸಿಕೊಂಡಿತು. ಅದು ಚೊಚ್ಚಲು ಕರು ಹಾಕಿ ಒಂದು ವಾರ ಸಹಿತ ಆಗಿರಲಿಲ್ಲ. ಒಮ್ಮೆಲೇ ನಾಲ್ಕು ತೊಟ್ಟಿನಲ್ಲಿಯೂ ಹಾಲು ಕೆಟ್ಟು ಹೋಯಿತು. ಈ ಸಮಸ್ಯೆ ನನಗೆ ಹೇಳಿದಾಗ ಆಗಲೇ ರಾತ್ರಿ ಏಳು ಗಂಟೆ ಮೇಲಾಗಿತ್ತು. ಅವರ ಮನೆ ದೇವಸ್ಥಾನದ ಮುಂದೆಯೇ ಇತ್ತು. ನಾನು ನನ್ನ ಮನೆಗೆ ಅವರ ಮನೆಯ ಮುಂದೆಯೇ ಹೋಗಬೇಕಾಗಿತ್ತು. ಹಾಗೆ ಹೋಗುತ್ತಿದ್ದಾಗ ನನ್ನನ್ನು ತಡೆಹಾಕಿದ್ದರು. "ಹಸುಗೆ ಮೂರು ವರ್ಷ ವಯಸ್ಸಾಗಿದ್ದರೂ ಅದು ಕಾಯಿಲೆನೂ ಕಂಡಿಲ್ಲ, ಆಸ್ಪತ್ರೆನೂ ಕಂಡಿಲ್ಲ, ಡಾಕ್ಟ್ರನ್ನು ಕಂಡಿಲ್ಲ ಸಾರ್," ಅಂದ್ರು ನಾಗರಾಜ್ ಹೆಮ್ಮೆಯಿಂದ.

ಅಂದು ಬೆಳಗ್ಗೆ ಎಂಟು ಗಂಟೆಗೆ ಮನೆ ಬಿಟ್ಟಿದ್ದ ನಾನು ಇನ್ನೂ ವಾಪಸ್ ಮನೆ ಸೇರಿರಲಿಲ್ಲ. ಮಧ್ಯಾಹ್ನ ಊಟ ಆಗಿರಲಿಲ್ಲ. ಹೊಟ್ಟೆ ಹಸಿದು ಸಾಯಂಗಾಗಿತ್ತು. ದಿನವೂ ಇದೇ ಕಥೆಯಾಗಿತ್ತು. ನನಗಾಗಲೇ ಹತ್ತಿರತ್ತಿರ ನಲವತ್ತು ವರ್ಷ ವಯಸ್ಸಾಗಿತ್ತು. ಇನ್ನೂ ಯಾಕೆ ಸಕ್ಕರೆ ರೋಗ ತಗುಲಿಕೊಂಡಿಲ್ಲವಲ್ಲ ಎಂದು ಯೋಚಿಸುತ್ತಾ ಹಸು ಪರೀಕ್ಷೆ ಪ್ರಾರಂಭಿಸಿದೆ.

ಕೆಚ್ಚಲೆಲ್ಲ ಊದಿಕೊಂಡು ಕಲ್ಲಿನಂತೆ ಗಟ್ಟಿಯಾಗಿತ್ತು. ಚಿಕ್ಕ ಚಿಕ್ಕ ತೊಟ್ಟುಗಳನ್ನು ಹಿಡಿದು ಹಿಂಡುವುದಕ್ಕೂ ಆಗುತ್ತಿರಲಿಲ್ಲ. ಕುಳಿತರೆ ಕೆಚ್ಚಲು ನೆಲಕ್ಕೆ ಒತ್ತಿದಂತಾಗಿ ನೋವು ಹೆಚ್ಚಾಗುತ್ತಿದ್ದುದರಿಂದ ನೆಲದ ಮೇಲೆ ಕುಳಿತುಕೊಳ್ಳದೆ ಹಸು ನಿಂತೇ ಇರುತ್ತಿತ್ತು.

ಆ ಯಮಯಾತನೆಯ ನೋವಿಗೆ ಹಸು ಮೇವು ತಿನ್ನುತ್ತಿರಲಿಲ್ಲ. ಮೆಲುಕು ಹಾಕುತ್ತಿರಲಿಲ್ಲ. ಚೊಚ್ಚಲು ಹೆರಿಗೆಯಾಗಿದ್ದು ಕೆಚ್ಚಲು ರಾದ್ಧಾಂತದಿಂದ ಹಸು ಗಾಬರಿ ಬಿದ್ದಿತ್ತು. ಜ್ವರ ಏರಿ ಮೂಗೆಲ್ಲ ಒಣಗಿ ಹೋಗಿತ್ತು. ಆದರೂ ಹಸು ತನ್ನ ತಿಮಿರನ್ನು ಬಿಟ್ಟಿರಲಿಲ್ಲ. ಯಾರಾದರೂ ಹತ್ತಿರ ಹೋದರೆ 'ಸಿರ್' ಎಂದು ಹಾಯಲು ಬರುತ್ತಿತ್ತು.

ಸಾಮಾನ್ಯವಾಗಿ ನಮ್ಮ ನಾಟಿ ದನಗಳು ಜೋರಿರುತ್ತವೆ. ಸಿಟ್ಟು ಜಾಸ್ತಿ. ಹಾಯುವುದು, ಒದೆಯುವುದು ಮಾಡುತ್ತವೆ. ಹೊಸಬರನ್ನು ಹತ್ತಿರ ಬಿಟ್ಟುಕೊಳ್ಳುವುದಿಲ್ಲ. ರೂಢಿಯಾದವರಿಗೆ ಮಾತ್ರ ಹಾಲು ಹಿಂಡಲು ಸಾಧ್ಯ. ಆದರೆ ಮಿಶ್ರತಳಿ ಹಸುಗಳು ಹಾಗಲ್ಲ. ಈ ಎಲ್ಲದರಲ್ಲೂ ಅವು ತದ್ವಿರುದ್ಧವಾಗಿರುತ್ತವೆ.

ಅಯ್ಯಂಗಾರರ ಹಸುವು 50% ಮಿಶ್ರತಳಿಯಾದರೂ ತನ್ನ ದೇಶೀ ತಳಿ ಲಕ್ಷಣಗಳನ್ನು ಒಂಚೂರೂ ಬಿಟ್ಟಿರಲಿಲ್ಲ. ಯಾರನ್ನೂ ಹತ್ತಿರ ಬಿಟ್ಟುಕೊಳ್ಳದೆ ತನ್ನ ಚಂಗಲು ಬುದ್ಧಿಯಿಂದ ಅಯ್ಯಂಗಾರರನ್ನು ಸಾಕುಸಾಕು ಮಾಡಿತ್ತು. ನನ್ನನ್ನಂತೂ ಹತ್ತಿರಕ್ಕೆ ಸಹ ಬಿಟ್ಟುಕೊಳ್ಳುತ್ತಿರಲಿಲ್ಲ. ಪಂಚೆ ಮತ್ತು ಸೀರೆಯನ್ನು ಮಾತ್ರ ನರಮಾನವರ ದಿರಿಸೆಂದು ಪರಿಗಣಿಸಿ ಪ್ಯಾಂಟು ಹಾಕಿಕೊಂಡಿದ್ದ ನನ್ನನ್ನು ನೋಡಿದ ಕೂಡಲೇ ಕೊಟ್ಟಿಗೆಯಲ್ಲೆಲ್ಲ ಬೆರಸಾಡಿಕೊಂಡು ಬರುತ್ತಿತ್ತು.

ಗುಂಡಿ ಗೊಟ್ರಗಳಿದ್ದ ಆ ಕೊಟ್ಟಿಗೆಯಲ್ಲಿ ನಾನು ಸತ್ನೋ ಕೆಟ್ನೋ ಅಂತ ಲಾಂಗ್ ಜಂಪ್ ಮತ್ತು ರನ್ನಿಂಗ್ ರೇಸ್ ಮಾಡ್ತಾ ಹಸು ಏಟಿನಿಂದ ತಪ್ಪಿಸಿಕೊಳ್ಳುತ್ತಿದ್ದೆ. ದೇವಸ್ಥಾನಕ್ಕೆ ಬಂದಿದ್ದ ಭಕ್ತಾದಿಗಳು, ಅಕ್ಕಪಕ್ಕದ ಮನೆಯವರೆಲ್ಲ ಸೇರಿ ಹತ್ತನ್ನೆರಡು ಜನ ಬಿಗಿ ಹಿಡಿದುಕೊಂಡರೂ ಹಸು ಬಗ್ಗಿರಲಿಲ್ಲ. ದೊಡ್ಡ ದೇಹದ ಹಸು ಎಲ್ಲರನ್ನೂ ಚೆಲ್ಲಾಡಿ ಹೋಗುವ ಹಾಗೆ ಕೊಡವ್ಯಾಡುತ್ತಿತ್ತು.

ಹೀಗೆ ಹತ್ತಿಪ್ಪತ್ತು ನಿಮಿಷವಾದರೂ ಚಿಕಿತ್ಸೆ ನೀಡುವಲ್ಲಿ ಯಾವ ಪ್ರಗತಿಯನ್ನೂ ಸಾಧಿಸಲಾಗಲಿಲ್ಲ. ಕೊನೆಗೆ ಯಾರೋ ಹಸು ಕಣ್ಣುಗಳಿಗೆ ಟವಲ್ಲು ಕಟ್ಟಿ, ಕೊಂಬು, ಮುಖ, ಬೆನ್ನು, ಬಾಲಗಳನ್ನು ಹಿಡಿದು ಹಗ್ಗ ಹಾಕಿ ಹಿಂದಿನ ಕಾಲುಗಳನ್ನು ಜೋಡಿಸಿ ಬಿಗಿ ಮಾಡಿದರು. ಕಣ್ಣು ಮುಚ್ಚಿ ತೆರೆಯುವಷ್ಟರಲ್ಲಿ ಸಿದ್ಧವಾಗಿಟ್ಟುಕೊಂಡಿದ್ದ ನಾಲ್ಕು ಇಂಜೆಕ್ಷನ್ನುಗಳನ್ನು ಮಾಡಿದೆ.

"ಸರ್ಯಾದ ಇಂಜೆಕ್ಷನ್ ದಳೀರಿ ಸಾ... ಇನ್ನೊಂದ್ಸಲ ಯಾವ ರೋಗಾನೂ ಬಂದಿರಬಾರ್ದು" "ಡಾಕ್ಟ್ರಿಗೆ ಅನುಭವ ಐತೆ ಬಿಡ್ಲಾ" "ಡಾಕ್ಟ್ರಲ್ಲವ್ರು, ಹಳೇ ಹುಲಿ" ಇತ್ಯಾದಿ ಸಲಹೆ, ಪ್ರಶಂಸೆಗಳು ಹಸು ಹಿಡಿದವರಿಂದ ಕೇಳಿಬರುತ್ತಿದ್ದವು. ಕೆಲವರು ದೇವಸ್ಥಾನದ ಹೊರಗೆ ಬಟ್ಟೆ ಮೇಲೆ ಸಿಡಿದ ಸಗಣಿ ಗಂಜಲವನ್ನು ತೊಳೆದುಕೊಳ್ಳತೊಡಗಿದರು.

"ಇನ್ನೂ ಟ್ರೀಟ್‌ಮೆಂಟ್ ಪೂರಾ ಮುಗಿಲಿಲ್ಲ. ಬರ್ರಪ್ಪೋ ಹಸು ಹಿಡ್ಕಳ್ರಿ" ಕೂಗು ಹಾಕಿದರು ನಾಗರಾಜಯ್ಯಂಗಾರ್. ಕೆಚ್ಚಲಿನ ನಾಲ್ಕು ತೊಟ್ಟುಗಳಿಗೆ ಹಾಲು ಬರುವ ನಾಳದಲ್ಲಿ ತೂರಿಸಿ ಆಯಿಂಟ್‌ಮೆಂಟ್ ಟ್ಯೂಬುಗಳನ್ನು ಹಾಕುವುದು ಬಾಕಿಯಿತ್ತು. ಬೇರೆ ಹಸುಗಳಲ್ಲಾದರೆ ಐದು ಹತ್ತು ನಿಮಿಷಗಳಲ್ಲಿ ಈ ಕೆಲಸ ಆಗಿಹೋಗುತ್ತದೆ. ಆದರೆ ನಮ್ಮ ಎದುರಿದ್ದ ಹಸು ಭಯಂಕರ ಅಸಹಕಾರ ಘೋಷಿಸಿ ನಮ್ಮನ್ನೆಲ್ಲ ಕಾಡತೊಡಗಿತು. ನಾನಾಗಲೀ, ಸುತ್ತಲಿದ್ದ ಹತ್ತಾರು ಜನರಾಗಲೀ ಚಿಕಿತ್ಸೆ ಕೊಡುವುದರಿಂದ ಹಿಂದೆಗೆಯುವ ಪ್ರಶ್ನೆಯೇ ಇರಲಿಲ್ಲ. ಎಷ್ಟೊತ್ತಾದರೂ, ಎಷ್ಟೇ ಕಷ್ಟ ಆದರೂ ಪರವಾಗಿಲ್ಲ ಎಂದು ಕೆಚ್ಚಲು ಬಾವಿನ ವಿರುದ್ಧ ಯುದ್ಧ ಸಾರಿದ್ದೆವು.

ಹೇಗೋ ಕಣ್ಣು ಮಿಟುಕಿಸುವಷ್ಟರಲ್ಲಿ ಇಂಜೆಕ್ಷನ್ ಮಾಡಿ ಮುಗಿಸಿದ್ದೆ. ಆದರೆ ಕೆಚ್ಚಲಿಗೆ ಟ್ಯೂಬುಗಳನ್ನು ಏರಿಸುವುದು ಅಷ್ಟು ಸುಲಭವಿರಲಿಲ್ಲ. ಟ್ಯೂಬನ್ನು ಹಿಡಿದು ಕೆಚ್ಚಲಿಗೆ ಕೈ ಹಾಕಿದ ಕೂಡಲೇ ಹಸು ಹೈಜಂಪ್ ಮಾಡತೊಡಗಿತು. ಹಿಂದಿನ ಒಂದು ಕಾಲಿಗೆ ಹಗ್ಗ ಕಟ್ಟಿ ಟ್ಯೂಬ್ ಏರಿಸಲು ನೋಡಿದೆವು. ಆಗಲಿಲ್ಲ. ಹಿಂದಿನ ಎರಡೂ ಕಾಲುಗಳನ್ನು ಜೋಡಿಸಿ ಹಗ್ಗ ಬಿಗಿದು ಟ್ಯೂಬ್ ಏರಿಸಲು ನೋಡಿದೆವು. ಆಗಲಿಲ್ಲ. ಹಸು ಬಾಲವನ್ನು ಎಷ್ಟು ರಭಸದಿಂದ ಬೀಸುತ್ತಿತ್ತೆಂದರೆ, ಬಾಲ ತಾಕಿದವನೊಬ್ಬನ ಕನ್ನಡಕ ರಸ್ತೆಯ ಆಚೆಯ ಬದಿಯಿದ್ದ ಅಂಗಡಿಯ ಕಟ್ಟೆಯ ಮೇಲೆ ಬಿದ್ದು ತುಂಡು ತುಂಡಾಯಿತು. ಕನ್ನಡಕದ ಗಾಜಿರಲಿ ಫ್ರೇಮ್ ಸಹಿತ ಕೆಲಸಕ್ಕೆ ಬಾರದಂತಾಗಿತ್ತು.

ಹತ್ತಾರು ಜನರು ಸುಸ್ತಾಗಿ ಸೋಲೊಪ್ಪಿ ಗೋಡೆಗಳ ಒರಗಿ ಕುಳಿತರು. ಇದೆಲ್ಲ ಮೇಲಿನ ನಾಟಕ ನಡೆದದ್ದು ದೇವಸ್ಥಾನದ ಎದುರು ರಸ್ತೆಯಲ್ಲಿ. ಹಸುವನ್ನು ಕೆಡವಿ ನಾಲ್ಕೂ ಕಾಲನ್ನು ಕಟ್ಟಿ ಹಾಕಿ ಕೆಚ್ಚಲಿಗೆ ಟ್ಯೂಬು ಏರಿಸೋಣವೆಂದರೆ ಅಲ್ಲೆಲ್ಲ ಗಟ್ಟಿ ನೆಲವಿದ್ದು ಹಸು ಕೆಡವಲು ಮೆತ್ತನೆ ನೆಲವಿರಲಿಲ್ಲ. ಅಲ್ಲಿಗೆ ಹತ್ತಿರದಲ್ಲೇ ನಮ್ಮನೆ ಇತ್ತು. ಅಲ್ಲಿ ಬೇಕಾದಷ್ಟು ಮೆತ್ತನೆಯ ನೆಲವಿತ್ತು. ಅಲ್ಲಿ ಹೋಗಿ ಹಸುವನ್ನು ಕೆಡವಿ ಕೆಚ್ಚಲಿಗೆ ಟ್ಯೂಬು ಹಾಕೋಣ ಎಂದು ಹೇಳಿದೆ. ಅಲ್ಲಲ್ಲಿ ಕುಳಿತು ಸುಧಾರಿಸಿಕೊಳ್ಳುತ್ತಿದ್ದವರೆಲ್ಲ ಎದ್ದು ನಮ್ಮನೆ ಕಡೆ ಹೊರಟರು.

ನಾಗರಾಜು ಹಸು ಹಿಡ್ಕಂಡ್ ಬಂದ್ರು. ಹಸುವನ್ನು ಕೆಡವಲು ಯಾರೋ ನೀರು ಸೇದುವ ಬಾವಿ ಹಗ್ಗ ತಂದರು. ದನಗಳನ್ನು ಕೆಡವುವ ನೂಲಿನ ಹಗ್ಗ ಆಸ್ಪತ್ರೆಯಲ್ಲಿತ್ತು. ಅಲ್ಲಿಂದ ಇಲ್ಲಿಂದ ಹುಲ್ಲು ತಂದು ಹಾಕಿ ಹಸು ಕೆಡವುವ ಜಾಗವನ್ನು ಮೆತ್ತಗೆ ಹಾಸಿಗೆಯ ರೀತಿ ಮಾಡಿದರು. ದನ ಕೆಡವುವುದರಲ್ಲಿ ನಿಪುಣನಾಗಿದ್ದ

ಮತ್ತು ದನಗಳಿಗೆ ಲಾಳ ಕಟ್ಟುತ್ತಿದ್ದ ರಶೀದನನ್ನು ಎಲ್ಲಿಂದಲೋ ಎಳೆದುಕೊಂಡು ಬಂದಿದ್ದರು.

ಪರಿಸ್ಥಿತಿಯನ್ನು ರಶೀದ ಹಿಡಿತಕ್ಕೆ ತೆಗೆದುಕೊಂಡು ತಾನು ಎಂತೆಂಥ ನಂಬರ್ ಹೋರಿಗಳನ್ನೆಲ್ಲ ಕೆಡವಿ ಲಾಳ ಕಟ್ಟಿದ್ದೇನೆ! ಇದೇನು ಮಹಾ? ಎಂದು ಇಲ್ಲದ ಮೀಸೆ ತಿರುವಿದ.

ನಮ್ಮನೆಗೆ ಬರುವ ಹೊತ್ತಿಗೆ ಕೆಲವರು ಗುಂಪಿಂದ ಕಳಚಿಕೊಂಡು ಹೋಗಿದ್ದರೂ ಅದರ ಎರಡರಷ್ಟು ಹೊಸಬರು ಬಂದು ಸೇರಿಕೊಂಡಿದ್ದರು. ಈಗಾಗಲೇ ಒಂದೆರಡು ಗಂಟೆಯಿಂದ ನಡೆದದ್ದನ್ನೆಲ್ಲಾ ಕೇಳುತ್ತ ಜನ ಇನ್ನೂ ಕುತೂಹಲಭರಿತರಾದರು. ನಾನು ಮನೆಗೆ ಬಂದವನೇ ಪ್ಯಾಂಟು ತೆಗೆದು ನಿಕ್ಕರ್ ಹಾಕಿಕೊಂಡು ಅಖಾಡಕ್ಕೆ ಇಳಿದೆ.

ಹಸುವನ್ನು ಹತ್ತಾರು ಜನ ಹಿಡಿದುಕೊಳ್ಳುವುದು, ರಶೀದ ಹಗ್ಗವನ್ನು ಅದರ ಬೆನ್ನಿನ ಮೇಲಿಂದ ಎಸೆದು ಸೊಂಟದ ಸುತ್ತ ಬರುವಂತೆ ಮಾಡಿ ಬಿಗಿದೆಳೆದು ಹಸುವನ್ನು ಕೆಡವಬೇಕಿತ್ತು. ಆದರೆ ರಶೀದ ಹಗ್ಗವನ್ನು ಬೆನ್ನ ಮೇಲೆ ಎಸೆದ ಕೂಡಲೆ ಹಸು ಲಾಂಗ್ ಜಂಪ್ ಮಾಡಿ ತಪ್ಪಿಸಿಕೊಳ್ಳುತ್ತಿತ್ತು. ಆ ಜಂಪಿಗೆ ಸಿಕ್ಕು ಹಸು ಹಿಡಿದಿದ್ದ ಒಂದಿಬ್ಬರು ಬಿದ್ದು ಚೆಲ್ಲಾಡಿ ಹೋಗುತ್ತಿದ್ದರು.

ಮತ್ತೊಮ್ಮೆ ಹಸುವನ್ನು ಹಿಡಿದು ಜನ ರೆಡಿಯಾಗುತ್ತಿದ್ದರು. ರಶೀದ ಹಗ್ಗ ಎಸೆಯುತ್ತಿದ್ದ. ಹಸು ಲಾಂಗ್ ಜಂಪ್ ಮಾಡುತ್ತ ತಪ್ಪಿಸಿಕೊಳ್ಳುತ್ತಿತ್ತು. ಅರ್ಧ ಗಂಟೆ ಕಳೆಯಿತು. ಅಷ್ಟೊತ್ತಿಗೆ ಸರಿಯಾಗಿ ಕರೆಂಟ್ ಹೋಯಿತು. ಎಲ್ಲೆಲ್ಲೂ ಕತ್ತಲೆ. ರಶೀದನಿಗೆ, ಜನರಿಗೆ ರೇಗಿಹೋಗಿತ್ತು. ಯಾರದ್ದೋ ಮನೆಯಿಂದ ಎಮರ್ಜೆನ್ಸಿ ಲೈಟ್ ತಂದರು. ಆ ಬೆಳಕು ಎಲ್ಲಿಗೂ ಸಾಲದಾಗಿತ್ತು.

ನಾಗರಾಜಯ್ಯಂಗಾರರು, "ಸಾಕ್ಮಾಡ್ರಪ್ಪ. ನಮ್ಕೈಲಾಗಲ್ಲ. ದೇವರಿಟ್ಟಿದ್ದಾಗಲಿ," ಎಂದು ಕೂಗಿದರು. ಆದರೆ ರಶೀದ, "ತಡಿಯಣ್ಣ ಇದೊಂದ್ಸಲ..." ಎಂದು ಹಗ್ಗ ಎಸೆದು ಒಮ್ಮೆಲೇ ಎಳೆದ. ಹಸು ಯಥಾ ಪ್ರಕಾರ ಲಾಂಗ್ ಜಂಪ್ ಮಾಡಿ ಹಗ್ಗ ತಪ್ಪಿಸಿಕೊಂಡಿತ್ತು. ಆ ಹಗ್ಗ ಹಸುವಿನ ಇನ್ನೊಂದು ಬದಿಯ ಕತ್ತಲಲ್ಲಿ ನಿಂತಿದ್ದ ನನ್ನ ಕಾಲಿಗೆ ಸುತ್ತಿಕೊಂಡಿತ್ತು. ಅದೇ ರಭಸದಿಂದ ರಶೀದ ಹಗ್ಗವನ್ನು ಎಳೆದ ಕೂಡಲೆ ನನ್ನನ್ನು ಎಳೆದಂತಾಗಿ ದಡಾರನೆ ಬಿದ್ದೆ.

ಜನರೆಲ್ಲ ಹಸುವಿನ ಮೇಲೆ ಗಮನ ಕೇಂದ್ರೀಕರಿಸಿದ್ದರಿಂದ ನಾನು ಬಿದ್ದದ್ದಾಗಲೀ, ಎದ್ದದ್ದಾಗಲೀ ಯಾರಿಗೂ ಗೊತ್ತಾಗಲಿಲ್ಲ. ಕತ್ತಲು ಬೇರೆ ಕರ್ರಗೆ ಕವಿದುಕೊಂಡು ನನ್ನ ಮರ್ಯಾದೆಯನ್ನು ಉಳಿಸಿತ್ತು. ಏನೂ

ಆಗದವನಂತೆ ಬಿದ್ದ ಜಾಗದಿಂದ ಚಲಿಸಿ ಬೇರೆ ಕಡೆ ನಿಂತು ಮಾತಾಡತೊಡಗಿದೆ.

ಅದಾದ್ಮೇಲೆ ಕರೆಂಟ್ ಬಂತು. ಮತ್ತೆ ಅರ್ಧ ಗಂಟೆ ಪ್ರಯತ್ನಿಸಿದರೂ ಚಿಕಿತ್ಸೆ ಸಾಧ್ಯವಾಗಲಿಲ್ಲ. ಕೆಚ್ಚಲಿಗೆ ಟ್ಯೂಬುಗಳ ಹಾಕುವುದನ್ನು ರದ್ದು ಮಾಡಿದೆ. ನಾಗರಾಜಯ್ಯಂಗಾರ್ ಹಸು ಹೊಡೆದುಕೊಂಡು ಮನೆಗೆ ತೆರಳಿದರು. ಜನರೂ ಸಹ ಕರಗಿ ಹೋದರು. ಇನ್ನಿಂಗ್ಸ್ ಡಿಫೀಟ್ ಆದಂತಾಗಿ ನಾನು ಸ್ನಾನ ಮಾಡಲು ಬಚ್ಚಲಿಗೆ ಹೋಗಿ ಕಾಲು ಪರೀಕ್ಷಿಸಿಕೊಂಡೆ. ಎಡಗಾಲು ಮೊಣಕಾಲಿನ ಒಂದು ಗೇಣು ಕೆಳಗೆ ಸೇದುವ ಹಗ್ಗದಿಂದ ಚರ್ಮ ತರಿದುಹೋಗಿತ್ತು! ಬಿಸಿ ನೀರು, ಸೋಪು ಬಿದ್ದ ಕೂಡಲೇ ಚುರುಚುರು ಉರಿಯತೊಡಗಿತು. ಹೆಂಡತಿ ಮಕ್ಕಳಿಗೆ ಸಹ ಗೊತ್ತಾಗದಂತೆ ನಾನು ಬಿದ್ದ ಗುಟ್ಟು ಕಾಪಾಡಿಕೊಂಡೆ.

ಇದಾದ ನಂತರ ನಾಲ್ಕು ದಿನ ನಾಗರಾಜಯ್ಯಂಗಾರ್ ಹಸುವನ್ನು ಬೆಳಬೆಳಗ್ಗೆಯೇ ಆಸ್ಪತ್ರೆಗೆ ಹಿಡಿದುಕೊಂಡು ಬಂದು ಚಿಕಿತ್ಸೆ ಮಾಡಿಸಿಕೊಂಡು ಹೋದರು. ಆಸ್ಪತ್ರೆಯ ಟ್ರೆವಿಸ್ ಒಳಗೆ ಚಿಕಿತ್ಸೆ ನೀಡಿದ್ದಾಯಿತು. ಚಿಕಿತ್ಸೆ ಫಲಕಾರಿಯಾಯಿತು. ನಾಲ್ಕು ತೊಟ್ಟಲ್ಲೂ ಹಾಲು ಸರಿ ಹೋಯಿತು. ಎಲ್ಲವೂ ಸುಖಾಂತ್ಯವಾಯಿತು. ಆದರೆ ನನ್ನ ಕಾಲಿನ ಹಗ್ಗದ ಗಾಯದ ಗುರುತು ಮಾತ್ರ ಇಂದಿಗೂ ಹಾಗೇ ಉಳಿದಿದೆ.

❖

ಡಾ. ಮಿರ್ಜಾ ಬಷೀರ್

ನೊಣವಿನಕೆರೆಯಿಂದ ಎತ್ತಂಗಡಿ

ಅಂದು ಜುಲೈ 1988ರ ಒಂದು ದಿನ. ಸಮಯ ಬೆಳಗ್ಗೆ 8 ಗಂಟೆ. ಎಂದಿನಂತೆ ನೊಣವಿನಕೆರೆ ಪಶುಚಿಕಿತ್ಸಾಲಯದ ದೊಡ್ಡ ಕಾಂಪೌಂಡಿನ ತುಂಬೆಲ್ಲ ದನ ಎಮ್ಮೆ ಕುರಿ ಮೇಕೆಗಳು ತಮ್ಮ ಮಾಲೀಕರ ಮಾತು ಬೈಗುಳ ಹೊಡೆತ ತಿವಿತಗಳಿಗೆ ಒಡ್ಡಿಕೊಳ್ಳುತ್ತಲೂ, ಕಾಯಿಲೆ ಕಸಾಲೆಗಳ ನೋವು ತಿನ್ನುತ್ತಲೂ ನಿಂತಿದ್ದವು.

ಬೆದೆಗೆ ಬಂದ ಹಸುಗಳು ಕೆಲವು ಹತ್ತಿರ ಬಂದ ದನಗಳ ಮೇಲೆಲ್ಲ ಹಾರುತ್ತ ಇಡೀ ವಾತಾವರಣ ಸದ್ದುಗದ್ದಲದಿಂದ ತುಂಬಿ ಹೋಗಿತ್ತು. ಅದೃಷ್ಟಕ್ಕೆ ನೆಲದ ಮೇಲೆ ಅಲ್ಲಲ್ಲಿ ಗರಿಕೆ ಬೆಳೆದಿದ್ದರಿಂದ ಮತ್ತು ಸೇವಕ ಪುಟ್ಟಯ್ಯ ಕಸ ಹೊಡೆದು ನೀರು ಚಿಮುಕಿಸಿದ್ದರಿಂದ ಧೂಳು ಏಳುತ್ತಿರಲಿಲ್ಲ. ಆದರೆ ಒಂದೆರಡು ಮೂಲೆಗಳಲ್ಲಿ ರೈತರು ಗುಂಪುಗೂಡಿ ಬೀಡಿ ಸೇದುತ್ತಿದ್ದುದರಿಂದ ಹೊಗೆಯ ಮೋಡಗಳು ಏಳುತ್ತಿದ್ದವು. ಒಂದೊಂದು ಸಲ ದನಗಳ ಚಿಕಿತ್ಸೆಗೆ ಗಂಟೆಗಟ್ಟಲೆ ಕಾಯಬೇಕಾಗುತ್ತಿತ್ತು. ಕೆಲವು ರೈತರು ಗಂಟೆಗಟ್ಟಲೆ ಉಸಿರಾಡದೆ ಇರಬಲ್ಲರು. ಆದರೆ ಬೀಡಿ ಸೇದದೆ ಇರಲು ಸಾಧ್ಯವೆ? ಬೀಡಿಗಳು ಆಕ್ಸಿಜನ್ ಇದ್ದಂತೆ!

ಒಂದೊಂದೇ ದನ ಅಥವಾ ಎಮ್ಮೆಯನ್ನು ಟ್ರೆವಿಸ್ (ಚಿಕಿತ್ಸೆ ನೀಡಲು ಇರುವ ದನಗಳ ಕಟಕಟೆ) ಒಳಗೆ ಹಾಕುವುದು, ಮೈತಾಪ ಮುಂತಾದ ರೋಗ ಚಿಹ್ನೆಗಳನ್ನು ಗಮನಿಸಿ ಚಿಕಿತ್ಸೆ ನೀಡುವುದು, ನಂತರ ಹೊರಗೆ ಕಳುಹಿಸುವುದು ನಡೆದಿತ್ತು. ಮಿಶ್ರತಳಿಯ ಹಸುಗಳು ಯಾವುದೇ ತರ್ಲೆ ಇಲ್ಲದೆ ಟ್ರೆವಿಸ್ ಒಳಗೆ ಬರುತ್ತಿದ್ದವು. ನಾನು ನೀಡಿದ ಚಿಕಿತ್ಸೆ ಪಡೆದು ಹೊರ ನಡೆಯುತ್ತಿದ್ದವು. ಆದರೆ ಎಮ್ಮೆಗಳದ್ದೇ

ಕಷ್ಟ. ರೈತರು ಮುಂದಕ್ಕೆಳೆದ ಕೂಡಲೇ ನಾಲ್ಕೂ ಕಾಲುಗಳಲ್ಲಿ ಬ್ರೇಕ್ ಹಾಕಿಕೊಂಡು ಅಲ್ಲಾಡದೆ ನಿಂತು ಬಿಡುತ್ತಿದ್ದವು. ಅಥವಾ ಹಿಂದಕ್ಕೆ ಎಳೆಯುತ್ತಿದ್ದವು. ಟ್ರೆವಿಸ್ ಹತ್ತಿರ ಮಾತ್ರ ಬರದೆ ಆಸ್ಪತ್ರೆಯ ಪ್ರದಕ್ಷಿಣೆ ಹಾಕತೊಡಗುತ್ತಿದ್ದವು.

ಆಸ್ಪತ್ರೆಯ ಮೇನ್ ಗೇಟ್ ನೆನಪಿಟ್ಟುಕೊಂಡು ಹಗ್ಗ ಎಳೆಯುತ್ತಿದ್ದ ನಾಲ್ಕಾರು ರೈತರನ್ನು ಕಬಡ್ಡಿ ಆಟಗಾರನಂತೆ ದರ ದರ ಎಳೆದುಕೊಂಡು ಅತ್ತ ಕಡೆ ದೌಡಾಯಿಸುತ್ತಿದ್ದವು. ಕೆಲವೊಮ್ಮೆ ಗೇಟನ್ನು ಮುಚ್ಚಬೇಕಾಗುತ್ತಿತ್ತು! ಅಥವಾ ಎಮ್ಮೆಗಳಿಗೆ ಕಣ್ಣು ಕಾಣದಂತೆ ಬಟ್ಟೆ ಸುತ್ತಬೇಕಿತ್ತು. ಅವುಗಳು 'ವಂಯ್ಞ್' ಎಂದು ಹತ್ತಾರು ನಿಮಿಷ ಶಾಸ್ತ್ರೀಯ ಸಂಗೀತದ ಏರಿಳಿತದಿಂದೊಡಗೂಡಿದ ಶಬ್ದ ಮಾಡುತ್ತ ಇಡೀ ವಿಶ್ವವನ್ನು 'ಕೇರ್' ಮಾಡದಂತೆ ನಿಂತುಬಿಡುತ್ತಿದ್ದವು. ಯಾವ ಕೋಲಲ್ಲಿ ಹೊಡೆದರೂ ಅವು ಕಾಲು ಅಲ್ಲಾಡಿಸುತ್ತಿರಲಿಲ್ಲ. ಹೊಡೆದವರ ಕಡೆ 'ಕ್ಯಾರೇ' ಎಂದು ಸಹ ತಿರುಗಿ ನೋಡುತ್ತಿರಲಿಲ್ಲ.

ಒಮ್ಮೊಮ್ಮೆ ಆಸ್ಪತ್ರೆಗೆ ಬಂದ ರೈತರೆಲ್ಲ ಸೇರಿ ಎಮ್ಮೆಗಳನ್ನು ಟ್ರೆವಿಸ್ ಒಳ ಸೇರಿಸಲು ತಮ್ಮ ಕೈ, ಎದೆ, ಬೆನ್ನು, ಕಾಲುಗಳನ್ನು ಬಳಸಿ ಒಳನೂಕುತ್ತ ಮುಕ್ಕುರಿಯುತ್ತಿದ್ದುದು ಯಾವುದೇ ಚಾರ್ಲಿ ಚಾಪ್ಲಿನ್ ಸಿನಿಮಾಕ್ಕಿಂತ ತಮಾಷೆಯಾಗಿರುತ್ತಿತ್ತು. ರೈತರ ಭಾಷೆಯನ್ನು ಕೇಳಿದರೆ, ಪಶುವೈದ್ಯ ಶಾಲೆ ಹೋಗಿ ಬೈಗುಳ ತಾಲೀಮು ಕೇಂದ್ರವಾಗಿ ಮಾರ್ಪಾಟಾಗಿ ಬಿಡುತ್ತಿತ್ತು. ಪಾಪದ ಎಮ್ಮೆಗಳ ವಂಶಾವಳಿಯನ್ನೆಲ್ಲ ಜಾಲಾಡುತ್ತಿದ್ದರು. ಎಮ್ಮೆಯ ಅಮ್ಮ, ಅಜ್ಜಿ, ಅಕ್ಕ, ತಂಗಿ, ಚಿಗಮ್ಮ, ದೊಡ್ಡಮ್ಮರೆಲ್ಲ ಇವರ ಪೋಲಿ ಬೈಗುಳಗಳಿಗೆ ಈಡಾಗುತ್ತಿದ್ದರು. ಜನರು ನಗು, ಸಿಟ್ಟು, ರೋಷ, ಆಶ್ಚರ್ಯ, ಕರುಣೆ, ಛಲ, ಕೃತಜ್ಞತೆ ಹೀಗೆ ನಾನಾ ಬಗೆಯ ಭಾವಗಳಲ್ಲಿ ಮೈದುಂಬಿರುತ್ತಿದ್ದರು.

ಹೀಗೆ ಒಮ್ಮೆ ಒಂದು ಮೊಂಡು ಎಮ್ಮೆಯ ನೂಕುತ್ತ, ಎಷ್ಟೋ ವರ್ಷಗಳಿಂದ ವೈರಿಗಳಾಗಿ ಚಾಳಿ 'ಟೂ' ಬಿಟ್ಟಿದ್ದ ಇಬ್ಬರು ಗ್ರಾಮಸ್ಥರು ಯಾವ ರೀತಿ ಎಮ್ಮೆಯ ಸಗಣಿಯಲ್ಲಿ ಅಡ್ಡಾದಿಡ್ಡಿಯಾಗಿ ಬಿದ್ದರೆಂದರೆ ಇಬ್ಬರ ಮುಖಗಳೂ, ಬಟ್ಟೆಗಳೂ ಸಗಣಿಮಯವಾಗಿ ಹೋದವು. ಒಬ್ಬರನ್ನೊಬ್ಬರು ಪರಸ್ಪರ ನೋಡಿಕೊಂಡು ಹೊಟ್ಟೆ ಹಿಡಿದುಕೊಂಡು ನಕ್ಕು ಸ್ನೇಹ ನವೀಕರಿಸಿಕೊಂಡದ್ದನ್ನು ನಾನು ಕಣ್ಣಾರೆ ಕಂಡಿದ್ದೇನೆ. ದನಿನಾಸ್ಪತ್ರೆಯಲ್ಲಿ ನವರಸಗಳ ನಾಟಕ ಹೀಗೆ ನಡೆಯುತ್ತಿದ್ದರೆ ನನಗೆ ಹೊರ ಜಗತ್ತಿನ ಪರಿವೆಯೇ ಇರುತ್ತಿರಲಿಲ್ಲ.

ಪಶು ಆಸ್ಪತ್ರೆಯಲ್ಲಿ ಬಹಳಷ್ಟು ಹಸು ಎಮ್ಮೆಗಳು ಬರುತ್ತಿದ್ದುದು ಕೃತಕ ಗರ್ಭಧಾರಣೆಗೆ ಮತ್ತು ಗರ್ಭಪರೀಕ್ಷೆಗೆ. ಕೃತಕ ಗರ್ಭಧಾರಣೆಗೆ ಹಸುವು ಬೆದೆಗೆ ಬಂದಿರಬೇಕು. ಬೆದೆಯಲ್ಲಿ ಪ್ರಥಮ ಹಂತ, ಮಧ್ಯಮ ಹಂತ ಮತ್ತು ಕೊನೆಯ ಹಂತದ ಬೆದೆಯಿರುತ್ತದೆ. ಹಸು/ಎಮ್ಮೆ ಮಧ್ಯಮ ಹಂತದ ಬೆದೆಯಲ್ಲಿದ್ದರೆ ಒಳ್ಳೆಯದು. ಆಗ ವೀರ್ಯ ಕೊಟ್ಟರೆ ಗರ್ಭ ಧರಿಸುವ ಅವಕಾಶ ಹೆಚ್ಚು. ವೀರ್ಯ ಕೊಡುವುದೆಂದರೆ ಗುದ ದ್ವಾರದಲ್ಲಿ ಎಡಗೈ ತೂರಿಸಿ ಬಲಗೈಯ್ಯಲ್ಲಿ ಉಪಕರಣಗಳನ್ನು ಬಳಸಿ ವೀರ್ಯವನ್ನು ಗರ್ಭಕೋಶದಲ್ಲಿ ಹನಿಸುವುದು.

ಇಂಥ ಹತ್ತಾರು ಇಂಜೆಕ್ಷನ್ನಿನ ನಂತರ ಗರ್ಭಪರೀಕ್ಷೆಗೆ ಬಂದಿರುವ ಹತ್ತಾರು ದನಗಳ ತಪಾಸಿಸಬೇಕು. ಅದಕ್ಕೂ ಗುದದ್ವಾರದಲ್ಲೇ ಕೈ ಹಾಕಿ ಪರೀಕ್ಷಿಸಬೇಕು. ಈ ಎಲ್ಲ ಕಾರ್ಯಗಳಿಗೆ ಸಾಕಷ್ಟು ಸಮಯ, ತಾಳ್ಮೆ ಮತ್ತು ಶಕ್ತಿ ಬೇಕಾಗುತ್ತದೆ. ವಿರಾಮವೇ ಇಲ್ಲದಂತೆ ನಿರಂತರವಾಗಿ ಕೆಲಸ ಸಾಗಬೇಕು. ರೈತರಿಗೂ ನೂರಾರು ಹಲ್ಲಂಡೆ, ಅವಸರ. ನನಗೋ ಕೈಯ್ಯಲ್ಲಿರುವ ಕೆಲಸ ಮುಗಿಸುವ ದರ್ದು. ಆಸ್ಪತ್ರೆಗೆ ಬಂದಿರುವ ಪಶುಗಳ ಚಿಕಿತ್ಸೆ ಮುಗಿಸಿ ಕಾಯಿಲೆ ಬಿದ್ದು ಆಸ್ಪತ್ರೆಗೆ ಬರಲಾರದ ದನಗಳ ಚಿಕಿತ್ಸೆಗೆ ರೈತರ ಮನೆಗಳಿಗೆ ಹೋಗಬೇಕು.

'ಪೋಸ್ಟ್' ಎಂದು ಹೇಳುತ್ತ ಪೋಸ್ಟ್ ಮ್ಯಾನ್ ಬಸವಲಿಂಗಪ್ಪ ಸೈಕಲ್ಲಲ್ಲಿ ಬಂದು ಒಂದು ದಪ್ಪನೆಯ ಕವರನ್ನು ಟೇಬಲಿನ ಮೇಲಿಟ್ಟು ತಮ್ಮ ಎಮ್ಮೆ ಕರುಗಳಿಗೆ 'ಜಂತು ಔಷಧಕೊಡಿ ಸಾರ್' ಎಂದು ಮಾತ್ರೆಗಳನ್ನು ಕೇಳಿ ತಗೊಂಡು ಹೋದರು. ಬಂದ ಟಪಾಲನ್ನು ಆಮೇಲೆ ನೋಡಿದರಾಯಿತು ಎಂದು ಮತ್ತೊಮ್ಮೆ ದನಕರುಗಳ ಯೋಗಕ್ಷೇಮದಲ್ಲಿ ಮುಳುಗಿದೆ. ಈ ಚಿಕಿತ್ಸೆ ನೀಡುತ್ತಿರಬೇಕಾದರೆ ಕೆಲವು ರೈತರು ಆಸ್ಪತ್ರೆಗೆ ಬಂದಿರುತ್ತಾರೆ. ಅವರು ಪ್ರಾಣಿಗಳನ್ನು ಆಸ್ಪತ್ರೆಗೆ ತಂದಿರುವುದಿಲ್ಲ. ಹಾಗೆಯೇ ಔಷಧ ಕೇಳಿ ತಗೊಂಡು ಹೋಗುತ್ತಾರೆ.

ಉದಾಹರಣೆಗೆ: ಗಾಯಕ್ಕೆ ಟಿಂಚರ್, ಕೆಮ್ಮಿನ ಔಷಧ, ಜಂತು ಔಷಧ, ಮೂಗು ಹುಣ್ಣಿಗೆ ಔಷಧ, ರಕ್ತಪುಷ್ಟಿಗೆ ಔಷಧ ಇತ್ಯಾದಿ. ಆಸ್ಪತ್ರೆಯ ಇನ್ನಿತರೆ ಸಿಬ್ಬಂದಿಗೂ ಬಿಡುವಿಲ್ಲದ ಕೆಲಸ. ವೈದ್ಯರಿಗೆ ಸಹಾಯ ಮಾಡುವುದು, ಗಾಯಗಳ ತೊಳೆದು ಔಷಧ ಹಾಕುವುದು, ಪ್ರಾಣಿಗಳ ಮೈ ತಾಪ ಪರೀಕ್ಷಿಸುವುದು, ಹೋರಿ, ಟಗರು, ಹೋತಗಳನ್ನು ಕೆಡವಿ ಬೀಜ ಒಡೆಯುವುದು (ಕಸಿ ಮಾಡುವುದು) (Castration) ಇತ್ಯಾದಿ.

ನಾನು ಮುಖ ಬಿಗಿ ಮಾಡಿಕೊಂಡು ಬೈಯ್ಯುತ್ತ ಜಗಳಾಡುತ್ತಿದ್ದರೆ ಕೆಲಸ ಆಮೆಗತಿಯಲ್ಲಿ ಸಾಗುತ್ತಿತ್ತು. ಆದರೆ ರೈತರನ್ನು ಖುಷಿಯಾಗಿ ಮಾತನಾಡಿಸುತ್ತ, ನಗುತ್ತ, ಆಗಾಗ್ಗೆ ಹತ್ತಿರದ ಸಂಜೀವಪ್ಪನ ಹೋಟೆಲಲ್ಲಿ ಟೀ ತರಿಸಿ ಕುಡಿಯುತ್ತ ಹಗುರಾಗುತ್ತಿದ್ದರೆ ಕೆಲಸದ ಭಾರ ಗೊತ್ತಾಗುತ್ತಿರಲಿಲ್ಲ. ಸ್ಯಾಂಪಲ್‌ಗೆ ನೋಡಿ:

ರೈತ: ಸಾರ್, ನಮ್ಮೆಮ್ಮೆಗೆ ಭೇದಿಗೆ ಔಷಧ ಕೊಡಿ 'ಸಾರ್'

ನಾನು: ಭೇದಿ ನಿಲ್ಲುವುದಕ್ಕೋ ಅಥವಾ ಆಗುವುದಕ್ಕೋ?

ಆಗ ಅಲ್ಲೊಂದು ನಗೆ ಸ್ಫೋಟಗೊಳ್ಳುತ್ತಿತ್ತು. ನಾನು ಮಾತು ಮುಂದುವರಿಸಿ, "ಒಮ್ಮೊಮ್ಮೆ ಎಮ್ಮೆ/ಹಸು ಕರುಗಳಿಗೆ ಜಂತು ಬಾಧೆ ಅತಿಯಾಗಿ, ಕರುಳಲ್ಲಿ ಹುಳು ತುಂಬಿಕೊಂಡು ಭೇದಿಯೇ

ಆಗುವುದಿಲ್ಲ. ಆಗ ಜಂತು ಔಷಧದ ಜೊತೆ ಭೇದಿ ಆಗುವುದಕ್ಕೂ ಔಷಧ ಕೊಡುತ್ತೇವೆ," ಎನ್ನುತ್ತಿದ್ದೆ.

ರೈತರು: ನೋಡಪ್ಪ ಈ ಕಥೇನ!

ಅಷ್ಟರಲ್ಲಿ ಮತ್ತೊಮ್ಮ ರೈತ ಮುಂದೆ ಬಂದು 'ಸಾ... ಬೆದೆಗೆ ಬರೋಕೆ ಮಾತ್ರೆ ಕೊಡಿ ಸಾ...' ಅಂದ. ಆಗ ನೆರೆದಿದ್ದ ರೈತರಲ್ಲಿ ರಸಿಕ ಮಹಾಶಯನೊಬ್ಬನ ಕೊಕ್ಕೆ 'ನಿನಿಗ್ಯಾಕ್ಲ ಬೆದೆ ಮಾತ್ರೆ? ಯಾವಾಗ್ಲೂ ಬೆದೆ ಹತ್ತಿ ಕುಣೀತಿಯ?'

'ಏಯ್! ನನಿಗಲ್ಲ ಕಣ್ಲೆ. ಹಸೂಗೆ. ಯಾಕೋ ಹೀಟಿಗೆ ಬಂದಿಲ್ಲ. ಕರು ಆಕಿ ಆರು ತಿಂಗ್ಳಾತು'

ಹೀಗೆ ಕೆಲಸ, ಮಾತು–ಕಥೆ, ನಗೆ ಚಾಟಿಕೆಯಲ್ಲಿ ಮುಳುಗಿದ್ದ ನಾನು ನನ್ನ ಟೇಬಲ್ ಮೇಲಿದ್ದ ಟಪಾಲು ತೆಗೆದು ನೋಡಿ ದಂಗಾಗಿ ಹೋದೆ.

ನನಗೆ ಬಳ್ಳಾರಿ ಜಿಲ್ಲೆಯ ಹಗರಿಬೊಮ್ಮನಹಳ್ಳಿ ತಾಲ್ಲೂಕು ಹಂಪಸಾಗರಕ್ಕೆ ಮತ್ತು ಅಲ್ಲಿಯ ಪಶುವೈದ್ಯರನ್ನು ನೊಣವಿನಕೆರೆಗೆ ವರ್ಗಾಯಿಸಿ ಹೊರಡಿಸಿದ ಸರ್ಕಾರಿ ಆದೇಶವಾಗಿತ್ತದು. ಕೂಡಲೇ ನನಗೆ ನೆನಪಾಗಿದ್ದೆಂದರೆ: ಅಲ್ಲಿಗೆ ಒಂದೂವರೆ ವರ್ಷದ ಕೆಳಗೆ ನನ್ನ ಅಣ್ಣನ ಮದುವೆಯಾಗಿತ್ತು. ದಾವಣಗೆರೆಯಲ್ಲಿ ಮದುವೆ ಮುಗಿಸಿಕೊಂಡು ಬೆಂಗಳೂರಿನ ನಮ್ಮನೆಗೆ ವಾಪಸಾಗುತ್ತಿದ್ದೆವು. ಸರ್ಕಾರಿ ಬಸ್ಸಿನಲ್ಲಿ ನಾವು ಒಂದಿಪ್ಪತ್ತು ಜನ ಇಳಿದು ಮೆಜೆಸ್ಟಿಕ್‌ನಲ್ಲಿ ನಡೆದುಕೊಂಡು ಬರುತ್ತಿದ್ದೆವು. ನನಗೆ ಪರಿಚಯದ ಹಂಪಸಾಗರದ ಪಶುವೈದ್ಯರು ಅಕಸ್ಮಾತ್ ಎದುರು ಸಿಕ್ಕರು.

ನಾನೇನು ಹೆಚ್ಚು ಮಾತಾಡಲಿಲ್ಲ. ನಮಸ್ಕರಿಸಿ ಮುಂದೆ ನಡೆದೆ. ಆದರೆ ನನ್ನ ಸುತ್ತಲಿದ್ದ ಮದುವೆ ಪಟಾಲಮ್ಮಿನವರೆಲ್ಲ ದುಬಾರಿ ಬೆಲೆಯ ದಿರಿಸು ಧರಿಸಿ ಟಿಪ್‌ಟಾಪ್ ಆಗಿದ್ದರು. ಹತ್ತನ್ನೆರಡು ಹೆಣ್ಣುಮಕ್ಕಳಂತೂ ಫಳ ಫಳ ಹೊಳೆಯುತ್ತಿದ್ದ ಸಿಲ್ಕಿನ ಸೀರೆಗಳಲ್ಲಿ ಸರಬರ ಸದ್ದು ಮಾಡುತ್ತ ಮೈ ಕೈ ತುಂಬ ಬಂಗಾರದ ಒಡವೆಗಳನ್ನು ಕಣ್ಣು ಕೋರೈಸುವಂತೆ ತೊಟ್ಟು ದೂರ ದೂರಕ್ಕೆ ಘಮ ಘಮ ಎನ್ನುವಂತೆ ಸೆಂಟು ಹಾಕಿಕೊಂಡಿದ್ದರು. ಆಗ ತಾನೇ ಕತ್ತಲಾಗುತ್ತಿತ್ತು. ಲಕ್ಷಾಂತರ ದೀಪಗಳು ಜಗ್ಗನೆ ಬೆಳಗಿದವು. ನಮ್ಮ ಮದುವೆ ಗುಂಪು ಒಂದು ಅತ್ಯಂತ ಶ್ರೀಮಂತ ವಾತಾವರಣವನ್ನು ಸೃಷ್ಟಿಸಿತ್ತು.

ಇದನ್ನೆಲ್ಲ ಗಮನಿಸಿದ ಆ ಪಶುವೈದ್ಯರು ಈ ಎಲ್ಲ ಸಂಪತ್ತು ನನ್ನ ನೊಣವಿನಕೆರೆಯ ಪ್ರಾಕ್ಟೀಸ್‌ನಿಂದ ಬಂದದ್ದೆಂದು ತರ್ಕಿಸಿ ಒಂದೂವರೆ ವರ್ಷವಾದರೂ ಅವಸರಿಸದೆ, ಬೇಸರಿಸದೆ, ಪಟ್ಟು ಬಿಡದೆ ನನ್ನನ್ನು ಎತ್ತಂಗಡಿ ಮಾಡಿಸಿದ್ದರು. ನೊಣವಿನಕೆರೆಯಲ್ಲಿ ದಿನವೂ ಸಾವಿರಗಟ್ಟಲೆ ದುಡ್ಡು ಗುಡ್ಡೆ ಮಾಡಬಹುದೆಂದು ಭಾವಿಸಿದ್ದರೋ ಏನೋ!

ನಾನು ಮೊದಲ ಸಲ ಹಂಪಸಾಗರ ತಲುಪಿದ್ದು ಇವತ್ತಿಗೂ ಚೆನ್ನಾಗಿ ನೆನಪಿದೆ. ದಾವಣಗೆರೆ ಮಾರ್ಗವಾಗಿ ಹಗರಿಬೊಮ್ಮನಹಳ್ಳಿ ತಲುಪಿದೆ. ಅಲ್ಲಿ ಬಸ್ಸುಗಳು ಕಡಿಮೆ. ಬಿಸಿಲು ಜಾಸ್ತಿ. ಬಸ್ ಸ್ಟ್ಯಾಂಡಿಗೆ ಕಟ್ಟಡವೇ ಇರಲಿಲ್ಲ. ಗಂಟೆಗಟ್ಟಲೆ ರೋಡಲ್ಲಿ

ಕಾದು ಕುಳಿತಿದ್ದ ಜನ. ವಿಪರೀತ ಗಲೀಜು. ಬಸ್ ಬಂದ ಕೂಡಲೆ ಪ್ರವಾಹದಂತೆ ನುಗ್ಗಿ ಬರುವ ಜನ.

ಬಾಗಿಲಿನಿಂದ ಬಸ್ ಹತ್ತುವಷ್ಟರಲ್ಲಿ ಕಿಟಕಿಗಳಿಂದ ಹತ್ತಿದವರು ಎಲ್ಲ ಸೀಟ್‌ಗಳನ್ನು ಹಿಡಿದು ವಿರಾಜಮಾನರಾಗಿರುತ್ತಿದ್ದರು. ಮತ್ತಷ್ಟು ಜನ ಬಸ್ಸಿನ ಮೇಲಕ್ಕೆ ಹತ್ತಿ ಕುಳಿತು ಬಿಡುತ್ತಿದ್ದರು. ಅರ್ಧಕ್ಕರ್ಧ ಜನ ಗಾಂಧಿ ಟೋಪಿ ಹಾಕಿಕೊಂಡು, ಪ್ರತಿಯೊಬ್ಬರೂ ಎಲೆ ಅಡಿಕೆ ತಂಬಾಕು ಜಗಿಯುತ್ತಾ, ಉಗಿಯುತ್ತಾ, ಒರಟರಂತೆಯೂ ಬಡವರಂತೆಯೂ ಕಾಣುತ್ತಿದ್ದರು. ಕೆಲವು ಸಣ್ಣಪುಟ್ಟ ಹೆಣ್ಣುಮಕ್ಕಳೂ ಸಹ ಸೀರೆ ಉಟ್ಟಿದ್ದರು. ಎಲ್ಲರ ಬಾಯಲ್ಲಿಯೂ ಅಚ್ಚ ಕನ್ನಡ.

ಗಂಟೆಗಟ್ಟಲೆ ಕಾದ ನಂತರ ಬಸ್ ಬಂತು. ನಾನು ಬಸ್ಸಿನ ಹಿಂದಿನ ಭಾಗದಲ್ಲಿ ಎಲ್ಲೋ ನಿಂತುಕೊಂಡಿದ್ದೆ. ಕಂಡಕ್ಟ್ರು ಮೊದಲು ಬಸ್ಸಿನ ಮೇಲಿದ್ದವರಿಗೆ ಟಿಕೆಟ್ ಕೊಟ್ಟು ನಂತರ ಮುಂದಿನಿಂದ ಟಿಕೆಟ್ ಕೊಟ್ಟುಕೊಂಡು ಬರುವಷ್ಟರಲ್ಲಿ ಅರ್ಧ ಗಂಟೆ ಆಯ್ತು.

ಬಂದವನೇ 'ಎಲ್ಲಿಗೆ ಸಾಹೇಬ್ರೇ' ಎಂದ.

ನಾನು 'ಹಂಪಸಾಗರ' ಎಂದೆ.

'ಯಾವ ಹಂಪಸಾಗರ ಸಾಹೇಬ್ರೇ, ಹಂಪಸಾಗರ ಒಂದೋ, ಹಂಪಸಾಗರ ಎರಡೋ?'

ನಾನು 'ಒಂದೇ ಟಿಕೆಟ್ ಕೊಡಿ'.

ಕಂಡಕ್ಟ್ರು 'ಟಿಕೆಟ್ ಅಲ್ರೀ. ನೀವೆಲ್ಲಿ ಇಳೀಬೇಕು ಹೇಳಿ. ಒಂದನೇ ಹಂಪಸಾಗರದಲ್ಲೋ, ಎರಡನೇ ಹಂಪಸಾಗರದಲ್ಲೋ?' ಎಂದ.

ನಾನು 'ಎಷ್ಟು ಹಂಪಸಾಗರಗಳಿದಾವೆ' ಎಂದು ಕೇಳಿದೆ.

ಕಂಡಕ್ಟ್ರು 'ಮೂರದಾವ್ರೀ' ಎಂದ.

ಕೂಡಲೇ ನಾನು ಜೇಬಲ್ಲಿಟ್ಟುಕೊಂಡಿದ್ದ ವರ್ಗಾವಣಾ ಆದೇಶವನ್ನು ತೆಗೆದು ನೋಡಿದೆ. ಅಲ್ಲಿ ಹಂಪಸಾಗರ ಎಂದಿತ್ತೇ ವಿನಹ ಒಂದು, ಎರಡು, ಮೂರು ಎಂದೇನೂ ಇರಲಿಲ್ಲ.

ನನ್ನ ಗಾಬರಿಯನ್ನು ನೋಡಿ ಕಂಡಕ್ಟ್ರು 'ನೀವು ಹಂಪಸಾಗರದಾಗೆ ಎಲ್ಲಿ ಹೋಗ್ಬೇಕ್ ಹೇಳ್ರಿ' ಅಂದ. 'ದನಿನಾಸ್ಪತ್ರೆ' ಎಂದೆ.

'ಆಯ್ತು ನಡೀರಿ. ಯಾಲ್ಡನೇ ಹಂಪಸಾಗರಕ್ಕಿಳಿರಿ' ಎಂದ ಕಂಡಕ್ಟ್ರು.

ನಾನು ನಿಟ್ಟುಸಿರುಬಿಟ್ಟೆ.

ಮುನಿರಾಬಾದಿನ ತುಂಗಭದ್ರಾ ಅಣೆಕಟ್ಟಿನ ಹಿನ್ನೀರಿನಲ್ಲಿದ್ದ

ಹಂಪಸಾಗರ ಗ್ರಾಮವನ್ನು ಸ್ಥಳಾಂತರಿಸಲಾಗಿತ್ತು. ಹಾಗೆ ಸ್ಥಳಾಂತರಿಸುವಾಗ ಹಂಪಸಾಗರ ಗ್ರಾಮವು ಮೂರು ಕಡೆ ಹಂಚಿಹೋಗಿತ್ತು. ಅವೇ ಹಂಪಸಾಗರ–1, ಹಂಪಸಾಗರ–2, ಹಂಪಸಾಗರ–3. ದನಿನಾಸ್ಪತ್ರೆ ಹಂಪಸಾಗರ–2 ರಲ್ಲಿತ್ತು. ಅಲ್ಲಿ ಇಳಿದೆ. ದನಿನಾಸ್ಪತ್ರೆ ಕೇಳಿಕೊಂಡು ಹೊರಟೆ. ಯಾರೋ ಒಬ್ಬ 'ಹೊಸುಬ್ರೇನ್ರಿ?' ಎಂದು ಆಸ್ಪತ್ರೆಗೆ ಕರೆತಂದು ಮುಟ್ಟಿಸಿದ.

ಆಗ ನನ್ನ ಮದುವೆಯಾಗಿ ಮೂರು ತಿಂಗಳಾಗಿತ್ತು. ನನ್ನ ಅಮ್ಮ ಸತ್ತುಹೋಗಿ ಒಂದು ತಿಂಗಳಾಗಿತ್ತು. ತವರಿನಂತಿದ್ದ ನೊಣವಿನಕೆರೆ ತಪ್ಪಿ ಹೋಗಿತ್ತು. ಅಷ್ಟೇ ಅಲ್ಲ, ಪ್ರಯಾಣದ ಇಡೀ ದಿನ ನಾನು ವಿಭೂತಿಭೂಷಣ ಬಂದೋಪಾಧ್ಯಾಯರ ಬಂಗಾಳಿ ಕಾದಂಬರಿಯ ಕನ್ನಡ ಅವತರಣಿಕೆಯಾದ 'ಮಹಾಯಾತ್ರಿಕ' ಕಾದಂಬರಿ ಓದುತ್ತಿದ್ದೆ. ಈ ಕಾದಂಬರಿ ಆಧರಿಸಿಯೇ ಸತ್ಯಜಿತ್ ರೇ ಅವರು 'ಪಥೇರ್ ಪಾಂಚಾಲಿ' ಸಿನಿಮಾ ಮಾಡಿರುವುದು. ಕಾದಂಬರಿಯಲ್ಲಿ ಬರುವ ಅಪ್ಪು ಮತ್ತವನ ಕುಟುಂಬದ ಮುಗ್ಧತೆ, ಬಡತನ, ಅಸಹಾಯಕತೆಗಳು ನನ್ನನ್ನು ಮೃದುಗೊಳಿಸಿದ್ದವು. ಗ್ರಾಮೀಣ ಭಾರತದ ಚಿತ್ರ ನನ್ನನ್ನು ತಲ್ಲಣಗೊಳಿಸಿತ್ತು.

ನನ್ನ ಬರುವಿಕೆಯಿಂದ ಆಸ್ಪತ್ರೆಯ ಸಿಬ್ಬಂದಿ ಎಲ್ಲರೂ ಸಡಗರದಿಂದ ಓಡಾಡುತ್ತಿದ್ದರು. ನಾನು ಕಾದಂಬರಿಯ ಗುಂಗಿನಿಂದ ಹೊರಬರದಂತಾಗಿದ್ದೆ. ಕಥೆಯಲ್ಲಿ ಅಪ್ಪುವಿನ ಅಕ್ಕ ದುರ್ಗ ಸತ್ತು ಹೋಗುತ್ತಾಳೋ ಏನೋ? ಎಂಬ ಆತಂಕದಲ್ಲಿದ್ದೆ. ಕುರ್ಚಿಯಲ್ಲಿ ಕೂತವನೇ ಆ ಪುಟ ತಿರುಗಿಸಿದೆ. ಅಪ್ಪುವಿನ ಅಕ್ಕ ಸತ್ತೇಹೋಗುತ್ತಾಳೆ. ನನಗೆ ಉಸಿರುಗಟ್ಟಿದಂತಾಯಿತು. ಕಣ್ಣು ಮುಚ್ಚಿ ನಿಧಾನಕ್ಕೆ ಉಸಿರಾಡಿದೆ. ಬಿಕ್ಕುಗಳ ಬಿಗಿ ಹಿಡಿದೆ. ಆದರೆ ಕಣ್ಣ ಹನಿಗಳು ಉದುರಿ ಬಿದ್ದವು.

ಸದ್ಯಕ್ಕೆ ಸಿಬ್ಬಂದಿ ತಿಂಡಿ, ಚಹಾ ತರಿಸುವುದರಲ್ಲಿ ಮಗ್ನರಾಗಿದ್ದರು. ನಾನು ಮುಖ ತೊಳೆದುಕೊಂಡು ಸಿಬ್ಬಂದಿಯವರನ್ನೆಲ್ಲ ಪರಿಚಯಿಸಿಕೊಂಡೆ. ಕರ್ತವ್ಯಕ್ಕೆ ಹಾಜರಾದ ಬಗ್ಗೆ ಮೇಲಧಿಕಾರಿಗೆ ಪತ್ರ ಬರೆದು ಸಿದ್ಧಪಡಿಸಿದೆ. ಹಗರಿಬೊಮ್ಮನಹಳ್ಳಿ ಅಥವಾ ಹೂವಿನಹಡಗಲಿಯಲ್ಲಿ ಮನೆ ಮಾಡಿ ದಿನವೂ ಹಂಪಸಾಗರಕ್ಕೆ ಅಡ್ಡಾಡಬಹುದಿತ್ತು. ಬಸ್ಸುಗಳು ಕಡಿಮೆಯಿದ್ದುದರಿಂದ ಬೈಕಲ್ಲಿ ಓಡಾಡಬಹುದಿತ್ತು. ಆದರೆ ನನಗೆ ಸಣ್ಣ ಹಳ್ಳಿಯಾದ ಹಂಪಸಾಗರದಲ್ಲಿಯೇ ಮನೆ ಮಾಡಬೇಕೆಂಬ ಆಸೆಯಿತ್ತು. ಹೆಂಡತಿಯ ಪೂರ್ಣ ಸಮ್ಮತಿ ಇತ್ತು. ಹಂಪಸಾಗರದಲ್ಲಿಯೇ ಮನೆ ಮಾಡಿದೆ.

❖

ಗಂಗೆ ಬಾರೆ ಗೌರಿ ಬಾರೆ

ಬ್ರುಸೆಲ್ಲೋಸಿಸ್ ಭೂತ

ಅದು 1990ನೇ ಇಸವಿ. ಬಳ್ಳಾರಿ ಜಿಲ್ಲೆಯ ಹಂಪಸಾಗರದಲ್ಲಿ ಕೆಲಸ ಮಾಡುತ್ತಿದ್ದೆ. ನನ್ನ ಹೆಂಡತಿಯ ತಂದೆಯವರು ಚಿತ್ರದುರ್ಗದ ಸರ್ಕಾರಿ ಕಾಲೇಜಿನಲ್ಲಿ ಉಪನ್ಯಾಸಕರಾಗಿದ್ದುದರಿಂದ ಎರಡು ದಿನ ರಜೆ ಹಾಕಿ ಎಲ್ಲ ಅಲ್ಲಿಗೆ ಹೋಗಿದ್ದೆವು. ಹೋದ ಮರುದಿನ ನನಗೆ ಇದ್ದಕ್ಕಿದ್ದಂತೆ ಚಳಿಯಂಥ ಜ್ವರ. ಕೂಡಲೇ ವೈದ್ಯರ ಬಳಿ ಹೋದೆ. ಜ್ವರ ಬಿಟ್ಟರೆ ಬೇರೆ ಯಾವ ರೋಗ ಲಕ್ಷಣಗಳೂ ಇರಲಿಲ್ಲ. ವೈದ್ಯರು, "ಫ್ಲೂ ಕಣ್ರಿ, ಊರಲ್ಲೆಲ್ಲ ಈಗ ಇದೇ," ಎಂದು ಒಂದು ಇಂಜೆಕ್ಷನ್ ಮಾಡಿ ಆಂಟಿಬಯೋಟಿಕ್ ಮತ್ತು ಪ್ಯಾರಸಿಟಮಾಲ್ ಮಾತ್ರೆ ಬರೆದುಕೊಟ್ಟರು. ಮಾತ್ರೆ ನುಂಗಿ ಮಲಗಿದೆ.

ಆಗ ಬೆಳಗ್ಗೆ 10 ಗಂಟೆ. ಮಧ್ಯಾಹ್ನ 2 ಗಂಟೆಯಷ್ಟೊತ್ತಿಗೆ ಜ್ವರ ಇಳಿದು ಮೈತಾಪ ನಾರ್ಮಲ್ ಆಯಿತು. ಇದೇನೋ ಸಾಧಾರಣ ಜ್ವರ ಎಂದುಕೊಂಡೆ. ಇದಕ್ಕೆಲ್ಲ ಡಾಕ್ಟರ್ ಅನ್ನು ಕಾಣುವುದೇ ಬೇಕಾಗಿರಲಿಲ್ಲ. ಜ್ವರ ಬಂದಾಗ ಉಪವಾಸ ಮಾಡಿದರೆ ನನಗೆ ಜ್ವರ ಇಳಿದು ಹೋಗುವುದನ್ನು ನಾನು ಅನೇಕ ಸಲ ಗಮನಿಸಿದ್ದೆ. ಒಮ್ಮೊಮ್ಮೆ ಎರಡು ದಿನ, ಮೂರು ದಿನ ಉಪವಾಸ ಮಾಡಿ ಕಾಯಿಲೆಗಳಿಗೆ ಸೆಡ್ಡು ಹೊಡೆದು ಓಡಿಸಿದ್ದೆ. ಉಪವಾಸ ಎಂದರೆ ಹಣ್ಣು, ನೀರು, ಮಜ್ಜಿಗೆಯಲ್ಲಿ ಕಾಲ ಕಳೆಯುವುದು ಅಷ್ಟೆ. ಈ ಸಲ ಅವಸರ ಮಾಡಿಕೊಂಡೆ ಎನಿಸಿತು.

ಮಧ್ಯಾಹ್ನ 2 ಗಂಟೆಗೆ ಇಳಿದು ಸಾಮಾನ್ಯವಾದ ಮೈತಾಪ ಸಂಜೆ 6 ಗಂಟೆಗೆ ಮತ್ತೆ ಏರಿತು. ಈಗಲೂ ಜ್ವರ ಬಿಟ್ಟರೆ ಬೇರೆ ಯಾವ ರೋಗ ಲಕ್ಷಣಗಳೂ ಇರಲಿಲ್ಲ. ಹೀಗೆ ದಿನಕ್ಕೆರಡು ಬಾರಿ ಜ್ವರ

ಡಾ. ಮಿರ್ಜಾ ಬಷೀರ್

ಬರುವುದು ಇಳಿಯುವುದು ಎರಡು ದಿನ ಪುನರಾವರ್ತನೆಯಾಯಿತು. “ಇದೇನ್ರಿ ನಿಮ್ಮ ಜ್ವರನೂ ನಿಮ್ಮಂಗೆ ಆಡ್ತಾದಲ್ಲ!” ಎಂದು ಹೆಂಡತಿ ಸೋಜಿಗ ವ್ಯಕ್ತಪಡಿಸಿದಳು.

ನಾನು ಈ ವಿಲಕ್ಷಣ ರೋಗಲಕ್ಷಣದಿಂದಾಗಿ ಕರ್ತವ್ಯಕ್ಕೆ ಹಾಜರಾಗಲು ಹಂಪಸಾಗರಕ್ಕೆ ಹೋಗಲಿಲ್ಲ. ನಾನು, ಹೆಂಡತಿ ಮತ್ತು ಒಂದು ವರ್ಷದ ಮಗಳು ಚಿತ್ರದುರ್ಗದಲ್ಲಿಯೇ ಉಳಿದುಕೊಂಡೆವು. ನಾಲ್ಕು ದಿನದ ನಂತರ ಹಂಪಸಾಗರಕ್ಕೆ ಹೋದೆವು. ಕೊಟ್ಟಿದ್ದ ಆಂಟಿಬಯೋಟಿಕ್ ಮಾತ್ರೆಗಳನ್ನು ಐದು ದಿನವೂ ತಿಂದಿದ್ದಾಯಿತು.

ಮತ್ತೆ ಜ್ವರ ಮರುಕಳಿಸಲಿಲ್ಲ. ಹಾಗೇನಾದರೂ ತೊಂದರೆಯಾದರೆ ಹಂಪಸಾಗರದಲ್ಲಿಯೇ ವೈದ್ಯರ ಬಳಿ ತೋರಿಸಿಕೊಂಡರಾಯಿತು ಎಂದುಕೊಂಡೆ. ಸ್ವಾಭಾವಿಕವಾಗಿಯೇ ಒರಟನಾದ ನನಗೆ ರೋಗ ನಿರೋಧಕ ಶಕ್ತಿ ಹೆಚ್ಚಿರುವುದು ಗೊತ್ತಿತ್ತು. ವಾತಾವರಣದಲ್ಲಿ, ಆಹಾರದಲ್ಲಿ ಸ್ವಲ್ಪ ಹೆಚ್ಚು ಕಡಿಮೆಯಾದರೂ ಆರೋಗ್ಯದ ಸ್ಥಿತಿ ಏರುಪೇರಾಗುವ ಅನೇಕರನ್ನು ಕಂಡಿದ್ದೆ. ಆದರೆ ಅಷ್ಟು ಸೂಕ್ಷ್ಮ ಪ್ರವೃತ್ತಿಯವನಾಗಿರಲಿಲ್ಲ ನಾನು. "ಆಹಾ! ನಿಮಗೆ ಸರಿಯಾದ ವೃತ್ತಿ ಕಣ್ರೀ. ದನೀನ ಡಾಕ್ಟರಾಗಾಕೇ ಹುಟ್ಟಿದಿರ ನೀವು," ಎನ್ನುತ್ತಿದ್ದಳು ನನ್ನ ಹೆಂಡತಿ. ಅದೇನು ಹೊಗಳಿಕೆಯೋ, ತೆಗಳಿಕೆಯೋ ನನಗೆ ಗೊತ್ತಾಗುತ್ತಿರಲಿಲ್ಲ.

ಈ ಜ್ವರದ ಪ್ರಕರಣವಾಗಿ ಹದಿನೈದು ದಿನದ ಮೇಲಾಗಿತ್ತು. ಅಂದು ಯಾವುದೋ ಎಮ್ಮೆಯ ಚಿಕಿತ್ಸೆಗೆ ದೂರದ ಹಳ್ಳಿಗೆ ಹೋಗಿದ್ದೆ. ಚಿಕಿತ್ಸೆಯಾದ ನಂತರ ವಾಪಸು ಹೊರಟಾಗ ಮಳೆ ಶುರುವಾಯ್ತು. ಬೈಕು ಮಳೆಯಲ್ಲಿ ನೆನೆದಿದ್ದರಿಂದ ಎಷ್ಟು ಕಿಕ್ ಹೊಡೆದರೂ ಸ್ಟಾರ್ಟ್ ಆಗಲಿಲ್ಲ. ಎಡಗಾಲು, ಬಲಗಾಲಿನಲ್ಲಿ ನನಗೂ ಕಿಕ್ ಹೊಡೆದು ಹೊಡೆದು ಕಾಲೆಲ್ಲ ನೋವಾದವು. ಕೊನೆಗೆ ನೂಕಿಸಿ ಸ್ಟಾರ್ಟ್ ಮಾಡಿಸಿಕೊಂಡು ಮನೆ ಸೇರಿದೆ.

ಮರುದಿನ ಬಲಗಡೆ ಸೊಂಟದ ಕೀಲಿನಲ್ಲಿ (hip joint) ನೋವು ಕಾಣಿಸಿಕೊಂಡಿತು. ನೋವು ಅತಿ ಕಡಿಮೆಯೂ ಅಲ್ಲ, ವಿಪರೀತ ಹೆಚ್ಚೂ ಅಲ್ಲ. ಮಧ್ಯಮ ಪ್ರಮಾಣದ ನೋವಿತ್ತು. ಹೌದೋ ಅಲ್ಲವೋ ಎನ್ನುವಂತೆ ಸ್ವಲ್ಪ ಕುಂಟುತ್ತಾ ನಡೆದಾಡುತ್ತಿದ್ದೆ. ಆಸ್ಪತ್ರೆಯ ಕೆಲಸ ಮಾಡಲೇನೂ ತೊಂದರೆಯಿರಲಿಲ್ಲ. ಸಮಯ ಕಳೆದಂತೆ ನೋವು ಕಡಿಮೆಯಾಯಿತು. ನಾನು ಯಾವ ಮಾತ್ರೆ ತೆಗೆದುಕೊಳ್ಳದೆಯೇ ನೋವು ಮಾಯವಾಗಿದ್ದರಿಂದ ಖುಷಿಯಾಗಿತ್ತು. ಆದರೆ ಸ್ವಲ್ಪ ಹೊತ್ತಿನಲ್ಲಿ ಎಡಗಡೆಯ ಸೊಂಟದ ಕೀಲು ನೋಯಲು ಪ್ರಾರಂಭಿಸಿತು. ಅದೆಲ್ಲಾ ಬೈಕಿನ ಕಿಕ್ ಹೊಡೆದ ಪ್ರಭಾವವಿರಬೇಕು ಎಂದುಕೊಂಡು ಸುಮ್ಮನಾದೆ. ಔಷಧ ತೆಗೆದುಕೊಳ್ಳಲಿಲ್ಲ.

ಮರುದಿನ ಮನೆಯಿಂದ ಆಸ್ಪತ್ರೆಗೆ ಹೊರಟಾಗ ಬಲಗಾಲು ಕುಂಟುತ್ತಿದ್ದೆ. ಸಾಯಂಕಾಲ ಎಡಗಾಲು ಕುಂಟಿಕೊಂಡು ಮನೆಗೆ ಬಂದೆ! ಮದುವೆಯಾದ ಗಳಿಗೆಯಿಂದ ನನ್ನನ್ನು ಸೂಕ್ಷ್ಮದರ್ಶಕ, ದೂರದರ್ಶಕ ಯಂತ್ರಗಳಿಂದ ಗಮನಿಸುತ್ತಿದ್ದ ಹೆಂಡತಿ, "ಇದೇನ್ರಿ. ಗಳಿಗೆಗೊಂದು ಕಾಲು ಕುಂಟ್ತೀರಲ್ಲ! ನಾಟ್ಕ ಆಡ್ತಾ ಇಲ್ಲ ತಾನೇ?" ಎಂದು ಅನುಮಾನ ವ್ಯಕ್ತಪಡಿಸಿದಳು.

ಒಂದು ವಾರ ಕಳೆಯಿತು. ಕುಂಟುವುದು ತಪ್ಪಲಿಲ್ಲ. ವಿಧವಿಧವಾಗಿ ಕುಂಟುತ್ತಿದ್ದೆ. ಯಾಕೆಂದರೆ ಬೆಳಗ್ಗೆ ಎಡಗಾಲಿನ ಸೊಂಟದ ಕೀಲಿನಲ್ಲಿ ನೋವಿದ್ದರೆ ಮಧ್ಯಾಹ್ನ ಬಲಗಾಲಿನ ಮೊಣಕಾಲಿನಲ್ಲಿ ನೋವಿರುತ್ತಿತ್ತು. ಕತ್ತಲಾಗುತ್ತಿದ್ದಂತೆ ಪಾದದ ಕೀಲು (ankle joint) ನೋವಾಗಿ ವಾಲಾಡಿಕೊಂಡು ನಡೆಯುತ್ತಿದ್ದೆ. ಹೆಂಡತಿ ಹತ್ತಿರ ಬಂದು ಕುಂಟಿಗೆ ಕಾರಣ ಎಣ್ಣೆ ಇರಬಹುದೇ ಎಂದು ಪ್ರಾಣಾಯಾಮ ಮಾಡುತ್ತಿದ್ದಳು.

ವಾರ ಕಳೆದ ಮೇಲೆ ಕುಟುಂಬ ಸಮೇತ ಬೆಂಗಳೂರು ಬಸ್ಸು ಹತ್ತಿದೆ. ಅಲ್ಲಿ ಪರಿಚಯದ ಮೂಳೆ ಕೀಲು ತಜ್ಞರ ಬಳಿ ತೋರಿಸಿಕೊಂಡು, ರಕ್ತ ತಪಾಸಣೆ, ಎಕ್ಸ್ ರೇ ಮುಂತಾದವೆಲ್ಲ ಮಾಡಿದ್ದು ಉಳ್ಳಾಗಡ್ಡೆ ಸುಲಿದಂತಾಯಿತು. ಏನೂ ಗೊತ್ತಾಗಲಿಲ್ಲ. ಎಲ್ಲ ತಪಾಸಣೆಗಳೂ ನೆಗೆಟಿವ್ ಆಗಿದ್ದವು. ಏನೋ ಡಯಾಗ್ನೋಸಿಸ್ ಹೇಳಿದರು. ಅದು ತಪ್ಪೆಂದು ನನಗಷ್ಟೇ ಅಲ್ಲ ಆ ತಜ್ಞರಿಗೂ ಗೊತ್ತಿತ್ತು. ಆದರೂ ಹತ್ತಾರು ವಿಧದ ಮಾತ್ರೆಗಳನ್ನು ಆರು ತಿಂಗಳಿಗಾಗುವಷ್ಟು ಬರೆದುಕೊಟ್ಟರು. ಅವರು ಹೇಳಿದ ಸಮಯಕ್ಕೆ ತೆಗೆದುಕೊಳ್ಳಬೇಕೆಂದೂ ಇಲ್ಲದಿದ್ದರೆ ನಾನು ಕೂಡಲೇ ಸಾಯಬಹುದೆಂದು ಎಚ್ಚರಿಸಿದರು.

ಆಸ್ಪತ್ರೆಯಿಂದ ಹೊರಗೆ ಬಂದ ಕೂಡಲೇ ಅಷ್ಟೂ ಚೀಟಿಗಳನ್ನು ಹರಿದೆಸೆದು ನೋವು ನಿವಾರಕ ಮಾತ್ರೆ ನುಂಗಿ ಹಂಪಸಾಗರ ತಲುಪಿ ಮತ್ತೊಂದು ವಾರ ಕಳೆದೆ. ಮಾತ್ರೆ ನುಂಗಿದಾಗ ಮಾತ್ರ ನೋವು ಕಡಿಮೆಯಾಗುತ್ತಿತ್ತು. ಮಾತ್ರೆ ನುಂಗುವುದು ತಡವಾದರೆ ನೋವು ಹೆಡೆಯಾಡುತ್ತಿತ್ತು.

ಇದಾದ ವಾರದ ನಂತರ ದಾವಣಗೆರೆಯಲ್ಲಿ ಒಂದು ಕಣ್ಣಿಗೆ ಬಿದ್ದ ನರ್ಸಿಂಗ್ ಹೋಂಗೆ ಹೋದೆ. ಫಿಜಿಷಿಯನ್ ಮತ್ತು ಆರ್ಥೋಪೆಡಿಕ್ ಸರ್ಜನ್ ಎಲ್ಲರೂ ಸಮಾಲೋಚನೆ ನಡೆಸಿದರು. ಮತ್ತೊಮ್ಮೆ ರಕ್ತದ ವಿವಿಧ ಟೆಸ್ಟ್‌ಗಳು, ಎಕ್ಸ್ ರೇ ಗಳೆಲ್ಲ ಆದವು. ಎಲ್ಲವೂ ನೆಗೆಟಿವ್. ಆರ್ಥೋಪೆಡಿಕ್ ಸರ್ಜನ್ ಕೊನೆಗೆ ಇದು 'ರುಮಟಾಯ್ಡ್ ಆರ್ಥ್ರೈಟಿಸ್' ಕಣ್ರಿ ಎಂದರು ಜೋರಾಗಿ. ತಮಗೇ ನಂಬಿಕೆ ತಂದುಕೊಳ್ಳಲು ಹಾಗೆ ಜೋರಾಗಿ ನುಡಿದಿದ್ದರು ಎಂದು ನನಗನಿಸಿತು.

ಆಗ ರಾತ್ರಿ 8 ಗಂಟೆಯಾಗಿತ್ತು. ಪೇಷೆಂಟ್ಸ್ ಇರಲೇ ಇಲ್ಲ. ನಾನೊಬ್ಬನೇ ಪೇಷೆಂಟ್. ಡಾಕ್ಟ್ರು ಚೆನ್ನಾಗಿ ಪರಿಚಯವಾಗಿ ಸ್ನೇಹಿತರಾಗಿಬಿಟ್ಟಿದ್ದರು. "ಏನ್ ಕೆಲಸ ಮಾಡ್ತಿದ್ದೀರ ನೀವು?" ಎಂದು ಕೇಳಿದರು. ನಾನು ವೆಟರ್ನರಿ ಡಾಕ್ಟ್ರು ಸಾರ್ ಎಂದೆ. ಹಾಗೆಂದು ಹೇಳಿ ಮುಗಿಸಿರಲಿಲ್ಲ. ನನಗೆ ಬೆಳಕಿನ ವೇಗದಲ್ಲಿ ನನ್ನ ಕಾಯಿಲೆ ಯಾವುದೆಂದು ಹೊಳೆದು ಬಿಟ್ಟಿತು! ಅದು ಬ್ರುಸೆಲ್ಲೋಸಿಸ್!

ಬೆಳಕಿನ ವೇಗದಲ್ಲಿ ಹೊಳೆದಿದ್ದರೂ ನನಗೆ ಇಪ್ಪತ್ತು ದಿನಗಳ ಮೇಲೆ ಮಿಂಚಿತ್ತು. ಅಂದರೆ ಆಮೆಯ ವೇಗದಲ್ಲಿ ಹೊಳೆದಿತ್ತು. ನನಗೆ ನನ್ನ ಕಾಯಿಲೆ ಹೊಳೆಯುವುದರಲ್ಲಿ ತಡವಾದದ್ದಕ್ಕೆ ಎರಡು ಕಾರಣಗಳಿದ್ದವು.

ಒಂದು: ಬ್ರುಸೆಲ್ಲೋಸಿಸ್ ಕಾಯಿಲೆಯ ಎಲ್ಲ ಲಕ್ಷಣಗಳೂ ನನ್ನಲ್ಲಿ ಏಕಕಾಲಕ್ಕೆ ವ್ಯಕ್ತವಾಗಿರಲಿಲ್ಲ. ಆ ಕಾಯಿಲೆಯ ಲಕ್ಷಣಗಳಾದ ಮೈತಾಪದ ಏರಿಳಿಕೆಯ ಜೊತೆಗೆ

ಮೈ ಕೈ ನೋವು, ರಾತ್ರಿಯ ವೇಳೆ ವಿಪರೀತ ಬೆವರುವುದು, ನೋವು ಕೀಲುಗಳಿಂದ ಕೀಲುಗಳಿಗೆ ಬದಲಾಗುವುದು, ಹೆಚ್ಚು ದಿನ ಕಾಯಿಲೆ ವಾಸಿಯಾಗದಿದ್ದರೆ ವೃಷಣಗಳ ಉರಿಯೂತ ಕಾಣಿಸಿಕೊಳ್ಳುವುದು ಇತ್ಯಾದಿ. ಜ್ವರ ಕಾಣಿಸಿದ ಜೊತೆಗೆ ಕೀಲುಗಳಲ್ಲಿ ನೋವು ಕಾಣಿಸಿಕೊಂಡಿದ್ದರೆ ಕೂಡಲೇ ಇದು ಬ್ರುಸೆಲ್ಲೋಸಿಸ್ ಎಂದು ನನಗೆ ಗೊತ್ತಾಗುತ್ತಿತ್ತು. ಆದರೆ ಹಾಗಾಗಲಿಲ್ಲವಲ್ಲ! ಏರಿಳಿತದ ಜ್ವರ (Undulent Fever) ಬಂದು ಹೋದ ಹದಿನೈದು ದಿನಗಳ ನಂತರ ಕೀಲುಗಳಲ್ಲಿ ನೋವು ಕಾಣಿಸಿಕೊಂಡು ಹಾದಿ ತಪ್ಪಿಸಿತು.

ಎರಡು: ಎಂದೂ ಬರದ ಮಳೆ ಬಂದು ಬೈಕ್ ತೊಯ್ದು ಹೋಗಿ ಎಷ್ಟು ಕಿಕ್ ಹೊಡೆದರೂ ಸ್ಟಾರ್ಟ್ ಆಗದೆ ಹೋದದ್ದು. ಇದರಿಂದ ಬೈಕಿನ ಕಿಕ್ ಹೊಡೆದೂ ಹೊಡೆದೂ ನನ್ನ ಕಾಲುಗಳು ನೋಯುತ್ತಿವೆ ಎಂಬ ತಪ್ಪು ನಿರ್ಧಾರಕ್ಕೆ ಬಂದುಬಿಟ್ಟೆ. ಕಾಲು ನೋವು ಬ್ರುಸೆಲ್ಲೋಸಿಸ್ ಕಾಯಿಲೆಯಿಂದ ವಕ್ಕರಿಸಿದ ಪೀಡೆಯಾಗಿತ್ತು.

ಬ್ರುಸೆಲ್ಲೋಸಿಸ್ ಎಂಬುದು ಪ್ರಾಣಿಗಳಿಂದ ಮನುಷ್ಯನಿಗೆ ಬರುವ ಒಂದು ಮುಖ್ಯವಾದ ಕಾಯಿಲೆ (Zoonotic disease). ಬ್ರುಸೆಲ್ಲ ಎಂಬ ಬ್ಯಾಕ್ಟೀರಿಯಾದಿಂದ ಬರುವ ಈ ಕಾಯಿಲೆ ಪ್ರಾಣಿಗಳಲ್ಲಿ ಕಂದು ಹಾಕುವಂತೆ (abortion) ಮಾಡುತ್ತದೆ. ಬ್ರುಸೆಲ್ಲಾ ಅಬಾರ್ಟಸ್ ಎಂಬುದು ದನಗಳಲ್ಲಿ, ಬ್ರುಸೆಲ್ಲಾ ಸೂಯಿಸ್ ಎಂಬುದು ಹಂದಿಗಳಲ್ಲಿ, ಬ್ರುಸೆಲ್ಲಾ ಮೆಲಿಟೆನ್ಸಿಸ್ ಎಂಬುದು ಕುರಿ ಮೇಕೆಗಳಲ್ಲಿ ಹಾಗೂ ಬ್ರಸೆಲ್ಲಾ ಕೇನಿಸ್ ಎಂಬುದು ನಾಯಿಗಳಲ್ಲಿ ರೋಗವನ್ನುಂಟು ಮಾಡುತ್ತದೆ. ಇದರಲ್ಲಿ ಬ್ರುಸೆಲ್ಲಾ ಮೆಲಿಟೆನ್ಸಿಸ್ ಬ್ಯಾಕ್ಟೀರಿಯಾ ಅತ್ಯಂತ ಅಪಾಯಕಾರಿಯಾಗಿದ್ದು, ಇದು ಮನುಷ್ಯನನ್ನು ಆಕ್ರಮಣ ಮಾಡುವ ಹೆಚ್ಚಿನ ಶಕ್ತಿಯನ್ನು ಹೊಂದಿದೆ.

ಹಾಲನ್ನು ಕಾಯಿಸದೆ ಕುಡಿಯುವುದು, ಈ ರೋಗದಿಂದ ಕಂದು ಹಾಕಿರುವ ಪ್ರಾಣಿಗಳ ಸಂಪರ್ಕಕ್ಕೆ ಬಂದರೆ ಮನುಷ್ಯನಲ್ಲಿ ಈ ಕಾಯಿಲೆ ಕಾಣಿಸಿಕೊಳ್ಳುತ್ತದೆ. ಇಂತಹ ಪ್ರಾಣಿಗಳ ಚಿಕಿತ್ಸೆಗಳಲ್ಲಿರುವ ಪಶುವೈದ್ಯರು ಹೆಚ್ಚು ಸುಲಭವಾಗಿ ಈ ಕಾಯಿಲೆಗೆ ತುತ್ತಾಗುವುದು ಸಹಜ. ಇದೆಲ್ಲ ನನ್ನ ಮನಸ್ಸಿನಲ್ಲಿ ಹರಿದಾಡಿದ್ದೇ ಸೈ ನಾನು ಎದುರಿದ್ದ ತಜ್ಞ ವೈದ್ಯರಲ್ಲಿ, "ಸಾರ್ ನನಗೆ ಆಗಿರುವುದು ಬ್ರುಸೆಲ್ಲೋಸಿಸ್. ರಕ್ತ ಪರೀಕ್ಷೆಗೆ ಬರೆದುಕೊಡಿ. ನಾಳೆ ಪರೀಕ್ಷಿಸಿಕೊಂಡು ಬರುತ್ತೇನೆ," ಎಂದು ಹೇಳಿದೆ.

"ರುಮೆಟಾಯ್ಡ್ ಆರ್ಥ್ರೈಟಿಸ್" ಎಂದು ಡಯಾಗ್ನೋಸಿಸ್ ಹೇಳಿದ್ದ ಡಾಕ್ಟ್ರು, "ಕರೆಕ್ಟ್ ಕಣ್ರೀ. Brucellosis is a professional hazard for you," ಎಂದು ಬ್ರುಸೆಲ್ಲೋಸಿಸ್ ರಕ್ತ ಪರೀಕ್ಷೆಗೆ ಬರೆದುಕೊಟ್ಟರು.

ಮರುದಿನ ಅದರಂತೆ ರಕ್ತ ಪರೀಕ್ಷೆ ಮಾಡಿಸಲಾಗಿ ಬ್ರುಸೆಲ್ಲೋಸಿಸ್ ಪಾಸಿಟಿವ್ ಬಂತು. ನನಗೆ ಖುಷಿಯೋ ಖುಷಿ! ಪಕ್ಕದಲ್ಲಿಯೇ ಇದ್ದ ಹೆಂಡತಿ, "ಏನ್ರೀ ಕೆಟ್ಟ ಕಾಯಿಲೆ ಪಾಸಿಟಿವ್ ಬಂದಿದೆ. ನೀವು ಖುಷಿಯಾಗಿದ್ದೀರಲ್ಲ! ಏನೇಳ್ಬೇಕು ನಿಮ್ಗೆ," ಎಂದು ಸಿಟ್ಟಾದಳು. "ಅಂಗಲ್ಲ. ಈಗ ಕಾಯಿಲೆ ಯಾವುದು ಅಂತ ಗೊತ್ತಾಯ್ತಲ್ಲ? ಇನ್ಮೇಲೆ ಚಿಕಿತ್ಸೆ ಸುಲಭ. ಅದಕ್ಕೇ ಖುಷಿಯಾಗಿದ್ದೀನಿ!" ಅಂದೆ.

ನನ್ನನ್ನು ಬ್ರುಸೆಲ್ಲೋಸಿಸ್ ಭೂತ ಬಹಳ ಸುಲಭವಾಗಿ ಬಿಟ್ಟು ಹೋಯಿತು. ಟೆಟ್ರಾಸೈಕ್ಲಿನ್ ಎಂಬ ಆಂಟಿಬಯೋಟಿಕ್ ಮಾತ್ರೆ, ಕೀಲು ನೋವಿಗೆ ನೋವು ನಿವಾರಕ ಮತ್ತು ಬಿ ಕಾಂಪ್ಲೆಕ್ಸ್ ಮಾತ್ರೆ ಬರೆದುಕೊಟ್ರು. ಇಪ್ಪತ್ತು ದಿನ ಆಂಟಿಬಯೋಟಿಕ್ ಮಾತ್ರೆ ನುಂಗಿದೆ. ನೋವು ನಿವಾರಕಗಳನ್ನು ಐದು ದಿನ ನುಂಗಿದೆ. ಇಪ್ಪತ್ತು ದಿನದ ಮೇಲೆ ದಾವಣಗೆರೆಗೆ ಹೋಗಿ ಮತ್ತೊಮ್ಮೆ ರಕ್ತ ಪರೀಕ್ಷೆ ಮಾಡಿಸಿದೆ. ಬ್ರುಸೆಲ್ಲೋಸಿಸ್‌ಗೆ ನೆಗೆಟಿವ್ ಬಂತು. ಈ ಕಾಯಿಲೆಯನ್ನು ಹೆಂಡತಿಗೂ ದಾಟಿಸಿಬಿಟ್ಟಿದ್ದೇನೆಯೇ ಎಂಬ ಹೆದರಿಕೆ ಇತ್ತು. ಹೆಂಡತಿಯ ರಕ್ತ ಪರೀಕ್ಷಿಸಲಾಗಿ ನೆಗೆಟಿವ್ ಬಂತು. "ನೋಡು, ಹೆದರಿ ನಿನ್ನ ಹತ್ತಿರ ಬ್ಯಾಕ್ಟೀರಿಯಾ ಸಹಿತ ಸುಳಿಯಲ್ಲ," ಎಂದೆ.

ನಾನು ಆಸ್ಪತ್ರೆಗೆ ಬರುವ ಎಲ್ಲ ರೋಗಿಗಳನ್ನೂ ಕಡ್ಡಾಯವಾಗಿ, 'ಹೊರರೋಗಿ ವಹಿ'ಯಲ್ಲಿ ಬರೆದುಕೊಳ್ಳುತ್ತಿದ್ದೆ. ಕೆಲವೊಮ್ಮೆ ರೈತರಿಗೆ ಪ್ರಾಣಿಗಳನ್ನು ಆಸ್ಪತ್ರೆಗೆ ತರಲಾಗುವುದಿಲ್ಲ. ಆಗ ನಾವು ಆ ರೋಗಿಯನ್ನು 'ಪ್ರಾತಿನಿಧಿಕ' ಎಂದು ನಮೂದಿಸಿಕೊಂಡು ಔಷಧ ಕೊಟ್ಟು ಕಳುಹಿಸುತ್ತೇವೆ. ಇಂತಹವುಗಳನ್ನು ಸಹ ನಾನು ವಹಿಯಲ್ಲಿ ಬರೆದುಕೊಳ್ಳುತ್ತಿದ್ದೆ.

ಇನ್ನು ಪ್ರವಾಸದಲ್ಲಿ ಚಿಕಿತ್ಸೆ ನೀಡಿದರೆ (ಅಂದರೆ ಹಳ್ಳಿಗೆ ಹೋಗಿ ಚಿಕಿತ್ಸೆ ನೀಡಿದರೆ) 'ಪ್ರವಾಸದಲ್ಲಿ ಚಿಕಿತ್ಸೆ ನೀಡಿದ ವಹಿ'ಯಲ್ಲಿ ಬರೆದುಕೊಳ್ಳುತ್ತಿದ್ದೆ. ಒಂದು ದಿನ ಈ ಚಿಕಿತ್ಸಾ ವಹಿಗಳನ್ನು ಎಚ್ಚರಿಕೆಯಿಂದ ನೋಡುತ್ತಾ ಬಂದೆ. ನಾನು ಚಿತ್ರದುರ್ಗಕ್ಕೆ ಹೋಗುವ ಹದಿನೈದು ದಿನದ ಮುಂಚೆ ಹಂಪಸಾಗರದ ಹತ್ತಿರ ಇರುವ ಕೋಡಿಹಳ್ಳಿ ಗ್ರಾಮದಲ್ಲಿ ಕಂದು ಹಾಕಿರುವ ಮೇಕೆಯ ಚಿಕಿತ್ಸೆ ನೀಡಿದ್ದು ದಾಖಲಿಸಿದ್ದೆ! ಆ ಮೇಕೆಯ ಕೊಡುಗೆಯೇ ನನಗೆ ಅಂಟಿದ್ದ ಬ್ರುಸೆಲ್ಲೋಸಿಸ್.

ಅದಾದ ನಂತರ ಒಂದು ದಿನ ಆಸ್ಪತ್ರೆಗೆ ಹೊರಟ ಹೊತ್ತಲ್ಲಿ ನನ್ನ ಹೆಂಡತಿ, "ದನ ಕರುಗಳ ಕಾಯಿಲೆವಾಸಿ ಮಾಡಿ ಬರ್ರಿ. ಕುರಿ ಕತ್ತೆಗಳ ಕಾಯಿಲೆಗಳನ್ನು ನೀವೇ ಅಂಟಿಸಿಕೊಂಡು ಬರಬೇಡ್ರಿ," ಎಂದಳು. ಮಾಲು ಸಮೇತ ಸಿಗಿಬಿದ್ದ ಕಳ್ಳನಂತಿದ್ದ ನಾನು ಉತ್ತರಿಸಲು ಹೋಗಲಿಲ್ಲ.

ಬ್ರುಸೆಲ್ಲೋಸಿಸ್ ಕಾಯಿಲೆಯಿಂದಾಗುವ ಮತ್ತೊಂದು ಅವಲಕ್ಷಣವೆಂದರೆ ವೃಷಣಗಳ ಸೋಂಕು. ವೃಷಣಗಳು ಊದಿಕೊಳ್ಳುವುದು, ವಿಪರೀತ ನೋವು ತೋರಿಸುವುದಲ್ಲದೆ ನಿರ್ವೀರ್ಯರಾಗುವ ಸಂಭವವಿರುತ್ತದೆ. ನನಗೇನೂ ಆ ತರಹದ ಲಕ್ಷಣ ಕಾಣಿಸಿಕೊಳ್ಳಲಿಲ್ಲ. ಇದಾದ ಮೂರು ವರ್ಷದ ನಂತರ ನನಗೆ ಮಗ ಜನಿಸಿದ್ದು ನನ್ನಲ್ಲಿ ಈ ತರಹದ ಐಬಿಲ್ಲ ಎಂಬುದನ್ನು ದೃಢಪಡಿಸಿತು!

ನನ್ನ ಬಳಿ ಅನೇಕ ವೈದ್ಯಕೀಯ ಪುಸ್ತಕಗಳಿವೆ. ಒಂದು ಸುತ್ತು ಬ್ರುಸೆಲ್ಲೋಸಿಸ್ ರೋಗದ ಬಗ್ಗೆ ಓದಿದಾಗ ವೃಷಣ ಸೋಂಕು ಬಹಳ ಅಪರೂಪವಾಗಿ ಕಾಣಿಸುತ್ತದೆ ಎಂದು ತಿಳಿದು ಬಂತು. ಬ್ರುಸೆಲ್ಲಾ ಮೆಲಿಟೆನ್ಸಿಸ್ ಬ್ಯಾಕ್ಟೀರಿಯಾಕ್ಕೆ ವಂದನೆಗಳು. ಅವು ವೃಷಣಗಳ ಮೇಲೆ ದಾಳಿ ಮಾಡಿದ್ದರೆ ನನಗೆ ಮಗನೇ ಹುಟ್ಟುತ್ತಿರಲಿಲ್ಲ!

❖

ಒಂದು ಪುಸ್ತಕದ ಕಥೆ

ಒಂದು ದಿನ ಬೆಳಗ್ಗೆ ಎಂಟೂವರೆ ಗಂಟೆಗೆಲ್ಲ ಹಂಪಸಾಗರ ಪಶುಚಿಕಿತ್ಸಾಲಯಕ್ಕೆ ಪೊಲೀಸರೊಬ್ಬರು ಶಿಸ್ತಾಗಿ ಬಂದು ನಮಸ್ಕರಿಸಿದರು. ರೈತರಲ್ಲದೆ ಮತ್ತಾರೂ ಅಕಸ್ಮಾತ್ತಾಗಿಯೂ ಬಾರದ ದನಿನಾಸ್ಪತ್ರೆಗೆ ಇವರೇಕೆ ಬಂದರು ಎಂದು ಅವಾಕ್ಕಾಗಿ ಪ್ರತಿನಮಸ್ಕರಿಸಿದೆ. ಬಹುಶಃ ಇವರ ಮನೆಯಲ್ಲಿಯ ನಾಯಿ ಅಥವಾ ಬೆಕ್ಕಿಗೆ ಏನೋ ಆಗಿರಬೇಕು ಎಂದುಕೊಂಡೆ. ಆದರೆ ಪೊಲೀಸ್, "ನಿಮ್ಮ ಸೂಟ್‌ಕೇಸನ್ನು ಯಾರೋ ಕದ್ದು ಊರ ಹೊರಗಡೆ ಎಸೆದು ಹೋಗಿದ್ದಾರೆ. ಬಂದು ನೋಡಿ. ಅದರಲ್ಲಿ ನಿಮ್ಮ ಒಂದು ಪುಸ್ತಕವಿದೆ. ಪುಸ್ತಕದ ಮೇಲೆ ನಿಮ್ಮ ಹೆಸರಿದೆ. ಅದು ನಿಮ್ಮ ಸೂಟ್‌ಕೇಸ್ ಎಂದಾದರೆ ಒಂದು ಕಂಪ್ಲೇಂಟ್ ಕೊಡಿ," ಎಂದರು.

ಮನೆಯಲ್ಲಿ ಒಂದು ಬೆಂಕಿಕಡ್ಡಿ ಅತ್ತಿತ್ತ ಸರಿದರೂ ಗೊತ್ತು ಮಾಡುವ ನನ್ನ ಹೆಂಡತಿ ಇರುವಾಗ ಸೂಟ್‌ಕೇಸ್ ಕಳ್ಳತನವಾಗಿರುವುದು ಹೇಗೆ? ಹಾಗೇನಾದರೂ ಕಳ್ಳತನ ಮಾಡಿದ್ದರೆ ಅವನಾರೋ ಅಂತಾರಾಷ್ಟ್ರೀಯ ಮಟ್ಟದ ಕಳ್ಳನಿರಬೇಕು. ಆದರೂ, "ನೋಡಿಕೊಂಡು ಬರುತ್ತೇನೆ ಸಾರ್," ಎಂದು ಪೊಲೀಸ್‌ಗೆ ತಿಳಿಸಿ ಮನೆಗೆ ಹೋದೆ.

ನಮ್ಮ ಮನೆಯಲ್ಲಿದ್ದ ಮೂರು ಸೂಟ್‌ಕೇಸ್‌ಗಳೂ ಮನೆಯಲ್ಲಿಯೇ ಇದ್ದವು. ಒಂದರಲ್ಲಿ ಮದುವೆಗೆ ಹೊಲಿಸಿ ಮತ್ತೆಂದೂ ಉಟ್ಟುಕೊಳ್ಳದ ನನ್ನ ಕೋಟು ಬಿಟ್ಟರೆ ಇನ್ನೇನೂ ಇರಲಿಲ್ಲ. ಇನ್ನೊಂದರಲ್ಲಿ ವರ್ಷಕ್ಕೊಂದು ಅಥವಾ ಎರಡು ಸಲ ಮಾತ್ರ ಉಟ್ಟುಕೊಳ್ಳುವ ಮದುವೆಯಲ್ಲಿ ತಂದಿದ್ದ ಒಂದೆರಡು ರೇಷ್ಮೆ ಸೀರೆಗಳಿದ್ದವು. ಮೂರನೆಯದರಲ್ಲಿ ಬೋರು ಹೊಡೆಸುವ ಏಕಪ್ರಕಾರವಾದ ಮದುವೆ ಫೋಟೋ ಆಲ್ಬಂಗಳು ಇದ್ದವು.

ಅವು ಮೂರು ಸೂಟ್‌ಕೇಸ್‌ಗಳನ್ನು ಕದ್ದಿದ್ದರೂ ನಾನಾಗಲೀ, ನನ್ನ ಹೆಂಡತಿಯಾಗಲೀ ಮನಸ್ಸಿಗೆ ಹಚ್ಚಿಕೊಳ್ಳುತ್ತಿರಲಿಲ್ಲ. ಆದರೂ ಪೊಲೀಸರ ಮಾಹಿತಿಗೆ ಬೇಕಿತ್ತಲ್ಲ? ಆದುದರಿಂದ ಮೂರು ಸೂಟ್‌ಕೇಸ್‌ಗಳೂ ಮನೆಯಲ್ಲಿರುವುದನ್ನು ಖಾತ್ರಿ

ಮಾಡಿಕೊಂಡೆ. ಆದರೆ ಕಳ್ಳತನವಾಗಿರುವ ಪುಸ್ತಕದ ಬಗ್ಗೆ ಏನು ಹೇಳುವುದು? ಅದಾವ ಪುಸ್ತಕವಿರಬಹುದು? ಸಾಮಾನ್ಯವಾಗಿ ನಮ್ಮ ಮನೆಯಲ್ಲಿ ಪುಸ್ತಕಗಳು ರಾಶಿ ರಾಶಿಯಾಗಿರುತ್ತಿದ್ದವು. ಮಗಳು ಬೇರೆ ಆಗ ತಾನೆ ಓಡಾಡುವುದನ್ನು ಕಲಿತಿದ್ದರಿಂದ ಪುಸ್ತಕಗಳನ್ನು ಎಷ್ಟು ಎಚ್ಚರಿಕೆಯಿಂದ ನೋಡಿಕೊಂಡರೂ ಕ್ಷಣಾರ್ಧದಲ್ಲಿ ಮೂಲೆ ಮೂಲೆಗೆ ಎಸೆದಿರುತ್ತಿದ್ದಳು. ಅವು ಕೈಕಾಲಲ್ಲಿ ಬಿದ್ದಿರುತ್ತಿದ್ದವು. ಕೆಲವನ್ನು ಓದಲು ಅವರಿವರು ತಗೊಂಡು ಸಹ ಹೋಗಿರುತ್ತಿದ್ದರು.

ನಾನು ಮನೆಯಲ್ಲಿ ಹೆಂಡತಿಗೆ, "ಯಾರೋ ನಮ್ಮನೆಯ ಪುಸ್ತಕವೊಂದನ್ನು ಕದ್ದುಕೊಂಡು ಹೋಗಿದ್ದಾನೆ. ಪೊಲೀಸರಿಗೆ ಸಿಕ್ಕಿದೆ," ಎಂದೆ. ಪುಸ್ತಕ ಪ್ರೇಮಿಯೂ, ಸಾಹಿತ್ಯಾಭಿಮಾನಿಯೂ, ಕುವೆಂಪು, ತೇಜಸ್ವಿ, ತ್ರಿವೇಣಿ, ನಾಗೇಶ್ ಹೆಗಡೆ, ಅನಂತಮೂರ್ತಿ, ಲಂಕೇಶ್ ಮುಂತಾದ ಅನೇಕ ಲೇಖಕರ ಪುಸ್ತಕಗಳ ಓದುಗಳಾಗಿದ್ದ ನನ್ನ ಹೆಂಡತಿ ಜನರಲ್ಲಿ ಓದುವ ನಿರಾಸಕ್ತಿ ಬಗ್ಗೆ ಖೇದ ವ್ಯಕ್ತಪಡಿಸುತ್ತಿದ್ದಳು.

"ಅಯ್ಯೋ ಬಿಡ್ತು ಅನ್ರಿ. ಚಪ್ಲಿ, ಛತ್ರಿ, ಪೊರಕೆ ಕದ್ದವರನ್ನು ಕಂಡಿದ್ದೀನಿ, ಕೇಳಿದ್ದೀನಿ. ಆದರೆ ಪುಸ್ತಕ ಕದ್ದವರನ್ನು ಕೇಳಿಲ್ಲ, ಕಂಡಿಲ್ಲ. ಪುಸ್ತಕದ ಬೆಲೆ ತಿಳಿಯದ ಜನ ಕಳ್ಳತನ ಮಾಡ್ತಾರ? ಕದ್ದು ಪುಸ್ತಕ ಓದುವವರು ಕಳ್ಳರಾಗಿ ಉಳಿತಾರೇನ್ರಿ? ಅಕಸ್ಮಾತ್ ಪುಸ್ತಕ ಕದ್ದಿದ್ರೆ ಅವನ್ಯಾರೋ ಪುಣ್ಯಾತ್ಮ ಕಣ್ರೀ! ಅವನಿಗೆ ನಾವೇ ಒಂದಷ್ಟು ಪುಸ್ತಕ ಕೊಡಾನ ನಡೀರಿ," ಎಂದಳು.

ನಿರ್ವಾಹವಿಲ್ಲದೆ ಪೊಲೀಸ್ ಠಾಣೆಗೆ ಹೋದೆ. ನಮ್ಮನೆಯಿಂದ ಯಾವ ಸೂಟ್‌ಕೇಸೂ ಕಳ್ಳತನವಾಗಿಲ್ಲವೆಂದರೂ ಪೊಲೀಸರು ಒಪ್ಪಲು ತಯಾರಿರಲಿಲ್ಲ. "ಇಲ್ಲ ಸಾರ್. ನಿಮ್ಮನೆಯಲ್ಲಿ ಕಳ್ಳತನವಾಗಿದೆ. ಕೆಂಪು ಬಣ್ಣದ ಸೂಟ್‌ಕೇಸ್. ನಡೆಯಿರಿ ತೋರಿಸುತ್ತೇವೆ," ಎಂದು ಹೊರಟರು. ಊರ ಹೊರಗೆ ಮುಖ್ಯರಸ್ತೆಯ ಪಕ್ಕದಲ್ಲಿ ಜನರ ಒಂದು ದೊಡ್ಡ ಗುಂಪು ಸೇರಿತ್ತು. ಅವರೆದುರು ಒಂದು ಸೂಟ್‌ಕೇಸು ತೆರೆದುಕೊಂಡು ಬಿದ್ದಿತ್ತು. ಅದರಲ್ಲಿ ಕೆಲವು ಹಳೆಯ ವಿಐಪಿ ಚಡ್ಡಿ, ಬನಿಯನ್‌ಗಳು, ಒಂದೆರಡು ಮುದುರಿ ತುರುಕಿದ್ದ ಶರ್ಟು ಪ್ಯಾಂಟುಗಳು ಮತ್ತು ಒಂದು ಪುಸ್ತಕ ಬಿದ್ದಿದ್ದವು.

ಅದು ನವಕರ್ನಾಟಕ ಪ್ರಕಾಶನದ 'ವಿವಾಹ' ಎಂಬ ಪುಸ್ತಕವಾಗಿತ್ತು. ತಾಪಿ ಧರ್ಮಾರಾವು ಎಂಬುವವರು ತೆಲುಗಿನಲ್ಲಿ ಬರೆದ ಪುಸ್ತಕದ ಕನ್ನಡ ಅವತರಣಿಕೆಯಾಗಿತ್ತು. ದುಡ್ಡು, ಬಂಗಾರ ಮುಂತಾದ ಯಾವ ಬೆಲೆಬಾಳುವ ವಸ್ತುಗಳೂ ಇಲ್ಲದ ಸೂಟ್‌ಕೇಸನ್ನು ಕಳ್ಳ ಊರಾಚೆ ಎಸೆದು ಹೋಗಿದ್ದ.

ಪೊಲೀಸರಿಗೆ, "ಹೌದು ಸಾರ್. ಈ ಪುಸ್ತಕ ನನ್ನದು. ಆದರೆ ಸೂಟ್‌ಕೇಸ್ ನನ್ನದಲ್ಲ. ಇದೇ ಊರಿನ ಬ್ಯಾಂಕ್ ಸಿಬ್ಬಂದಿಯಾದ ಶ್ರೀನಿವಾಸರದ್ದು. ಯಾಕೆಂದರೆ ಓದಿ ವಾಪಸು ಕೊಡುವುದಾಗಿ ಶ್ರೀನಿವಾಸರು ಆರೇಳು ತಿಂಗಳ ಕೆಳಗೆ ಈ ಪುಸ್ತಕವನ್ನು ಇಸಿದುಕೊಂಡು ಹೋಗಿದ್ದರು. ಮರೆತು ಹೋಗಿತ್ತು ಸಾರ್," ಎಂದೆ. ಅಷ್ಟೊತ್ತಿಗೆ ಸಣ್ಣಹಳ್ಳಿಯಾದ ಹಂಪಸಾಗರದಲ್ಲಿ ಸುದ್ದಿ ಹಬ್ಬಿ ಶ್ರೀನಿವಾಸರು ಅಲ್ಲಿಗೇ ಬಂದರು. ಸೂಟ್‌ಕೇಸ್ ತಮ್ಮದೆಂದು ಒಪ್ಪಿಕೊಂಡಿದ್ದರಿಂದ ಕೇಸ್ ಖಲಾಸ್ ಆಯಿತು.

'ವಿವಾಹ' ಪುಸ್ತಕದ ಮುಖಪುಟದಲ್ಲಿ ಗಂಡು ಹೆಣ್ಣಿನ ಒಂದು ರೇಖಾಚಿತ್ರವಿದ್ದು, ಆಕರ್ಷಕವಾಗಿತ್ತು. ಅವಿವಾಹಿತರೂ, ಯುವಕರೂ ಆಗಿದ್ದ ಶ್ರೀನಿವಾಸರು ಅದನ್ನು ಸೆಕ್ಸ್ ಬುಕ್ ಎಂದು ಬಗೆದು ಬರಗೆಟ್ಟು ಇಸಿದುಕೊಂಡು ಹೋಗಿದ್ದರು. ಅದು ನನಗೆ ಚೆನ್ನಾಗಿ ನೆನಪಿತ್ತು. ಆದರೆ ಆ ಪುಸ್ತಕವು ವಿವಾಹದ ಬಗ್ಗೆ ಇದ್ದ ವೈಚಾರಿಕ ಗ್ರಂಥವಾಗಿತ್ತು.

ಒಂದು ವಾರದ ನಂತರ ನನ್ನ ಪುಸ್ತಕ ನನಗೇ ವಾಪಸ್ ಬಂದು ತಲುಪಿತು. ನನ್ನ ಹೆಂಡತಿ, "ನಾನೇಳಲಿಲ್ವೇನ್ರಿ. ಪುಸ್ತಕ ಕದಿಯುವಷ್ಟು ನಾವು ಮುಂದುವರಿದಿಲ್ಲ. ತಿಳಿತಾ?" ಎಂದಳು. ನನ್ನ ಹೆಂಡತಿಯ ಕಾಲಜ್ಞಾನದ ಬಗ್ಗೆ ಅಭಿಮಾನ ಪಡದೆ ಬೇರೆ ವಿಧಿಯಿರಲಿಲ್ಲ. 'ವಿವಾಹ' ಪುಸ್ತಕ ಮತ್ತೆ ನನ್ನ ಪುಸ್ತಕ ಭಂಡಾರ ಸೇರಿತು. ಶ್ರೀನಿವಾಸರು ಪುಸ್ತಕವನ್ನು ಓದಿದರೋ ಇಲ್ಲವೋ ಎಂದು ಕೇಳಲು ಮರೆತೇಬಿಟ್ಟೆ.

❖

ನನ್ನ ಮೇಲೊಂದು ಹಲ್ಲೆ

ಅದು 1990ರ ಆಜುಬಾಜು. ಹಂಪಸಾಗರಲ್ಲಿದ್ದೆ. ಆಸ್ಪತ್ರೆಗೂ ನಾನಿದ್ದ ಬಾಡಿಗೆ ಮನೆಗೂ ನೂರು ಮೀಟರ್ ಸಹ ಇದ್ದಿಲ್ಲ. ಹೆಂಡತಿ, ಮಗುವಿನೊಂದಿಗೆ ತವರಿಗೆ ಹೋಗಿದ್ದುದರಿಂದ ಒಬ್ಬನೇ ಇದ್ದೆ. ದಿನವೂ ಖಾನಾವಳಿ ಊಟ ಮಾಡುತ್ತಿದ್ದವನು ಅಂದು ಖಾನಾವಳಿ ಊಟ ಬೇಡವೆನಿಸಿ ಮನೆಯಲ್ಲಿಯೇ ಅಡುಗೆ ಮಾಡಬೇಕೆಂದುಕೊಂಡಿದ್ದೆ. ಆಗ ಮನೆಯಲ್ಲಿ ಸೀಮೆಎಣ್ಣೆ ಸ್ಟೌನಲ್ಲಿ ಅಡುಗೆಯಾಗುತ್ತಿತ್ತು. ಸಾಯಂಕಾಲ ಮನೆಗೆ ಬಂದವನೇ ಅಕ್ಕಿ ತೊಳೆದು ಅಂದಾಜು ಲೆಕ್ಕದಲ್ಲಿ ನೀರು, ಉಪ್ಪು ಹಾಕಿ ಸ್ಟೌವ್ ಮೇಲಿಟ್ಟೆ.

ಒಂದಷ್ಟು ಹೊತ್ತಾದ ಮೇಲೆ ಅನ್ನ ಕುದಿಯುವ ಶಬ್ದ ಕೇಳತೊಡಗಿತು. ಪರೀಕ್ಷಿಸಿ ನೋಡಿದರೆ ಅಕ್ಕಿ ಬೆಂದು ಅನ್ನ ಆಗಿದೆ. ಆದರೆ ನೀರು ಹೆಚ್ಚಿಗೆ ಇದ್ದುದರಿಂದ ಬಸಿಯಬೇಕಾಗಿತ್ತು. ಬಸಿಯಲು ತಟ್ಟೆ, ಬಟ್ಟೆ ಇನ್ನೊಂದು ಪಾತ್ರೆ ಜೋಡಿಸಿಕೊಳ್ಳುವಷ್ಟರಲ್ಲಿ ಮನೆ ಬಾಗಿಲು ಬಡಿದಂತಾಯಿತು. ಹೊರಬಂದೆ.

ಬಾಗಿಲು ಬಡಿಯುತ್ತಾ ನಿಂತ ಯುವಕ ಅದೇ ಊರಿನ ನನ್ನ ಪರಿಚಯದವರೇ ಆದ ಬಸಣ್ಣರ ಮಗ ಗೋವಿಂದ. ಅವರ ಜರ್ಸಿ ಹಸುವಿಗೆ ಏಕ್ದಂ ಹುಷಾರು ತಪ್ಪಿದೆ ಎಂದೂ, ಕೂಡಲೇ ಬರಬೇಕೆಂದೂ ತಿಳಿಸಿದ. ಆಗಲಿ ಎಂದು ನಾನು ಅಡುಗೆ ಮನೆಗೋಗಿ ಸ್ಟೌವ್ ಆರಿಸತೊಡಗಿದೆ. ಎಷ್ಟು ಸಲ "ಉಫ್" ಎಂದರೂ ಅದು ಆರಲಿಲ್ಲ. ಕೊನೆಗೆ ಕೈಯಲ್ಲಿ ಒಂದಷ್ಟು ನೀರು ತೆಗೆದುಕೊಂಡು ಛೂ ಮಂತ್ರ ಕಾಳಿ ಎನ್ನುತ್ತ ಸ್ಟೌವ್ ಮೇಲೆ ಚಿಮುಕಿಸಿ ಆರಿಸಿದೆ. ಅನ್ನದ ಪಾತ್ರೆಯಲ್ಲಿದ್ದ ಹೆಚ್ಚಿಗೆ ನೀರನ್ನು ಬಸಿದೆ. ಪಾತ್ರೆ ತೆಗೆದಿಟ್ಟು ಔಷಧ ಬ್ಯಾಗನ್ನು ಕೈಗೆತ್ತಿಕೊಂಡು ಮನೆ ಬಾಗಿಲಿಗೆ ಬೀಗ ಹಾಕಿ

ಬಸಣ್ಣರ ಮನೆ ಕಡೆ ಹೆಜ್ಜೆ ಹಾಕಿದೆ. ಬಸಣ್ಣರ ಮನೆ ಹಿತ್ತಲು ನಮ್ಮನೆಗೆ ಕಾಣುತ್ತಿತ್ತು. ಗೋವಿಂದ ಆಗಲೇ ಮನೆ ಕಡೆ ಓಡಿದ್ದ. ಇದೆಲ್ಲಾ ಆಗುವಷ್ಟರಲ್ಲಿ ಐದಾರು ನಿಮಿಷಗಳಾಗಿರಬಹುದಷ್ಟೆ.

ನಾನು ಬಸಣ್ಣರ ಹಿತ್ತಲು ಮುಟ್ಟಿದೆ. ಕೂಡಲೇ ಒಬ್ಬ ಎಗರಿ ಬಂದವನೇ, "ಯಾಕೋ ಈಗ ಬಂದೆ? ಹಸು ಸತ್ತೋದ ಮೇಲೆ ಬಂದಿದಿಯಲ್ಲಲೇ? ಅರ್ಜೆಂಟು ಅಂತ ಹೇಳಿ ಕಳಿಸಿ ಅರ್ಧ ಗಂಟೆಯಾಯ್ತಲ್ಲ ಲೋಫರ್," ಇತ್ಯಾದಿ ಬಯ್ಯುತ್ತಾ ಕೈ ಎತ್ತುತ್ತಾ ಇಳಿಸುತ್ತಾ, ಶರ್ಟಿನ ತೋಳು ಏರಿಸುವುದು, ಮಡಿಸುವುದು ಮಾಡುತ್ತಾ, ಪಂಚೆ ಎತ್ತಿ ಕಟ್ಟುವುದು, ಕೆಳಗೆ ಇಳಿಸುವುದು ಮಾಡುತ್ತಾ, ನನ್ನ ಸುತ್ತ ಸುತ್ತತೊಡಗಿದ.

ಮತ್ತೊಬ್ಬ ಮನೆಯೊಳಗಿಂದ ಬಾಣದಂತೆ ಹೊರಬಂದು, "ಡಾಕ್ಟರಂದ್ರೆ ಇಪ್ಪತ್ನಾಲ್ಕು ಗಂಟೆ ರೆಡಿ ಇರಬೇಕಲೇ," ಎಂದು ಕೂಗು ಹಾಕಿದ. ಇನ್ನೂ ಇಬ್ಬರು ಸೇರಿಕೊಂಡ್ರು. ನನ್ನನ್ನು ಮನಸ್ಸಿಗೆ ಬಂದಂತೆ ತಳ್ಳಾಡತೊಡಗಿದರು. ನನಗೆಷ್ಟು ಭಯ, ಗಾಬರಿ, ಅವಮಾನವಾಯಿತೆಂದು ಹೇಳಲಾಗುವುದಿಲ್ಲ. ಇದ್ದಕ್ಕಿದ್ದಂತೆ ಹತ್ತಿಪ್ಪತ್ತು ಜನರ ಗುಂಪು ಜಮಾವಣೆಯಾಯಿತು.

ಇಡೀ ಹಿತ್ತಲಿನಲ್ಲಿ ಕೂಗಾಡುವ ಜನರ ದೊಂಬಿ, ಕೂಗಾಟ. ಅಲ್ಲಿದ್ದ ಯಾವುದೋ ಒಬ್ಬ ಅಜ್ಜ ಮಾತ್ರ "ಈಗೊಂದು ಗಂಟೆಯಿಂದ ನಾಟಿ ಔಷಧ ಮಾಡಿ ನೀವೇ ಟೈಮ್ ವೇಸ್ಟ್ ಮಾಡಿದ್ರಲ್ಲಲೇ! ಈಗ ಡಾಕ್ಟ್ರು ಮೇಲೆ ಜಗಳಕ್ಕೋಗಿದಿರಾ?" ಇತ್ಯಾದಿ ಕೂಗುತ್ತಾ, "ಡಾಕ್ಟ್ರ ಮೈ ಮುಟ್ಟಿದರೆ ಜೈಲ್ ಪಾಲಾಗ್ತೀರ ಹುಷಾರು!" ಎಂದ.

ಮತ್ತೊಬ್ಬರಾರೋ, "ಡಾಕ್ಟ್ರೇ, ನೀವು ಮನೆ ಕಡೆ ನಡೀರಿ," ಎಂದು ಹೇಳಿದ. ನನ್ನನ್ನು ದಬ್ಬುತ್ತಿದ್ದವನೊಬ್ಬ "ನೀನು ತಿಂತಿರೋ ಸಂಬಳ ನಮ್ದು ಕಣಲೇ, ನಿಯತ್ತು ಕಲಿಯಲೇ" ಎಂದು ಕೂಗುತ್ತಿದ್ದ. ಅವನು ಕೂಗಾಡುವಾಗ ಮಾತ್ರ ಕಣ್ಣು ಮುಚ್ಚಿ ಕೊಳ್ಳುತ್ತಿದ್ದ. ಹೊಡೆಯುವವನಂತೆ ಕೈ ಬೀಸುತ್ತಿದ್ದನೇ ಹೊರತು ಹೊಡೆಯುತ್ತಿರಲಿಲ್ಲ.

ಈ ರೀತಿಯ ಅತಿ ತುರ್ತು ಪ್ರಕರಣಗಳಲ್ಲಿ ನಾವು ಚಿಕಿತ್ಸೆ ಪ್ರಾರಂಭಿಸುವುದಕ್ಕಿನ್ನ ಮುಂಚೆ ಪ್ರಾಣಿ ಸತ್ತು ಹೋದರೂ ಕಷ್ಟ, ನಾವು ಒಂದೋ ಎರಡೋ ಇಂಜೆಕ್ಷನ್ ಕೊಟ್ಟ ಮೇಲೆ ಸತ್ತು ಹೋದರೆ ಆಗಲೂ ಕಷ್ಟ. "ನೋಡು ಹಸು ಚೆನ್ನಾಗೇ ಇತ್ತು. ಡಾಕ್ಟ್ರು ಬಂದವನೇ ಇಂಜೆಕ್ಷನ್ ಕೊಟ್ಟ, ಕೂಡ್ಲೇ ಸತ್ತೋತು," ಎಂಬ ಮಾತು ಬರ್ತದೆ.

ನನ್ನೆದುರು ಸತ್ತು ಬಿದ್ದಿದ್ದ ಹಸು ಅಸಾಧಾರಣವಾಗಿ ಹೊಟ್ಟೆ ಉಬ್ಬರಿಸಿಕೊಂಡಿತ್ತು. ಕೇವಲ ಅರ್ಧ ಗಂಟೆ ಮುಂಚೆ ಅವರು ನನ್ನ ಬಳಿ ಬಂದಿದ್ದರೆ ರೂಮೆನ್ (ಹೊಟ್ಟೆಯ ಮೊದಲ ಕೋಣೆ) ಪಂಕ್ಚರ್ ಮಾಡಿ ತುಂಬಿಕೊಂಡಿದ್ದ ಗಾಳಿಯನ್ನು ಖಾಲಿ ಮಾಡಿ ಹಸು ಬದುಕಿಸುವ ಅವಕಾಶವಿತ್ತು.

ಹಸು ಬದುಕುತ್ತಿತ್ತೋ ಇಲ್ಲವೋ ಅದು ಬೇರೆ ಪ್ರಶ್ನೆ. ಆದರೆ ಪ್ರಾಮಾಣಿಕ ಯತ್ನವನ್ನು ಮಾಡಬಹುದಿತ್ತು. ಹಸು ಖಂಡಿತ ಉಳಿಯುತ್ತಿತ್ತು ಎಂದು ನನ್ನ

ಅಂತರಾತ್ಮ ಪಿಸುಗುಡುತ್ತಿತ್ತು. ಯಾಕೆಂದರೆ ಇಂಥ ಪ್ರಕರಣದ ನೂರಾರು ದನ ಎಮ್ಮೆಗಳನ್ನು ಬದುಕಿಸಿದ್ದೆ.

ನಾನು ನಿಧಾನಕ್ಕೆ ಮನೆಯ ಕಡೆ ಹೆಜ್ಜೆ ಹಾಕಿದೆ. ಗುಂಪು ನಿಧಾನಕ್ಕೆ ಚದುರಿ ಹೋಯಿತು. ನನ್ನನ್ನು ದಬ್ಬಿಕೊಂಡು ಬಂದವನು ಬಸಣ್ಣನ ಮತ್ತೊಬ್ಬನ ಮಗನೆಂದು ಆಮೇಲೆ ತಿಳಿಯಿತು. ಅವನು ಯಾವುದೋ ಸರ್ಕಾರಿ ನೌಕರಿಯಲ್ಲಿದ್ದನಂತೆ.

ಸುದ್ದಿ ತಿಳಿದದ್ದೇ ನಮ್ಮ ಆಸ್ಪತ್ರೆಯ ಸಿಬ್ಬಂದಿಯವರೆಲ್ಲ ನನ್ನ ಬಳಿ ಬಂದರು. ಅವರಿಗೆಲ್ಲ ಬೇಸರವಾಗಿತ್ತು. ಉಳ್ಳಾಗಡ್ಡಿ ಬಸವರಾಜು, ಲಕ್ಷ್ಮಣ ಕುಂಬಾರ್, ಅಬ್ದುಲ್ ಸಾಹೇಬ್, ಇವರು ವೈಯಕ್ತಿಕವಾಗಿ ತಮ್ಮ ಮೇಲೇ ಆದ ಹಲ್ಲೆ ಎಂದು ಭಾವಿಸಿದರು. ನಾನೇನೂ ಅದನ್ನು ಬಹಳ ಮನಸ್ಸಿಗೆ ಹಚ್ಚಿಕೊಳ್ಳಲಿಲ್ಲ.

ಆದರೆ ಸಿಬ್ಬಂದಿ ಮಾತ್ರ ವಾರಗಟ್ಟಲೆ ಶೋಕಾಚರಣೆಯಲ್ಲಿದ್ದಂತೆ ಇದ್ದರು. ನಂತರ ಬಸಣ್ಣನವರ ಮನೆಯ ಯಾವ ದನ ಎಮ್ಮೆಗಳು ಆಸ್ಪತ್ರೆಗೆ ಬಂದರೂ ಎಚ್ಚರಿಕೆಯಿಂದ, ಕಾಳಜಿಯಿಂದ ನೋಡುತ್ತಿದ್ದೆವು. ಅದು ಹೆದರಿಕೆಯಿಂದಲ್ಲ. ಅವರು ನನ್ನ ಮೇಲೆ ಏರಿ ಬಂದದ್ದು ತಪ್ಪು ಎಂಬುದನ್ನು ಅವರಿಗೆ ಶ್ರುತಪಡಿಸಲು. ಇದಕ್ಕೆ ಮಾತಿಗಿಂತ ಕ್ರಿಯೆಯೇ ಮೇಲು.

ನಮ್ಮ ಬದುಕಲ್ಲಿ ಕೆಲವು ಸಲ ಸನ್ನಿವೇಶಗಳು ನಂಬಲು ಸಾಧ್ಯವಿಲ್ಲದಂತೆ ಸಂಯೋಜನೆಗೊಂಡಿರುತ್ತವೆ. ಹಲ್ಲೆ ಪ್ರಕರಣ ಆದ ಸುಮಾರು ಆರು ತಿಂಗಳ ನಂತರ ನಾನು ಬಸಣ್ಣರ ಮನೆಗೆ ಹೋಗಬೇಕಾಯಿತು. ಅವರದ್ದೊಂದು ಜರ್ಸಿ ಹೆಣ್ಣು ಕರುವಿಗೆ ಹುಷಾರು ತಪ್ಪಿತ್ತು. ಈ ಸಲ ಆಸ್ಪತ್ರೆಗೆ ನನ್ನ ಕರೆಯಲು ಬಸಣ್ಣ ಮಕ್ಕಳ ಬದಲು ತಾನೇ ಬಂದಿದ್ದ. ನಾನು ಹೋದಾಗ ಮನೆಯ ಹಿತ್ತಲಿನಲ್ಲಿ ಕರು ಮಲಗಿಸಿದ್ದರು. ಮೈಯೆಲ್ಲ ತಣ್ಣಗಾಗಿತ್ತು. ಕಣ್ಣುಗಳನ್ನು ಸಹ ತೆರೆಯುತ್ತಿರಲಿಲ್ಲ. ಎದ್ದು ನಿಲ್ಲುವುದಿರಲಿ ಕುಳಿತುಕೊಳ್ಳುವುದಕ್ಕೂ ಸಹ ಅದಕ್ಕೆ ಶಕ್ತಿಯಿರಲಿಲ್ಲ. ಉಸಿರಾಟ, ನಾಡಿ ದುರ್ಬಲವಾಗಿದ್ದವು.

ಕೂಡಲೇ ರಕ್ತನಾಳಕ್ಕೆ ಗ್ಲೂಕೋಸ್ ಬಾಟಲಿಯನ್ನು ಏರಿಸಿದೆ. ಸೂಜಿ ಚುಚ್ಚಿದಾಗಲೂ ಕರು ಮಿಸುಕಾಡಲಿಲ್ಲ. ಹನಿ ಹನಿಯಾಗಿ ಔಷಧ ಇಳಿಯತೊಡಗಿತು. ಕೇಂದ್ರ ನರಮಂಡಲದ ಉತ್ತೇಜಕ (CNS Stimulant) ಮತ್ತು ಕಾರ್ಟಿಜೋನ್ ಔಷಧಗಳನ್ನು ರಕ್ತಕ್ಕೆ ಕೊಟ್ಟೆ. ಕೊಡಬೇಕಾದಷ್ಟು ಪ್ರಮಾಣದ ವಿಟಮಿನ್ ಬಿ ಕಾಂಪ್ಲೆಕ್ಸ್ ಮತ್ತು ಕ್ಯಾಲ್ಸಿಯಂ ಇಂಜೆಕ್ಷನ್ ಸಹ ಕೊಟ್ಟೆ. ಇಷ್ಟೆಲ್ಲಾ ಮಾಡುವಷ್ಟರಲ್ಲಿ ಒಂದೆರಡು ಗಂಟೆಗಳೇ ಆದವು. ಕರು ಸಕಾರಾತ್ಮಕವಾಗಿ ಸ್ಪಂದಿಸದೇ

ಹಾಗೆಯೇ ಮಲಗಿತ್ತಷ್ಟೇ ಅಲ್ಲದೆ ಅದರ ಸ್ಥಿತಿ ಇನ್ನಷ್ಟು ಹದಗೆಡುತ್ತಾ ಕೊನೆಗೆ ನನ್ನ ತೊಡೆಯ ಮೇಲೆಯೇ ಪ್ರಾಣ ಬಿಟ್ಟಿತು.

ಯಾರೂ ಒಂದು ಶಬ್ದ ಮಾತಾಡಲಿಲ್ಲ. ಎಲ್ಲರೂ ಮಾತು ಕಳೆದುಕೊಂಡಿದ್ದೆವು. ನಾನು ಔಷಧದ ಬ್ಯಾಗನ್ನು ಜೋಡಿಸಿಕೊಳ್ಳತೊಡಗಿದೆ. ಹಿಂದೆ ಹಲ್ಲೆ ಮಾಡಿದ್ದ ಮಕ್ಕಳಿಬ್ಬರೂ ಅಷ್ಟು ಹೊತ್ತು ಅಲ್ಲೇ ಇದ್ದರು. ಒಬ್ಬನೂ ಮುಖಕ್ಕೆ ಮುಖ ಕೊಟ್ಟು ನೋಡಲಿಲ್ಲ, ಮಾತಾಡಲಿಲ್ಲ.

ನನಗೆ ಎಂದಿನಂತೆ ಕರು ಬದುಕಿದ್ದರೆ ಒಳ್ಳೆಯದಿತ್ತು ಎಂದೆನಿಸುತ್ತಲೇ ಇತ್ತು. ಒಂದು ಜೀವವನ್ನು ಉಳಿಸಿದಂತಾಗುತ್ತಿತ್ತು. ಹಲ್ಲೆ ಮಾಡಿ ಅವಮಾನ ಮಾಡಿದರೂ ಕರು ಉಳಿಸಿಕೊಟ್ಟ ಶ್ರೇಯ ನನ್ನದಾಗುತ್ತಿತ್ತು. ನನ್ನ ಗೆಲುವು ಸಂಪೂರ್ಣವಾಗುತ್ತಿತ್ತು. ಇದರಿಂದ ನಾನು ಅಹಂಕಾರದಿಂದ ಕೊಬ್ಬುತ್ತಿದ್ದೆನೋ ಏನೋ? ಆದರೆ ಕರು ಸತ್ತು ಹೋಗಿತ್ತು. ಆ ಸಾವು ನನ್ನ ಸೋಲಾಗಿತ್ತು.

ಸೋಲು ನನ್ನನ್ನು ತಹಬಂದಿಗೆ ತಂದಿತ್ತು. ನನ್ನ ಮಿತಿಯನ್ನು ತೋರಿಸಿತ್ತು. ಹಾಗಾದರೆ ಕರುವಿನ ಸಾವು ನನ್ನ ವ್ಯಕ್ತಿತ್ವಕ್ಕೆ ಒಳಿತು ಮಾಡಿತೇ? ನಾನು ಸುಧಾರಿಸಲು ಕರು ಸಾಯಬೇಕಿತ್ತೇ? ಅಥವಾ ಕರು ಸಾವಿನಿಂದ ನನ್ನನ್ನು ಅವಮಾನಿಸಿದವರಿಗೆ ತಕ್ಕ ಶಾಸ್ತಿಯಾಯಿತು ಎಂದು ಭಾವಿಸಲೇ? ನಿರಾಯಾಸವಾಗಿ ಸೇಡು ತೀರಿದಂತಾಯಿತು ಎಂದು ತೃಪ್ತಿ ಪಟ್ಟುಕೊಳ್ಳಲೇ? ಛೇ! ಸಾವಿನಲ್ಲಿ ಸೇಡು! ಎಂಥ ದುಷ್ಟ ಯೋಚನೆ!

ಆದರೆ ನಿಜಕ್ಕೂ ಜೀವವೆಂಬುದು, ಸಾವೆಂಬುದು ವೈದ್ಯನ ಕೈಯಲ್ಲಿದೆಯೇ? ಇಡೀ ಜಗತ್ತಿನಲ್ಲಿ ತಾನು ಚಿಕಿತ್ಸೆ ಮಾಡಿದ ಎಲ್ಲ ಜೀವಿಗಳನ್ನೂ ಬದುಕಿಸಿರುವ ಒಬ್ಬ ವೈದ್ಯನನ್ನು ತೋರಿಸಿ ನೋಡೋಣ. ಚಿಕಿತ್ಸೆ ಫಲಕಾರಿಯಾಗಿ ರೋಗಿ ಬದುಕುಳಿದರೆ ಅದಕ್ಕೆ ವೈದ್ಯನ ಪ್ರಯತ್ನಗಳಷ್ಟೇ ಕಾರಣವೇ? ಬೇರೇನಿಲ್ಲವೇ? ನನಗೆಂದೂ ಹೌದು ಎನಿಸಿಲ್ಲ.

❖

ಕಪಿನಪ್ಪನ ಮನೆಯಲ್ಲಿ ಜೋಹಾನ್ ಗ್ರೆಗರ್ ಮೆಂಡಲ್

ಪಶುಚಿಕಿತ್ಸಾಲಯದ ಕೆಲಸ ಮುಗಿಸಿಕೊಂಡು ಮನೆಗೆ ಹಿಂತಿರುಗುತ್ತಿದ್ದ ನನ್ನನ್ನು ಕಪಿನಪ್ಪ ತಡೆದು ನಿಲ್ಲಿಸಿಕೊಂಡು ತನ್ನ ಮನೆಗೆ ಬರಬೇಕೆಂದು ತೊದಲುತ್ತ ಜೋಲಿ ಹೊಡೆದಾಗ ಸಂಜೆ ಇಳಿಹೊತ್ತಾಗಿತ್ತು. ದಿನದ ಬೆಳಕು ಇರುಳ ಕತ್ತಲೆಗೆ ಶರಣಾಗುತ್ತಿತ್ತು. ಪಶುಪಕ್ಷಿಗಳು ತಮ್ಮ ಗೂಡುಗಳತ್ತ ಮುಖ ಮಾಡಿದ್ದವು. ರೈತರು ಹೊಲಗದ್ದೆ ತೋಟಗಳಿಂದ ಹಿಂತಿರುಗುತ್ತಿದ್ದರು.

ದಿನವಿಡೀ ಪಶುಚಿಕಿತ್ಸಾಲಯದ ಕೆಲಸಗಳಿಂದ ಹಣ್ಣುಹಣ್ಣಾಗಿದ್ದೆ. ಮನೆ ಸೇರಿದರೆ ಸಾಕೆಂದು ಮನಸ್ಸು ಹಾತೊರೆಯುತ್ತಿತ್ತು. ಆಸ್ಪತ್ರೆಯಿದ್ದ ತಂಡಗ ಗ್ರಾಮದಿಂದ ಮನೆಯಿದ್ದ ನೊಣವಿನಕೆರೆಗೆ ಹೋಗುತ್ತಿದ್ದೆ. ಅರ್ಧ ದಾರಿ ಬಂದಿದ್ದೆ. ಆಗ ಕಪಿನಪ್ಪ ಎದುರಾದದ್ದು, ಆಲ್ಬೂರು ಕೆರೆ ಏರಿಯ ಬಳಿ. ರಸ್ತೆಯಲ್ಲಿ ಹೋಗಿಬರುತ್ತಿದ್ದ ರೈತರು ನಮಸ್ಕರಿಸುತ್ತ ಸಾಗುತ್ತಿದ್ದರು.

"ಮನೆಗಾ ಸಾರ್?"

"ಎಲಾ ಕಪಿನಿ! ಬೆಳಗ್ಗೆಯಿಂದ ಕುಡಿಯಾದ್ ಬಿಟ್ಟು ತೋರ್ಸಕಾಯ್ತಿರಲಿಲ್ಲವೇನ್ಲ ಎಮ್ಮೆನ? ಮೊಲ ಎದ್ದಾಗ ನಾಯಿ ಉಚ್ಚೆ ಹೊಯ್ಯಕೋಯ್ತಂತೆ!"

"ಡಾಕ್ಟ್ರ ಕುಲಕರ್ಮ ಬುಡುಸ್ತಿರಿ ಕಣ್ರಲಾ" ಇತ್ಯಾದಿ ಮಾತುಗಳನ್ನು ಎಸೆದು ಮನೆಕಡೆ ದೌಡಾಯಿಸುತ್ತಿದ್ದರು.

ಕಪಿನಪ್ಪ ನನಗೆ ಪರಿಚಿತನಿದ್ದ ವ್ಯಕ್ತಿಯೇ ಆಗಿದ್ದ. ಮುಖ್ಯ ರಸ್ತೆಯ ಪಕ್ಕದಲ್ಲಿ ಅವನ ಮನೆಯಿತ್ತು. ಮನೆ ಹಿಂದೆ ತೋಟ. ಪ್ರತಿದಿನ ಬೆಳಗ್ಗೆ

ಸಂಜೆ ಅವನ ಮನೆ ಮುಂದೆ ನಾನು ಬೈಕಿನಲ್ಲಿ ಅಡ್ಡಾಡುತ್ತಿದ್ದೆ. ಕಪಿನಪ್ಪ ಯಾವತ್ತೂ ಅವನಾಗಿ ಮಾತನಾಡಿಸಿದವನಲ್ಲ. ವಿಪರೀತ ಸಂಕೋಚದ ವ್ಯಕ್ತಿ. ಅದೂ ಅಲ್ಲದೆ ಯಾವಾಗಲೂ ಕುಡಿದಿರುತ್ತಿದ್ದ. ಮೊದಲಿಗೆ ಶ್ರೀಮಂತನಾಗಿದ್ದವ. ದಿನಕಳೆದಂತೆ ನಾನಾ ಕಾರಣಗಳಿಂದ ಅವನ ಸಿರಿತನ ಸವೆದುಹೋಗಿತ್ತು.

ಅವನ ಮನೆ ಮುಂದೆ ನಾನು ಹೋಗುವಾಗ ಬರುವಾಗ ಮುಖ ತಪ್ಪಿಸಿ ಓಡಾಡುತ್ತಿದ್ದ. ಎಷ್ಟು ಕುಡಿದರೂ ಬೇರೆಯವರೊಡನೆ ಜಗಳವಾಡಿದವನಲ್ಲ. ಬಹಳ ವಿನಯವಂತ ಮತ್ತು ಸೌಮ್ಯ ಸ್ವಭಾವದವನಾಗಿದ್ದ. ಇಂಥ ಕಪಿನಪ್ಪ ತಾನಾಗಿ ಬೈಕು ತಡೆದು ನನ್ನೊಡನೆ, “ಎಮ್ಮೆಗುಷಾರಿಲ್ಲ ಬರ್ಲೇಬೇಕು,” ಎಂದು ಜೋರಾಗಿ ಜೋಲಿ

ಹೊಡೆದ. ವಾಲಾಡದೆ ನೇರ ನಿಲ್ಲಲು, ತೊದಲದೆ ಮಾತಾಡಲು ಅವನ ದೇಹ ಸೇರಿದ್ದ 'ಪರಮಾತ್ಮ' ಬಿಡುತ್ತಿರಲಿಲ್ಲ.

ಸುಮಾರು ಐವತ್ತು ವರ್ಷದ ಕಪಿನಪ್ಪನ ಜೊತೆ ಐದಾರು ವರ್ಷದ ಹುಡುಗನಿದ್ದ. ಕಪಿನಪ್ಪ ಹುಡುಗನನ್ನು ಹಿಡಿದುಕೊಂಡಿರದೆ ಹುಡುಗನೇ ಕಪಿನಪ್ಪನ ಕೈ ಹಿಡಿದುಕೊಂಡಿದ್ದ. ಕಪಿನಪ್ಪ ಎಡಕ್ಕೆ ಜೋಲಿ ಹೊಡೆದರೆ ಬಲಕ್ಕೆ ಓಡುತ್ತ ಮತ್ತು ಬಲಕ್ಕೆ ಜೋಲಿ ಹೊಡೆದರೆ ಎಡಕ್ಕೆ ಓಡುತ್ತ ತನ್ನನ್ನು ತಾನು ರಕ್ಷಿಸಿಕೊಳ್ಳುತ್ತಿದ್ದ ಆ ಹುಡುಗ. ಬಲು ಚೂಟಿಯಾಗಿದ್ದ ಹುಡುಗನ ಬಾಯಿಂದ ಮಾತುಗಳು ಪಟಾಕಿಯಂತೆ ಸಿಡಿಯುತ್ತಿದ್ದವು. ಅವನು ಕಪಿನಪ್ಪನ ಮಗ ಎಂದು ಆಮೇಲೆ ತಿಳಿಯಿತು.

ಕಪಿನಪ್ಪನಿಂದ ಯಾವ ಮಾಹಿತಿಯನ್ನೂ ಪಡೆಯಲಾಗುತ್ತಿರಲಿಲ್ಲವಾದ್ದರಿಂದ ಬೈಕ್ ನಿಲ್ಲಿಸಿ ಅವನ ಮನೆ ಕಡೆ ಹೆಜ್ಜೆ ಹಾಕಿದೆ. ಸಕಲೆಂಟು ದಿಕ್ಕಿನಲ್ಲಿ ವಾಲಾಡುತ್ತಿದ್ದ ಕಪಿನಪ್ಪ ಎಮ್ಮೆಯ ಗುಣಗಾನ ಮಾಡುತ್ತ ಇದ್ದಕ್ಕಿದ್ದಂತೆ ಅಳತೊಡಗಿದ. ಇದೇನೋ ಬಹಳ 'ಸೀರಿಯಸ್ ಕೇಸ್' ಇರಬೇಕೆಂದುಕೊಂಡೆ. ಔಷಧದ ಬ್ಯಾಗನ್ನು ಹಿಡಿದುಕೊಳ್ಳಲು ಬಹಳ ಒತ್ತಾಯ ಮಾಡಿದ ಕಪಿನಪ್ಪನಿಗೆ ಗದರಿಸಿ ನಾನೇ ಹಿಡಿದುಕೊಂಡು ಮುನ್ನಡೆದೆ. ಕಪಿನಪ್ಪ ತೂರಾಡುತ್ತ ಬ್ಯಾಗನ್ನು ಎತ್ತಾಕಿ ಅದರಲ್ಲಿರುವ ಎಲ್ಲ ಔಷಧದ ಬಾಟಲುಗಳನ್ನು ನುಣ್ಣಗೆ ಒಡೆದು ಹಾಕಿದರೆ ಗತಿ?

ಅಳುತ್ತಿದ್ದ ಕಪಿನಪ್ಪನನ್ನು ಪಕ್ಕಕ್ಕೆ ಸರಿಸಿ ಎಮ್ಮೆಗೇನಾಗಿರಬಹುದೋ ಎಂದು ಹೆದರುತ್ತ ನೋಡಿದರೆ ಕೊಟ್ಟಿಗೆಯ ಕುರುಡುಗತ್ತಲಿನಲ್ಲಿ ಒಂದು ಭಾರೀ ಎಮ್ಮೆ ಮೆಲುಕು ಹಾಕುತ್ತ ನಿಂತಿತ್ತು. ಕೊಟ್ಟಿಗೆಯ ನೆಲವೆಲ್ಲ ಬರಿ ಗುಂಡಿಗೊಟ್ರಗಳಿಂದ ಕೂಡಿದ್ದು, ಕತ್ತಲಿನಲ್ಲಿ ಒಳಗೆ ಹೆಜ್ಜೆ ಇಡುವುದೇ ಅಪಾಯಕಾರಿಯಾಗಿತ್ತು. ಎಮ್ಮೆಯನ್ನು ಕೊಟ್ಟಿಗೆಯಿಂದ ಹೊರಕ್ಕೆ ತರಿಸಿದೆ.

ಎಮ್ಮೆ ಕುಂಟುತ್ತ ಹಿತ್ತಲಿಗೆ ಬಂತು. ಪರೀಕ್ಷಿಸಿ ನೋಡಿದರೆ, ಎಮ್ಮೆಯ ಹಿಂದಿನ ಎಡಗಾಲಿನ ತೊಡೆಯ ಒಳಭಾಗದಲ್ಲಿ ದೊಡ್ಡ ಗಾಯವಿತ್ತು. ಮನೆಯ ಜನರ ಹೇಳಿಕೆ ಪ್ರಕಾರ ಎಮ್ಮೆಗೆ ಗಾಯವಾಗಿ ವಾರದ ಮೇಲಾಗಿತ್ತು. ಒಂದು ಸಣ್ಣ ಗಾಯವು ಸೂಕ್ತ ಸಮಯದಲ್ಲಿ ಚಿಕಿತ್ಸೆ ದೊರಕದೆ ನಂಜಾಗಿ ಊದಿಕೊಂಡು, ನೊಣ ಕೂತು, ಮೊಟ್ಟೆ ಇಟ್ಟು, ಮೊಟ್ಟೆ ಒಡೆದು ಹುಳುಗಳಾಗಿ ಮತ್ತಷ್ಟು ಊದಿಕೊಂಡು, ಒಂದಷ್ಟು ಭಾಗ ಕೊಳೆತು, ವಿಪರೀತ ನೋವಾಗಿ ಎಮ್ಮೆ ಕುಂಟುತ್ತ ನಡೆಯುತ್ತಿತ್ತು. ಗಾಯ ಎಷ್ಟು ಗಬ್ಬು ವಾಸನೆ ಹೊಡೆಯುತ್ತಿತ್ತೆಂದರೆ ಕಪಿನಪ್ಪ ಸಹ ಟವಲ್ಲಿನಿಂದ ಮೂಗು ಮುಚ್ಚಿಕೊಂಡಿದ್ದ.

ಅಸಹಾಯಕ ಎಮ್ಮೆ ಇಡೀ ಜಗತ್ತನ್ನು ಕ್ಷಮಿಸಿ, ಬ್ರಹ್ಮಾಂಡ ನೋವನ್ನು ಸದ್ದಿಲ್ಲದೆ ಅನುಭವಿಸುತ್ತ ನನ್ನೆದುರು ನಿಂತಿತ್ತು. ಹೊತ್ತಲ್ಲದ ಹೊತ್ತಲ್ಲಿ ಅತ್ತಿಂದಿತ್ತ ಎಳೆದಾಡುತ್ತಿದ್ದ ನಮ್ಮಿಂದಾಗಿ ಗಾಬರಿ ಮತ್ತು ಸಿಟ್ಟಿನಿಂದ ಬುಸುಗುಡುತ್ತಿತ್ತು. ಹಿತ್ತಲಲ್ಲಿ ಕತ್ತಲಾಗಿದ್ದುದರಿಂದ 'ಬೆಳಕು ತನ್ನಿ' ಎಂದೆ. ಮಕ್ಕಳೆಲ್ಲ ಮನೆಯ ಮೂಲೆಮೂಲೆ ಹುಡುಕಿ ಒಂದು ಎಡವಟ್ಟು ಬ್ಯಾಟರಿ ತಂದರು. ಅದು ಹತ್ತಿಸಿದರೆ ಆರಿಹೋಗುತ್ತಿತ್ತು ಮತ್ತು ಆರಿಸಿದರೆ ಹತ್ತುತ್ತಿತ್ತು. ಕಣ್ಣಲ್ಲಿ ಕಣ್ಣಿಟ್ಟು ನೋಡಿದರೆ ಮಾತ್ರ ಅದು ಹತ್ತಿದೆಯೋ ಇಲ್ಲವೋ ಎಂಬುದು ತಿಳಿಯುತ್ತಿತ್ತು. ಅದು ಅಷ್ಟು ಪ್ರಕಾಶಮಾನವಾಗಿತ್ತು! ಆ ಬ್ಯಾಟರಿಯಲ್ಲಿ ನಾವು ಗತಿ ಮುಟ್ಟುವುದಿಲ್ಲವೆಂದು ಯಾರೋ ಲಾಟೀನು ತಂದರು. ಲಾಟೀನಿನ ಮಂದ ಬೆಳಕಿನಲ್ಲಿ ನಮ್ಮ ಕೆಲಸ ಸಾಗುವುದಿಲ್ಲವೆಂದು ಬೇಗನೆ ಅರಿವಿಗೆ ಬಂತು. ಗಾಬರಿ ಮತ್ತು ಸಿಟ್ಟಿನಿಂದ ಕುಣಿಯುತ್ತಿದ್ದ ಎಮ್ಮೆ ಹಿಡಿಯಲು ಎಂಟತ್ತು ಜನ ಹಿತ್ತಲಲ್ಲಿ ತುಂಬಿಕೊಂಡಿದ್ದರು. ಅವರೆಲ್ಲ ಸುತ್ತಮುತ್ತಲ ತೋಟದವರಾಗಿದ್ದರು. ಅವರಲ್ಲೊಬ್ಬ ಓಡಿ ಹೋಗಿ ಚೆನ್ನಾಗಿರುವ ಬ್ಯಾಟರಿ ತಂದು ನಾನು ಹೇಳಿದ ಕಡೆ ಬೆಳಕು ಬಿಡುತ್ತಾ ನಿಂತ. ಕಪಿನಪ್ಪ ಕ್ವಾಟ್ರು ಸೀಸೆಯಲ್ಲಿ ಮಾಡಿದ ಸೀಮೆಎಣ್ಣೆ ದೀಪಗಳೆರಡನ್ನು ತಂದಿಟ್ಟ.

ಇದೇ ಸಮಯದಲ್ಲಿ ಇದೇ ಆಗಸದ ಕೆಳಗೆ ಜಗತ್ತಿನ ಯಾವ ಮೂಲೆಯಲ್ಲಿ ಯಾವ ಮಂತ್ರಿಯ, ಯಾವ ನೊಬೆಲ್ ವಿಜ್ಞಾನಿಯ, ಯಾವ ಶತಕೋಟಿ ಶ್ರೀಮಂತನ, ಯಾವ ಒಲಂಪಿಕ್ ಕ್ರೀಡಾಪಟುವಿನ, ಎಂಥ ಉನ್ನತ ತಂತ್ರಜ್ಞಾನದ ಚಿಕಿತ್ಸೆ ನಡೆಯುತ್ತಿತ್ತೋ ಗೊತ್ತಿಲ್ಲ. ಆದರಿಲ್ಲಿ ಕಪಿನಪ್ಪ ಎಂಬ ಬಡ ರೈತನ ನಿಷ್ಪಾಪಿ ಎಮ್ಮೆಯ ಕನಿಷ್ಠ ಸೌಕರ್ಯ ಬಳಸಿ ಮಬ್ಬುಗತ್ತಲಿನಲ್ಲಿ ನಡೆಯುತ್ತಿದ್ದ ಚಿಕಿತ್ಸೆ ಯಾವ ರೀತಿಯಲ್ಲಿಯೂ ಅದಕ್ಕಿಂತ ಕಡಿಮೆಯದ್ದೇನಾಗಿರಲಿಲ್ಲ.

ಹಿತ್ತಲಿನಲ್ಲಿ ಒಂದು ದೊಡ್ಡ 'ಸೀನ್' ಅನಾವರಣಗೊಳ್ಳತೊಡಗಿತು. ಹಿತ್ತಲು ವಿಶಾಲವಾಗಿದ್ದು ಸುತ್ತಲೂ ಅಲ್ಲಲ್ಲಿ ಬಿದ್ದು ಹೋಗಿದ್ದ ಗೋಡೆ ಇತ್ತು. ಎಂಟತ್ತು ಜನರ ಗುಂಪು ಎಮ್ಮೆಯ ಬಳಿಸಾರಿದ ಕೂಡಲೆ ಎಮ್ಮೆ ಹಿತ್ತಲು ತುಂಬ ನೋವಿಗೆ ಕೇರು ಮಾಡದೆ ಕುಣಿದಾಡತೊಡಗಿತು.

ಎಲ್ಲರಿಂದಲೂ ತಪ್ಪಿಸಿಕೊಳ್ಳುತ್ತ ಮಾಯಾಮೃಗದಂತೆ ವರ್ತಿಸಲಾರಂಭಿಸಿತು. ಎಮ್ಮೆ ಹಿಡಿಯುವ ಭರದಲ್ಲಿ ಮಾಯಣ್ಣ ಎಂಬುವವನಂತೂ ಬಿದ್ದು ಚೆಲ್ಲಾಡಿ ಹೋದ. ಅವನ ಮಂಡಿ ಮತ್ತು ತೊಡೆಗಳೆಲ್ಲ ತರಿದು ಹೋದವು. ಎರಡು ಮೂರು ಹಗ್ಗ ಹಾಕಿ ಎಮ್ಮೆಯನ್ನು ಕೆಡವಿ ಕಾಲುಗಳನ್ನು ಕಟ್ಟಿ ಹಾಕಿದ ನಂತರ ಚಿಕಿತ್ಸೆ ಪ್ರಾರಂಭವಾಯಿತು.

ಇಬ್ಬರು ಕಾಲುಗಳನ್ನು ಕಟ್ಟಿದ್ದ ಹಗ್ಗ ಹಿಡಿದಿದ್ದರು. ಇಬ್ಬರು ತಲೆ ಮತ್ತು ಕೊಂಬುಗಳನ್ನು ಹಿಡಿದಿದ್ದರು. ಒಬ್ಬ ಪಕ್ಕೆಯ ಮೇಲೆ ಹಗುರವಾಗಿ ಕುಳಿತಿದ್ದ. ಒಬ್ಬ ಬಾಲವನ್ನು ಹಿಡಿದು ಕೂತಿದ್ದ. ಒಂದಿಬ್ಬರು ಈ ಎಲ್ಲದರ ಮೇಲುಸ್ತುವಾರಿ ವಹಿಸಿದ್ದರು. ಎಲ್ಲರ ಗಮನವೂ ನನ್ನ ಚಲನವಲನಗಳ ಮೇಲೆ ಕೇಂದ್ರೀಕೃತವಾಗಿತ್ತು. ದೂರಕ್ಕೆ ಎಮ್ಮೆಯ ಮೇಲೆ ಮುಗಿಬಿದ್ದವರ ತರ ಕಾಣುತ್ತಿದ್ದೆವು.

ಒಳತೊಡೆಯ ಅಗಲಕ್ಕೂ ಹಬ್ಬಿಕೊಂಡಿದ್ದ ಗಾಯವನ್ನು ಒಂದು ಬಕೆಟ್ ಪೊಟಾಸಿಯಂ ಪರ್ಮಾಂಗನೇಟ್ ದ್ರಾವಣದಿಂದ ಚೆನ್ನಾಗಿ ತೊಳೆದು ಒಣ ಬಟ್ಟೆಯಿಂದ ಒರೆಸಿ, ಗಾಯದಲ್ಲಿದ್ದ ಅಸಂಖ್ಯಾತ ಹುಳುಗಳನ್ನು ಇಕ್ಕಳದಲ್ಲಿ ಬಗೆದು ತೆಗೆದು ಹಾಕಿದೆ. ಹುಳುಗಳನ್ನು ತೆಗೆತೆಗೆದಂತೆ ಸುತ್ತ ನೆರೆತಿದ್ದ ಜನರು ನಾನಾತರದ ಉದ್ಗಾರಗಳನ್ನು ತೆಗೆಯುತ್ತ ಬೆರಗನ್ನು ವ್ಯಕ್ತಪಡಿಸಿದರು.

ನಾನು ಆ ಗಾಯದ ಕುಳಿಯಲ್ಲಿ ನುಸಿಉಂಡೆಯ (Naphthalene balls) ಪುಡಿಯನ್ನು ತುಂಬಿದೆ. ಗಾಯದಿಂದ ಹೊರಬಿದ್ದ ಹುಳುಗಳು ಅಲ್ಲೆಲ್ಲ ಹರಿದಾಡತೊಡಗಿದವು. ಗಾಯ, ರಕ್ತ, ಹುಳುಗಳು, ಎಮ್ಮೆ ಕುಣಿತ, ಬಿದ್ದು ಚೆಲ್ಲಾಡಿದ್ದ ಮಾಯಣ್ಣನ ಮೈ ಕೈ ಮೇಲಾಗಿದ್ದ ಗಾಯಗಳು ಎಲ್ಲ ನೋಡಿ ಅಂಗಡಿ ಕೃಷ್ಣ ಎಂಬಾತ ತಲೆ ತಿರುಗಿ ಕಣ್ಣು ಬೆಳ್ಳಗೆ ಮಾಡಿಕೊಂಡು ನಿಂತ ಜಾಗದಲ್ಲೆ ದಬ್ ಎಂದು ಬಿದ್ದುಬಿಟ್ಟ. ಚಿಕಿತ್ಸೆ ಮಾಡುತ್ತಿದ್ದುದನ್ನು ನೋಡುವುದರಲ್ಲಿ ಮುಳುಗಿ ಹೋಗಿದ್ದ ಜನರೆಲ್ಲ ಈ ಲೋಕಕ್ಕೆ ಬಂದು, ಒಳಗಿನಿಂದ ನೀರು ತಂದು ಕೃಷ್ಣನ ಮುಖಕ್ಕೆ ಚಿಮುಕಿಸಿ, ಕಟ್ಟೆಯ ಮೇಲೆ ಎಳೆದು ಮಲಗಿಸಿದರು. ಐದು ನಿಮಿಷದಲ್ಲಿ ಸುಧಾರಿಸಿಕೊಂಡ ಕೃಷ್ಣ ಸುತ್ತಮುತ್ತಲಿನವರೆಲ್ಲ ಕೆಮ್ಮುವಂತೆ ಬೀಡಿ ಸೇದತೊಡಗಿದ. ನಾನು ಮತ್ತೆ ಚಿಕಿತ್ಸೆಯನ್ನು ಮುಂದುವರಿಸಿ ಗಾಯಕ್ಕೆ ಔಷಧಮತ್ತು ಬೇವಿನ ಎಣ್ಣೆಯನ್ನು ಸುರಿದೆ. ಅವಶ್ಯವಿದ್ದ ಇಂಜೆಕ್ಷನ್‌ಗಳನ್ನು ಮಾಡಿದ ನಂತರ ಎಮ್ಮೆಯ ಕಾಲು ಬಿಚ್ಚಿದೆವು. ಎಮ್ಮೆಯನ್ನು ಬೀಳಿಸಲು ಹೋಗಿ ತಾನೇ ಬಿದ್ದು ಮಂಡಿ ಮತ್ತು ತೊಡೆಗಳಲ್ಲಿ ತರಚು ಗಾಯಗಳಾಗಿದ್ದ ಮಾಯಣ್ಣ ನನ್ನ ಬ್ಯಾಗಿನಲ್ಲಿದ್ದ ಟಿಂಚರನ್ನೆ ಹಚ್ಚಿಕೊಂಡು ಸ್ವಯಂವೈದ್ಯ ಮಾಡಿಕೊಳ್ಳತೊಡಗಿದ. ಟಿಂಚರ್ ಗಾಯಕ್ಕೆ ಬಿದ್ದ ಕೂಡಲೆ ಉರಿಗೆ 'ಯವ್ವಯಪ್ಪ' ಎನ್ನತೊಡಗಿದ. ಇದನ್ನು ನೋಡಿ ಕಪಿನಪ್ಪ 'ಈ ಲೌಡಿ ಮಗನಿಗೆ ಎಮ್ಮೆವೆ ಎಲ್ಡು ಇಂಜೆಕ್ಷನ್ ದಳೀರಿ ಸಾರ್' ಎಂದ. ಆಗ ಹಿತ್ತಲಿನಲ್ಲಿ ದೊಡ್ಡ ನಗೆಯೊಂದು ಸ್ಫೋಟಗೊಂಡು ಸುತ್ತ ಕವಿದಿದ್ದ ಕತ್ತಲೆಯ ಮೌನದಲ್ಲಿ ಕರಗಿಹೋಯಿತು. ಹಿತ್ತಲಲ್ಲಿ ನೆರೆದಿದ್ದ ಎಲ್ಲರೂ ಒಬ್ಬೊಬ್ಬರೇ ಹೊರಟರು. ಹೋಗುವಾಗ ಕೆಲವರು ನನ್ನ ಕಡೆ ತಿರುಗಿ 'ಬಾಳ ಪುಣ್ಯದ ಕೆಲಸ ಸಾರ್ ನಿಮ್ಮದು' ಬರ್ರಿ ಸಾರ್, ನಮ್ಮನೆಗೆ ಊಟಕ್ಕೋಗಣ' ಇತ್ಯಾದಿ ಹೇಳುತ್ತ ಮರೆಯಾದರು.

ಮೂರ್ನಾಲ್ಕು ಸಲ ಸೋಪು ಹಾಕಿಕೊಂಡು ಕೈಕಾಲು ಮುಖ ತೊಳೆದುಕೊಂಡೆ. ಚಳಿಯಲ್ಲಿ ಬಿಸಿನೀರಿನ ಸ್ಪರ್ಶ ಆಹ್ಲಾದಕರವಾಗಿತ್ತು. ಚಿಕಿತ್ಸೆ ಪ್ರಾರಂಭಿಸಿದಾಗ ಸಿಟ್ಟೇರಿದ್ದ ನನಗೆ ನಿಧಾನಕ್ಕೆ ಶಾಂತಿ

ಸಮಾಧಾನಗಳು ಎಲ್ಲಿಂದಲೋ ಅಂತರಾಳಕ್ಕಿಳಿದಿದ್ದವು. ಕ್ಷುದ್ರತೆ ಕರಗಿ ನಿರುಮ್ಮಳತೆ ತುಂಬಿ ಹಗುರಾಗಿದ್ದೆ.

'ಬನ್ನಿ ಸಾರ್' ಎಂದು ಕಪಿನಪ್ಪ ನನ್ನ ಕೈ ಹಿಡಿದುಕೊಂಡು ಮನೆಯೊಳಗೆ ಕರೆತಂದಾಗ ಎಂಟು ಗಂಟೆಯಾಗಿತ್ತು. ಜಾಸ್ತಿ ಸಕ್ಕರೆ ಹಾಕಿ ಕಾಫಿ ಮಾಡಲು ಹೆಂಡತಿಗೆ ಆದೇಶಿಸಿದ. ಕಪಿನಪ್ಪನ ವಾಲಾಟ ಮತ್ತು ತೊದಲು ಹತ್ತು ಪರ್ಸೆಂಟು ಮಾತ್ರ ಕಡಿಮೆಯಾಗಿದ್ದವು.

ಕಪಿನಪ್ಪ ಅಲ್ಲೆ ಇದ್ದ ತನ್ನ ಮಕ್ಕಳನ್ನು ತೋರಿಸಿ ಪರಿಚಯಿಸಿದ. ಒಬ್ಬ ಮಗ ಮತ್ತು ಮಗಳು ತುರುವೇಕೆರೆಯಲ್ಲಿ ಬಿಎ ಓದುತ್ತಿರುವುದು ಗೊತ್ತಾಯಿತು. ಗಂಡು ಹೆಣ್ಣು ಎಲ್ಲ ಸೇರಿ ಕಪಿನಪ್ಪನಿಗೆ ಆರು ಜನ ಮಕ್ಕಳಿದ್ದರು. ಕಪಿನಪ್ಪನ ಕೈಹಿಡಿದುಕೊಂಡು ಪಟಾಕಿ ಸಿಡಿದಂತೆ ಮಾತಾಡುತ್ತಿದ್ದ ಹುಡುಗ ಕಪಿನಪ್ಪನ ಕೊನೆಯ ಮಗನಾಗಿದ್ದ.

ಪದವಿ ತರಗತಿಯಲ್ಲಿ ಓದುತ್ತಿದ್ದ ಇಬ್ಬರು ಮಕ್ಕಳ ಜೊತೆ ಇಷ್ಟು ಸಣ್ಣ ಮಗನಿರುವ ಬಗ್ಗೆ ಸೋಜಿಗಪಡುತ್ತ ಕುಳಿತೆ. ಮಕ್ಕಳೆಲ್ಲ ಚಟುವಟಿಕೆಯಿಂದ ಕೆಲಸ ಮಾಡುತ್ತಿದ್ದರೂ ಸಹ ಮನೆಯ ಯಜಮಾನ ಎಲ್ಲರೆದುರು ವಾಲಾಡುತ್ತಿದ್ದುದರಿಂದ ಮುಜುಗರ ಹಾಗೂ ಸಂಕೋಚಕ್ಕೊಳಗಾಗಿ ಮುಖ ಕೊಟ್ಟು ಮಾತಾಡುತ್ತಿರಲಿಲ್ಲ. ಮನೆಯ ಒಟ್ಟೂ ವಾತಾವರಣ ಖಾಲಿಖಾಲಿಯಾಗಿದ್ದು ಆರ್ಥಿಕ ಸ್ಥಿತಿ ಎಕ್ಕುಟ್ಟು ಹೋಗಿರುವುದು ಗೋಚರಿಸುತ್ತಿತ್ತು.

ಅಷ್ಟು ಹೊತ್ತಿಗೆ ಕಪಿನಪ್ಪನ ಹೆಂಡತಿ ಕಾಫಿ ಹಿಡಿದು ಬಂದಳು. ವಯಸ್ಸಿನಲ್ಲಿ ಕಪಿನಪ್ಪನಿಗೂ ಅವನ ಹೆಂಡತಿಗೂ ತಾಳಮೇಳ ಇರದಷ್ಟು ಚಿಕ್ಕವಳಾಗಿದ್ದಳು. ಈ ವಯಸ್ಸಿಗೆ ಈಕೆಗೆ ಇಷ್ಟು ದೊಡ್ಡ ಮಕ್ಕಳಿರುವುದು ಸಾಧ್ಯವೇ ಎಂದು ಅಚ್ಚರಿಯಾಯಿತು.

"ಇವಳು ನನ್ನ ಎರಡನೇ ಹೆಂಡತಿ ಸಾರ್" ಎಂದು ಕಪಿನಪ್ಪ ಮಾತಿಗೆ ಸುರು ಹಚ್ಚಿಕೊಂಡ. ಪಾಪ! ಆಕೆ ಒಂದು ಕ್ಷಣವೂ ಅಲ್ಲಿ ನಿಲ್ಲದೆ ಒಳಕ್ಕೆ ಓಡಿದಳು. ಇಷ್ಟು ಸಣ್ಣ ವಯಸ್ಸಿನವಳನ್ನು ಕಪಿನಪ್ಪ ಯಾಕೆ ಮದುವೆಯಾದನೊ ಅನಿಸಿತು. ನಾನು ಬಾಯ್ಬಿಟ್ಟು ಏನೂ ಹೇಳಲಿಲ್ಲ. ದೊಡ್ಡ ಮಕ್ಕಳು ಮೊದಲ ಹೆಂಡತಿಯ ಮಕ್ಕಳು ಹಾಗೂ ಚಿಕ್ಕವು ಎರಡನೆ ಹೆಂಡತಿಯ ಮಕ್ಕಳಿರಬಹುದೆಂದುಕೊಂಡೆ.

'ನನ್ನಜ್ಜ ಎರಡು ಮದುವೆ ಆಗಿದ್ದ ಸಾರ್' ಎಂದ ಕಪಿನಪ್ಪ.

ನಾನು ಸುಮ್ಮನಿದ್ದೆ.

'ನಮ್ಮಪ್ಪನೂ ಅಷ್ಟೆ. ಎರಡು ಮದುವೆ ಮಾಡ್ಕಂಡಿದ್ದ' ಎಂದ.

ನಾನು ಉತ್ತರಿಸುವುದೇನೂ ಇರಲಿಲ್ಲ.

'ನಮ್ಮಣ್ಣನೂ ಎರಡು ಮದುವೆ ಮಾಡ್ಕಂಡಿದಾನೆ ಸಾರ್. ಪಕ್ಕದ್ಮನೇಲವ್ನೆ ಬೇಕಿದ್ರೆ ನೋಡ್ಕಂಡು ಬನ್ನಿ. ಕುಡುದ್ಮೇಲೆ ನಾನು ಸುಳ್ಳೇಳಕಿಲ್ಲ ಸಾರ್' ಎಂದ. ನಾನು ಸುಮ್ಮನಿದ್ದೆ. ಇದೆಲ್ಲ ಯಾಕೆ ಹೇಳುತ್ತಿದ್ದಾನೋ ಎಂಬುದು ಗೊತ್ತಾಗಲಿಲ್ಲ. ಕಪಿನಪ್ಪ ಮುಂದುವರಿದು, "ನಾನೆರಡು ಮದುವೆ ಆಗಿದಿನಿ ಅಂತ ಬೈದ್ಕೊಬೇಡಿ.

ನಂದೇನು ತಪ್ಪಿಲ್ಲ ಸಾರ್. ಅದ್ಯಾರೋ ಮೆಂಡ್ಲ ಎಂಬ ಇಜ್ಞಾನಿ ಎಲ್ಲ ಹೇಳವ್ರುನಂತಲ್ಲ. ಗುಣಗಳು ಅಪ್ಪಿಂದ ಮಕ್ಳಿಗೆ ಬರ್ತವೆ, ಮಕ್ಳಿಂದ ಮೊಮ್ಮಕ್ಳಿಗೆ ಬರ್ತವೆ ಅಂತ. ಹೆರ್ಡಿಟಿ ಸಾರ್. ಹೆರ್ಡಿಟಿ ಬಾಳ ಡೇಂಜರ್ ಸಾರ್. ಅದಕ್ಕೆ ನನಗೆ ಎರಡು ಮದುವೆ," ಬಹಳ ಗಂಭೀರವಾಗಿ ನುಡಿದು ಅರ್ಧ ಬೀಡಿ ಸುಟ್ಟುಹೋಗುವಂತೆ ಸುದೀರ್ಘವಾದ ಧಮ್ ಎಳೆದು ಹೊಗೆ ಬಿಟ್ಟ.

ನಾನು ಥಂಡಾ ಹೊಡೆದು ಹೋದೆ. 'ಜಾನ್ ಗ್ರೆಗರ್ ಮೆಂಡಲ್' ಕಪಿನಪ್ಪನ ಬಾಯಲ್ಲಿ 'ಮೆಂಡ್ಲ' ಎಂಬುದಾಗಿ ಪ್ರತ್ಯಕ್ಷನಾಗಿದ್ದ. ಮೆಂಡಲನ ಅನುವಂಶೀಯತೆಯ ನಿಯಮಗಳಿಗೆ ಬರಬಾರದ ಸ್ಥಿತಿ ಬಂದಿತ್ತು. ಪದವಿ ತರಗತಿಯಲ್ಲಿ ಓದುತ್ತಿದ್ದ ಕಪಿನಪ್ಪನ ಮಕ್ಕಳು ಬಿಟ್ಟ ಬಾಯಿ ಬಿಟ್ಟಂತೆ ಒಬ್ಬರ ಮುಖವನ್ನೊಬ್ಬರು ನೋಡಿಕೊಂಡರು. ಜಗತ್ತಿನಲ್ಲಿ ಯಾರಾದರೂ ಮೆಂಡಲ್‌ನನ್ನು ಈ ರೀತಿ ಅರ್ಥೈಸಿಕೊಂಡಿರಬಹುದೇ ಎಂದು ಯೋಚಿಸುತ್ತ ಮೆಟ್ಟಿಲಿಳಿದು ಬೈಕಿನ ಬಳಿ ಬಂದೆ.

ಹಿಂದಿಂದೆ ಕಪಿನಪ್ಪನೂ ಬಂದ. 'ಬೇಜಾರಾಗ್ಬೇಡಿ ಸಾರ್ ಬಾಳಾ ಕುಡ್ದಿದೀನಿ' ಎಂದ. ಇನ್ನೂ ವಾಲಾಟ ಮತ್ತು ತೊದಲು ಹೋಗಿರಲಿಲ್ಲ. ಕಪಿನಪ್ಪ ಇದ್ದಕ್ಕಿದ್ದಂತೆ ಭಾವುಕನಾಗಿಬಿಟ್ಟ. ಕಪಿನಪ್ಪನ ಕಣ್ಣು ತುಂಬಿ ಬಂದವು. 'ಇರ್ಲಿ ಬಿಡು ಕಪಿನಪ್ಪ, ಪರ್ವಾಗಿಲ್ಲ' ಎಂದು ಕಪಿನಪ್ಪನ ಹೆಗಲ ಮೇಲೆ ಕೈಯಿಟ್ಟು ಹೇಳಿದೆ. ಸ್ವಲ್ಪ ಸುಧಾರಿಸಿಕೊಳ್ಳಲಿ ಎಂದು ಒಂದೆರಡು ನಿಮಿಷ ಸುಮ್ಮನೆ ನಿಂತೆ. ಕಪಿನಪ್ಪ ಮಕ್ಕಳ ತರ ಅಂಗಿಯ ತೋಳಿನಲ್ಲಿ ಕಣ್ಣೀರು ಒರೆಸಿಕೊಂಡ. "ನಾನು ಕುಡಿತ ಬಿಟ್ಬಿಡೋಕೆ ಬಹಳ ಪ್ರಯತ್ನಪಟ್ಟೆ ಸಾರ್. ನಮ್ಮ ವಂಶದಲ್ಲಿ ಕುಡೀದೆ ಇರೋವ್ರು ಒಬ್ರೂ ಇಲ್ಲ. ಬಿಡಕಾಯ್ತಿಲ್ಲ. ಹೆರ್ಡಿಟಿ ಕಾಟ ಸಾರ್," ಎಂದು ನಿಟ್ಟುಸಿರುಬಿಟ್ಟ.

ನನಗೆ ಏನು ಹೇಳಲೂ ತೋಚಲಿಲ್ಲ. ಫುಲ್ ಚಾರ್ಜಾಗಿದ್ದ ಕಪಿನಪ್ಪನಿಗೆ ಏನು ಹೇಳಿದರೂ ಪ್ರಯೋಜನವಿರಲಿಲ್ಲ. "ನಾನಿನ್ನು ಬರ್ತೀನಿ ಕಪಿನಪ್ಪ. ಈಗಾಗ್ಲೆ ಲೇಟಾಗಿದೆ. ಮತ್ತೆ ಸಿಗ್ತೀನಿ," ಎಂದು ಹೇಳುತ್ತ ಬೈಕ್ ಹತ್ತಿದೆ. ಕಪಿನಪ್ಪನ ಕಣ್ಣೀರಿಗೆ ಕಾರಣಗಳು ಸರಳ ಎಂದು ನನಗನ್ನಿಸಲಿಲ್ಲ.

ಆಲ್ಬೂರು ಕೆರೆಯೇರಿಯ ಮೇಲೆ ಹೋಗುತ್ತ ಸುದೂರದಲ್ಲಿ ಊರಿನ ದೀಪಗಳು ಮತ್ತು ಮೇಲೆ ಶುಭ್ರ ಆಕಾಶದಲ್ಲಿ ಮಿನುಗುತ್ತಿದ್ದ ನಕ್ಷತ್ರಗಳು ಮಾಯಾಲೋಕವನ್ನು ಸೃಷ್ಟಿಸಿದ್ದವು. ಆ ಮಾಯಾಲೋಕದಲ್ಲಿ ಬೈಕು ಓಡುತ್ತಿತ್ತು. ನನ್ನ ಮನಸ್ಸು ಕಪಿನಪ್ಪ ಮತ್ತು ಅವನ ಹೆಂಡತಿ ಮಕ್ಕಳ ಬಗ್ಗೆ ಕಸಿವಿಸಿಯಿಂದ ಕೂಡಿತ್ತು.

ಮತ್ತೊಂದೆರಡು ವರ್ಗಾವಣಾ ಪ್ರಸಂಗಗಳು

ಆಗ ನಾನು ತಂಡಗಕ್ಕೆ ವರ್ಗವಾಗಿ ಬಂದು ಎರಡು ವರ್ಷವಾಗಿತ್ತು. ಅಲ್ಲಿಯೇ ಹತ್ತಿರದ ನೊಣವಿನಕೆರೆಯಲ್ಲಿ ಮನೆ ಮಾಡಿಕೊಂಡಿದ್ದೆ. ಎರಡೂ ಗ್ರಾಮ ಪಂಚಾಯ್ತಿಗಳಿದ್ದ ಕೇಂದ್ರಗಳಾಗಿದ್ದು ಹತ್ತು ಕಿ.ಮೀ. ದೂರದಲ್ಲಿದ್ದವು. ತಿಪಟೂರು ತುರುವೇಕೆರೆ ಮುಖ್ಯ ರಸ್ತೆಯಲ್ಲಿರುವ ತಂಡಗ ಗೇಟಿನಿಂದ ನಾಲ್ಕು ಕಿ.ಮೀ. ಒಳಗಡೆ ತಂಡಗ ಇದೆ. ಆಗ ಅಲ್ಲಿಗೆ ಬಸ್ಸುಗಳೂ ಕಡಿಮೆ ಇದ್ದವು. ಹೀಗಾಗಿ ಯಾರದೇ, ಯಾವುದೇ ವರ್ಗಾವಣಾ ಒತ್ತಡವಿಲ್ಲದೆ ನಾಲ್ಕಾರು ವರ್ಷ ನೆಮ್ಮದಿಯಾಗಿರಬಹುದೆಂದು ಭಾವಿಸಿದ್ದೆ. ಆದರೆ ನನ್ನ ಲೆಕ್ಕಾಚಾರ ತಪ್ಪೆಂದು ಸಾಬೀತಾಗಲು ತಡವಾಗಲಿಲ್ಲ.

ತಂಡಗದಲ್ಲಿದ್ದ ಪಶುಚಿಕಿತ್ಸಾಲಯಕ್ಕೆ ಎರಡು ಕಟ್ಟಡಗಳಿದ್ದವು. ಆಸ್ಪತ್ರೆಯಿದ್ದ ಕಟ್ಟಡ ಹಳೆಯದಾಯಿತೆಂದು ಹೊಸ ಕಟ್ಟಡ ಕಟ್ಟಿಸಿದ್ದರು. ಹಾಗಾಗಿ ಒಂದೇ ಕಾಂಪೌಂಡ್ ಒಳಗೆ ಅಕ್ಕಪಕ್ಕದಲ್ಲಿಯೇ ಎರಡು ಕಟ್ಟಡಗಳಿದ್ದವು. ನಾನು ಅಲ್ಲಿಗೆ ವರ್ಗವಾಗಿ ಬರುವ ವೇಳೆಗೆ ಹೊಸ ಕಟ್ಟಡವೂ ಹಳೆಯದಾಗಿತ್ತು. ಅಲ್ಲಲ್ಲಿ ಕಟ್ಟಡದ ಪ್ಲಾಸ್ಟರಿಂಗ್ ಕಿತ್ತುಕೊಂಡಿತ್ತು. ಒಂದು ಕಿಟಕಿಯ ಸಜ್ಜ ಅಲ್ಲಾಡುತ್ತಿತ್ತು. ಅದರ ಪ್ಲಾಸ್ಟರಿಂಗ್ ಎಲ್ಲ ಕಿತ್ತು ಹೋಗಿ ಒಳಗಿನ ಕಬ್ಬಿಣದ ಕಂಬಿಗಳು ಕಾಣುತ್ತಿದ್ದವು. ಹೊಸ ಕಟ್ಟಡಕ್ಕಿಂತ ಹಳೆಯ ಕಟ್ಟಡವೇ ಭದ್ರವಾಗಿದೆ ಎಂದು ಜನ ಆಡಿಕೊಳ್ಳುತ್ತಿದ್ದರು.

ಈ ವಿಚಾರವನ್ನು ನಾನು ಇಲಾಖೆಯ ಮೇಲಧಿಕಾರಿಗಳಿಗೆ ಅಧಿಕೃತವಾಗಿ ಬರೆದು ತಿಳಿಸಿದ್ದೆ. ಕೂಡಲೇ ರಿಪೇರಿಯಾಗುವ ಯಾವುದೇ ಭರವಸೆಯಿರಲಿಲ್ಲ. ಆದರೆ ಒಂದು ದಿನ ಇದ್ದಕ್ಕಿದ್ದಂತೆ ನನ್ನ ಪರಿಚಿತನೊಬ್ಬ ಬಂದು ಆಸ್ಪತ್ರೆಯ ಕಿಟಕಿ ಸಜ್ಜ ರಿಪೇರಿ ಮಾಡುವುದಾಗಿ ತಿಳಿಸಿದ. ಅವನೊಬ್ಬ ಪುಡಿ ಕಂತ್ರಾಟುದಾರ (ಕಂಟ್ರ್ಯಾಕ್ಟರ್) ಆಗಿದ್ದ. ಅದು ತಾಲ್ಲೂಕು ಪಂಚಾಯ್ತಿ ವತಿಯಿಂದ ಕೈಗೆತ್ತಿಕೊಂಡಿದ್ದ ಕಾಮಗಾರಿ ಆಗಿತ್ತು.

ಎಲ್ಲ ಮಾಹಿತಿ ಪತ್ರಗಳನ್ನು ಪಶುಪಾಲನಾ ಇಲಾಖೆಯ ತಾಲ್ಲೂಕು ಸಹಾಯಕ ನಿರ್ದೇಶಕರಿಗೆ ಕಳುಹಿಸಿದ್ದರು. ನಾನು ಮೇಲಧಿಕಾರಿಗಳಿಗೆ ಫೋನು ಮಾಡಿ ರಿಪೇರಿ ಕಾರ್ಯದ ಬಗ್ಗೆ ಖಚಿತಪಡಿಸಿಕೊಂಡೆ. ಬಂದವನು ತನ್ನ ಶಿಷ್ಯರ ಜೊತೆ ಆಸ್ಪತ್ರೆಯ ಕಿಟಕಿಯ ಸಜ್ಜವನ್ನು ಸುತ್ತಿಗೆಯಲ್ಲಿ ಒಡೆದು ಕೆಡವಿ ಹಾಕಿದ. ಒಂದೆರಡು ದಿನದಲ್ಲಿ ಕಬ್ಬಿಣದ ಕಂಬಿ ಕಟ್ಟಿ ಸಿಮೆಂಟ್ ಕೆಲಸ ಮಾಡುತ್ತೇನೆ ಎಂದು ತಿಳಿಸಿ, ಒಂದೆರಡು ನೆಗ್ಗಿ ಹೋಗಿದ್ದ ಕಬ್ಬಿಣದ ಬಾಂಡ್ಲಿ, ಸಲಿಕೆ, ಕರ್ನಿ, ಸುತ್ತಿಗೆ ಮುಂತಾದ ಹತಾರಗಳನ್ನು ಆಸ್ಪತ್ರೆಯಲ್ಲಿ ಬಿಟ್ಟು ನಾಪತ್ತೆಯಾದ.

ಇದಾಗಿ ದಿನಗಳುರುಳತೊಡಗಿದವು. ಸಜ್ಜ ಬೀಳಿಸಿ ಹೋದ ಆಸಾಮಿ ನಾಪತ್ತೆಯಾಗಿಬಿಟ್ಟ. ಆ ಕಂತ್ರಾಟುದಾರ ನನ್ನ ಹಳೆಯ ಪರಿಚಿತನಷ್ಟೇ ಅಲ್ಲ 1992–93ರ ಸಾಕ್ಷರತಾ ಆಂದೋಲನದ ಸಮಯದಲ್ಲಿ ಅನೇಕ ಸಲ ಅವನ ಮನೆಗೆ ಹೋಗಿದ್ದೆ. ಅವನ ಹೆಂಡತಿ ಅಕ್ಷರ ಬಾರದವರನ್ನು ಗುಡ್ಡೆ ಹಾಕಿಕೊಂಡು ಒಂದಷ್ಟು ದಿನ ಪಾಠ ಮಾಡುತ್ತಾ ಬಹಳ ಲವಲವಿಕೆಯಿಂದಿದ್ದ ಹೆಣ್ಣುಮಗಳಾಗಿದ್ದಳು. ಸಜ್ಜ ರಿಪೇರಿ ಬಗ್ಗೆ ಕಂತ್ರಾಟುದಾರನ ಮನೆಗೆ ಹೋಗಿ ವಿಚಾರಿಸಿ ಬಂದೆ. ಆದರೆ ಆತ ಸಿಗಲೇ ಇಲ್ಲ.

ಇದರ ಮಧ್ಯೆ ಒಂದೆರಡು ಅಡ್ಡ ಮಳೆ ಬಂದು ಸಜ್ಜ ಇಲ್ಲದ ಕಿಟಕಿಯಿಂದ ನೀರು ಒಳನುಗ್ಗಿ ಔಷಧದ ಪುಡಿಗಳು ಕೆಲವು ಹಾಳಾಗಿ ಫಜೀತಿಯಾಯಿತು. ಕೂಡಲೇ ನಾನು ತಾಲ್ಲೂಕು ಪಂಚಾಯತ್ ಕಚೇರಿಗೆ ಫೋನು ಮಾಡಿ 'ಕಂತ್ರಾಟು'ದಾರನ ಬೇಜವಾಬ್ದಾರಿ ಬಗ್ಗೆ ತಿಳಿಸಿದೆ. ಜೋರು ಮಾಡದೆ ವಿನಂತಿಸಿಕೊಂಡಿದ್ದೆನಷ್ಟೆ.

ಆ ನನ್ನ ಫೋನು ಕರೆ ಎಷ್ಟು ಕೆಟ್ಟ ಪರಿಣಾಮ ಉಂಟು ಮಾಡಿತೆಂದರೆ ಒಂದೇ ತಿಂಗಳ ಒಳಗೆ ಮಂಡ್ಯ ಜಿಲ್ಲೆ ಮದ್ದೂರು ತಾಲ್ಲೂಕಿನ ಬೆಳ್ತೂರು ಪಶುಚಿಕಿತ್ಸಾಲಯಕ್ಕೆ ನನ್ನ ವರ್ಗಾವಣೆಯಾಯಿತು. ನನಗೆ ಯಾಕೆ ವರ್ಗಾವಣೆಯಾಯಿತು, ಇದರ ಹಿಂದೆ ಯಾರಿದ್ದಾರೆ ಎಂಬ ಗೋಜಿಗೂ ನಾನು ಹೋಗಲಿಲ್ಲ. ನನಗದು ಬೇಕಿರಲಿಲ್ಲ. ಕೂಡಲೇ ಬಿಡುಗಡೆ ಹೊಂದಿ ಹೊಸ ಜಾಗದಲ್ಲಿ ಕರ್ತವ್ಯಕ್ಕೆ ಹಾಜರಾದೆ. ನಾನು ಶಾಸಕರನ್ನಾಗಲೀ ಮತ್ತಾರನ್ನಾಗಲೀ ಕಾಣಲೂ ಇಲ್ಲ, ಕೇಳಲೂ ಇಲ್ಲ.

ವರ್ಗವಾಗಿ ಹೋದ ಹೊಸ ಜಾಗದಲ್ಲಿ ಪಶುಚಿಕಿತ್ಸಾಲಯಕ್ಕೆ ಕಟ್ಟಡವೇ ಇರಲಿಲ್ಲ. ಅಲ್ಲಿನ ಸಂಸ್ಥೆಯೊಂದರ ಎರಡು ರೂಮಿನಲ್ಲಿ ಚಿಕಿತ್ಸಾಲಯ ನಡೆಸಲು ಮೇಲಧಿಕಾರಿಗಳು ಒಪ್ಪಿ ಮಾತು-ಕಥೆ ಆಡಿದ್ದರಂತೆ. ಆದರೆ ಆ ಸಂಸ್ಥೆಯ ಸದಸ್ಯನಿಗೆ (ಸಂಸ) ಇದು

ಒಪ್ಪಿಗೆಯಾಗಿರಲಿಲ್ಲ. ಅವನು ಆಸ್ಪತ್ರೆಗೆ ಬಿಟ್ಟುಕೊಟ್ಟಿದ್ದ ರೂಮುಗಳಿಗೆ ಬೀಗ ಹಾಕಿ ನಾಪತ್ತೆಯಾಗಿದ್ದನು.

ಆದರೆ ಮದ್ದೂರಿನ ಪಶುಪಾಲನಾ ಇಲಾಖೆಯ ಸಹಾಯಕ ನಿರ್ದೇಶಕರು ಬಹಳ ಖಡಕ್ ಮನುಷ್ಯರಾಗಿದ್ದರು. ವಯಸ್ಸಾಗಿ ನಿವೃತ್ತಿಗೆ ಹತ್ತಿರವಿದ್ದರೂ ಚೈತನ್ಯದ ಚಿಲುಮೆಯಾಗಿದ್ದರು. ಜೀಪಿನಲ್ಲಿ ನನ್ನನ್ನು ಬೆಳ್ಳೂರಿನ ಪ್ರಾರಂಭಿಸಲಿರುವ ಪಶುಚಿಕಿತ್ಸಾಲಯ ಕಟ್ಟಡದ ಬಳಿ ಕರೆದುಕೊಂಡು ಹೋದರು. ಸಂಸನ ಮನೆಗೆ ಹೋಗಿ ಬಂದೆವು. ಅವನು ಬೇಕೆಂದೇ ತಪ್ಪಿಸಿಕೊಂಡಿದ್ದ. ಸಹಾಯಕ ನಿರ್ದೇಶಕರು ಕಟ್ಟಡದ ಬಳಿ ಬಂದವರೇ ಊರಿನ ಹತ್ತಿಪ್ಪತ್ತು ಜನರ ಸಮಕ್ಷಮದಲ್ಲಿ ಬಾಗಿಲಿಗೆ ಹಾಕಿದ್ದ ಬೀಗವನ್ನು ಜಜ್ಜಿ ಬಿಸಾಕಿದರು. ಒಳಗಡೆಗೆ ಎಲ್ಲರೂ ಹೋದೆವು.

ಎರಡು ರೂಮಿನಲ್ಲಿ ಒಂದು ಟೇಬಲ್ ಆಗಲಿ, ಕುರ್ಚಿಯಾಗಲಿ ಏನೂ ಇರಲಿಲ್ಲ. ನೆರೆದ ರೈತರಲ್ಲಿ ಕೆಲವರು ತಮ್ಮ ತಮ್ಮ ಮನೆಗಳಿಂದ ಒಂದೆರಡು ಕುರ್ಚಿ ತಂದರು. ಅಲ್ಲಿದ್ದ ಒಬ್ಬ ಮೇಷ್ಟ್ರು ಒಂದು ಟೇಬಲ್ ತಂದಿಟ್ಟರು. ಸಹಾಯಕ ನಿರ್ದೇಶಕರು ಒಂದಷ್ಟು ಔಷಧ, ಉಪಕರಣಗಳನ್ನು ತಂದಿದ್ದರು. ಆಸ್ಪತ್ರೆ ಪ್ರಾರಂಭವಾಗಿಯೇ ಬಿಟ್ಟಿತು.

ರೈತ ಸಂಘದ ಅನೇಕರು ನನಗೆ ಅಲ್ಲಿ ಪರಿಚಯವಾದರು. ತಮ್ಮ ಹಳ್ಳಿಯಲ್ಲಿಯೇ ಪಶುಚಿಕಿತ್ಸಾಲಯ ಶುರುವಾದದ್ದು ಅವರಿಗೆ ಖುಷಿಯೋ ಖುಷಿ. ಅಲ್ಲಿಯೇ ಹತ್ತಿರದ ಬೆಸರಗರಹಳ್ಳಿಯಲ್ಲಿ ಒಂದು ಹೊಸ ಮನೆ ಬಾಡಿಗೆಗೆ ಇದೆ ಎಂದು ಗೊತ್ತಾಯಿತು. ಅದನ್ನು ಬುಕ್ ಮಾಡಿಕೊಂಡೆ. ಮಂಡ್ಯದ ಉಪನಿರ್ದೇಶಕರಿಂದ ಹತ್ತು ದಿನ ರಜೆಯನ್ನು ಮಂಜೂರು ಮಾಡಿಸಿಕೊಂಡು ನೊಣವಿನಕೆರೆಯ ದಾರಿ ಹಿಡಿದೆ. ಕುಟುಂಬವನ್ನು ಲಗೇಜು ಸಮೇತ ಹೊಸ ಊರಿಗೆ ವರ್ಗಾಯಿಸಬೇಕಿತ್ತಲ್ಲ!

ವರ್ಗವೆಂಬುದು ಸಿಡಿಲು ಬಡಿದಂತಾಗಿತ್ತು. ಅದಕ್ಕೆ ಕಾರಣವೇ ಇರಲಿಲ್ಲ. ಲಗೇಜು ಸಾಗಾಣಿಕೆಗೆ, ಹೊಸ ಊರಿನಲ್ಲಿ ಮನೆಗೆ ಮುಂಗಡಕ್ಕೆ ದುಡ್ಡು! ಮಗಳನ್ನು ಒಂದನೇ ಕ್ಲಾಸಿಗೆ ಸೇರಿಸಬೇಕಿತ್ತು. ಎಲ್‌ಕೆಜಿ, ಯುಕೆಜಿ ಮುಂತಾದ ಯಾವ ಕೆಜಿಗಳನ್ನೂ ನಾನು ಓದಿಸಿರಲಿಲ್ಲ. 10 ತಿಂಗಳ ನನ್ನ ಮಗ ಆಗ ತಾನೇ ತೆವಳುವುದನ್ನು ಕಲಿತಿದ್ದ. ಆದರೆ ಸುಖಾಸುಮ್ಮನೆ ವರ್ಗಾವಣೆ ವಕ್ಕರಿಸಿತ್ತು.

ನಾನು ಇತ್ತ ನೊಣವಿನಕೆರೆಗೆ ಬಂದು ಲಗೇಜನ್ನು ಕಟ್ಟಿ ಸಿದ್ಧಪಡಿಸಿಕೊಳ್ಳುವಷ್ಟರಲ್ಲಿ ಅತ್ತ ಬೆಳ್ಳೂರಿನ ಸಂಸ ಮತ್ತೊಂದು ಭಾನಗಡಿ ಮಾಡಿದ್ದ. ಸಂಸ ಪೊಲೀಸ್ ಸ್ಟೇಷನ್‌ನಲ್ಲಿ ಮದ್ದೂರು ಸಹಾಯಕ ನಿರ್ದೇಶಕರು ಸಂಸ್ಥೆಯ ಕಟ್ಟಡದ ಬೀಗ ಹೊಡೆದು ಒಳಗಿದ್ದ ಐದು ಸಾವಿರ ರೂಪಾಯಿಗಳನ್ನು ಕದ್ದಿದ್ದಾರೆಂದು ದೂರು ಕೊಟ್ಟಿದ್ದ! ಸಹಾಯಕ ನಿರ್ದೇಶಕರು ಮತ್ತೊಮ್ಮೆ ಬೆಳ್ಳೂರಿಗೆ ಬಂದರು. ಊರಿನ ಅನೇಕ ಜನರು ಸಾಕ್ಷಿ ಹೇಳಲು ಪೊಲೀಸ್ ಸ್ಟೇಷನ್ ಬಳಿ ನೆರೆದರು. ಆದರೆ ಸಂಸ ಅಷ್ಟೊಂದು ಜನರನ್ನು ನೋಡಿ ಸ್ಟೇಷನ್ನಿನ ಬಳಿ ಬರಲೇ ಇಲ್ಲ. ಕೇಸು ಬಿದ್ದು ಹೋಯಿತು.

ರಜೆ ಮುಗಿಸಿಕೊಂಡು ನಾನು ಬೆಳ್ತೂರು ಪಶುಚಿಕಿತ್ಸಾಲಯದಲ್ಲಿ ಕೆಲಸ ಮಾಡತೊಡಗಿದೆ. ಚಿಕಿತ್ಸಾಲಯದಲ್ಲಿ ನಾನೊಬ್ಬನೇ! ಸಿಬ್ಬಂದಿಯೇ ಇಲ್ಲ. ಆದರೆ ಚಿಕಿತ್ಸಾಲಯಕ್ಕೆ ಬರುತ್ತಿದ್ದ ರೈತರೇ ಕಸ ಹೊಡೆದು, ನೀರು ತಂದು ಹಾಕಿ ಸಹಕರಿಸುತ್ತಿದ್ದರು. ರೈತರು, ದನ ಕರುಗಳು, ರೈತ ಸಂಘದವರು ಯಾವಾಗಲೂ ಚಿಕಿತ್ಸಾಲಯದಲ್ಲಿ ತುಂಬಿರುತ್ತಿದ್ದರು.

ಕೋಳಿಗಳಿಗೆ, ಕುರಿ ಮೇಕೆಗಳಿಗೆ ಜಂತು ನಾಶಕ ಔಷಧ, ಮುಂಜಾಗ್ರತಾ ಚುಚ್ಚುಮದ್ದು, ರೋಗ ಚಿಕಿತ್ಸೆ ಹೀಗೆ ಒಂದು ವಾರದಲ್ಲಿ ಗಿಜಿಗುಡುವಂತೆ ಮಾಡಿದೆ. ಪಶುಚಿಕಿತ್ಸಾಲಯಕ್ಕೆ ಬೇಕಿದ್ದ ಹಾಜರಾತಿ ವಹಿಯಿಂದ ಹಿಡಿದು ವೇತನ ಬಟವಾಡೆ ಪುಸ್ತಕ, ನಗದು ಪುಸ್ತಕ, ದಾಸ್ತಾನು ಪುಸ್ತಕಗಳು, ಹೊರ ರೋಗಿ ವಹಿ, ಚಲನವಲನ ವಹಿ, ಇಂದ–ಗೆ ವಹಿ (To and From Register) ಮುಂತಾದ ಹಲವಾರು ರಿಜಿಸ್ಟರ್ ಗಳನ್ನು ಮತ್ತು ಕಡತಗಳನ್ನು ಪ್ರಾರಂಭಿಸಿದೆ. ಕಚೇರಿಯ ರಬ್ಬರ್ ಸ್ಟಾಂಪ್‌ಗಳನ್ನೂ ಮಾಡಿಸಿದೆ.

ಅಂಥ ದಿನಗಳಲ್ಲಿ ಒಮ್ಮೆ ಸಂಸ ಚಿಕಿತ್ಸಾಲಯದ ಎದುರು ನಿಂತುಕೊಂಡು ನನ್ನನ್ನು ಉದ್ದೇಶಿಸಿ ಬಾಯಿಗೆ ಬಂದಂತೆ ಕೂಗಾಡತೊಡಗಿದ. "ರೂಮಿನ ಬೀಗ ಒಡೆದಿದ್ದೀಯಾ, ಐದು ಸಾವಿರ ಕದ್ದಿದ್ದೀಯಾ, ಎಷ್ಟೋ ಕೊಬ್ಬು ನಿನಗೆ. ನನ್ನ ಬಿಲ್ಡಿಂಗಿನಲ್ಲಿ ಕೂತಿದ್ದೀಯ. ನನ್ನ ಜಾಗ ಇದು. ಎದ್ದು ಬಾರೋ ಹೊರಗೆ," ಇತ್ಯಾದಿ.

ಕಿಟಕಿಯಿಂದಲೇ ನೋಡಿದೆ. ಸುಮಾರು 60 ವರ್ಷದಷ್ಟು ವಯಸ್ಸಾಗಿದ್ದ ಸಂಸ ನೀಟಾಗಿ ಬಟ್ಟೆ ಧರಿಸಿದ್ದ. ಪಂಚೆ ಶರ್ಟು ಟವಲ್ಲು ಎಲ್ಲ ಶುಭ್ರವಾಗಿದ್ದವು. ಹೊರಗೆ ಹೋದರೆ ಆತ ಕೈ ಮಿಲಾಯಿಸಲಿಕ್ಕಿಲ್ಲ ಎಂಬುದು ನನಗೆ ಖಾತ್ರಿಯಾಯಿತು. ಹೊರಗೆಲ್ಲಾದರೂ ಸಿಕ್ಕರೆ ನಮಸ್ಕರಿಸಿ ಮಾತಾಡಿಸುವಂತಿದ್ದ. ಅವನ ಜೊತೆಗೆ ಮಂದಿ ಮನುಷ್ಯರು ಒಬ್ಬರೂ ಇರಲಿಲ್ಲ. ನನ್ನ ಜೊತೆ ಚಿಕಿತ್ಸಾಲಯದ ಒಳಗಿದ್ದವರು "ಸುಮ್ನೆ ಇದ್ಬಿಡಿ ಸಾರ್. ಸ್ವಲ್ಪ ಹೊತ್ತು ಕೂಗಾಡಿ ಹೋಗ್ತಾನೆ., ಅಂತ ಹೇಳ್ತಾನೇ ಇದ್ರು. ಸಂಸ ಐದು ನಿಮಿಷ ಒಬ್ಬನೇ ಕೂಗಾಡಿ ಹೊರಟು ಹೋದ.

ಅದೇ ಸಮಯದಲ್ಲಿ ನನ್ನ ಮಗನಿಗೆ ಹುಷಾರು ತಪ್ಪಿತು. ಡಾಕ್ಟರ್‌ಗೆ ತೋರಿಸಿದೆ. ಚಿಕಿತ್ಸೆಯ ನಂತರವೂ ಮಗ ಎರಡು ದಿನ ಕಣ್ಣೇ ಬಿಡಲಿಲ್ಲ. ಮತ್ತೆ ಡಾಕ್ಟರ್ ಬಳಿ ಔಷಧಗಳನ್ನು ಬದಲಾಯಿಸಿದೆವು. ಮೂರನೇ ದಿನ ಚೇತರಿಸಿಕೊಂಡ. ನಾಲ್ಕನೇ ದಿನ ಮನೆ ತುಂಬ

ಹರಿದಾಡತೊಡಗಿದ. ನಮಗೆ ಹೋದ ಜೀವ ಬಂದಂತಾಯಿತು. ಇನ್ನೊಂದು ಅವಿಸ್ಮರಣೀಯ ಘಟನೆ ನನ್ನದಾಯಿತು.

ಅದೇನೆಂದರೆ, ತಂಡಗದ ಬ್ಯಾಂಡ್ ಸೆಟ್ ಹುಚ್ಚಯ್ಯನಿಂದ ನನಗೊಂದು ಪತ್ರ ಬಂದಿತು. ಅವನು ತಂಡಗದ ನನ್ನ ಪರಮಾಪ್ತರಲ್ಲೊಬ್ಬ. ನನ್ನ ಅಭಿಮಾನಿ. ವಾರಕ್ಕೆ ಎರಡು ಮೂರು ಸಲ ಕಡ್ಡಾಯವಾಗಿ ಆಸ್ಪತ್ರೆಗೆ ಬಂದು ಹತ್ತಿಪ್ಪತ್ತು ನಿಮಿಷ ಕಷ್ಟ ಸುಖ ಮಾತನಾಡುತ್ತ ಕುಳಿತುಕೊಳ್ಳುತ್ತಿದ್ದ. ಮೊದಲ ಸಲ ಹುಚ್ಚಯ್ಯ ಆಸ್ಪತ್ರೆಗೆ ಬಂದಾಗ ಯಥಾ ಪ್ರಕಾರ ನಾನು ಮೊದಲು ಕುರ್ಚಿಯ ಮೇಲೆ ಕುಳಿತುಕೊಳ್ಳಲು ಹೇಳಿದ್ದೆ.

ಯಾವುದೇ ಸರ್ಕಾರಿ ಕಚೇರಿಯಲ್ಲಿ ತನ್ನ ಜನ್ಮದಲ್ಲಿಯೇ ಅಧಿಕಾರಿಯ ಎದುರು ಕುಳಿತು ಮಾತನಾಡದ ಹುಚ್ಚಯ್ಯನಿಗೆ ನನ್ನ ಮಾತುಗಳಿಂದ ಆಶ್ಚರ್ಯವಾಗಿರಬೇಕು. ಪ್ರಜೆಗಳೆಲ್ಲ ಸಮಾನರು ಎಂಬುದು ಮೊದಲ ಸಲ ಅನುಭವಕ್ಕೆ ಬಂದಿರಬೇಕು! ಬಡವನೂ, ದಲಿತನೂ ಆದ ಹುಚ್ಚಯ್ಯ ರೋಮಾಂಚಿತನಾಗಿರಬೇಕು. ಈ ಹುಚ್ಚಯ್ಯನ ಮನೆಯಲ್ಲಿ ದನ ಕರುಗಳಿರಲಿ, ಒಂದು ಕೋಳಿ ಪಿಳ್ಳೆ ಸಹಿತ ಇರಲಿಲ್ಲ.

ಹುಚ್ಚಯ್ಯ ಭರ್ಜರಿ ಭಾವಜೀವಿಯಾಗಿದ್ದ. ನನ್ನ ವರ್ಗಾವಣೆ ಮತ್ತು ಹಠಾತ್ ನಿರ್ಗಮನದಿಂದ ವಿಚಲಿತನಾಗಿದ್ದ. ತನ್ನ ಸಂಕಟದಿಂದ ಪಾರಾಗಲು ಒಂದು ಪೋಸ್ಟ್ ಕಾರ್ಡ್ ಖರೀದಿಸಿ ಸ್ಫೂರ್ತಿ ತುಂಬಿದ ಕವಿಯಂತೆ ಕಾವ್ಯಾತ್ಮಕವಾದ ಪತ್ರ ಬರೆದಿದ್ದ. ಬರೆಯುತ್ತ, ಬರೆಯುತ್ತ ದುಃಖ, ಸಿಟ್ಟು, ಅಸಹಾಯಕತೆಗಳು ಕಟ್ಟೆಯೊಡೆದು ಭೋರ್ಗರೆದಿವೆ. ನಾಟಕದ ಡೈಲಾಗಿನಂಥ ವಾಕ್ಯಗಳಲ್ಲಿ ಮುಂದುವರಿದು ಕೊನೆಗೆ ದೇವರು ದೊಡ್ಡವನೆಂದೂ, ಅವನು ಒಳ್ಳೆಯದು ಮಾಡಿಯೇ ಮಾಡುತ್ತಾನೆ ಎಂದು ಪತ್ರ ಮುಕ್ತಾಯ ಮಾಡಿ ಹೂವಿನ ಚಿತ್ರ ಬರೆದಿದ್ದ.

ಆ ಪತ್ರವನ್ನು ಓದಿ ನಾನು ಹುಚ್ಚಯ್ಯನಿಗಿಂತ ಭಾವಾವೇಶಕ್ಕೊಳಗಾದೆ. ಆ ಪತ್ರವನ್ನು ಎಷ್ಟೋ ವರ್ಷ ಹಾಗೆಯೇ ಜತನದಿಂದ ಕಾಪಾಡಿದ್ದೆ. ಆದರೆ ಹಲವಾರು ವರ್ಗಾವಣೆಗಳ ಸಾಮಾನು ಸಾಗಾಣಿಕೆಯಲ್ಲಿ ಬ್ಯಾಂಡ್ ಸೆಟ್ ಹುಚ್ಚಯ್ಯನ ಪತ್ರ ಎಲ್ಲಿ ನಾಪತ್ತೆಯಾಯಿತೋ ಗೊತ್ತಿಲ್ಲ. ನನಗೆ ಬಂದ ಮೆಡಲ್ ಒಂದು ಕಳಕೊಂಡಂತೆ ಇಂದಿಗೂ ಪಶ್ಚಾತ್ತಾಪವಾಗುತ್ತದೆ.

ಇತ್ತ ತಂಡಗದಲ್ಲಿ ಅನೇಕ ಜನರು ಶಾಸಕರ ಬಳಿ ಹೋಗಿ ನನ್ನ ಪರವಾಗಿ ಮಾತನಾಡಿ ವಾಪಸು ವರ್ಗ ಮಾಡಿಸಲು ಒತ್ತಾಯಿಸತೊಡಗಿದರಂತೆ. ಆದರೆ ಅಷ್ಟು ಹೊತ್ತಿಗೆ ಸಾಮಾನ್ಯ ವರ್ಗಾವಣೆಯ ಸಮಯ ಮೀರಿ ಹೋಗಿತ್ತು. ವರ್ಗಾವಣೆಗೆ ಮುಖ್ಯಮಂತ್ರಿಗಳೇ ಒಪ್ಪಿಗೆ ಕೊಡಬೇಕಾಗಿತ್ತು. ಜನರ ಒತ್ತಡ ಎಷ್ಟಿತ್ತೆಂದರೆ ಶಾಸಕರು ಮುಖ್ಯಮಂತ್ರಿಗಳ ಒಪ್ಪಿಗೆ ದೊರಕಿಸಿಕೊಂಡು ನನ್ನನ್ನು ವಾಪಸು ತಂಡಗಕ್ಕೆ ವರ್ಗ ಮಾಡಿಸಿದ್ದರು.

ಈ ಬೆಳವಣಿಗೆ ಬಗ್ಗೆ ಏನೂ ಗೊತ್ತಿಲ್ಲದ ನನಗೆ ಟಪಾಲಿನಲ್ಲಿ ವರ್ಗಾವಣಾ ಆದೇಶ ಬಂದಾಗ ನಂಬಲಾಗದಂತಾಗಿತ್ತು. ಅಂದು ಸಂಜೆ ಚಿಕಿತ್ಸಾಲಯದಿಂದ ಮನೆಗೆ ಹೊರಡಲು ಸಿದ್ಧನಾಗುತ್ತಿದ್ದೆ. ಯಾರೋ ಒಬ್ಬಾತ ಬಂದು ಸಂಸ

ಕರೆಯುತ್ತಿದ್ದಾರೆ. ಮನೆ ಹತ್ರ ಬರಬೇಕಂತೆ ಅಂದ. ಆಸ್ಪತ್ರೆ ಹತ್ತಿರ ಗಲಾಟೆ ಮಾಡಿ ಹೋದ ಮೇಲೆ ಸಂಸನನ್ನು ನಾನು ಮರೆತೇ ಬಿಟ್ಟಿದ್ದೆ. ನೋಡಿ ಬರೋಣ ಎಂದು ಹೋದೆ.

ಮನೆಯ ಮುಂದೆ ದೊಡ್ಡ ಕಾಂಪೌಂಡಿನ ಒಳಗೆ ಸಂಸ ಒಬ್ಬನೇ ಚೇರಲ್ಲಿ ಕೂತಿದ್ದ. ಬೈಕ್ ನಿಲ್ಲಿಸಿ ಹತ್ತಿರ ಹೋದ ಕೂಡಲೇ ಎದ್ದು ಬಂದು ಕೈ ಹಿಡಿದುಕೊಂಡು ಮಾತನಾಡಿಸತೊಡಗಿದ. "ಏನೂ ತಿಳ್ಕೋಬೇಡ ಕಣಪ್ಪ. ಅವತ್ತು ನಾನು ಬೈದದ್ದು ನಿಮ್ಮ ಸಹಾಯಕ ನಿರ್ದೇಶಕರಿಗೆ. ನಿನಗಲ್ಲ. ನಿನಗಲ್ಲವೇ ಅಲ್ಲ," ಇದೇ ಮಾತನ್ನು ನಾಲ್ಕೈದು ಸಲ ಹೇಳಿದ. "ಇರ್ಲಿ ಬಿಡ್ರಿ ಪರವಾಗಿಲ್ಲ," ಅಂದೆ. ಉಪ್ಪಿಟ್ಟು, ಮದ್ದೂರು ವಡೆ ಮಾಡ್ಸಿದ್ರು. ಜೊತೆಗೇ ತಿಂದ್ವಿ. ಕಾಫಿ ಆದ ಮೇಲೆ ಹೊರಟು ನಿಂತೆ. ಬರ್ತಾ ಇರಬೇಕು ಅಂದ. ಆಯ್ತು ಎಂದು ಹೊರಟು ಬಂದೆ. ಸಂಸನ ಕಣ್ಣು ತುಂಬಿ ಬಂದಿದ್ದವು. ಅದಾದ ಮೂರ್ನಾಲ್ಕು ದಿನಕ್ಕೆ ಚಿಕಿತ್ಸಾಲಯದ ಪ್ರಭಾರದಿಂದ ಬಿಡುಗಡೆ ಹೊಂದಿದೆ. ಮನೆಯ ಸಾಮಾನುಗಳನ್ನು ಕಟ್ಟಿ ನೊಣವಿನಕೆರೆಗೆ ಕುಟುಂಬ ಸಮೇತ ವಾಪಸ್ ಬಂದೆ. ಹಿಂದೆ ನಾನು ಬಾಡಿಗೆಗೆ ಇದ್ದ ಮನೆಯನ್ನು ಮನೆ ಮಾಲೀಕ ಬೇರೆ ಯಾರಿಗೂ ಬಾಡಿಗೆಗೆ ಕೊಟ್ಟಿರಲಿಲ್ಲವಾದ್ದರಿಂದ ಹಿಂದೆ ಇದ್ದ ಮನೆಯಲ್ಲಿಯೇ ಮುಂದುವರಿದೆ.

ತಂಡಗಕ್ಕೆ ವಾಪಸ್ ಬಂದ ನಂತರ 'ಕಂತ್ರಾಟು'ದಾರನಿಂದಲೇ ಇಷ್ಟೆಲ್ಲ ರಾದ್ಧಾಂತವಾದದ್ದು ಎಂಬ ವಿಷಯ ತಿಳಿಯಿತು. ಶಾಸಕರಿಗೆ ದೂರು ಹೇಳಿ 'ಕಂತ್ರಾಟು'ದಾರನೇ ವರ್ಗಾವಣೆ ಮಾಡಿಸಿದ್ದ. ಆದರೂ ಆತ, "ಯಾವನು ಸಾರ್ ಅವನು, ನಿಮ್ಮನ್ನು ಟ್ರಾನ್ಸಫರ್ ಮಾಡ್ಸಿದ್ದನಲ್ಲ? ಎಮ್ಮೆಲ್ಲೆಗಾರೂ ತಲೆ ಬೇಡ್ವ. ಒಳ್ಳೇರಿಗೆ ಕಾಲ ಅಲ್ಲಾ ಸಾರ್ ಇದು," ಅಂತ ಸಿಕ್ಕಾಗೆಲ್ಲ ಹೇಳ್ತಿದ್ದ.

ನನ್ನ ಸರ್ವೀಸಲ್ಲಿ ಆದ ಎಲ್ಲ ವರ್ಗಾವಣೆಗಳಲ್ಲೂ ನನಗೆ ತಲೆನೋವಾಗುತ್ತಿದ್ದುದು ಸಾವಿರಾರು ಪುಸ್ತಕಗಳನ್ನು ಪ್ಯಾಕ್ ಮಾಡಿ ಜಖಂ ಆಗದ ಹಾಗೆ ಸಾಗಿಸುವುದಾಗಿತ್ತು. ಪುಸ್ತಕಗಳನ್ನು ಬಿಟ್ಟರೆ ನಮ್ಮನೆಯಲ್ಲಿ ಒಂದೆರಡು ತಗಡಿನ ಮಂಚ, ಚೇರು, ಟೇಬಲ್ಲು, ಫ್ರಿಡ್ಜ್, ಟಿವಿ, ಬೈಕ್ ಇಷ್ಟೇ ಇದ್ದುದು. ನಾನು 2015ರಲ್ಲಿ ಸ್ವಯಂ ನಿವೃತ್ತಿ ಪಡೆದಾದ ಮೇಲೆ ಒಂದು ಸೋಫಾ ಸೆಟ್ ಖರೀದಿಸಿದೆ. ಅಲ್ಲಿಯವರೆಗೆ ನಮಗೂ ಮತ್ತು ನಮ್ಮ ಮನೆಗೆ ಬರುತ್ತಿದ್ದ ಎಲ್ಲರಿಗೂ ಕುಳಿತುಕೊಳ್ಳಲು ತಗಡಿನ, ಪ್ಲಾಸ್ಟಿಕ್ಕಿನ ಕುರ್ಚಿಗಳೇ ಗತಿಯಾಗಿದ್ದವು.

❖

ಉರಿಬಿಸಿಲ ತಿರುಗೇಟು

ನಾನಾಗ ದಂಡಿನಶಿವರದ ಪಶುಚಿಕಿತ್ಸಾಲಯದಲ್ಲಿ ಕೆಲಸ ಮಾಡುತ್ತಿದ್ದೆ. ನಾನು ಕೆಲಸ ಮಾಡಿದ ಇನ್ನಿತರ ಸ್ಥಳಗಳಿಗೆ ಹೋಲಿಸಿದರೆ ದಂಡಿನಶಿವರದಲ್ಲಿ ಕೆಲಸ ಸ್ವಲ್ಪ ಕಡಿಮೆಯೆಂದೇ ಹೇಳಬೇಕು. ನಾನು ಕೆಲಸ ಮಾಡುತ್ತಿದ್ದ ಎಲ್ಲಾ ಆಸ್ಪತ್ರೆಗಳಿಗೂ ಪಶುವೈದ್ಯಕೀಯ ಪುಸ್ತಕಗಳ ಜೊತೆಗೆ ಕಥೆ, ಕಾದಂಬರಿ, ನಾಟಕದ ಪುಸ್ತಕಗಳನ್ನು ಒಯ್ಯುತ್ತಿದ್ದೆ. ಆಸ್ಪತ್ರೆಯಲ್ಲಿ ಬಿಡುವು ಸಿಕ್ಕ ಕೂಡಲೆ ಎಷ್ಟಾಗುತ್ತದೆಯೋ ಅಷ್ಟು ಓದುತ್ತಿದ್ದೆ. ದಂಡಿನಶಿವರದಲ್ಲಿ ಪುಸ್ತಕಗಳ ಓದಲು ಸ್ವಲ್ಪ ಜಾಸ್ತಿ ಸಮಯ ಸಿಗುತ್ತಿತ್ತು.

ಆಸ್ಪತ್ರೆಯಲ್ಲಿ ಒಮ್ಮೊಮ್ಮೆ ಕೆಲಸ ಕಡಿಮೆ ಎನಿಸುತ್ತಿದ್ದಾಗಲೇ ಹತ್ತಾರು ದನಕರುಗಳು ಆಸ್ಪತ್ರೆಗೆ ಬಂದು ನನ್ನನ್ನು ಹಣ್ಣುಗಾಯಿ ನೀರುಗಾಯಿ ಮಾಡುತ್ತಿದ್ದುದೂ ಉಂಟು! ಡಾಕ್ಟರ ಹಣೆಬರಹವೇ ಅಷ್ಟು. ಆಸ್ಪತ್ರೆ ಕೆಲಸಕ್ಕೆ ನಿಗದಿತ ಸಮಯವಿದೆ. ಆದರೆ ಕಾಯಿಲೆಗಳಿಗೆ ಸಮಯವಿದೆಯೇ? ಮನುಷ್ಯರ ಡಾಕ್ಟ್ರು ಇರಬಹುದು, ದನೀನ ಡಾಕ್ಟ್ರು ಇರಬಹುದು! ಮನುಷ್ಯ ಡಾಕ್ಟರರ ಕಷ್ಟ ಕಾರ್ಪಣ್ಯಗಳು ಸಾರ್ವಜನಿಕರಿಗೆ ಬಹುಬೇಗ ಗೊತ್ತಾಗುತ್ತದೆ. ದನೀನ ಡಾಕ್ಟ್ರ ಕೆಲಸ ಕಾರ್ಯ, ಕಷ್ಟಗಳು ಯಾರ ಗಮನಕ್ಕೂ ಬಾರದೆ ಹೋಗುತ್ತವೆ. ನಮ್ಮಲ್ಲಿ ದನೀನ ಡಾಕ್ಟ್ರಿಗೆ ಕಿಮ್ಮತ್ತು ಕಡಿಮೆಯೇ! ಸರ್ಕಾರ ಕೊಡಮಾಡುವ ಸಂಬಳ, ಸಾರಿಗೆ, ವಸತಿ ಮತ್ತಿತರೆ ಎಲ್ಲ ಅನುಕೂಲಗಳೂ ಮನುಷ್ಯರ ಡಾಕ್ಟ್ರಿಗೇ ಹೆಚ್ಚು.

ಎಷ್ಟೋ ಕಡೆ ಅತ್ಯಂತ ನಿಕೃಷ್ಟವಾದ ಕಟ್ಟಡದಲ್ಲಿ ದನೀನ ಆಸ್ಪತ್ರೆ ನಡೆಯುತ್ತಿರುತ್ತದೆ. ದನಕರುಗಳ ಆಪರೇಷನ್ ಮಾಡಲೂ ಸಹ ಅನುಕೂಲವಾದ ಜಾಗವಿರುವುದಿಲ್ಲ. ನಾನಂತೂ ರಸ್ತೆಗಳಲ್ಲಿ, ರೈತರ ಮನೆ ಹಿತ್ತಲಲ್ಲಿ, ಶಾಲೆಗಳ ಆವರಣದಲ್ಲಿ, ತಿಪ್ಪೆಗಳ ಆಜುಬಾಜಿನಲ್ಲಿ ಗುರುತರವಾದ ಆಪರೇಷನ್‌ಗಳ ಮಾಡಿದ್ದೇನೆ. ಇಲಾಖೆಯ ವೈದ್ಯರಿಗಾಗಲೀ ಅಥವಾ ಇತರೆ ಸಿಬ್ಬಂದಿಗಾಗಲೀ ವಾಸಿಸಲು ಕ್ವಾರ್ಟರ್ಸ್ ಇರುವುದಿಲ್ಲ.

ಇಡೀ ಕರ್ನಾಟಕದ ಬೆರಳೆಣಿಕೆಯಷ್ಟು ಸ್ಥಳಗಳಲ್ಲಿ ಮಾತ್ರ ವೆಟರ್ನರಿ ಕ್ವಾರ್ಟರ್ಸ್ ಇರಬಹುದೋ ಏನೋ? ಇದು ಹಾಗಿರಲಿ, ಪಶುವೈದ್ಯ ಇಲಾಖೆಯು ಪೊಲೀಸ್ ಅಥವಾ ಆರೋಗ್ಯ ಇಲಾಖೆಗಳಂತೆ ತುರ್ತು ಸೇವಾ ಇಲಾಖೆಯೂ ಅಲ್ಲ. ಸಾರ್ವಜನಿಕರು, ರೈತರು ಮಾತ್ರ ಈ ಇಲಾಖೆಯನ್ನು ತುರ್ತು ಸೇವಾ ಇಲಾಖೆಯೆಂದು ತಪ್ಪಾಗಿ ಭಾವಿಸಿದ್ದಾರೆ.

ಇಲಾಖೆಯ ಹಿರಿಯ ಅಧಿಕಾರಿಗಳಿಗಾಗಲೀ, ಮಂತ್ರಿಮಹೋದಯರಿಗಾಗಲೀ ಈ ವಿಷಯ ಬೇಕಾಗೇ ಇಲ್ಲ. ಈ ತಪ್ಪು ಗ್ರಹಿಕೆಯ ಬಲಿಪಶುಗಳು ಮಾತ್ರ ಆಸ್ಪತ್ರೆಯಲ್ಲಿ ನಿಯತ್ತಾಗಿ ಕೆಲಸ ನಿರ್ವಹಿಸುವ ದನೀನ ಡಾಕ್ಟ್ರು. ಭಾನುವಾರ, ಎರಡನೇ ಶನಿವಾರ ಮತ್ತು ಸಾರ್ವಜನಿಕ ರಜಾ ದಿನಗಳಲ್ಲಿಯೂ ಕೆಲಸ ನಿರ್ವಹಿಸುತ್ತಿರುತ್ತಾರೆ. ನಾನಂತೂ ಇಂದಿರಾ ಗಾಂಧಿಯವರ ಕೊಲೆಯಾದ ದಿನವೂ ಬೆಳಗ್ಗೆಯಿಂದ ಸಂಜೆ 6ರವರೆಗೆ ಆಸ್ಪತ್ರೆಯಲ್ಲಿ ರೋಗಿಗಳ ದೇಖರೇಖಿಯಲ್ಲಿ ಮುಳುಗಿದ್ದೆ.

ಇತ್ತೀಚೆಗೆ ರಜೆಯ ದಿನ ಮಧ್ಯಾಹ್ನದ ಮೇಲೆ ಬಾಗಿಲು ಮುಚ್ಚಬಹುದು ಎಂಬ ಆದೇಶವಾಗಿದೆ. ದನೀನಾಸ್ಪತ್ರೆಯ ಕೆಲಸದ ವೇಳೆಯನ್ನು ಸರಿಪಡಿಸಲು ಹಿರಿಯ ಅಧಿಕಾರಿಗಳಿಗೆ ಹಲವು ದಶಕಗಳೇ ಹಿಡಿದವು.

ನಮ್ಮಲ್ಲಿ ದನ, ಎಮ್ಮೆ, ಕುರಿ, ಮೇಕೆ, ಹಂದಿ, ನಾಯಿ, ಕೋಳಿ, ವನ್ಯಜೀವಿಗಳು ಎಲ್ಲವಕ್ಕೂ ನಾವು ವೈದ್ಯರು! ಮನುಷ್ಯ ಡಾಕ್ಟರರು ಕೇವಲ ಮನುಷ್ಯರಿಗೆ ಮಾತ್ರ ಡಾಕ್ಟ್ರು. ಮನುಷ್ಯರಲ್ಲಿ ಹೃದಯ ತಜ್ಞ, ನೇತ್ರ ತಜ್ಞ, ಕೀಲು ಮೂಳೆ ತಜ್ಞ, ಮೂಗು ಕಿವಿ ಗಂಟಲು ತಜ್ಞ, ಚರ್ಮ ತಜ್ಞ, ಮಕ್ಕಳ ತಜ್ಞ, ಪ್ರಸೂತಿ ತಜ್ಞ, ಕ್ಯಾನ್ಸರ್ ತಜ್ಞ, ಡಯಾಬಿಟೀಸ್ ತಜ್ಞ ಇತ್ಯಾದಿ ಇತ್ಯಾದಿ ನೂರಾರು ತಜ್ಞರು. ತನ್ನ ಕ್ಷೇತ್ರದಲ್ಲಿ ಪಶುವೈದ್ಯನೇ ಸರ್ವಜ್ಞ. ಆಗುವ ಸಂಶೋಧನೆಗಳೆಲ್ಲ ಬಹುಪಾಲು ಮನುಷ್ಯ ಆರೋಗ್ಯ ಭಾಗ್ಯಗಳಿಗೆ ಸಂಬಂಧಿಸಿರುತ್ತವೆ.

ಇತ್ತೀಚೆಗೆ ಜಿಲ್ಲೆಗೊಂದು ವಿಶೇಷ ಪಾಲಿ ಕ್ಲಿನಿಕ್, ತಾಲ್ಲೂಕು ಸ್ಥಳದಲ್ಲಿ ಸ್ನಾತಕೋತ್ತರ ಪದವಿ ಆಗಿರುವ ಪಶವೈದ್ಯರನ್ನು ನೇಮಿಸುವುದು ಮುಂತಾದ ಬದಲಾವಣೆಗಳು ಆಗುತ್ತಿವೆ. ಅದಕ್ಕೂ ನೂರಾರು ಕಂಟಕಗಳು. ಸಮಯವಷ್ಟೇ ಇವುಗಳನ್ನು ಸರಿಪಡಿಸಬಹುದು.

ಮನುಷ್ಯನ ಸುಖ ಸಂಪತ್ತೇ ಪರಮೋಚ್ಚ ಗುರಿಯೆಂಬ ಭಾವನೆಯಿಂದ ಈ ಅಸಮಾನತೆ ಇದೆ. ಮಾನವನ ತಿಳಿವಳಿಕೆ ಮತ್ತು ಪ್ರಗತಿ Egocentric (ಮನುಷ್ಯ ಕೇಂದ್ರಿತ) ಆಗಿದೆ. ಅದು Ecocentric (ಪರಿಸರ ಕೇಂದ್ರಿತ) ಆಗುವವರೆಗೂ ಈ ತಾರತಮ್ಯ ಹೋಗುವುದಿಲ್ಲ.

ಕೊನೆಯ ಪಕ್ಷ ಆಸ್ಪತ್ರೆಯ ಎಲ್ಲ ಹುದ್ದೆಗಳನ್ನೂ ಕಡ್ಡಾಯವಾಗಿ ಭರ್ತಿ ಮಾಡುವುದು, ಸಾಕಷ್ಟು ಗುಣಮಟ್ಟದ ಔಷಧಗಳನ್ನು ಸರಬರಾಜು ಮಾಡಿದರೆ ಆಸ್ಪತ್ರೆಗಳ ಎಷ್ಟೋ ಸಮಸ್ಯೆಗಳು ಪರಿಹಾರವಾಗುತ್ತವೆಂಬುದು ನನ್ನ ನಮ್ರ ನಂಬಿಕೆ.

ಎಲ್ಲಿಂದೆಲ್ಲಿಗೋ ಹೋಗುತ್ತಿದೆ ಎಂದು ಭಾವಿಸಬೇಡಿ. ವಿಷಯಕ್ಕೆ ಬರುತ್ತೇನೆ. ಅದು 2000ನೇ ಇಸವಿಯ ಬೇಸಿಗೆಯ ಒಂದು ದಿನ. ಅಂದು ಆಸ್ಪತ್ರೆಯಲ್ಲಿ ಕೆಲಸ ಹೆಚ್ಚಿತ್ತು. ಒಂದೆರಡು ಹಳ್ಳಿಗಳ ಭೇಟಿ ಸಹ ಇತ್ತು. ಅದೆಲ್ಲಾ ಮುಗಿಸಿಕೊಂಡು ಮನೆಗೆ ಬಂದಾಗ ಮಧ್ಯಾಹ್ನ 1 ಗಂಟೆ. ಮನೆ ಬಾಗಿಲಲ್ಲಿ ಪಕ್ಕದ ಹಳ್ಳಿಯ ಬಸವಲಿಂಗಪ್ಪ ನನಗಾಗಿ ಕಾಯುತ್ತಿದ್ದ. ನನಗೆ ಆತನ ಪರಿಚಯವಿತ್ತು. ಎಲ್ಲಿ ಸಿಕ್ಕರೂ ಮಾತನಾಡಿಸುತ್ತಿದ್ದ. ಯಾವಾಗಲೂ ಸ್ವಚ್ಛವಾದ ಬಟ್ಟೆ ಹಾಕಿಕೊಂಡು ಬೈಕಲ್ಲಿ ಅಡ್ಡಾಡುತ್ತಿದ್ದ.

ಒಂದು ರೀತಿಯ ದೊಡ್ಡಸ್ತಿಕೆ ಅವನ ನಡೆ ನುಡಿಗಳಲ್ಲಿತ್ತು. ಆದರದು ನನಗೆ ಇರುಸುಮುರುಸಾಗುತ್ತಿರಲಿಲ್ಲ. ಯಾಕೆಂದರೆ ಅವನು ಕುತೂಹಲಭರಿತನಂತೆಯೂ, ಸಮಾಧಾನಚಿತ್ತನಂತೆಯೂ ಕಾಣುತ್ತಿದ್ದ. ಬೇರೆಯವರ ಮಾತುಗಳನ್ನು ಸಹ ತಾಳ್ಮೆಯಿಂದ ಕೇಳುತ್ತಿದ್ದ. ಹಲವಾರು ಸಲ ಆಸ್ಪತ್ರೆಗೆ ಬಂದಿದ್ದ ಆತ ವಯಸ್ಸಿನಲ್ಲಿ ನನಗಿಂತ ಸಣ್ಣವನಿದ್ದ. ನನ್ನಂತಯೇ ಬಕ್ಕ ತಲೆಯವನಾಗಿದ್ದ.

"ಸಾರ್, ನಮ್ಮ ಹಸುವೊಂದು ಕರು ಹಾಕಿದೆ. ನಾಟಿ ಹಸು. ಹತ್ತು ಗಂಟೆಗೆ ಕರು ಹಾಕಿತು. ಅದಾದ ನಂತರ ತಿಣುಕಿ ತಿಣುಕಿ ಮೈ ಹೊರಡಿಸಿಕೊಂಡಿದೆ. ಹೊರಟಿರುವ ಮಾಸದಲ್ಲಿ ಹಲಸಿನ ತೊಳೆ ಗಾತ್ರದ ಅನೇಕ ಗಂಟುಗಳಿವೆ. ಕೆಲವು ಗಂಟುಗಳಿಂದ ರಕ್ತ ಒಸರುತ್ತಿದೆ. ಕಣ್ಣಲ್ಲಿ ನೋಡಾಕಾಗ್ತಾ ಇಲ್ಲ. ಕೂಡ್ಲೇ ಬನ್ನಿ ಸಾರ್" ಎಂದ.

ನಾನು ಮನೆಯೊಳ ಹೊಕ್ಕು ಸ್ವಲ್ಪ ಊಟ ಮಾಡಿ ಹೋಗಬಹುದಿತ್ತು. ಆದರೆ ಬಸವಲಿಂಗಪ್ಪನ ಅವಸರಕ್ಕೆ ಹಾಗೆಯೇ ಹೊರಟುಬಿಟ್ಟೆ. ಕೆಂಡದಂಥ ಬಿಸಿಲಿತ್ತು. ಬೆವರು ಧಾರಾಕಾರ ಸುರಿಯುತ್ತಿತ್ತು. ಹೆಲ್ಮೆಟ್ ಒಳಗಿನಿಂದ ಬೆವರ ಹನಿಗಳು ತೊಟ್ಟಿಕ್ಕುತ್ತಿದ್ದವು. ಊಟ ಮಾಡದೆ ಹೊರಟದ್ದು ಮನೆಯಲ್ಲಿ ಹೊಸ ವಿಷಯವೇನಾಗಿರಲಿಲ್ಲ. ಅದು ಮಾಮೂಲಾಗಿತ್ತು.

ಮೊದಲು ಆಸ್ಪತ್ರೆಗೆ ಹೋಗಿ ಬೇಕಾದ ಔಷಧ ಮತ್ತು ಸಲಕರಣೆ ಗಳನ್ನು ತೆಗೆದುಕೊಂಡೆ. ಇಂತಹ ಪ್ರಕರಣಗಳಲ್ಲಿ ಪಶುವೈದ್ಯನು ಶಕ್ತಿವಂತನೂ, ಬಹಳ ಹೊತ್ತು ಶಕ್ತಿಯನ್ನು ಉಳಿಸಿಕೊಳ್ಳುವಂತಹವನೂ ಆಗಿರಬೇಕು. ಬೇಗನೇ ಭಯ ಗಾಬರಿ ದಿಗಿಲು ಬೀಳದಂತಹವನಾಗಿರಬೇಕು. ಶಾಂತ ಸ್ವಭಾವದವನಾಗಿದ್ದರೆ ಉತ್ತಮ. ಒಬ್ಬ ಸಹಾಯಕನು ಜೊತೆಗಿದ್ದರೆ ಕ್ಷೇಮ. ಆದರೆ ಸಮಯ ಮಧ್ಯಾಹ್ನ 1 ಗಂಟೆಯ ಮೇಲಾಗಿದ್ದುದರಿಂದ ಆಸ್ಪತ್ರೆಯಲ್ಲಿ ಸಿಬ್ಬಂದಿ ಯಾರೂ ಇರಲಿಲ್ಲ. ಊಟದ ಬಿಡುವಿನಲ್ಲಿ ಮನೆಗಳಿಗೆ ಹೋಗಿದ್ದರು. ಆದ್ದರಿಂದ ಚಿಕಿತ್ಸೆಗೆ ನಾನೊಬ್ಬನೇ ಹೋಗಬೇಕಾಗಿತ್ತು.

ಹಸು ಅಥವಾ ಎಮ್ಮೆಗಳಲ್ಲಿ ಸಾಮಾನ್ಯವಾಗಿ ಹೆರಿಗೆಯಾದ ನಂತರ ಕಸ (placenta) ಬಿದ್ದು ಹೋಗುತ್ತದೆ. ಹೆರಿಗೆಯ ನಂತರ ಯೋನಿ ನಾಳ (vagina), ಸರ್ವಿಕ್ಸ್ (ಗರ್ಭಚೀಲದ ಬಾಯಿ) (cervix) ಅಥವಾ ಗರ್ಭಚೀಲ (uterus) ಇವುಗಳು ಯೋನಿ ದ್ವಾರದಿಂದ ಹೊರಬರುವುದಕ್ಕೆ 'ಮೈ ಹೊರಡೋದು ಅಥವಾ ಮಾಸ ಹೊರಡೋದು ಅಥವಾ ನೆನೆ ಹೊರಡೋದು' ಎನ್ನುತ್ತಾರೆ.

ಯೋನಿ ನಾಳ (vagina) ಮಾತ್ರ ಯೋನಿ ತುಟಿಗಳ (Vulval lips) ದಾಟಿ ಹೊರಬರುವುದಕ್ಕೆ (vaginal prolapse) ಎನ್ನುತ್ತಾರೆ. ಯೋನಿ ನಾಳ ಮತ್ತು ಸರ್ವಿಕ್ಸ್ ಎರಡೂ ಹೊರಬಂದರೆ ಅದಕ್ಕೆ Cervico vaginal prolapse ಎನ್ನುತ್ತಾರೆ. ಗರ್ಭಚೀಲ ಹೊರಬಂದರೆ ಅದಕ್ಕೆ Eversion of Uterus ಎನ್ನುತ್ತಾರೆ.

ಗರ್ಭಚೀಲವು ಹೊರಬಂದರೆ ತಿರುವು ಮುರುವಾಗಿ ಹೊರಬರುತ್ತದೆ. ಗರ್ಭಚೀಲದ ಒಳ ಮೈಯಲ್ಲಿರುವ ಕರಂಕಲ್ಲುಗಳು (caruncles) ದೃಗ್ಗೋಚರವಾಗುತ್ತವೆ. ಅವು ಹಲಸಿನ ತೊಳೆಯ ಗಾತ್ರಕ್ಕಿದ್ದು ನೋಡಲು ಅಳ್ಳೆದೆಯವರಿಗೆ ಭಯ ಹುಟ್ಟಿಸುತ್ತವೆ. ಅವಕ್ಕೆ ಸ್ವಲ್ಪ ಏಟಾದರೂ ರಕ್ತ ಸೋರತೊಡಗುತ್ತದೆ. ಈ ಕರಂಕಲ್ಲುಗಳಿಗೆ ಸತ್ತೆ (ಪ್ಲಾಸೆಂಟ) ಮೆತ್ತಿಕೊಂಡಿರುತ್ತದೆ. ಹಸು, ಎಮ್ಮೆ ಸಾಕಿರುವ ಎಲ್ಲ ರೈತರೂ ಇದನ್ನು ನೋಡಿರುತ್ತಾರೆ. ಈ ಪ್ರಕರಣಗಳು ತೀರಾ ಅಪರೂಪವೇನಲ್ಲ. ಅಲ್ಲೊಂದು ಇಲ್ಲೊಂದು ಪ್ರಕರಣಗಳು ಆಗಾಗ ಜರುಗುತ್ತಲೇ ಇರುತ್ತವೆ. ಹೊರ ಹೊರಟ ಭಾಗವು ಗಾತ್ರದಲ್ಲಿ ದೊಡ್ಡದೂ, ಬಣ್ಣದಲ್ಲಿ ಕೆಂಪಗೂ ಇದ್ದು, ರಕ್ತ ತೊಟ್ಟಿಕ್ಕುತ್ತಿರುತ್ತದೆ. ನೋಡುಗರಿಗಿದು ಭಯಾನಕವಾಗಿ ಕಾಣುತ್ತದೆ ಮತ್ತು ಕಣ್ಣು ಮಿಟುಕಿಸುವುದರೊಳಗೆ ಊರಿಗೂರೇ ಸುದ್ದಿಯಾಗುತ್ತದೆ. ಕೊಟ್ಟಿಗೆ ಸುತ್ತ ಹತ್ತಿಪ್ಪತ್ತು ಕುತೂಹಲಭರಿತ ಜನರ ಮುತ್ತಿಗೆ ಶುರುವಾದಂತೆಯೇ!

ಈ ರಾಸುಗಳು ಸಿಕ್ಕಾಪಟ್ಟೆ ಮುಲುಕುತ್ತಿರುತ್ತವೆ. ವಿಪರೀತ ನೋವಿನಿಂದ ನರಳುತ್ತಿರುತ್ತವೆ. ಮಲಗುವುದು, ಏಳುವುದು, ಉರುಳಾಡು ವುದು, ಕಾಲು ಚಿಮ್ಮುವುದು ಮಾಡುವುದರಿಂದ ಕರಂಕಲ್ಲುಗಳಿಗೆ ಏಟಾಗಿ ರಕ್ತಸ್ರಾವವಿರುತ್ತದೆ. ಕೊಟ್ಟಿಗೆಯ ನೆಲವು ಒರಟಾಗಿದ್ದರೆ ಅಥವಾ ಗುಂಡಿ ಗೊಟ್ರಗಳಿದ್ದರೆ ಅಧಿಕ ರಕ್ತಸ್ರಾವವಾಗುತ್ತದೆ. ಅಲ್ಲದೆ ಸಗಣಿ, ಹುಲ್ಲುಕಡ್ಡಿ ತುಂಡುಗಳೆಲ್ಲ ಗರ್ಭಚೀಲಕ್ಕೆ ಮೆತ್ತಿಕೊಂಡು ನೊಣಗಳ ಝೇಂಕಾರ ದೂರಕ್ಕೆ ಕೇಳುತ್ತಿರುತ್ತದೆ. ಒಮ್ಮೊಮ್ಮೆ ಮೈ ಹೊರಟು ಒಂದು ದಿನದ ಮೇಲಾಗಿದ್ದರೆ ಗರ್ಭಚೀಲಕ್ಕೆ ಮೆತ್ತಿಕೊಂಡಿರುವ ಸತ್ತೆ ಕೊಳೆತು ನಾರುತ್ತಿರುತ್ತದೆ. ಅಂತಹ ಕೊಟ್ಟಿಗೆಗಳ ಪ್ರವೇಶಿಸುವುದೆಂದರೆ

ಸಾಕ್ಷಾತ್ ನರಕ ಪ್ರವೇಶಿಸಿದಂತೆಯೇ ಆಗುತ್ತದೆ! ಅಂತಹ ಜಾಗದಲ್ಲಿ ಗಂಟೆಗಟ್ಟಲೆ ಕೂತು, ಬಗ್ಗಿ, ಮಲಗಿ, ಉರುಳಿ ಹೊರ ಹೊರಟಿರುವ ಸರಿಸುಮಾರು ಒಂದು ಬಿಂದಿಗೆಯಷ್ಟಿರುವ ಗರ್ಭಚೀಲವನ್ನು ಕಿರಿದಾದ ಯೋನಿ ದ್ವಾರದ ಮೂಲಕ ಒಳಗೆ ತಳ್ಳಬೇಕು. ಅದಾದ ನಂತರ ಯೋನಿ ತುಟಿಗಳ ಹಿಡಿದು ಬಿಗಿಯಾಗಿ ಹೊಲಿಗೆ ಹಾಕಬೇಕು. ಅಷ್ಟಕ್ಕೆ ನಮ್ಮ ಹೆಣ ಬಿದ್ದು ಹೋಗಿರುತ್ತದೆ. ನಮಗೇ ಹೀಗಾದರೆ ಹಸು/ಎಮ್ಮೆಗಳ ಕಷ್ಟ ಎಂತಹುದಿರಬಹುದು? ಅವುಗಳ ಕಷ್ಟ, ನೋವನ್ನು ಅಳೆಯಲು ಮನುಷ್ಯ ಭಾಷೆಯಲ್ಲಿ ಮಾಪನಗಳು ಇಲ್ಲವೆಂದು ಕಾಣುತ್ತದೆ!

ಇರಲಿ. ಬಸವಲಿಂಗಪ್ಪನು ತಕ್ಕಮಟ್ಟಿಗಿನ ಅನುಕೂಲಸ್ಥನಾಗಿದ್ದ. ವಿಶಾಲವಾದ ಮನೆ ಊರ ಅಂಚಿಗಿತ್ತು. ಮನೆ ಪಕ್ಕದಲ್ಲಿಯೇ ಒಂದು ಮರ ನೆರಳು ಚೆಲ್ಲಿಕೊಂಡು ಉರಿಬಿಸಿಲಲ್ಲಿ ನಿಂತಿತ್ತು. ಅದರ ಕೆಳಗೆ ಹಸು ಬಿದ್ಕಂಡಿತ್ತು. ನಾಲ್ಕು ಕಾಲು ಉದ್ದಕ್ಕೆ ಚಾಚಿಕೊಂಡು ಮುಲುಕುತ್ತಿತ್ತು. ಹಿಂದೆ ಮಡ್ಲಿಂದ (ಯೋನಿಯಿಂದ) ಗರ್ಭಚೀಲ ಸಂಪೂರ್ಣವಾಗಿ ಹೊರಗೆ ಬಂದಿತ್ತು. ಚೆಲ್ಲಿಕೊಂಡಿದ್ದ ಗರ್ಭಚೀಲದ ಕೆಳಗೆ ಒಂದು ಶುದ್ಧವಾದ ಗೋಣಿಚೀಲವನ್ನು ಹಾಸಲು ತಿಳಿಸಿದೆ. ಇನ್ನೊಂದು ಹಳೇ ಲುಂಗಿ ಪಂಚೆ ತರಿಸಿ ನೀರಿನಲ್ಲದ್ದಿ ತೇವ ಮಾಡಿ ಗರ್ಭಚೀಲದ ಮೇಲೆ ಹೊದಿಸಿದೆ. ಹಸು ಉರುಳಾಡಿದಾಗ ಗರ್ಭಚೀಲವೂ ಅತ್ತಿತ್ತ ಚಲಿಸಿ ಮಣ್ಣು ಮೆತ್ತಿಕೊಂಡಿತ್ತು. ಅಲ್ಲಲ್ಲಿ ರಕ್ತಸ್ರಾವವೂ ಆಗುತ್ತಿತ್ತು. ನೊಣದ ಝೇಂಕಾರ ಇದ್ದೇ ಇತ್ತು.

ಒಂದು ಎಲೆ ಅಲ್ಲಾಡದಂತೆ ಗಾಳಿ ತಟಸ್ಥವಾಗಿತ್ತು. ಕೂಡಲೇ ಅವಸರಿಸಿ ಒಂದೆರಡು ಬಕೆಟ್ ತಣ್ಣೀರು ತರಿಸಿ ಪೊಟ್ಯಾಸಿಯಂ ಪರಮಾಂಗನೇಟ್ ಪುಡಿ ಹಾಕಿ ಕದಡಿ ಗರ್ಭಚೀಲವನ್ನೆಲ್ಲ ಸ್ವಚ್ಛ ಮಾಡಿದೆ. ಹಸುಗೆ ಒಂದು ಬಕೆಟ್ ನೀರು ಕುಡಿಸಲು ಹೇಳಿದೆ. ಅವರು ಹಸುಗೆ ನೀರು ಕುಡಿಸಿಯೇ ಇರಲಿಲ್ಲ. ಕುಡಿಸಿದರೆ ಮತ್ತಷ್ಟು ಮೈ ಹೊರಡುತ್ತದೆ ಎಂದು ಯಾರೋ ಹೇಳಿದ್ದು ಅದಕ್ಕೆ ಕಾರಣವಾಗಿತ್ತು.

ನಾನು ಶರ್ಟ್ ಬಿಚ್ಚಿಟ್ಟು ಬನೀನು ಪ್ಯಾಂಟಿನಲ್ಲಿ ಕಾರ್ಯಾಚರಣೆಗೆ ಇಳಿದೆ. ಅಲ್ಲಲ್ಲಿ ನಾಲ್ಕಾರು ಕರಂಕಲ್ಲುಗಳು ತುಂಡಾಗಿ ರಕ್ತ ಒಸರುತ್ತಿತ್ತು. ಈ ರಕ್ತ ಸುರಿಯುವುದನ್ನು ನಿಲ್ಲಿಸಲು ಸಾಧ್ಯವಿರಲಿಲ್ಲ. ಏಕೆಂದರೆ ಕರಂಕಲ್ಲುಗಳನ್ನು ಹೊಲಿಯಲು ಸಾಧ್ಯವಿಲ್ಲ. ರಕ್ತ ಸುರಿಯುವುದನ್ನು ನಿಲ್ಲಿಸಲು ಉಪಯೋಗಿಸುವ ಟಿಂಚರ್ ಬೆಂಜೋಯಿನ್ ಹಚ್ಚಲಾಗುವುದಿಲ್ಲ. ಏಕೆಂದರೆ ಅದು ಸಿಕ್ಕಾಪಟ್ಟೆ ಉರಿಯುತ್ತದೆ. ಅದನ್ನು ಗರ್ಭಚೀಲದಂತಹ ಸೂಕ್ಷ್ಮ ಅಂಗಕ್ಕೆ ಹಾಕುವಂತಿಲ್ಲ. ರಕ್ತಸ್ರಾವವನ್ನು ನಿಲ್ಲಿಸುವ (Anti haemorrhagic) ಇಂಜೆಕ್ಷನ್ ಕೊಡಬೇಕಷ್ಟೆ. ಇಂಜೆಕ್ಷನ್ ಕೊಟ್ಟರೂ ಅದು ಕೆಲಸ ಮಾಡಲು ಸ್ವಲ್ಪ ಸಮಯ ಬೇಕು. ಅಷ್ಟರೊಳಗೆ ರಕ್ತ ಸುರಿಯುವಿಕೆ ತನ್ನಷ್ಟಕ್ಕೆ ತಾನೇ ನಿಂತುಬಿಡಬಹುದು. ಅಂದು ಹಸು ಮೈ ಹೊರಡಿಸಿಕೊಂಡ ಕೂಡಲೇ ಹಳ್ಳಿಯ ಒಂದಿಬ್ಬರು ಗರ್ಭಚೀಲವನ್ನು ಹಿಡಿದು ಒಳತಳ್ಳಲು ಪ್ರಯತ್ನಿಸಿದ್ದಾರೆ. ಒರಟೊರಟಾಗಿ ತಳ್ಳಿದ್ದರ ಪರಿಣಾಮ ರಕ್ತಸ್ರಾವವಾಗಿದೆ. ಇದನ್ನು ಬಸವಲಿಂಗಪ್ಪನೇ ನನಗೆ ಹೇಳಿದ.

ಹಸುವಿಗೆ ಅದು ಎರಡನೇ ಹೆರಿಗೆಯಾಗಿತ್ತು. ಹಸುವು ಚಿಕ್ಕ ವಯಸ್ಸಿನದಾಗಿದ್ದು, ಕಸುವಿನಿಂದ ಕೂಡಿತ್ತು. ಗರ್ಭದಲ್ಲಿ ಚೆನ್ನಾಗಿ ಸಾಕಿದ್ದರಿಂದ ಖಂಡವಾಗಿತ್ತು.

ಇಂತಹ ಪ್ರಕರಣಗಳಲ್ಲಿ ಯೋನಿಗೆ ಮಾಸವು ಅಡ್ಡವಾಗಿರುವುದರಿಂದ ಹಸುವು ಗಂಟೆಗಟ್ಟಲೆ ಉಚ್ಚೆ ಹೊಯ್ದಿರುವುದಿಲ್ಲ. ಮಲಗಿದ್ದ ಹಸುವಿನ ಹಿಂಭಾಗದಲ್ಲಿ ನಾನು ಕುಳಿತುಕೊಂಡು ಇನ್ನಿಬ್ಬರು ರೈತರ ಸಹಾಯದಿಂದ ಗರ್ಭಚೀಲವನ್ನು ಮೇಲಕ್ಕೆತ್ತಿದ ಕೂಡಲೇ ಹಸು ಒಂದು ಬಕೆಟಿನಷ್ಟು ಉಚ್ಚೆ ಹೊಯ್ದಿತು. ಹಸುಗೆ ಬಹಳ ಹಗುರಾಗಿರಬೇಕು. ಆನಂತರ ನಾನು ಗರ್ಭಚೀಲವನ್ನು ಮೆಲ್ಲನೆ ಯೋನಿ ತುಟಿಗಳ ಮೇಲಿಟ್ಟು ನಿಧಾನಕ್ಕೆ ಒಳತಳ್ಳತೊಡಗಿದೆ. ನಾನು ಒಳತಳ್ಳತೊಡಗಿದ ಕೂಡಲೇ ಪ್ರತಿಕ್ರಿಯೆಯೋ ಎಂಬಂತೆ (Reflex) ಹಸು ಇನ್ನೂ ಜೋರಾಗಿ ಮುಲುಕತೊಡಗಿ ಗರ್ಭಚೀಲವನ್ನು ಹೊರತಳ್ಳತೊಡಗಿತು.

ನಾನು ತಿಣುಕಾಡುತ್ತಾ ಗರ್ಭಚೀಲವನ್ನು ಒಳನೂಕಿದರೆ, ಹಸುವು ತಾನೂ ತಿಣುಕಿ ಗರ್ಭಚೀಲವನ್ನು ಹೊರತಳ್ಳುತ್ತಿತ್ತು. ಎರಡು ಮೂರು ನಿಮಿಷಕ್ಕೊಮ್ಮೆ ತನ್ನ ಶಕ್ತಿಯನ್ನೆಲ್ಲಾ ಬಳಸಿ ಹಸು ತಿಣುಕುತ್ತಿತ್ತು. ಹಸು ತಿಣುಕಬೇಕಾದರೆ ನಾನು ನೂಕುವುದನ್ನು ನಿಲ್ಲಿಸಿ, ಹಸು ತಿಣುಕುವುದನ್ನು ನಿಲ್ಲಿಸಿದ ಕೂಡಲೇ ಒಳ ನೂಕುತ್ತಿದ್ದೆ. ಮೊದಲೇ ತಿಳಿಸಿದಂತೆ ಯೋನಿ ದ್ವಾರವು ಕಿರಿದಾಗಿರುತ್ತದೆ ಮತ್ತು ಗರ್ಭಚೀಲವು ಅದರ ಅನೇಕ ಪಟ್ಟು ದೊಡ್ಡದಿರುತ್ತದೆ.

ಗರ್ಭಚೀಲವನ್ನು ಯೋನಿ ದ್ವಾರದ ಬಳಿ ಇಟ್ಟು ನಿಧಾನಕ್ಕೆ ಒಳತಳ್ಳಬೇಕು. ಅಡ್ಡ ಮಲಗಿದ ಹಸುವಿನ ಹಿಂದೆ ಕುಕ್ಕರಗಾಲಲ್ಲಿ ಕೂತು ಭಾರವಾದ ಗರ್ಭಚೀಲವನ್ನು ಎತ್ತಿ ಹಿಡಿದು (ಸರಾಸರಿ 15–20 ಕೆಜಿ ತೂಕ) ನೂಕಬೇಕು. ನಾನು ನಾಲ್ಕು ಇಂಚು ಒಳನೂಕಿದರೆ ಹಸು ತಾನು ತಿಣುಕಿ ಎಲ್ಲವನ್ನೂ ಹೊರನೂಕಿ ಹಾಳು ಮಾಡುತ್ತಿತ್ತು.

ಯಾರೋ ಹಸು ತಿಣುಕದೇ ಇರಲೆಂದು ಅದರ ಬಾಯಲ್ಲಿ ದಂಟನ್ನು ಇಟ್ಟರು. ಮತ್ತೊಬ್ಬ ಕಬ್ಬಿಣದ ಅರವನ್ನು ಇಟ್ಟು ಕಡಿಸಿದರು. ಹಸು ಬಾಯಲ್ಲಿಟ್ಟ ದಂಟು ಅಥವಾ ಅರವನ್ನು ಕಡಿಯುತ್ತಾ ಮುಲುಕುವುದು ಕಡಿಮೆಯಾಗುತ್ತದೆ ಎಂಬುದು ಉದ್ದೇಶ. ಒಂದೆರಡು ನಿಮಿಷ ಸುಮ್ಮನಿದ್ದು ಹಸು ಮತ್ತೆ ತಿಣುಕಲು ಪ್ರಾರಂಭಿಸುತ್ತಿತ್ತು.

"ದೆವ್ವ ಹಿಡುದ್ದವೇನ್ಲಾ ಹಸಕ್ಕೆ?" ಯಾರೋ ಸಿಟ್ಟಿನಲ್ಲಿ ಕೂಗಿದ. ನಾನು ಒಳನೂಕುವುದು, ಹಸು ಹೊರನೂಕುವುದು

ನಡೆದೇ ಇತ್ತು. ಮಧ್ಯಾಹ್ನದ ಉರಿಬಿಸಿಲು ಕ್ಷಣ ಕ್ಷಣಕ್ಕೆ ಪ್ರಖರತೆ ಹೆಚ್ಚಾಗುತ್ತಿತ್ತು. ನಾನಂತೂ ಹೆದರಿಕೆಯಾಗುವ ಥರ ಬೆವತಿದ್ದೆ. ಗಾಳಿಯೆಲ್ಲೋ ಅಡಗಿ ಕೂತಿತ್ತು. ಹೊತ್ತು ಹೋದಂತೆ ನೆರಳು ನಮ್ಮಿಂದ ನಿಧಾನಕ್ಕೆ ದೂರ ಸಾಗಿ ಬಿಸಿಲಿನ ಝಳ ಹೆಚ್ಚಾಗತೊಡಗಿತು. ನಿಷ್ಕರುಣಿ ಸೂರ್ಯ ಉರಿಯುತ್ತಲೇ ಇದ್ದ. ನೆರಳಿನ ಜೊತೆ ನಾವು ಚಲಿಸುವಂತಿರಲಿಲ್ಲ. ಯಾಕೆಂದರೆ ಹಸುವನ್ನು ನೆರಳಿನ ಕಡೆಗೆ ಎಳೆಯುವಂತಿರಲಿಲ್ಲ. ಸುತ್ತ ರೈತರ ಗುಂಪು. ದೂರದಲ್ಲಿ ಹಸುವಿನ ಕರು ಕೂಗುತ್ತಿತ್ತು. ಹಸುವಿಗೆ ತನ್ನ ಸಂಕಟದ ಜೊತೆ ಕರುಳಿನ ಕೂಗು! ತಾಯಿ ಕರುಳು! ಕರುವಿಗೆ ಇನ್ನೂ ಹಾಲು ಕುಡಿಸಿಲ್ಲ. ಹಸುವಿನ ಕೆಚ್ಚಲು ಬಿಗಿಯುತ್ತಿದೆ. ಎದ್ದು ಹೋಗಿ ಹಾಲು ಕುಡಿಸಲು ಕೊಸರಾಡುತ್ತಿದೆ. ತಲೆಯೆತ್ತುತ್ತದೆ. ದಬ್ ಎಂದು ನೆಲಕ್ಕೆ ಬೀಳುತ್ತದೆ. ಮತ್ತೆ ತಿಣುಕು ಕಾಣಿಸಿಕೊಳ್ಳುತ್ತದೆ. ಈ ತಿಣುಕು ಅನೈಚ್ಛಿಕವಾದದ್ದು (involuntary). ಈ ತಿಣುಕುಗಳು ಸಮುದ್ರದ ಅಲೆಗಳಂತೆ! ಒಂದರ ಹಿಂದೆ ಮತ್ತೊಂದು ಅಲೆ! ಇದು ಎಲ್ಲಕ್ಕಿನ್ನ ಬಲವಾದ ತಿಣುಕು! ಎಷ್ಟು ಬಿರುಸೆಂದರೆ ಎರಡೂ ಕೈಗಳನ್ನು ಮೊಣಕೈ ತನಕ ಒಳನೂಕಿದವನು ಹಿಂದಕ್ಕೆ ಬಿದ್ದುಬಿಟ್ಟೆ! ಸಂಪೂರ್ಣ ಒದ್ದೆಯಾಗಿ ಬೆವರು ತೊಟ್ಟಿಕ್ಕುತ್ತಿದ್ದ ಬನಿಯನ್ನು ರಕ್ತ ಸಗಣಿಯ ರಾಡಿಯಲ್ಲಿ ಅದ್ದಿಹೋಯಿತು.

"ಹುಷಾರು ಸಾರ್, ನೀವು ಇಂಪಾರ್ಟೆಂಟು ನಮಿಗೆ!" "ಅಲ್ವೇ ಮತ್ತೆ. ಅದೇನೋ ಹೇಳ್ದಂಗೆ ಕಣಲೇ ಮಗಾ" "ಹೇಳ್ತೀರ" ಮುಂತಾದ ಉದ್ಗಾರಗಳು ಜನರಿಂದ. ಇಲ್ಲಿ ಬರೆದಾಗ ಅಷ್ಟೇನೂ ಅರ್ಥವಿರುವಂತೆ ಕಾಣದ ಈ ಶಬ್ದಗಳು ನಾವಿದ್ದ ಸನ್ನಿವೇಶದಲ್ಲಿ ಯಾವ ಮಹಾಕವಿಯ ಭಾಷಾ ಬಳಕೆಗಿನ್ನ ಮಿಗಿಲಾಗಿದ್ದವು.

ಮತ್ತೆ ಹೊಸದಾಗಿ ಕೆಲಸ ಪ್ರಾರಂಭಿಸಿದೆ. ಮತ್ತೆ ಗರ್ಭಚೀಲ ಎತ್ತಿದೆ. ಮತ್ತೆ ಯೋನಿದ್ವಾರದ ಬಳಿ ಇಟ್ಟೆ. ಮತ್ತೆ ಮೆಲ್ಲಮೆಲ್ಲಗೆ ಕರಂಕಲ್ಲುಗಳಿಗೆ ಏಟಾಗದಂತೆ ಇಂಚಿಂಚಾಗಿ ಒಳತಳ್ಳತೊಡಗಿದೆ. ಹಸು ತಿಣುಕುವಾಗ ಸುಮ್ಮನಿದ್ದು ತಿಣುಕುವುದನ್ನು ನಿಲ್ಲಿಸಿದ ಕೂಡಲೇ ಒಳಗೆ ತಳ್ಳತೊಡಗಿದೆ.

"ಇದೇನಿದು ಬಿಸಿಲು ಹೀಗೆ ಹೆಚ್ಚುತ್ತಿದೆ? ಸೂರ್ಯ ಕಡಿದುಕೊಂಡು ಊರ ಮೇಲೆ ಬಿದ್ದನೇ? ಈಗ ಬಿಸಿಲು ಹತ್ತಿರಕ್ಕೆ ಬಂದಿದೆ. ಝಳ ಹೊಡೆಯುತ್ತಿದೆ. ನೆರಳು ನಮ್ಮಿಂದ ದೂರ ಸಾಗುತ್ತಿದೆ."

"ಓಹ್! ಏನಿದು, ನನ್ನ ತಲೆ ಗಿರ್ ಎಂದಿತೇ? ಇಲ್ಲ ಇಲ್ಲ. ನನ್ನ ಭ್ರಮೆ ಇರಬೇಕು."

"ಓಹೋಹೋ! ನಮ್ಮ ಡಾಕ್ಟ್ರು ಸಕ್ಸಸ್ ಆಗೇ ಬಿಟ್ರು ಕಣ್ಲಾ."

"ಒಳಗೆ ತಳ್ಳೇಬಿಟ್ರು" ಬಸವಲಿಂಗಪ್ಪ ಕೂಗಿದ.

"ಮಾಸ ಎಲ್ಲ ಒಳಗೋಯ್ತ ಸಾರ್?" ಬಸವಲಿಂಗಪ್ಪರ ಅಪ್ಪ 80 ರ ಶಂಕರಪ್ಪ ಕಟ್ಟೆ ಮೇಲಿಂದ ಕುಳಿತು ಕೇಳಿದರು.

ಕುಡಿಯಲು ನೀರು ಕೇಳಬೇಕು ಎಂದುಕೊಂಡೆ. ಅರೆ ಕೇಳಲು ಆಗುತ್ತಿಲ್ಲ. ಬೆಳಗ್ಗೆ ತಿಂದ ತಿಂಡಿ ಕರಗಿ ಎಷ್ಟೋ ಗಂಟೆಗಳಾಗಿದ್ದವು! ಮನೆಯಲ್ಲಿ ಏನಾದರೂ ತಿಂದು ಬರಬೇಕಿತ್ತು!

“ಹೌದು ಅಜ್ಜಾರೆ! ಮಾಸ ಒಳಗೋಯ್ತು. ಹೊಲಿಗೆ ಹಾಕ್ಬೇಕು. ಅಷ್ಟೇ ಬಾಕಿಯಿರೋದು” ಇಷ್ಟು ಹೇಳಿದ್ದೇ ಕೊನೆ. ಮುಂದೆ ನನಗೆ ಮಾತಾಡಲಾಗಲಿಲ್ಲ. ಕಣ್ಣೆಲ್ಲ ಬೆಳ್ಳಗಾದವು. ತಲೆ ಗಿರ್ ಎಂದಿತು. ಕುಕ್ಕರುಗಾಲಲ್ಲಿ ಕುಳಿತಿದ್ದೆ. ಕಾಲಿನ ಶಕ್ತಿಯೆಲ್ಲಾ ಇಂಗಿದಂತಾಯಿತು. ಗರ್ಭಚೀಲವನ್ನು ಒಳಗೆ ತಳ್ಳಿ ಎರಡೂ ಕೈಗಳನ್ನು ಭುಜದ ತನಕ ಒಳಗಿಟ್ಟು ಗರ್ಭಚೀಲವನ್ನು ಹಸುವಿನ ದೇಹದೊಳಗೆ ಅದರ ಸಹಜ ಜಾಗದಲ್ಲಿರಿಸುತ್ತಿದ್ದೆ. ನಾನು ಸಿದ್ಧ ಮಾಡಿಟ್ಟಿದ್ದ ದಾರ ಸೂಜಿ ತರಲು ಬಸವಲಿಂಗಪ್ಪನಿಗೆ ಹೇಳಬೇಕೆಂಬುವಷ್ಟರಲ್ಲಿ ಕೂತಿದ್ದವನು ಹಾಗೆಯೇ ನೆಲಕ್ಕೊರಗಿದೆ. ಏನೂ ಕಾಣದಂತಾಯಿತು. ನಾನು ಪ್ರಜ್ಞೆ ತಪ್ಪಿ ಹಸುವಿನ ಮೇಲೆ ಒರಗಿದ್ದೆ.

ಅದು 2000ನೇ ವರ್ಷ. ನನಗಾಗ 43 ವರ್ಷ ವಯಸ್ಸು. ನನಗೆ ಸಕ್ಕರೆ ರೋಗ, ರಕ್ತದೊತ್ತಡ ಮುಂತಾದ ಯಾವ ಕಾಯಿಲೆಯೂ ಇರಲಿಲ್ಲ. ಮಧ್ಯಾಹ್ನ 3 ಗಂಟೆಯಾದರೂ ಊಟ ಮಾಡದೇ ಇದ್ದುದು, ಗಂಟೆಗಟ್ಟಲೆ ತೀವ್ರತರವಾದ ಒತ್ತಡದಲ್ಲಿ ಕೆಲಸ ಮಾಡಿದ್ದು ಮತ್ತು ಎಲ್ಲಕ್ಕಿನ್ನ ಹೆಚ್ಚಾಗಿ ಉರಿಬಿಸಿಲ ಝಳಕ್ಕೆ ಸಿಕ್ಕಿ ಹಾಕಿಕೊಂಡಿದ್ದು, ಈ ಎಲ್ಲ ಕಾರಣಗಳು ನನ್ನನ್ನು ಬೇಟೆಯಾಡಿದ್ದವು. ಬಸವಲಿಂಗಪ್ಪ ನಾಲ್ಕು ಎಳನೀರು ತರಿಸಿದ್ದರು. ಕೆಲಸ ಮುಗಿದ ಮೇಲೆ ಕೈ ಕಾಲು ಮುಖ ತೊಳೆದು ಕುಡಿಯೋಣವೆಂದು ನಾನು ಕುಡಿದಿರಲಿಲ್ಲ.

ನನಗೆ ಕಾಲು ಗಂಟೆಯಲ್ಲಿ ಎಚ್ಚರವಾಯಿತು. ಅಲ್ಲೇ ನೆರಳಲ್ಲಿ ಮನೆಯ ಕಟ್ಟೆಯ ಮೇಲೆ ಮಲಗಿಸಿದ್ದರು. ಎಚ್ಚರವಾದರೂ ಏಳಲಾಗಲಿಲ್ಲ. ನಾನು ನಿತ್ರಾಣನಾಗಿ ನಿಷ್ಪ್ರಯೋಜಕನಾಗಿದ್ದೆ. ಬಸವಲಿಂಗಪ್ಪ ದಂಡಿನಶಿವರಕ್ಕೆ ಯಾರನ್ನೋ ಕಳಿಸಿ ನಮ್ಮಾಸ್ಪತ್ರೆಯ ಸಿಬ್ಬಂದಿಯೊಬ್ಬರನ್ನು ಕರೆಸಿದ್ದರು. ನಾನು ಪ್ರಜ್ಞೆ ತಪ್ಪಿದ ಕೂಡಲೇ ಹಸು ಮತ್ತೆ ತಿಣುಕಿ ಮೈಯನ್ನು ಸಂಪೂರ್ಣ ಹೊರ ಹೊರಡಿಸಿಕೊಂಡಿತ್ತು. ನಾನು ಮಲಗಿದಲ್ಲಿಂದಲೇ ನೋಡತೊಡಗಿದೆ. ಗ್ಲೂಕೋಸ್ ಮತ್ತು ಕ್ಯಾಲ್ಸಿಯಂ ಬಾಟಲುಗಳನ್ನು ಹಸುಗೆ ಹಾಕಲು ಸಂಜ್ಞೆ ಮಾಡಿದೆ.

ನನಗೆಚ್ಚರವಾದದ್ದು ನೋಡಿ ಬಸವಲಿಂಗಪ್ಪ ಮತ್ತು ಅವರ ತಂದೆ ಇಬ್ಬರೂ ಬಂದು ನನ್ನ ಪಕ್ಕ ಕೂತು, “ಸದ್ಯ ಎದ್ರಲ್ಲ ಸಾರ್. ನಾವು ಥಂಡಾ ಹೊಡೆದುಬಿಟ್ಟಿದ್ವಿ. ಏನಾದ್ರೂ ಹೆಚ್ಚು ಕಡಿಮೆ ಆಗಿದ್ರೆ ಕೋರ್ಟು, ಪೋಲೀಸು ಅಂತ ಅಲೀಬೇಕಾಗಿತ್ತಲ್ಲ ಸಾರ್,” ಎಂದು

ತಮಗಾದ ಭಯವನ್ನು ಹೇಳಿಕೊಂಡರು. ಕಾಂಪೌಂಡರ್ ಎಷ್ಟು ಪ್ರಯತ್ನಿಸಿದರೂ ಗರ್ಭಚೀಲವನ್ನು ಒಳಗೆ ನೂಕಲಾಗಲಿಲ್ಲ. ಪ್ರಯತ್ನ ಸಾಗಿದ್ದಾಗಲೇ ಹಸು ಪ್ರಾಣ ಬಿಟ್ಟಿತು.

ಆಗ ಸಮಯ ನಾಲ್ಕು ಗಂಟೆಯಾಗಿತ್ತು. ನಾನು ಅವರ ಮನೆಯ ಬಾಗಿಲಲ್ಲಿ ಎಚ್ಚರ ತಪ್ಪಿ ಬಿದ್ದಿದ್ದು ಆ ಮನೆಯವರಿಗೆ ಎಂಥ ಭಯ ಮೂಡಿಸಿತ್ತೆಂದರೆ ಹಸುವಿನ ಸಾವು ಅವರಿಗೆ ಅಷ್ಟು ದುಃಖ ತರಲಿಲ್ಲ. ನನ್ನ ದೀರ್ಘ ಸೇವೆಯಲ್ಲಿ ಎಂದೂ ಆ ಥರ ಆಗಿರಲಿಲ್ಲ. ಅಂದು ನನ್ನ ಪ್ರಜ್ಞೆ ತಪ್ಪಲಾಗಿ ಒಂದು ಹಸು ಸತ್ತು ಹೋಯಿತು. ಕೇವಲ ಐದಾರು ನಿಮಿಷದ ನಂತರ ನಾನು ಪ್ರಜ್ಞೆ ತಪ್ಪಿದ್ದರೆ ಹೊಲಿಗೆ ಹಾಕಿ ಹಸುವನ್ನು ಬದುಕಿಸಿಬಿಟ್ಟಿರುತ್ತಿದ್ದೆ. ನಾಲ್ಕೇ ನಾಲ್ಕು ಹೊಲಿಗೆ. ನಾಲ್ಕೇ ನಾಲ್ಕು ನಿಮಿಷ. ಆದರೆ ಹಾಗಾಗಲಿಲ್ಲ. ಇದು ನನ್ನ ಜೀವನಪರ್ಯಂತ ಕಾಡುವ ಚಿಟುಗುಮುಳ್ಳಾಗಿ ಉಳಿದುಬಿಟ್ಟಿತು.

ಯಾವುದೇ ಕೇಸಿರಲಿ ಗೂಳಿಯಂತೆ ಮುನ್ನುಗ್ಗುತ್ತಿದ್ದ ನನಗೆ ಅಳುಕು ಪ್ರಾರಂಭವಾಯಿತು. ಅಲ್ಲಿಂದ ಹೆರಿಗೆ, ಮೈ ಹೊರಟ ಪ್ರಕರಣಗಳಿದ್ದರೆ ಯಾರನ್ನಾದರೂ ಒಬ್ಬರನ್ನು ಕಡ್ಡಾಯವಾಗಿ ಸಹಾಯಕ್ಕೆ ಕರೆದುಕೊಂಡು ಹೋಗಲು ಶುರು ಮಾಡಿದೆ. ಅಕಸ್ಮಾತ್ ಒಬ್ಬನೇ ಅಂತಹ ಪ್ರಕರಣ ನಿರ್ವಹಿಸುವಾಗ ತೊಂದರೆಯಾದರೆ ಕೂಡಲೇ ಲಭ್ಯವಿರುವ ಯಾರಾದರೊಬ್ಬ ಪಶುವೈದ್ಯರ ಅಥವಾ ಸಿಬ್ಬಂದಿವರ್ಗ ದವರ ಕರೆಸಿಕೊಂಡು ಪರಿಸ್ಥಿತಿಯನ್ನು ನಿಭಾಯಿಸತೊಡಗಿದೆ.

ಆದರೆ ವಿಚಿತ್ರವೆಂದರೆ ಎಲ್ಲ ನನ್ನ ಎಚ್ಚರಗಳನ್ನೂ ಮೀರಿ ಅನೇಕ ಸಲ ಈ ತರಹದ ಪ್ರಕರಣಗಳಲ್ಲಿ ಒಬ್ಬನೇ ಸಿಲುಕಿ ಆಗುಹೋಗುಗಳನ್ನು ಎದುರಿಸಬೇಕಾಗಿ ಬಂದಿದೆ. ದನೀನ ಡಾಕ್ಟರ ಹಣೆಬರಹ!

❖

ಭೂ ಮಂತ್ರ ಕಾಳಿ

ನಾವು ಐದು ವರ್ಷ ಬಿವಿಎಸ್‌ಸಿಯಲ್ಲಿ ಏನೆಲ್ಲ ರಾಶಿ ರಾಶಿ ಓದಿರುತ್ತೇವೆ! ಅನಾಟಮಿ, ಫಿಸಿಯಾಲಜಿ, ಜೆನೆಟಿಕ್ಸ್ ಅಂಡ್ ಬ್ರೀಡಿಂಗ್, ಬಯೋಕೆಮಿಸ್ಟ್ರಿ, ನ್ಯೂಟ್ರಿಷನ್, ಮೈಕ್ರೊ ಬಯಾಲಜಿ, ಪ್ಯಾರಾಸೈಟಾಲಜಿ, ಪೆಥಾಲಜಿ, ಫಾರ್ಮಕಾಲಜಿ, ಮೆಡಿಸಿನ್, ಸರ್ಜರಿ, ಗೈನೊಕಾಲಜಿ ಇತ್ಯಾದಿ. ಈ ಒಂದೊಂದು ವಿಷಯವನ್ನೂ ಮತ್ತೆ ಹೋಳು ಮಾಡಿ ಓದುತ್ತೇವೆ. ಉದಾಹರಣೆಗೆ ಅನಾಟಮಿಯಲ್ಲಿ ಆಸ್ಟಿಯಾಲಜಿ, ಆರ್ಥ್ರಾಲಜಿ, ನ್ಯೂರಾಲಜಿ, ಹಿಸ್ಟಾಲಜಿ, ಏಂಜಿಯಾಲಜಿ, ಮಯಾಲಜಿ, ಎಂಬ್ರಿಯಾಲಜಿ, ಟೋಪೋಗ್ರಾಫಿಕ್ ಅನಾಟಮಿ, ಆಫ್ತಾಲ್ಮಾಲಜಿ, ಡರ್ಮಟಾಲಜಿ ಇತ್ಯಾದಿ ನಾವು ಎಷ್ಟು ಓದಿದ್ದೇವೆಂದರೆ ಅದನ್ನು ನೆನಪು ಮಾಡಿಕೊಳ್ಳುವುದೂ ಕಷ್ಟ ಮತ್ತು ಭಯಾನಕ.

ಮತ್ತೊಂದು ಉದಾಹರಣೆ ಕೊಡುತ್ತೇನೆ. ಅನಾಟಮಿ ಎಂಬ ವಿಷಯವನ್ನೇ ತೆಗೆದುಕೊಂಡರೆ, ದನದ ಅನಾಟಮಿ ಒಂದು ರೀತಿ. ನಾಯಿಯದು ಮತ್ತೊಂದು ರೀತಿ. ಕುದುರೆಯದು ಮಗದೊಂದು ರೀತಿ. ಕುರಿ, ಮೇಕೆಯದು ಇನ್ನೊಂದು ರೀತಿ. ಕೋಳಿಯದು ಸಂಪೂರ್ಣ ಬೇರೆ. ಈ ಸ್ಪೀಶೀಸುಗಳನ್ನು ವಿವರವಾಗಿ ಓದಿದ ನಂತರ ಅವುಗಳ ಹೋಲಿಕೆ ಮಾಡಿ ನೋಡಬೇಕು (Comparative Anatomy). ಜೀರ್ಣಾಂಗವ್ಯೂಹದಲ್ಲಿ ಮೆಲುಕು ಹಾಕುವ ಪ್ರಾಣಿ (ಉದಾಹರಣೆ ಹಸು, ಎಮ್ಮೆ, ಕುರಿ, ಮೇಕೆ) ಒಂದು ರೀತಿಯಾದರೆ ಮೆಲುಕು ಹಾಕದ ಪ್ರಾಣಿ (ಉದಾಹರಣೆ ನಾಯಿ, ಹಂದಿ, ಕತ್ತೆ, ಕುದುರೆ) ಮತ್ತೊಂದು ರೀತಿ, ಕೋಳಿಯಲ್ಲಿ ಮಗದೊಂದು ರೀತಿ.

ಕಾಯಿಲೆಗಳ ವಿಷಯಕ್ಕೆ ಬಂದರೆ ಒಂದೊಂದು ಸ್ಪೀಶೀಸಿನಲ್ಲಿ ಒಂದೊಂದು ಥರದ ಕಾಯಿಲೆಗಳು. ಸ್ಪೀಶೀಸಿಗೆ ನಿರ್ದಿಷ್ಟವಾದ ಕಾಯಿಲೆಗಳು, ಒಂದೊಂದು ಸ್ಪೀಶೀಸಿನಲ್ಲಿ ಒಂದೊಂದು ರೀತಿ ವರ್ತಿಸುವ ಬ್ಯಾಕ್ಟೀರಿಯಾ, ವೈರಸ್, ಔಷಧಗಳು. ಬೇರೆ ಬೇರೆ ಸ್ಪೀಶೀಸಲ್ಲಿ ಬೇರೆ ಬೇರೆ ರೋಗಲಕ್ಷಣ ತೋರಿಸುವ ಒಂದೇ ಕಾಯಿಲೆ, ಬೇರೆ ಬೇರೆ ಜಾನುವಾರುಗಳಲ್ಲಿರುವ ಬೇರೆ ಬೇರೆ ರೀತಿಯ ಜಂತುಹುಳುಗಳು, ಬೇರೆ ಬೇರೆ ಔಷಧಗಳು, ಬೇರೆ ಬೇರೆ ಔಷಧಪ್ರಮಾಣಗಳು. ಪ್ರಾಣಿಗಳಿಂದ ಮನುಷ್ಯನಿಗೆ ಬರುವ ರೋಗಗಳ (Zoonotic diseases) ಬಗ್ಗೆ ಅಧ್ಯಯನ, ವನ್ಯಜೀವಿಗಳ ಅಧ್ಯಯನ, ಪರಮಾತ್ಮಾ...! ದನೀನ ಆಸ್ಪತ್ರೆ ಬಿಟ್ಟು ಹುಚ್ಚಾಸ್ಪತ್ರೆ ಸೇರಲು ಎಷ್ಟೊಂದು ಕಾರಣಗಳು!

ಇದೆಲ್ಲದರ ಆಧಾರದ ಮೇಲೆಯೇ ನಾವು ದನ, ಕುದುರೆ, ನಾಯಿ, ಕೋಳಿ, ಕುರಿ, ವನ್ಯಜೀವಿಗಳು ಮುಂತಾದ ಎಲ್ಲ ಪ್ರಾಣಿಗಳ ಕಾಯಿಲೆಗಳಿಗೆ ಚಿಕಿತ್ಸೆ ನೀಡುವುದು. ಎಷ್ಟು ಓದಿದರೂ ಸಾಲದು, ಎಷ್ಟು ತಿಳಿದುಕೊಂಡರೂ ಸಾಲದು ಎಂದು ಎಲ್ಲ ವೃತ್ತಿಯವರಿಗೂ ಅನ್ನಿಸಬಹುದು. ಆದರೆ ಅದು ಬಹಳ ತೀವ್ರವಾಗಿ ಮತ್ತು ಹೃದಯಾಘಾತವಾಗುವಷ್ಟರ ಮಟ್ಟಿಗೆ ಅನ್ನಿಸುವುದು ಪಶುವೈದ್ಯರಿಗೆ ಎಂಬುದು ನನ್ನ ದೃಢ ನಂಬಿಕೆ.

ಕಾಲೇಜಿನ ಪ್ರೊಫೆಸರುಗಳು ಪಶುವೈದ್ಯ ವಿಜ್ಞಾನದ ಯಾವುದೋ ಒಂದು ವಿಷಯವನ್ನು (ಉದಾ: ಫಿಸಿಯಾಲಜಿ) ಹಲವಾರು ಭಾಗ ಮಾಡಿ ಒಂದು ಅಧ್ಯಾಯದ ಬಗ್ಗೆ ಮಾತ್ರ ಈಗಾಗಲೇ ಪಿಯುಸಿ, ಸಿಇಟಿಯಂಥ ಪರೀಕ್ಷೆಗಳಲ್ಲಿ ಲೀಲಾಜಾಲವಾಗಿ ಪಾಸಾಗಿರುವ ಪ್ರತಿಭಾವಂತ ವಿದ್ಯಾರ್ಥಿಗಳಿಗೆ ಪಾಠ ಮಾಡುತ್ತಿರುತ್ತಾರೆ. ಆಸ್ಪತ್ರೆಯಲ್ಲಿ ಕೆಲಸ ಮಾಡುವ ಪಶುವೈದ್ಯನಾದರೋ ಚಿಕಿತ್ಸೆ ನೀಡುವಾಗ ತನ್ನೆದುರಿನ ಪಶುವೈದ್ಯ ವಿಜ್ಞಾನವೆಂಬ ಬ್ರಹ್ಮಾಂಡವನ್ನು ಮನೋಭಿತ್ತಿಯಲ್ಲಿ ಹರಡಿಕೊಂಡು ತನಗೆ ಬೇಕಾಗಿರುವ ಒಂದೇ ಒಂದು ಎಳೆಯನ್ನು ಆಯ್ದು, ಮಾತು ಬಾರದ ಪ್ರಾಣಿಗಳ ಮೇಲೆ ಪ್ರಯೋಗಿಸಬೇಕು. ಪ್ರೊಫೆಸರ್ ಸಾಹೇಬರಾದರೋ ಅನುಮಾನ ಬಂದಾಗ ವಿದ್ಯಾರ್ಥಿಗಳಿಗೆ, "ನಾಳೆ ಪುಸ್ತಕಗಳನ್ನು ರೆಫರ್ ಮಾಡಿಕೊಂಡು ಬಂದು ಉತ್ತರಿಸುತ್ತೇನೆ," ಎಂದು ಹೇಳುವ ಅವಕಾಶವಿದೆ. ಪಶುವೈದ್ಯನು ಹಾಗೆ ಮಾಡಲಾಗುತ್ತದೆಯೇ? "ಓದಿಕೊಂಡು ಬಂದು ನಾಳೆ ಚಿಕಿತ್ಸೆ ನೀಡುತ್ತೇನೆ," ಎಂದರೆ ಜಾನುವಾರು ಮಾಲೀಕ ಸುಮ್ಮನಿದ್ದಾನೆಯೇ? ರೋಗಿ ಸಾಯುವುದು ಗ್ಯಾರಂಟಿ ಆದರೆ ಅದಕ್ಕೂ ಮುಂಚೆಯೇ ಪಶುವೈದ್ಯ ಸಾವಿಗೀಡಾಗಬಹುದು!

ಆದರೆ ಕೆಲವು ಸಲ ಕಾಯಿಲೆಗಳು ಎಷ್ಟು ಚೆನ್ನಾಗಿ ನಮ್ಮ ಮಾತು ಕೇಳುತ್ತವೆ ಮತ್ತು ವಾಸಿಯಾಗುತ್ತವೆ ಎಂದರೆ ನಾವು ಮಾಡಿದ ಚಿಕಿತ್ಸೆಗೆ ಗುಣವಾಯಿತೋ ಅಥವಾ ಅಲ್ಲವೋ ಎಂದು ಅನುಮಾನ ಬರತೊಡಗುತ್ತದೆ. ಅಂಥ ವೇಳೆಯಲ್ಲಿ ನಮ್ಮ 'ಹಸ್ತಗುಣ'ದ ಬಗ್ಗೆ ಲೋಡುಗಟ್ಟಲೆ ಪ್ರಶಂಸೆ ಬರುವುದು ಖಾತ್ರಿ. ಇಂಥ ಕೆಲವು ಪ್ರಸಂಗಗಳನ್ನು ನೆನಪಿಸಿಕೊಳ್ಳುತ್ತಿದ್ದೇನೆ. ಇಂಥ ಪ್ರಕರಣಗಳು ಪಶುವೈದ್ಯನನ್ನು ಇನ್ನೂ

ಹೆಚ್ಚಿನ ಹುರುಪು ಉತ್ಸಾಹಗಳಿಂದ ವೃತ್ತಿಯಲ್ಲಿ ಮುಂದುವರಿಯಲು ಪ್ರೇರಣೆ ನೀಡುತ್ತವೆ. ಇವು ಸುಖದ ನೆನಪುಗಳು.

ಲಕ್ಷ್ಮಮ್ಮನ ಎಮ್ಮೆ

ಹಗರಿಬೊಮ್ಮನಹಳ್ಳಿಯಿಂದ ಹಂಪಸಾಗರಕ್ಕೆ ಬರುತ್ತ ಇನ್ನೇನು ಎರಡು ಕಿ.ಮೀ. ದೂರದಲ್ಲಿರುವಾಗ ಮೈನ್ ರೋಡಿನ ಪಕ್ಕದಲ್ಲಿ ಲಕ್ಷ್ಮಮ್ಮರ ಮನೆಯಿತ್ತು. ಲಕ್ಷ್ಮಮ್ಮ, ಗೋವಿಂದಪ್ಪರಿಗೆ ಗಂಡುಮಕ್ಕಳಿರಲಿಲ್ಲ. ಮೂವರು ಹೆಣ್ಣುಮಕ್ಕಳು. ಒಬ್ಬಳು ಬೇರೆ ಊರಲ್ಲಿದ್ದು, ಇನ್ನಿಬ್ಬರು ಲಕ್ಷ್ಮಮ್ಮನ ಮನೆಯ ಬಳಿಯೇ ಮನೆ ಮಾಡಿಕೊಂಡಿದ್ದರು ಅಥವಾ ಲಕ್ಷ್ಮಮ್ಮನವರೇ ಕಟ್ಟಿಸಿಕೊಟ್ಟಿದ್ದರು. ಎಲ್ಲರದ್ದೂ ಮದುವೆಯಾಗಿ ನಾಲ್ಕಾರು ಮೊಮ್ಮಕ್ಕಳು ಸಹ ಇದ್ದರು.

ಅವರ ಮನೆ ಮುಂದೆ ಹಾದು ಹೋಗುವಾಗ, ಬರುವಾಗ ಲಕ್ಷ್ಮಮ್ಮನವರನ್ನು ಮಾತಾಡಿಸಿಯೇ ತೀರಬೇಕು. ಇಲ್ಲದಿದ್ದರೆ ಲಕ್ಷ್ಮಮ್ಮನವರು ಜಗಳಕ್ಕೆ ಬರುತ್ತಿದ್ದರು. ಲಕ್ಷ್ಮಮ್ಮರ ಗಂಡ, ಹೆಣ್ಣುಮಕ್ಕಳು, ಅಳಿಯಂದಿರೆಲ್ಲ ಪರಿಚಿತರಿದ್ದು ನಾನು ಕುಟುಂಬ ಸಮೇತ ಆಗಾಗ ಅವರ ಮನೆಗೆ ಹೋಗಿಬರುತ್ತಿದ್ದೆ.

ಲಕ್ಷ್ಮಮ್ಮನವರು ಪ್ರತಿ ಸಂತೆಯ ದಿನ ನಮ್ಮನೆಗೆ ಬಂದು ಹೋಗುವುದು ಮಾಮೂಲಾಗಿತ್ತು. ಗಂಡ ಗೋವಿಂದಪ್ಪ ಭಯಂಕರ ಮುಂಗೋಪಿ. ಸಿಟ್ಟು ಅವನ ಮೂಗಿನ ಮೇಲೆ ಕುಣಿಯುತ್ತಿತ್ತು. ಸಾಧಾರಣ ಹೊಟ್ಟೆ ಬಟ್ಟೆಗೆ ತೊಂದರೆಯಿಲ್ಲದಂತಿದ್ದರೇ ವಿನಹ ಅವರು ಸ್ಥಿತಿವಂತರೇನಲ್ಲ. ಊರಲ್ಲಿದ್ದ ಇಬ್ಬರಲ್ಲಿ ಒಬ್ಬ ಮಗಳ ಸ್ಥಿತಿ ಅಷ್ಟೇನೂ ಚೆನ್ನಾಗಿರಲಿಲ್ಲ. ಅಳಿಯ ಮಗಳನ್ನು ಹೊಡೆಯುತ್ತಿದ್ದನೋ ಏನೋ? ಲಕ್ಷ್ಮಮ್ಮ ನಮ್ಮ ಮನೆಗೆ ಬಂದಾಗ, "ಮದುವೆಯಾದ ಹೆಣ್ಣುಮಕ್ಕಳು ಬೇರೆ ಊರಿನಲ್ಲಿರಬೇಕೇ ವಿನಹ ತಂದೆ ತಾಯಿಯರ ಎದುರು ಕಣ್ಣೀರು ಹಾಕಕೂಡದು," ಎಂದು ಹೇಳುತ್ತಾ ಗದ್ಗದಿತರಾಗುತ್ತಿದ್ದರು.

ಲಕ್ಷ್ಮಮ್ಮರ ಕನ್ನಡ ಮಾತುಗಳು ತೆಲುಗು ಭಾಷೆಯಲ್ಲದ್ದಿದಂತಿದ್ದು ಕೇಳಲು ಬಲು ಮಜವಾಗಿರುತ್ತಿತ್ತು. "ಅಯ್ಯೋ ಡಾಕ್ಟ್ರೆ, ನನ್ನ ಗಂಡ ಬಲು ಜುಗ್ಗ! ಒಂದು ಪೈಸಾ ಬಿಚ್ಚಲ್ಲ. ಎಮ್ಮೆಯ ಹಾಲು ಮಾರಿದ್ದೆಲ್ಲ ಅವ್ನೇ ಇಟ್ಕಳ್ತಾನೆ. ನಾನು ಬುದ್ಧಿವಂತಿಕೆ ಉಪಯೋಗಿಸಿ ಒಂದಷ್ಟು ಕಾಸು ಮಾಡ್ಕಳ್ತೀನಿ," ಎಂದು ಗುಟ್ಟು ಮಾಡಿ ಹೇಳುತ್ತಿದ್ದರು. ಅವರ ಮನೆಯಲ್ಲಿಯೇ ನಾನು ಮೊದಲ ಬಾರಿಗೆ 'ಚಿಕನ್ ಉಪ್ಪಿನಕಾಯಿ' ರುಚಿ ನೋಡಿದ್ದು!

ಒಮ್ಮೆ ನಾನು ಮತ್ತು ಕಾಂಪೌಂಡರ್ ಲಕ್ಷ್ಮಣ ಹಗರಿಬೊಮ್ಮನಹಳ್ಳಿಯಿಂದ ಬೈಕಲ್ಲಿ ಬರುತ್ತಿದ್ದೆವು. ನನ್ನ ಔಷಧದ ಬ್ಯಾಗಲ್ಲಿದ್ದ ಔಷಧಗಳು ಮುಕ್ಕಾಲು ಪಾಲು ಖಾಲಿಯಾಗಿದ್ದವು. ಆಸ್ಪತ್ರೆಗೆ ಹೋದ ಕೂಡಲೇ ಒಂದಷ್ಟು ಔಷಧಗಳನ್ನು ತುಂಬಿಸಲು ಯೋಚಿಸುತ್ತಾ ಬರುತ್ತಿದ್ದೆ. ಲಕ್ಷ್ಮಮ್ಮರ ಮನೆ ಮುಂದೆ ಜನರ ಗುಂಪು ಒಂದು ಎಮ್ಮೆಯ ಸುತ್ತ ನಿಂತುಕೊಂಡಿದ್ದರು. ನನ್ನನ್ನು ದೂರದಿಂದಲೇ ನೋಡಿ ಎದೆ ಒಡೆಯುವಂತೆ ಕೂಗತೊಡಗಿದರು. ಬೈಕು ನಿಲ್ಲಿಸಿ ಹತ್ತಿರ ಬಂದರೆ, ಲಕ್ಷ್ಮಮ್ಮನವರ ಎಮ್ಮೆಯೊಂದು ಹೊಟ್ಟೆ ಉಬ್ಬರಿಸಿಕೊಂಡು ಏದುಸಿರು ಬಿಡುತ್ತಾ ನಿಂತಿತ್ತು. ಎಮ್ಮೆ/ಹಸುಗಳಿಗೆ ಮೆಲುಕು ಚೀಲ (ರೂಮೆನ್ = ಹೊಟ್ಟೆಯ ಮೊದಲ ಕೋಣೆ) ಎಡಗಡೆಯಿರುವುದರಿಂದ ಹೊಟ್ಟೆ ಉಬ್ಬರವಾದರೆ, ಎಡಗಡೆ ಪಕ್ಕೆಯ ಭಾಗದಲ್ಲಿ ಉಬ್ಬರವಿರುತ್ತದೆ. ಆದರೆ ಲಕ್ಷ್ಮಮ್ಮನವರ ಎಮ್ಮೆಗೆ ಎಡಗಡೆ ಮತ್ತು ಬಲಗಡೆ ಏಕರೀತಿಯಲ್ಲಿ ಉಬ್ಬರ ಬಂದಿತ್ತು. ಎರಡೂ ಕಡೆ ಡೊಳ್ಳಿನಂತೆ ಊದಿಕೊಂಡಿತ್ತು. ಎರಡೂ ಕಡೆಯ ಪಕ್ಕೆಯ ತಗ್ಗುಗಳು ಮುಚ್ಚಿಹೋಗಿದ್ದವು. ಒಂದೇ ಒಂದು ಪಕ್ಕೆಲುಬು ಕಾಣಿಸುತ್ತಿರಲಿಲ್ಲ. ಹೊಟ್ಟೆಯಲ್ಲಿ ಎರ್ರಾಬಿರ್ರಿ ಗಾಳಿ ತುಂಬಿಕೊಳ್ಳುವುದರಿಂದ ವಪೆ ಮತ್ತು ಶ್ವಾಸಕೋಶದ ಮೇಲೆ (Diaphragm and Lungs) ಒತ್ತಡ ಬೀಳುತ್ತದೆ. ಆದ್ದರಿಂದ ಎಮ್ಮೆ ಕಷ್ಟಪಟ್ಟು ಉಸಿರಾಡುತ್ತಿತ್ತು. ಎಮ್ಮೆ ಪೂರ್ತಿ ಗಾಬರಿಯಾಗಿತ್ತು. ಅತ್ತಿತ್ತ ನೋಡುವುದು, ಹತ್ತಿರ ಹೋದವರನ್ನು ಹಾಯುವುದು ಮಾಡುತ್ತಿತ್ತು. ಗೋವಿಂದಪ್ಪನನ್ನು ಮಾತಾಡಿಸಿದರೆ ಆತ ಸಿಟ್ಟಾಗಿ ಎಮ್ಮೆಯನ್ನು ಹಲ್ಕಾ ಮಾತುಗಳಲ್ಲಿ ಬೈಯ್ಯತೊಡಗಿದ. ಎಮ್ಮೆಗೆ 'ಅಮ್ಮನ್, ಅಕ್ಕನ್, ಅಜ್ಜಿ, ದೊಡ್ಡಮ್ಮ ಇತ್ಯಾದಿ' ಎಂದು ಎಮ್ಮೆಯ ವಂಶಾವಳಿಯಲ್ಲಿರಬಹುದಾದ ಎಲ್ಲ ಹೆಣ್ಣು ಎಮ್ಮೆಗಳನ್ನು ನಿಂತಲ್ಲೇ ಅತ್ಯಾಚಾರ ಮಾಡತೊಡಗಿದ. ನನಗೆ ಎಮ್ಮೆಯ ಚಿಂತೆಯಾಗತೊಡಗಿತು. ಉಸಿರಾಡಲು ಕಷ್ಟಪಡುತ್ತಿದ್ದ ಎಮ್ಮೆ ಮಲಗುವುದು, ದಢಕ್ಕನೆ ಏಳುವುದು ಮಾಡತೊಡಗಿತು. ಇನ್ನೊಂದು ಸ್ವಲ್ಪ ಹೊತ್ತಾದರೆ ಎಮ್ಮೆಗೆ ಉಸಿರಾಡಲು ಸಹ ಆಗದೆ ಸತ್ತು ಹೋಗಬಹುದೆಂದು ಅನಿಸಿತು. ಇದನ್ನು ಗೋವಿಂದಪ್ಪನಿಗೆ ಹೇಳಿದೆ. ಅವನಿಗೆ ಮತ್ತಷ್ಟು ರೇಗಿತು. ಇಷ್ಟು ಹೊತ್ತು ಕನ್ನಡದಲ್ಲಿ ತಡವರಿಸುತ್ತಾ ಬೈಯ್ಯುತ್ತಿದ್ದವನು ಈಗ ತೆಲುಗಿನಲ್ಲಿ ನಿರರ್ಗಳವಾಗಿ ಬೈಯ್ಯತೊಡಗಿದ.

ಕನ್ನಡದ ಬೈಗುಳಗಳು ನನಗೆ ಅರ್ಥವಾಗುತ್ತಿದ್ದವು. ತೆಲುಗು ನನಗೆ ಬರುವುದಿಲ್ಲವಾದರೂ ತೆಲುಗು ಬಲ್ಲ ನನ್ನ ಅನೇಕ ಪ್ರಾಣಮಿತ್ರರು ಆ ಭಾಷೆಯ ಹಲ್ಕ ಶಬ್ದಗಳನ್ನು ಬಾಯಿಪಾಠ ಮಾಡಿಸಿದ್ದರಿಂದ ಗೋವಿಂದಪ್ಪನ ಬೈಗುಳಗಳು ಸಾದ್ಯಂತ ಅರ್ಥವಾಗುತ್ತಿದ್ದವು. ಆ ಬೈಗುಳಗಳು ಮನುಷ್ಯ ಲೋಕದಲ್ಲಿ ಮಾತ್ರ ಬೈಗುಳಗಳಾಗಿದ್ದವು. ಎಮ್ಮೆ ಲೋಕದಲ್ಲಿ ಅವು ಅರ್ಥವಿಲ್ಲದ ಶಬ್ದಗಳಾಗಿದ್ದವಷ್ಟೆ. ಆದುದರಿಂದ ಎಮ್ಮೆ ಗೋವಿಂದಪ್ಪನ ಪೋಲಿ ಬೈಗುಳಗಳಿಗೆ ಕೇರು ಮಾಡದೆ ತನ್ನ ಪಾಡಿಗೆ ತಾನು ಕಟ್ಟುಸಿರು ಬಿಡುತ್ತ ಸಾಯುವ ಸಂಕಟದಲ್ಲಿತ್ತು ಅಥವಾ ಅನುಭವದ ಮೇಲೆ ಯಜಮಾನ ತನ್ನ ಬಗ್ಗೆ ಸಿಟ್ಟಾಗಿರುವುದು ಧ್ವನಿಯ ಏರಿಳಿತದಲ್ಲಿಯೇ ಎಮ್ಮೆ ಗುರುತಿಸಿತ್ತೆಂದು ಕಾಣುತ್ತದೆ.

ಅವನ ತೆಲುಗು ಬೈಗುಳಗಳು ಪ್ರಾರಂಭವಾದ ಮೇಲೆ ಲಕ್ಷ್ಮಮ್ಮನವರು ಮನೆಯೊಳಗಿನಿಂದ ಓಡಿ ಬಂದರು. ಅವರ ಕೈಯ್ಯಲ್ಲಿ ಒಂದು ಬಕೆಟ್ ನೀರಿದ್ದವು. ಸಿರಿಂಜ್, ಸೂಜಿಯನ್ನು ಸ್ಟೆರಿಲೈಸ್ ಮಾಡಲು ಲಕ್ಷ್ಮಮ್ಮನವರು ಒಂದು ಬಕೆಟ್ ತುಂಬ ಉಗುರು ಬೆಚ್ಚನೆ ನೀರು ತಂದಿದ್ದರು. ನನಗೆ ಬೇಕಾಗಿದ್ದು ಒಂದೆರಡು ಕಪ್ಪಿನಷ್ಟು ಕುದಿವ ನೀರು! ಲಕ್ಷ್ಮಮ್ಮನವರು ಮತ್ತೆ ಒಳಗೆ ಹೋಗಿ ಕುದಿವ ನೀರು ತರಲು ಇನ್ನೆಷ್ಟು ಹೊತ್ತು ಆಗುತ್ತದೆಯೋ ಎಂದು ಹೆದರಿಕೆಯಾಯಿತು.

ಎಮ್ಮೆ ಆಗಲೇ ನೆಲದ ಮೇಲೆ ಉರುಳಾಡತೊಡಗಿತ್ತು. ಹೊಟ್ಟೆ ಇನ್ನೂ ಹೆಚ್ಚು ಉಬ್ಬಿಕೊಂಡಿತ್ತು. ಲೀಟರ್‌ಗಟ್ಟಲೆ ಜೊಲ್ಲು ಸುರಿಯುತ್ತಿತ್ತು. ಕಣ್ಣುಗಳು ಊದಿಕೊಂಡಿದ್ದವು. ಕಿವಿಯ ಬುಡಗಳಲ್ಲಿಯೂ ಊತವಿತ್ತು. ಬಿಸಿ ನೀರು ಬರುವಷ್ಟರಲ್ಲಿ ಎಮ್ಮೆ ಸತ್ತು ಹೋಗುವುದು ಗ್ಯಾರಂಟಿ ಎನಿಸತೊಡಗಿತು. ಜನರಿಗೆ ಎಮ್ಮೆ ಹಿಡಿದುಕೊಳ್ಳಲು ತಿಳಿಸಿ ಬಿಸಿ ನೀರಿಗೆ ಕಾಯದೆ ಸ್ಟೆರಿಲೈಸ್ ಮಾಡದೆ ಬ್ಯಾಗಿನಲ್ಲಿದ್ದ ಅವಿಲ್ ಇಂಜೆಕ್ಷನ್ ಕೊಟ್ಟೆ.

ಕಾಂಪೌಂಡರ್ ಲಕ್ಷ್ಮಣನನ್ನು ಸ್ಟೊಮೆಕ್ ಟ್ಯೂಬ್ (Stomach tube), ಬೇಕಾಗಬಹುದಾದ ಇಂಜೆಕ್ಷನ್, ಹೊಟ್ಟೆಗೆ ಕುಡಿಸಲು ಪುಡಿ ತರಲು ಬೈಕಲ್ಲಿ ಆಸ್ಪತ್ರೆಗೆ ಕಳಿಸಿದೆ. ಆಸ್ಪತ್ರೆ ಎರಡು ಕಿ.ಮೀ. ದೂರವಿತ್ತು. ನಾನು ಎಮ್ಮೆಯ ಬಳಿಯೇ ಉಳಿದೆ.

ಕಾಂಪೌಂಡರ್ ಅತ್ತ ಹೋದ ಮೇಲೆ ಲಕ್ಷ್ಮಮ್ಮ ಕುದಿಯುವ ನೀರು ತಂದರು. ಅದರಲ್ಲಿ ಸೂಜಿ, ಸಿರಿಂಜ್‌ಗಳನ್ನು ಸ್ಟೆರಿಲೈಸ್ ಮಾಡಿಕೊಂಡು ಇನ್ನೊಂದು ಅವಿಲ್ ಇಂಜೆಕ್ಷನ್ ಕೊಡೋಣವೆಂದು ನನ್ನ ಬ್ಯಾಗನ್ನು ಹುಡುಕಾಡಿದೆ. ಊಹೂಂ. ಅದರಲ್ಲಿ ಅವಿಲ್ ಇಂಜೆಕ್ಷನ್ ಇರಲಿಲ್ಲ (ಅವಿಲ್ ಎನ್ನುವುದು Anti Histominic injection). ಮಾತ್ರವಲ್ಲ ಅಲರ್ಜಿಗೆ ಕೊಡಬಹುದಾದ ಯಾವ ಇಂಜೆಕ್ಷನ್‌ಗಳೂ ಇರಲಿಲ್ಲ. ಕಾಂಪೌಂಡರ್ ಔಷಧ ತರುವ ತನಕ ಕಾಯಬೇಕಾಗಿತ್ತು.

ಲಕ್ಷ್ಮಮ್ಮರ ಮನೆಯ ಸುತ್ತಮುತ್ತ ಬೇಜಾನ್ ಜಾಗವಿತ್ತು. ಎಮ್ಮೆಯನ್ನು ಒಂದೆರಡು ಸುತ್ತು ಓಡಾಡಿಸಿದೆ. ಅದರ ಮೂರು ತಿಂಗಳ ಕರು ತಂದು ಮುಂದೆ ಕಟ್ಟಿಸಿದೆ. ಬಾಯಲ್ಲಿ ಒಂದು ಹಸಿರು ಕಡ್ಡಿಯನ್ನು ಇಟ್ಟು ಕಡಿಸತೊಡಗಿದೆ. ಇದರಿಂದ ಬಾಯಿಯ ಮುಖಾಂತರ ಒಂದಷ್ಟು ಗಾಳಿ ಹೊರ ಹೋಗುತ್ತದೆ. ಲಕ್ಷ್ಮಮ್ಮನವರ ಮನೆಯಲ್ಲಿ ಅಡಿಗೆ ಸೋಡ, ಶುಂಠಿ ಅಥವಾ ಇಂಗು ಯಾವುದೂ ಇರಲಿಲ್ಲ. ಇದ್ದಿದ್ದರೆ ತಿನ್ನಿಸಬಹುದಿತ್ತು. ಅಂಥ ಅಡಿಗೆ ಸಾಮಗ್ರಿಗಳು

ದೊರಕಬಹುದಾದ ಮೂರ್ನಾಲ್ಕು ಮನೆಗಳಲ್ಲಿ ವಿಚಾರಿಸಿ ಲಕ್ಷ್ಮಮ್ಮ ಬರಿಗೈಯಲ್ಲಿ ಬಂದರು.

ಲಕ್ಷ್ಮಣ ಅತ್ತ ಹೋಗಿ ಹತ್ತು ನಿಮಿಷಗಳಾಗಿದ್ದವು. ಇತ್ತ ಈ ಕ್ಷಣ ಸಾಯುತ್ತದೆ, ಮುಂದಿನ ಕ್ಷಣ ಸಾಯುತ್ತದೆ ಎಂದು ಕ್ಷಣಗಣನೆ ಶುರುವಾಗಿದ್ದ ಎಮ್ಮೆ, ಯಾವ ಆತ್ಮಕ್ಕೆ ನಾನು ಆಗಲೇ ಶಾಂತಿ ಕೋರಿದ್ದೆನೋ ಆ ಆತ್ಮಕ್ಕೆ ತಾತ್ಕಾಲಿಕ ವಾಸ್ತವ್ಯ ಒದಗಿಸಿದ್ದ ಎಮ್ಮೆ ಎದುರು ನಿಂತಿತ್ತು. ಬೀಡಿ ಸೇದುವ ರೈತರು ಬೀಡಿ ಸೇದುತ್ತಿದ್ದರು, ಎಲೆ ಅಡಿಕೆ ಜಗಿಯುವವರು ಬಾಯಾಡಿಸುತ್ತಿದ್ದರು, ಕರುಗಳಿಗೆ ಜಂತು ಔಷಧ ಹಾಕುವ ಬಗ್ಗೆ,

ಗರ್ಭ ನಿಲ್ಲದ ತಮ್ಮ ಎಮ್ಮೆ, ಆಕಳುಗಳ ಬಗ್ಗೆ ಮಾತಾಡುತ್ತಿದ್ದರು. ನಾನು ಕೈ ತೊಳೆದುಕೊಂಡು ಎಮ್ಮೆಯ ಗುದದ್ವಾರದಲ್ಲಿ ಕೈ ಹಾಕಿ ಪರೀಕ್ಷಿಸಿದೆ. ಇದರಿಂದಲೂ ಗಾಳಿ ಹೊರಹೋಗಲು ಸಹಾಯ ಆಗುತ್ತದೆ.

ಒಂದು ಹದಿನಾರು ನಂಬರಿನ ಸೂಜಿಯನ್ನು ಕೈಯಲ್ಲಿಡಿದು ಎಮ್ಮೆಯ ಹೊಟ್ಟೆಗೆ ಚುಚ್ಚಿ ಗಾಳಿಯನ್ನು ಹೊರಬಿಟ್ಟರೆ ಉಬ್ಬರ ಕಡಿಮೆಯಾಗಿ ಎಮ್ಮೆಗೆ ಹಳಾರ ಆಗುತ್ತದೆ ಎಂದು ಸೂಜಿ ಚುಚ್ಚಲು ಸಿದ್ಧನಾದೆ. ಏನಾಶ್ಚರ್ಯ? ಎಮ್ಮೆಯ ಕಣ್ಣು ಕಿವಿಯ ಊತಗಳು ಹೌದೋ ಅಲ್ಲವೋ ಎನ್ನುವಂತೆ ಕಡಿಮೆಯಾಗಿ ಚರ್ಮದಲ್ಲಿ ಸಣ್ಣ ಸುಕ್ಕುಗಳು ಕಾಣಿಸಿಕೊಂಡವು. ಆಹಾ! ಪಕ್ಕೆಲುಬುಗಳು ಮೆಲ್ಲನೆ ಕಾಣತೊಡಗಿದವು. ಎರಡೂ ಕಡೆ ಡೊಳ್ಳಿನಂತೆ ಊದಿಕೊಂಡಿದ್ದ ಹೊಟ್ಟೆಯ ಊತ ಕಡಿಮೆಯಾಗತೊಡಗಿತು.

ಹೊಟ್ಟೆಯ ಮೇಲೆ ಬೆರಳಿನಿಂದ ಏಟಾಕಿದರೆ 'ಠಣ್ ಠಣ್' ಎನ್ನುತ್ತಿದ್ದ ಶಬ್ದ ಈಗ 'ಡುಬ್ ಡುಬ್' ಎನ್ನತೊಡಗಿತು. ಎಮ್ಮೆ ಒಮ್ಮೆ ಉಸಿರನ್ನು ಜೋರಾಗಿ ಮೂಗಿನಿಂದ ಹೊರದಬ್ಬಿ ಕಟ್ಟುಸಿರು ಬಿಡುತ್ತಿದ್ದುದನ್ನು ನಿಲ್ಲಿಸಿ ಸರಾಗವಾಗಿ ಉಸಿರಾಡತೊಡಗಿತು. ಎಮ್ಮೆ ಸುತ್ತ ನಿಂತಿದ್ದ ಜನರು ನಿಟ್ಟು ಬೀಳುವಂತೆ ಸೀನಿತು. ಹತ್ತು ಅಡಿ ದೂರ ನಿಂತಿದ್ದವರಿಗೆಲ್ಲಾ ಎಮ್ಮೆ ಸಿಂಬಳದ ಪ್ರೋಕ್ಷಣೆಯಾಯಿತು. ಎರಡು ಕ್ಷಣದ ಕೆಳಗೆ ಎಮ್ಮೆಗಾಗಿ ಮರುಗುತ್ತಾ ನಿಂತಿದ್ದವರು 'ಥೂ ಕೊಳಕು ಮುಂಡೆ' 'ಓಸಡುಗ' ಎಂದು ಎಮ್ಮೆಯನ್ನು ಬೈಯುತ್ತಾ ಮುಖ ಮಾರೆ ಒರೆಸಿಕೊಳ್ಳತೊಡಗಿದರು.

ನಾವು ಎಮ್ಮೆ ಮುಂದೆ ನಿಂತಿದ್ದಾಗಲೇ ಲಕ್ಷ್ಮಣ ವಾಪಸು ಬಂದನು. ತಂದಿದ್ದ ಔಷಧಗಳಲ್ಲಿ ಪುಡಿಯನ್ನು ಗೋವಿಂದಪ್ಪನಿಗೆ ಕೊಟ್ಟು ಔಷಧ ಹೇಗೆ ಬಳಸಬೇಕೆಂದು ತಿಳಿಸಿದೆ. ಲಕ್ಷ್ಮಮ್ಮನವರಿಗೆ ಎಮ್ಮೆಯನ್ನು ನೋಡಿ ನಂಬಲಾಗಲಿಲ್ಲ. "ಏನ್ ಮ್ಯಾಜಿಕ್ ಮಾಡ್ದೆ ನೀನು?" ಎಂದು ನನ್ನನ್ನು ಪ್ರಶ್ನಿಸಿ ಎಮ್ಮೆಯನ್ನು ಮುಟ್ಟಿ ಮುಟ್ಟಿ ನೋಡಿದರು. ಗೋವಿಂದಪ್ಪನ ಸಿಟ್ಟು ಇಳಿದು ನಗತೊಡಗಿದ್ದ. ಎಲ್ಲರೂ ಮನೆ ಒಳ ಹೋಗಿ ಕುಳಿತುಕೊಂಡೆವು. ಲಕ್ಷ್ಮಮ್ಮ ಇದ್ದ ಹಾಲನ್ನೇ ಹೊಂದಿಸಿ ಹತ್ತು ಜನಕ್ಕೆ ಕರ್‍ರನೆಯ ಚಹಾ ಮಾಡಿದರು.

ಅಲ್ಲಿದ್ದ ಎಲ್ಲರಿಗೆ ನಾನು ಸಾಯುವಂತಿದ್ದ ಎಮ್ಮೆಯನ್ನು ಬದುಕಿಸಿದ ಜಾದೂಗಾರನಂತೆ ಕಾಣುತ್ತಿದ್ದೆ. ಆದರೆ ಆ ಎಮ್ಮೆ ನಾನು ಕೊಟ್ಟ ಒಂದೇ ಒಂದು ಅವಿಲ್ ಇಂಜೆಕ್ಷನ್‌ಗೆ ಇಷ್ಟೆಲ್ಲಾ ರಿಪೇರಿಯಾಯಿತೇ? ಅಥವಾ ತನ್ನಷ್ಟಕ್ಕೆ ತಾನೇ ಸರಿಯಾಯಿತೇ? ಎಂದು ಯೋಚಿಸುತ್ತಾ

ಸುಮ್ಮನಿದ್ದೆ. ಈ ನನ್ನ ಮೌನ ಅಲ್ಲಿದ್ದ ಕೆಲವರಿಗೆ ನಿಗೂಢವಾಗಿ ಕಾಣಿಸಿತೋ ಏನೋ! "ಮಾಯ ಮಂತ್ರ ಮಾಡ್ದಂಗೆ ಹುಷಾರು ಮಾಡ್ಬಿಟ್ರಲ್ಲಾ ಸಾರ್! ದೇವ್ರು ಸಾರ್ ನೀವು!" ಎಂದ ರೈತನೊಬ್ಬನಿಗೆ, "ಮಾರಾಯ, ಕೇವಲ ಎಮ್ಮೆಯ ಹೊಟ್ಟೆ ಉಬ್ಬರ ಅರ್ಥವಾಗದ ನಾನೆಂಥ ದೇವರು?" ಎಂದೆ.

ನಂತರದ ದಿನಗಳಲ್ಲಿ ಲಕ್ಷ್ಮಮ್ಮ ತನ್ನ ಉಳಿಕೆ ಬಳಿಕೆ ದುಡ್ಡನ್ನು ನನ್ನಲ್ಲಿ ಕೊಟ್ಟಿರುತ್ತಿದ್ದರು. ಬೇಕಾದಾಗ ಇಸಿದುಕೊಳ್ಳುತ್ತಿದ್ದರು. ಸಾವಿರಗಟ್ಟಲೆ ಎಂದು ಭಾವಿಸಬೇಡಿ. ನೂರಿನ್ನೂರು ರೂಪಾಯಿ ಅಷ್ಟೇ. ವರ್ಗವಾಗಿ ನಾನು ಹಂಪಸಾಗರ ಬಿಟ್ಟಾಗ ಎಣ್ಣೆಗೆಂಪು ಬಣ್ಣದ ದುಂಡು ಮುಖದ ಲಕ್ಷಣವಾಗಿದ್ದ ಲಕ್ಷ್ಮಮ್ಮ ಅಳುತ್ತಾ ಬೀಳ್ಕೊಟ್ಟದ್ದು ಇನ್ನೂ ನನ್ನ ಕಣ್ಮುಂದಿದೆ.

ಕರಿಯಪ್ಪನ ಎಮ್ಮೆ

ನಾನು ಆತನನ್ನು ಬಹಳ ದಿನಗಳಿಂದ ನೋಡುತ್ತಿದ್ದೆ. ಅವನೊಂದು ಕಪ್ಪು ಶಿಲೆಯಂತಿದ್ದ. ಆರಡಿ ಎತ್ತರ. ಅದಕ್ಕೆ ಸರಿಯಾದ ದಪ್ಪ. ಮುಖ ಮಾರೆ ಎಲ್ಲ ಕೆತ್ತಿಟ್ಟಂತಿದ್ದ. ಬಿಳಿ ಲುಂಗಿ ಪಂಚೆ, ಶರ್ಟು ಹಾಕಿ, ತಲೆಗೆ ಯಾವಾಗಲೂ ಒಂದು ಟವಲ್ ಸುತ್ತಿಕೊಂಡಿರುತ್ತಿದ್ದ. ಅವನ ಹೆಸರು ಕರಿಯಪ್ಪ. ನೊಣವಿನಕೆರೆಯಿಂದ ಮೂರು ಕಿ.ಮೀ. ದೂರದಲ್ಲಿದ್ದ ವಿಘ್ನಸಂತೆಯವನು.

ಕರುಗಳ ಜಂತು ಔಷಧಕ್ಕೆ ಆಗಾಗ ಆಸ್ಪತ್ರೆಗೆ ಬರುತ್ತಿದ್ದ. ಎಮ್ಮೆ, ಹಸುಗಳು ಬೆದೆಗೆ ಬಂದಾಗ ಆಲ್ಬೂರು, ಮೇಗಳಕೊಪ್ಪಲು ಅಥವಾ ಮತ್ತೆಲ್ಲೋ ಸಾಕಿದ್ದ ಬೀಜದ ಕೋಣ, ಹೋರಿಗಳಿಗೆ ಕೂಡಿಸುತ್ತಿದ್ದನೇ ವಿನಹ ಆಸ್ಪತ್ರೆಗೆ ಬಂದು ಕೃತಕ ಗರ್ಭಧಾರಣೆ ಮಾಡಿಸುತ್ತಿರಲಿಲ್ಲ.

ಹೀಗಾಗಿ ಅವನ ಬಳಿ ಮಿಶ್ರ ತಳಿ ಹಸುಗಳಾಗಲೀ, ಮುರ್ರ ಸುರ್ತಿ ತಳಿಯ ಎಮ್ಮೆಗಳಾಗಲೀ ಇರಲಿಲ್ಲ. ಎಲ್ಲ ನಾಟಿ ತಳಿಗಳೇ ಇದ್ದವು. "ರೈತರ ಮನೇಲಿ ಎಚ್ ಎಫ್, ಜರ್ಸಿ ಹಸುಗಳು ಅವಲಕ್ಷಣ ಸಾರ್," ಎಂದು ಹೀಗಳೆಯುತ್ತಿದ್ದ. ನಾಲ್ಕು ವರ್ಷಗಳಿಂದ ನಾನು ಅಲ್ಲಿ ಕೆಲಸ ಮಾಡುತ್ತಿದ್ದರೂ ಅವರ ಮನೆಗೆ ಒಂದು ಸಲವೂ ಹೋಗಿರಲಿಲ್ಲ.

ವಿಘ್ನಸಂತೆಯಲ್ಲಿ ಮುಂಜಾಗ್ರತಾ ಕ್ರಮವಾಗಿ ಚಪ್ಪೆರೋಗ, ಮೆಟ್ರೆರೋಗ, ಕಾಲುಬಾಯಿ ಜ್ವರದ ಲಸಿಕೆ ಮಾಡಲು ಹೋಗುತ್ತಿದ್ದೆ. ಆಗ ಗ್ರಾಮಸ್ಥರೆಲ್ಲ ತಮ್ಮೆಲ್ಲ ದನ ಕರುಗಳಿಗೆ ವ್ಯಾಕ್ಸಿನೇಷನ್ ಮಾಡಿಸುತ್ತಿದ್ದರು. ಆದರೆ ಕರಿಯಪ್ಪ ಎತ್ತುಗಳಿಗೆ ಮಾತ್ರ ಮಾಡಿಸುತ್ತಿದ್ದ. ಹಸುಗಳಿಗಾಗಲೀ, ಎಮ್ಮೆಗಳಿಗಾಗಲೀ ಅವನೆಂದೂ ಯಾವ ವ್ಯಾಕ್ಸಿನೇಷನ್ನನ್ನೂ ಮಾಡಿಸುತ್ತಿರಲಿಲ್ಲ. ಮಾಡಿಸಿದರೆ ಹಿಂಡುವ ದನಗಳಲ್ಲಿ ಹಾಲು ಸೀದು ಹೋಗುತ್ತದೆಂದೂ, ಗರ್ಭದ ದನಗಳು ಕಂದು ಹಾಕುವವೆಂದೂ (ಅಬಾರ್ಷನ್) ಹೇಳುತ್ತಿದ್ದ.

ಅವನ ಈ ಜ್ಞಾನವನ್ನು ಬದಲಿಸಲು ಯಾರಿಂದಲೂ ಸಾಧ್ಯವಿರಲಿಲ್ಲ. ಬೇರೆ ರೈತರೆಲ್ಲ ಹಿಂಡುವ ಹಾಗೂ ಗರ್ಭದ ರಾಸುಗಳಿಗೆ ವ್ಯಾಕ್ಸಿನೇಷನ್ ಮಾಡಿಸುತ್ತಾರೆಂದು ಹೇಳಿದರೆ ಆ ಮಾತುಗಳನ್ನು ಅವನು ಕಿವಿಯ ಮೇಲೆ ಹಾಕಿಕೊಳ್ಳುತ್ತಿರಲಿಲ್ಲ. ಅಂದ ಹಾಗೆ ಅವನ ಕಿವಿಗಳಲ್ಲಿ ಕೂದಲು ಪೊದೆಯಂತೆ ಬೆಳೆದು ಕಿವಿಯ ಹೊರಗೆಲ್ಲ ಚಾಚಿಕೊಂಡಿರುತ್ತಿದ್ದವು. ಹೀಗಾಗಿ ಅವನ ಮುಖ ಇದ್ದುದಕ್ಕಿಂತಲೂ ಅಗಲವಾಗಿರುವಂತೆ ಭಾಸವಾಗುತ್ತಿತ್ತು. ಅವನು ಅನಕ್ಷರಸ್ಥನೇನಲ್ಲ. ಎಸ್ಸೆಸ್ಸೆಲ್ಸಿವರೆಗೆ ಓದಿದ್ದನಂತೆ! ಕರಿಯಪ್ಪ ಮಾತಿನವನಲ್ಲ. ಮೌನಿ. ಕೇಳಿದ್ದಕ್ಕೆಲ್ಲ ಒಂದೊಂದೇ ಶಬ್ದದಲ್ಲಿ ಉತ್ತರಿಸುತ್ತಿದ್ದ.

ಅಂಥವನು ಒಂದು ದಿನ ಸಾಯಂಕಾಲ ಆಸ್ಪತ್ರೆ ಬಾಗಿಲು ಮುಚ್ಚಿದ ಮೇಲೆ ಹಾಜರಾದ. ಅವನ ಒಂದೊಂದೇ ಶಬ್ದದ ಉತ್ತರದಿಂದ ಬಹಳ ಹೊತ್ತು ಮಾಹಿತಿ ಪಡೆಯಬೇಕಾಯಿತು. ಗೊತ್ತಾಗಿದ್ದಿಷ್ಟು: ಅವನ ಎಮ್ಮೆಗೆ ದಿನ ತುಂಬಿದೆ. ಅಂದು ಸಾಯಂಕಾಲ ನಾಲ್ಕು ಗಂಟೆಯ ಮೇಲೆ ಹೆರಿಗೆ ನೋವು ಕಾಣಿಸಿರುವ ಹಾಗಿದೆ. ಮಡ್ಲಿನ ಎರಡೂ ಕಡೆ ತಗ್ಗು ಬಿದ್ದಿದೆ. ಅಲ್ಪ ಸ್ವಲ್ಪ ಮಡೆಯಾಡುತ್ತಿದೆ. (ಯೋನಿಯಿಂದ ಸುರಿಯುವ ಲೋಳೆ ಲೋಳೆ ದ್ರವಕ್ಕೆ ಮಡೆ (Uterine Discharge) ಎನ್ನುತ್ತಾರೆ). ಎಮ್ಮೆ ತಿಣುಕುತ್ತಿದೆಯಾದರೂ ಕರುವಿನ ತಲೆಯಾಗಲೀ, ಕಾಲಾಗಲೀ ಹೊರಗೆ ಕಾಣಿಸುತ್ತಿಲ್ಲ. "ಒಳಗೆ ಕರು ಆಡುವುದು ಗೊತ್ತಾಗುತ್ತೆ. ನೀವೇ ಬಂದು ಚೆಕ್ ಮಾಡಿ ನೋಡಿ ಸಾರ್," ಎಂದು ಹೇಳಿ ಅಪರೂಪಕ್ಕೆಂಬಂತೆ ನಕ್ಕನು.

ಕರಿಯಪ್ಪ ಬಂದಾಗ ಆಸ್ಪತ್ರೆಯ ಕಾಂಪೌಂಡಿನಲ್ಲಿ ನಮ್ಮ ಶಟಲ್ ಬಾಡ್ಮಿಂಟನ್ ಆಟ ರಂಗೇರಿತ್ತು. ಬ್ಯಾಂಕ್ ಸಿಬ್ಬಂದಿ, ಮನುಷ್ಯರ ಡಾಕ್ಟರುಗಳಿಬ್ಬರು, ಒಂದಿಬ್ಬರು ನೊಣವಿನಕೆರೆಯ ಸ್ಥಳೀಕರು, ಮೆಡಿಕಲ್ ಶಾಪಿನವರು ಎಲ್ಲರೂ ಸೇರಿ ಹುರುಪಿನಿಂದ ಆಡುತ್ತಿದ್ದೆವು. ಆದರೆ ಆ ದಿನ ನಾನು ಆಟವನ್ನು ನಿಲ್ಲಿಸಿ ಕರಿಯಪ್ಪನ ಮನೆಗೆ ಹೊರಟೆ. ವಿಘ್ನಸಂತೆ ಊರ ಒಳಗೆ ಮುಖ್ಯ ರಸ್ತೆಯ ಪಕ್ಕದಲ್ಲಿಯೇ ಕರಿಯಪ್ಪನ ಮನೆಯಿತ್ತು. ಅಟ್ಟವಿದ್ದು ತೆಂಗಿನ ಕಾಯಿ ಒಟ್ಟಲು ವ್ಯವಸ್ಥೆಯಿದ್ದ ಕಟಾಂಜನದ ಮನೆಯಾಗಿತ್ತು. ಚಾವಣಿಗೆ ಕೆಂಪು ಹೆಂಚು ಮತ್ತು ನೆಲಕ್ಕೆ ಕಡಪ ಕಲ್ಲು ಹಾಕಿದ್ದ ಹಳೆಯ ಮನೆಯಾಗಿತ್ತು.

ಆ ಮನೆಯ ಸೌಂದರ್ಯವಿದ್ದದ್ದು ಮನೆಯ ಮುಂಬಾಗಿಲಿನ ಎರಡೂ ಕಡೆ ಇದ್ದ ಕಟ್ಟೆಗಳು ಮತ್ತು ದೊಡ್ಡ ಮನೆಯಂಗಳದಲ್ಲಿ. ನಿಧಾನಕ್ಕೆ ಕತ್ತಲಾಗುತ್ತಿತ್ತು. ಮನೆಗಳಲ್ಲಿದ್ದ ಅನೇಕ ರೈತರು, ಮಕ್ಕಳು ಮುತ್ತಿಕೊಂಡರು. ಕರಿಯಪ್ಪ ಕೊಟ್ಟಿಗೆಯಿಂದ ಎಮ್ಮೆಯನ್ನು

ಹಿಡಿದುಕೊಂಡು ಮನೆಯ ಅಂಗಳಕ್ಕೆ ಬಂದನು. ದೊಡ್ಡ ಎಮ್ಮೆ ಕರ್ರಗೆ ಮಿಂಚುತ್ತಿತ್ತು. ಮಡ್ಲಿಗೆ ಮಡೆ ಮೆತ್ತಿಕೊಂಡಿತ್ತು. ಸುರಿಯುತ್ತಿರಲಿಲ್ಲ. ಬಸುರಿ ಎಮ್ಮೆ ದೊಡ್ಡದಾಗಿ ಹೊಟ್ಟೆ ಬಿಟ್ಟುಕೊಂಡಿತ್ತು. ಮನೆಯಲ್ಲಿಯೇ ಹುಟ್ಟಿ ಬೆಳೆದ ಎಮ್ಮೆಯ ಮೂರನೇ ಹೆರಿಗೆ ಎಂದ ಕರಿಯಪ್ಪ.

ತನ್ನ ಹೆಂಡತಿಗೆ ತವರಿನವರು ಕೊಟ್ಟ 'ಬೆಳ್ಳುಳ್ಳಿ' ಎಂದ (ಬಳುವಳಿ ಎಂಬುದು ಬೆಳ್ಳುಳ್ಳಿಯಾಗಿರಬೇಕು). ಗರ್ಭದೊಳಗೆ ಕರು ಆಡುವುದು ಮೇಲಿಂದಲೇ ಕಾಣಿಸುತ್ತಿತ್ತು. ಒಂದು ಬಕೆಟ್ ನೀರು, ಸೋಪು ತರಿಸಿ, ಗುದದ್ವಾರದಲ್ಲಿ ಕೈ ಹಾಕಿ ಪರೀಕ್ಷಿಸಿದೆ. ಸಾಮಾನ್ಯವಾಗಿ ನೀರಿನಲ್ಲಿ ತೇಲುವಂತಿರುವ ಗರ್ಭಚೀಲ ಬಿಗಿಯಾಗಿ ಒಳಗೆ ಜಗ್ಗಿಕೊಂಡಿತ್ತು! ಅಂದರೆ ಗರ್ಭಚೀಲ ಹೊರಳಿಕೊಂಡಿದೆ! ಗರ್ಭಚೀಲದ ನುಲಿತ! (Torsion of the Uterus).

ಗರ್ಭಚೀಲ ಸರಿಪಡಿಸದೆ ಕರು ಹೊರಗೆ ಬರಲು ಸಾಧ್ಯವೇ ಇಲ್ಲ. (ಉದಾಹರಣೆಗೆ ಒಂದು ಬಟ್ಟೆ ಚೀಲದಲ್ಲಿ ಕುಂಬಳಕಾಯಿ ಹಾಕಿ ಚೀಲದ ಬಾಯನ್ನು ನುಲಿಯಿರಿ. ಆಗ ಕುಂಬಳಕಾಯನ್ನು ಹೇಗೆ ಹೊರತೆಗೆಯಲಾಗುವುದಿಲ್ಲವೋ ಹಾಗೆಯೇ ಕರುವು ಸಹ ಗರ್ಭಚೀಲದಿಂದ ಹೊರಬರಲಾಗುವುದಿಲ್ಲ.) ಎರಡೂ ಕೈಗಳನ್ನು ಸೋಪು ಹಾಕಿ ತೊಳೆದುಕೊಂಡು ಯೋನಿಯೊಳಗೆ ಹಾಕಿದೆ. ಒಳಗೆಲ್ಲ ಏನೂ ಕಾಣುವುದಿಲ್ಲವಾದ್ದರಿಂದ ನಮ್ಮ ಕೈಗಳೇ ಕಣ್ಣುಗಳಂತೆ ಕೆಲಸ ಮಾಡುತ್ತವೆ. ನಮ್ಮ ಅನುಭವವೇ ನಮ್ಮ ಗುರು.

ಒಂದೆರಡು ವರ್ಷಗಳ ಕಾಲ ಕೆಲಸ ಮಾಡಿದ ನಂತರ ಎಲ್ಲವೂ ರೂಢಿಯಾಗಿ ಬಿಡುತ್ತದೆ. ಈ ಎಮ್ಮೆಗೆ ಗರ್ಭಚೀಲದ ಜೊತೆಗೆ ಅರ್ಧಕ್ಕರ್ಧ ಯೋನಿ ನಾಳವೂ ನುಲಿದುಕೊಂಡಿತ್ತು. ಅಂದರೆ ಯೋನಿ ನಾಳ ಮತ್ತು ಗರ್ಭಚೀಲ ಎರಡೂ ನುಲಿದುಕೊಂಡಿದ್ದವು. ಸರ್ವಿಕ್ಸ್ (ಗರ್ಭಚೀಲದ ಬಾಯಿ) ತೆರೆದುಕೊಂಡಿದೆಯೋ ಇಲ್ಲವೋ ಎಂಬುದನ್ನು ಸಹ ಪರೀಕ್ಷಿಸಲು ಸಾಧ್ಯವಿರಲಿಲ್ಲ.

ಎಮ್ಮೆಯ ಗರ್ಭಚೀಲವನ್ನು ಸರಿಪಡಿಸಿ, ಸರ್ವಿಕ್ಸ್ ತೆರೆದುಕೊಂಡಿದ್ದರೆ ಮಾತ್ರ ಕರುವನ್ನು ಹೊರತೆಗೆಯಬಹುದಿತ್ತು. ಎರಡಲ್ಲಿ ಒಂದು ಸರಿ ಹೋಗದಿದ್ದರೂ ಚಿಕಿತ್ಸೆ ವಿಫಲವಾಗುತ್ತಿತ್ತು. ವಿಫಲವಾಗಬಹುದಾದ ಸಾಧ್ಯತೆಯನ್ನು ಆದಷ್ಟು ಮನದಿಂದ ದೂರ ಓಡಿಸಿ ಚಿಕಿತ್ಸೆ ಪ್ರಾರಂಭಿಸಿದೆ. ಅಂದೂ ಸಹ ಯಥಾ ಪ್ರಕಾರ ನನ್ನ ಸಹಾಯಕ್ಕೆ ನನ್ನ ಸಿಬ್ಬಂದಿ ಯಾರೂ ಇರಲಿಲ್ಲ. ಹೊತ್ತಲ್ಲದ ಹೊತ್ತದು. ನಾನು ಒಬ್ಬಂಟಿಯಿದ್ದೆ.

ಕರಿಯಪ್ಪನ ಮನೆ ಮುಂದಿನ ಅಂಗಳದಲ್ಲಿ ಎಮ್ಮೆಯನ್ನು ನಿಧಾನಕ್ಕೆ ಮಲಗಿಸಿಕೊಂಡೆವು. ಎಮ್ಮೆಯ ಮುಂದಿನ ಮತ್ತು ಹಿಂದಿನ ಕಾಲುಗಳನ್ನು ಬೇರೆ ಬೇರೆಯಾಗಿ ಕಟ್ಟಿಕೊಂಡು ಎಮ್ಮೆಯನ್ನು ಬಲಗಡೆಗೆ ಉರುಳಿಸಲು ಹೇಳಿದೆ. ನಾನು ಗುದದ್ವಾರದಲ್ಲಿ ಭುಜದವರೆಗೆ ಎರಡೂ ಕೈ ಹಾಕಿ ಬಿಗಿಯಾಗಿ ಗರ್ಭಚೀಲವನ್ನು ಹಿಡಿದು, ಎಮ್ಮೆ ಹೊರಳಿದರೂ ಗರ್ಭಚೀಲ ಹೊರಳದಂತೆ ಬಿಗಿ ಹಿಡಿದಿದ್ದೆ. ಎಂಟು ಹತ್ತು ಜನ ಸುತ್ತಲೂ ಎಮ್ಮೆಯನ್ನು ಹಿಡಿದಿದ್ದರು.

ಮೊದಲ ಸಲ ಎಮ್ಮೆ ಉರುಳಿದಾಗ ಗರ್ಭಚೀಲವೂ ಉರುಳಿತು. ಅಂದರೆ ಚಿಕಿತ್ಸೆ ವಿಫಲವಾಯಿತು. (ಹೀಗೆ ಗರ್ಭಚೀಲವೂ ನುಲಿದುಕೊಂಡಿರುವ ಎಮ್ಮೆ ಎದುರಿದ್ದರೆ ನಿಮಗೆ ಅರ್ಥವಾಗುವಂತೆ ವಿವರಿಸಬಹುದೇ ವಿನಹ ಅಕ್ಷರಗಳಲ್ಲಿ ಅದನ್ನು ಬರೆದು ನಿಮಗೆ ಅರ್ಥವಾಗಿಸುವುದು ಅಸಾಧ್ಯ). ಎರಡನೇ ಪ್ರಯತ್ನ ಪ್ರಾರಂಭವಾಯಿತು. ನಾನು ಎಮ್ಮೆಯ ಹಿಂದುಗಡೆ ಎರಡೂ ಕೈಯಲ್ಲಿ ಗರ್ಭಚೀಲ ಬಿಗಿ ಹಿಡಿದೆ. ಹತ್ತಿಪ್ಪತ್ತು ರೈತರು ಕೂಗಾಡುತ್ತ ಎಮ್ಮೆಯನ್ನು ಬಲಗಡೆಗೆ ಉರುಳಿಸಿದರು. ನಾನು ಎಷ್ಟು ಶಕ್ತಿ ಬಿಟ್ಟು ಪ್ರಯತ್ನಿಸಿದರೂ ಗರ್ಭಚೀಲವನ್ನು ಉರುಳದಂತೆ ಹಿಡಿಯಲು ಸಾಧ್ಯವಾಗಲಿಲ್ಲ. ಎರಡನೇ ಸಲವೂ ಪ್ರಯತ್ನ ವಿಫಲವಾಯಿತು. ಮತ್ತೆರಡು ಸಲದ ಪ್ರಯತ್ನಗಳಲ್ಲಿಯೂ ಸೋತು ಹೋದೆ.

ಇಷ್ಟು ಹೊತ್ತಿಗೆ ಸಂಪೂರ್ಣ ಕತ್ತಲಾಗಿತ್ತು. ಅವರಿವರ ಮನೆಗಳಿಂದ ನಾಲ್ಕಾರು ಬ್ಯಾಟರಿ, ಲಾಟೀನುಗಳನ್ನು ತಂದು ಉರಿಸಲಾಗಿತ್ತು. ಎಮ್ಮೆಗೆ ಚಿಕಿತ್ಸೆ ಪ್ರಾರಂಭವಾಗಿ ಒಂದು ಗಂಟೆಯ ಮೇಲಾಗಿತ್ತು. ಚಿಕಿತ್ಸೆಯಲ್ಲಿ ಯಾವುದೇ ಪ್ರಗತಿ ಸಾಧ್ಯವಾಗಿರಲಿಲ್ಲ. ಎಮ್ಮೆಯ ಸ್ಥಿತಿ ಹಾಗೆಯೇ ಇತ್ತು. ಜನರು ಪುಂಖಾನುಪುಂಖವಾಗಿ ಪ್ರತಿಕ್ರಿಯಿಸತೊಡಗಿದ್ದರು. ಕೆಲವರಿಗೆ ಪರಮಾತ್ಮನ ಆವಾಹನೆಯೂ ಆಗಿತ್ತು.

"ಇವ್ರ್ ಕೈಯ್ಯಲ್ಲಾಗಲ್ಲ ಬಿಡ್ಲೆ!"

"ಕರು ತೆಗೆಯಾದು ಬಿಟ್ಟು ಎಮ್ಮೇನ ಯಾಕೆ ಉರುಳಿಸ್ತಿದಾರೆ?"

ಮುಂತಾಗಿ ರೈತರು ಜೋರಾಗಿಯೇ ಗೊಣಗಿಕೊಳ್ಳುತ್ತಿದ್ದರು. ಎಮ್ಮೆಗೂ, ನನಗೂ ಸುಸ್ತಾಗಿತ್ತು. ಕಾಲು ಗಂಟೆ ಬಿಡುವು ತೆಗೆದುಕೊಂಡೆವು. ಯಾರೋ ತಂದುಕೊಟ್ಟ ಟೀ ಗುಟುಕುರಿಸಿದೆ. ಬಟ್ಟೆ ಬರೆಯೆಲ್ಲ ಸಗಣಿ, ಗಂಜಲವಾಗಿದ್ದವು. ನನ್ನ ಬಟ್ಟೆಗಳಲ್ಲಿ ಜಗತ್ತಿನ ಯಾವ ಸೋಪೂ ಹೋಗಲಾಡಿಸದಂತಹ ಕಲೆಗಳಾಗಿದ್ದವು. ಯಾವ ಸೆಂಟೂ ಹೋಗಲಾಡಿಸದಂತಹ ವಾಸನೆಯಿಂದ ಕೂಡಿತ್ತು.

ಮತ್ತೆ ಚಿಕಿತ್ಸೆ ಪುನರಾರಂಭವಾಯಿತು. ಎಮ್ಮೆಯ ಕಾಲುಗಳನ್ನು ಕಟ್ಟಲಾಯಿತು. ಉರುಳಿಸುವ ಜಾಗವನ್ನು ಗೋಣಿಚೀಲಗಳ ಹಾಸಿ ಮೆತ್ತಗೆ ಮಾಡಲಾಯಿತು. ಹತ್ತಾರು ಜನ 'ಐಸ' 'ಐಸ' ಎನ್ನುತ್ತ ಎಮ್ಮೆಯನ್ನು ನನ್ನ ಸೂಚನೆಯಂತೆ ಉರುಳಿಸತೊಡಗಿದರು. ನಾನು ಯಥಾ ಪ್ರಕಾರ ಕೈಗಳೆರಡನ್ನೂ ಭುಜದವರೆಗೆ ತೂರಿಸಿ ಗರ್ಭಚೀಲ ಬಿಗಿ ಹಿಡಿದು ಸಿದ್ಧನಿದ್ದೆ.

ಐದನೆಯ ಯತ್ನವೂ ವಿಫಲವಾಯಿತು. ನನ್ನಲ್ಲಿ ಬೇಸರವೂ, ಪಾಪ ಪ್ರಜ್ಞೆಯೂ, ಹತಾಶೆಯೂ ಮೂಡತೊಡಗಿದವು. ಒಳಗೆ

ಸುಮಾರು ಮೂವತ್ತು ಕೆಜಿಯಷ್ಟು ತೂಕದ ಗರ್ಭಚೀಲವನ್ನು ಎಮ್ಮೆಯ ಹಿಂದೆ ಕೂತು ಬಗ್ಗಿ, ಮಲಗಿ, ಉರುಳಿ, ತೆವಳಿ, ಅಂಬೆಗಾಲಿಟ್ಟು, ಬಿಗಿಯಾಗಿ ಹಿಡಿದು ಗೆಲುವು ಕಾಣದೆ ಸೋತು ಸುಣ್ಣವಾಗಿ ಹೋಗಿದ್ದೆ.

ಏನಾದರೇನು? ಆಗಬೇಕಾದ ಕೆಲಸವಾಗಿರಲಿಲ್ಲ. ನಾವು ಕೆಲಸ ಪ್ರಾರಂಭಿಸಿ ಎರಡು ಗಂಟೆಯ ಮೇಲಾಗಿತ್ತು. ಎಮ್ಮೆ ಸುಸ್ತಾಗಿತ್ತು. ತುಂಬು ಗಬ್ಬದ ಎಮ್ಮೆಯನ್ನು ಇನ್ನೂ ಉರುಳಿಸಲು ಸಾಧ್ಯವಿರಲಿಲ್ಲ. ಆಗಲೇ ರಾತ್ರಿ ಒಂಭತ್ತು ಗಂಟೆ!

ನಮ್ಮ ರೈತರ ಒಂದು ಸ್ವಭಾವವೆಂದರೆ ಕರುವನ್ನು ಆದಷ್ಟು ಬೇಗ ತೆಗೆದುಬಿಡಬೇಕು. ತಡವಾದಂತೆಲ್ಲ ಅವರಿಗೆ ಹೆರಿಗೆಯ ಸಂಕಟ ನೋಡಲಾಗುವುದಿಲ್ಲ. ಹಿಂದೆಂದೋ ಯಾರೋ ಸಹಜ ಹೆರಿಗೆಯಲ್ಲಿ ಒಂದೆರಡು ನಿಮಿಷಗಳಲ್ಲಿ ಕರು ತೆಗೆದ ಪ್ರಸಂಗವನ್ನು ನೆನಪಿಟ್ಟುಕೊಂಡು ಅದನ್ನೇ ಪದೇ ಪದೇ ಹೇಳುತ್ತಿರುತ್ತಾರೆ. ಅರ್ಥಾತ್, ಪ್ರಸ್ತುತ ಕರು ತೆಗೆಯಲು ವಿಫಲನಾಗಿರುವ ನನ್ನನ್ನು 'ಕೆಲಸಕ್ಕೆ ಬಾರದವ' ಎಂದು ಹೀಯಾಳಿಸುತ್ತಿರುತ್ತಾರೆ. ಅಂದರೆ, ಬಟ್ಟೆಯಲ್ಲಿ ಸುತ್ತಿ ಹೊಡೆಯುತ್ತಿರುತ್ತಾರೆ.

ನಾನು ಕರಿಯಪ್ಪನನ್ನು ಕರೆದು, "ಈಗ ಸಾಕು ಮಾಡ್ತೀನಿ ಕರಿಯಪ್ಪ. ನಾಳೆ ಬೆಳಗ್ಗೆ 6 ಗಂಟೆ ಸುಮಾರಿಗೆ ಬಂದು ಪರೀಕ್ಷೆ ಮಾಡ್ತೀನಿ. ಪರಿಸ್ಥಿತಿ ಹೀಗೇ ಇದ್ದರೆ ಬೇರೆ ಇನ್ನೊಬ್ಬ ಪಶುವೈದ್ಯರನ್ನು ಕರೆಸಿ ಚಿಕಿತ್ಸೆ ಮಾಡ್ತೀನಿ," ಎಂದು ಹೇಳಿ ಮನೆಗೆ ಬಂದು ಸ್ನಾನ ಮಾಡಿ, ತಣಿಸಿ ಹೋಗಿದ್ದ ಊಟ ಮಾಡಿ ಮಲಗಿದೆ. ರಾತ್ರಿಯಿಡೀ ವಿಕಾರವಾದ ಕರು ಜನನದ ಕನಸುಗಳು!

ಮರುದಿನ ಆರು ಗಂಟೆಗೆಲ್ಲ ನಾನು ಕರಿಯಪ್ಪನ ಮನೆಯಲ್ಲಿದ್ದೆ. ಎಮ್ಮೆಯನ್ನು ಪರೀಕ್ಷಿಸಿದೆ. ನನಗೆ ನಂಬಲಾಗಲೇಯಿಲ್ಲ. ತನ್ನಷ್ಟಕ್ಕೆ ತಾನೇ ಗರ್ಭಚೀಲದ ನುಲಿತ ಸರಿಯಾಗಿತ್ತು. ಸರ್ವಿಕ್ಸ್ ಸಂಪೂರ್ಣ ತೆರೆದುಕೊಂಡಿತ್ತು. ನಾನು ಕೈ ಹಾಕಿ ಯೋನಿಯಿಂದ ಹೊರಗೆ ಇಣುಕುತ್ತಿದ್ದ ಉಚ್ಚೆ ಬುಡ್ಡೆಯನ್ನು (ನೆತ್ತಿ ಚೀಲ Amniotic sac) ಒಡೆದು ಕರುವನ್ನು ಹೊರಗೆಳೆದೆ. ಕರು ಈಜಿಕೊಂಡು ಹೊರಬಂತು. ಕಾಲು ಗಂಟೆಯಲ್ಲಿ ಎಲ್ಲ ಕೆಲಸವೂ ಮುಗಿಯಿತು. ಎಮ್ಮೆಯ ಮಡ್ಲಿಂದ ನೇತಾಡುತ್ತಿದ್ದ ಸತ್ತೆಯು (ಕಸ, ಪ್ಲಾಸೆಂಟ) ತನ್ನಷ್ಟಕ್ಕೆ ತಾನೇ ಬೇರ್ಪಟ್ಟು ಕೆಳಗೆ ಬಿದ್ದಿತು. ಕರಿಯಪ್ಪನಿಗೆ ಕೊಡಬೇಕಾದ ಸಲಹೆ ಸೂಚನೆಗಳನ್ನು ಕೊಟ್ಟು ಹಿಂತಿರುಗಿದೆ.

ರಾಮಾ ಜೋಯಿಸರ ಎಮ್ಮೆ ಕುಣಿತ

ನೊಣವಿನಕೆರೆಯ ರಾಮಾ ಜೋಯಿಸರು ನನಗಿಂತ ಬಹಳ ಹಿರಿಯರು. ಮೃದು ಭಾಷಿ, ಮಿತ ಭಾಷಿ. ಆದರೆ ನನ್ನ ಹತ್ತಿರ ಮಾತ್ರ ಸಮಯವನ್ನು ಲೆಕ್ಕಿಸದೆ ಮಾತಾಡುತ್ತ ಕುಳಿತುಬಿಡುತ್ತಿದ್ದರು. ದಿನವೂ ನಮ್ಮ ಆಸ್ಪತ್ರೆಯ ಮುಂದಿನಿಂದ ತಮ್ಮ ಹೊಲ, ಗದ್ದೆ, ತೋಟಕ್ಕೆ ಹೋಗಿ ಬರುತ್ತಿದ್ದರು. ಒಮ್ಮೊಮ್ಮೆ ಆಸ್ಪತ್ರೆಯಲ್ಲಿ ಜನ ಮತ್ತು ದನಗಳ ರಶ್ ಕಡಿಮೆಯಿದ್ದಾಗ ಮಾತಾಡುತ್ತ ಕುಳಿತುಕೊಳ್ಳುತ್ತಿದ್ದರು.

ಪಂಚೆ, ಶರ್ಟು, ಸ್ವೆಟರ್ ಉಟ್ಟು, ಹೆಗಲ ಮೇಲೊಂದು ಟವಲ್ ಹಾಕಿಕೊಂಡು, ಕೈಯಲ್ಲಿ ಛತ್ರಿ ಹಿಡಿದುಕೊಂಡು ಪುಟ್ಟ ದೇಹದ ಅವರು ಮೆಟ್ಟಿಲು ಹತ್ತಿ ಬರುತ್ತಿದ್ದುದು ಅಥವಾ ಇಳಿದು ಹೋಗುತ್ತಿದ್ದುದು ಮಕ್ಕಳನ್ನು ನೆನಪಿಗೆ ತರುತ್ತಿತ್ತು. ಬಹುಶಃ ಬಾಲ್ಯ ಕಾಲದ 'ಮುದ್ದು ಮುದ್ದು' ಮುದಿತನದಲ್ಲಿ ಮರುಕಳಿಸುತ್ತದೆ ಎಂದು ಕಾಣುತ್ತದೆ. ಅವರ ಮುಖದಲ್ಲಿ ನಗುವೆಂಬುದು ಸುಲಭಕ್ಕೆ ಕಾಣಿಸಿಕೊಳ್ಳುತ್ತಿರಲಿಲ್ಲ. ಆದರೆ ಯಾವಾಗಲೂ ಬಾಯಲ್ಲಿ ಚಾಕ್ಲೇಟ್ ಇಟ್ಟುಕೊಂಡಿರುವಂತೆ ಭಾಸವಾಗುತ್ತಿತ್ತು.

ಅವರಲ್ಲಿ ನಾಲ್ಕಾರು ಎಮ್ಮೆಗಳಿದ್ದವು. ಅವುಗಳಿಗೆ ಸ್ವಲ್ಪ ಹೆಚ್ಚು ಕಡಿಮೆಯಾದರೂ ರಾಮಾ ಜೋಯಿಸರಿಗೆ ಹುಷಾರು ತಪ್ಪುತ್ತಿತ್ತು! ಗಬ್ಬದ ಎಮ್ಮೆಗಳು, ಹಿಂಡುವ ಎಮ್ಮೆಗಳು, ಕರುಗಳು, ಪಡ್ಡೆಗಳು, ಅವುಗಳ ನೀರು ನಿಡೆ, ಮೇವು, ಮುಸುರೆ, ಕಾಯಿಲೆ ಕಸಾಲೆಗಳನ್ನು ನೋಡಿಕೊಳ್ಳಲು ಹಿರಿಯಣ್ಣ ಎಂಬುವ ಹಸನ್ಮುಖಿಯೊಬ್ಬನಿದ್ದ. ಹಿರಿಯಣ್ಣನೇ ಮನೆ, ಕೊಟ್ಟಿಗೆ, ಗದ್ದೆ, ತೋಟಗಳನ್ನೆಲ್ಲ ನಿಭಾಯಿಸುತ್ತ ಅವರ ಮನೆಯಲ್ಲಿ ಕೆಲಸಕ್ಕಿದ್ದ. ಅದು 1984 ಅಥವಾ 1985ರ ಸಮಯ ಇರಬಹುದು. ಆಗ ನಾನು ನೊಣವಿನಕೆರೆಯಲ್ಲಿ ವಾಸವಿದ್ದ ಎರಡು ರೂಮುಗಳಿದ್ದ ಮನೆ ಎರಡನೇ ಮಹಡಿಯಲ್ಲಿತ್ತು. ಮನೆಗೇ ಆಸ್ಪತ್ರೆ ಕಾಣುತ್ತಿತ್ತು. ರೂಮಿನಲ್ಲಿ ನನ್ನ ಜೊತೆ ಬ್ಯಾಂಕಿನಲ್ಲಿ ಕೆಲಸ ಮಾಡುತ್ತಿದ್ದ ಕೇರಳದ ಶಂಭು ನಂಬೂದಿರಿ ಇದ್ದರು. ಮತ್ತೊಬ್ಬರು ಮಂಗಳೂರಿನವರಾಗಿದ್ದರೂ ಕಲ್ಕತ್ತದಲ್ಲಿ ಹುಟ್ಟಿ ಬೆಳೆದ ರಿಚರ್ಡ್ ಡಿಸೋಜ ಎಂಬುವವರಿದ್ದರು. ಇವರಿಬ್ಬರೂ ನೊಣವಿನಕೆರೆ ಕರ್ನಾಟಕ ಬ್ಯಾಂಕ್ ನೌಕರರಾಗಿದ್ದರು. ಶಂಭುರವರ ಮಾತೃಭಾಷೆ ಮಲಯಾಳಂ ಮತ್ತು ಡಿಸೋಜರವರಿಗೆ ಇಂಗ್ಲಿಷ್, ಹಿಂದಿ, ಬಂಗಾಳಿ ಮುಂತಾದ ಭಾಷೆಗಳು ಬರುತ್ತಿದ್ದವೇ ವಿನಃ ಕನ್ನಡ ಅಷ್ಟಕ್ಕಷ್ಟೆ ಎಂಬಂತಿತ್ತು. ಆದರೆ ಮೂವರನ್ನೂ ಕಾಲ ದೇಶಗಳು ಯೋಗಾಯೋಗವೋ ಎಂಬಂತೆ ಒಂದೇ ಕಡೆ ತರುಬಿಕೊಂಡಿದ್ದವು. ಒಬ್ಬ ಹಿಂದೂ, ಒಬ್ಬ ಮುಸ್ಲಿಮ್, ಮತ್ತೊಬ್ಬ ಕ್ರಿಶ್ಚಿಯನ್!

ಬ್ಯಾಂಕಿನಲ್ಲಿ ಗೋಲ್ಡ್ ಅಪ್ರೈಸರ್ ಆಗಿದ್ದ ಬೈರಾಚಾರರ ನಾಗರಾಜುರವರಿಗೆ ಇದೊಂದು ವಿಶಿಷ್ಟವೂ, ವಿಶೇಷವೂ ಆಗಿ ಕಾಣುತ್ತಿತ್ತು. ಊರಲ್ಲೆಲ್ಲ ಇದನ್ನು ಆದರ್ಶವೋ ಎಂಬಂತೆ ಹೇಳಿಕೊಂಡು ಬರುತ್ತಿದ್ದರು. ನಾವು ಮೂವರು ಎದುರಾದರೆ ಅಮರ್, ಅಕ್ಬರ್, ಆಂಥೋನಿ ಎಂದು ತಮಾಷೆ ಮಾಡುತ್ತಿದ್ದರು.

ಮೂವರದ್ದೂ ಮದುವೆಯಾಗಿರಲಿಲ್ಲ. ನಮ್ಮೆಲ್ಲರ ತಿಂಡಿ ಊಟ ಹೋಟೆಲ್ಲಲ್ಲಿ ನಡೆಯುತ್ತಿತ್ತು. ಅದರ ಜೊತೆ ನಾನು ಕರೆದವರ

ಮನೆಯಲ್ಲಿ ಸಿಕ್ಕ ಸಿಕ್ಕಲ್ಲಿ ಊಟ ಮಾಡುತ್ತಿದ್ದೆ. ಒಮ್ಮೊಮ್ಮೆ ರಾತ್ರಿ ಊಟಕ್ಕೆ ಇದ್ದಕ್ಕಿದ್ದಂತೆ ಬೈಕುಗಳನ್ನೇರಿ ತಿಪಟೂರಿನ ಯಾವುದಾದರೂ ಹೋಟೆಲಿಗೆ ಹಾಜರಾಗುತ್ತಿದ್ದೆವು. ಆಗ ನೊಣವಿನಕೆರೆಯಲ್ಲಿ ಪೆಟ್ರೋಲ್ ಬಂಕ್ ಇರಲಿಲ್ಲವಾದುದರಿಂದ ತಿಪಟೂರಿನಲ್ಲಿಯೇ ಪೆಟ್ರೋಲ್ ತುಂಬಿಸಿಕೊಂಡು ಬರುತ್ತಿದ್ದೆವು.

ಒಂದು ದಿನ ಸಾಯಂಕಾಲ ಶಟಲ್ ಬ್ಯಾಡ್ಮಿಂಟನ್ ಆಟ ಮುಗಿಸಿಕೊಂಡು ರೂಮಿಗೆ ಬಂದು ಸ್ನಾನ ಮಾಡಿ ರಾತ್ರಿಯ ಊಟ ತರಲು ಹೋಟೆಲ್‌ಗೆ ತಿಳಿಸಿ, ಸ್ನೇಹಿತರೊಡನೆ ಮಾತಾಡುತ್ತ ದಣಿವಾರಿಸಿಕೊಳ್ಳುತ್ತಿರುವಾಗ ಬಾಗಿಲ ಬಳಿ ಹಿರಿಯಣ್ಣ ಪ್ರತ್ಯಕ್ಷನಾದ. ಸಮಯವಾಗಲೇ ಏಳು ಗಂಟೆ ದಾಟಿತ್ತು. ಹೊರಗೆ ಇಣುಕಿ ನೋಡಿದೆ. ರಾತ್ರಿಯ ಕತ್ತಲು ಕರ್ರಗೆ ಸುರಿಯುತ್ತಿತ್ತು. ಚಳಿ ಕೊರೆಯುತ್ತಿತ್ತು.

ಅಲ್ಲೊಂದು ಇಲ್ಲೊಂದು ಶಬ್ದ ಬಿಟ್ಟರೆ ಇಡೀ ವಾತಾವರಣ ನಿಶ್ಯಬ್ಧವಾಗಿತ್ತು. ಮನೆಗಳಲ್ಲಿ ಮತ್ತು ಬೀದಿಯಲ್ಲಿ ಅಲ್ಲೊಂದು ಇಲ್ಲೊಂದು ದೀಪಗಳು ಮಂಕಾಗಿ ಉರಿಯುತ್ತಿದ್ದವು. ಮೆಡಿಸಿನ್ ಬ್ಯಾಗ್ ಹಿಡಿದು ರಾಮಾ ಜೋಯಿಸರ ಮನೆಗೆ ನಡೆದೇ ಹೊರಟೆ. ಉದ್ದಕ್ಕೂ ಪರಿಚಿತರೇ. ಸಮಯವೆಂಬುದು ಯಾವುದೇ ಒತ್ತಡವಿಲ್ಲದೆ ಹಗುರವಾಗಿತ್ತು. ಅದು ನಿಂತಿದೆಯೋ ಉರುಳುತ್ತಿದೆಯೋ ಗೊತ್ತಾಗ ದಂತಿತ್ತು. ಅದು ತನ್ನ ಅಸ್ತಿತ್ವವನ್ನೇ ಕಳೆದುಕೊಂಡಂತಿತ್ತು. ಅವು ಬಹುಶಃ ನನ್ನ ಗ್ರಾಮಜೀವನದ ಅತ್ಯಂತ ಮಧುರ ಕ್ಷಣಗಳಾಗಿದ್ದವು.

ಯಾವಾಗಲೂ ದಿಲ್ಲಗಿಯಾಗಿ ಇರುತ್ತಿದ್ದ ಹಿರಿಯಣ್ಣ ಹೇಳುತ್ತಿದ್ದುದನ್ನು ಕೇಳುತ್ತ ನಡೆದೆ. ಅಂದು ಸಾಯಂಕಾಲ ಮನೆಗೆ ಹಿಂತಿರುಗಿದ ಸ್ವಲ್ಪ ಹೊತ್ತಿನಲ್ಲಿ ಕರಾವಿನ ಎಮ್ಮೆಯೊಂದು ಇದ್ದಕ್ಕಿದ್ದಂತೆ 'ಸ್ಕ್ರೂ ಲೂಸಾದಂತೆ' ವರ್ತಿಸತೊಡಗಿತಂತೆ.

"ಒಮ್ಮೆಲೇ ಎಗರುವುದು, ಓಡುವುದು, ಗೋಡೆ ಕಂಬ ಗ್ವಾಧ್ಲಿ ಎನ್ನದೇ ಡಿಕ್ಕಿ ಹೊಡೆಯುವುದು, ಬಕೆಟ್ ಗಟ್ಟಲೆ ಜೊಲ್ಲು ಸುರಿಸುವುದು, ಕಣ್ಣುಗಳನ್ನು ಮೆಡ್ಡರಿಸುವುದು, ಮುಲುಕುವುದು, ಪದೇ ಪದೇ ಉಚ್ಚೆ ಹೊಯ್ಯುವುದು... ಹೀಗೆ ನಾನಾ ನಮೂನಿ ಆಡುತ್ತಿದೆ" ಎಂದ ಹಿರಿಯಣ್ಣ.

ಎಮ್ಮೆಯನ್ನು ಹಿಡಿಯಲು ತಾನು ಪಟ್ಟ ಕಷ್ಟ ವರ್ಣಿಸಿದ. ಎಮ್ಮೆಯ ಮೂಗು ದಾರ ಕಿತ್ತು ಹೋಗಿ ಎರಡೆರಡು ಸಲ ಕೊಟ್ಟಿಗೆಯಲ್ಲಿ ಬಿದ್ದು ಗಾಯಗೊಂಡಿದ್ದ. ಅವನ ಶರ್ಟು ಒಂದು ಕಡೆ ಹರಿದೇ ಹೋಗಿತ್ತು. "ನರ ನರ ಹಲ್ಲು ಕಡಿಯುತ್ತಾ 'ವಂಯ್ಞೊಂ' ಎಂದು ಒಂದೇ ಸಮನೆ ಅರಚುತ್ತೆ ಸಾ. ಹಾಲು ಕರಿಯಾಕಾಗಿಲ್ಲ. ಕೊಟ್ಟಿಗೆಯಲ್ಲಿ ಈ ದೆವ್ವವನ್ನು ಮಾತ್ರ ಕಟ್ಟಿ ಹಾಕಿ ಕೊಟ್ಟಿಗೆಯ ಬಾಗಿಲು ಹಾಕಿಕೊಂಡು ಬಂದಿದ್ದೀನಿ. ಮನೆ ಮಂದಿಯೆಲ್ಲ ಮನೆ ಒಳಗೆ ಸೇರಿಕೊಂಡು ಬಿಟ್ಟೈತೆ. ಯಜಮಾನರು ಎಮ್ಮೆಯ ಅವತಾರ ನೋಡಿ ಹೆದರ್ಕೊಂಡು ಬಿಟ್ಟಿದಾರೆ," ಮುಂತಾಗಿ ಹೇಳಿದ. ಹಿರಿಯಣ್ಣ ಮನೆಯಲ್ಲಿದ್ದ ಇನ್ನಿತರೆ ದನಕರುಗಳನ್ನು ಕೊಟ್ಟಿಗೆಯ ಹೊರಗೆ ಕಟ್ಟಿದ್ದ.

ನಾನು ಕೊಟ್ಟಿಗೆಯ ಬಳಿ ಹೋದಾಗ ವಿಶಾಲವಾದ ಕೊಟ್ಟಿಗೆಯಲ್ಲಿ ಒಂದೇ ಎಮ್ಮೆ ಹುಚ್ಚು ಹಿಡಿದಂತೆ 'ವಂಯ್ಞೊಂ' ಎಂದು ಸ್ವರ ಹೊರಡಿಸುತ್ತ ಅಡ್ಡಾದಿಡ್ಡಿ ಆಡುತ್ತಿತ್ತು.

ಮೂಗುದಾರ, ಕತ್ತಿನ ಹಗ್ಗ ಎಲ್ಲ ಕಿತ್ತು ಹೋಗಿದ್ದ ಎಮ್ಮೆ ಸರ್ವತಂತ್ರ ಸ್ವತಂತ್ರವಾಗಿತ್ತು. ಹಿರಿಯಣ್ಣ ಕೊಟ್ಟಿಗೆ ಬಾಗಿಲು ತೆಗೆದು ಒಳಹೋದರೆ ಅವನ ಮೇಲೆ ಜಿಗಿದು ಬರುತ್ತಿತ್ತು. ಹೀಗಾಗಿ ನಾವಾರೂ ಒಳಗೆ ಹೋಗಲು ಸಾಧ್ಯವಾಗಲಿಲ್ಲ.

ಜೋಯಿಸರು ಆಶ್ಚರ್ಯದಿಂದಲೂ, ಆಘಾತದಿಂದಲೂ ಥಂಡಾ ಹೊಡೆದು ಹೋಗಿದ್ದರು. ಜೋಯಿಸರ ಹೆಣ್ಣು ಮೊಮ್ಮಕ್ಕಳಿಬ್ಬರೂ ನನಗೆ ಅನೇಕಾನೇಕ ಪ್ರಶ್ನೆಗಳನ್ನೆಸೆಯತೊಡಗಿದರು. ಅವಳಿ ಜವಳಿ ಸಹೋದರಿಯರಾದ ಅವರಿಬ್ಬರೂ ತಿಪಟೂರಿನ ಯಾವುದೋ ಹೈಸ್ಕೂಲಲ್ಲಿ ಓದುತ್ತಿದ್ದರು. ಅವರು ಕೇಳುತ್ತಿದ್ದ ಹತ್ತಾರು ಪ್ರಶ್ನೆಗಳನ್ನು ಒಟ್ಟಾಗಿಸಿ ನಾನು ಉತ್ತರ ಕೊಡತೊಡಗಿದೆ.

ತಿಪಟೂರಿನ ಜೀವವಿಮಾ ನಿಗಮದಲ್ಲಿ ಅಧಿಕಾರಿಯಾಗಿದ್ದ ಜೋಯಿಸರ ಅಳಿಯ ಅಂದು ಊರಲ್ಲಿರಲಿಲ್ಲ. "ಎಂದಾದರೂ ಎಮ್ಮೆಗೆ ನಾಯಿ ಕಡಿದಿತ್ತೇ?" ಎಂದು ಕೇಳಿದರೆ ಮನೆಯಲ್ಲಿ ಯಾರಿಗೂ ಮಾಹಿತಿಯಿರಲಿಲ್ಲ. ಎಲ್ಲ ವಿಷಯಗಳಲ್ಲಿ ಪಾರಂಗತನಂತಿದ್ದ ಹಿರಿಯಣ್ಣ, "ಕಡಿದಿಲ್ಲ ಬಿಡಿ ಸಾರ್ ಅಥವಾ ನಾವು ಇಲ್ಲದ ಹೊತ್ತಲ್ಲಿ ಕಡಿದಿದ್ದರೆ ಏನ್ಮಾಡೋದು ಸಾರ್? ನಾಯಿಗಳೇನು ನಮಗೆ ಹೇಳಿ ಕಡಿತಾವ?" ಅಂದ.

ನಾನು: ಇವತ್ತು ಎಮ್ಮೆಗೆ ವಾಪಸ್ ಬಂದಮೇಲೆ ನೀರು ಕುಡಿಸಿದೆಯಾ?

ಹಿರಿಯಣ್ಣ: ನೀರು ಕುಡಿದಿಲ್ಲ. ಮುಸುರೆ ಕುಡಿದಿಲ್ಲ. ಮೇವು ತಿಂದಿಲ್ಲ. ಮೆಲುಕು ಹಾಕಿಲ್ಲ.

ನಾನು: ದಿನವೂ ನೀನೇಳಿದ ಹಾಗೆ ಕೇಳುತ್ತಿದ್ದ ಎಮ್ಮೆ ಇವತ್ತು ನಿನ್ನ ಮಾತು ಕೇಳ್ತಿದೆಯಾ?

ಹಿರಿಯಣ್ಣ: ಇಲ್ಲ ಸಾರ್. ಮಾತು ಕೇಳ್ದೋದಿರ್ಲಿ ನನ್ನನ್ನೇ ಬೆರಸಾಡ್ತೈತೆ.

ನಾನು: ರೇಬಿಸ್‌ನ (ಹುಚ್ಚು ನಾಯಿ ರೋಗ) ಕೆಲವು ಲಕ್ಷಣಗಳು ಹೀಗೇ ಇರುತ್ತವೆ!

ನಾನು ಹಾಗೆ ಹೇಳಿದ್ದೇ ತಡ ಎಲ್ಲರೂ ದಿಗಿಲು ಬಿದ್ದು ಮತ್ತೊಮ್ಮೆ ನಾನಾ ತರಹದ ಪ್ರಶ್ನೆ ಮಾಡತೊಡಗಿದರು.

ಸಾರ್, ನಾವೆಲ್ಲರೂ ಎಮ್ಮೆ ಮುಟ್ಟಿದ್ದೇವೆ. ಹಾಲು ಕುಡಿದಿದ್ದೇವೆ. ನಾವೆಲ್ಲರೂ ಹುಚ್ಚು ನಾಯಿ ಇಂಜೆಕ್ಷನ್ ತಗೋಬೇಕಾ?

ಅವರೆಲ್ಲರಿಗೂ ಸಮಜಾಯಿಷಿ ಕೊಡುತ್ತಿರಬೇಕಾದರೆ ನಾವು ಕೊಟ್ಟಿಗೆ ಹೊರಗೆ ನಿಂತಿದ್ದೆವು. ಒಳಗಡೆ ಎಮ್ಮೆ ಬೀಳುವುದು, ಏಳುವುದು, ಓಡುವುದು, ಡಿಕ್ಕಿ ಹೊಡೆಯುವುದು ಮಾಡುತ್ತಾ ವಿಪರೀತ ಗಲಾಟೆ ಮಾಡುತ್ತಿತ್ತು. ಕೊಟ್ಟಿಗೆಯಲ್ಲಿ ಉರಿಯುತ್ತಿದ್ದ ಲೈಟನ್ನು ಆರಿಸಿ, ಕತ್ತಲು ಮಾಡಿ ನಾವೆಲ್ಲರೂ ಮನೆಯೊಳಗೆ ಹೋದೆವು.

"ನೀವು ಎಮ್ಮೆಯನ್ನು ಮುಟ್ಟಿದ್ದರೆ ಏನೂ ಆಗುವುದಿಲ್ಲ. ಹಾಲು ಉಪಯೋಗಿಸಿದ್ದರೆ ಏನೂ ತೊಂದರೆಯಿಲ್ಲ. ರೇಬಿಸ್ ಪ್ರಾಣಿಯ ಜೊಲ್ಲು ನಿಮ್ಮ ರಕ್ತಕ್ಕೆ ತಾಕಿದರೆ ಮಾತ್ರ ತೊಂದರೆ. ನೀವು ಭಯ ಬೀಳಲು ಕಾರಣವೇ ಇಲ್ಲ. ಅಷ್ಟಕ್ಕೂ ಈ ಎಮ್ಮೆಗೆ ರೇಬಿಸ್ ಆಗಿದೆ ಎಂದು ಗ್ಯಾರಂಟಿಯೇನೂ ಇಲ್ಲ. ಅನುಮಾನ ಅಷ್ಟೆ. ರೇಬಿಸ್ ಆದ ಪ್ರಾಣಿ ಕಡ್ಡಾಯವಾಗಿ ಹತ್ತು ದಿನಗಳ ಒಳಗಡೆ ಸತ್ತು ಹೋಗುತ್ತದೆ. ಹತ್ತು ದಿನಗಳ ಒಳಗೆ ಸಹಜ ಸಾವು ಬರದಿದ್ದರೆ ಇದು ರೇಬಿಸ್ ಅಲ್ಲ ಎಂಬುದು ನಿರ್ವಿವಾದ. ಭಯಪಡಬೇಡಿ. ನಾಳೆ ಬೆಳಗ್ಗೆ ಬರುತ್ತೇನೆ. ರೇಬಿಸ್ ರೋಗ ಕಾಣಿಸಿಕೊಂಡ ನಂತರ ಮನುಷ್ಯರಲ್ಲಿ ಮತ್ತು ಪ್ರಾಣಿಗಳಲ್ಲಿ ಯಾವುದೇ ಚಿಕಿತ್ಸೆ ಇಲ್ಲ. ನಾಯಿ, ಬೆಕ್ಕುಗಳಲ್ಲಿ ರೋಗ ಬರದಂತೆ ವ್ಯಾಕ್ಸಿನೇಷನ್ (pre infective) ಇದೆ. ಇದನ್ನು ವರ್ಷಕ್ಕೊಮ್ಮೆ ಮಾಡಿಸುವುದು ಕ್ಷೇಮ.

ಅಕಸ್ಮಾತ್ ರೇಬಿಸ್ ಪೀಡಿತ ಪ್ರಾಣಿ ಕಡಿದರೆ ಸಹ ವ್ಯಾಕ್ಸಿನೇಷನ್ (post infective) ಇದೆ. ಮನುಷ್ಯರಲ್ಲಿ ರೇಬಿಸ್ ಬರಲು ಹುಚ್ಚು ನಾಯಿ ಕಡಿಯಲೇಬೇಕೆಂದಿಲ್ಲ. ಮೈಮೇಲಿರುವ ಗಾಯಗಳ ಮೇಲೆ ರೇಬಿಸ್ ಪೀಡಿತ ಪ್ರಾಣಿಯ ಜೊಲ್ಲು ತಾಕಿದರೆ ಸಾಕು, ರೋಗ ಬರುತ್ತದೆ," ಎಂದು ವಿವರವಾಗಿ ಹೇಳುತ್ತಾ ಒಂದು ಗಂಟೆ ಮಾತಾಡುತ್ತ ಕೂತೆ. ಈ ತರಹದ ಮಾತು–ಕಥೆಗಳೇ ನನಗೆ ಅಸಂಖ್ಯಾತ ಜನರನ್ನು ಹತ್ತಿರಕ್ಕೆ ತಂದಿವೆ. ಜನರ ನೂರಾರು ಅನುಮಾನಗಳನ್ನು ಪರಿಹರಿಸುತ್ತಾ, ಅವಸರವೇ ಇಲ್ಲದೆ ಅವರ ಮನೆಗಳಲ್ಲಿಯೇ ಕುಳಿತು ಒಂದು ಸಲ ಎರಡು ಸಲ ಟೀ ಕುಡಿಯುತ್ತಾ ಇರುವುದು ನನಗೆ ಬಲು ಆಪ್ಯಾಯಮಾನವಾದಂತಹ ಕೆಲಸ.

ಜೋಯಿಸರ ಎಮ್ಮೆಯ ಕಾಯಿಲೆಯ ಬಗ್ಗೆ ಖಚಿತವಾಗಿ ಏನೂ ಗೊತ್ತಾಗಿರಲಿಲ್ಲ. ನಾನು ಎಮ್ಮೆಗೆ ಯಾವ ಚಿಕಿತ್ಸೆಯನ್ನೂ ನೀಡಿರಲಿಲ್ಲ. ಆದರೂ ನಮ್ಮೆಲ್ಲರ ಮಾತು–ಕಥೆಯ ಪರಿಣಾಮವಾಗಿ ಜೋಯಿಸರು ತಮ್ಮ ದುಗುಡ ದುಮ್ಮಾನವನ್ನು ಮರೆತು, "ಡಾಕ್ಟ್ರೇ, ನಿಮಗೆ ಚಳಿಯಾಗಲ್ವೇನ್ರೀ? ಕೊರೆಯುವ ಚಳಿ ಇದೆ," ಎಂದು ಸ್ವೆಟ್ರು ಹಾಕಿಕೊಂಡು ನಕ್ಕು ಬೀಳ್ಕೊಟ್ಟರು. ನಾನು ರೂಮಿಗೆ ಹೋಗಿ ತಣ್ಣಗೆ ಕೊರೆಯುತ್ತಿದ್ದ ಊಟ ಮಾಡಿ ಮಲಗಿದೆ. ಎಮ್ಮೆಗೇನಾಗಿರಬಹುದೆಂದು ಯೋಚಿಸುತ್ತ ಹತ್ತಿರ ಸುಳಿಯದ ನಿದ್ದೆಯ ಬೆನ್ನು ಹತ್ತಿದೆ.

ಮರುದಿನ ಬೆಳಗ್ಗೆ ಏಳು ಗಂಟೆಗೆಲ್ಲ ಜೋಯಿಸರ ಮನೆಗೆ ಹೋದೆ. ಎಮ್ಮೆ ಎಲ್ಲ ಆರ್ಭಟವನ್ನೂ ನಿಲ್ಲಿಸಿತ್ತು. ಹಿರಿಯಣ್ಣ ಆಗಲೇ ಹಾಲು ಕರೆದಾಗಿತ್ತು. ಒಂದು ಹೊರೆ ಹುಲ್ಲನ್ನು ಆ ಎಮ್ಮೆಯೊಂದಕ್ಕೇ ಹಾಕಿ ಖುಷಿಯಿಂದಿದ್ದ ಹಿರಿಯಣ್ಣ. ಎಮ್ಮೆ ಹುಲ್ಲು

ತಿನ್ನುತ್ತಿತ್ತು. ಜೋಯಿಸರ ಮನೆಯವರೆಲ್ಲ ಆಶ್ಚರ್ಯದಿಂದ ಎಮ್ಮೆ ಸುತ್ತ ನೆರೆದಿದ್ದರು. "ಎಮ್ಮೆಗೆ ರೇಬಿಸ್ ಅಂತ ಹೆದರಿಬಿಟ್ಟಿದ್ವಿ ಸಾರ್," ಎಂದರು ಜೋಯಿಸರು ಮತ್ತು ಮೊಮ್ಮಕ್ಕಳು.

"ಯಾಕೆ ಸಾರ್ ರಾತ್ರಿ ದೆವ್ವ ಹಿಡಿದಂಗ್ ಆಡ್ತು?" ಎಂದ ಹಿರಿಯಣ್ಣ.

"ಗೊತ್ತಿಲ್ಲಪ್ಪ. ದೆವ್ವಕ್ಕೇ ಗೊತ್ತಿರ್ಬೇಕು. ಬಹುಶಃ ಆಗಬಾರದ್ದನ್ನು ತಿಂದು ಅಲರ್ಜಿಯಾಗಿತ್ತೋ? ಹೊಟ್ಟೆ ನುಲಿತ (colic) ಕಾಣಿಸಿಕೊಂಡಿತ್ತೋ? ಇದ್ದಕ್ಕಿದ್ದಂತೆಯೇ ಆದ ಭಾರೀ ಅನಿರೀಕ್ಷಿತ ಶಬ್ದಕ್ಕೋ, ದೃಶ್ಯಕ್ಕೋ ಹೆದರಿ ದಿಗಿಲು ಬಿದ್ದಿತ್ತೋ? ಏನಾಗಿತ್ತೋ?"

ಹಿರಿಯಣ್ಣ, "ತಿಕದಲ್ಲಿ ತೊಣಚಿ ಏನಾರ ಹೊಕ್ಕಿತ್ತೇನೋ ಸಾರ್?" ಎಂದ.

ನಾನು, "ಇಲ್ಲಪ್ಪ, ಅದೆಲ್ಲ ಸುಳ್ಳು. ತೊಣಚಿ ಎನ್ನುವ ಹುಳು ಇಲ್ಲವೇ ಇಲ್ಲ. ಅದು ಎಮ್ಮೆ ಅಥವಾ ದನಗಳ ಗುದದ್ವಾರ ಹೊಗುವುದೂ ಸುಳ್ಳು. ಅದು ತಪ್ಪು ತಿಳಿವಳಿಕೆ ಅಷ್ಟೆ. ಬರೀ ತಮಾಷಿ ಇರ್ಬಹುದು."

ಎಮ್ಮೆಯ ಮೈ ಮೇಲೆ ಆಗಿದ್ದ ಗಾಯಗಳಿಗೆ ಹಚ್ಚಲು ಟಿಂಚರ್ ಮತ್ತು ಬೇವಿನ ಎಣ್ಣೆಗಳನ್ನು ಆಸ್ಪತ್ರೆಗೆ ಬಂದು ತೆಗೆದುಕೊಂಡು ಹೋಗಲು ಹಿರಿಯಣ್ಣನಿಗೆ ತಿಳಿಸಿ ವಾಪಸ್ಸಾದೆ.

ಒಂದೆರಡು ದಿನಗಳ ನಂತರ ಜೋಯಿಸರ ಅಳಿಯಂದಿರಾದ ವರದರಾಜು ರವರು ಮಾತಿಗೆ ಸಿಕ್ಕರು. ಎಮ್ಮೆ ಪುರಾಣವನ್ನು ವಿವರವಾಗಿ ಹೇಳಿದೆ. ಅವರಿಗೆ ತಮಾಷೆ ಅಂದ್ರೆ ಬಹಳ ಇಷ್ಟ. ಸಿಕ್ಕಾಪಟ್ಟೆ ನಕ್ಕರು. ನೀವು ಇದನ್ನೆಲ್ಲ ಬರೆಯಬೇಕು ಎಂದು ಒತ್ತಾಯಿಸಿದರು. ಈಗ ಸುಮಾರು ಮೂವತ್ತೈದು ವರ್ಷಗಳ ಮೇಲೆ ಬರೆಯುತ್ತಿದ್ದೇನೆ!

ರಾಮಾ ಜೋಯಿಸರ ಮತ್ತೊಬ್ಬ ಅಳಿಯಂದಿರೇ ಕನ್ನಡದ ಪ್ರಖ್ಯಾತ ಕಾದಂಬರಿಕಾರರಾದ ಎಸ್ ಎಲ್ ಭೈರಪ್ಪ!

❖

ಛತ್ರಿ, ಟವಲ್ಲು ಮತ್ತು 17 ರೂಪಾಯಿ

1998 ರಿಂದ 2001ರವರೆಗೆ ಮೂರು ವರ್ಷ ದಂಡಿನಶಿವರ ಪಶು ಚಿಕಿತ್ಸಾಲಯದಲ್ಲಿದ್ದೆ. ಅಲ್ಲಿಗೆ ಎರಡು ಕಿ.ಮೀ. ದೂರದಲ್ಲಿ ಅಮ್ಮಸಂದ್ರ ಇದೆ. ಅಮ್ಮಸಂದ್ರದ ಡೈಮಂಡ್ ಸಿಮೆಂಟ್ ಫ್ಯಾಕ್ಟರಿಯ ಒಂದು ಡೈರಿ ಇತ್ತು. ಡೈರಿಯನ್ನು ನೋಡಿಕೊಳ್ಳುತ್ತಿದ್ದುದರಿಂದ ನನಗೆ ಫ್ಯಾಕ್ಟರಿಯ ಒಂದು ಮನೆ ಬಾಡಿಗೆಗೆ ಕೊಟ್ಟಿದ್ದರು. ತಿಂಗಳಿಗೆ ಮೂವತ್ತೈದು ರೂಪಾಯಿ ಬಾಡಿಗೆ. ಒಮ್ಮೊಮ್ಮೆ ಬಾಡಿಗೆಗಿಂತ ವಿದ್ಯುತ್ ಬಿಲ್ಲೇ ಹೆಚ್ಚು ಬರುತ್ತಿತ್ತು! ಅಷ್ಟು ಸೋವಿ. ನಾನು ಪ್ರತಿ ತಿಂಗಳು ಬಾಡಿಗೆ ಕೊಡುವುದರ ಬದಲು ಒಂದು ವರ್ಷದ ಬಾಡಿಗೆಯನ್ನು ಒಮ್ಮೆಗೇ ಕೊಟ್ಟುಬಿಡುತ್ತಿದ್ದೆ!

ಇನ್ನೂ ಆಶ್ಚರ್ಯವೆಂದರೆ ನನಗೂ ಮುಂಚೆ ಇದ್ದ ಪಶುವೈದ್ಯರೊಬ್ಬರು ಮನೆ ಬಾಡಿಗೆಯನ್ನೂ ಕೊಡದೆ ಸಿಮೆಂಟ್ ಫ್ಯಾಕ್ಟರಿಗೇ ನಾಮ ಹಾಕಿ ಹೋಗಿದ್ದರು. ಹೀಗಾಗಿ ನಾನು ಮೊದಲ ಸಲ ಕ್ವಾರ್ಟರ್ಸ್ ಬೇಕೆಂದು ಕೇಳಲು ಹೋದಾಗ ಫ್ಯಾಕ್ಟರಿಯ ಆಡಳಿತ ವರ್ಗದ ಅಧಿಕಾರಿಗಳು ನನ್ನನ್ನು ಹಲಾಲಟೋಪಿಯಂತೆ ಕಂಡಿದ್ದರು!

ಅದು ಅತಿ ಸಾಧಾರಣವಾದ ಚಿಕ್ಕ ಮನೆಯಾಗಿತ್ತು. ಬಾಗಿಲು ಕಿಟಕಿಗಳು ಒಂದೂ ಭದ್ರವಾಗಿರಲಿಲ್ಲ. ಆದರೆ ಎಲ್ಲ ಅನುಕೂಲಗಳಿದ್ದವು. ಮನೆಯೆದುರೇ ಮಕ್ಕಳ ಶಾಲೆಯಿತ್ತು. ಪಕ್ಕದಲ್ಲಿ ದೊಡ್ಡ ಆಟದ ಮೈದಾನವಿತ್ತು. ಸ್ವಲ್ಪ ದೂರದಲ್ಲಿ ಪಾರ್ಕ್ ಇತ್ತು. ನನ್ನ ಮಕ್ಕಳಿಬ್ಬರೂ ಚಿಕ್ಕವರಿದ್ದು ಪ್ರಾಥಮಿಕ ಮತ್ತು ಮಾಧ್ಯಮಿಕ ಶಾಲೆಯಲ್ಲಿದ್ದರು. ಮತ್ತೊಂದು ವಿಶೇಷವೆಂದರೆ ಫ್ಯಾಕ್ಟರಿಯದ್ದು ಒಂದು ಆಟದ ಕ್ಲಬ್ ಇತ್ತು. ಅಲ್ಲಿ ಕೇರಂ, ಚೆಸ್, ಟೇಬಲ್ ಟೆನ್ನಿಸ್, ಶಟಲ್ ಬ್ಯಾಡ್ಮಿಂಟನ್ ಆಡಲು ಅನುಕೂಲವಿತ್ತು. ನಾನಂತೂ ಶಟಲ್ ಬ್ಯಾಡ್ಮಿಂಟನ್ ಹುಚ್ಚ. ದಿನವೂ ಸಾಯಂಕಾಲ ಗಂಟೆಗಟ್ಟಲೆ ಆಡುತ್ತಾ ಬೆವರು ಸುರಿಸುತ್ತಿದ್ದೆ.

ಸಿಮೆಂಟ್ ಫ್ಯಾಕ್ಟರಿಯ ನೂರಾರು ಮನೆಗಳಿರುವ ಕ್ಯಾಂಪಸ್ ನಲ್ಲಿ ರೈತರು ನನ್ನ ಮನೆ ಹುಡುಕಿಕೊಂಡು ಬರಲಾರರು. ಎಂದಿನಂತೆ ದಿನಕ್ಕೆ ಹತ್ತಾರು ರೈತರ ಆಗಮನ, ಮಾತು-ಕಥೆ ಮುಂತಾದವು ನಿಂತುಹೋಗಬಹುದು ಎಂದುಕೊಂಡಿದ್ದೆ. ಆದರದು ತಪ್ಪೆಂದು ಬೇಗನೆ ಸಾಬೀತಾಯಿತು. ಅಲ್ಲಿದ್ದ ಫ್ಯಾಕ್ಟರಿಯ ಅನೇಕ ಕೆಲಸಗಾರರು, ಅಧಿಕಾರಿಗಳು ಜಾತಿನಾಯಿಗಳನ್ನು ಸಾಕಿದ್ದರು.

ಫ್ಯಾಕ್ಟರಿಯ ಡೈರಿಯಲ್ಲದೆ ಎರಡು ದೊಡ್ಡ ಆಲ್ಸೇಷನ್ ನಾಯಿಗಳಿದ್ದವು. ಫ್ಯಾಕ್ಟರಿಯ ಸುತ್ತಮುತ್ತ ಇದ್ದ ಅನೇಕ ಹಳ್ಳಿಗಳ ಜನ ಸುಲಭವಾಗಿ ನನ್ನ ಮನೆ ಹುಡುಕಿಕೊಂಡು ಬರುತ್ತಿದ್ದರು. ಆ ಏರಿಯಾದಲ್ಲೊಬ್ಬ ಅಜ್ಜ ಒಂದು ಹಿಂಡು ಮೇಕೆಗಳನ್ನು ಸಾಕಿದ್ದ ಮತ್ತು ಅವನು ನಮ್ಮನೆಗೆ ನಿರಂತರವಾಗಿ ಬರುತ್ತಿದ್ದ. ಹೊಟ್ಟೆ ಉಬ್ರ, ಜಂತು, ಕೆಮ್ಮು, ಗಾಯ, ಬೇಧಿ, ನೆಲ ಹಿಡಿದು ಮೇಯಲ್ಲ, ರಕ್ತ ಪುಷ್ಟಿಯಿಲ್ಲ, ಹೋತ ಮೇಕೆಗಳನ್ನು ಕಂಡರೂ ಸುಮ್ಮನಿರುತ್ತದೆ. ಹಾರುವುದಿಲ್ಲ. ಮೇಕೆ ಈಯುತ್ತಿಲ್ಲ. ಕರುಳು ರೋಗ, ಮೆಟ್ರೆ ರೋಗ, ಕಾಲುಬಾಯಿ ಜ್ವರ ಇತ್ಯಾದಿ ಇಡೀ ವಿಶ್ವದ ಮೇಕೆ ಕಾಯಿಲೆಗಳೆಲ್ಲ ನಮ್ಮ ಚಿಕ್ಕ ಮನೆಯಲ್ಲಿ ಚರ್ಚಿತವಾಗುತ್ತಿದ್ದವು. ಆ ಅಜ್ಜನಿಗೆ ಸುಮಾರು ಎಪ್ಪತ್ತು ವರ್ಷ ವಯಸ್ಸಾಗಿದ್ದು ಕಲ್ಲು ಇದ್ದಂಗಿದ್ದ. ತನ್ನ ಅದೃಷ್ಟ ಚೆನ್ನಾಗಿಲ್ಲ ಎನ್ನಲು 'ನನ್ನ ಟಾರ್ (Star) ಚೆನ್ನಾಗಿಲ್ಲ ಸಾ' ಎಂದು ಪದೇ ಪದೇ ಹೇಳುತ್ತಿದ್ದ. ಅಜ್ಜನಿಗೆ 'ಟಾರು' ಎಂದೇ ಹೆಸರಿಟ್ಟಿದ್ದೆವು. 'ಟಾರ್ ಸರಿ ಇಲ್ಲದಿದ್ದರೆ ಸತ್ತೋಗಜ್ಜ' ಎಂದು ನಾನು ರೇಗಿಸಿದರೆ, ಕಿಲಾಡಿ ಟಾರಜ್ಜ 'ಅದ್ಕೂ ಟಾರ್ ಬೇಕು ಸ್ವಾಮಿ' ಎಂದು ನಮ್ಮನ್ನೆಲ್ಲ ನಗೆಗಡಲಲ್ಲಿ ಕೆಡವುತ್ತಿದ್ದ.

ನಮ್ಮ ಮನೆಯ ಸುತ್ತಲೂ ಫ್ಯಾಕ್ಟರಿಯ ನೌಕರರೇ ಇದ್ದು ಸಂಬಳದ ದಿನ ಸಂಭ್ರಮದಿಂದಿರುತ್ತಿದ್ದರು. ಅಂದು ರೇಷನ್ ಅಂಗಡಿ ಸಾಲ, ಸಾರಾಯಿ ಅಂಗಡಿ ಸಾಲ, ಕೈಗಡ ಮುಂತಾದವನ್ನು ಅಸಲು ಅಥವಾ ಬಡ್ಡಿಗಳನ್ನು ಭಾಗಶಃ ತೀರಿಸಿ ಮತ್ತೆ ಹೊಸ ಸಾಲಕ್ಕೆ ಸಜ್ಜಾಗುತ್ತಿದ್ದರು. ಅಂತೂ ಅವರು ಯಾವಾಗಲೂ ಸಾಲದಲ್ಲಿ ಮುಳುಗಿರುತ್ತಿದ್ದರು.

ಪ್ರತಿ ತಿಂಗಳು ಏಳನೇ ತಾರೀಖು ಸಂಬಳದ ದಿನವಾಗಿದ್ದು, ಸಾಲ ಕೊಟ್ಟ ಕೆಲವರು ಫ್ಯಾಕ್ಟರಿಯ ಗೇಟಲ್ಲೇ ನಿಂತು ಸಾಲ ವಸೂಲು ಮಾಡುತ್ತಿದ್ದ ದೃಶ್ಯ ಅಪರೂಪದ್ದೇನಾಗಿರಲಿಲ್ಲ ಮತ್ತು ಅದೇ ದಿನ ಫ್ಯಾಕ್ಟರಿಯ ಬಾಗಿಲಲ್ಲಿ ಸ್ಪೆಷಲ್ ಸಂತೆ ಸಹ ನೆರೆಯುತ್ತಿತ್ತು. ಫ್ಯಾಕ್ಟರಿಯ ಕಾರ್ಮಿಕರಿಗೆ ಸಾಧಾರಣ ಆರು ಸಾವಿರ ರೂಪಾಯಿ ಸಂಬಳ ಬರುತ್ತಿತ್ತು. ನನಗೆ ಆ ಸಮಯದಲ್ಲಿ ಹನ್ನೆರಡು ಸಾವಿರ ರೂಪಾಯಿ

ಸಂಬಳ ಇತ್ತು. ಹಾಗೆ ಹೇಳಿದ ಕೂಡಲೇ ಅವರೆಲ್ಲ, "ಹ್ಞಾಂ! ಇಬ್ಬರ ಸಂಬಳ ಒಬ್ಬರಿಗೇ ಬರುತ್ತೆ!" ಎಂದು ಆಶ್ಚರ್ಯ ವ್ಯಕ್ತಪಡಿಸುತ್ತಿದ್ದರು.

ಅಲ್ಲಿಯವರೆಗೂ ನಮ್ಮನೆಯಲ್ಲಿ ಕಪ್ಪು ಬಿಳುಪು ಟಿವಿ ಇತ್ತು. ಫ್ರಿಜ್ ಇರಲಿಲ್ಲ. ಮನೆಯಲ್ಲಿ ಒಮ್ಮೊಮ್ಮೆ ಕೆಲವು ಔಷಧ ಹಾಗೂ ಲಸಿಕೆಗಳನ್ನು ಇಟ್ಟುಕೊಳ್ಳಬೇಕಾಗುತ್ತಿತ್ತು. ಆದ್ದರಿಂದ ನನ್ನಲ್ಲಿ ಇದ್ದಬದ್ದ ಉಳಿಕೆ ದುಡ್ಡನ್ನು ಕೂಡಿಸಿ ಫ್ರಿಜ್, ಬಣ್ಣದ ಟಿವಿಗಳನ್ನು ಖರೀದಿಸಿದೆ. ಮನೆಯಲ್ಲಿ ಚೆಸ್, ಕೇರಂ ಬೋರ್ಡ್, ಕ್ರಿಕೆಟ್ ಸೆಟ್, ಬ್ಯಾಸ್ಕೆಟ್‌ಬಾಲ್, ಫುಟ್‌ಬಾಲ್‌ಗಳಷ್ಟೇ ಅಲ್ಲದೆ ನನ್ನ ಮಗ ಬೇಸ್ ಬಾಲ್ ಸೆಟ್ಟನ್ನೂ ಸಹ ಕೊಡಿಸಿಕೊಂಡಿದ್ದ.

ಇಷ್ಟು ಸಾಲದೆಂದು ಕಂಪ್ಯೂಟರ್ ಗೇಮ್ಸ್ ಆಡುತ್ತಿದ್ದ. ನನ್ನ ಮಗನ ಜೊತೆ ಯಾವಗಲೂ ಆಟಕ್ಕೆ ಬರುತ್ತಿದ್ದ ಜೊತೆಗಾರರು ಗಿಜಿಗುಡುತ್ತಿದ್ದರು. ಇಷ್ಟರ ಮೇಲೆ ನಾನು ದಿನವಿಡೀ ಮೋಟರ್ ಸೈಕಲಲ್ಲಿ ಅಡ್ಡಾಡುತ್ತ ಹಳ್ಳಿಗಳ ಮೇಲೆ ತಿರುಗುತ್ತಿದ್ದೆ. ಒಳ್ಳೆಯ ಕಮಾಯಿ ಇದೆ ಎಂದು ಜನರು ಭಾವಿಸಿದ್ದರೆ ಆಶ್ಚರ್ಯವಿಲ್ಲ. ಹೊರಗಡೆ ರೂಮಲ್ಲಿ ಹಳೆಯ ಟಿವಿ, ಹೊಸ ಟಿವಿ ಎರಡನ್ನೂ ಜೋಡಿಸಿಟ್ಟಿದ್ದರಿಂದ ನಮ್ಮನೆ ಅಂಗಡಿ ಥರ ಕಾಣುತ್ತಿತ್ತು. ಇಷ್ಟು ಸಂಗತಿಗಳು ಕಳ್ಳರಿಗೆ ವಿಶೇಷ ಆಕರ್ಷಣೆ ಬೀರುತ್ತಿದ್ದವೆಂದು ಕಾಣುತ್ತದೆ!

ನಾನು ಮುಂಚೆಯೇ ಹೇಳಲು ಮರೆತದ್ದೆಂದರೆ ನಮ್ಮನೆಯ ಸುತ್ತಮುತ್ತ ನಿರಂತರವಾಗಿ ಕಳ್ಳತನಗಳಾಗುತ್ತಿದ್ದವು. ಕಾರ್ಮಿಕರ, ಅಧಿಕಾರಿಗಳ ಮತ್ತು ಉನ್ನತಾಧಿಕಾರಿಗಳ ಮನೆಗಳು ಬೇರೆ ಬೇರೆ ಕಡೆ ಇದ್ದವು. ಕಾರ್ಮಿಕರ ಮನೆಗಳು ಯಾವಾಗಲೂ ಜೀವಚೈತನ್ಯದಿಂದ ಗಿಜಿಗುಟ್ಟುತ್ತಿದ್ದರೆ ಅಧಿಕಾರಿಗಳ ಮನೆಗಳು ನಿಸ್ತೇಜವಾಗಿ ಬಿದ್ದಿರುತ್ತಿದ್ದವು.

ಆದರೂ ಬಡವರ ಮನೆಗಳಲ್ಲೇ ಹೆಚ್ಚು ಕಳ್ಳತನಗಳಾಗುತ್ತಿದ್ದವು. ಯಾರಾದರೂ ಒಂದು ದಿನ ಬಾಗಿಲಿಗೆ ಬೀಗ ಹಾಕಿದರೆ ಆ ಮನೆಯಲ್ಲಿ ಗ್ಯಾರಂಟಿ ಕಳ್ಳತನವಾಗುತ್ತಿತ್ತು. ಆದುದರಿಂದ ನಾವು ಕುಟುಂಬ ಸಮೇತ ಎಲ್ಲಿಗಾದರೂ ಹೋದರೆ ಮನೆಯಲ್ಲಿ ರಾತ್ರಿ ಮಲಗಲು ಯಾರಿಗಾದರೂ ಸ್ನೇಹಿತರಿಗೆ ಹೇಳಿ ಹೋಗುತ್ತಿದ್ದೆವು. ನನ್ನ ಮನೆ ಈ ಕಡಿಮೆ ಸಂಬಳದ ಕಾರ್ಮಿಕರ ಮನೆಗಳ ಸಾಲಿನಲ್ಲಿತ್ತು.

ನನ್ನ ಹೆಂಡತಿಯ ತವರು ತುಮಕೂರು. ಅಮ್ಮಸಂದ್ರದಿಂದ ಒಂದು ಗಂಟೆ ರೈಲು ಪ್ರಯಾಣ. ರೈಲು ಟಿಕೆಟ್ ಕೇವಲ ಹತ್ತು ರೂಪಾಯಿ. ಆಗಾಗ ಹೋಗಿ ಬರುತ್ತಿದ್ದೆವು. ಆಗೆಲ್ಲ ಪರಿಚಯದ ಹಿಂದಿನ ಮನೆಯ ಗುರುವಪ್ಪ ಎಂಬುವವರಿಗೆ ಹೇಳಿ ಮನೆಯ ಚಾವಿ ಕೊಟ್ಟು ಹೋಗುತ್ತಿದ್ದೆವು. ಅವರಿಗೆ ಮನೆ ತುಂಬ ಮಕ್ಕಳಿದ್ದು, ಯಾರಾದರೂ ಒಂದಿಬ್ಬರು ಮಕ್ಕಳು ನಮ್ಮನೆಯಲ್ಲಿ ಬಂದು ಮಲಗುತ್ತಿದ್ದರು.

ಆದರೆ ಒಂದು ಸಲ ನಾವು ಊರಿಗೆ ಹೊರಟಾಗ ಗುರುವಪ್ಪರ ಮಕ್ಕಳೆಲ್ಲ ಊರಿಗೆ ಹೋಗಿದ್ದರಿಂದ ಗಂಡ ಹೆಂಡತಿ ಮಾತ್ರ ಮನೆಯಲ್ಲಿದ್ದರು. ಆದ್ದರಿಂದ ಅವರಿಗೆ

ಏನೂ ಹೇಳದೇ ಶಂಕ್ರಪ್ಪ ಎನ್ನುವ ಇನ್ನೊಬ್ಬರ ಮನೆಗೆ ಚಾವಿ ಕೊಟ್ಟು ಊರಿಗೆ ಹೋದೆವು.

ಶಂಕ್ರಪ್ಪರ ಮಗ ಗಣೇಶ ನಮ್ಮನೆಯಲ್ಲಿ ಮಲಗಲು ಒಪ್ಪಿದ್ದ. ಅವನ ಸಣ್ಣವನಿದ್ದಾಗ ಬಿದ್ದಿದ್ದರಿಂದ ಕಾಲು ಐಬಾಗಿ ಕುಂಟುತ್ತಿದ್ದ. ಎಸ್ಸೆಸ್ಸೆಲ್ಸಿಯಲ್ಲಿ ಐದಾರು ಬಾರಿ ಫೇಲಾಗಿ ವಿದ್ಯಾಭ್ಯಾಸ ಮುಕ್ತಾಯಗೊಳಿಸಿದ್ದ. ಉಂಡು ಆರಾಮಾಗಿ ಅಡ್ಡಾಡಿಕೊಂಡಿದ್ದ.

ರಾತ್ರಿ ಹತ್ತರ ನಂತರ ಮಳೆ ಹನಿಯಲು ಪ್ರಾರಂಭವಾಗಿ ಗಣೇಶ ಒಬ್ಬನೇ ಬಂದು ಮಲಗಲು ಹೆದರಿ ತನ್ನ ಮನೆಯಲ್ಲೇ ಮಲಗಿಬಿಟ್ಟಿದ್ದಾನೆ. ನಮ್ಮನೆಗೆ ಹಾಕಿದ್ದ ದಪ್ಪನೆಯ ಬೀಗ ಕಂಡು ಕಳ್ಳರಿಗೆ ತಡೆಯಲಾಗೇ ಇಲ್ಲ! ಮನೆಯಲ್ಲಿ ಕುಂಟನೋ, ಕುರುಡನೋ ಯಾರೋ ಒಬ್ಬ ಮಲಗಿದ್ದರೆ ಕಳ್ಳರು ಸಾಹಸ ಮಾಡುತ್ತಿರಲಿಲ್ಲ.

ಬೀಗ ಹಾಕಿದ ಮನೆ ಕಳ್ಳರಿಗೆ ತೆರೆದಿಟ್ಟ ಖಜಾನೆಯಂತೆ ಕಂಡಿದೆ. ಎರಡೆರಡು ಟಿವಿ ಇರುವ ಡಬ್ಬಲ್ ಸಂಬಳದವನು! ಡಾಕ್ಟ್ರು ಬೇರೆ! ಲಂಚ ಎಷ್ಟೋ ಏನೋ! ಕಳ್ಳರು ಬರಗೆಟ್ಟು ಹನ್ನೆರಡು ಗಂಟೆಗೇ ಮನೆ ಬಾಗಿಲು ನೂಕಿ ಒಳನುಗ್ಗಿದ್ದಾರೆ. ಅವರು ಎಷ್ಟು ಪಳಗಿದ ಕಳ್ಳರೆಂದರೆ ಕಣ್ಣಿಗೆ ಬಟ್ಟೆ ಕಟ್ಟಿದರೂ ಆ ಸಾಲು ಮನೆಗಳಲ್ಲಿ ಕಳ್ಳತನ ಮಾಡಿಕೊಂಡು ಹೋಗಬಲ್ಲವರಾಗಿದ್ದರೆಂದು ತೋರುತ್ತದೆ.

ಮನೆಯ ಎಲ್ಲ ಸ್ವಿಚ್‌ಗಳನ್ನು ಹಾಕಿಕೊಂಡು ಬೆಳಕಿನಲ್ಲಿ ಕದಿಯಲು ಪ್ರಾರಂಭಿಸಿದ್ದಾರೆ. ಮನೆಯಲ್ಲಿದ್ದದ್ದು ಹಾಲು, ರೂಮು, ಅಡಿಗೆ ಮನೆ, ಬಚ್ಚಲು ಅಷ್ಟೆ. ಅಡಿಗೆ ಮನೆಯು ಪಾತ್ರೆ, ಪಡಗಗಳಿಂದ ತುಂಬಿ ಹೋಗಿ ಕೈಕಾಲೇನಾದರೂ ತಾಗಿದರೆ ಪಾತ್ರೆಗಳು ಉರುಳಿ ಬಿದ್ದು ಊರಿಗೇ ಕೇಳಿಸುವಂತೆ ಶಬ್ದವಾಗುತ್ತಿತ್ತು. ಆದ್ದರಿಂದ ಅವರು ಅಡಿಗೆ ಮನೆ ಪ್ರವೇಶಿಸಿಲ್ಲ. ಫ್ರಿಜ್ ತೆಗೆದು ನೋಡಿದ್ದಾರೆ. ಅದರಲ್ಲಿ ಬರೀ ದನದ ಇಂಜೆಕ್ಷನ್‌ಗಳಿದ್ದವು. ಒಂದೆರಡು ಥರ್ಮೋಕೂಲರ್ ಪೆಟ್ಟಿಗೆಗಳನ್ನು ತೆರೆದು ನೋಡಿದ್ದಾರೆ. ಅದರಲ್ಲಿ ದನಗಳ ಕಾಲುಬಾಯಿ ರೋಗದ ಲಸಿಕೆಯ ಖಾಲಿ ಬಾಟಲ್‌ಗಳು ಮತ್ತು ಮುರುಕಲು ಪ್ಲಾಸ್ಟಿಕ್ ಸಿರಿಂಜ್‌ಗಳು ತುಂಬಿದ್ದವು.

ರೂಮಿಗೆ ಹೋಗಿ ನೋಡಿದ್ದಾರೆ. ಅಲ್ಲಿ ಎರಡು ಮಂಚಗಳನ್ನು ಒಂದರ ಪಕ್ಕ ಒಂದು ಜೋಡಿಸಿದ್ದೆವು. ಮಂಚದ ಕೆಳಗೆಲ್ಲ ಬಗ್ಗಿ ಕೂತು ತೆವಳಿ ಕೆಲವು ಡಬ್ಬಗಳನ್ನು ಹೊರಗೆಳೆದು ತೆರೆದು ನೋಡಿದ್ದಾರೆ. ಅದರಲ್ಲೆಲ್ಲ ಬರೀ ಪುಸ್ತಕಗಳಿದ್ದವು. ಕಾದಂಬರಿ, ಕಥೆ, ಕವನ, ವಿಮರ್ಶೆಯ ಪುಸ್ತಕಗಳು! ಮನೆಯಲ್ಲೆಲ್ಲ ಹಲಗೆಯ

ಮೇಲೆ ಜೋಡಿಸಿರುವ ಪುಸ್ತಕಗಳ ಸಾಲು! ಕಾರಂತ, ಕುವೆಂಪು, ತೇಜಸ್ವಿ, ಲಂಕೇಶರ ಪುಸ್ತಕಗಳ ಸೆಟ್ಟುಗಳು! ಮತ್ತೆ ಕೆಲವು ಡಬ್ಬಗಳಲ್ಲಿ ದನ, ಎಮ್ಮೆ, ಕುರಿ, ಮೇಕೆ, ಹಂದಿ, ನಾಯಿ ಚಿತ್ರಗಳಿರುವ ಮಾತ್ರೆ, ಪುಡಿ, ಇಂಜೆಕ್ಷನ್‌ಗಳು! ಕಳ್ಳರಿಗೆ ಸಾಕಾಗಿ ಹೋಗಿದೆ. ನೋಟಿನ ಕಟ್ಟುಗಳಾಗಲೀ, ಒಡವೆಗಳಾಗಲೀ ಎಲ್ಲೂ ಕಂಡಿಲ್ಲ.

ಅಷ್ಟು ಹೊತ್ತಿಗೆ ಮನೆಯ ಹಿತ್ತಲು ಬಾಗಿಲು ಯಾರೋ ತಟ್ಟಿದಂತಾಗಿದೆ. ತಮ್ಮ ಡ್ಯೂಟಿ ನಿಲ್ಲಿಸಿ ಕಳ್ಳರು ಸ್ತಬ್ಧರಾಗಿದ್ದಾರೆ. ಹಿಂದಿನ ಮನೆಯ ಗುರುವಪ್ಪ ಮಧ್ಯರಾತ್ರಿ ಒಂದು ಗಂಟೆಯಾದರೂ ಮಲಗಿಲ್ಲ! ಡಾಕ್ಟ್ರ ಮನೆಯ (ಅಂದರೆ ನನ್ನ ಮನೆ) ಎಲ್ಲ ದೀಪಗಳೂ ಉರಿಯುತ್ತಿವೆ! ಆ ತಿಂಗಳು ಗುರುವಪ್ಪನ ಮನೆಯ ವಿದ್ಯುತ್ ಬಿಲ್ಲು ವಿಪರೀತ ಜಾಸ್ತಿ ಬಂದಿತ್ತಂತೆ. ಅತಿ ಜುಗ್ಗನಾಗಿದ್ದ ಗುರುವಪ್ಪನಿಗೆ ಏನು ಮಾಡಿದರೂ ನಿದ್ದೆ ಬಂದಿಲ್ಲ. ಈ ಡಾಕ್ಟ್ರಿಗೆ ದುಡ್ಡು ಹೆಚ್ಚಾಗಿ ಎಲ್ಲಾ ದೀಪಗಳನ್ನೂ ಉರಿಸಿ ಹಾಗೆಯೇ ಮಲಗಿದ್ದಾರೆ ಎಂದುಕೊಂಡು ಹಿತ್ತಲು ಬಾಗಿಲು ತಟ್ಟಿ, "ಡಾಕ್ಟ್ರೇ ದೀಪ ಆರಿಸಿ ಮಲಗಿ. ನಿಮಗೆಲ್ಲೋ ದುಡ್ಡು ಹೆಚ್ಚಾಗಿದೆ!" ಎಂದು ಕೂಗಿ ಹೇಳಿ ಹೋಗಿ ಮಲಗಿದ್ದಾನೆ.

ಗುರುವಪ್ಪನ 'ದುಡ್ಡು ಹೆಚ್ಚಾಗಿದೆ' ಎಂಬುವ ಮಾತುಗಳು ಕಳ್ಳರಿಗೆ ಉತ್ತೇಜನಕಾರಿಯಾಗಿ ಕಂಡಿರಬೇಕು. ಸ್ವಲ್ಪ ಹೊತ್ತು ಬಿಟ್ಟು, ಗುರುವಪ್ಪನ ಗದ್ದಲ ನಿಂತ ಮೇಲೆ ಹುಡುಕಾಟ ಮುಂದುವರಿಸಿದ್ದಾರೆ. ಸೂಟ್‌ಕೇಸ್ ಬಿಚ್ಚಿದ್ದಾರೆ. ಅದರಲ್ಲಿ ದಶಕಗಳ ಹಿಂದೆ ಹೊಲಿಸಿದ ನನ್ನ ಮದುವೆಯ ಕೋಟು, ದನದ ಇಂಜೆಕ್ಷನ್‌ಗಳು ಬಿದ್ದು ಕಲೆಯಾಗಿದ್ದ ನನ್ನ ಹಳೆಯ ಬಟ್ಟೆಗಳು, ಮುರುಕಲು ಕತ್ತರಿ, ಚಾಕು, ಇಕ್ಕಳ, ಹಳೆಯ ಪ್ಲಾಸ್ಟಿಕ್ಕಿನ ಸಿರಿಂಜ್‌ಗಳು ಕಂಡಿವೆ.

ಕಳ್ಳರು ಮೈಪರಚಿಕೊಂಡಿರಬೇಕು. ಆಮೇಲೆ ಮೂಲೆಯಲ್ಲಿದ್ದ ಗೋದ್ರೆಜ್ ಬೀರುವಿನ ಬಾಗಿಲು ಎಬ್ಬಲು ಪ್ರಯತ್ನಿಸಿದ್ದಾರೆ. ಆದರೆ ಅದರಲ್ಲಿ ಅಸಫಲರಾಗಿದ್ದಾರೆ. ಬೀರು ತೆಗೆದಿದ್ದರೂ ಅವರು ನಿರಾಶರಾಗುತ್ತಿದ್ದುದು ಖಂಡಿತ! ನನ್ನ ಹೆಂಡತಿಯ ಬಳಿ ರೇಷ್ಮೆ ಸೀರೆಗಳಾಗಲೀ, ಬಂಗಾರದ ಒಡವೆಗಳಾಗಲೀ ಇರಲಿಲ್ಲ. ಇದ್ದ ಹತ್ತಿಪ್ಪತ್ತು ಗ್ರಾಂ ಬಂಗಾರ ಅವಳ ಮೈಮೇಲಿತ್ತು. ಇದ್ದಬದ್ದ ದುಡ್ಡೆಲ್ಲ ಫ್ರಿಜ್, ಟಿವಿ ತಿಂದು ಕೂತಿದ್ದವು.

ಉಳಿಕೆ ಬಳಿಕೆ ದುಡ್ಡು ಬ್ಯಾಂಕ್ ಖಾತೆಗಳಲ್ಲಿದ್ದು ಬೀರುವಿನಲ್ಲಿ ಸಾವಿರವೋ, ಎರಡು ಸಾವಿರವೋ ದುಡ್ಡಿತ್ತು. ಇಷ್ಟೆಲ್ಲ ಆಗುವ ಹೊತ್ತಿಗೆ ಕಳ್ಳರಿಗೆ ಭ್ರಮನಿರಸನವೂ, ತಮ್ಮ ವೃತ್ತಿಯ ಬಗ್ಗೆ ಜಿಗುಪ್ಸೆಯೂ ಆಗಿರಬೇಕು. ಆಗ ಕಳ್ಳರ ಕಣ್ಣಿಗೆ ಬಿದ್ದಿರುವುದೇ ಎರಡು ದೊಡ್ಡ ರೆಕ್ಸಿನ್ ಪರ್ಸುಗಳು. ನೋಡಲು ಆಕರ್ಷಕವಾಗಿದ್ದ ಅವು ಗುಣಮಟ್ಟದಲ್ಲಿ ಕಳಪೆಯಾಗಿದ್ದವು. ಅವು ಬೀರಿನ ಮೇಲಿದ್ದವು. ಅವುಗಳನ್ನು ಆಸೆಯಿಂದ ಎಳೆದುಕೊಂಡು ಒಂದೊಂದೇ ತೆರೆದಿದ್ದಾರೆ. ಮಿಂಚುತ್ತಿದ್ದ ಆ ಪರ್ಸುಗಳನ್ನು ಬೆಂಗಳೂರಿನ ಫುಟ್‌ಪಾತಿನಲ್ಲಿ ಮಕ್ಕಳು ಜಗಳವಾಡಿ ಕೊಡಿಸಿಕೊಂಡಿದ್ದರು. ಅದರಲ್ಲಿ

ಅವರಿಬ್ಬರೂ ಸೇರಿ ದಿನಪತ್ರಿಕೆಗಳ ಕತ್ತರಿಸಿ ವಿಮಾನ, ಹಡಗು ಮತ್ತು ಎಗರುವ ಕಪ್ಪೆಗಳನ್ನು ರಾಶಿ ರಾಶಿ ಮಾಡಿ ತುಂಬಿಸಿದ್ದರು. ಕಳ್ಳರಿಗೆ ಅವನ್ನೆಲ್ಲ ನೋಡಿ ತಾಳ್ಮೆಗೆಟ್ಟು ಮನೆ ತುಂಬೆಲ್ಲ ಬಿಸಾಕಿಬಿಟ್ಟಿದ್ದರು.

ಅಷ್ಟೊತ್ತಿಗೆ ಸರಿಯಾಗಿ ಮುಂಬಾಗಿಲನ್ನು ಯಾರೋ ತಟ್ಟಿದಂತಾಗಿದೆ. ಕಳ್ಳರು ಬೆಚ್ಚಿಬಿದ್ದಿರಬೇಕು. ಮತ್ತೊಮ್ಮೆ ಅದೇ ಗುರುವಪ್ಪ! ಅವನು ಜುಗ್ಗ ಮಾತ್ರವಲ್ಲದೆ ಜಿಗುಟು ಆಸಾಮಿಯಾಗಿದ್ದ. ಹಿಡಿದ ಕೆಲಸವನ್ನು ಪಟ್ಟು ಬಿಡದೆ ಮಾಡುವವನಾಗಿದ್ದ. ಆದರೆ ಅಳತೆ ಮೀರಿದ ಪೆದ್ದನಾಗಿದ್ದ. "ರೀ ಡಾಕ್ಟ್ರೇ! ಯಾಕ್ರೀ ಲೈಟ್ ಸುಮ್ಮನೆ ಉರಿಸ್ತಿದ್ದೀರಾ? ದುಡ್ಡು ಹೆಚ್ಚಿಗೆ ಇದ್ರೆ ನನಿಕ್ಕೊಡ್ರಿ. ನೀವು ಲೈಟು ಆರಿಸೋ ತನಕ ನಾನು ಹೋಗಲ್ಲ," ಎಂದು ಕೂಗು ಹಾಕಿದ್ದ. ಆಗ ಕೂಡಲೇ ಕಳ್ಳರು ಲೈಟು ಆರಿಸಿ ಗುರುವಪ್ಪನ ಕಾಟದಿಂದ ಬಚಾವಾಗಿದ್ದಾರೆ. ಡಾಕ್ಟ್ರು ದೀಪವಾರಿಸಿ ಮಲಗಿದರೆಂದು ಗುರುವಪ್ಪ ಮನೆಗೆ ಹಿಂತಿರುಗಿದ್ದಾನೆ.

ಮರುದಿನ ಬೆಳಗ್ಗೆ ಎಂಟಕ್ಕೆಲ್ಲ ವಾಪಸ್ ಬಂದ ನನಗೆ ಮನೆ ಬಾಗಿಲು ತೆರೆದುಕೊಂಡೇ ಇದ್ದದ್ದು ಆಶ್ಚರ್ಯವಾಯಿತು. ಮನೆಯ ಒಳಗೆಲ್ಲ ಪೇಪರ್ ವಿಮಾನ, ಹಡಗು, ಕಪ್ಪೆಗಳು, ಬಾಯಿ ತೆರೆದ ಸೂಟುಕೇಸು, ಬಟ್ಟೆಬರೆ ಎಲ್ಲ ಚೆಲ್ಲಾಪಿಲ್ಲಿಯಾಗಿ ಬಿದ್ದಿದ್ದವು. ಒಂದು ಕ್ಷಣದಲ್ಲಿ ಸುದ್ದಿ ಹಬ್ಬಿತು. ನಮ್ಮನೆ ಒಳಹೊರಗೆ ಹತ್ತಾರು ಜನ ನೆರೆದರು.

ಗಣೇಶ ಕುಂಟುತ್ತಾ ಬಂದು ತಾನು ರಾತ್ರಿ ಮಲಗಲು 'ಹೆದರಿ ಬರಲಿಲ್ಲ' ಎಂದು ತಿಳಿಸಿದ. ಕಳ್ಳರು ಎಲ್ಲಾ ಬಿಟ್ಟು ನನ್ನಂತಹ ಬರಿಗೈ ದಾಸನ ಮನೆಗೆ ಆಸೆಯಿಂದ ಕಳ್ಳತನಕ್ಕೆ ಬಂದಿದ್ದು ಮತ್ತು ಕಳ್ಳರನ್ನು ಅಣಕಿಸಿದಂಥ ಪೇಪರ್ ಹಡಗು, ವಿಮಾನ, ಕಪ್ಪೆಗಳು, ದನದ ಔಷಧಗಳ ಖಾಲಿ ಬಾಟಲ್‌ಗಳನ್ನು ನೋಡಿ ನನಗೆ ನಗು ತಡೆಯಲಾಗಲಿಲ್ಲ. ಜೋರಾಗಿ ನಗತೊಡಗಿದೆ. "ಇದೇನು ಸಾರ್? ಮನೆಯಲ್ಲಿ ಕಳ್ಳತನವಾಗಿದೆ. ನೀವು ನೋಡಿದ್ರೆ ನಕ್ತಿದ್ದೀರಾ?" ಎಂದು ಜನರು ಅಚ್ಚರಿಗೊಂಡರು.

ಮನೆಯೆಲ್ಲ ಮತ್ತೊಮ್ಮೆ ಪರೀಕ್ಷಿಸಿದೆ. ಟಿ.ವಿ ಟೇಬಲ್ ಮೇಲಿಟ್ಟಿದ್ದ ಹದಿನೇಳು ರೂಪಾಯಿ ನಾಣ್ಯಗಳು ನಾಪತ್ತೆಯಾಗಿದ್ದವು. ಅದು ಕಳ್ಳರಿಗೆ ಸಿಕ್ಕ Hard Cash ಎಂದುಕೊಂಡೆ. ಅದರ ಜೊತೆ ಒಂದು ಟವಲ್ ಮತ್ತು ಒಂದು ಛತ್ರಿ ಕಾಣೆಯಾಗಿದ್ದವು. ಕಳ್ಳತನದ ರಾತ್ರಿ ಮಳೆ ಹನಿಯುತ್ತಿದ್ದುದರಿಂದ ಒಬ್ಬನು ಟವಲನ್ನೂ ಮತ್ತೊಬ್ಬ ಛತ್ರಿಯನ್ನೂ ಹಿಡಿದುಕೊಂಡು ಹೋಗಿರಬೇಕು!

ಇದಾದ ಮೇಲೆ ಒಂದು ದಿನ ಗುರುವಪ್ಪರ ಮನೆಗೆ ಹೋಗಿದ್ದೆ. ಗಂಡ ಹೆಂಡತಿ ಮಾತಾಡುತ್ತ ಕೂತರು. ಗುರುವಪ್ಪ ದಂಪತಿ, "ಪೋಲೀಸ್ ಕಂಪ್ಲೇಂಟ್ ಕೊಡಬೇಕಾಗಿತ್ತು," ಎಂದರು. ಅದಕ್ಕೆ ನಾನು, "ಬ್ಯಾಡ ಬಿಡು. ಕಳ್ರು ಯಾರು ಅಂತ ಗೊತ್ತಾದ್ರೆ ಅವ್ರನ್ನ ಕರ್ಕೊಂಡು ಬಾ ಗುರುವಪ್ಪ. ಒಬ್ಬೊಬ್ಬ ಕಳ್ಳನಿಗೆ ನೂರು ರೂಪಾಯಿ ಕೊಡ್ತೀನಿ. ಪಾಪ! ಕಷ್ಟಪಟ್ಟಿದ್ದಕ್ಕೆ ಕೂಲಿಯಾದ್ರೂ ಸಿಗಲಿ," ಎಂದೆ.

ಗಂಡ ಹೆಂಡತಿ ಇಬ್ಬರೂ ಸಿಟ್ಟು ಸಿಟ್ಟಾದರು. ಗುರುವಪ್ಪನ ಹೆಂಡತಿ ಘಟವಾಣಿ ಹೆಂಗಸು. ಆ ಏರಿಯಾದಲ್ಲಿ ಆಕೆಯೊಡನೆ ಮಾತಾಡಲು ಎಲ್ಲರೂ ಹೆದರುತ್ತಿದ್ದರು. ನಮ್ಮೊಡನೆ ಮಾತ್ರ ಬಹಳ ಸ್ನೇಹದಿಂದ ಇದ್ದಳಾಕೆ. "ಅಂದು ನಮ್ಮ ಮಕ್ಕಳು ಊರಲ್ಲಿರಲ್ಲಿಲ್ಲ. ನಿಜ. ಆದರೆ ನಾವು ಗಂಡ ಹೆಂಡತಿ ಇಬ್ಬರೂ ಇದ್ದೆವಲ್ಲ ಸಾರ್. ನೀವು ಮನೆಯ ಚಾವಿ ಕೊಟ್ಟು ಹೋಗಿದ್ದರೆ, ನಾನು ಗಂಡನನ್ನು ನಿಮ್ಮನೆಗೆ ಮಲಗಲು ಕಳುಹಿಸುತ್ತಿದ್ದೆ. ನಾವೀಗ ಒಬ್ಬರನ್ನು ಬಿಟ್ಟು ಒಬ್ಬರು ಮಲಗಬಲ್ಲೆವು ಸಾರ್," ಎಂದಳು. ಅದಕ್ಕೆ ಹೇಗೆ ಉತ್ತರಿಸಬೇಕೋ ತಿಳಿಯಲಿಲ್ಲ.

❖

ಬೆಟ್ಟಯ್ಯನ ವೃತ್ತಾಂತ

ನಾನು ಕೆಲಸ ಮಾಡಿದ ಪಶು ಆಸ್ಪತ್ರೆಯೊಂದರಲ್ಲಿ ಬೆಟ್ಟಯ್ಯನೆಂಬ ಸಹಾಯಕನಿದ್ದ.

ಬೆಟ್ಟಯ್ಯ ನನಗಿಂತ ಸುಮಾರು ಇಪ್ಪತ್ತು ವರ್ಷದಷ್ಟು ದೊಡ್ಡವನಿದ್ದು ಯಾವಾಗಲೂ ಒಂದು ಖಾಕಿ ನಿಕ್ಕರು ಮತ್ತು ಅಂಗಿ ಹಾಕಿಕೊಂಡಿರುತ್ತಿದ್ದ. ಬಹಳ ವರ್ಷಗಳಿಂದ ಒಂದೇ ಸ್ಥಳದಲ್ಲಿದ್ದುದರಿಂದ ಇಡೀ ತಾಲೂಕಿನಲ್ಲಿ ಪರಿಚಿತನಾಗಿದ್ದ. ಆಸ್ಪತ್ರೆಗೆ ಬಂದ ರೈತರನ್ನು ಚೆನ್ನಾಗಿ ಮಾತನಾಡಿಸುತ್ತ ಸ್ನೇಹದಿಂದಿರುತ್ತಿದ್ದ. ಆಸ್ಪತ್ರೆಯಲ್ಲಿ ಯಾವ ಸಿಬ್ಬಂದಿಯೂ ಇಲ್ಲದಾಗ ರೈತರಿಗೆ ಟಿಂಚರ್, ಹತ್ತಿ, ಮುಲಾಮು, ಜಂತು ಔಷಧ ಇತ್ಯಾದಿ ಕೊಟ್ಟು ಕಳುಹಿಸುತ್ತಿದ್ದ. ಇದರಿಂದ ರೈತರು ಅನಾವಶ್ಯಕವಾಗಿ ಆಸ್ಪತ್ರೆಯ ಬಳಿ ಕಾದು ಕುಳಿತು ಸಮಯ ಹಾಳು ಮಾಡಿಕೊಳ್ಳುವುದು ತಪ್ಪುತ್ತಿತ್ತು.

ನಾನು ಚಿಕಿತ್ಸೆಗೆ, ವ್ಯಾಕ್ಸಿನೇಶನ್ ಅಥವಾ ಇನ್ನಾವುದೇ ಕೆಲಸಕ್ಕೆ ಪ್ರವಾಸ ಹೋದರೂ ಬೆಟ್ಟಯ್ಯ ನನ್ನ ಜೊತೆ ಬೈಕಿನಲ್ಲಿರುತ್ತಿದ್ದ. ಎಲ್ಲಿ ಗೋದರೂ ಬೆಟ್ಟಯ್ಯನನ್ನು ಕರೆದೊಯ್ಯುತ್ತಿದ್ದೆ. ಆದರೆ ಮೆಕ್ಯಾನಿಕ್ ಶಾಪಿಗೆ ಅವನನ್ನು ಕರೆದುಕೊಂಡು ಹೋಗಲು ನನಗೆ ಭಯವಾಗುತ್ತಿತ್ತು.

ಯಾಕೆಂದರೆ ಬೈಕಿನ ಮಡ್ ಗಾರ್ಡ್, ಚೈನ್ ಕೇಸ್, ಡಿಕ್ಕಿ ಎಲ್ಲಿ ತೂತು ಕಂಡರೂ ಅದಕ್ಕೆ ಸರಿಹೊಂದುವ ಒಂದೊಂದು ನೆಟ್ ಬೋಲ್ಟನ್ನು ತಿರುವಿಬಿಡುತ್ತಿದ್ದ. ಬೇಡ ಎಂದರೂ ಕೇಳುತ್ತಿರಲಿಲ್ಲ. 'ಗಾಡಿ ಬಿಗಿ ಬರುತ್ತೆ ಸಾರ್' ಎಂದು ನನಗೆ ಕಿವಿಯಲ್ಲಿ ಹೇಳುತ್ತಿದ್ದ. ಆದರೆ ಬೈಕು ಹೊರಟ ಕೂಡಲೆ ಆ ನೆಟ್ಟು ಬೋಲ್ಟುಗಳೆಲ್ಲ ಸಡಿಲವಾಗಿ 'ಜಳ್ ಜಳ್' ಎಂದು ಶಬ್ದ ಮಾಡುತ್ತಿದ್ದವು! ಆಸ್ಪತ್ರೆಗೆ ವಾಪಸು ಬಂದ ಮೇಲೆ ವಿವಿಧ ನಂಬರಿನ ಸ್ಪ್ಯಾನರ್ ಬಳಸಿ ಆ ನೆಟ್ಟು ಬೋಲ್ಟುಗಳನ್ನೆಲ್ಲ ತೆಗೆದು ಹಾಕಬೇಕಾಗುತ್ತಿತ್ತು!

ಅನಕ್ಷರಸ್ಥನೂ, ಮುಗ್ಧನೂ ಆಗಿದ್ದ ಬೆಟ್ಟಯ್ಯನಿಗೆ ನನ್ನ ಹೆಸರನ್ನು ಹೇಳಲು ಬರುತ್ತಿರಲಿಲ್ಲ. 'ಬಷೀರ್ ಸಾಹೇಬ್ರು' ಎಂದು ಮಾತ್ರ ಹೇಳುತ್ತಿದ್ದ. ಮಿರ್ಜಾ ಬಷೀರ್ ಎಂದು ಒಂದೇ ಉಸಿರಿನಲ್ಲಿ ಹೇಳಲು ಅವನಿಗೆ ಕೊನೆಗೂ ಆಗಲಿಲ್ಲ! ಎಷ್ಟು ಸಲ ಹೇಳಿಕೊಟ್ಟರೂ ಅವನು ಹೆಲ್ಮೆಟ್‌ಗಳಿಗೆ 'ತಲ್ಮೆಟ್ಟು' ಎಂದೇ ಹೇಳುತ್ತಿದ್ದ.

ಬೆಟ್ಟಯ್ಯನ ಹೆಂಡತಿ ಸತ್ತು ಹೋಗಿ ಎಷ್ಟೋ ವರ್ಷಗಳಾಗಿದ್ದವು. ಆದರವನು ಮರುಮದುವೆ ಆಗಿರಲಿಲ್ಲ. ಇದ್ದ ಒಬ್ಬ ಮಗ ಕಾಂತನನ್ನು ಬಹಳ ಮುದ್ದು ಮಾಡಿ ಬೆಳೆಸಿದ್ದ. ಪ್ರೀತಿ ಅತಿಯಾಗಿ ಕಾಂತ ಸ್ಕೂಲಿಗೆ ಎಂದೂ ಹೋಗಿರಲಿಲ್ಲ. ಓದು ಬರಹ ಅಂಕಿ ಸಂಖ್ಯೆಗಳೂ ಸಹ ಅವನಿಗೆ ತಿಳಿಯುತ್ತಿರಲಿಲ್ಲ. ಊರಿನ ಕೆಲವು ಹೋಟೆಲು ಅಂಗಡಿಗಳಲ್ಲಿ ಕಾಂತನು ಕೇಳಿದ್ದು ಕೊಡಬೇಕೆಂದೂ, ದುಡ್ಡನ್ನು ಅವನ ಬಳಿ ತೆಗೆದುಕೊಳ್ಳಕೂಡದೆಂದೂ, ತಾನೇ ಕೊಡುವೆನೆಂದೂ ಬೆಟ್ಟಯ್ಯ ತಾಕೀತು ಮಾಡಿದ್ದ!

ಇದರಿಂದ ಕಾಂತ ಇನ್ನಷ್ಟು ಹಾಳಾಗಿದ್ದ. ಕಾಂತನಿಗೆ ಇಪ್ಪತ್ತು ವರ್ಷದ ಮೇಲೆ ವಯಸ್ಸಾಗಿತ್ತು. ಅವನು ತೆಳ್ಳನೆಯ ಮತ್ತು ಗಿಡ್ಡ ದೇಹದವನಾಗಿದ್ದ. ಬುದ್ಧಿಮಾಂದ್ಯನಲ್ಲದಿದ್ದರೂ ಕೆಲವೊಮ್ಮೆ ಬಾಲಿಶವಾಗಿ ವರ್ತಿಸುತ್ತಿದ್ದ. ಹೇಳಿದ ಮಾತನ್ನೇ ಎರಡು ಮೂರು ಸಲ ಪುನರಾವರ್ತಿಸುತ್ತಿದ್ದ. ಮಾತು ಮಾತಿಗೆ ನಗುತ್ತಿದ್ದ ಮತ್ತು ನಕ್ಕಾಗ ಎರಡೂ ಕೈಗಳಿಂದ ಮುಖ ಮುಚ್ಚಿಕೊಳ್ಳುತ್ತಿದ್ದ.

ಅದು ನಿಷ್ಕಲ್ಮಶ ಮುಗ್ಧ ನಗುವಾಗಿದ್ದರೂ ಅವನ ಚಿಕ್ಕ ಗಾತ್ರ ಮತ್ತು ಪೆದ್ದುತನದಿಂದಾಗಿ ಹೊಸಬರಿಗೆ ಬುದ್ಧಿಮಾಂದ್ಯನ ನಗುವಿನಂತೆ ಕಾಣುತ್ತಿತ್ತು. ಇಷ್ಟಲ್ಲದೆ ಕಾಂತ ಮೂರು ತಿಂಗಳು ಆರು ತಿಂಗಳಿಗೊಮ್ಮೆ ಯಾರಿಗೂ ಹೇಳದೆ ಕೇಳದೆ ಊರಿನಿಂದ ನಾಪತ್ತೆಯಾಗುತ್ತಿದ್ದ! ಒಂದೆರಡು ತಿಂಗಳ ನಂತರ ತನ್ನಷ್ಟಕ್ಕೆ ತಾನೇ ಮತ್ತೆ ಪ್ರತ್ಯಕ್ಷನಾಗುತ್ತಿದ್ದ. ಆದಾಗ್ಯೂ ಬೆಟ್ಟಯ್ಯ ಬೈಯ್ಯುತ್ತಿರಲಿಲ್ಲ. ಯಾರಾದರೂ ಬುದ್ಧಿವಾದ ಹೇಳಿದರೆ, "ಹೋಗ್ಲಿ ಬಿಡಿ. ತಾಯಿ ಕಾಣದ ಕೂಸು," ಎಂದು ಸುಮ್ಮನಾಗಿಸುತ್ತಿದ್ದ.

ಕಾಂತ ಒಂದು ಮಧ್ಯಾಹ್ನ ಆಸ್ಪತ್ರೆಯಲ್ಲಿ ಒಂದು ಸ್ಟೂಲಿನ ಮೇಲೆ ಕುಳಿತಿದ್ದ. ಆಗತಾನೆ ಊಟ ಮಾಡಿ ಬಂದಿದ್ದ ಎಂದು ಕಾಣುತ್ತದೆ. ಆಸ್ಪತ್ರೆ ನಿಶ್ಯಬ್ಧವಾಗಿತ್ತು. ಆಗ ಇದ್ದಕ್ಕಿದ್ದಂತೆ ದಢಾರ್ ಎಂದು ಭಯಂಕರ ಶಬ್ದವಾಯಿತು. ಮೌನವಾಗಿ ಬರವಣಿಗೆಯ ಕೆಲಸದಲ್ಲಿ ತೊಡಗಿದ್ದ ನಾನು, ಪಶು ಪರೀಕ್ಷಕರು, ಕಾಂಪೌಂಡರು ನಿಟ್ಟು ಬಿದ್ದೆವು. ವಿಷಯ ಏನೆಂದರೆ ಕಾಂತ ತೂಕಡಿಸಿ ಸ್ಟೂಲಿನಿಂದ ಉರುಳಿ ತಗಡಿನ ಕುರ್ಚಿಯ ಮೇಲೆ ಬಿದ್ದು, ಆ ಕುರ್ಚಿ ನೆಲಕ್ಕಪ್ಪಳಿಸಿತ್ತು. ಕನಿಷ್ಠ ಪಕ್ಷ ಮೂಗಲ್ಲಿ ರಕ್ತ ಸೋರುತ್ತದೆ ಅಥವಾ ಎರಡಾದರೂ ಹಲ್ಲು ಮುರಿದು ಹೋಗಿರುತ್ತದೆ ಎಂದು ನೋಡಿದರೆ ಕಾಂತನಿಗೆ ಏನೇನೂ ಆಗಿರಲಿಲ್ಲ! ಎದ್ದು ನಗುತ್ತ ಕುಳಿತಿದ್ದ!

ಬೆಟ್ಟಯ್ಯ ಅದೇ ಊರಿನ ದಾನಪ್ಪ ಎಂಬುವರ ಮನೆಯಲ್ಲಿ ಊಟ, ತಿಂಡಿ, ಸ್ನಾನ ಮಾಡುತ್ತಿದ್ದ. ಇನ್ನುಳಿದಂತೆ ಆಸ್ಪತ್ರೆಯೇ ಅವನ ಮನೆ. ರಾತ್ರಿ ನಿದ್ರೆಯೂ ಅಲ್ಲೇ. ಬೆಟ್ಟಯ್ಯ ಜಗಳಗಂಟನಾಗಲೀ, ಕುಡುಕನಾಗಲೀ, ಜೂಜುಕೋರನಾಗಲೀ,

ದುಂದು ವೆಚ್ಚದವನಾಗಲೀ ಆಗಿರಲಿಲ್ಲ. ನಿಕ್ಕರು ಅಂಗಿ ಬಿಟ್ಟರೆ ವರ್ಷದಲ್ಲಿ ಮೂರ್ನಾಲ್ಕು ಬಾರಿ ಮಾತ್ರ ಬಿಳಿ ಲುಂಗಿ, ಶರ್ಟು ಉಟ್ಟು, ಹೆಗಲ ಮೇಲೆ ಟವಲ್ಲು ಹಾಕಿಕೊಂಡಿರುತ್ತಿದ್ದ. ಲುಂಗಿ ಉಟ್ಟಾಗ ಸಾಮಾನ್ಯವಾಗಿ ನನ್ನೆದುರು ಬರುತ್ತಿರಲಿಲ್ಲ. ಅಷ್ಟು ನಾಚಿಕೆ ಅವನಿಗೆ!

ಇಷ್ಟೆಲ್ಲಾ ಹೇಳಿದ ಮೇಲೆ ಬೇರೆ ಕೆಲವು ವಿಷಯಗಳಿವೆ. ನಮ್ಮ ಸಿಬ್ಬಂದಿವರ್ಗದಲ್ಲಿ ಎಂಟ್ಹತ್ತು ಜನರಿದ್ದರೂ ಅವರಲ್ಲೇ ಗುಂಪುಗಾರಿಕೆ ಇತ್ತು. ಯಾವುದೋ ಒಂದು ಕ್ಷುದ್ರ ಕಾರಣವಿಟ್ಟುಕೊಂಡು ಎರಡು ಬಣದವರು ಸೆಣಸುತ್ತಿದ್ದರು. ದಡ್ಡ ಮತ್ತು ಯಾವುದನ್ನೂ ಮಹತ್ವದ್ದೆಂದು ಪರಿಗಣಿಸದ ಬೆಟ್ಟಯ್ಯನನ್ನು ಯಾರೂ ತಮ್ಮ ಬಣಕ್ಕೆ ಸೇರಿಸಿಕೊಳ್ಳುತ್ತಿರಲಿಲ್ಲ. ಸೇರಿಸಿಕೊಂಡರೂ ಅವನಿಗೆ ಯಾವುದೇ ಗುಟ್ಟು ಬಿಟ್ಟುಕೊಡುತ್ತಿರಲಿಲ್ಲ. ಎಡಬಿಡಂಗಿಯಂತೆ ನಡೆಸಿಕೊಳ್ಳುತ್ತಿದ್ದರು. ಬೆಟ್ಟಯ್ಯನ ಬಳಿ ಯಾವ ಗುಟ್ಟೂ ಹತ್ತು ನಿಮಿಷದ ಮೇಲೆ ನಿಲ್ಲುತ್ತಿರಲಿಲ್ಲ. ಇಂಥ ಬೆಟ್ಟಯ್ಯ ಎರಡೆರಡು ಬಾರಿ ಅಮಾನತ್ತಿಗೊಳಪಟ್ಟವನೆಂದೂ, ಅವನನ್ನು ಎಲ್ಲಿಡಬೇಕೋ ಅಲ್ಲಿಡಬೇಕೆಂದು ಸಿಬ್ಬಂದಿಯವರು ಆಡಿಕೊಳ್ಳುತ್ತಿದ್ದುದನ್ನು ಕೇಳಿದ್ದೆ.

ಅವನೊಮ್ಮೆ ವೀರ್ಯ ಸಂಗ್ರಹಣೆ ಮತ್ತು ಸಂಸ್ಕರಣಾ ಕೇಂದ್ರದಲ್ಲಿ ಕೆಲಸ ನಿರ್ವಹಿಸುವಾಗ ಅಮಾನತ್ತಾಗಿದ್ದ. ಇಂಥ ಕೇಂದ್ರಗಳಲ್ಲಿ ಅತ್ಯುತ್ತಮ ತಳಿಯ ಹೋರಿಗಳನ್ನು ಸಾಕಿರುತ್ತಾರೆ. ಇವುಗಳಿಂದ ಕೃತಕ ಯೋನಿ ಬಳಸಿ ವೀರ್ಯ ಸಂಗ್ರಹಿಸಿ ಸಂಸ್ಕರಿಸುತ್ತಾರೆ. ಹೋರಿಗಳಿಂದ ಒಂದು ಸಲಕ್ಕೆ ಹೊರಬರುವ ವೀರ್ಯವನ್ನು ಸಂಸ್ಕರಿಸಿದರೆ ಸುಮಾರು ಇನ್ನೂರ ಐವತ್ತು ಹಸುಗಳ ಗರ್ಭಧಾರಣೆ ಮಾಡಬಹುದು.

ಇಂಥ ಹೋರಿಗಳನ್ನು ಬಹಳ ಎಚ್ಚರಿಕೆಯಿಂದ, ಯಾವುದೇ ರೀತಿಯ ಸೋಂಕಾಗದಂತೆ ಸಾಕಿರುತ್ತಾರೆ. ಆದರೆ ಬೆಟ್ಟಯ್ಯ ಅಂಥ ಹೋರಿಗಳನ್ನು ಗ್ರಾಮದ ರೈತರ ಹಸುಗಳಿಗೆ ಹಾರಿಸಿ (cross ಮಾಡಿಸಿ) ದುಡ್ಡು ಮಾಡಿಕೊಂಡಿದ್ದನಂತೆ!

ಮತ್ತೊಮ್ಮೆ ಕೋಳಿ ಫಾರಂನಲ್ಲಿ ಕೆಲಸ ಮಾಡುತ್ತಿದ್ದಾಗ ಕೋಳಿಗಳನ್ನು ಮಾರಿಕೊಂಡಿದ್ದ ಎಂದು ಅಮಾನತ್ತಾಗಿದ್ದ. ಅವನ ಸೇವಾ ಪುಸ್ತಕದಲ್ಲಿ ಇದೆಲ್ಲವೂ ವಿವರವಾಗಿ ದಾಖಲಾಗಿತ್ತು. ಅದು ಬಹಳ ಹಿಂದೆ ಬೆಟ್ಟಯ್ಯ ಕೆಲಸಕ್ಕೆ ಸೇರಿದ ಹೊಸದರಲ್ಲಿ ನಡೆದ ಸಂಗತಿಗಳಾಗಿದ್ದವು. ಒಮ್ಮೊಮ್ಮೆ ಪ್ರವಾಸದಲ್ಲಿ ಬೈಕ್ ಕೆಟ್ಟರೆ, ಕೆಟ್ಟ ಜಾಗದಲ್ಲಿಯೇ ಊಟ ನೀರು ಇಲ್ಲದೆ ಬದಲಿ ವ್ಯವಸ್ಥೆ ಆಗುವವರೆಗೂ ಗಂಟೆಗಟ್ಟಲೆ ಕಾದು ನಿಂತಿರುತ್ತಿದ್ದ ಬೆಟ್ಟಯ್ಯ ಇಂಥ ತಪ್ಪುಗಳನ್ನು ಮಾಡಿರಬಹುದೆಂದು ನಂಬಲು ಸಾಧ್ಯವಾಗುತ್ತಿರಲಿಲ್ಲ.

ಈ ಅಮಾನತ್ತುಗಳ ವಿಷಯ ನಾನು ಒಂದು ಸಲವೂ ಬೆಟ್ಟಯ್ಯನೆದುರು ಪ್ರಸ್ತಾಪಿಸಲಿಲ್ಲ.

ಅಂದು ಆಸ್ಪತ್ರೆಯಲ್ಲಿ ಕೆಲಸ ಮಾಡುತ್ತಾ ಬಹಳ ಹೊತ್ತಾಗಿತ್ತು. ತುರ್ತುಚಿಕಿತ್ಸೆಗೆಂದು ಒಂದು ಹಳ್ಳಿಗೆ ಹೋದೆ. ಬೆಟ್ಟಯ್ಯ ಜೊತೆಗಿದ್ದ. ಆ ಸಂದರ್ಭದಲ್ಲಿ ನನಗೆ ದೂರದೂರಿಗೆ ವರ್ಗದ ಆದೇಶ ಬಂದು ಒಂದು ವಾರವಾಗಿತ್ತು. ಆದರೆ ಬದಲೀ ವೈದ್ಯ ಇನ್ನೂ ಬಂದಿರಲಿಲ್ಲ. ಯಾವುದೇ ಕ್ಷಣದಲ್ಲಿ ಬರಬಹುದಿತ್ತು. ಅವರು ಬಂದ ಗಳಿಗೆಯೇ ನಾನು ಆಸ್ಪತ್ರೆಯ ಪ್ರಭಾರ (ಛಾರ್ಜು) ಕೊಟ್ಟು ಜಾಗ ಖಾಲಿ ಮಾಡಬೇಕಾಗಿತ್ತು.

ಆದುದರಿಂದ ಆಸ್ಪತ್ರೆಯಲ್ಲಿದ್ದ ಎಲ್ಲ ಉಪಕರಣಗಳೂ (ಕತ್ತರಿ, ಫೋರ್ಸೆಪ್ಸ್, ಸೂಜಿ, ಸಿರಿಂಜ್, ಔಷಧಗಳು ಇತ್ಯಾದಿ) ಕುರ್ಚಿ, ಟೇಬಲ್ಲು, ಕಡತ, ವಹಿ ಮುಂತಾದ ಸಕಲ ಸಾಮಗ್ರಿಗಳನ್ನೂ ಹುಡುಕಿ ಒಂದು ಕಡೆ ಜೋಡಿಸಿ ಹೊಸಬರಿಗೆ ಕೊಡಲು ನಾನು ತಯಾರಿ ನಡೆಸಿದ್ದೆ. ನನಗೆ ವರ್ಗಾವಣೆ ಬೇಕಾಗಿರಲಿಲ್ಲ. ಅದೊಂದು ಶಾಪದಂತಿತ್ತು. ನಾನು ಮತ್ತು ಬೆಟ್ಟಯ್ಯ ಈ ಬೇಸರದಲ್ಲಿದ್ದೆವು. ಸಮಯ ಮಧ್ಯಾಹ್ನ ಒಂದು ಗಂಟೆಯ ಮೇಲಾಗಿತ್ತು. ನಮ್ಮಿಬ್ಬರದ್ದೂ ಊಟವಾಗಿರಲಿಲ್ಲ.

ಅಂದು ನಾನು ಚಿಕಿತ್ಸೆ ಕೊಡಬೇಕಿದ್ದ ಎತ್ತು ಬಹಳ ಎತ್ತರದ ಅಸಾಧಾರಣ ಗಾತ್ರದ್ದಾಗಿತ್ತು. ಎತ್ತಿಗೆ ತೀವ್ರತರವಾದ ಕಾಯಿಲೆಯೇನಾಗಿರಲಿಲ್ಲ. ಮೆಲುಕು ಹಾಕುತ್ತಿತ್ತು. ಮೂಗು ಹಸಿಯಿತ್ತು. ಶಾಂತವಾಗಿ ನಿಂತಿತ್ತು. ಆದರೆ ವಿಪರೀತ ಕೆಮ್ಮುತ್ತಿತ್ತು. ಒಣ ಕೆಮ್ಮು. ಐದಾರು ರೈತರು ಎತ್ತನ್ನು ಬಿಗಿ ಹಿಡಿದಿದ್ದರು.

ಹಿಂದಿನ ಕಾಲುಗಳನ್ನು ಬಳಸಿ ದಪ್ಪನೆಯ ನೂಲಿನ ಹಗ್ಗವನ್ನು ಒಬ್ಬನು ಹಿಡಿದು ನಿಂತಿದ್ದ. ಕಾಲುಗಳನ್ನು ಸುಲಭವಾಗಿ ಝಾಡಿಸದೆ ಇರಲು ಹಾಗೆ ಮಾಡಿದ್ದ. ಎತ್ತಿನ ಮಾಲೀಕ ಅಂಗಡಿ ಆನಂದಪ್ಪ ಮೂಗುದಾರ ಹಿಡಿದು ಎತ್ತಿನ ಮೈ ಕೆರೆಯುತ್ತಾ ಮಾತನಾಡಿಸುತ್ತಿದ್ದ. ಎತ್ತಿಗೆ ಜ್ವರ ಸೈತ ಇರಲಿಲ್ಲ. 'ಏನೂ ಆತಂಕಪಡಬೇಕಿಲ್ಲ' ಎಂದು ಆನಂದಪ್ಪನಿಗೆ ಹೇಳಿ ಇಂಜೆಕ್ಷನ್ ಕೊಡಲು ತಯಾರಾದೆ.

ಎತ್ತಿನ ಕತ್ತಿನ ಸಮದಲ್ಲಿ ಸೂಜಿ ಹಿಡಿದು ನಿಂತಿದ್ದೆ. ನನ್ನ ಹಿಂದೆ ಬೆಟ್ಟಯ್ಯ ಇದ್ದ. ಅವನ ಹಿಂದೆ ನಾಲ್ಕಾರು ಜನ ಹೀಗೆ ಹಲವಾರು ರೈತರು ಮೈಯೆಲ್ಲಾ ಕಣ್ಣಾಗಿ ನಿಂತಿದ್ದರು. ಎಲ್ಲರೂ ಎತ್ತಿಗೆ ಸಮಾಧಾನಿಸಲು ವಿವಿಧ ರೀತಿಯಲ್ಲಿ ಮಾತನಾಡಿಸುತ್ತಾ ಬಾಯಿಂದ ವಿವಿಧ ರೀತಿಯ ಶಬ್ದಗಳನ್ನು ಹೊರಡಿಸುತ್ತಿದ್ದರು.

ದಿನವೂ ನೂರಾರು ಪಶುಗಳಿಗೆ ಇಂಜೆಕ್ಷನ್ ನೀಡುತ್ತಿದ್ದಂತೆ ಈ ಎತ್ತೂ ಒಂದು ಎಂಬಂತೆ ನಾನು, ಬೆಟ್ಟಯ್ಯನೂ ಭಾವಿಸಿದ್ದೆವು. ನಾನು ಇಂಜೆಕ್ಷನ್ ಸೂಜಿ ಎತ್ತಿನ ಕತ್ತಿಗೆ ಚುಚ್ಚಿದೆ. ಆ ಕ್ಷಣದಲ್ಲಿ ಎತ್ತು ಒಂದೆರಡು ಅಡಿಯಷ್ಟು ಮುಂದೆ ಸರಿದದ್ದೇ ಎಡಗಡೆ ನಿಂತಿದ್ದ ನಮ್ಮ ಕಡೆಗೆ ತನ್ನ ಎಡಗಾಲನ್ನು ಎಷ್ಟು ರಭಸವಾಗಿ ಬೀಸಿತೆಂದರೆ ನಮ್ಮೆಲ್ಲರಿಗೆ 'ರಪ್' ಎಂಬ ಶಬ್ದ ಕೇಳಿಸಿತೇ ವಿನಃ ಏನೂ ಕಾಣದಷ್ಟು ಮತ್ತು ಅರಿವಿಗೆ ಬಾರದಷ್ಟು ಮಿಂಚಿನ ವೇಗದಲ್ಲಿ ಅನಾಹುತ ಸಂಭವಿಸಿತು.

ಕಾಲಿನ ಹೊಡೆತ ಅಲ್ಲಿದ್ದ ಯಾರಿಗಾದರೂ ಬೀಳಬಹುದಿತ್ತು. ದೇಹದ ಯಾವ ಭಾಗಕ್ಕಾದರೂ ಬೀಳಬಹುದಿತ್ತು! ನನ್ನಿಂದ ಒಂದೇ

ಒಂದು ಅಡಿ ಹಿಂದೆ ನಿಂತಿದ್ದ ಬೆಟ್ಟಯ್ಯನ ಎಡ ತೊಡೆಗೆ ಅಪ್ಪಳಿಸಿತು ಎತ್ತಿನ ಕಾಲು. ಅದೇನು ಗುರಿಯಿಟ್ಟು ಹೊಡೆದ ಹೊಡೆತವಾಗಿರಲಿಲ್ಲ. ಗಾಬರಿಯಲ್ಲಿ ಎತ್ತು ತನ್ನ ರಕ್ಷಣೆಗೆ ಕಾಲು ಬೀಸಿತ್ತಷ್ಟೆ. ಎತ್ತಿಗೆ ಸೂಜಿ ಚುಚ್ಚಿ ರೇಗಿಸಿದವನು ನಾನೇ ಆಗಿದ್ದೆ. ಆದರೆ ಹೊಡೆತ ಐವತ್ತು ವರ್ಷಕ್ಕೂ ಹೆಚ್ಚು ವಯಸ್ಸಾದ ನಿಷ್ಪಾಪಿ ಬೆಟ್ಟಯ್ಯನಿಗೆ ಬಿದ್ದಿತ್ತು. ಆ ಹೊಡೆತ ಬಿದ್ದ ಜಾಗದಲ್ಲಿ ಚರ್ಮವು ಉರುಕಾಗಿ ಸಿಪ್ಪೆ ಸುಲಿದಂತೆ ಉದ್ದಕ್ಕೂ ಸ್ವಲ್ಪ ಊತ ಕಾಣಿಸಿಕೊಂಡಿತು.

ತೊಡೆಯ ಒಳಗೆ ದೇಹದ ಅತ್ಯಂತ ಗಟ್ಟಿಮುಟ್ಟಾದ ಮತ್ತು ಹೆಚ್ಚು ಉದ್ದವಾದ ತೊಡೆ ಮೂಳೆ (Femur) ಮಧ್ಯಕ್ಕೆ ಸರಿಯಾಗಿ ಎರಡು ತುಂಡಾಗಿತ್ತು. 'ಅರೆರೆ!' 'ಥೋ ಥೋ!' 'ಏನಿಡೀತೀರ್ಲ ಎತ್ತ?' ಅಯ್ಯಯ್ಯೋ! ಬೆಟ್ಟಯ್ಯನ್ನ ಎತ್ರೋ' 'ಪಂಚಣ್ಣನ ಹಣೆ ನೋಡು ಹೆಂಗೆ ರಕ್ತ ಜಿನುಗ್ತೈತೆ' ಇತ್ಯಾದಿ ಉದ್ಗಾರಗಳಿಂದ ಆ ಜಾಗ ತುಂಬಿಹೋಯಿತು. ಎತ್ತನ್ನು ಹಿಡಿಯಲು ಯಾರೂ ಧೈರ್ಯ ಮಾಡಲಿಲ್ಲ. ಅದು ಬುಸಬುಸನೆ ಮುಸುಗರೆಯುತ್ತಾ ವೇಗವಾಗಿ ಮನೆಯತ್ತ ಹೊರಟಿತು. ಎತ್ತಿನ ಮಾಲೀಕ ಆನಂದಪ್ಪ ನಮ್ಮ ಕಡೆ ತಿರುಗಿ ಸಹ ನೋಡದೆ ಅದರ ಹಿಂದೆ ಓಡುತ್ತ ಹೋದವನು ಮತ್ತೆ ಅಂದು ಮುಖ ತೋರಿಸಲೇ ಇಲ್ಲ.

ಬೆಟ್ಟಯ್ಯ ಆಘಾತದಿಂದ ಮತ್ತು ತೀವ್ರ ನೋವಿನಿಂದ ಮಾತು ಹೊರಡದಂತಾಗಿದ್ದ. ತೊಡೆ ಮೂಳೆ ತುಂಡಾದದ್ದನ್ನು ಸನ್ನೆ ಮಾಡಿ ತಿಳಿಸಿದ. ನಾನು ಸಮಯ ಹಾಳು ಮಾಡುವಂತಿರಲಿಲ್ಲ. ನಾನಿದ್ದದ್ದು ಹಳ್ಳಿಯಾದರೂ ಅಲ್ಲಿ ಪ್ರಾಥಮಿಕ ಆರೋಗ್ಯ ಘಟಕವಿತ್ತು. ಅಲ್ಲಿದ್ದ ವೈದ್ಯರು ಪರಿಚಿತರೇ ಆಗಿದ್ದರು. ಅವರಲ್ಲಿಗೆ ಹೋದೆ. ವೈದ್ಯರು ತಮಗೆ ಪರಿಚಿತರಿದ್ದ ಕೀಲು ಮೂಳೆ ತಜ್ಞರಿಗೆ ಒಂದು ಪತ್ರ ಬರೆದುಕೊಟ್ಟರು.

ಅಲ್ಲಿಂದ ನಾನು ಬೈಕಲ್ಲಿ ಮುಖ್ಯ ರಸ್ತೆಗೆ ಹೋಗಿ ಆಟೋರಿಕ್ಷಾ ತಂದೆ. ಸ್ಥಿರ ದೂರವಾಣಿ ಅಥವಾ ಮೊಬೈಲು ಏನೂ ಇರದ ಕಾಲವದು. ಆಟೋದಲ್ಲಿ ಬೆಟ್ಟಯ್ಯನನ್ನು ನಾಲ್ಕೈದು ಜನ ಎತ್ತಿ ಕೂರಿಸಿದೆವು. ಅಷ್ಟೂ ಜನ ತಾಲ್ಲೂಕಿನ ಮುಖ್ಯ ಆಸ್ಪತ್ರೆಗೆ ಬಂದರು. ಅಲ್ಲಿ ಬೆಟ್ಟಯ್ಯನನ್ನು ಒಳ ರೋಗಿಯಾಗಿ ಸೇರಿಸಿದೆ. ಸುದ್ದಿ ಗೊತ್ತಾಗಿ ಬೆಟ್ಟಯ್ಯನ ಮಗ ಕಾಂತ ಮತ್ತು ದಾನಪ್ಪ ಎಲ್ಲರೂ ಬಂದರು. ಬೆಟ್ಟಯ್ಯನನ್ನು ಅವರ ಸುಪರ್ದಿಗೆ ಬಿಟ್ಟು ನಾನು ಮನೆ ಸೇರಿದಾಗ ಆಗಲೇ ಕತ್ತಲಾಗಿತ್ತು.

ಮರುದಿನ ಬೆಳಗ್ಗೆ 8 ಗಂಟೆಗೆ ಹೊಸ ಪಶುವೈದ್ಯರು ಹಾಜರಾದುದರಿಂದ ನನಗೆ ಬೆಟ್ಟಯ್ಯನನ್ನು ನೋಡಿಕೊಂಡು ಬರಲು ಆಗಲಿಲ್ಲ. ಇಡೀ ದಿನ ಪಶು ಆಸ್ಪತ್ರೆಯ ಪ್ರಭಾರವನ್ನು ಹೊಸ ವೈದ್ಯರಿಗೆ ವಹಿಸಿದ್ದಾಯಿತು. ಆಸ್ಪತ್ರೆಯಲ್ಲಿದ್ದ ಕೆಲವು ಶಸ್ತ್ರಚಿಕಿತ್ಸೆಯ ಉಪಕರಣಗಳು ಮೂವತ್ತು ನಲವತ್ತು ವರ್ಷಗಳಷ್ಟು ಹಳೆಯವಾಗಿದ್ದವು. ಉಪಕರಣಗಳಲ್ಲಿ ಹೆಸರೇ ಗೊತ್ತಿರದಂಥವೆಲ್ಲ ಇದ್ದವು!

ನನಗೆ ಬೆಟ್ಟಯ್ಯನ ಗೈರು ಕ್ಷಣಕ್ಷಣವೂ ತಟ್ಟತೊಡಗಿತ್ತು. ಆ ದಿನ ಸಾಯಂಕಾಲ ಹೋಗಿ ಬೆಟ್ಟಯ್ಯನನ್ನು ನೋಡಿಕೊಂಡು ಬಂದೆ. ಇಬ್ಬರು ಆಧಾರ ಕೊಟ್ಟು ಬೆಟ್ಟಯ್ಯನನ್ನು ನಡೆಸಬೇಕಾಗಿತ್ತು. ಎರಡು ಕಂಕುಳ ಊರುಗೋಲುಗಳನ್ನೂ ಸಹ

ತರಲಾಗಿತ್ತು. ಕೀಲು ಮೂಳೆ ತಜ್ಞರನ್ನು ಮಾತನಾಡಿಸಿದೆ. ಒಂದೆರಡು ದಿನದಲ್ಲಿ ಬೆಂಗಳೂರಿನ ಯಾವುದಾದರೂ ದೊಡ್ಡ ಆಸ್ಪತ್ರೆಗೆ ಹೋಗುವುದು ಉತ್ತಮ ಎಂದರವರು. ಬೆಟ್ಟಯ್ಯ, ಕಾಂತ, ದಾನಪ್ಪ ಆಗಲಿ ಎಂದರು.

ಮರು ದಿನ ಪ್ರಭಾರ ಸಂಪೂರ್ಣ ವಹಿಸಿಕೊಟ್ಟು ಬಿಡುಗಡೆಯಾದೆ. ಬೆಂಗಳೂರಿಗೆ ಹೋದೆ. ಅಲ್ಲಿ ಸಂಜಯ ಗಾಂಧಿ ಅಪಘಾತ ಮತ್ತು ಕೀಲು ಮೂಳೆ ಆಸ್ಪತ್ರೆಯಲ್ಲಿದ್ದ ಬೆಟ್ಟಯ್ಯನ್ನ ಕಂಡೆ. ಯಾವಾಗಲೂ ನನ್ನ ಜೊತೆ ಇರುತ್ತಿದ್ದ ಬೆಟ್ಟಯ್ಯನನ್ನು ಬೆಂಗಳೂರಿನ ದೊಡ್ಡ ಆಸ್ಪತ್ರೆಯಲ್ಲಿ ಕಂಕುಳ ಊರುಗೋಲಲ್ಲಿ ನೋಡಿ ಕರುಳೆಲ್ಲ ಕಿವುಚಿದಂತಾಯಿತು. ದಿನವಿಡೀ ಬೆಟ್ಟಯ್ಯನ ಪಕ್ಕ ಕುಳಿತಿದ್ದು ಎದ್ದು ಬಂದೆ. ಎಲ್ಲರ ಕಣ್ಣಲ್ಲೂ ನೀರು.

ಒಂದು ದಿನ ಬಿಡುವು ಮಾಡಿಕೊಂಡು ಬೆಟ್ಟಯ್ಯನಿಗಾದ ಅಪಘಾತದ ಬಗ್ಗೆ ಜಿಲ್ಲಾ ಉಪನಿರ್ದೇಶಕರಿಗೆ ಪತ್ರ ತಲುಪಿಸಿದೆ. ಇದಕ್ಕೆ ಸಾಕ್ಷಿ ಬೇಕು ಅಂದರು ಸಾಹೇಬರು. ಮತ್ತೆ ಬೆಟ್ಟಯ್ಯನಿಗೆ ಅಪಘಾತವಾದ ಹಳ್ಳಿಗೆ ಹೋಗಿ ಎತ್ತಿನ ಮಾಲೀಕ ಅಂಗಡಿ ಆನಂದಪ್ಪ ಮತ್ತು ಹಳ್ಳಿಯ ಇಪ್ಪತ್ತು ರೈತರ ಸಹಿ ಹಾಕಿಸಿ ಮತ್ತೆ ಖುದ್ದಾಗಿ ಜಿಲ್ಲಾ ಕಚೇರಿಗೆ ತಲುಪಿಸಿದೆ.

ಬೆಟ್ಟಯ್ಯ ತನ್ನ ಸೇವಾವಧಿಯಲ್ಲಿ ವರ್ಷಕ್ಕೊಂದೆರಡು ಸಾಂದರ್ಭಿಕ ರಜೆ ಬಿಟ್ಟರೆ ಬೇರೆ ರಜೆಗಳನ್ನೇ ಹಾಕಿರಲಿಲ್ಲ. ರಜೆ ನಗದೀಕರಣ ಬಿಟ್ಟರೆ ಗಳಿಕೆ ರಜೆಯನ್ನಾಗಲೀ ಅಥವಾ ಪರಿವರ್ತಿತ ರಜೆಯನ್ನಾಗಲೀ ಬಳಸಿರಲೇ ಇಲ್ಲ! ಆದ್ದರಿಂದ ಬೇಕಾದಷ್ಟು ರಜೆಗಳನ್ನು ನಾನೇ ಮಂಜೂರು ಮಾಡಿದ್ದೆ.

ಇದೇ ದಿನಗಳಲ್ಲಿ ಒಂದು ಮಧ್ಯಾಹ್ನ ನನ್ನ ಮನೆಯ ಬಳಿ ಅಂಗಡಿ ಆನಂದಪ್ಪ ಕಾಣಿಸಿಕೊಂಡ. ಅವನ ಮೇಲೆ ನನಗೆ ಸಿಟ್ಟಿದ್ದರೂ ಅವನನ್ನು ನಾನೇನೂ ಮಾಡುವಂತಿರಲಿಲ್ಲ. ಅಪಘಾತವಾದ ಕೂಡಲೇ ನಾಪತ್ತೆಯಾಗಿ ಇವತ್ತು ಪ್ರತ್ಯಕ್ಷವಾಗಿದ್ದ. 'ಇದು ಬೆಟ್ಟಯ್ಯನಿಗೆ ಕೊಡಿ ಸಾರ್' ಎಂದು ಐವತ್ತು ರೂಪಾಯಿ ಕೊಡಲು ಬಂದ. ನನಗೆ ಅವನ ಸಣ್ಣತನದ ಬಗ್ಗೆ ಬೇಸರವಾಯಿತು. ಈಗಾಗಲೇ ನಾಲ್ಕೈದು ಸಾವಿರ ರೂಪಾಯಿ ಮೇಲೆ ಖರ್ಚಾಗಿದ್ದವು. ಐವತ್ತು ಐವತ್ತೈದರ ಆಸುಪಾಸಿನ ಬೆಟ್ಟಯ್ಯನಿಗೆ ಕಾಲು ಸರಿ ಹೋಗುವ ಅಥವಾ ಮೊದಲಿನಂತೆ ನಡೆದಾಗುವ ಬಗ್ಗೆಯೇ ಅನುಮಾನವಿತ್ತು. ಐವತ್ತು ರೂಪಾಯಿ ಇಸಿದುಕೊಳ್ಳದೆ ಅವನನ್ನು ವಾಪಸ್ ಕಳುಹಿಸಿದೆ.

ಇದಾದ ಒಂದೆರಡು ದಿನದಲ್ಲಿ ನಾನು ವರ್ಗವಾದ ಹೊಸ ಊರಿಗೆ ಪ್ರಯಾಣ ಬೆಳೆಸಿದೆ. ದೂರದ ಊರು. ಅಲ್ಲಿ ಹೋಗಿ ಮನೆ ಮಾಡಿ ಕುಟುಂಬ, ಮನೆಯ ಲಗೇಜನ್ನೆಲ್ಲ ಸಾಗಿಸಿ, ಅಲ್ಲಿ ಗ್ಯಾಸ್ ಸಿಲಿಂಡರ್, ಮಕ್ಕಳ ಶಾಲೆ ಇತರೆ ಹಲವು ಹಲ್ಲಂಡೆಗಳಲ್ಲಿ ಮುಳುಗಿ ಹೋದೆ. ಹೊಸ ಜಾಗ, ಹೊಸ ಮನೆ ಎಲ್ಲವುದಕ್ಕೆ ಹೊಂದಿಕೊಳ್ಳಲು ಒಂದೆರಡು ತಿಂಗಳಾದರೂ ಬೇಕೇ ಬೇಕಾಯ್ತು. ಅಲ್ಲಿಗೆ ಆರು ತಿಂಗಳ ನಂತರ ಒಮ್ಮೆ ನನ್ನ ಹಳೆ ಜಾಗಕ್ಕೆ ಹೋದೆ. ಬೆಟ್ಟಯ್ಯನ್ನ ನೋಡಿಕೊಂಡು ಬರುವುದು ಏಕೈಕ ಉದ್ದೇಶವಾಗಿತ್ತು.

ಸರ್ಕಾರದಿಂದ ಬೆಟ್ಟಯ್ಯನಿಗೆ ಚಿಕ್ಕಾಸೂ ಬಂದಿರಲಿಲ್ಲ. ಎಲ್ಲೋ ಕೆಲವು ಮೆಡಿಕಲ್ ಬಿಲ್ಲುಗಳು ಮಾತ್ರ ಪಾವತಿಯಾಗಿದ್ದವು. ದಾನಪ್ಪನ ಮನೆಗೆ ಹೋದೆ. ಮನೆಯ ಕಟ್ಟೆಯ ಮೇಲೆ ಬೆಟ್ಟಯ್ಯ ಕೂತಿದ್ದ. ಅವನಿಗೆ ಕಂಕುಳ ಊರುಗೋಲಿಲ್ಲದೆ ನಡೆದಾಡಲು ಆಗುತ್ತಿರಲಿಲ್ಲ. ಬೆಟ್ಟಯ್ಯ ಅಂದ ಕೂಡಲೆ ನನಗೆ ಅಂಗಿ ನಿಕ್ಕರ್ ಉಟ್ಟು ಸರಾಗವಾಗಿ ಓಡಾಡುತ್ತಿದ್ದ ಬೆಟ್ಟಯ್ಯ ನೆನಪಾಗುತ್ತಿದ್ದ. ಆದರೆ ಈ ಊರುಗೋಲಿನ ಬೆಟ್ಟಯ್ಯ ಎದುರಾದದ್ದೇ ನನಗೆ ಉಸಿರು ಸಿಕ್ಕಿಕೊಂಡಂತಾಗುತ್ತಿತ್ತು. ಕಾಂತನು ಅಲ್ಲಿಯೇ ಇದ್ದು ತಂದೆಯ ಯೋಗಕ್ಷೇಮ ನೋಡಿಕೊಳ್ಳುತ್ತಿದ್ದುದು ನನಗೆ ಸಮಾಧಾನ ತಂದಿತ್ತು. ಬೆಟ್ಟಯ್ಯ ಅರ್ಧ ಇಳಿದು ಹೋಗಿದ್ದ.

ಸೇವೆಯಲ್ಲಿರುವಾಗಲೇ ಸತ್ತು ಹೋದರೆ ಅವರ ಕುಟುಂಬದ ಒಬ್ಬ ಸದಸ್ಯರಿಗೆ ಅನುಕಂಪಾಧಾರಿತವಾಗಿ ಸರ್ಕಾರಿ ಕೆಲಸ ಕೊಡುತ್ತಾರೆ. ಆದರೆ ಬೆಟ್ಟಯ್ಯನ ಕಾಲು ಮುರಿದಿತ್ತಷ್ಟೇ. ಆದುದರಿಂದ ಅನುಕಂಪಾಧಾರಿತ ಕೆಲಸ ಸಿಗುವಂತಿರಲಿಲ್ಲ. 'ಅವತ್ತು ನಾನು ಸತ್ತೋಗಬೇಕಿತ್ತು ಸಾರ್. ನನ್ನ ಮಗನಿಗೆ ಕೆಲಸ ಸಿಕ್ತಿತ್ತು' ಎಂದು ಬೆಟ್ಟಯ್ಯ ತಮಾಷೆ ಮಾಡಿ ನಕ್ಕ. ನನಗೆ ನಗು ಬರಲಿಲ್ಲ. ಬೆಟ್ಟಯ್ಯನಿಗೆ ಆಸ್ಪತ್ರೆಯ ಕೆಲಸ ಮಾಡುವುದು ಸಾಧ್ಯವೇ ಇಲ್ಲದುದ್ದರಿಂದ ಸ್ವಯಂ ನಿವೃತ್ತಿ ಪಡೆಯಲು ಸಿದ್ಧನಾಗುತ್ತಿದ್ದ. ನನಗೂ ಅದೇ ಸರಿಯೆನಿಸಿತು.

ಬೆಟ್ಟಯ್ಯನ ಸ್ವಯಂ ನಿವೃತ್ತಿಯಾಗಿ ಅದೇ ಊರಿನಲ್ಲಿ ವಾಸಿಸುತ್ತಿದ್ದ. ನಿವೃತ್ತಿ ಸಮಯದಲ್ಲಿ ಒಂದಷ್ಟು ಹಣ ಬಂದಿತ್ತು. ಬೆಟ್ಟಯ್ಯ ಬೇರೆ ಮನೆ ಮಾಡಿ ದಾನಪ್ಪನ ಮನೆಯಿಂದ ಬೇರೆ ಹೋಗಿದ್ದ. ತಾನು ಸಾಯುವುದರೊಳಗೆ ಮಗನ ಮದುವೆ ಮಾಡಬೇಕೆಂದು ತಾರಾಡಲು ಸುರುವಿಟ್ಟುಕೊಂಡ. ಈ ಸಮಾಚಾರಗಳು ನಿಧಾನವಾಗಿ ಹೇಗೋ ಬಂದು ನನ್ನನ್ನು ಸೇರುತ್ತಿದ್ದವು.

ಕಾಂತನ ಮದುವೆಯಾಯಿತು. ಅದಾದ ಮೂರ್ನಾಲ್ಕು ವರ್ಷದ ನಂತರ ಬೆಟ್ಟಯ್ಯನನ್ನು ಕಾಣಲು ಹೋದೆ. ಅವನಿಗೆ ನನ್ನನ್ನು ಕಂಡು ಹಿಡಿಯಲು ಕಷ್ಟವಾಯಿತು. ಕಣ್ಣು ಮಂಜು ಮಂಜು ಎಂದ. ಕಿವಿ ಮಂದ ಎಂದ. ತಲೆ ಕೆರೆದುಕೊಂಡು ಎಂದಿನಂತೆ ನಕ್ಕ. ಕಾಂತ ಅಲ್ಲೇ ಓಡಾಡಿಕೊಂಡಿದ್ದ. ಕಾಂತನ ಮಗು ತೊಟ್ಟಿಲಲ್ಲಿ ಮಲಗಿತ್ತು. ಮಗು ತಾಜಾ ಗಜ್ಜರಿಯಂತಿತ್ತು. ಅವನ ಎಳೆ ಹೆಂಡತಿ ವಿಶೇಷ ಸೌಂದರ್ಯದಿಂದ ಕೂಡಿದ್ದಳು.

ನಾನು ಬೆಟ್ಟಯ್ಯನನ್ನು ಅದೇ ಕೊನೆಯ ಬಾರಿ ನೋಡಿದ್ದು. ಮತ್ತೊಮ್ಮೆ ನಾನು ಆ ಊರಿಗೆ ಹೋದಾಗ ಬೆಟ್ಟಯ್ಯ ಮನೆ ಖಾಲಿ ಮಾಡಿ ಮಗನ ಸಂಸಾರದೊಂದಿಗೆ ತನ್ನ ಸ್ವಂತ ಹಳ್ಳಿಗೆ ಹೊರಟು ಹೋಗಿದ್ದ. ಬೆಟ್ಟಯ್ಯ ಸ್ವಂತ ಊರಲ್ಲಿ ಅವನದೆಂದು ಮನೆ ಅಥವಾ ಯಾವ ಆಸ್ತಿಯೂ ಇರಲಿಲ್ಲ. ಅಲ್ಲಿಗೇಕೆ ಹೋದನೋ ಎಂಬುದು ನನಗೆ ಒಗಟಾಗಿ ಕಾಣಿಸಿತು.

ಆದರೆ ನಿಜ ಸಂಗತಿ ಗೊತ್ತಾಗಲು ತಡವಾಗಲಿಲ್ಲ. ಅಂದು ಆ ಊರಿನ ರಾಯಭಾರಿಯಂತಿದ್ದ ಭರ್ಮಜ್ಜ ಸಿಕ್ಕಿದ್ದ. ಅದೂ ಇದೂ ಮಾತಾಡುತ್ತ ಬೆಟ್ಟಯ್ಯನ ವಿಷಯ ತೂರಿಬಂದಿತು. "ಸ್ವಲ್ಪನಾದ್ರೂ ತಿಳಿವಳಿಕೆ, ಲೋಕಜ್ಞಾನ ಇರ್ಬೇಕು ಸಾರ್. ಕಾಂತ ಬಹಳ ಮುಗ್ಧ. ಏನೂ ತಿಳೀತಿರಲಿಲ್ಲ. ಬೆಳ್ಳಗಿರದ್ನೆಲ್ಲ ಹಾಲು ಅಂತ ತಿಳ್ಕಳ್ತಿದ್ದ. ಅವನ ಹೆಂಡ್ತಿ ಇನ್ನೂ ಸಣ್ಣುಡುಗಿ. ಅದ್ಕೂ ತಿಳೀತಿದ್ದಿಲ್ಲ. ಬೆಟ್ಟಯ್ಯನಿಗೆ ಕಣ್ಣು ಕಾಣ್ತಿರಲಿಲ್ಲ, ಕಿವಿ ಕೇಳಿಸ್ತಿರ್ಲಿಲ್ಲ. ನಡೆದಾಡೋದೇ ಕಷ್ಟ. ಮೂಲೆಗುಂಪಾಗಿದ್ದ. ಕಾಂತನ ಸ್ನೇಹಿತರೆ ಕೈಕೊಟ್ರು. ಕಾಂತನಿಗೆ ದುಡ್ಡು ಕೊಟ್ಟು ಆ ಕಡೆ ಈ ಕಡೆ ಸಿನಿಮಾ, ತೋಟ ತುಡಿಕೆ ಅಂತ ಕಳಿಸೋರು. ಕಾಂತ ಅತ್ತ ಹೋದ್ರೆ ಇತ್ತ ಇವರು ಕಾಂತನ ಮನೆ ಸೇರ್ಕೊಳ್ಳೋರು. ಆ ಹುಡುಗಿಗೋ ಕೆಟ್ಟದ್ದು ಯಾವ್ದು, ಒಳ್ಳೇದ್ಯಾವ್ದು ಅನ್ನೋದು ತಿಳೀತಿರ್ಲಿಲ್ಲ. ಪೋಲಿಗಳು ಏನು ಮಾಯ ಮಾಡಿದ್ರೊ, ಏನು ಗಿಲೀಟು ತೋರ್ಸಿದ್ರೊ? ಒಂದು ಸಂಸಾರನೇ ಹಾಳು ಮಾಡಿದ್ರು. ಈ ಸಹವಾಸವೇ ಬೇಡ ಅಂತ ಬೆಟ್ಟಯ್ಯ ಊರು ಖಾಲಿ ಮಾಡ್ದ," ಅಂದು ಭರ್ಮಜ್ಜ ನಿಟ್ಟುಸಿರಾದ.

❖

ಹೆರಿಗೆ ಮತ್ತು ಹೆಣ್ಣಿನ ಕಣ್ಣೀರು

ಧರ್ಮಸ್ಥಳದಿಂದ ಕೊಕ್ಕಡಕ್ಕೆ ಹೋಗುವ ಮಾರ್ಗದಲ್ಲಿ ನಿಡ್ಲೆ ಗ್ರಾಮವಿದೆ. ನಿಡ್ಲೆ ಗ್ರಾಮದ ಹ್ಯಾಮ್ಲೆಟ್ ಬೂಡ್ಜಾಲು. ಇದು ಧರ್ಮಸ್ಥಳದಿಂದ ಸುಮಾರು 10 ಕಿ.ಮೀ. ದೂರದಲ್ಲಿದೆ. ಅಲ್ಲಿ ಗುರೂಜಿಯವರ ತೋಟ, ಮನೆ ಇವೆ. ನನಗೂ ಗುರೂಜಿಯವರಿಗೂ ಒಳ್ಳೆಯ ಸ್ನೇಹ. ಅವರು ತುಂಬಾ ತಮಾಷೆಯ ವ್ಯಕ್ತಿ. ಅವರ ಮನೆಯಲ್ಲಿದ್ದ ಮಿಶ್ರತಳಿ ಹಸುಗಳಿಗೆ ಚಿಕಿತ್ಸೆ ನೀಡಲು ಕರೆದಾಗೆಲ್ಲ ಹೋಗುತ್ತಿದ್ದೆ. ಅವರ ಬಳಿ ಬಹಳ ಹಸುಗಳೇನಿರಲಿಲ್ಲ. ಎರಡು ಮೂರು ಹಸುಗಳು, ಒಂದೆರಡು ಕರುಗಳು ಮಾತ್ರ ಇದ್ದವು.

ಆ ಭಾಗಕ್ಕೆ ನಾನು ಯಾವಾಗ ಹೋದರೂ ಗುರೂಜಿಯವರ ಮನೆಗೂ ಹೋಗಿ ಸ್ವಲ್ಪ ಹೊತ್ತು ಮಾತಾಡಿ ಟೀ ಕುಡಿದು ಬರುತ್ತಿದ್ದೆ. ಗುರೂಜಿಯವರ ಶ್ರೀಮತಿಯವರು ಕುತೂಹಲದ ಮೂಟೆಯಾಗಿದ್ದರು. ಅವರ ಹೆಸರು ಪುಷ್ಪಕ್ಕ. ಅವರಿಗೆ ಎಲ್ಲವನ್ನೂ ತಿಳಿದುಕೊಳ್ಳಬೇಕೆಂಬ ಕುತೂಹಲ. ಉದಾಹರಣೆಗೆ ನಾವು ಕೃತಕ ಗರ್ಭಧಾರಣೆಗೆ ಬಳಸುವ ವೀರ್ಯ ಕೃತಕವಾಗಿ ತಯಾರಾಗಿದ್ದೋ ಅಥವಾ ನೈಸರ್ಗಿಕವೋ? ಹೋರಿಯಿಂದ ಪಡೆದದ್ದಾದರೆ ವೀರ್ಯವನ್ನು ಹೇಗೆ ಹೊರತೆಗೆಯುತ್ತಾರೆ? ಹೇಗೆ ವೀರ್ಯವನ್ನು ನಳಿಕೆಗಳಲ್ಲಿ ಭರ್ತಿ ಮಾಡುತ್ತಾರೆ? ತಣ್ಣಗೆ ಕೊರೆಯುವ ದ್ರವಸಾರಜನಕದಲ್ಲಿ (-196^0 Centigrade) ಇಟ್ಟಿರುವ ವೀರ್ಯಾಣುಗಳು ಸಾಯುವುದಿಲ್ಲವೆ? ಇತ್ಯಾದಿ. ಕೆಲವು ವಿಚಾರಗಳನ್ನು ಹೇಳಲು ಮುಜುಗರವಾದರೂ ಅವರು ಬಿಡುತ್ತಿರಲಿಲ್ಲ. ಅವರ ಮೂರೂ ಜನ ಮಕ್ಕಳು ತಾಯಿಯಂತೆಯೇ ಪ್ರಶ್ನೆಗಳ ಬಣವೆಗಳಾಗಿದ್ದರು.

ಒಂದು ದಿನ ಬೆಳಗ್ಗೆ 10 ಗಂಟೆಗೆ ಫೋನ್ ಮಾಡಿ ಅವರ ಎಚ್ ಎಫ್ ಹಸುವು ಕರು ಹಾಕಲು ಕಷ್ಟಪಡುತ್ತಿದೆ. ಕೂಡಲೇ ಬನ್ನಿ ಎಂದರು ಗುರೂಜಿ. ಕೆಲವು ವಿವರಗಳನ್ನು ಕೇಳಿದೆ. ಗುರೂಜಿಯವರಿಗೆ ಗೊತ್ತಿರಲಿಲ್ಲ. ಪಕ್ಕದಲ್ಲಿಯೇ ನಿಂತಿದ್ದ

ಪುಷ್ಪಕ್ಕ ಫೋನ್ ಕಸಿದುಕೊಂಡು ನನ್ನೆಲ್ಲ ಪ್ರಶ್ನೆಗಳಿಗೆ ಕರಾರುವಾಕ್ಕಾದ ಉತ್ತರ ಕೊಟ್ಟರು.

"ಹಸುಗೆ ದಿನ ತುಂಬಿದೆಯಾ?" ನನ್ನ ಪ್ರಶ್ನೆ.

ಪುಷ್ಪಕ್ಕ "ಓಹೋ!"

"ನೆತ್ತಿ ಚೀಲ ಒಡೆದಿದೆಯೆ?" ನನ್ನ ಪ್ರಶ್ನೆ.

ಪುಷ್ಪಕ್ಕ "ಓಹೋ!"

(ನೆತ್ತಿಚೀಲ = ಆಮ್ನಿಯಾಟಿಕ್ ಸ್ಯಾಕ್) (Amniotic sac) (ಗರ್ಭದ ಅವಧಿಯಲ್ಲಿ ಕರು ಬೆಳೆಯುವುದು ಇದರಲ್ಲಿಯೇ. ಆಮ್ನಿಯಾಟಿಕ್ ದ್ರವ ಲೋಳೆಲೋಳೆಯಾಗಿರುತ್ತದೆ. ಕರು ಹಾಕುವಾಗ ಈ ಚೀಲ ಒಡೆದು ಕರು ಹೊರಬರುವ ಮಾರ್ಗ ಹಸಿಯಾಗಿ, ಲೋಳೆಲೋಳೆಯಾಗಿ ಜಾರುವಂತೆ ಮಾಡುತ್ತದೆ. ಆಗ ಕರು ಬರುವುದು ಸುಲಭವಾಗುತ್ತದೆ)

"ಹಾಗಾದರೆ ಕರು ಕಾಣಿಸುತ್ತಿದೆಯೇ?" ನನ್ನ ಪ್ರಶ್ನೆ.

ಪುಷ್ಪಕ್ಕ, "ಕಾಣಿಸುತ್ತದೆ ಸಾರ್, ಕೈಗಳು ಕಾಣಿಸುತ್ತವೆ, ಆದರೆ ತಲೆ ಕಾಣಿಸುತ್ತಿಲ್ಲ".

(ಕರುಗಳು ಹೊರಬರುವಾಗ ಸಾಮಾನ್ಯವಾಗಿ ಮುಂದಿನ ಕಾಲುಗಳು ಮತ್ತು ತಲೆ ಜೊತೆಗೇ ಹೊರಬರುತ್ತವೆ. ಧರ್ಮಸ್ಥಳ ಭಾಗದಲ್ಲಿ ಜನರು ಮುಂದಿನ ಕಾಲುಗಳನ್ನು ಕೈಗಳೆನ್ನುತ್ತಾರೆ. ಅದಕ್ಕೇ ಪುಷ್ಪಕ್ಕ ಕೈಗಳು ಕಾಣಿಸುತ್ತವೆ ಎಂದಿದ್ದರು.)

ಪುಷ್ಪಕ್ಕನವರು ಹಸುವಿನ ಇದುವರೆಗಿನ ಹೆರಿಗೆಯ ಹಂತಗಳನ್ನೆಲ್ಲ ಸವಿವರವಾಗಿ ಗಮನಿಸಿದ್ದರು. ಅವರಿಗೆ ಗೊತ್ತಿಲ್ಲದೇ ಇದ್ದದ್ದು ಯಾವುದೂ ಇಲ್ಲವೆನ್ನುವಂತಿತ್ತು. ಅವರು ಹಸುವಿನ ಯೋನಿಯಲ್ಲಿಯೂ ಕೈ ಹಾಕಿ ತಲೆ ಕಾಣಿಸದೇ ಇದ್ದದ್ದನ್ನೂ ಸಹ ಪರೀಕ್ಷಿಸಿದ್ದರು. ಅದನ್ನು ಫೋನಿನಲ್ಲಿ ಹೇಳಿದರು.

ಕೂಡಲೇ ಬರುತ್ತೇನೆ ಎಂದು ಫೋನಿಟ್ಟು ಹೊರಟೆ. ಅರ್ಧಗಂಟೆಯಲ್ಲಿ ಗುರೂಜಿಯವರ ಮನೆ ಹತ್ತಿರ ಇದ್ದೆ.

ನನ್ನನ್ನು ನೋಡಿದ ಕೂಡಲೆ ಆ ಗಂಡ ಹೆಂಡತಿಯರಿಬ್ಬರಿಗೆ ಖುಷಿಯೋ ಖುಷಿ. ಇಬ್ಬರೂ ಕಿವಿಯಿಂದ ಕಿವಿಗೆ ನಗುತ್ತ ದನದ ಕೊಟ್ಟಿಗೆಗೆ ದೌಡು ಹೊಡೆದರು. ನಾನು ಹಿಂಬಾಲಿಸಿದೆ. ಪುಷ್ಪಕ್ಕ, ಒಂದು ಬಕೆಟ್ ಬಿಸಿನೀರು, ಒಂದು ಬಕೆಟ್ ತಣ್ಣೀರು, ಟವಲ್ಲು, ಬಟ್ಟೆ ಸೋಪು, ಮೈ ಸೋಪು, ಪ್ಲಾಸ್ಟಿಕ್ ಮಗ್ಗು ಎಲ್ಲವನ್ನೂ ಜೋಡಿಸಿಟ್ಟಿದ್ದರು.

ಒಂದು ಸ್ಟೀಲ್ ಪಾತ್ರೆಯಲ್ಲಿ ಚಳಮಳ ಕುದಿಯುತ್ತಿದ್ದ ಬಿಸಿ ನೀರಿದ್ದವು. ಅದು ಸಿರಿಂಜ್ ಸೂಜಿಗಳ ಸ್ಟೆರಿಲೈಸ್ ಮಾಡಲು. ಪಕ್ಕದ ಕಟ್ಟೆಯ ಮೇಲೆ ಹಳೆಯದಾದ ಆದರೆ ಸ್ವಚ್ಛವಾಗಿದ್ದ ನಾಲ್ಕೈದು ಹಳೆಯ ಬಟ್ಟೆ ಮತ್ತು ಗೋಣಿಚೀಲಗಳನ್ನು ಜೋಡಿಸಿಟ್ಟಿದ್ದರು. (ಹೆರಿಗೆಯ ಸಮಯದಲ್ಲಿ ಸುರಿಯಬಹುದಾದ ಮೂತ್ರ, ಸಗಣಿ, ರಕ್ತ, ಲೋಳೆಯಂತಹ ದ್ರವ ಮುಂತಾದವುಗಳನ್ನು ಒರೆಸಲು ಮತ್ತು ನಾನು ನೆಲದ ಮೇಲೆ ಹಾಸಿಕೊಂಡು ಕುಳಿತುಕೊಳ್ಳಲು ಬಟ್ಟೆಗಳನ್ನಿಟ್ಟಿದ್ದರು.)

ಹಟ್ಟಿಯ ಗಾರೆಯ ನೆಲವನ್ನು ನೀರಾಕಿ ನೀಟಾಗಿ ತೊಳೆದಿದ್ದರು. ಪಶುವೈದ್ಯರಾದ ನಾವು ಕೆಲಸ ನಿರ್ವಹಿಸುವ (ಚಿಕಿತ್ಸೆ ಇರಬಹುದು ಅಥವಾ ಶಸ್ತ್ರಚಿಕಿತ್ಸೆ ಇರಬಹುದು) ಜಾಗ ಇಷ್ಟು ನೀಟಾಗಿದ್ದದ್ದು ಅಪರೂಪವೇ ಸರಿ. ಪುಷ್ಪಕ್ಕನವರು ದನಗಳ ಮೇಲಿನ ಪ್ರೀತಿ ಮತ್ತು ಪಶುವೈದ್ಯರ ಮೇಲಿನ ಗೌರವದಿಂದ ಇಷ್ಟು ಮಾಡಿದ್ದರು. ಅಷ್ಟೇನೂ ದಪ್ಪಗಲ್ಲದೆ, ತೆಳ್ಳಗಲ್ಲದೆ, ಉದ್ದಕ್ಕೂ ಅಲ್ಲದೆ, ಗಿಡ್ಡಕ್ಕೂ ಅಲ್ಲದೆ ಮಟ್ಟಸವಾಗಿದ್ದರು. ವಿಪರೀತ ಚಟುವಟಿಕೆ ಮತ್ತು ಅಪರಿಮಿತ ಕುತೂಹಲವೇ ಅವರ ವ್ಯಕ್ತಿವಿಶೇಷವಾಗಿತ್ತು. ಮೂರು ಜನ ಮಕ್ಕಳೂ ಶಾಲೆಗಳಿಗೆ ಹೋಗಿದ್ದರಿಂದ ಮನೆಯಲ್ಲಿ ಗಲಾಟೆ ಇರಲಿಲ್ಲ.

ನಾನು ಶರ್ಟ್ ಬಿಚ್ಚಿ ಬನಿಯನ್ನಲ್ಲಿದ್ದೆ. ಉಟ್ಟಿದ್ದ ಪ್ಯಾಂಟಿನ ಮೇಲೆ ರೇನ್‌ಕೋಟಿನ ಪ್ಯಾಂಟನ್ನು ಹಾಕಿಕೊಂಡೆ. ಇದರಿಂದ ನಾನು ಉಟ್ಟಿದ್ದ ಪ್ಯಾಂಟು ಸಗಣಿ, ಗಂಜಲ, ರಕ್ತ, ಲೋಳೆ ದ್ರವದಿಂದ ಗಲೀಜಾಗುವುದು ಭಾಗಶಃ ತಪ್ಪುತ್ತಿತ್ತು.

ಹಸು ನೆಲದ ಮೇಲೆ ಮಲಗಿ ಮೈಯೆಲ್ಲಾ ಬಿಗಿ ಮಾಡಿಕೊಂಡು ನಾಲ್ಕು ಕಾಲುಗಳನ್ನೂ ಶಟಿಸಿಕೊಂಡು ಒಂದೇ ಸಮನೆ ತಿಣುಕುತ್ತಿತ್ತು. ಇವನ್ನು ಗರ್ಭಕೋಶದ ಸಂಕುಚನಗಳು ಎನ್ನುತ್ತಾರೆ. ಹೀಗೆ ಸಂಕುಚನಗೊಂಡಾಗ ಗರ್ಭಕೋಶವು ಚಿಕ್ಕದಾಗಿ, ಒಳಗಿನ ಜಾಗ ಕಡಿಮೆಯಾಗಿ ಕರು ಹೊರನೂಕಲ್ಪಡುತ್ತದೆ. ಹಸು ತಿಣುಕಿದಾಗ ಗೊರಸಿನ ತನಕ ಕರುವಿನ ಮುಂದಿನ ಕಾಲುಗಳು ಹಸುವಿನ ಯೋನಿಯಿಂದಾಚೆ ಬರುತ್ತಿದ್ದವು. ಹಸು ತಿಣುಕುವುದನ್ನು ನಿಲ್ಲಿಸಿದ ಕೂಡಲೆ ಕಾಲುಗಳು ಒಳಗೆ ಹೋಗಿಬಿಡುತ್ತಿದ್ದವು.

ಪುಷ್ಪಕ್ಕ, “ಇದೇನು ಸಾರ್, ಯಾಕೆ ಹೀಗೆ?” ಎಂದರು.

ನಾನು ಹಸುವಿನ ಯೋನಿಯಲ್ಲಿ ಕೈಹಾಕಿ ಪರೀಕ್ಷಿಸಿದೆ. ಕರುವಿನ ಕತ್ತು ಮತ್ತು ತಲೆ ಸಂಪೂರ್ಣವಾಗಿ ಬಲಗಡೆಗೆ ತಿರುಗಿದ್ದವು. ತಲೆಯು ಸರಿಯಾದ ಸ್ಥಾನದಲ್ಲಿರದೆ ಬಲಗಡೆಗೆ ತಿರುಗಿದ್ದುದರಿಂದ ಕರು ಹೊರಗೆ ಬರುತ್ತಿಲ್ಲ ಎಂದು ಪುಷ್ಪಕ್ಕನವರಿಗೆ ತಿಳಿಸಿದೆ.

ಎದುರೇ ಹಸು ಇದ್ದುದರಿಂದ ಗಂಡ ಹೆಂಡಿರಿಗೆ ಅರ್ಥ ಮಾಡಿಸುವುದು ಕಷ್ಟವಾಗಲಿಲ್ಲ. ಆದರೆ ಪುಷ್ಪಕ್ಕನವರಿಗೆ ನೂರಾರು ಕೆಟ್ಟ ಯೋಚನೆಗಳು ಒಮ್ಮೆಲೇ ನುಗ್ಗಿ ಅವರು ದಿಕ್ಕು ತಪ್ಪಿದಂತಾಗಿ, “ಕರು ಒಳಗೆ ಸತ್ತೋಗುತ್ತಾ? ಹಸು ಗತಿ?” ಮುಂತಾಗಿ ಹತ್ತಾರು ಪ್ರಶ್ನೆಗಳನ್ನೆಸೆದು ಉತ್ತರಕ್ಕಾಗಿ ಕಾತರಿಸಿದರು.

ನಾನು ಎಡಗೈಯ್ಯಲ್ಲಿ, ಬಲಗೈಯ್ಯಲ್ಲಿ, ಎರಡೂ ಕೈಯ್ಯಲ್ಲಿ ಮತ್ತು ಹೇಗೆ ಅನುಕೂಲವಾಗುತ್ತದೋ ಹಾಗೆ ಕುಳಿತು ಕರುವಿನ ತಲೆಯನ್ನು ನೇರ ಮಾಡಲು ಪ್ರಯತ್ನಿಸತೊಡಗಿದೆ. ನಾನು ಹಸುವಿನ ಹಿಂದುಗಡೆ ಕುಕ್ಕರಗಾಲಲ್ಲಿ ಕುಳಿತುಕೊಂಡಿದ್ದೆ. ಪುಷ್ಪಕ್ಕನವರು ಓಡಿಹೋಗಿ ಮನೆಯೊಳಗಿನಿಂದ ಸಣ್ಣ ಪ್ಲಾಸ್ಟಿಕ್ ಸ್ಟೂಲನ್ನು ತಂದರು. ಅದನ್ನು ಹಾಕಿಕೊಂಡು ಕುಳಿತು ಭುಜದವರೆಗೆ ಕೈಹಾಕಿ ಕರುವಿನ ತಲೆಯ ಭಂಗಿ ಬದಲಾಯಿಸಲು ಪ್ರಯತ್ನಿಸಿದೆ.

ಸ್ಟೂಲಿನ ಮೇಲೆ ಕುಳಿತುಕೊಂಡಿದ್ದುದರಿಂದ ನಾನು ಎತ್ತರದಲ್ಲಿದ್ದು ಕರುವಿನ ಕತ್ತು, ತಲೆ ತಗ್ಗಾದುದರಿಂದ ಕೆಲವೇ ನಿಮಿಷಗಳಲ್ಲಿ ನನ್ನ ಭುಜ, ಬೆನ್ನು, ಸೊಂಟದಲ್ಲಿ ನೋವು ಕಾಣಿಸಿಕೊಂಡಿತು. ಕರು ಬರುವ ಮಾರ್ಗವು ಎಡವಟ್ಟು ಭಂಗಿಯಲ್ಲಿದ್ದ ಅದರ ಕತ್ತು, ತಲೆಗಳಿಂದಾಗಿ ಇಕ್ಕಟ್ಟಾಗಿತ್ತು. ನನ್ನ ಕೈಗಳನ್ನು ತೂರಿಸಿ ಕರುವಿನ ತಲೆ ಸರಿಪಡಿಸಲು ಸಾಧ್ಯವಾಗಲೇ ಇಲ್ಲ. ಆಗ ಸ್ಟೂಲನ್ನು ತೆಗೆದಿಟ್ಟು ಗೋಣಿಚೀಲ ಹಾಸಿಕೊಂಡು ಉದ್ದಕ್ಕೆ ಮಕಾಡೆ ಮಲಗಿ ಕರು ತಲೆಯ ತಿರುವತೊಡಗಿದೆ.

ಉಹೂಂ. ನಾನು ಶಕ್ತಿಮೀರಿ ಪ್ರಯತ್ನಿಸಿದರೂ ತಲೆ ಒಂಚೂರೂ ಅಲ್ಲಾಡಲಿಲ್ಲ. ಗರ್ಭಚೀಲದೊಳಗೆ ಕರುಗಳ ತಲೆ, ಕತ್ತು, ಕಾಲುಗಳ ಭಂಗಿಗಳನ್ನು ಸರಿಪಡಿಸುವುದು ಯಮಸಾಹಸದ ಕೆಲಸ. ಏಕೆಂದರೆ ಕರುವನ್ನು ಹೊರಹಾಕಲು ಹಸುಗಳು ಶಕ್ತಿಬಿಟ್ಟು ಮುಲುಕುತ್ತಿರುತ್ತವೆ. ಗರ್ಭಚೀಲವು (Uterus) ಸಂಕುಚನಗೊಳ್ಳುತ್ತಿರುತ್ತದೆ. ಆ ಸಂಕುಚನಗಳ ವಿರುದ್ಧವಾಗಿ ನಾವು ಗರ್ಭಚೀಲದ ಇಕ್ಕಟ್ಟಾದ ಜಾಗದಲ್ಲಿ ಕೈಹಾಕಿ ಕಾರ್ಯಶೀಲರಾಗಬೇಕಾಗುತ್ತದೆ.

ಆ ಸಂಕುಚನಗಳು ಸಮುದ್ರದಲೆಗಳೋಪಾದಿಯಲ್ಲಿ ನಿರಂತರ ವಾಗಿ ಶಕ್ತಿಯುತವಾಗಿ ಬರುತ್ತಲೇ ಇರುತ್ತವೆ. ಅದರ ವಿರುದ್ಧ ನಾವು ಸೆಣಸಬೇಕಾಗಿರುತ್ತದೆ. ಈ ಕೆಲಸದಲ್ಲಿ ಮಗ್ನವಾಗಿಯೇ ಈ ಹೆರಿಗೆ ಎಂಬುದು ಇಷ್ಟೇಕೆ ಕಷ್ಟದ ಮತ್ತು ಸಂಕೀರ್ಣ ಕ್ರಿಯೆಯಾಗಿ ಪ್ರಕೃತಿಯಲ್ಲಿ ವಿಕಾಸವಾಗಿದೆಯೋ? ಸುಲಭವಾದ ಕ್ರಿಯೆಯಾಗಿದ್ದರೆ ಉದಾಹರಣೆಗೆ ಸೀನಿದಂತೆ, ಕೆಮ್ಮಿದಂತೆ ಆಗಿದ್ದರೆ ಎಷ್ಟು ಚೆನ್ನಾಗಿರುತ್ತಿತ್ತು? ನಾನು ಬೆವೆತು ನೀರು ನೀರಾಗಿದ್ದೆ.

ಬರೀ ಹೊರಗಿನಿಂದ ಕರು ಎಳೆಯುತ್ತಿರುವ ನನಗೇ ಇಷ್ಟು ಕಷ್ಟವಾಗಿದ್ದರೆ ಹೆರಿಗೆ ಕ್ರಿಯೆ ಅನುಭವಿಸುತ್ತಿರುವ ಹಸುವಿಗೆ ಎಷ್ಟು ಕಷ್ಟವಾಗುತ್ತಿರಬಹುದು? ಎಷ್ಟು ನೋವು? ಎಷ್ಟು ವೇದನೆ? ಎಷ್ಟು ವ್ಯಥೆ? ಇಂಥ ವೇಳೆಯಲ್ಲಿ ನನ್ನ ಸಹಾಯಕ್ಕೆ ಇನ್ನೊಬ್ಬರಿದ್ದಿದ್ದರೆ ಎಷ್ಟು

ಚೆನ್ನಾಗಿರುತ್ತಿತ್ತು! ನನ್ನ ಕಷ್ಟ ಅರ್ಧಕ್ಕರ್ಧ ಕಡಿಮೆಯಾಗುತ್ತಿತ್ತು. ಹಸುವಿನ ಕಷ್ಟಕರ ಅವಧಿಯೂ ಕಡಿಮೆಯಾಗುತ್ತಿತ್ತಲ್ಲ! ಆದರೆ ಪಶುವೈದ್ಯಕೀಯ ಸಂಸ್ಥೆಗಳಲ್ಲಿ ಖಾಲಿ ಹುದ್ದೆಗಳೇ ವಿಪರೀತ. ಮಂಡ್ಯ ಜಿಲ್ಲೆಯ ಬೆಳ್ಳೂರು ಪಶುಚಿಕಿತ್ಸಾಲಯದಲ್ಲಿ ನಾನು ಕೆಲಸ ನಿರ್ವಹಿಸುತ್ತಿದ್ದಾಗ ಇದ್ದದ್ದು ನಾನೊಬ್ಬನೇ! ಕಸ ಗುಡಿಸಲು ಸಹ ಒಬ್ಬ ಸಹಾಯಕನಿರಲಿಲ್ಲ! ಆ ಕೆಲಸವನ್ನೂ ನಾನು ಮಾಡಿದ್ದೇನೆ.

ಆಗೊಮ್ಮೆ ಈಗೊಮ್ಮೆ ಹಸು ಹೊರಡಿಸುತ್ತಿದ್ದ ನೋವಿನ ನರಳಾಟ ಬಿಟ್ಟು ಬೇರೇನೂ ಶಬ್ದವಿಲ್ಲದ ಮೌನವೂ, ಅತ್ಯಂತ ಸೂಕ್ಷ್ಮ ಸನ್ನಿವೇಶದಿಂದಾದ ಗಂಭೀರತೆಯೂ ತುಂಬಿ ಹೋಗಿದ್ದ ಕೊಟ್ಟಿಗೆಯಲ್ಲಿ ಇದ್ದಕ್ಕಿದ್ದಂತೆ ನಿಟ್ಟುಸಿರುಗಳು, ಬಿಕ್ಕುವ ಶಬ್ದವೂ ಕೇಳಿ ಚಕಿತನಾದೆ.

ಹಸು ಮುಲುಕಾಟದಿಂದ ಮುಂದಕ್ಕೆ ಹೊರಟಿದ್ದ ಎರಡೂ ಮುಂಗಾಲುಗಳನ್ನು ಸ್ವಲ್ಪ ಹಿಂದಕ್ಕೆ ನೂಕಿ, ಕರುವಿನ ತಲೆಯನ್ನು ತಿರುಗಿಸಿಕೊಳ್ಳಲು ಜಾಗ ಮಾಡಿಕೊಳ್ಳುತ್ತ ನನ್ನದೇ ಲೋಕದಲ್ಲಿ ಮುಳುಗಿದ್ದ ನನಗೆ ಯಾರೋ ಅಳುವ ಶಬ್ದದಿಂದ ಆಶ್ಚರ್ಯವಾಗಿ ಪಕ್ಕಕ್ಕೆ ತಿರುಗಿದರೆ ಪುಷ್ಪಕ್ಕ ನನ್ನ ಹಿಂದುಗಡೆ ಕುಳಿತು ಅಳುತ್ತಿದ್ದಾರೆ! ಎಷ್ಟು ಬಿಗಿ ಹಿಡಿದರೂ ಬಿಕ್ಕುಗಳು ನಿಶ್ಯಬ್ದವನ್ನು ಅಪ್ಪಳಿಸುತ್ತಿವೆ! ಮೂಗು ಸಡಿಲವಾಗಿದೆ! ಕಣ್ಣೀರು ಸುರಿಯುತ್ತಿವೆ!

ಏನು ನೆನೆಸಿಕೊಂಡು ಅಳುತ್ತಿರಬಹುದು ಪುಷ್ಪಕ್ಕ? ಹೆಣ್ಣಿನ ಕಷ್ಟವನ್ನೇ? ತಮ್ಮ ಹೆರಿಗೆಯಲ್ಲಾದ ನೋವನ್ನೇ? ನಿಸರ್ಗದ ನಿರ್ಭಾವುಕತೆಯನ್ನೇ? ತಮ್ಮ ಪ್ರೀತಿಯ ಹಸುವಿನ ಸಂಕಟವನ್ನೇ? ಯಾವಾಗ ನೋವಿನಿಂದ ಹಸುವಿಗೆ ಮುಕ್ತಿ ಎಂದು ಪರಿತಪಿಸುತ್ತಿರಬಹುದೇ? ಹೀಗೇ ಪರರಿಗೆ ಮಿಡಿಯುತ್ತಿದ್ದ ನನ್ನಮ್ಮ ನೆನಪಾದಳು.

ಇಂತಹ ಸನ್ನಿವೇಶದಲ್ಲೂ ನನಗೆ ಬೇಕಾಗಿರುತ್ತಿದ್ದ ಟವಲ್ಲನ್ನೋ, ಸೋಪನ್ನೋ, ಬಟ್ಟೆಯನ್ನೋ ಕೇಳುವ ಮುಂಚೆಯೇ ಕೊಡುತ್ತ, ಬೆವರುತ್ತಿದ್ದ ನನಗೆ ಮಕ್ಕಳು ಪರೀಕ್ಷೆ ಬರೆಯುವ ರಟ್ಟಿನಲ್ಲಿ ಗಾಳಿ ಹಾಕುತ್ತ, ಹಸುವನ್ನು ಮಾತಾಡಿಸಿ ಸಮಾಧಾನಿಸುತ್ತ ಸಂಜೀವಿನಿಯಂತಿದ್ದರು ಪುಷ್ಪಕ್ಕ.

ಪುಷ್ಪಕ್ಕರ ಮನಸ್ಸನ್ನು ಬೇರೆ ಕಡೆಗೆ ತಿರುಗಿಸಲು ಮತ್ತು ಹಗುರಾಗಿಸಲು, "ಪುಷ್ಪಕ್ಕ ನನಗೀಗ ಒಂದರ್ಧ ಲೀಟರ್ ಪುನರ್ಪುಳಿ ಜ್ಯೂಸ್ ಮಾಡಿಕೊಡಿ. ನನ್ನ ಶಕ್ತಿಯೆಲ್ಲಾ ಬಸಿದು ಹೋಗಿದೆ," ಎಂದೆ. ಕೂಡಲೇ ದನದ ಕೊಟ್ಟಿಗೆಯಿಂದ ಅಡಿಗೆ ಮನೆಯತ್ತ ಓಡುತ್ತಲೇ ಹೋದರು. ನಿಧಾನ, ಅವಸರ ಇಲ್ಲ ಎಂದು ಕೂಗಿದರು ಗುರೂಜಿ.

ಗುರೂಜಿ ಅಡ್ಡ ಮಲಗಿದ್ದ ಹಸುವಿನ ಮೂಗುದಾರ ಹಿಡಿದು ಸಮಾಧಾನಿಸುತ್ತ ಕುಳಿತಿದ್ದರು. ಪರಿಸ್ಥಿತಿ ಗಂಭೀರವಾಗಿತ್ತು. ಇಲ್ಲದಿದ್ದರೆ ಅವರು ತಮಾಷೆ ಪ್ರಸಂಗಗಳನ್ನು ಪ್ರಾರಂಭಿಸುತ್ತಿದ್ದರು. ನಾನಲ್ಲದೆ ಬೇರೆ ಯಾರು ಏನು ಹೇಳಿದರೂ ಪುಷ್ಪಕ್ಕ ಹಸು ಬಿಟ್ಟು ಕದಲುತ್ತಿರಲಿಲ್ಲ. ಒಂದೆರಡು ಕ್ಷಣದ ಹಿಂದೆ ಅಳುತ್ತಿದ್ದ ಪುಷ್ಪಕ್ಕ ನನ್ನ ಮಾತನ್ನು ತಲೆಯ ಮೇಲೆ ಹೊತ್ತುಕೊಂಡು ಓಡುತ್ತಿದ್ದರು. 'ಸಕ್ಕರೆ ಸ್ವಲ್ಪ ಜಾಸ್ತಿ ಹಾಕಿ' ಎಂದು ನಾನು ಕೂಗಿದೆ. ಆಯ್ತು ಎಂದರು ಪುಷ್ಪಕ್ಕ ಸಂಭ್ರಮದಿಂದ.

ಹೊರಗೆ ಹೊರಟಿದ್ದ ಕರುವಿನ ಕಾಲುಗಳನ್ನು ಸ್ವಲ್ಪ ಹಿಂದಕ್ಕೆ ತಳ್ಳಿ ಜಾಗ ಮಾಡಿಕೊಂಡು ಕರುವಿನ ತಲೆಯನ್ನು ಶಕ್ತಿ ಬಿಟ್ಟು ಮುಂದಕ್ಕೆಳೆದುಕೊಂಡೆ. ತಲೆ ನೇರ ಆಯಿತು. ಕೂಡಲೇ ಕಾಲುಗಳು ಮತ್ತು ತಲೆಯನ್ನು ಕೂಡಿಸಿ ಎಳೆದೆ. ಎಷ್ಟು ವರ್ಷದಿಂದ ಕಾದಿತ್ತೋ ಎಂಬಂತೆ, ಕೆಲವೇ ಕೆಲವು ಗ್ರಾಂಗಳಷ್ಟು ಹಗುರವಿದ್ದಂತೆ ಸುಂಯ್ಯನೆ ಹೊರಬಂದಿತು ಕರು. ಕರುವನ್ನು ನಾನು ಮತ್ತು ಗುರೂಜಿ ಎತ್ತಿಕೊಂಡು ನಿಧಾನಕ್ಕೆ ಪುಷ್ಪಕ್ಕನವರು ಸಿದ್ಧಪಡಿಸಿದ್ದ ಗೋಣಿಚೀಲದ ಸುಪ್ಪತ್ತಿಗೆಯ ಮೇಲೆ ಮಲಗಿಸಿದೆವು.

ಕೈಯ್ಯಲ್ಲಿ ಪುನರ್ಪುಳಿ ಜ್ಯೂಸ್ ಹಿಡಿದು ಕೊಟ್ಟಿಗೆ ಪ್ರವೇಶಿಸಿದ ಪುಷ್ಪಕ್ಕನವರನ್ನು ಕರು 'ಅಂಬಾ' ಎಂದು ಕೂಗಿ ಸ್ವಾಗತಿಸಿತು. ಆಗ ನೋಡಬೇಕಿತ್ತು ನೀವು ಪುಷ್ಪಕ್ಕನವರನ್ನು! ಅವರಿಗೆ ನಂಬಲಾಗುತ್ತಿಲ್ಲ. ನಿಲ್ಲಲಾಗುತ್ತಿಲ್ಲ. ಮಾತನಾಡಲಾಗುತ್ತಿಲ್ಲ. ತೀವ್ರತಮ ಭಾವಾವೇಶಕ್ಕೊಳಗಾಗಿ ಕಂಪನಕ್ಕೊಳಗಾದಂತೆ, ಪರವಶ ರಾದಂತೆ ತೋರಿತು. ಪಶುವೈದ್ಯವೃತ್ತಿಯು ಜನರನ್ನು ಇಷ್ಟು ದೊಡ್ಡ ಮಟ್ಟದ ಎತ್ತರಕ್ಕೇರಿಸಬಲ್ಲದೇ? ನಾವೆಲ್ಲ ನಿಂತದ್ದು ಬರೀ ಕೊಟ್ಟಿಗೆಯಲ್ಲ, ಕೊಟ್ಟಿಗೆಯಲ್ಲಿ ಮನುಷ್ಯರಾದ ಬರೀ ನಾವಷ್ಟೇ ಇಲ್ಲ ಎನಿಸಿತು!

ಆಗ ಗುರೂಜಿ ತಮ್ಮ ಪತ್ನಿಗೆ 'ಕರು ಹೆಣ್ಣೋ ಗಂಡೋ ನೋಡ್ಲಿಲ್ವಲ್ಲ?'

ಪುಷ್ಪಕ್ಕ: 'ಹೌದಲ್ಲ!'

ಗುರೂಜಿ: 'ಗಂಡು ಕರು ಕಣೇ ಪುಷ್ಪ.'

ಪುಷ್ಪಕ್ಕ: 'ಹೌದಾ? ಯಾವ್ದಾದ್ರೇನು ಬಿಡ್ರಿ!' ಎಂದವರೇ ಬೇಡ ಎಂದರೂ ಚಹಾ ಮಾಡಲು ಅಡಿಗೆ ಮನೆಗೆ ನುಗ್ಗಿದರು. ನಾನೂ ಸಹ ಕರುವನ್ನು ಪರೀಕ್ಷಿಸಿ ನೋಡಿರಲಿಲ್ಲ. ನಂತರ ನಾವೆಲ್ಲರೂ ಚಹಾ ಕುಡಿಯುತ್ತ ಕುಳಿತಾಗ ಪುಷ್ಪಕ್ಕ ಕರುವನ್ನು ಹಸುವಿನ ಕೆಚ್ಚಲಿಗೆ ಬಿಡಲು ಹೋದವರು, 'ಬರೀ ತಮಾಷಿ ಇವರಿಗೆ. ಡಾಕ್ಟ್ರೆ ಇದು ಹೆಣ್ಣು ಕರು. ಇವರು ಸುಳ್ಳು ಹೇಳಿದ್ದಾರೆ,' ಗುರೂಜಿಯವರನ್ನು ಬೈಯ್ಯತೊಡಗಿದರು.

ಗುರೂಜಿ: 'ಹೌದೇನೇ ಪುಷ್ಪ. ನಾನು 'ಗಂಡು' ಅಂತೇಳಿದ್ನೇನೆ?' ಎಂದು ತಮಾಷೆ ಮೇಲೆ ತಮಾಷೆ ಮಾಡತೊಡಗಿದರು.

❖

ಒಂದು ಕರಾಳ ರಾತ್ರಿ

ಪಶುವೈದ್ಯರಿಗೆ ಸರಿಯಾದ ಹೊತ್ತಿಗೆ ಮಧ್ಯಾಹ್ನದ ಊಟ ಮಾಡಕೂಡದೆಂಬ ಶಾಪವಿರುವಂತೆ ಕಾಣುತ್ತದೆ. ನಾನು ಸುಮಾರು ಮೂವತ್ತೈದು ವರ್ಷ ಪಶುವೈದ್ಯನಾಗಿ ಕೆಲಸ ಮಾಡಿದ್ದೇನೆ. ಅದರಲ್ಲಿ ಮಧ್ಯಾಹ್ನ ಸರಿಯಾದ ಹೊತ್ತಿಗೆ ಊಟ ಮಾಡಿರುವುದು ಅಪರೂಪ.

ಆಸ್ಪತ್ರೆಯ ವೇಳೆಯಲ್ಲಿ ಎಷ್ಟು ಚಿಕಿತ್ಸೆ ನೀಡಿದ್ದೇನೆಯೋ ಅಷ್ಟೇ ಚಿಕಿತ್ಸೆಯನ್ನು ಅದರ ನಂತರವೂ ನೀಡಿದ್ದೇನೆ. ಆಸ್ಪತ್ರೆಯಲ್ಲಿ ನೀಡಿರುವ ಚಿಕಿತ್ಸೆಯಷ್ಟೇ ಚಿಕಿತ್ಸೆಯನ್ನು ರೈತರ ಮನೆ ಬಾಗಿಲಲ್ಲಿ ನೀಡಿದ್ದೇನೆ. ಹಗಲಲ್ಲಿ ನೀಡಿರುವಷ್ಟಲ್ಲದಿದ್ದರೂ ಗಣನೀಯ ಸಂಖ್ಯೆಯ ಚಿಕಿತ್ಸೆಯನ್ನು ಸೂರ್ಯಾಸ್ತದ ನಂತರವೂ ನೀಡಿದ್ದೇನೆ. ಹಗಲು ರಾತ್ರಿಗಳ ವ್ಯತ್ಯಾಸವಿಲ್ಲದಂತೆ ಅಲೆದಾಡಿದ್ದೇನೆ.

ಅನೇಕ ಸಲ ನನ್ನ ಬೈಕು ಕೈ ಕೊಟ್ಟಿದೆ. ಪಂಕ್ಚರ್ ಆಗಿದೆ. ಚೈನು ತುಂಡಾಗಿದೆ. ಆದರೆ ಒಂದೇ ಒಂದು ಸಲವೂ ರಾತ್ರಿಯ ವೇಳೆ ತೊಂದರೆಯಾಗಿಲ್ಲವೆಂದರೆ ನನಗೇ ಆಶ್ಚರ್ಯವಾಗುತ್ತದೆ. ಧರ್ಮಸ್ಥಳದಲ್ಲಿ ಮೂರು ವರ್ಷ ಪಶು ಆಸ್ಪತ್ರೆಯಲ್ಲಿ ಕರ್ತವ್ಯ ನಿರ್ವಹಿಸುತ್ತಿದ್ದಾಗಲೂ ಮಧ್ಯರಾತ್ರಿಯ ವೇಳೆ ಒಬ್ಬನೇ ಸುರಿಯುವ ಮಳೆಯಲ್ಲಿ ರೈನ್ ಕೋಟ್ ಧರಿಸಿ ಹರಿದಾಡುವ ಹಾವುಗಳ ಮಧ್ಯೆ ಬೈಕಲ್ಲಿ ಕಾಡುಮೇಡಲ್ಲಿ ಅಲೆದಾಡುತ್ತಿದ್ದುದ ನೆನೆಸಿಕೊಂಡರೆ ಈಗ ಜೀವ ಝಲ್ ಎನ್ನುತ್ತದೆ.

2004ರಲ್ಲಿ ಧರ್ಮಸ್ಥಳದಲ್ಲಿದ್ದಾಗ ಹೊಸದಾಗಿ ಮೊಬೈಲ್ ಖರೀದಿಸಿದ್ದೆ. ನಾನು ಯಾವತ್ತೂ ಮೊಬೈಲನ್ನು ಸ್ವಿಚ್ ಆಫ್ ಮಾಡಿದವನಲ್ಲ. ಚಿಕಿತ್ಸೆಗೆ ಬರುತ್ತೇನೆಂದು ಹೇಳಿದ ಮೇಲೆ ಎಷ್ಟೊತ್ತಾದರೂ ಹೋಗದೇ ಇದ್ದವನಲ್ಲ. ಅಕಸ್ಮಾತ್ ಹೋಗಲು ಸಾಧ್ಯವಿಲ್ಲದಾಗ ಲಭ್ಯವಿರುವ ಬೇರೆ ಪಶುವೈದ್ಯರ ಫೋನ್ ಸಂಖ್ಯೆ ತಿಳಿಸುತ್ತಿದ್ದೆ. ಹೀಗೆ ಒಬ್ಬ ವೈದ್ಯನಲ್ಲಿರಬೇಕಾದ ವಿಶ್ವಾಸ ಜನರಲ್ಲಿ ಬೆಳೆದುಬಿಟ್ಟಿತ್ತು.

ಧರ್ಮಸ್ಥಳದಲ್ಲಿ ಕೆಲಸ ನಿರ್ವಹಿಸುತ್ತಿದ್ದಾಗ ನಾನು ಉಜಿರೆಯಲ್ಲಿ ಮನೆ ಮಾಡಿದ್ದೆ. ಮಕ್ಕಳು ಉಜಿರೆಯ ಶಾಲಾಕಾಲೇಜುಗಳಲ್ಲಿ ಓದುತ್ತಿದ್ದರು. ಮಳೆಗಾಲದ ಒಂದು ರಾತ್ರಿ ಊಟ ಮಾಡಿ ಮಲಗುವ ಸಿದ್ಧತೆ ನಡೆಸಿದ್ದೆ. ಹೊರಗಡೆ ಸಂಜೆಯಿಂದಲೂ

ಮಳೆ ಸುರಿಯುತ್ತಿತ್ತು. ಹೇಳುವವರು, ಕೇಳುವವರು ಇಲ್ಲದ ಮಕ್ಕಳಂತೆ ಮಳೆ ಹುಚ್ಚುಚ್ಚಾಗಿ ಆಡುತ್ತಿತ್ತು. ಸ್ವಲ್ಪ ಹೊತ್ತು ಜೋರಾಗಿ ಬರುತ್ತಿತ್ತು. ಸ್ವಲ್ಪ ಹೊತ್ತು ಮೆಲ್ಲಗೆ. ಸ್ವಲ್ಪ ಹೊತ್ತು ಏನೂ ಇಲ್ಲ. ಹೀಗೆ.

ಅಂದು ಎಂದಿನಂತೆ ಬೆಳಗ್ಗೆಯಿಂದ ಬೈಕಿನಲ್ಲಿ ಕನಿಷ್ಠ ಪಕ್ಷ ನೂರು ಕಿ.ಮೀ. ಕಾಡಿನಲ್ಲಿ ಸುರಿವ ಮಳೆಯಲ್ಲಿ ಅಲೆದು ಹತ್ತಿಪ್ಪತ್ತು ಹಸುಗಳಿಗೆ ನಾನಾ ನಮೂನೆಯ ಚಿಕಿತ್ಸೆ ನೀಡಿ (ಕೃತಕ ಗರ್ಭಧಾರಣೆಯಿಂದ ಹಿಡಿದು ಹೆರಿಗೆವರೆಗೆ ಮತ್ತು ಸಾಮಾನ್ಯ ಗಾಯಕ್ಕೆ ಮುಲಾಮು ಹಾಕುವುದರಿಂದ ಹಿಡಿದು ಗಂಭೀರವಾದ ಕಾಯಿಲೆಗಳವರೆಗೆ) ಸಂಜೆ ಎಂಟು ಗಂಟೆಗೆ ಮನೆಗೆ ಬಂದಿದ್ದೆ. ಸ್ನಾನ ಮಾಡಿ, ಊಟ ಮಾಡಿ ಮಲಗುವ ಹವಣಿಕೆಯಲ್ಲಿದ್ದೆ. ಕಣ್ಣುಗಳು ಭಾರವಾಗಿ ವಾಲಾಡುತ್ತ ಹಾಸಿಗೆ ಹಾಸುತ್ತಿದ್ದೆ. ಸಮಯ ಹತ್ತು ಗಂಟೆ ದಾಟಿತ್ತು. ಮನೆಯ ಬಾಗಿಲು ಯಾರೋ ತಟ್ಟಿದಂತಾಯಿತು.

ಮುಂಡ್ರುಪ್ಪಾಡಿಯಿಂದ ಗಿರೀಶ್ ಜೀಪಿನಲ್ಲಿ ಬಂದಿದ್ದರು. ನಮ್ಮನೆಯಿಂದ ಹದಿಮೂರು ಕಿ.ಮೀ. ದೂರ. ಅವರ ಮುಖದಲ್ಲಿ, ಮಾತಿನಲ್ಲಿ ಎಂಥ ಗಾಬರಿಯೆತ್ತೆಂದರೆ ನನ್ನ ನಿದ್ದೆಯೆಲ್ಲ ಒಂದೇ ಕ್ಷಣದಲ್ಲಿ ಮಾಯವಾಯಿತು.

ಕೆಸರುಮಯವಾಗಿದ್ದ ಕಾಲುಗಳಲ್ಲಿ ಒಳಗೆ ಬರದೆ ಹೊರ ರೂಮಿನಲ್ಲಿ ಕುಳಿತು ಗಿರೀಶ್ ಹೇಳಿದ್ದರ ಸಾರಾಂಶ: "ಮನೆಯ ಆಳು 'ನಾಣು' ಸಂಜೆ ಐದರ ನಂತರ ಮನೆಯ ನಾಲ್ಕು ಹಸು, ಒಂದು ಮಣಕ, ಒಂದು 6–7 ತಿಂಗಳ ಹೆಣ್ಣು ಕರುಗೆ ಮೈ ಮೇಲೆಲ್ಲ ಉಣ್ಣೆ (Ticks) ಆಗಿವೆಯೆಂದು ಕೊಟ್ಟಿಗೆಯ ಜಂತಿಯ ಮೇಲಿಟ್ಟಿದ್ದ ಕ್ರಿಮಿನಾಶಕ ಔಷಧವನ್ನು ನೀರಿನಲ್ಲಿ ಬೆರೆಸಿ ದನಗಳ ಬಾಯಿ ಕಟ್ಟಿ ಮೈಮೇಲೆಲ್ಲ ಪಂಪ್‌ನಲ್ಲಿ ಸಿಂಪಡಿಸಿದ್ದಾನೆ. ಒಂದು ಲೀಟರ್ ನೀರಿಗೆ ಒಂದು ಅಥವಾ ಎರಡು ಮಿಲಿ ಲೀಟರ್ ಔಷಧ ಹಾಕುವ ಬದಲು ಅದೆಷ್ಟೆಷ್ಟು ಔಷಧ ಬೆರೆಸಿದನೋ ಆ ದೇವರಿಗೇ ಗೊತ್ತು. ಒಟ್ಟು ಆರು ದನಗಳಿಗೂ ವಿಷವೇರಿದಂತೆ ಕಾಣುತ್ತೆ. ನಾನು ಏನೋ ಕೆಲಸದ ಮೇಲೆ ಮಂಗಳೂರಿಗೆ ಹೋಗಿದ್ದವನು ಈಗಷ್ಟೇ ಹಿಂತಿರುಗಿದೆ. ಮನೆಗೆ ಹೋಗಿ ವಿಷಯ ತಿಳಿದು ನೇರ ನಿಮ್ಮಲ್ಲಿಗೇ ಬಂದೆ. ಮೊಬೈಲ್ ಹತ್ತುವುದಿಲ್ಲ. ಕೂಡಲೇ ಬಂದು ಚಿಕಿತ್ಸೆ ನೀಡಿ," ಎಂಬುದಾಗಿತ್ತು.

ಪದವೀಧರರಾಗಿದ್ದ ಗಿರೀಶರಿಗೆ ಉಣ್ಣೆ, ಚಿಗಟ, ನುಸಿ, ಹೇನು ಮುಂತಾದ ಹೊರ ಪರೋಪಜೀವಿಗಳು ತಂದೊಡ್ಡುವ ಅಪಾಯಗಳ ಬಗ್ಗೆ ಗೊತ್ತಿತ್ತು. ಇದುವರೆಗೆ ತಾವೇ ಮುಂದೆ ನಿಂತಿದ್ದು ಉಣ್ಣೆಗೆ ಔಷಧ ಸಿಂಪಡಿಸುವ ಕಾರ್ಯಾಚರಣೆ ನಡೆಸುತ್ತಿದ್ದರಂತೆ. ಈ ಸಲ

ಅವರ ಆಳು 'ನಾಣು' ವಿಪರೀತ ಉಣ್ಣೆ ಆಗಿವೆಯೆಂದು ತಾನೇ ಔಷಧವನ್ನು ಪಂಪಿನಲ್ಲಿ ಸಿಂಪಡಿಸಿದ್ದಾನೆ! ಅಷ್ಟಕ್ಕೇ ಸುಮ್ಮನಾಗದೆ ದನದ ಹಟ್ಟಿಯ ಗೋಡೆ ಜಾಲರಿಗೆಲ್ಲ ಮತ್ತಷ್ಟು ಔಷಧ ಬೆರೆಸಿ ಸರಿಯಾಗಿ ಪಂಪ್ ಮಾಡಿದ್ದಾನೆ. ಆ ವಿಷಕ್ಕೆ ಸಿಕ್ಕ ಹುಳುಗಳು ಈ ಜನ್ಮದಲ್ಲಿ ಸಾಯೋದಷ್ಟೇ ಅಲ್ಲ ಮುಂದಿನ ಏಳು ಜನ್ಮದಲ್ಲಿಯೂ ವಿಷವೇರಿ ಸಾಯಬೇಕು!

ನಾಣುಗೆ ಅಷ್ಟು ಸಿಟ್ಟು ಬರಲು ಕಾರಣವೂ ಇತ್ತು. ಅವರ ಮನೆಯಲ್ಲಿ ಇತ್ತೀಚೆಗಷ್ಟೆ ಒಂದೇ ಸಲ ಮೂರು ದೊಡ್ಡ ಹಸುಗಳು ಥೈಲೇರಿಯಾಸಿಸ್ ಎಂಬ ಕಾಯಿಲೆಯಾಗಿ ಬಚಾವಾಗಿದ್ದವು. ಆಗ ನಾನು ಗಿರೀಶರ ಮನೆಗೆ ಐದು ದಿನ ಭೇಟಿ ಮಾಡಿ ಕಾಯಿಲೆ ಹಸುಗಳಿಗೆ ಚಿಕಿತ್ಸೆ ನೀಡಿದ್ದೆ. ಹೊರ ಪರೋಪಜೀವಿಗಳಿಂದ ಈ ರೋಗ ಬರುತ್ತದೆಂದು ತಿಳಿಸಿ ಹೇಳಿದ್ದೆ. ಆದರೆ ನಾಣು ಉಣ್ಣೆ ಮೇಲೆ ಈ ರೀತಿ ಸೇಡು ತೀರಿಸಿಕೊಳ್ಳುತ್ತಾನೆಂದು ನನಗೆ ಅರಿವಿರಲಿಲ್ಲ.

ತಡಮಾಡದಂತೆ ಸಿದ್ಧನಾಗಿ ಮೆಡಿಸಿನ್ ಬ್ಯಾಗ್ ಅನ್ನು ಒಮ್ಮೆ ಕಣ್ಣಾಡಿಸಿ ಜೀಪಲ್ಲಿ ಹಾಕಿಕೊಂಡು ಮೆಡಿಕಲ್ ಶಾಪಿಗೆ ಹೋದೆವು. ಇಂಥ ವಿಶೇಷ ಸಂದರ್ಭಗಳಲ್ಲಿ ಬೇಕಾಗುವ ಔಷಧಗಳು ಬೇಕಾದ ಪ್ರಮಾಣದಲ್ಲಿ ಆಸ್ಪತ್ರೆಗಳಲ್ಲಿ ಇರದೇ ಹೋಗಬಹುದು. ಅಂಗಡಿ ಮುಚ್ಚಿತ್ತು. ಅಂಗಡಿ ಹಿಂದೆಯೇ ಅಂಗಡಿ ಮಾಲೀಕರ ಮನೆಯಿತ್ತು. ಅದನ್ನು ಹುಡುಕಿ ಅವರಿಗೆ ವಿಷಯ ತಿಳಿಸಿದೆವು.

ಅವರು ಓಡುತ್ತೋಡುತ್ತ ಬಂದು ಕೆಲಸ ಮಾಡಿಕೊಟ್ಟರು. ನಾನು ಬೇಕಾದ ಎಲ್ಲ ಔಷಧಗಳನ್ನೂ ಬೇಕಾದ ಪ್ರಮಾಣಕ್ಕಿಂತ ಸ್ವಲ್ಪ ಹೆಚ್ಚೇ ಪ್ಯಾಕ್ ಮಾಡಿಸಿದೆ. ಏನಕ್ಕೂ ಇರಲಿ ಎಂದು ಹತ್ತತ್ತು ಸಿರಿಂಜ್ ಹಾಗೂ ಐವಿ ಸೆಟ್‌ಗಳನ್ನು ಸಹ ತೆಗೆದುಕೊಂಡು ಹೊರಟೆವು. ಯಾವುದೇ ಔಷಧದ ಕೊರತೆಯಾಗಕೂಡದು ಎಂಬುದು ನನ್ನ ಇರಾದೆಯಾಗಿತ್ತು. ಉಪಯೋಗಿಸದೆ ಉಳಿದರೆ ಅಂಗಡಿಗೆ ವಾಪಸ್ ಕೊಡಬಹುದಿತ್ತು.

ನಾಲ್ಕು ಬಾಕ್ಸ್ ಔಷಧಗಳು ಜೀಪಲ್ಲಿ ಹಾಕಿಕೊಂಡು ಹೊರಟೆವು. "ಗಿರೀಶ್, ನಾಣು ಹೇಗಿದ್ದಾನೆ? ಅವನಿಗೇನೂ ತೊಂದರೆಯಿಲ್ಲವೆ?" ಎಂದೆ. "ಇಲ್ಲ ಸಾರ್ ನಾನು ಬರುವಾಗ ಚೆನ್ನಾಗಿಯೇ ಇದ್ದ," ಎಂದರು. ಗಿರೀಶರನ್ನು ನಾನು ಅದುವರೆಗೆ ದೂರದಿಂದ ಮಾತಾಡಿಸಿದ್ದೆನೇ ಹೊರತು ಹತ್ತಿರದಿಂದ ಕಂಡವನಲ್ಲ. ಜೀಪಲ್ಲಿ ಪಕ್ಕದಲ್ಲಿಯೇ ಕುಳಿತಿದ್ದ ಗಿರೀಶರು ಬಹಳ ಸಂಕೋಚ ಪ್ರವೃತ್ತಿಯವರಂತೆ ಕಂಡರು. ಬಹಳ ಮೃದು, ಕಡಿಮೆ ಮಾತು. ಔಷಧ ಬಾಕ್ಸುಗಳನ್ನು ಎತ್ತಲು ನನಗೆ ಬಿಡದೆ ತಾವೇ ಹೊತ್ತು ಜೀಪಿಗೆ ತಂದು ಇಟ್ಟಿದ್ದರು. ಅವರಿಗೆ ಸುಮಾರು 35 ವರ್ಷಗಳಾಗಿರಬೇಕೆಂದು ಅಂದಾಜಿಸಿದೆ.

ಜೀಪು ಮುಂಡ್ರುಪ್ಪಾಡಿಯತ್ತ ಹೊರಟಿತು. ರಸ್ತೆಯಲ್ಲಿ ವಾಹನ ಸಂಚಾರ ಕಡಿಮೆಯಿತ್ತು. ಮಳೆಯಲ್ಲಿ ಲೋಕವೇ ಸ್ನಾನ ಮಾಡುತ್ತಿದ್ದಂತಿತ್ತು. ಜೀಪಿನ ಬೆಳಕಿನಲ್ಲಿ ಟಾರು ರೋಡು, ಅಕ್ಕಪಕ್ಕದ ಮನೆಗಳು, ಗಿಡಮರಗಳು ಫಳಫಳ ಹೊಳೆಯುತ್ತಿದ್ದವು.

ಮಾರ್ಗ ಮಧ್ಯೆ ಮಳೆಗಾಲದ ನೇತ್ರಾವತಿ ನದಿ ಉಕ್ಕಿ ಹರಿಯುತ್ತಿತ್ತು. ಅದರ ಅಸೀಮ ಶಕ್ತಿ ನನ್ನಲ್ಲಿ ಹೊಸ ಚೈತನ್ಯವನ್ನು ಉದ್ದೀಪಿಸಿತು. ಹರಿವ ನದಿಯ ಸಂಗೀತ ದೂರದ ರಸ್ತೆಗೆ ಕೇಳಿಸುತ್ತಿತ್ತು. ಜೀಪು ಧರ್ಮಸ್ಥಳದ ಪಶು ಆಸ್ಪತ್ರೆ ಎದುರೇ ಹಾದುಹೋಯಿತು.

ದೊಡ್ಡ ಕಾಂಪೌಂಡ್ ಒಳಗಡೆ ಒಂದಷ್ಟು ದೂರದಲ್ಲಿ ಮೌನವಾಗಿ ಮಳೆಯಲ್ಲಿ ತೋಯುತ್ತ ಮಂದ ಬೆಳಕಲ್ಲಿ ಆಸ್ಪತ್ರೆ ಆತ್ಮೀಯ ಮಿತ್ರನಂತೆ ನಿಂತಿತ್ತು. ಆಸ್ಪತ್ರೆಯನ್ನು ಎಂದೂ ಈ ಹೊತ್ತಲ್ಲಿ ಇಂಥ ಸನ್ನಿವೇಶದಲ್ಲಿ ನೋಡಿರಲಿಲ್ಲ. ಈ ವಿದ್ಯೆ ಈ ವೃತ್ತಿ ಈ ಆಸ್ಪತ್ರೆ ನನ್ನ ಬದುಕಿಗೊಂದು ಗುರಿ ಕೊಟ್ಟಿದ್ದವು. ನನಗೊಂದು ಸ್ಥಾನಮಾನ ಕೊಟ್ಟಿದ್ದವು. ಒಂದು ಶ್ರೇಷ್ಠವಾದ ಅವಕಾಶವನ್ನು ಕೊಟ್ಟಿದ್ದವು. ಅಷ್ಟೇ ಅಲ್ಲ ನನ್ನನ್ನೂ, ನನ್ನ ಹೆಂಡತಿ ಮಕ್ಕಳನ್ನೂ ಉದ್ದಕ್ಕೂ ಪೊರೆದಿದ್ದವು. ಇದ್ದಕ್ಕಿದ್ದಂತೆ ನನ್ನೊಳಗೆ ವಿದ್ಯುತ್ ಸಂಚಾರವಾದಂತಾಯಿತು. ಭಾವಗಳ ಮಹಾಪೂರ ವೊಂದು ಉಕ್ಕಿ ಹರಿದಂತಾಯಿತು. ಜೀಪಿನಿಂದಲೇ ಆಸ್ಪತ್ರೆಯತ್ತ ಕೃತಜ್ಞತಾಭಾವದಿಂದ ನೋಡಿದೆ. ತಲೆಬಾಗಿಸಿದೆ.

ಗಿರೀಶರ ಮನೆ ತೋಟದಲ್ಲಿತ್ತು. ಅಲ್ಲೇ ಹತ್ತಿರದಲ್ಲಿ ದನಗಳ ಹಟ್ಟಿ. ಜೀಪು ಸೀದಾ ಹಟ್ಟಿಯ ಬಳಿ ನಿಂತಿತು. ಅಲ್ಲಿ ಸನ್ನಿವೇಶ ಭೀಕರವಾಗಿತ್ತು. ಹಟ್ಟಿ ಮತ್ತು ಸುತ್ತಮುತ್ತ ವಿಷದ ವಾಸನೆ ಹಬ್ಬಿ ನಿಂತಿತ್ತು.

ನಾವು ಜೀಪಿನಿಂದಿಳಿದಾಗ ಆಗಲೇ ದೊಡ್ಡ ಹಸುಗಳೆರಡು ಸತ್ತು ಹೋಗಿದ್ದವು. ಅವುಗಳ ಮೃತ ದೇಹಗಳನ್ನು ನಾಣು ಮತ್ತಿತರ ನಾಲ್ಕೈದು ಜನ ಹಟ್ಟಿಯಿಂದ ಹೊರಗೆ ಸಾಗಿಸುತ್ತಿದ್ದರು. ಇನ್ನೆರಡು ಹಸುಗಳು, ಒಂದು ಮಣಕ ಮತ್ತು ಒಂದು ಕರು ಹಟ್ಟಿಯಲ್ಲಿ ಅಲ್ಲೊಂದು ಇಲ್ಲೊಂದು ವಿಷವೇರಿ ಸಂಕಟಪಡುತ್ತಿದ್ದವು. ಮೊದಲು ನಾನು ದನಗಳಿಗೆ ಸಿಂಪಡಿಸಿದ್ದ ಔಷಧ ಬಾಟಲು ಪರೀಕ್ಷಿಸಿದೆ. ಅದು ಆರ್ಗನೋಫಾಸ್ಫರಸ್ (Organophosphorous Compound) ಕ್ರಿಮಿನಾಶಕವಾಗಿತ್ತು ಮತ್ತು ಬಾಟಲು ಖಾಲಿಯಾಗಿತ್ತು.

ಬದುಕಿದ್ದ ಎರಡು ದೊಡ್ಡ ಹಸುಗಳಲ್ಲಿ ಒಂದು ಎಚ್ ಎಫ್ ಹಸು ಮತ್ತೊಂದು ಜರ್ಸಿ ಹಸು. ಮಣಕ ಮತ್ತು ಕರು ಎರಡೂ ಎಚ್ ಎಫ್ ತಳಿಗಳಾಗಿದ್ದವು. ಎಲ್ಲವೂ ರಾಶಿ ರಾಶಿ ಜೊಲ್ಲು ಸುರಿಸುತ್ತಿದ್ದವು. ಮೂಗಿಂದ ಸಿಂಬಳ ನೆಲದ ತನಕ ಏಕವಾಗಿ ನಿಂತಿತ್ತು. ಕೆಂಪಗಾದ ಕಣ್ಣುಗಳಿಂದ ಕಣ್ಣೀರು ಸುರಿದು ಹೋಗುತ್ತಿದ್ದವು. ಗಳಿಗೆಗೊಮ್ಮೆ ಗಂಜಲ ಹೊಯ್ಯುತ್ತಿದ್ದವು. ಸಗಣಿ ಹಾಕುತ್ತಿದ್ದವು. ಅವು ನಾಲ್ಕು ದನಗಳೂ ಕಟ್ಟುಸಿರು ಹೊಡೆಯುತ್ತಿದ್ದವು. ಅವುಗಳ ಉಸಿರಾಟದ ಶಬ್ದ ದೂರಕ್ಕೆ ಕೇಳಿಸುತ್ತಿತ್ತು.

ಬಾಯಿಂದ ಬಿಟ್ಟು ಬಿಟ್ಟು ಅವು ಒಂದು ರೀತಿಯ ಮಂದ್ರವಾದ ಶಬ್ದವನ್ನು ಹೊರಡಿಸುತ್ತಿದ್ದವು. ಅದು ದನಗಳ ನೋವನ್ನು, ಸಂಕಟವನ್ನು ತೋರಿಸುತ್ತಿದ್ದಂತಿತ್ತು. ಅದು ಅವುಗಳ ಮುಗ್ಧತನವನ್ನೂ, ಮೋಸ ಹೋದ ಬಗೆಯನ್ನೂ ವಿಧವಿಧವಾಗಿ ದೇವರೆದುರು ಹೇಳಿಕೊಂಡಂತೆ ಕೇಳಿಸಿ ನಾನು ವಿಹ್ವಲನಾಗಿ ಹೋದೆ. ಇದೆಲ್ಲಕ್ಕಿಂತ ಹೆಚ್ಚಾಗಿ ಅವುಗಳು ತೋರಿಸುತ್ತಿದ್ದ ನರಸಂಬಂಧಿ ವಿಷಲಕ್ಷಣಗಳು ನನ್ನನ್ನು ಅಲ್ಲಾಡಿಸಿಬಿಟ್ಟವು. ಅವುಗಳು ವಿಪರೀತ ವೇಗದಲ್ಲಿ ಕಣ್ಣು ಮಿಟುಕಿಸುತ್ತಿದ್ದವು. ಕಿವಿಗಳನ್ನು ಪಟಪಟನೆ ಬಡಿದುಕೊಳ್ಳುತ್ತಿದ್ದವು. ಮುಖವನ್ನು ನೂರು ಜೇನುನೊಣಗಳು ಮುಕುರಿದಂತೆ ತಮಗರಿವಿಲ್ಲದಂತೆ ಅಲ್ಲಾಡಿಸುತ್ತಿದ್ದವು. ದೇಹದ ಯಾವುದೋ ಭಾಗದ ಯಾವಾವುದೋ ಮಾಂಸಖಂಡಗಳು ಅನೈಚ್ಛಿಕವಾಗಿ ಪಟಪಟಪಟ ಸಂಕುಚನಗೊಳ್ಳುತ್ತ ಹೊಡೆದುಕೊಳ್ಳುತ್ತಿದ್ದವು (Twitch). ಅದೇನು ಬಂಧನವೋ ಏನೋ, ಅದಾವ ಒಳಅಂಗದ ನೋವೋ ಏನೋ, ಇದ್ದಕ್ಕಿದ್ದಂತೆ ನಾಲ್ಕು ಕಾಲುಗಳನ್ನೂ ದಶದಿಕ್ಕಿಗೆ ಬೀಸುವುದು, ದಬಾರೆಂದು ಬೀಳುವುದು, ಏಳುವುದು...

ಇದೆಲ್ಲ ರಾದ್ಧಾಂತದ ಮಧ್ಯೆ ಬಾಲವು ಕಿತ್ತುಹೋಗುವಂತೆ ಚಾಟಿಯಂತೆ ಬೀಸುತ್ತಿದ್ದವು. ಇಡೀ ವಾತಾವರಣವೇ ದನಗಳು ಬಾಯಿಂದ ಹೊರಡಿಸುತ್ತಿದ್ದ ಶಬ್ದ, ಕಾಲು ಝಾಡಿಸುವ ಶಬ್ದ, ಬಾಲದ 'ಸುಯ್ಯ್ಞ್ ಸುಯ್ಯ್ಞ್' ಶಬ್ದ, ಕಾಲ್ಗೊರಸು ಹಟ್ಟಿಯ ಸಿಮೆಂಟ್ ನೆಲಕ್ಕೆ ಉಜ್ಜಿ ಉಂಟಾದ ಶಬ್ದ, ಗಂಜಲ ಹುಯ್ದ ಶಬ್ದ, ಸಗಣಿ ಹಾಕಿದ ಶಬ್ದ, ಕಣ್ಣು ಕಾಣಿಸದಂತಾದ ಹಸುಗಳು ಗೋಡೆ ಗ್ವಾದಲಿ ಕಂಬಗಳನ್ನು ಡಿಕ್ಕಿ ಹೊಡೆದ ಶಬ್ದ, ಹೊರಗೆ ಬಿಟ್ಟು ಬಿಟ್ಟು ಬರುತ್ತಿದ್ದ ಧಾರಾಕಾರ ಮಳೆಯ ಶಬ್ದ. ಇಷ್ಟರ ಮೇಲೆ ನಾಣು ಮುಂತಾದವರು ಹಟ್ಟಿಯಿಂದ ಹೊರಕ್ಕೆ ಹೊತ್ತೊಯ್ಯುತ್ತಿದ್ದ ಸತ್ತ ಹಸುವಿನ ಗುದದ್ವಾರದಿಂದ ರಕ್ತ ಸುರಿಯುತ್ತಿತ್ತೆಂದರೆ ನಿಮಗೆ ಸನ್ನಿವೇಶದ ಭೀಕರತೆ ಅರ್ಥವಾಗಬಹುದು.

ಚಿಕಿತ್ಸೆ ಪ್ರಾರಂಭ ಮಾಡಿದಾಗ ಸಮಯ ಹನ್ನೊಂದು ದಾಟಿತ್ತು. ಸಣ್ಣ ಕರುವನ್ನು ಕೆಡವಿಕೊಂಡು ಭದ್ರವಾಗಿ ಹಿಡಿದು ಕೊಡಬೇಕಾದ ಇಂಜೆಕ್ಷನ್‌ಗಳನ್ನು ಕೊಟ್ಟೆವು. ಅದು ಸುಲಭವಿತ್ತು. ಆದರೆ ಇನ್ನುಳಿದವಕ್ಕೆ ಚಿಕಿತ್ಸೆ ನೀಡುವುದೇ ಕಷ್ಟಕರವಾಗಿತ್ತು. ಅವು ನಿಂತ ಕಡೆ ನಿಲ್ಲುತ್ತಿರಲಿಲ್ಲ. ಒಂದೇ ಭಂಗಿಯಲ್ಲಿರುತ್ತಿರಲಿಲ್ಲ. ಕುಳಿತ, ನಿಂತ, ಮಲಗಿದ ಭಂಗಿಯನ್ನು ರಭಸದಿಂದ ಬದಲಾಯಿಸುತ್ತಿದ್ದವು.

ಎಲ್ಲ ಇಂಜೆಕ್ಷನ್ ಗಳನ್ನೂ ರಕ್ತನಾಳಕ್ಕೆ ಕೊಡಬೇಕಾಗಿತ್ತು. ರಕ್ತನಾಳ ಹುಡುಕಿ ಸೂಜಿ ಚುಚ್ಚುವ ಕ್ಷಣದಲ್ಲಿ ಭಂಗಿ ಬದಲಾಯಿಸಿಬಿಡುತ್ತಿದ್ದವು. ಕುಣಿಯುತ್ತಿರುವ ಹಸುಗಳಲ್ಲಿ ರಕ್ತನಾಳ ಹುಡುಕಿ ಇಂಜೆಕ್ಷನ್ ಮಾಡುವುದು, DNS (Dextrose Normal Saline), Atropine, Calcium ಬಾಟಲುಗಳನ್ನು ಏರಿಸುವುದು ಎಂಥ ಸವಾಲಿನ, ತಾಳ್ಮೆಯ ಕೆಲಸ ಎಂಬುದನ್ನು ನೋಡಿಯೇ ತಿಳಿಯಬೇಕು.

ಒಂದೊಂದು ಹಸು ಚಿಕಿತ್ಸೆಗೆ ಅರ್ಧದಿಂದ ಒಂದು ಗಂಟೆ ಸಮಯವಾದರೆ ಕೊನೆಯ ದನ ಚಿಕಿತ್ಸೆಗೆ ಮುಂಚೆಯೇ ಸತ್ತುಹೋಗಬಹುದು! ನನಗೆ ಸಮಯವಿರಲಿಲ್ಲ. ವಿಷವೇರಿ ಕುಣಿಯುತ್ತಿರುವ ಹಸುಗಳನ್ನು ಹೇಗಾದರೂ ಮಾಡಿ ಬದುಕಿಸಬೇಕೆಂದು ಹೋರಾಡುತ್ತಿದ್ದವನು ನಾನೊಬ್ಬನೇ ಅಲ್ಲ. ಗಿರೀಶ್, ನಾಣು, ಕರಿಯ, ಬುಗುಟ, ಐತರೆಲ್ಲ ಈ ಕಾರ್ಯದಲ್ಲಿ ಮಗ್ನರಾಗಿದ್ದರು.

ಹಟ್ಟಿಯೊಳಗೆ ಹಸುಗಳು ಗೋಡೆ ಕಂಬಗಳಿಗೆಲ್ಲ ಕಾಲು ಝಾಡಿಸಿ ಏಟು ಮಾಡಿಕೊಳ್ಳುತ್ತವೆಂದು ಹೊರಗೆ ಹಿಡಿದು ತಂದರೆ ಅಲ್ಲಿ ಅಸಾಧಾರಣ ಮಳೆ ಸುರಿಯುತ್ತಿತ್ತು. ಮತ್ತೆ ಹಸುಗಳನ್ನು ಒಳಗೆ ತಂದು, ರಕ್ತನಾಳ ಹುಡುಕುತ್ತ ಚಿಕಿತ್ಸೆ ಮುಂದುವರಿಸಿದೆವು. ಒಂದೊಂದು ದನಕ್ಕೂ ಮೂರು ನಾಲ್ಕು ತರಹದ ಇಂಜೆಕ್ಷನ್ ಮಾಡಬೇಕಿತ್ತು. ಕೆಲವು ಇಂಜೆಕ್ಷನ್‌ಗಳನ್ನು ಸ್ವಲ್ಪ ಸಮಯದ ನಂತರ ಪುನರಾವರ್ತಿಸಬೇಕಾಗಿತ್ತು.

ದನಗಳನ್ನು ಹಿಡಿಯಲು ನಾಲ್ಕು ಜನರಾದರೂ ಇದ್ದರು. ಆದರೆ ಚಿಕಿತ್ಸೆ ಮಾಡಲು ನಾನೊಬ್ಬನೇ. ಯಾವ ದನಕ್ಕೆ ಯಾವ ಔಷಧಕೊಟ್ಟಿದೆ, ಯಾವುದಕ್ಕೆ ಮರು ಇಂಜೆಕ್ಷನ್ ಕೊಟ್ಟಿದೆ ಇತ್ಯಾದಿ ಹೇಳುತ್ತ, ನೆನಪಿಟ್ಟುಕೊಳ್ಳುತ್ತ ನಾನು ಹರಿದು ಹಂಚಿಹೋಗಿದ್ದೆ. ಯುದ್ಧಗಳು ರಣರಂಗದಲ್ಲಿ ಮಾತ್ರ ನಡೆಯುವುದಿಲ್ಲ ಮತ್ತು ಸಾವು ನೋವಾಗುವುದು ಮನುಷ್ಯರಿಗೆ ಮಾತ್ರ ಅಲ್ಲ ಎಂಬುದನ್ನು ಇಡೀ ಜಗತ್ತು ಅಂದು ಆ ಹಟ್ಟಿಯನ್ನು ನೋಡಿ ಸ್ಪಷ್ಟಪಡಿಸಿಕೊಳ್ಳಬಹುದಿತ್ತು. ಅದೊಂದು ರಾಸಾಯನಿಕ ಯುದ್ಧವಾಗಿತ್ತು.

ಆದರೆ ಒಂದೇ ಒಂದು ದನವೂ ಗುಣಮುಖವಾದಂತೆ ಕಾಣಲಿಲ್ಲ. ಅವುಗಳ ನೋವು ಸಂಕಟ, ಕುಣಿತ, ಜೊಲ್ಲು ಸುರಿತ ಮುಂತಾದವು ಹೆಚ್ಚುತ್ತಲೇ ಹೋದವು. ವಿಷ ಮೈತುಂಬ ಹಬ್ಬಿಯಾಗಿತ್ತು. ರಕ್ತಕ್ಕಂಟಿದ ವಿಷ ಯಾವ ಪ್ರತ್ಯೌಷಧಕ್ಕೂ ಕ್ಯಾರೇ ಅನ್ನುತ್ತಿರಲಿಲ್ಲ. ವಿಷದ ಅಟ್ಟಹಾಸದ ಎದುರು ಪ್ರತ್ಯೌಷಧಗಳ ಸದ್ದಡಗಿ ಹೋಗಿತ್ತು. ಸಮಯ ಎರಡು ಗಂಟೆಯಾಯ್ತು. ಮೂರು ಗಂಟೆಯಾಯ್ತು. ಎರಡೆರಡು ಸುತ್ತು ಇಂಜೆಕ್ಷನ್‌ಗಳಾದವು. ಹಸುಗಳ ಆರ್ಭಟ ಕಡಿಮೆಯಾಗಲಿಲ್ಲ.

ಹಟ್ಟಿಗೆ ನಾಲ್ಕೂ ಕಡೆ ಕಟಾಂಜನ ಮಾಡಿಸಿದ್ದರಿಂದ ಗಾಳಿ ಚೆನ್ನಾಗಿ ಆಡುತ್ತಿತ್ತು. ಮಳೆಯ ಹೊಡೆತಕ್ಕೆ ಕಟಾಂಜನಗಳಿಗೆ ಸಿಂಪಡಿಸಿದ್ದ ವಿಷ ತೊಳೆದು ಹೋಗಿತ್ತು. ಹೀಗಾಗಿ ವಿಷದ ದುರ್ನಾತದಿಂದ ನಾವು ಸ್ವಲ್ಪ ಬಚಾವಾಗಿದ್ದೆವು. ಚಿಕಿತ್ಸೆಯ ನಡುವೆ ನಾನು ನಾಣುವನ್ನು ಮಾತನಾಡಿಸಿದೆ. ನಾಣು ಮಾತನಾಡದಷ್ಟು ಕನಲಿ ಹೋಗಿದ್ದ. ತನ್ನ

ಪಾಪಕ್ಕೆ ಪ್ರಾಯಶ್ಚಿತ್ತವೇ ಇಲ್ಲ ಎಂದು ನುಡಿದ. ಎಷ್ಟು ಜನ್ಮಕ್ಕೆ ಈ ಪಾಪ ಬೆನ್ನು ಹತ್ತುತ್ತದೋ ಎಂದು ವ್ಯಸನಕ್ಕೆ ಬಿದ್ದಿದ್ದ. ಅವನ ಹೆಂಡತಿ ಸಹ ಮನೆಯಿಂದ ಹಟ್ಟಿಗೆ ಬಂದು ಗಂಡನಿಗೆ ಸಹಾಯ ಮಾಡುತ್ತಿದ್ದಳು. ಗೋಹತ್ಯೆಗೆ ಕಾರಣನಾದವನು ಏನಾದರೂ ಹೆಚ್ಚು ಕಡಿಮೆ ಮಾಡಿಕೊಂಡರೆ ಗತಿಯೇನು ಎಂಬುದು ಅವಳ ಚಿಂತೆಯಾಗಿತ್ತು.

ನಾಣುಗೆ ಏನಾದರೂ ಕೆಲಸ ಹೇಳಿ ಅವನು ಏನಾದರೂ ಕೆಲಸ ಮಾಡುತ್ತಿರುವಂತೆ ನೋಡಿಕೊಳ್ಳಬೇಕಾಗಿತ್ತು. ಒಂದರೆಗಳಿಗೆ ಕುಳಿತುಕೊಂಡರೂ ತಲೆ ಮೇಲೆ ಕೈ ಹೊತ್ತುಕೊಂಡುಬಿಡುತ್ತಿದ್ದ. ತಲೆ ಅಲ್ಲಾಡಿಸುವುದು, ಒಬ್ಬನೇ ಮಣಮಣ ಎನ್ನುವುದು ಮಾಡುತ್ತಿದ್ದ. ಯಾರಾದರೂ ಮಾತನಾಡಿಸಿದರೆ ಎಲ್ಲೋ ಕಳೆದುಹೋದವನಂತೆ ಎಷ್ಟೋ ಹೊತ್ತಿನ ನಂತರ ಪ್ರತಿಕ್ರಿಯಿಸುತ್ತಿದ್ದ.

ಅಲ್ಲಿ ಇಲ್ಲಿ ಸ್ವಲ್ಪ ಬಿಡುವಾದ ಕೂಡಲೇ ನಾನು ನಾಣುಗೆ, "ನೀನು ಬೇಕೆಂದೇ ಮಾಡಿದ ಕೆಲಸ ಅಲ್ಲ ಇದು. ಗೊತ್ತಿಲ್ಲದೇ ಮಾಡಿರುವ ಕೃತ್ಯ. ಅರಿಯದೇ ಮಾಡಿದ ತಪ್ಪಿಗೆ ಕ್ಷಮೆ ಉಂಟು" ಮುಂತಾಗಿ ಹೇಳಿದೆ. ನನ್ನ ಹತ್ತಿರ ಯಾವಾಗಲೂ ಖುಷಿಯಾಗಿ ಮಾತಾಡುತ್ತಿದ್ದ ನಾಣು ಇವತ್ತು ಯಾರೋ ಅಪರಿಚಿತ ವ್ಯಕ್ತಿಯಂತೆ ಕಾಣುತ್ತಿದ್ದ. ಗಂಡನ ಮೇಲೆ ಕೆಲವು ದಿನ ಸದಾ ಗಮನವಿಟ್ಟಿರು ಎಂದು ಅವನ ಹೆಂಡತಿಗೆ ಹೇಳಿದೆ. ನಾಣು ಅಷ್ಟೊಂದು ವಿಷವನ್ನು ಬಹಳ ಜಾಗರೂಕತೆಯಿಂದ ನಿರ್ವಹಿಸಿದಂತೆ ಕಾಣುತ್ತಿತ್ತು. ಮನುಷ್ಯನನ್ನು ಅದೇ ತೀವ್ರತೆಯಲ್ಲಿ ಘಾಸಿಗೊಳಿಸುವ ವಿಷದ ಸಂಪರ್ಕವನ್ನು ನಾಣು ಅಷ್ಟು ಚೆನ್ನಾಗಿ ಹೇಗೆ ನಿಭಾಯಿಸಿದನೋ? ಏಕೆಂದರೆ ನಾನು ಕಂಡ ಅತ್ಯಂತ ಮುಗ್ಧನೂ, ಪೆದ್ದನೂ ಆಗಿದ್ದ ನಾಣು. ಸ್ವಲ್ಪ ಹೆಚ್ಚು ಕಡಿಮೆಯಾಗಿದ್ದರೂ ನಾಣುಗೆ ಸಹ ವಿಷದ ಕೆಟ್ಟ ಪರಿಣಾಮವಾಗಬಹುದಿತ್ತು. ಎಷ್ಟೋ ವರ್ಷಗಳಿಂದ, ಗಿರೀಶರ ತಂದೆಯವರ ಕಾಲದಿಂದಲೂ ಅದೇ ಮನೆಯಲ್ಲಿ ಚಾಕರಿಗಿದ್ದನಂತೆ. ಅವನಿಗೆ ತುಳು ಭಾಷೆ ಚೆನ್ನಾಗಿ ಬರುತ್ತಿತ್ತು ಮತ್ತು ತಡೆದು ತಡೆದು ಕನ್ನಡವನ್ನಾಡುತ್ತಿದ್ದ. ಅವನಿಗೆ ಐವತ್ತು ವರ್ಷವಾಗಿದ್ದಿರಬಹುದು.

ಅಂದು ರಾತ್ರಿ ಹತ್ತು ಗಂಟೆ ಸುಮಾರಿನಿಂದ ನನ್ನ ಜೊತೆಯೇ ಇದ್ದ ಗಿರೀಶರು ಬೆಳಗಿನ ಜಾವ ನಾಲ್ಕಾದರೂ ಒಂದೇ ಒಂದು ಸಲವಾದರೂ ನಾಣುವಿನ ಬಳಿ ಒರಟಾಗಿ ವರ್ತಿಸಿರಲಿಲ್ಲ. ಬೈದಿರಲಿಲ್ಲ. ಗದರಿರಲಿಲ್ಲ. ಜೋರಾಗಿ ಮಾತೂ ಸಹ ಆಡಿರಲಿಲ್ಲ. ಎಂದಿನಂತೆ, ನಾಣುವಿನಿಂದ ಏನೊಂದೂ ತಪ್ಪಾಗಿಲ್ಲವೇನೋ ಅನ್ನುವಂತೆ ಸಹಜವಾಗಿ ಮಾತಾಡುತ್ತಿದ್ದರು. ಸ್ವಲ್ಪವೂ ಸಿಟ್ಟಿರಲಿಲ್ಲ. ಗಿರೀಶರು ಆ ಮಟ್ಟಿನ ಸಮಾಧಾನವನ್ನು ಹೇಗೆ ರೂಢಿಸಿಕೊಂಡಿದ್ದರೋ? ನಾನು ಸಾವಿರಾರು ಮನೆಗಳಲ್ಲಿ ಆಳಿನ ಜೊತೆ ಯಜಮಾನರು ವರ್ತಿಸುವ ರೀತಿಯನ್ನು ನೋಡಿದ್ದೇನೆ. ಆಳುಗಳನ್ನು ಮನುಷ್ಯರೆಂದು ಪರಿಗಣಿಸದೇ ಇರುವವರು, ಹೊಡೆದು ಬಡಿದು ಮಾಡುವವರು, ಹುರಿದು ತಿನ್ನುವವರೇ ಅಧಿಕ. ಗಿರೀಶರು ಅದಕ್ಕೆಲ್ಲಾ ಅಪವಾದದಂತಿದ್ದರು.

ಅಷ್ಟೊತ್ತಿಗೆ ಕರು ನಾವು ನೋಡುನೋಡುತ್ತಿದ್ದಂತೆಯೇ ಕೊನೆಯುಸಿರೆಳೆಯಿತು. ಅದನ್ನು ಪರೀಕ್ಷಿಸುತ್ತ ನೆಲದ ಮೇಲೆ ಕುಕ್ಕರಗಾಲಲ್ಲಿ ಕುಳಿತಿದ್ದೆ. ಅಷ್ಟರಲ್ಲೇ ನಮ್ಮೆಲ್ಲರಿಂದ ಕೊಂಚ ದೂರದಲ್ಲಿ ಸುಧಾರಿಸಿಕೊಳ್ಳುತ್ತಿದೆಯೇನೋ ಎಂಬಂತೆ ನಿಂತಿದ್ದ ದೊಡ್ಡ ಹಸುವೊಂದು ನಮ್ಮಲ್ಲಿ ಆಶಾಭಾವನೆಯನ್ನು ಹುಟ್ಟುಹಾಕಿತು. ಗಿರೀಶ್ ಏನೋ ಹೇಳಲು ಬಂದರು. ಅವರು ಬಾಯಿ ತೆರೆಯುವಷ್ಟರಲ್ಲಿ ನೆಲಕ್ಕೆ ದಡಾರೆಂದು ಹಸು ಬಿದ್ದದ್ದೇ ಸ್ತಬ್ಧವಾಯಿತು.

ಅದು ಬಾಯಿ ಕಳೆದು ಮುಚ್ಚುವುದರಲ್ಲಿ ಇಡೀ ಲೋಕದ ನೋವೇ ಅಡಗಿದಂತೆ ನನಗೆ ಭಾಸವಾಯಿತು. ಅದೂ ಸಹ ಸತ್ತು ಹೋಯಿತು. ಮೊದಲು ಕರುವನ್ನು ಹೊರಕ್ಕೆ ಸಾಗಿಸಿ ನಂತರ ಹಸುವನ್ನು ಕಷ್ಟಪಟ್ಟು ಹೊರಕ್ಕೆ ಸಾಗಿಸಿದರು. ಏಕೆಂದರೆ ಆ ಹಸು ತುಂಬು ಗರ್ಭಿಣಿಯಾಗಿತ್ತು.

ಹಟ್ಟಿಯಲ್ಲೀಗ ಒಂದು ಹಸು ಮತ್ತು ಒಂದು ಮಣಕ ಉಳಿದಿದ್ದವು. ಅವೆರಡೂ ಹಟ್ಟಿಯ ಸಿಮೆಂಟ್ ನೆಲದ ಮೇಲೆ ಅಡ್ಡ ತಲೆ ಹಾಕಿ ಮಲಗಿದ್ದವು. ಅವೀಗ ದುರ್ಬಲವಾಗಿ ಬಾಲ, ಕಾಲು, ತಲೆಯನ್ನು ಆಡಿಸುತ್ತಿದ್ದವು. ಪ್ರತ್ಯೌಷಧವನ್ನು ಡಿ ಎನ್ ಎಸ್ ಬಾಟಲಿಗೆ ಸೇರಿಸಿ ಎರಡು ದನಗಳಿಗೆ ಮತ್ತೊಮ್ಮೆ ಕೊಟ್ಟೆ. ಅದು ನನ್ನ ಕೊನೆಯ ಪ್ರಯತ್ನವಾಗಿತ್ತು. ನಮ್ಮಲ್ಲಿ ಯಾರಲ್ಲಿಯೂ ಆಸೆ ಉಳಿದಿರಲಿಲ್ಲ. ಯಾರೂ ಮಾತನ್ನೇ ಆಡದಂತೆ ಮೌನವಾಗಿದ್ದೆವು. ಹಸು ತಲೆಯೆತ್ತಿ ನಮ್ಮನ್ನೆಲ್ಲ ಒಮ್ಮೆ ನೋಡಿ ಹಾಗೆಯೇ ಮಲಗಿತು. ಒಮ್ಮೆ ಜೋರಾಗಿ ಉಸಿರೆಳೆದು ಬಿಟ್ಟಿತು. ಅದು ಅದರ ಕೊನೆಯ ಉಸಿರಾಗಿತ್ತು.

ಹಸುವನ್ನು ಹೊರಗೆಳೆಯತೊಡಗಿದರು. ಸಮಯ ಐದು ಗಂಟೆಯಾಗಿತ್ತು. ಮಣಕವು ಸತ್ತಿದೆಯೋ ಬದುಕಿದೆಯೋ ಗೊತ್ತಾಗದ ಸ್ಥಿತಿಯಲ್ಲಿತ್ತು. "ನೋಡೋಣ ಸಾರ್, ಮಣಕ ಬದುಕಿದ್ದರೆ ಯಾವುದಕ್ಕೂ ಫೋನ್ ಮಾಡುತ್ತೇನೆ. ಈಗ ಹೊರಡೋಣ," ಎಂದರು ಗಿರೀಶ್. ನನ್ನ ಬ್ಯಾಗನ್ನು ಜೋಡಿಸಿಕೊಂಡು ಹೊರಟೆ. ಅಳಿದುಳಿದ ಔಷಧಗಳನ್ನು ಒಂದು ಕಡೆ ಇಟ್ಟೆವು.

ಗಿರೀಶ್ ಜೀಪ್ ಸ್ಟಾರ್ಟ್ ಮಾಡಿದರು. ನಾನು ಮತ್ತು ನಾಣು ಜೀಪು ಹತ್ತಿ ಕುಳಿತೆವು. ಬುಗುಟ, ಕರಿಯ, ಐತರೆಲ್ಲ ಹಟ್ಟಿಯನ್ನು ಸ್ವಚ್ಛಗೊಳಿಸುತ್ತಲೂ, ಮಣಕದ ಚಿಂತಾಜನಕ ಸ್ಥಿತಿಯನ್ನು ನೋಡುತ್ತಲೂ ಅಲ್ಲಿಯೇ ಉಳಿದರು. ಗಿರೀಶರ ಕುಟುಂಬದವರೆಲ್ಲ ಮನೆಯೊಳಗೆ ಸೇರಿಕೊಂಡಿದ್ದರು. ಅವರಾರೂ ಹೊರಬರಲೇ ಇಲ್ಲ.

ಅವರೆಲ್ಲ ಭಯ, ದುಃಖ ಮತ್ತು ಪಾಪಪ್ರಜ್ಞೆಯಿಂದ ನರಳುತ್ತಿದ್ದರೆಂದು ಕಾಣುತ್ತದೆ.

ಜೀಪು ಉಜಿರೆ ಕಡೆ ಓಡತೊಡಗಿತು. ಮಾರ್ಗಮಧ್ಯದಲ್ಲಿ ಪಶು ಆಸ್ಪತ್ರೆ, ನೇತ್ರಾವತಿ ನದಿ ಕಾಣಿಸಿದವು. ನದಿ ಉಕ್ಕಿ ಹರಿಯುತ್ತಿತ್ತು. ನದಿಯ ರುದ್ರ ಸಂಗೀತ ರಸ್ತೆಗೆ ಕೇಳಿಸುತ್ತಿತ್ತು. ಮನೆ ಸೇರಿ ಮಲಗಿದರೆ ನಿದ್ದೆಯ ಸುಳಿವಿಲ್ಲ. ಹಿಂಡು ಸಾವನ್ನು ಕಣ್ಣೆದುರು ನೋಡಿ ತಲ್ಲಣಿಸಿ ಹೋಗಿದ್ದೆ. ಬೆಳಗ್ಗೆ 8–30 ಗಂಟೆಗೆ ಗಿರೀಶರ ಫೋನ್ ಬಂತು. ನಾವು ಹಟ್ಟಿ ಬಿಟ್ಟು ಬಂದ ಕೆಲವೇ ಕ್ಷಣಗಳಲ್ಲಿ ಮಣಕವೂ ಸತ್ತುಹೋಗಿತ್ತು.

ತದನಂತರ ಗಿರೀಶರು ಮತ್ತು ನಾನು ಯಾವಾಗ ಭೇಟಿಯಾದರೂ ನಮ್ಮ ಮಾತುಗಳಲ್ಲಿ ಆ ಕರಾಳ ರಾತ್ರಿಯ ಕಪ್ಪು ಛಾಯೆ ಆವರಿಸಿಕೊಂಡಿರುತ್ತಿತ್ತು. ನಾಣು ಮತ್ತೆ ಮೊದಲಿನಂತೆ ನಕ್ಕು ಮಾತಾಡುವವನಾಗಲೇ ಇಲ್ಲ. ಮೊದಲ ನಾಣು ಅಂದು ಹಸುಗಳ ಜೊತೆಯೇ ಸತ್ತುಹೋಗಿದ್ದ.

❖

ಆನೆ, ಹಸು ಮತ್ತು ನಾಯಿಮರಿ

ನಾಣ್ಯಪ್ಪ ಪೂಜಾರಿ ಧರ್ಮಸ್ಥಳ ದೇವಸ್ಥಾನದ ಆನೆ ಲಾಯದಲ್ಲಿ ಮಾವುತರಾಗಿ ಕೆಲಸ ಮಾಡುತ್ತಿದ್ದರು. ಅಂಟೆ ಮಜಲಿನಲ್ಲಿ ಅವರ ಮನೆ. ನಮ್ಮ ಆಸ್ಪತ್ರೆಯಿಂದ ಎರಡು ಕಿ.ಮೀ.ನಷ್ಟೂ ದೂರವಿರಲಿಲ್ಲ. ಅದರೆ ಅವರ ಮನೆ ಹತ್ತಿರ ಒಂದು ಹೊಳೆ ಇತ್ತು.

ಮಳೆಗಾಲದಲ್ಲಿ ಹೊಳೆಯಲ್ಲಿ ನೀರು ಇರುತ್ತಿದ್ದುದರಿಂದ ಬೈಕನ್ನು ಈಚೆ ಬದಿಯಲ್ಲಿ ನಿಲ್ಲಿಸಿ ಹೊಳೆಯಲ್ಲಿ ನಡೆದು ಹೋಗುತ್ತಿದ್ದೆ. ನೀರಿಲ್ಲದಾಗ ಕೊರಕಲುಗಳ ದೆಸೆಯಿಂದ ಬೈಕು ನಿಲ್ಲಿಸಿ ನಡೆದು ಹೋಗುತ್ತಿದ್ದೆ. ಹೊಳೆ ದಾಟಿ ದಿಬ್ಬದ ಮೇಲಿದ್ದ ಅವರ ಮನೆ ತಲುಪಿದರೆ ನಾಯಿ ಕಾಟ! ಅಲ್ಲಿದ್ದದ್ದು ಕೇವಲ ಒಂದೆರಡು ಮನೆಯಾದರೂ ನಾಯಿಗಳು ವಿಪರೀತ. ಒಂದು ಕೆಂದ ನಾಯಿಯಂತೂ ಕ್ಷಣದಲ್ಲಿ ನೂರಾರು ಮೀಟರ್ ಓಡುತ್ತಿತ್ತು. ನಾನು ನನ್ನ ಪ್ಯಾಂಟ್ ಜೇಬಿನಲ್ಲಿ ಒಂದಷ್ಟು ಕಲ್ಲುಗಳನ್ನು ತುಂಬಿಕೊಂಡು ಎಸೆಯುತ್ತ ಸಾಗುತ್ತಿದ್ದೆ. ಹೊಳೆ ದಂಡೆಯಲ್ಲಿ ಬೇಕಾದಷ್ಟು ಕಲ್ಲುಗಳು ಸಿಗುತ್ತಿದ್ದವು. ಕಲ್ಲು ಚಪ್ಪಟೆಯಿದ್ದರೆ ನೀರಿನಲ್ಲಿ ತೇಲುವಂತೆ ಎಸೆಯುವುದು ನನ್ನ ಹವ್ಯಾಸ. ದುಂಡನೆ ಕಲ್ಲುಗಳನ್ನು ನಾಯಿಗಳಿಗೆ ತಾಕದ ಹಾಗೆ ಸ್ಪೀಡಾಗಿ ಎಸೆಯುತ್ತಿದ್ದೆ. ಎಷ್ಟು ಸ್ಪೀಡೆಂದರೆ ರಾಕೆಟ್ ಥರ ಹೋಗಿ ಬೀಳುತ್ತಿದ್ದವು. ವಯಸ್ಸಿನಲ್ಲಿ ದೊಡ್ಡವನೂ, ಸಮಾಜದ ಕಣ್ಣಲ್ಲಿ ಗೌರವಾನ್ವಿತನೂ, ಸರ್ಕಾರಿ ಗೋ ಆಸ್ಪತ್ರೆಯ ವೈದ್ಯನೂ ಪತ್ರಾಂಕಿತ ಅಧಿಕಾರಿಯೂ ಆಗಿದ್ದ ನಾನು ನಾಯಿಗಳತ್ತ ಕಲ್ಲೆಸೆಯುವುದು ಮಕ್ಕಳಾಟದಂತೆಯೂ, ಮೂರ್ಖ ನಡೆಯಂತೆಯೂ ಕಾಣಬಹುದು. ಆದರೆ ಆಗಷ್ಟೇ ಅಲ್ಲ 60ಕ್ಕೂ ಮೇಲ್ಪಟ್ಟು ವಯಸ್ಸಾಗಿರುವ ನನಗೆ ಇವತ್ತೂ ಹುಡುಗು

ಬುದ್ಧಿಯೇ ಹೋಗಿಲ್ಲ. ನಾಯಿಗಳು ಹೆದರಿ ಓಡುತ್ತಿದ್ದವು. ಹೊಡೆಯುವುದಲ್ಲ, ಹೆದರಿಸುವುದಷ್ಟೇ ನನ್ನ ಉದ್ದೇಶವಾಗಿರುತ್ತಿತ್ತು. ಪಾಪದ ನಾಯಿಗಳಿಗೆ ನಾನೇಕೆ ಹೊಡೆಯಲಿ? ಅವಕ್ಕೇನಾದರೂ ಏಟಾದರೆ ಮತ್ತೆ ಅವುಗಳಿಗೆ ಚಿಕಿತ್ಸೆ ನೀಡುತ್ತ ನಾನೇ ಪೇಚಾಡಬೇಕಲ್ಲ! ಅಷ್ಟೊತ್ತಿಗೆ ನಾಣ್ಯಪ್ಪ ಅಥವಾ ಅವರ ಹೆಂಡತಿ ಅಥವಾ ಮಕ್ಕಳಾರಾದರೂ ಬಂದು ನಾಯಿಗಳನ್ನು ಸಮಾಧಾನ ಮಾಡಿ ಕಟ್ಟಿ ಹಾಕುತ್ತಿದ್ದರು.

ನನ್ನನ್ನು ನೋಡಿದ ಕೂಡಲೇ ನಾಣ್ಯಪ್ಪರ ಪತ್ನಿಗೆ ನಗು ಬರುತ್ತಿತ್ತು. ನನ್ನ ತಲೆ ಬೋಳಾಗಿ ಹೇಗೆ ಮಿಂಚುತ್ತಿತ್ತೆಂದರೆ ತಲೆಯ ಮೇಲೆ ಆಮ್ಲೆಟ್ ಹಾಕಬಹುದೆಂದು ತುಳುವಿನಲ್ಲಿ ಮಕ್ಕಳಿಗೆ ಹೇಳಿಕೊಂಡು ನಗುತ್ತಿದ್ದರು. ಅವರು ನನ್ನ ಚಹಾ ಕುಡಿಯುವ ದೌರ್ಬಲ್ಯವನ್ನು ಪತ್ತೆ ಮಾಡಿಬಿಟ್ಟಿದ್ದರು. ಸಿರಿಂಜ್ ಸ್ಟೆರಿಲೈಸ್ ಮಾಡಿಕೊಳ್ಳಲು ನೀರು ಕಾಯಿಸುವ ಮುಂಚೆಯೇ ಚಹಾ ಕಾಯಿಸುತ್ತಿದ್ದರು.

ನಾನು ಮನೆಯೊಳಗೆ ಕುರ್ಚಿಗಳ ಮೇಲೆ ಕೂರದೆ ಹೊರಗೆ ಕಟ್ಟೆಯ ಮೇಲೆ ಚಕ್ಕಳಮಕ್ಕಳ ಕುಳಿತುಕೊಂಡು ಚಹಾ ಕುಡಿಯುತ್ತಿದ್ದೆ. ಅಲ್ಲಿಂದ ದೂರ ದೂರಕ್ಕೆ ದೃಷ್ಟಿ ಹರಿಸಬಹುದಿತ್ತು. ಹೊಳೆ, ಹೊಳೆಯ ಎರಡೂ ಬದಿಗಳು, ನಾಣ್ಯಪ್ಪರ ಮನೆಯ ಹಿಂದಿನ ಮತ್ತು ಬಲಗಡೆಯ ದಿಬ್ಬ, ತಗ್ಗುಗಳೂ ಎಲ್ಲವೂ ನನ್ನ ಕಣ್ಣಳತೆಗೆ ಸಿಗುತ್ತಿದ್ದವು. ಮಳೆ ಬರುತ್ತಿದ್ದರೆ ಅದೊಂದು ಹಬ್ಬ. ನಾಣ್ಯಪ್ಪರ ಪತ್ನಿ, "ಈ ಡಾಕ್ಟ್ರ ಮಾತ್ರ ಬರಿಪಾಪ," ಎಂದು ಮರುಕ ತೋರುತ್ತಿದ್ದರು.

ಇಂಥ ನಾಣ್ಯಪ್ಪರ ಮನೆಯಲ್ಲಿ ಎರಡು ದುರ್ಘಟನೆಗಳು ಒಂದರ ಹಿಂದೊಂದು ನಡೆದು ಹೋದವು. ಅವರ ಬಳಿ ನಾಲ್ಕೈದು ಮಿಶ್ರ ತಳಿ ಹಸುಗಳು ಯಾವಾಗಲೂ ಇರುತ್ತಿದ್ದವು. ಚೆನ್ನಾಗಿ ಸಾಕಿದ್ದರು. ಹಾಲು ಮಾರಾಟದಿಂದ ಒಳ್ಳೆಯ ಆದಾಯವೂ ಇತ್ತು. ಮನೆಯ ಯಜಮಾನಿ ಒಂದು ನಿಮಿಷವೂ ವ್ಯರ್ಥ ಮಾಡದೆ ದುಡಿಯುತ್ತಿದ್ದದ್ದು ಇದಕ್ಕೆ ಕಾರಣವಾಗಿತ್ತು.

2005ರಲ್ಲಿ ಎಂದು ಕಾಣುತ್ತದೆ ಒಂದು ದಿನ ಕರಾವಿನ ಹಸುವೊಂದು ಮೇಯಲು ಗುಡ್ಡೆಗೆ ಹೋಗಿದ್ದು ಅಕಸ್ಮಾತ್ತಾಗಿ ಕಾಲು ಜಾರಿ ದಿಬ್ಬದಿಂದ ತಗ್ಗಿಗೆ ಬಿದ್ದಿತು. ಬೆನ್ನು ಕೆಳಗಾಗಿ ಬಿದ್ದು ಅದರ ಬೆನ್ನು ಮೂಳೆಯೇ ಮುರಿದು ಹೋಯಿತು. ಅದು ದೊಡ್ಡ ಹಸುವಾಗಿದ್ದು ಅಂದಾಜು ನಾನೂರು ಕೆಜಿಗೂ ಮೇಲ್ಪಟ್ಟು ತೂಕವಿತ್ತು. ಬೆನ್ನು ಹುರಿಗೆ ಏಟಾಗಿದ್ದರಿಂದ ಅದಕ್ಕೆ ದೇಹದ ಹಿಂದಿನ ಭಾಗದ ಮೇಲೆ ನಿಯಂತ್ರಣವೇ ಇರಲಿಲ್ಲ. ಹಸು ಅಲ್ಲಾಡಿದ ಕೂಡಲೆ ಬೆನ್ನು ಮೂಳೆಯ ತುಂಡಾಗಿದ್ದ ವರ್ಟಿಬ್ರೆ (ಕಶೇರುಖಂಡಗಳು) ಮತ್ತು ಪಕ್ಕೆಲುಬುಗಳು ಕಟಕಟ ಶಬ್ದ ಮಾಡುತ್ತಿದ್ದವು.

ಎರಡು ದಿನದೊಳಗಾಗಿ ಹಸುವಿಗೆ ಶ್ವಾಸಕೋಶದ ನಂಜಾಗಿ ಕೆಮ್ಮು ಪ್ರಾರಂಭವಾಯಿತು. ಪ್ರತಿಸಲ ಕೆಮ್ಮಿದಾಗಲೂ ಹಸುವಿಗೆ ನರಕ ಯಾತನೆಯಾಗಿರಬೇಕು. ವಾಸಿ ಮಾಡಲು ಯಾವ ಚಿಕಿತ್ಸೆಯೂ ಸಾಧ್ಯವಿರಲಿಲ್ಲ. ಹಸು ಅನುಭವಿಸುತ್ತಿದ್ದ ಹಿಂಸೆಯಿಂದ ಪಾರು ಮಾಡಲು 'ದಯಾಮರಣ' ಅತ್ಯುತ್ತಮ ಮಾರ್ಗವಾಗಿತ್ತು. ಅಂದರೆ ಇಂಜೆಕ್ಷನ್ ಮಾಡಿ ನೋವಿಲ್ಲದೆ ಹಸುವನ್ನು ಚಿರನಿದ್ರೆಗೆ

ಕಳುಹಿಸುವುದು. ಆದರೆ ನಾಣ್ಯಪ್ಪರ ಮನೆಯವರಾರೂ ಇದಕ್ಕೆ ಒಪ್ಪದ ಕಾರಣ ನಾಲ್ಕೈದು ದಿನ ಸಾಧ್ಯವಿರುವ ಚಿಕಿತ್ಸೆ ನೀಡಲಾಯಿತಾದರೂ ಐದನೇ ದಿನ ಹಸು ಮೃತಪಟ್ಟಿತು.

ಒಂದು ಹಸು ಕಳೆದುಕೊಂಡಿದ್ದರಿಂದ ಇನ್ನೂ ಹೆಚ್ಚಿನ ನಿಗಾ ವಹಿಸಿ ಮಿಕ್ಕ ಹಸುಗಳನ್ನು ನೋಡಿಕೊಳ್ಳುತ್ತಿದ್ದರು. ಆದರೆ ಅಲ್ಲಿಗೆ ಎರಡು ತಿಂಗಳೊಳಗಾಗಿ ಇನ್ನೊಂದು ಹಸುವಿಗೂ ಸಹ ಇದೇ ರೀತಿಯಾಯಿತು. ಮೊದಲ ಹಸುವಿಗಿಂತ ಎರಡನೇ ಹಸುವಿನ ಸ್ಥಿತಿ ಹಿಂಸಾಮಯವಾಗಿತ್ತು. ಮೊದಲ ಹಸು ಬಿದ್ದ ಜಾಗದಿಂದ ಸ್ವಲ್ಪ ದೂರದಲ್ಲಿ ಇದು ಬಿದ್ದಿತ್ತು. ಭೂಮಿಯ ಮೇಲ್ಮೈಯ ಗುಡ್ಡ ತಗ್ಗುಗಳಿಗೆ ನಾಣ್ಯಪ್ಪ ಏನೂ ಮಾಡುವಂತಿರಲಿಲ್ಲ. ಭೂಮಿಯ ಲಕ್ಷಣವೇ ಹಾಗಿತ್ತು.

ಒಂದೇ ಎತ್ತರದಿಂದ ಬಿದ್ದಿದ್ದರೂ ಈ ಹಸುವಿಗೆ ಏಟಿನ ತೀವ್ರತೆ ಹೆಚ್ಚಾಗಿತ್ತು. ಏಕೆಂದರೆ ಈ ಹಸು ತುಂಬು ಗರ್ಭವಿತ್ತು. ಹಸು ನೋವಿನಿಂದ ಒದ್ದಾಡಿದರೆ ಗರ್ಭದೊಳಗಿನ ಕರು ಸಹ ಒದ್ದಾಡುವುದು ಹೊರಗಿನಿಂದಲೇ ಕಾಣುತ್ತಿತ್ತು. ಇದೂ ನಾಲ್ಕೈದು ದಿನದಲ್ಲಿ ಪ್ರಾಣ ಬಿಟ್ಟಿತು. ಪ್ರಾಣ ಹೋಗುವಾಗ ಹಸು ಒದ್ದಾಡಿದ ರೀತಿ ಮತ್ತು ಒಳಗೆ ಕರು ಒದ್ದಾಡುತ್ತಿದ್ದ ರೀತಿಗೆ ಕೊಟ್ಟಿಗೆಯಲ್ಲಿದ್ದ ನಾವೆಲ್ಲ ಸಾವೆಂಬ ನಿಗೂಢದೆದುರು, ಸಾವೆಂಬ ಭಯದೆದುರು, ಸಾವೆಂಬ ಭೂಮದೆದುರು, ಸಾವೆಂಬ ನಿಶ್ಚಿತದೆದುರು ಹುಳು ಹುಪ್ಪಟೆಗಳಂತೆ ಉಸಿರಾಡಲೂ ಬೆದರಿ ಕಲ್ಲಾಗಿ ಕೂತುಬಿಟ್ಟಿದ್ದೆವು.

ನನಗೆ ವೈದ್ಯ ವೃತ್ತಿಯೆಂಬುದು ಕೇವಲ ತಮಾಷೆಯಾಗಿ, ಅಸಂಬದ್ಧವಾಗಿ, ಜಗಜಟ್ಟಿಯೆದುರಿನ ನರಪೇತಲನಂತೆ ಕಾಣತೊಡಗಿತು. ಬದುಕೆಂಬುದು ಆಕಸ್ಮಿಕಗಳ ಮೇಲಿನ ಮಹಲೇ? ನಿಷ್ಪಾಪಿ ಹಸುಗಳ ಸಾವಿಗೆ ಕಾರಣವೇ ಇರಲಿಲ್ಲ! ಒಂದಲ್ಲ ಎರಡು ಸಾವುಗಳು!

ಇದಾಗಿ ಒಂದಷ್ಟು ತಿಂಗಳು ಕಳೆದವು. ಕಾಲನೆಂಬ ವೈದ್ಯ ಎಲ್ಲವನ್ನೂ ಮರೆಸಿ, ನೋವು ದುಃಖಗಳ ತೀವ್ರತೆಯನ್ನು ಉಜ್ಜಿ ಮೊಂಡು ಮಾಡುತ್ತಾನೆ. ಹೀಗಿದ್ದಾಗ ದೇವಸ್ಥಾನದ ಆನೆಯೊಂದಕ್ಕೆ ಹುಷಾರು ತಪ್ಪಿದೆಯೆಂದು ದೇವಸ್ಥಾನದ ಕಚೇರಿಯಿಂದ ಫೋನು ಬಂದಿತು. ಆಗ ರಾತ್ರಿ ಏಳರ ಸಮಯವಿರಬಹುದು. ನಾಣ್ಯಪ್ಪನಿಗೆ ಫೋನು ಮಾಡಿ ವಿಚಾರಿಸಲಾಗಿ ಆನೆಗೆ ಭೇದಿ ಎಂದೂ, ಮೇವು ತಿನ್ನುತ್ತಿಲ್ಲ ಎಂದೂ ತಿಳಿಯಿತು. ಭೇದಿಯು ರಕ್ತ ಮತ್ತು ಬಿಳಿ ಗೊಣ್ಣೆಯಿಂದ ಕೂಡಿದ ಆಮಶಂಕೆ ಭೇದಿಯೆಂದು ನಾಣ್ಯಪ್ಪ ತಿಳಿಸಿದರು.

ಪಶುವೈದ್ಯರಾದ ನಾವು ದನ, ಎಮ್ಮೆ, ಕುರಿ, ಮೇಕೆ, ಕುದುರೆ, ನಾಯಿ, ಕೋಳಿಗಳನ್ನು ವಿವರವಾಗಿ ಓದಿರುತ್ತೇವೆಯೇ ವಿನಹ ವನ್ಯಜೀವಿಗಳಾದ ಹುಲಿ, ಸಿಂಹ, ಚಿರತೆ, ಆನೆ ಮುಂತಾದವುಗಳನ್ನು ವಿವರವಾಗಿ ಓದಿರುವುದಿಲ್ಲ. ನಾನು 1976ರಿಂದ 1981ರವರೆಗೆ ಬಿವಿಎಸ್‌ಸಿ ಓದಿದಾಗ ವನ್ಯಜೀವಿ (Wild life) ಎಂಬ ವಿಷಯ ಒಂದೇ ಒಂದು ಟ್ರೈಮಿಸ್ಟರ್ (ತ್ರೈಮಾಸಿಕ) ಸಿಲಬಸ್‌ನಲ್ಲಿ ಇತ್ತು. ಒಂದು ಟ್ರೈಮಿಸ್ಟರ್ ಎಂದರೆ ಹದಿನಾಲ್ಕು ವಾರಗಳ ಅವಧಿ. ವನ್ಯಜೀವಿ ವಿಷಯವು ವಾರಕ್ಕೆ ಎರಡು ಗಂಟೆಯಂತೆ ಇಪ್ಪತ್ತೆಂಟು ಗಂಟೆಯ ಗರಿಷ್ಠ ಉಪನ್ಯಾಸಗಳ ಸಾಧ್ಯತೆ ಇತ್ತು.

ಇದರಲ್ಲಿ ಐದು ಪರೀಕ್ಷೆಗಳು (Announced Quiz, Un announced Quiz, Mid Term, Interim Exam, Final Exam) ಇದ್ದುದರಿಂದ ಇಪ್ಪತ್ಮೂರು ಗಂಟೆ ಉಪನ್ಯಾಸ ಮಾತ್ರ ಸಾಧ್ಯವಿತ್ತು.

ಈ ಅವಧಿಯಲ್ಲಿ ವನ್ಯಜೀವಿಗಳಾದ ಹುಲಿ, ಚಿರತೆ, ಸಿಂಹ, ಒಂಟೆ, ಜಿರಾಫೆ, ಆನೆ, ಕೋತಿ, ಗೊರಿಲ್ಲಾ, ಚಿಂಪಾಂಜಿ, ಜಿಂಕೆ ಇತ್ಯಾದಿ ನೂರಾರು ಬಗೆಯ ಪ್ರಾಣಿಗಳ ಬಗ್ಗೆ ಏನು ಕಲಿಯಲು ಸಾಧ್ಯ? ಯಾವ ಉಪನ್ಯಾಸಕನಿಗೆ ಕಲಿಸಲು ಸಾಧ್ಯವಾಗುತ್ತದೆ? ಸೋಲುವುದು ಖಚಿತವಿರುವ ಆಟದಲ್ಲಿ ಪಾಲ್ಗೊಂಡಂತೆ ನೀರಸವಾಗಿ ಪಾಠ ಮಾಡುತ್ತಿದ್ದರು.

ಸಾಮಾನ್ಯವಾಗಿ ಮನುಷ್ಯರಲ್ಲೇ ಆಗಲಿ ಅಥವಾ ಪ್ರಾಣಿಗಳಲ್ಲೇ ಆಗಲಿ ಕಾಯಿಲೆಗಳ ಕಾರಣ, ಲಕ್ಷಣ, ಉಪಯೋಗಿಸಬೇಕಾದ ಔಷಧಗಳು, ಔಷಧದ ಪ್ರಮಾಣ, ಔಷಧದ ಅವಧಿ ಮುಂತಾದವುಗಳು ಹೆಚ್ಚು ಕಡಿಮೆ ಒಂದೇ ಆಗಿರುವುದರಿಂದ ಚಿಕಿತ್ಸೆ ನೀಡಬಹುದು ಎಂಬ ಭಂಡ ಧೈರ್ಯವೇನೋ ನನ್ನಲ್ಲಿತ್ತು. ಉದಾಹರಣೆಗೆ ಆನೆಗೆ ಆಮಶಂಕೆ ಭೇದಿ (Dysentry) ಆಗಿರುವುದರಿಂದ ಆಂಟಿಬಯೋಟಿಕ್ ಔಷಧ, ಕರುಳಿನ ಉತ್ತೇಕ್ಷಿತ ಚಲನೆಯನ್ನು ನಿಯಂತ್ರಿಸುವ ಔಷಧ(Astrigents), ಪುನರ್ಜಲೀಕರಣ (rehydration) ಕೊಡಬೇಕೆಂದು ಗೊತ್ತಿತ್ತು.

ಆದರೆ ಚಿಕಿತ್ಸೆಗೆ ನನ್ನೆದುರಿರುವುದು ನಾಲ್ಕು ಸಾವಿರ ಕೆಜಿ ತೂಕದ ಭರ್ಜರಿ ಆನೆ ಮತ್ತು ನಾನು ಜನ್ಮದಲ್ಲಿಯೇ ಚಿಕಿತ್ಸೆ ನೀಡಲು ಹೊರಟಿರುವ ಮೊದಲನೇ ಆನೆ. ಆನೆಯ ಸ್ಪೀಶೀಸ್‌ಗೆ ವಿಶಿಷ್ಟವಾದ ಸೂಕ್ಷ್ಮ ವ್ಯತ್ಯಾಸಗಳೇನಾದರೂ ಇದ್ದು ಇಂಜೆಕ್ಷನ್ ಕೊಟ್ಟ ಕೂಡಲೆ ಆನೆಗೆ ಏನಾದರೂ ಹೆಚ್ಚು ಕಡಿಮೆಯಾದರೆ? ಮತ್ತೊಮ್ಮೆ ನಾನು ಇಕ್ಕಟ್ಟಿಗೆ ಸಿಗಿಹಾಕಿಕೊಂಡಿದ್ದೆ!

ನಾನು ಉಜಿರೆಯ ಮನೆಯಿಂದ ಧರ್ಮಸ್ಥಳ ಸೇರುವಷ್ಟರಲ್ಲಿ ಆಸ್ಪತ್ರೆಯ ಇಬ್ಬರು ಸಿಬ್ಬಂದಿ ಜಯಕೀರ್ತಿ ಜೈನ್ ಮತ್ತು ಯಾದವ್ ಅವರು ಎರಡೆರಡು ಬಾರಿ ಫೋನ್ ಮಾಡಿದರು. ಅವರಿಬ್ಬರೂ ಧರ್ಮಸ್ಥಳದಲ್ಲಿ ಹಲವಾರು ವರ್ಷಗಳಿಂದ ಕರ್ತವ್ಯ ನಿರ್ವಹಿಸುತ್ತಿದ್ದರು. ಧರ್ಮಸ್ಥಳದಲ್ಲಿ ಇದುವರೆಗೆ ಕೆಲಸ ನಿರ್ವಹಿಸಿದ ಎಲ್ಲ ಪಶುವೈದ್ಯರೂ ಸಹ ನನ್ನಂತೆ ಕೇವಲ ಪಶುವೈದ್ಯರಾಗಿದ್ದರೇ ವಿನಹ ವನ್ಯಜೀವಿ ಚಿಕಿತ್ಸೆಯಲ್ಲಿ ತರಬೇತಿ ಹೊಂದಿದವರಾಗಿರಲಿಲ್ಲ. ಆದುದರಿಂದ ಆನೆಗಳಿಗೆ ಆರೋಗ್ಯ ತಪ್ಪಿದರೆ ಆನೆಯ ಪರಿಣಿತರಾದ, ಕರ್ನಾಟಕದ ವಿವಿಧ ಸ್ಥಳಗಳಲ್ಲಿದ್ದ ಡಾ. ಚಿಟ್ಟಿಯಪ್ಪ, ಡಾ. ಕಲ್ಲಪ್ಪ

ಮುಂತಾದವರಿಂದ ಚಿಕಿತ್ಸೆ ಮಾಡಿಸುತ್ತಿದ್ದರಂತೆ. ಒಮ್ಮೊಮ್ಮೆ ಆನೆ ಪರಿಣಿತರಿಗೆ ಧರ್ಮಸ್ಥಳಕ್ಕೆ ಬರಲಾಗದಿದ್ದರೆ ಫೋನಿನಲ್ಲಿ ಚರ್ಚಿಸಿ ಚಿಕಿತ್ಸೆ ನಡೆಯುತ್ತಿತ್ತು. ಈ ರೀತಿಯ ಚಿಕಿತ್ಸೆ ಎಂದೂ ಹುಸಿ ಹೋಗಿಲ್ಲವೆಂದು ಜಯಕೀರ್ತಿ ಜೈನ್ ತಿಳಿಸಿದರು.

ಕೂಡಲೇ ಫೋನ್ ಕರೆ ಮಾಡಿ ಸಂಪರ್ಕಕ್ಕೆ ಸಿಕ್ಕಿದ ಡಾ. ಕಲ್ಲಪ್ಪನವರೊಂದಿಗೆ ಚರ್ಚಿಸಿ, ಔಷಧಗಳ ಪಟ್ಟಿ ಸಿದ್ಧಪಡಿಸಿದೆವು. ಅರ್ಧ ಗಂಟೆಯಲ್ಲಿ ದೇವಸ್ಥಾನದ ಸಿಬ್ಬಂದಿ ವರ್ಗದವರು ಬೆಳ್ತಂಗಡಿಯ ಔಷಧ ಅಂಗಡಿಗಳಿಂದ ಎಲ್ಲ ಔಷಧಗಳನ್ನು ತಲಾಶು ಮಾಡಿ ತಂದರು. ಚಿಕಿತ್ಸೆ ಶುರು ಮಾಡಿಕೊಂಡೆವು.

ಆನೆ ಲಾಯದಿಂದ ಕಾರು ಮ್ಯೂಸಿಯಂ ಕಡೆ ಬರುವಾಗ ರಸ್ತೆಯ ಪಕ್ಕ ಎಡಗಡೆ ಒಂದು ಎತ್ತರದ ಜಾಗವಿತ್ತು. ಆನೆಯನ್ನು ಕೆಳಗೆ ನಿಲ್ಲಿಸಿಕೊಂಡರು. ನಾವೆಲ್ಲ ಎತ್ತರದ ಜಾಗದಲ್ಲಿ ಸಜ್ಜಾಗಿ ನಿಂತೆವು. ಮಾವುತರು, ಕೆಲಸಗಾರರು ಅನೇಕ ಜನ ಇದ್ದರು. ಅವರೆಲ್ಲರಿಗೂ ಆನೆಗೆ ರಕ್ತನಾಳದ ಮುಖಾಂತರ ಇಂಜೆಕ್ಷನ್ ಕೊಡುವ ವಿಧಾನ ಗೊತ್ತಿದ್ದರಿಂದ ನಾವ್ಯಾರೂ ಹೆಚ್ಚು ಹೇಳಬೇಕಿರಲಿಲ್ಲ. ಒಂದಿಬ್ಬರು ಆನೆ ಕಿವಿ ಬಿಗಿ ಹಿಡಿದರು. ಒಬ್ಬರು ಆನೆ ಹತ್ತಿ ಕುಳಿತರು. ಕಿವಿಯಲ್ಲಿ ಹಲವು ರಕ್ತನಾಳಗಳಿದ್ದವು. ಎರಡು ರಕ್ತನಾಳಗಳಿಗೆ ಸೂಜಿ ಹಾಕಿ ಎರಡು ಬಾಟಲುಗಳನ್ನು ಒಮ್ಮೆಲೇ ನೇತು ಹಾಕಿದೆವು. ಸಾಕಾನೆಯಾಗಿದ್ದರಿಂದ ಗಲಾಟೆ ಇರಲಿಲ್ಲ. ಬಾಟಲುಗಳನ್ನು ಒಂದು ಸಣ್ಣ ಬಿದಿರಿಗೆ ಕಟ್ಟಿದ್ದೆವು.

ಆ ಬಿದಿರನ್ನು ಆನೆ ಏರಿದ ಮನುಷ್ಯ ಹಿಡಿದುಕೊಂಡಿದ್ದ. ಮೆಟ್ರೋನೈಡಜೋಲ್ ಮತ್ತು ಡಿಎನ್‌ಎಸ್ ಬಾಟಲುಗಳನ್ನು ಎಣಿಸೆಣಿಸಿ ಏರಿಸಿದೆವು. ನಾಯಿಗಳಿಗೆ ಹನಿಹನಿಯಾಗಿಯೂ, ಹಸು ಎಮ್ಮೆಗಳಿಗೆ ನಿಧಾನವಾಗಿಯೂ ಐವಿ ಸೆಟ್ (Intravenous Set) ಗಳ ಮೂಲಕ ಔಷಧ ಬಿಡುತ್ತಿದ್ದ ನಾವು ಆನೆಗೆ ಎಷ್ಟು ಸಾಧ್ಯವೋ ಅಷ್ಟು ವೇಗವಾಗಿ ಔಷಧ ಬಿಡತೊಡಗಿದೆವು. ನನ್ನ ನೆನಪಿನ ಪ್ರಕಾರ ಎರಡೂ ಔಷಧ ಸೇರಿ ಎಪ್ಪತ್ತರಿಂದ ಎಂಭತ್ತು ಬಾಟಲುಗಳನ್ನು ಖಾಲಿ ಮಾಡಿದೆವು. ಚಿಕಿತ್ಸೆ ಮುಗಿದಾಗ ಮಧ್ಯರಾತ್ರಿಯಾಗಿತ್ತು. ನಾನು ಎಲ್ಲರಿಂದ ಬೀಳ್ಕೊಟ್ಟು ಮನೆ ಸೇರಿ ಮಲಗಿದಾಗ ಒಂದು ಗಂಟೆಯ ಮೇಲಾಗಿತ್ತು. ನಾನು ಧರ್ಮಸ್ಥಳದಲ್ಲಿದ್ದ ಮೂರು ವರ್ಷದಲ್ಲಿ ಅದೊಂದೇ ಸಲ ಆನೆಗೆ ಹುಷಾರು ತಪ್ಪಿದ್ದು.

ಇದೇ ಅವಧಿಯಲ್ಲಿ ಒಂದು ದಿನ ಧರ್ಮಸ್ಥಳದ ಮುಳಿಕ್ಕಾರು ಎಂಬಲ್ಲಿಗೆ ಮುತ್ತಪ್ಪ ಎಂಬುವವರ ಮನೆಗೆ ದನದ ಚಿಕಿತ್ಸೆಗೆ ಹೋಗುತ್ತಿದ್ದೆ. ಆನೆ ಲಾಯದ ಪಕ್ಕದಲ್ಲಿಯೇ ಹೋಗಬೇಕಿತ್ತು. ಆ ಮುತ್ತಪ್ಪ ಎಂಬ ಅಜ್ಜನಿಗೆ ಕನ್ನಡ ಬರುತ್ತಿರಲಿಲ್ಲ. ನನಗೆ ತುಳು ಬರುತ್ತಿರಲಿಲ್ಲ. ಮುತ್ತಪ್ಪನ ಕನ್ನಡಕ್ಕೆ ನಾನು ನಗುವುದು ಮತ್ತು ನನ್ನ ತುಳುವಿಗೆ ಮುತ್ತಪ್ಪ ನಗುವುದು ನಡೆಯುತ್ತಿತ್ತು. ಅರ್ಥವಾಗದೆ ಹಾಗೆ ನಗುತ್ತಿದ್ದೆವು. ಒಬ್ಬ ಪರಿಚಯದ ದುಭಾಷಿಗಾಗಿ ಹುಡುಕುತ್ತಿದ್ದಾಗ ಆನೆ ಲಾಯದ ಬಳಿ ಮಾವುತ ನಾಣ್ಯಪ್ಪ ಪೂಜಾರಿ ಕಂಡರು. ಅವರ ಹತ್ತಿರ ಭಾಷಾ ಬಿಕ್ಕಟ್ಟನ್ನು ಪರಿಹರಿಸಿಕೊಳ್ಳಲು ಹೋದೆವು.

ಹಸುಗಳ ದುರ್ಮರಣದ ಹೊಡೆತದಿಂದ ನಾಣ್ಯಪ್ಪ ಸ್ವಲ್ಪ ಸುಧಾರಿಸಿಕೊಂಡಿದ್ದರು. ನಾವು ನಮ್ಮ ಸಮಸ್ಯೆಯನ್ನು ಪರಿಹರಿಸಿಕೊಳ್ಳುತ್ತಿರುವಾಗ ಸ್ವಲ್ಪ ದಿನದ ಹಿಂದೆ ಭೇದಿಗೆ ಚಿಕಿತ್ಸೆ ಪಡೆದು ಹುಷಾರಾದ ಆನೆ ಅಲ್ಲಿಯೇ ಗುಡ್ಡದಂತೆ ನಿಂತಿತ್ತು. ಆ ಗಾತ್ರದ ಪ್ರಾಣಿಗೆ ನಾನು ಮುಟ್ಟಿ ಇಂಜೆಕ್ಷನ್ ನೀಡಿದೆನೇ! ಅದು ಹುಷಾರಾಯಿತೇ! ಎಂದು ನನಗೇ ನಂಬಿಕೆ ಬಾರದೆ ಸೋಜಿಗಪಡುತ್ತಿರುವಾಗ ಆನೆಯ ಕಾಲಲ್ಲಿ ನಾಲ್ಕೈದು ಪುಟ್ಟ ಪುಟ್ಟ ನಾಯಿಮರಿಗಳು ಚಿನ್ನಾಟವಾಡುತ್ತಿದ್ದವು.

ಆನೆ ಅಕಸ್ಮಾತ್ ಅವುಗಳ ಮೇಲೆ ಕಾಲಿಟ್ಟರೆ ಚಟ್ನಿಯಾಗುತ್ತಿದ್ದವು ಅಥವಾ ಬಾಲದಲ್ಲಿ ಒಂದು ಸಲ ಬೀಸಿದರೆ ಫರ್ಲಾಂಗು ದೂರ ಹೋಗಿ ಬೀಳುತ್ತಿದ್ದವು. ಅವುಗಳ ಪೆದ್ದುತನದ ಧೈರ್ಯ ಕಂಡು ನನಗೆ ಭಯವಾಯಿತು. "ಆನೆ ನಾಯಿಮರಿಗೆ ಏನೂ ಮಾಡುವುದಿಲ್ಲ ಸರ," ಎಂದು ನಾಣ್ಯಪ್ಪ ಹೇಳುತ್ತಿರುವಾಗಲೇ 'ಕಂಯ್ಞ್ ಕಂಯ್ಞ್ ಕಂಯ್ಞ್' ಎಂದು ಜೋರಾಗಿ ಶಬ್ದ ಮೊಳಗಿತು.

ಅಲ್ಲೇ ಹತ್ತಿರದಲ್ಲಿದ್ದ ನಮಗೆ ತಿಳಿದದ್ದಿಷ್ಟು. ನಿಂತಿದ್ದ ಆನೆಯು ಗಟ್ಟಿ ಲದ್ದಿ ಉದುರಿಸಿದೆ. ಹಲವಾರು ಕೆಜಿ ತೂಕದ ಇಡೀ ಲದ್ದಿಯೊಂದು ಹತ್ತು ಹನ್ನೆರಡು ಅಡಿ ಎತ್ತರದಿಂದ ಅಲ್ಲೇ ಆಡುತ್ತಿದ್ದ ನಾಯಿಮರಿಯ ಮೇಲೆ ಗುರಿಯಿಟ್ಟಂತೆ ಬಿದ್ದಿದೆ! ಲದ್ದಿಯ ಅಡಿಯಲ್ಲಿ ಮುಚ್ಚಿ ಹೋಗಿದ್ದ ಮರಿಯನ್ನು ಈಚೆಗೆಳೆದು ನಾಣ್ಯಪ್ಪ ನನ್ನ ಬಳಿ ತಂದರು. ಅರಚುತ್ತಿದ್ದ ನಾಯಿಯನ್ನು ಒರೆಸಿ ನೋಡಲಾಗಿ ಅದರ ಹಿಂದಿನ ಎಡಗಾಲಿನ ತೊಡೆಮೂಳೆ (Femur) ತುಂಡಾಗಿತ್ತು! ಅದೃಷ್ಟಕ್ಕೆ ಚರ್ಮದ ಮೇಲೆ ಯಾವ ಗಾಯವೂ ಆಗಿರಲಿಲ್ಲ. ಅಲ್ಲಾಡಿಸಿದರೆ ಒಳಗೆ ಮುರಿದ ಮೂಳೆ ತುಂಡುಗಳು ಕಟಕಟ ಶಬ್ದ ಮಾಡುತ್ತಿದ್ದವು.

ಅಲ್ಲಿಯೇ ಸಿಕ್ಕ ಎರಡು ಚಿಕ್ಕ ಬಿದಿರಿನ ಗಟ್ಟಿ ತುಂಡುಗಳನ್ನು ಮುರಿದ ಕಾಲಿನ ಮೇಲಿಟ್ಟು ಅಲ್ಲಾಡದಂತೆ ಟ್ವೈನ್ ದಾರದಲ್ಲಿ ಸುತ್ತಿದೆ. ಬುಗುರಿಗೆ ಚಾಟಿ ಸುತ್ತುವಂತೆ ಒತ್ತಾಗಿ ಸುತ್ತಿದೆ. ದಾರದಿಂದ ಸುತ್ತಿದ ಕಾಲಿನ ಭಾಗ ಎಷ್ಟು ನೀಟಾಗಿತ್ತೆಂದರೆ ಬಿದಿರು ಕಡ್ಡಿಗಳಾಗಲಿ ಅಥವಾ ಸುತ್ತಿದ ದಾರವಾಗಲಿ ನಾಯಿಮರಿಯ ಓಡಾಟಕ್ಕೆ ಅಥವಾ ಕೀಲುಗಳ ಚಲನೆಗೆ ಸ್ವಲ್ಪವೂ ಅಡ್ಡಿ ಬರುತ್ತಿರಲಿಲ್ಲ. ನಮ್ಮಿಂದ ಬಿಡುಗಡೆ ಹೊಂದಿ ನಾಯಿಮರಿ ಕುಂಟುತ್ತ ಓಡಿತು. ಮರಿಗೆ ನಾನು ಇಂಜೆಕ್ಷನ್ ಸಹ ಮಾಡಲಿಲ್ಲ.

ನೋವು ಶಮನದ ಮಾತ್ರೆ ಬರೆದು ನಾಣ್ಯಪ್ಪರಿಗೆ ಕೊಟ್ಟು ಉಪಯೋಗಿಸುವ ರೀತಿ ತಿಳಿಹೇಳಿದೆ. ಮುತ್ತಪ್ಪ ಅಜ್ಜನ ಕಡೆ ತಿರುಗಿದೆ. ಅಜ್ಜ ಅಲ್ಲಿಯೇ ದಟ್ಟ ಮತ್ತು ತಂಪು ನೆರಳಲ್ಲಿ ನೆಲದ ಮೇಲೆ ಮಲಗಿ

ಗೊರಕೆ ಹೊಡೆಯುತ್ತಿದ್ದರು. ಬಿಸಿಲಿನ ಹೊಡೆತಕ್ಕೆ ಅಜ್ಜ ಹಣ್ಣಾಗಿದ್ದರೆಂದು ಕಾಣುತ್ತದೆ. ಎದ್ದೇಳಿಸಲು ಮನಸ್ಸು ಬಾರದಂತ ಸುಖ ನಿದ್ರೆ! ಆದರೆ ಬೇರೆ ಮಾರ್ಗವಿರಲಿಲ್ಲ. ಅಜ್ಜನನ್ನು ಕೂರಿಸಿಕೊಂಡು ಬೈಕ್ ಓಡಿಸಿದೆ. 'ತೂಕಡಿಸಿ ಬಿದ್ದುಬಿಟ್ಟೀಯ!' ಎಂದು ನಾಣ್ಯಪ್ಪ ಮುತ್ತಪ್ಪನನ್ನು ತುಳುವಿನಲ್ಲಿ ಎಚ್ಚರಿಸಿದರು.

ನಾನು ಧರ್ಮಸ್ಥಳದಿಂದ ವರ್ಗವಾಗಿ ಬರುವವರೆಗೂ ನಾಯಿಯು ಆನೆ ಲಾಯದ ಬಳಿ ಅಡ್ಡಾಡಿಕೊಂಡಿತ್ತು.

❖

ಗಂಗೆ ಬಾರೆ ಗೌರಿ ಬಾರೆ

ಡಾ. ಮಿರ್ಜಾ ಬಷೀರ್

ಡಾ. ಲೇಶಣ್ಣ

ಇಸವಿ 2000ರಲ್ಲಿ ಧರ್ಮಸ್ಥಳ ಪಶುಚಿಕಿತ್ಸಾಲಯದಲ್ಲಿ ಡಾ. ಲೇಶಣ್ಣ ಎಂಬುವವರು ಪಶುವೈದ್ಯಾಧಿಕಾರಿಗಳಾಗಿ ಕೆಲಸ ಮಾಡುತ್ತಿದ್ದರು. 1995ರಿಂದಲೂ ಅವರು ಅಲ್ಲಿದ್ದರು. ಉಜಿರೆಯ ಬಾಡಿಗೆ ಮನೆಯೊಂದರಲ್ಲಿ ವಾಸ. ಮನೆಯಲ್ಲಿ ಪತ್ನಿ ಮತ್ತು ಇಬ್ಬರು ಮಕ್ಕಳು. ಮೊದಲ ಮಗು ಗಂಡು, ಎರಡನೇದು ಹೆಣ್ಣು. ಪುಟ್ಟ ಸಂಸಾರ. ಪ್ರೀತಿ ಮತ್ತು ಸಂತೋಷ ತುಂಬಿ ತುಳುಕುತ್ತಿದ್ದ ಮನೆ.

ಆಸ್ಪತ್ರೆಯಲ್ಲಿ ಲೇಶಣ್ಣರಿಗೆ ದಿನವಿಡೀ ಕೆಲಸವಿರುತ್ತಿತ್ತು. ಮನೆಯಿಂದ ಬೆಳಗ್ಗೆ ಆಸ್ಪತ್ರೆಗೆ ಬೈಕಲ್ಲಿ ಹೊರಟರೆ ಸಾಯಂಕಾಲ ಆರೇಳು ಗಂಟೆಯ ತನಕ ಬಿಡುವಿಲ್ಲದ ಕೆಲಸ. ಒಂದೊಂದು ದಿನ ರಾತ್ರಿ ಎಂಟು ಒಂಬತ್ತಾದರೂ ಆಯಿತೇ! ಮಧ್ಯಾಹ್ನ ಬಿಡುವು ಮಾಡಿಕೊಂಡರೆ ಊಟ ಉಂಟು, ಇಲ್ಲದಿದ್ದರೆ ಇಲ್ಲ. ಮನೆಯಲ್ಲಿ ಪತ್ನಿ ಶಶಿಕಲಾರಿಗೆ ದಿನವಿಡೀ ಹಳ್ಳಿ ಹಳ್ಳಿ ಕಾಡುಮೇಡು ಅಲೆಯುವ ಲೇಶಣ್ಣರದೇ ಚಿಂತೆ.

ದಿನವಿಡೀ ಮಕ್ಕಳ ದೇಖರೇಖಿಯಲ್ಲೇ ಹೊತ್ತು ಹೋಗುತ್ತಿತ್ತು. ಆದರೆ ಕತ್ತಲಾದ ಮೇಲೂ ಗಂಡ ಮನೆಗೆ ಬಾರದಿದ್ದರೆ ಏನೇನೋ ಯೋಚನೆಗಳು, ದಿಗಿಲು. ಎಷ್ಟೋ ಸಲ ಮಕ್ಕಳು ಮಲಗಿದ ಮೇಲೆ ಮಾಡಿಟ್ಟ ಅಡಿಗೆ ತಣಿದ ಮೇಲೆ ಬಂದುಣ್ಣುವ ಗಂಡ. ಆದರೂ ಮಗ್ನನಾಗಿ, ಸಂತೃಪ್ತಿಯಿಂದ ಊಟ ಮಾಡುವ ಗಂಡನ್ನ ನೋಡಿದರೆ ಶಶಿಕಲಾರಿಗೂ ಸಮಾಧಾನ. ಹಗಲು ಕಳೆದು ನಿಶ್ಚಿಂತೆಯಿಂದ ರಾತ್ರಿ ಮಲಗಿದರೆಂದರೆ ಕಣ್ಣು ತುಂಬಾ ನಿದ್ದೆ. ಈ ನಿರುಮ್ಮಳತೆಯ ಎದುರು ಸ್ವರ್ಗ ಸುಖವನ್ನೂ ನಿವಾಳಿಸಿ ಎಸೆಯಬಹುದಿತ್ತು.

ಯಾವ ಹಳ್ಳಿಗೆ ಹೋದರೂ ಲೇಶಣ್ಣ ಚಿಕಿತ್ಸಾಲಯದ ಸಿಬ್ಬಂದಿಯಾದ ಶಿವನಂಜಪ್ಪನನ್ನು ಕರೆದೊಯ್ಯುತ್ತಿದ್ದರು. ಲೋಕೋಪಯೋಗಿ

ಇಲಾಖೆಯಲ್ಲಿ ಗ್ಯಾಂಗ್ ಮನ್ ಆಗಿದ್ದವನಿಗೆ ಸರ್ಕಾರ 'ಡಿ' ಗ್ರೂಪ್ ಹುದ್ದೆ ಕೊಟ್ಟು ಪಶು ಚಿಕಿತ್ಸಾಲಯ ಧರ್ಮಸ್ಥಳಕ್ಕೆ ಸ್ಥಳ ನಿಯುಕ್ತಿಗೊಳಿಸಿದ್ದರು. ಹೀಗಾಗಿ ತನ್ನ ಇಳಿವಯಸ್ಸಿನಲ್ಲಿ ಕಾಯಂ ಕೆಲಸ ಸಿಕ್ಕಂತಾಗಿ ಶಿವನಂಜಪ್ಪನು ಧರ್ಮಸ್ಥಳದಲ್ಲಿದ್ದ.

ಕಾಯಂ ಕೆಲಸ ಆಗಿದ್ದರಿಂದ ಮತ್ತು ಪುಣ್ಯಕ್ಷೇತ್ರವಾಗಿದ್ದ ಧರ್ಮಸ್ಥಳದಲ್ಲಿರುವುದು ಅವನಿಗೆ ಸಂತೋಷದ ವಿಷಯವಾಗಿತ್ತು. ಆದರೆ ತನ್ನ ಸ್ವಂತ ಸ್ಥಳವಾದ ಚಾಮರಾಜನಗರದಿಂದ ಧರ್ಮಸ್ಥಳಕ್ಕೆ ಬ್ರಹ್ಮಾಂಡ ದೂರವಾದ್ದರಿಂದ ಮತ್ತು ಈ ವಯಸ್ಸಿನಲ್ಲಿ ಹೆಂಡತಿ ಮಕ್ಕಳನ್ನು ಬಿಟ್ಟು ದೇಶಾಂತರ ತೆರಳಬೇಕಾಗಿದ್ದರಿಂದ ದುಃಖವೂ ಅವನನ್ನು ಮೆತ್ತಿಕೊಂಡಿತ್ತು.

ಪಾಪದ ಶಿವನಂಜಪ್ಪನಿಗೆ ಪಂಚೇಂದ್ರಿಯಗಳೂ ಮಂದವಾಗಿದ್ದು ಮೂಗಿನ ಮೇಲೆ ದಪ್ಪನೆ ಕನ್ನಡಕವು ಸದಾ ಕೂತಿರುತ್ತಿತ್ತು. ದನ ಎಮ್ಮೆಗಳ ಹಿಡಿಯುವುದಕ್ಕೆ ಸಂಪೂರ್ಣ ನಿಷ್ಪ್ರಯೋಜಕನಾಗಿದ್ದ. ಆದರೆ ವೀರ್ಯ ಕಡ್ಡಿಗಳನ್ನಿಡುವ ದ್ರವ ಸಾರಜನಕದ ಸಣ್ಣ ಜಾಡಿಯನ್ನು ಹಿಡಿದು (Liquid Nitrogen Container) ಲೇಶಣ್ಣರ ಹಿಂದೆ ಬೈಕಲ್ಲಿ ಕೂತುಕೊಳ್ಳಲು ಮಾತ್ರ ಲಾಯಕ್ಕಾಗಿದ್ದ.

ಅವನಿಗಿಂತಲೂ ಜೀರ್ಣಾವಸ್ಥೆಯಲ್ಲಿದ್ದ ಅವನ ಹೆಂಡತಿ ಧರ್ಮಸ್ಥಳಕ್ಕೆ ಬರುವುದು ಅಸಾಧ್ಯದ ಮಾತಾಗಿತ್ತು. ಹೀಗಾಗಿ ಶಿವನಂಜಪ್ಪ ಎರಡು ಹೊತ್ತೂ ಧರ್ಮಸ್ಥಳದ ದೇವಸ್ಥಾನದಲ್ಲಿ ಊಟ ಮಾಡುತ್ತಾ, ಆಸ್ಪತ್ರೆಯ ಯಾವುದಾದರೊಂದು ಮೂಲೆಯಲ್ಲಿ ಮಲಗುತ್ತಾ ದಿನ ನೂಕುತ್ತಿದ್ದ. ಅವನ ಕನಸು ಮನಸಿನಲ್ಲಿ ನಿವೃತ್ತಿಯೆಂಬುದು ಕುಣಿದಾಡುತ್ತಿತ್ತೆಂದು ಕಾಣುತ್ತದೆ.

ಅಂದು 29-03-2000 ಬುಧವಾರ. ಎಂದಿನಂತೆ ಡಾ. ಲೇಶಣ್ಣ ದಿಕ್ಕಿಗೊಂದರಂತಿದ್ದ ಜಾನುವಾರುಗಳ ಚಿಕಿತ್ಸೆ ಮಾಡುತ್ತ ಹರಿದು ಹಂಚಿ ಹೋಗಿದ್ದಾರೆ. ಒಂದು ದನಕ್ಕೆ ಕೃತಕ ಗರ್ಭಧಾರಣೆಯಾದರೆ ಇನ್ನೊಂದಕ್ಕೆ ಗರ್ಭಪರೀಕ್ಷೆ ಮಾಡುವುದು, ಮತ್ತೊಂದಕ್ಕೆ ಹೆರಿಗೆ ನೋವು, ಮಗದೊಂದಕ್ಕೆ ಏನೋ ಸೀಕು (Sick).

ಇವನ್ನೆಲ್ಲ ಮನದಲ್ಲಿ ಲೆಕ್ಕ ಹಾಕುತ್ತಾ ಲೇಶಣ್ಣ ಬೈಕು ಓಡಿಸಿದ್ದಾರೆ. ದಿನವಿಡೀ ವಿಶ್ರಾಂತಿಯಿಲ್ಲದೆ ಅಲೆದಾಡಿದರೂ ಮುಗಿಯದ ಕಾಯಿಲೆ ದನಗಳ ಚಿಕಿತ್ಸೆ. ಕೆಲಸಕ್ಕೆ ಲೇಶಣ್ಣ ಅಂಜುತ್ತಿರಲಿಲ್ಲ. ಹಿಂದೆಗೆಯುತ್ತಿರಲಿಲ್ಲ. ಎಷ್ಟಿದ್ದರೂ ಅಂದಿನ ಕೆಲಸ ಅಂದೇ ಮಾಡಿ ಮುಗಿಸುವುದು ಅವರ ಸ್ವಭಾವವಾಗಿತ್ತು.

ಇನ್ನೊಂದು ಅವರ ಮನಸ್ಸಿನಲ್ಲಿ ಇದ್ದುದೇನೆಂದರೆ, ಅವರು ಆ ವರ್ಷ ಧರ್ಮಸ್ಥಳದಿಂದ ಬೇರೆಡೆಗೆ ವರ್ಗವಾಗಲು ಪ್ರಯತ್ನಿಸಿದ್ದರು. ಅದಕ್ಕೆ ಬೇಕಾದ ಸರ್ವಸಿದ್ಧತೆಗಳನ್ನು ಮಾಡಿದ್ದರೆಂದು ಕಾಣುತ್ತದೆ! ಯಾಕೆಂದರೆ ಅವರು ಧರ್ಮಸ್ಥಳಕ್ಕೆ ಬಂದು ಐದು ವರ್ಷಗಳಾಗಿದ್ದು, ಯಾವುದೇ ಕ್ಷಣದಲ್ಲಿ ಯಾರಾದರೂ ಅವರನ್ನು ಎತ್ತಂಗಡಿ ಮಾಡಿಸಬಹುದಿತ್ತು. ಆ ದಿನ ಲೇಶಣ್ಣರ ಕುಟುಂಬಕ್ಕೆ ವಿಶೇಷ ದಿನವಾಗಿತ್ತು.

ಅವರೆಲ್ಲರೂ ಅಂದು ಸಾಯಂಕಾಲ ಸ್ವಂತ ಸ್ಥಳವಾದ ಶಿಕಾರಿಪುರಕ್ಕೆ ಹೊರಟಿದ್ದರು. ಅದಕ್ಕೆ ಲೇಶಣ್ಣ ಬೇಗನೆ ಮನೆಗೆ ಬರಲು ಒಪ್ಪಿದ್ದರು. ಈ ವಿಷಯವನ್ನು ಶಶಿಕಲಾರಿಗೆ ಸಹ ತಿಳಿಸಿದ್ದರು. ಆ ಪ್ರಕಾರ ಲೇಶಣ್ಣ ಬೇಗನೆ ಮನೆ ಕಡೆ ಹೊರಟಾಗ ಕಳಂಜ ಎಂಬ ಗ್ರಾಮದ ರೈತನೊಬ್ಬನ ಫೋನ್ ಬಂದು ಲೇಶಣ್ಣ ಉಜಿರೆಗೆ ಬದಲಾಗಿ ಕಳಂಜ ಕಡೆ ಬೈಕ್ ತಿರುಗಿಸಿದ್ದಾರೆ. ಹಿಂದುಗಡೆ ದ್ರವ ಸಾರಜನಕದ ಜಾಡಿ ಹಿಡಿದು ಶಿವನಂಜಪ್ಪ ಕುಳಿತಿದ್ದಾನೆ. ಕಳಂಜ ಗ್ರಾಮದಲ್ಲಿ ಬಹಳ ತಡವಾಗಿದೆ. ಒಂದೆರಡು ಮನೆಗಳಲ್ಲಿ ಚಿಕಿತ್ಸೆ ನೀಡಿದ್ದಾರೆ ಲೇಶಣ್ಣ.

ಸುಮಾರು ಹದಿನೈದು ಕಿ.ಮೀ. ದೂರದ ಕಳಂಜ ಗ್ರಾಮದಿಂದ ವಾಪಸ್ಸು ಧರ್ಮಸ್ಥಳಕ್ಕೆ ಬೈಕ್ ಹೊರಟಿದೆ. ಆಗ ಸಮಯ ಸಂಜೆ ಆರು ಆರೂವರೆ ಇರಬಹುದು. ಬಿಸಿಲು ಹಣ್ಣಾಗಿ ಬೆಳಕು ಕ್ಷೀಣಿಸಿ ಕತ್ತಲೆಗೆ ಶರಣಾಗುತ್ತಿದೆ. ಲೇಶಣ್ಣರ ಹಿಂದೆ ಶಿವನಂಜಪ್ಪ ಜಾಡಿ ಹಿಡಿದು ಕೂತಿದ್ದಾನೆ. ಅದು ಜಲ್ಲಿಕಲ್ಲು ರಸ್ತೆ. ಅಲ್ಲಲ್ಲಿ ಜಲ್ಲಿಕಲ್ಲುಗಳು ಎದ್ದು ರಸ್ತೆ ಅಧ್ವಾನವಾಗಿದೆ. ಸಣ್ಣ ಜಲ್ಲಿ ಅಲ್ಲ. ದೊಡ್ಡದಾದ ಜಲ್ಲಿಕಲ್ಲುಗಳು. ಮೋಟಾರ್ ಸೈಕಲ್ಲನ್ನು 30 ಕಿ.ಮೀ.ಗಿಂತ ಹೆಚ್ಚು ವೇಗದಲ್ಲಿ ಓಡಿಸಲಾಗುವುದಿಲ್ಲ.

ಎದ್ದಿರುವ ಜಲ್ಲಿಕಲ್ಲುಗಳ ಮೇಲೆ ಬೈಕು ಕುಣಿಯುತ್ತ ಓಡುತ್ತಿದೆ. ಅಂಥ ಕಡೆ ಸ್ವಲ್ಪ ದೂರ ಹೋದರೂ ಸಾಕು ಮೈ ಹಣ್ಣಾಗುತ್ತದೆ. ಇನ್ನು ಶಿವನಂಜಪ್ಪನ ಸ್ಥಿತಿ ಕೇಳುವುದೇ ಬೇಡ! ಅವನು ಹಾರಿ ಹಾರಿ ಬೀಳುತ್ತ ಕೈಯಲ್ಲಿದ್ದ ಜಾಡಿಯನ್ನು ಕೆಳಗೆ ಬೀಳದಂತೆ ಹಿಡಿದವನ ಕಣ್ಣಿಗೆ ಒಮ್ಮೆಲೇ ದಾರಿಗೆ ಅಡ್ಡವಾಗಿ ಹಾದು ಹೋಗುತ್ತಿದ್ದ ಕಪ್ಪು ಹಾವು ಕಾಣಿಸಿದೆ.

ಅಷ್ಟು ದಪ್ಪ ಮತ್ತು ಉದ್ದಕ್ಕಿದ್ದ ಹಾವು ಹೆಬ್ಬಾವು ಅಥವಾ ಕಾಳಿಂಗವೋ ಎಂಬ ಗೋಜಲಿಗೆ ಬಿದ್ದು 'ಸಾರ್ ಹಾವು ಹಾವು' ಎಂದು ಎದೆ ಬಿರಿಯುವಂತೆ ಕೂಗಿದ್ದಾನೆ. ಯಾವುದೋ ಲೋಕದಲ್ಲಿದ್ದ ಲೇಶಣ್ಣ ಒಮ್ಮೆಗೇ ಬ್ರೇಕ್ ಹಾಕಿದ್ದಾರೆ. ಬೈಕಿನ ಮುಂಗಾಲಿಗೆ ಹಾವು ತಾಕುವುದಕ್ಕೂ ಬ್ರೇಕ್ ಹಾಕಿದ್ದಕ್ಕೂ ಸರಿ ಹೋಗಿದೆ. ಬೈಕು ಹಾವನ್ನು ದಾಟದೆ ರಸ್ತೆ ಮೇಲೆ ಅಡ್ಡ ಬಿದ್ದಿದೆ. ಬಾಲದ ಕಡೆ ಶಿವನಂಜಪ್ಪ ಬಿದ್ದಿದ್ದಾನೆ. ತಲೆಯ ಕಡೆ ಲೇಶಣ್ಣ ಬಿದ್ದಿದ್ದಾರೆ.

ಮುಂದಿನದು ಘನಘೋರ ದೃಶ್ಯ. ದ್ರವ ಸಾರಜನಕದ ಜಾಡಿ ನಂಜಯ್ಯನ ಕೈಯಿಂದ ಕೆಳಗೆ ಬಿದ್ದು ಸಶಬ್ದವಾಗಿ ಉರುಳಿ ಹೋಗಿದೆ. ಅದರಲ್ಲಿನ ದ್ರವ ಸಾರಜನಕವು ಸುತ್ತೆಲ್ಲ ಚೆಲ್ಲಿ ದೊಡ್ಡ ದೊಡ್ಡ ಬಿಳಿ ಮೋಡಗಳು ರಸ್ತೆಯ ಮೇಲೆ ಸೃಷ್ಟಿಯಾಗಿ ಅಷ್ಟಗಲಕ್ಕೂ ಹಬ್ಬಿ

ಮೇಲಕ್ಕೆ ನಿಧಾನಕ್ಕೆ ತೇಲಿ ಹೋಗಿವೆ. ಬೈಕ್ ಬಿದ್ದ ಏಟಿಗೂ, ಗಾಬರಿಗೂ ಸುಮಾರು ಹನ್ನೆರಡು ಅಡಿಗೂ ಉದ್ದವಿದ್ದ ಕಾಳಿಂಗ ಸರ್ಪ ಜೋರಾಗಿ ಬುಸುಗುಡುತ್ತ 2–3 ಅಡಿ ಎತ್ತರಕ್ಕೂ ಮೀರಿ ಹೆಡೆಯೆತ್ತಿ ನಿಂತಿದೆ.

ಲೇಶಣ್ಣ ಗಾಬರಿ, ಭಯದಿಂದ ತತ್ತರ ನಡುಗಿ ಹೋಗಿದ್ದಾರೆ. ಸಾಕ್ಷಾತ್ ಸಾವಿನ ಸಂಕೇತವಾದ ಹಾವು ಹೆಡೆಯೆತ್ತಿ ಮೈಮೇಲೆ ಹರಿದಾಡುತ್ತ ಗಾಬರಿ ಮತ್ತು ಭಯದಲ್ಲಿ ಸಿಕ್ಕ ಕಡೆ ಕಚ್ಚಿದೆ. ಲೇಶಣ್ಣರು ಹಾವನ್ನು ಕೈಯಲ್ಲಿ ಬಿಗಿ ಹಿಡಿದಿದ್ದರೆಂದು ಶಿವನಂಜಪ್ಪ ಹೇಳುತ್ತಿದ್ದ. ಯಾರಿಗೆ ಗೊತ್ತು? ಭಯಕ್ಕೆ ಲೇಶಣ್ಣ ಅನೈಚ್ಛಿಕವಾಗಿ ಪ್ಯಾಂಟಿನಲ್ಲಿ ಒಂದು ಎರಡು ಮಾಡಿಕೊಂಡದ್ದು ಅವರೆಷ್ಟು ಭಯ ಬಿದ್ದಿದ್ದರೆಂಬುದನ್ನು ಹೇಳುತ್ತದೆ.

ಕೈಯಲ್ಲಿಯೇ ಹೆಡೆ ಎತ್ತಿರುವ ಕಾಳಿಂಗ! ಅದೆಷ್ಟು ಭಾರವಿತ್ತೋ? ಅದೆಷ್ಟು ಕೊಸರಾಡಿತೋ? ಲೇಶಣ್ಣ ಎಷ್ಟು ಕೊಸರಾಡಿದರೋ? ಅದರ ಕಡಿತದಿಂದ ತಪ್ಪಿಸಿಕೊಳ್ಳಲು ಹೇಗೆಲ್ಲ ಪ್ರಯತ್ನಿಸಿದರೋ? ಆ ನಾಲ್ಕಾರು ನಿಮಿಷ ಎಷ್ಟು ಯುಗಗಳಾಗಿ ಕಂಡವೋ? ಕೆಲವೇ ನಿಮಿಷದಲ್ಲಿ ಜಟಾಪಟಿ ಮುಗಿದು ಹೋಗಿದೆ. ಕೂಡಲೆ ಕಾಳಿಂಗ ಅಲ್ಲಿಂದ ಮರೆಯಾಗಿ ಹೋಗಿದೆ. ಇತ್ತ ಜಾಡಿ ಎತ್ತಿ ಹಾಕಿ ಬಿದ್ದಿದ್ದ ಶಿವನಂಜಪ್ಪ ಕಣ್ಣೆದುರಿನ ದೃಶ್ಯವನ್ನು ನೋಡಿ ಬಾಯಿ ಬಡಿದುಕೊಳ್ಳುತ್ತಲೇ ಹಾಗೆಯೇ ಪ್ರಜ್ಞೆ ತಪ್ಪಿದ್ದಾನೆ.

ಆಮೇಲೆ ಜನ ನೆರೆತರು. ಎಲ್ಲ ಲೇಶಣ್ಣರ ಪರಿಚಿತರೇ. ಎಲ್ಲರಿಗೂ ದಿಗಿಲು, ಭಯ, ನಡುಕ. ಯಾವುದೇ ತೀರ್ಮಾನಕ್ಕೂ ಬರಲಾಗದಂಥ ಗೋಜಲು. ಕೆಲವರು ನರ್ಸಿಂಗ್ ಹೋಂಗೆ ಹೋಗೋಣ ಎಂದರು. ಕೆಲವರು ಭೂತ ಪೂಜೆ ಮಾಡಿಸೋಣ ಎಂದು ಎತ್ತಿಕೊಂಡು ಹೋದರು. ಕ್ಷಣಗಳು ಉರುಳಿದವು. ಕಾಳಿಂಗ ಸರ್ಪದಲ್ಲಿ ಒಮ್ಮೆಗೇ 20 ಜನರನ್ನು ಸಾಯಿಸುವಷ್ಟು ವಿಷ ಶೇಖರಣೆಯಾಗಿರುತ್ತದಂತೆ.

ಲೇಶಣ್ಣರಿಗೆ ಹಾಗೆಯೇ ಮಂಕು ಆವರಿಸತೊಡಗಿದೆ. ಎಲ್ಲ ಮಸುಕು ಮಸುಕು. ಆ ಮಸುಕಿನಲ್ಲಿ ತಂದೆ ತಾಯಿ, ಒಡಹುಟ್ಟಿದವರು, ತಬ್ಬಲಿಗಳಾಗಲಿರುವ ಹೆಂಡತಿ, ಮಗ, ಮಗಳು ಹಾಗೆಯೇ ತೇಲಿ ಬಂದಿರಬಹುದು. ಅದೆಷ್ಟು ಕಹಿ ಕ್ಷಣವಾಗಿರಬಹುದು? ಸಾಯುವ ಆ ಕ್ಷಣದಲ್ಲೂ ಸಿಹಿ ಕಹಿ ಎಂಬುವವು ಇರಬಹುದೇ?

ಅಷ್ಟೇ. ಕಳಂಜದಲ್ಲಿಯೇ ಬಹಳ ಸಮಯ ಹಾಳಾಗಿದೆ. ಅದಾದ ನಂತರ ಅಲ್ಲಿಂದ ಚಿಕಿತ್ಸೆಗೆ ಲೇಶಣ್ಣರನ್ನು ಜೀಪಲ್ಲಿ ಉಜಿರೆಗೆ ತರಲಾಗಿದೆ. ಯಾವ ಚಿಕಿತ್ಸೆಯೂ ಫಲಿಸಿಲ್ಲ. ದನಗಳಿಗೆ ಸಮಯಕ್ಕೆ ಸರಿಯಾಗಿ ಚಿಕಿತ್ಸೆ ಕೊಡಬೇಕೆಂದು ಇಡೀ ಸೇವಾವಧಿಯಲ್ಲಿ ತಾರಾಡುತ್ತಿದ್ದ ಡಾ. ಲೇಶಣ್ಣನವರಿಗೆ ಸಮಯಕ್ಕೆ ಸರಿಯಾಗಿ ಚಿಕಿತ್ಸೆ ದೊರೆಯಲಿಲ್ಲ. ರಾತ್ರಿ ಒಂಭತ್ತು ಮೂವತ್ತರ ವೇಳೆಗೆಲ್ಲ ಎಲ್ಲ ಮುಗಿದು ಹೋಗಿದೆ. ಜೀವಂತ ಲೇಶಣ್ಣ ಮತ್ತೆ ಮನೆಗೆ ಹಿಂತಿರುಗಲಿಲ್ಲ.

2003ರಲ್ಲಿ ನಾನು ಧರ್ಮಸ್ಥಳ ಪಶು ಆಸ್ಪತ್ರೆಗೆ ಸಹಾಯ ನಿರ್ದೇಶಕನಾಗಿ ಹೋದಾಗ ಪ್ರತಿದಿನ ಒಬ್ಬರಲ್ಲ ಒಬ್ಬರು ಲೇಶಣ್ಣರ ಸಾವಿನ ಪ್ರಸಂಗ ಹೇಳುತ್ತಿದ್ದರು.

ಮೊದಲ ಸಲ ಕಳಂಜ ಗ್ರಾಮಕ್ಕೆ ಹೋದಾಗ ಲೇಶಣ್ಣನವರು ಕಾಳಿಂಗ ಸರ್ಪವನ್ನು ಎದುರಿಸಿದ ಜಾಗ ನೋಡಿ ಎದೆ ಝಲ್ಲೆಂದಿತು. ಆದರೆ ಅದು ರಸ್ತೆಯ ಎರಡೂ ಬದಿಯಲ್ಲಿ ಗಿಡಗಂಟೆಗಳೊಂದೂ ಇಲ್ಲದ ಖಾಲಿ ಪ್ರದೇಶವಾಗಿತ್ತು. ಅಲ್ಲಿ ಒಂದು ಸಣ್ಣ ಹಾವು ಹರಿದಾಡಿದರೂ ಗೊತ್ತಾಗುತ್ತಿತ್ತು. ಹನ್ನೆರಡು ಅಡಿಯ ಸರ್ಪವೇಕೆ ಲೇಶಣ್ಣರಿಗೆ ಕಾಣಲಿಲ್ಲವೋ?

"ಕಾಳಿಂಗ ಕಡಿಯುವುದಕ್ಕೆ ಎರಡೇ ನಿಮಿಷ ಮೊದಲು ಲೇಶಣ್ಣ ನಮ್ಮನೆಯ ಮುಂದೆ ಬೈಕಲ್ಲಿ ಪಾಸಾದರು ಸರ್. ನನ್ನ ಒಂದು ಎಮ್ಮೆಯ ಗರ್ಭ ಚೆಕ್ ಮಾಡಿಸುವುದಿತ್ತು. ನಾನು ಬೊಬ್ಬೆ ಹೊಡೆದರೂ ಅವರಿಗೆ ಕೇಳಿಸಲಿಲ್ಲ. ಅವರು ಒಂದು ನಿಮಿಷ ನಿಂತಿದ್ದರೂ ಇಂದು ಬದುಕಿರುತ್ತಿದ್ದರು," ಎಂದು ರೈತನೊಬ್ಬ ಹೇಳುತ್ತಿದ್ದನು.

ಕಳಂಜದ ಮತ್ತೊಬ್ಬ ರೈತ ಹೇಳಿದ್ದು ಇನ್ನೂ ನನಗೆ ಮರೆಯಲಾಗಿಲ್ಲ. "ಲೇಶಣ್ಣ ಕರೆದ ಕೂಡಲೇ ಎಲ್ಲಿಗೆ ಬೇಕಾದರಲ್ಲಿಗೆ ಬರುತ್ತಿದ್ದರು. ನೀವೂ ಹಾಗೆಯೇ! ಅವರು ಕಾಳಿಂಗ ಕಡಿದು ಸತ್ತು ಹೋದರು. ನೆಕ್ಸ್ಟ್ ನೀವೇ ಸಾರ್!".

ಬದುಕು ಎಂಥ ವಿಸ್ಮಯವನ್ನು ನನ್ನೆದುರು ಪ್ರಸ್ತುತಪಡಿಸಿತೆಂದರೆ 2007ರಲ್ಲಿ ನಾನು ಸ್ವಲ್ಪ ಕಾಲ ಸೊರಬದ ಪಶು ಆಸ್ಪತ್ರೆಯಲ್ಲಿ ಕರ್ತವ್ಯ ನಿರ್ವಹಿಸಿದೆ. ಅಲ್ಲಿ ಮೊದಲನೇ ಸಲ ತಾಲ್ಲೂಕು ಪಂಚಾಯಿತಿ ಕಚೇರಿಗೆ ಹೋದಾಗ ಒಬ್ಬರ ಪರಿಚಯವಾಯಿತು. ಅವರ ಹೆಸರು ಶಶಿಕಲಾ. ಅವರು ದಿವಂಗತ ಲೇಶಣ್ಣರ ಪತ್ನಿಯಾಗಿದ್ದರು! ಸರ್ಕಾರ ಅವರಿಗೆ ಅನುಕಂಪಾಧಾರಿತ ನೌಕರಿ ಕೊಟ್ಟಿತ್ತು. ಅವರು ಸೊರಬ ತಾಲ್ಲೂಕು ಪಂಚಾಯಿತಿಯಲ್ಲಿ ನೌಕರಿಯಲ್ಲಿದ್ದರು.

ಇಲ್ಲಿಗೆ ಲೇಶಣ್ಣರು ಕಾಲವಾಗಿ 20 ವರ್ಷಗಳಾಗಿವೆ. ಶಶಿಕಲಾ ಮೇಡಂ ಬೆಂಗಳೂರಿನಲ್ಲಿದ್ದಾರೆ. ರೆವಿನ್ಯೂ ಇಲಾಖೆಯಲ್ಲಿ ತಹಶೀಲ್ದಾರ್ ಹುದ್ದೆಗೇರಿದ್ದಾರೆ. ಮಗ ಎಂಜಿನಿಯರಿಂಗ್ ಮತ್ತು ಮಗಳು ಎಂಬಿಬಿಎಸ್ ಓದುತ್ತಿದ್ದಾರೆ.

❖

ಗರ್ಭಪರೀಕ್ಷೆ ನಮ್ಮ ಆತ್ಮ ಪರೀಕ್ಷೆಯಾದದ್ದು

ನಾನು ಪಶುವೈದ್ಯಕೀಯ ಪದವಿ ಓದಬೇಕಾದರೆ ಮೊದಲ ಸಲ ವಿವಿಧ ಪ್ರಾಣಿಗಳಲ್ಲಿ ಗರ್ಭದ ಅವಧಿಯನ್ನು ಕೇಳಿ ಆಶ್ಚರ್ಯಪಟ್ಟಿದ್ದೆ. ಮೊಲಗಳಲ್ಲಿ ಒಂದು ತಿಂಗಳು ಒಂದು ದಿನ, ನಾಯಿ, ಬೆಕ್ಕುಗಳಲ್ಲಿ ಎರಡು ತಿಂಗಳು ಎರಡು ದಿನ, ಹಂದಿಗಳಲ್ಲಿ ಮೂರು ತಿಂಗಳು ಮೂರು ವಾರ ಮೂರು ದಿನ, ಕುರಿ ಮೇಕೆಗಳಲ್ಲಿ ಐದು ತಿಂಗಳು ಐದು ದಿನ, ಹಸುಗಳಲ್ಲಿ ಒಂಭತ್ತು ತಿಂಗಳು ಒಂಭತ್ತು ದಿನ, ಎಮ್ಮೆಗಳಲ್ಲಿ ಹತ್ತು ತಿಂಗಳು ಹತ್ತು ದಿನ, ಕುದುರೆಗಳಲ್ಲಿ ಹನ್ನೊಂದು ತಿಂಗಳು ಹನ್ನೊಂದು ದಿನ, ಕತ್ತೆಗಳಲ್ಲಿ ಒಂದು ವರ್ಷ, ಆನೆಗಳಲ್ಲಿ ಇಪ್ಪತ್ತೆರಡು ತಿಂಗಳು, ಇಲಿಗಳಲ್ಲಿ ಇಪ್ಪತ್ತೆರಡು ದಿನ.

ಪ್ರಕೃತಿ ಎಷ್ಟು ಕಿಲಾಡಿ, ಎಷ್ಟು ತಮಾಷೆಯೆನ್ನಿಸಿ ಚಕ್ಕರ್ ಗುಳ್ಳಿ ಕೊಟ್ಟಂತಾಗುತ್ತಿತ್ತು. ಈ ಗರ್ಭಾವಧಿಗಳನ್ನು ಕರಾರುವಾಕ್ಕು ಎಂದು ಭಾವಿಸಕೂಡದು. ಇದು ಸರಾಸರಿ ಅವಧಿಯಷ್ಟೆ. ಎರಡು ತಿಂಗಳು ಎರಡು ದಿನವಾಯ್ತು ಮರಿ ಹಾಕು ಎಂದು ನಾಯಿಗೆ ಕಿರುಕುಳ ಕೊಟ್ಟರೆ ಅದು ನಿಮ್ಮನ್ನು ಕಡಿಯುವುದು ಖಂಡಿತ. ಪ್ರಕೃತಿಯ ಅಣು ಅಣುವಿನಲ್ಲೂ ನೈಸರ್ಗಿಕ ಗಡಿಯಾರವೊಂದು ನಿರಂತರವಾಗಿ ಟಿಕ್ ಟಿಕ್ ಎನ್ನುತ್ತಲೇ ಇರುತ್ತದೆ!

ಒಮ್ಮೊಮ್ಮೆ 'ದಿನ ತುಂಬಿದರೂ ಕರು ಹಾಕಿಲ್ಲ' ಎಂಬ ಅಹವಾಲಿನೊಂದಿಗೆ ರೈತರು ನಮ್ಮನ್ನು ಕಾಣುವುದಿದೆ. ರೈತರು ಹೋರಿ ಕೊಡಿಸಿದ ದಿನಾಂಕ ಅಥವಾ ಕೃತಕ ಗರ್ಭಧಾರಣೆ ಮಾಡಿಸಿರುವ ದಿನಾಂಕವನ್ನು ಹೆಚ್ಚು ಕಡಿಮೆ ಮಾಡಿಕೊಂಡಿರುತ್ತಾರೆ ಅಥವಾ ಕೆಲವೊಮ್ಮೆ ಹಸು/ಎಮ್ಮೆ ಮಾರುವವರು ಮೂರು ತಿಂಗಳಿಗೆ ಬದಲಾಗಿ ಆರು ತಿಂಗಳು ಗರ್ಭವಿದೆ ಎಂದು ಹೇಳಿ ಹೆಚ್ಚು ಹಣ ಪಡೆದು ಮೋಸ ಮಾಡಿರುತ್ತಾರೆ!

ಒಂದೊಂದು ಸಲ ಇನ್ನೂ ಬೀಜ ಒಡೆಯದ (ಕಸಿಮಾಡದ) (uncastrated) ಬೀಡಾಡಿ ಹೋರಿಗಳು ಸಮಯ ಸಾಧಿಸಿ ಹಸುಗಳ ಮೇಲೆ ಹಾರುವುದುಂಟು.

ಅಂದರೆ ಕ್ರಾಸ್ ಮಾಡುವುದುಂಟು. ಸಾಮಾನ್ಯವಾಗಿ ಹೋರಿಗಳು ಬೆದೆಯಲ್ಲಿರುವ ಹಸುಗಳನ್ನು ಮಾತ್ರ ಹಿಂಬಾಲಿಸುತ್ತವೆ. ಬೆದೆಗೆ ಬಂದ ಹಸುಗಳು ಪ್ರಕೃತಿ ನಿಯಮದಂತೆ ಹೋರಿಗಳಿಗೆ ಸಹಕರಿಸುವುದುಂಟು. ಅಂಥ ಸಂದರ್ಭಗಳಲ್ಲಿ ಹಸು ಗರ್ಭವಾದರೆ ರೈತರಿಗೆ ಗೊತ್ತೇ ಇರುವುದಿಲ್ಲ.

ಇಂಥ ಒಂದು ಪ್ರಕರಣವನ್ನು ನಿಮಗೆ ಹೇಳುತ್ತೇನೆ. ಇದು ನನಗೆ ಧರ್ಮಸ್ಥಳದಲ್ಲಿದ್ದಾಗ ಎದುರಾಗಿತ್ತು. ಕಳಂಜ ಎಂಬ ಗ್ರಾಮದ ಬಳಿ ಕಾಡಿನ ಯಾವುದೋ ಮೂಲೆಯಲ್ಲಿ ಫೋನ್ ಕರೆ ಆಧರಿಸಿ ಮನೆ ಹುಡುಕುತ್ತ ಹುಡುಕುತ್ತ ಅರ್ಧ ದಿನ ಕಳೆದು ಹೋಯಿತು. ಸಿಗುವುದಿಲ್ಲ ಎಂದು ವಾಪಸ್ ಹೊರಟಾಗ ಅಕಸ್ಮಾತ್ ಎಂಬಂತೆ ಮನೆ ಸಿಕ್ಕಿತು. ಕಾಡಿನಲ್ಲಿ ಮೊಬೈಲ್ ಸಂಪರ್ಕ ಏರ್ಪಡದೆ ಪೀಕಲಾಟಕ್ಕಿಟ್ಟುಕೊಂಡು ಹೀಗಾಗಿತ್ತು.

ನಾನು ಅವರ ಮನೆಗೆ ಹೋದದ್ದೇ ಬೇರೆ ಲೋಕದ ಅತಿಥಿಯಂತೆ ಉಪಚರಿಸ ತೊಡಗಿದರು. ಆರು ತಿಂಗಳಿಗೋ ವರ್ಷಕ್ಕೋ ಒಮ್ಮೆ ಹೀಗೆ ಯಾರಾದರೂ ಅತಿಥಿಗಳು ಬರಬಹುದಾದ ಮನೆಯಾಗಿತ್ತದು. ಬಹುಶಃ ಬಂದವರನ್ನೆಲ್ಲಾ (ಕಳ್ಳ ಕಾಕರನ್ನೂ ಸೇರಿಸಿಕೊಂಡು) ಪ್ರೀತಿ ವಿಶ್ವಾಸದಿಂದ ಕಾಣುತ್ತಿದ್ದ ಮನೆಯಿರಬೇಕು! ಅಂಥಾ ಒಬ್ಬಂಟಿ ಮನೆ!

ಆ ಮನೆಯವರದ್ದು ಬಹಳ ಸರಳವಾದ ಪ್ರಕರಣವಾಗಿತ್ತು. "ನಮ್ಮ ಹಸುವೊಂದು ಕರು ಹಾಕಿ ಒಂದು ವರ್ಷವಾಗಿದೆ. ಹಸು ಜೋಡಿಗೆ (ಬೆದೆಗೆ) ಬಂದಿಲ್ಲ ಮತ್ತು ಗರ್ಭವೂ ಇಲ್ಲ. ಟೆಸ್ಟ್ ಮಾಡಿರಿ. ಜೋಡಿಗೆ ಬರುವಂತೆ ಮಾಡಿ. ಮಾತ್ರೆ, ಪುಡಿ, ಇಂಜೆಕ್ಷನ್ ಏನಾದರೂ ಹಾಕಿ. ಅಷ್ಟು ಮಾಡಿದರೆ ಉಪಕಾರವಾಗುತ್ತಿತ್ತು," ಎಂದು ಗೋಗರೆದರು.

'ಆಗಲಿ' ಎಂದು ಹಸುವಿನ ರೆಕ್ಟಮ್ಮಿನಲ್ಲಿ (Rectum) ಕೈ ಹಾಕಿ ಪರೀಕ್ಷಿಸಿದೆ. ಆ ಮನೆಯವರ ಅದೃಷ್ಟ ಎನ್ನಬೇಕೋ, ಪ್ರಕೃತಿಯ ತಮಾಷೆ ಎನ್ನಬೇಕೋ ಗೊತ್ತಿಲ್ಲ! ಹಸು ಸುಮಾರು ಆರು ತಿಂಗಳ ಗರ್ಭ ಇತ್ತು. ಮನೆಯವರಿಗೆ ಹಾಗೆ ಹೇಳಿದೆ. ನಂಬಬೇಕೋ ಬೇಡವೋ ಗೊತ್ತಾಗದೆ ನಿಂತುಬಿಟ್ಟರು. ಕೊನೆಗೆ 'ಇದು ದೇವರ ಆಟ ಸರ' ಎಂದರು. ಅವರು ದನಗಳನ್ನು ದಿನವೂ ಮೇಯಲು ಗುಡ್ಡೆಗೆ ಬಿಡುತ್ತಿದ್ದರಂತೆ. ಅಲ್ಲಿಯೇ ಯಾವುದೋ ಹೋರಿ ಪ್ರಕೃತಿ ನಿಯಮವನ್ನು ಪಾಲಿಸಿದೆ. ಪ್ರಾಣಿಗಳಲ್ಲಿ ಅತ್ಯಾಚಾರವಿಲ್ಲ. ಅಲ್ಲೇನಿದ್ದರೂ ಪ್ರಕೃತಿ ಧರ್ಮ ಪರಿಪಾಲನೆ ಅಷ್ಟೆ!

ಹಸುಗಳಲ್ಲಿ 'ಮೂಕ ಬೆದೆ' (silent heat) ಎಂಬುದೊಂದು ಇದೆ. ಹಸು ಹೀಟಿಗೆ ಬಂದಿರುವುದು ಜಾನುವಾರು ಮಾಲೀಕರಿಗೆ

ಗೊತ್ತಾಗುವುದಿಲ್ಲ ಆದರೆ ಅಲ್ಲಿ ಸುಳಿದಾಡುವ ಹೋರಿಗಳಿಗೆ ಗೊತ್ತಾಗುತ್ತದೆ. ನಾನು ಪರೀಕ್ಷಿಸಿದ ಹಸುವಿನದು ಇದೇ ಪ್ರಕರಣವಾಗಿತ್ತು. ಇಂಥ ಪ್ರಕರಣಗಳು ಅಪರೂಪವೇನಲ್ಲ. ಆಗಾಗ ಎದುರಾಗುತ್ತಲೇ ಇರುತ್ತವೆ.

ಸಾಮಾನ್ಯವಾಗಿ ಹಸು/ಎಮ್ಮೆಗಳಲ್ಲಿ ಕೃತಕ ಗರ್ಭಧಾರಣೆಯ ನಂತರ ಮೂರು ತಿಂಗಳು ಆದ ಮೇಲೆ ಗರ್ಭ ತಪಾಸಣೆ ಮಾಡುತ್ತೇವೆ. ರೆಕ್ಟಮಿನಲ್ಲಿ ಕೈ ಹಾಕಿ ನೋಡಿದರೆ ಬೆಳೆಯುತ್ತಿರುವ ಭ್ರೂಣದಿಂದಾಗಿ ಗರ್ಭಚೀಲದ (uterus) ಎಂದಿನ ಗಾತ್ರ ಮತ್ತು ಆಕಾರ ಬದಲಾಗಿ ದೊಡ್ಡದಾಗಿರುತ್ತದೆ. ಅಭ್ಯಾಸದ ಮೇಲೆ ಸರಿಸುಮಾರು ಎಷ್ಟು ತಿಂಗಳ ಗರ್ಭ ಎಂಬುದನ್ನು ಸಹ ಅಂದಾಜಿಸಬಹುದು.

ಒಮ್ಮೊಮ್ಮೆ ಗರ್ಭ ತಪಾಸಣೆಯ ವೇಳೆ ಗರ್ಭವಿದೆಯೋ ಇಲ್ಲವೋ ಎಂಬುದು ಸರಿಯಾಗಿ ಗೊತ್ತಾಗುವುದಿಲ್ಲ. ಉದಾಹರಣೆಗೆ ವೀರ್ಯ ಕೊಟ್ಟು ಎರಡರಿಂದ ಎರಡೂವರೆ ತಿಂಗಳವರೆಗೆ ಗರ್ಭಪರೀಕ್ಷೆ ಮಾಡಿದರೆ ಅಥವಾ ಹೊಸತಾಗಿ ಕೊಂಡು ತಂದ ಹಸು ತೀರಾ ಎಳೆ ಗರ್ಭದಲ್ಲಿದ್ದರೆ ಗೊತ್ತಾಗುವುದಿಲ್ಲ. ಅನುಮಾನ ಬಂದ ಪಕ್ಷದಲ್ಲಿ ಗರ್ಭವಿದೆ ಅಥವಾ ಇಲ್ಲ ಎಂದು ಹೇಳಕೂಡದು. ಅದೇ ಹಸು/ಎಮ್ಮೆಯನ್ನು ಒಂದು ತಿಂಗಳ ನಂತರ ಮತ್ತೊಮ್ಮೆ ಪರೀಕ್ಷಿಸಿದರೆ ನಿಖರವಾಗಿ ಗೊತ್ತಾಗುತ್ತದೆ. ಸಾಮಾನ್ಯವಾಗಿ ಎರಡನೇ ಸಲ ಗರ್ಭ ತಪಾಸಣೆಯ ಫಲಿತಾಂಶ ತಪ್ಪಾಗುವುದಿಲ್ಲ.

ರೆಕ್ಟಮ್ ಪರೀಕ್ಷೆಯಲ್ಲಿ ಒಮ್ಮೊಮ್ಮೆ ಇನ್ನೂ ವಿಚಿತ್ರ ಸಂಗತಿಗಳು ಆಗುತ್ತವೆ. ಕೆಲವು ಹಸುಗಳು ನಾವು ಕೈ ಹಾಕಿದೊಡನೆ ರೆಕ್ಟಮ್ಮನ್ನು ಬಿಗಿ ಹಿಡಿದುಬಿಡುತ್ತವೆ. ಗಾಬರಿಗೋ ಅಥವಾ ತಮ್ಮ ಗುಪ್ತಾಂಗಗಳ ರಕ್ಷಣೆಗೋ ಅಥವಾ ತಮ್ಮ ಖಾಸಗಿತನ ಉಲ್ಲಂಘನೆಯಾದುದಕ್ಕೋ ಹಾಗೆ ಮಾಡುತ್ತವೆ. ಆಗ ಆ ಹಸುಗಳನ್ನು ಬೇರೆ ಕಡೆ ಒಂದರ್ಧ ಗಂಟೆ ಕಟ್ಟಿ ಹಾಕಿ ಅದರ ತಂಟೆಗೆ ಹೋಗದಿದ್ದರೆ ತಮ್ಮಷ್ಟಕ್ಕೆ ತಾವು ಸಂತೈಸಿಕೊಂಡು ಶಾಂತಚಿತ್ತರಾಗುತ್ತವೆ. ಬಿಗಿ ಹಿಡಿದ ಮೈಯನ್ನು ಸಡಿಲಗೊಳಿಸಿಕೊಳ್ಳುತ್ತವೆ (relax ಆಗುತ್ತವೆ). ಆಗ ಕೈ ಹಾಕಿ ಸುಲಭವಾಗಿ ಗರ್ಭಪರೀಕ್ಷೆ ಮತ್ತು ಬೇಕಾದ ಇತರೆ ಪರೀಕ್ಷೆಗಳನ್ನು ಸಹ ಮಾಡಿಕೊಳ್ಳಬಹುದು. ಆದರೆ ಮೊದಲು ಬಂದ ತಮ್ಮ ಹಸುವನ್ನು ಬೇರೆ ಕಡೆ ಕಟ್ಟಿ ಹಾಕಿಸಿ ಇತರೆಯವರ ಹಸುವನ್ನು ಪರೀಕ್ಷಿಸುವ ನಮ್ಮ ಮೇಲೆ ಹಸು ಮಾಲೀಕರು ಉರಿಗಣ್ಣಾಗುತ್ತಾರೆ! ನಾವು ಕೈ ಹಾಕಿ ತೀರಾ ಒರಟಾಗಿ ಗರ್ಭಪರೀಕ್ಷೆ ಮಾಡಿದರೆ ಅಥವಾ ಕೃತಕ ಗರ್ಭಧಾರಣೆ ಮಾಡಿದರೆ ರೆಕ್ಟಮ್ಮಿನ ಒಳ ಲೋಳೆಪೊರೆ (mucous membrane) ನಮ್ಮ ಉಗುರಿನಿಂದ ಗೀರಿದಂತಾಗಿ ರಕ್ತಸ್ರಾವವಾಗುವುದೂ ಉಂಟು. ಅದಕ್ಕೇ ಪಶುವೈದ್ಯರೆಲ್ಲ ಕೈ ಬೆರಳ ಉಗುರುಗಳನ್ನು ನುಣ್ಣಗೆ ಕತ್ತರಿಸಿಕೊಂಡಿರುತ್ತಾರೆ. ಉಗುರು ಸರಿಯಾಗಿ ಕತ್ತರಿಸಿಕೊಳ್ಳದ ಪಶುವೈದ್ಯ ಒಳ್ಳೆಯ ಪಶುವೈದ್ಯನಲ್ಲವೆಂದೇ ತಿಳಿಯಿರಿ!

ಗರ್ಭಪರೀಕ್ಷೆಗೆ ಇರುವ ಇನ್ನೊಂದು ಯಡವಟ್ಟು ಎಂದರೆ, ರೆಕ್ಟಮ್ ಸುತ್ತಲೂ ಇರುವ ದೇಹದ ಭಾಗಗಳು. ಉದಾಹರಣೆಗೆ ಮೂತ್ರ ಚೀಲ ಒಡ್ಡುವ ಸವಾಲು.

ಅದು ನಿಖರವಾಗಿ ಗರ್ಭಚೀಲದ ಕೆಳಗಿರುತ್ತದೆ. ಗರ್ಭಪರೀಕ್ಷೆ ಮಾಡುವಾಗ ನಾವೇನಾದರೂ ಮೂತ್ರ ತುಂಬಿದ ಮೂತ್ರಚೀಲವನ್ನು ಗರ್ಭಚೀಲವೆಂದು ತಪ್ಪಾಗಿ ತಿಳಿದು ಗರ್ಭವಿದೆ ಎಂದು ತೀರ್ಮಾನ ಹೇಳಿಬಿಟ್ಟರೆ ಫಜೀತಿಗಿಟ್ಟುಕೊಳ್ಳುತ್ತದೆ. ಅಂತಹ ಹಸು/ಎಮ್ಮೆ ಗರ್ಭವಿರುವುದಿಲ್ಲ.

ಆದರೆ ನಾವು ಗರ್ಭವಿದೆಯೆಂದು ರೈತರಿಗೆ ಹೇಳಿ ಕಳುಹಿಸಿರುತ್ತೇವೆ! ಎಲ್ಲ ಪಶುವೈದ್ಯನೂ ತನ್ನ ಸೇವಾವಧಿಯಲ್ಲಿ ಒಂದಲ್ಲ ಒಂದು ಸಲ ಗರ್ಭಪರೀಕ್ಷೆಯಲ್ಲಿ ತಪ್ಪನ್ನು ಮಾಡಿಯೇ ಇರುತ್ತಾನೆ (ಇದಕ್ಕೆ ಅಪವಾದವೂ ಇರಬಹುದು!). ಗರ್ಭವಿಲ್ಲದ ಹಸು/ಎಮ್ಮೆಗಳು 18–21 ದಿನಕ್ಕೊಮ್ಮೆ ನಿಯಮಿತವಾಗಿ ಬೆದೆಗೆ ಬರುತ್ತವೆ. ಕೆಲವೊಮ್ಮೆ ಅವು ಬೆದೆಗೂ ಬರುವುದಿಲ್ಲ. ರೈತನಿಗೆ ತನ್ನ ರಾಸು ಗರ್ಭವಿರುವುದು ಗ್ಯಾರಂಟಿಯಾಗಿ ಅವಧಿ ಮುಗಿದರೂ ಸ್ವಲ್ಪ ದಿನ ಕಾದು ಸುಸ್ತಾಗುತ್ತಾನೆ. ಹಸು/ಎಮ್ಮೆ ಈಯುವುದೇ ಇಲ್ಲ. ಒಳಗೆ ಕರುವಿದ್ದರೆ ತಾನೆ?

ಒಮ್ಮೆ ಹೀಗಾಯಿತು: ನಾನು ಕೆಲಸ ಮಾಡುತ್ತಿದ್ದ ಒಂದು ಕಡೆ ಬೆಳಬೆಳಗ್ಗೆಯೇ ರೈತನೊಬ್ಬ ಆಸ್ಪತ್ರೆಯ ಬಳಿ ಬಂದು ಕೂಗಾಡತೊಡಗಿದ. ಏನಾಯ್ತೋ ಎಂದು ಎಲ್ಲರೂ ಹೊರಗೆ ದೌಡು ಹೊಡೆದೆವು. ಅವನು ತನ್ನ ಹಸುವನ್ನು ಒಂದು ಮರದ ಬುಡದಲ್ಲಿ ಕಟ್ಟಿ ಹಾಕಿ ಬಾಯಿ ಬಡಿದುಕೊಳ್ಳುತ್ತಾ, ಹಣೆ ಚಚ್ಚಿಕೊಳ್ಳುತ್ತಾ, ಬಗ್ಗಿ ಬೊಗಸೆಯಲ್ಲಿ ಮಣ್ಣು ತುಂಬಿಕೊಂಡು ದಶದಿಕ್ಕುಗಳಿಗೆ ತೂರುತ್ತಾ, ಶಾಪ ಹಾಕುತ್ತಾ, ಬೈಯ್ಯುತ್ತಾ ಆಸ್ಪತ್ರೆಯ ಬಾಗಿಲಿಗೆ ಬಂದ.

ಏನಂತಹ ಭೀಕರ ದುರಂತಕ್ಕೆ ಈಡಾಗಿದ್ದಾನೋ ಎಂದು ನಾವೆಲ್ಲರೂ ಥಂಡಾ ಹೊಡೆದು ಹೋದೆವು. ಕೂಡಲೇ ಆತನನ್ನು ಒಂದು ಕುರ್ಚಿ ಹಾಕಿ ಕೂರಿಸಿ, ಕುಡಿಯಲು ನೀರು ಕೊಟ್ಟು, ಮುಖ ಕೈ ಕಾಲು ತೊಳೆದುಕೊಳ್ಳಲು ಬಕೆಟ್‌ನಲ್ಲಿ ನೀರು ಕೊಟ್ಟು ಉಪಚರಿಸಿದೆವು.

ಸುಮಾರು ಮೂವತ್ತೈದು ವರ್ಷದ ಆತ ಪಕ್ಕದ ಹಳ್ಳಿಯವನಾಗಿದ್ದು, ಖಾಕಿ ನಿಕ್ಕರು ಮತ್ತು ದೊಗಳೆಯಾದ ಅರ್ಧ ತೋಳಿನ ಶರ್ಟು ಉಟ್ಟಿದ್ದ. ಶರ್ಟಿನ ತೋಳುಗಳು ಮೊಣಕೈಗಿನ್ನ ಉದ್ದವಿದ್ದವು. ಜೇಬು ಅರಾಮಾಗಿ ನೂರು ರೂಪಾಯಿ ನೋಟುಗಳ ಹತ್ತು ಕಟ್ಟುಗಳನ್ನು ಅಂದರೆ ಒಂದು ಲಕ್ಷ ರೂಪಾಯಿಯನ್ನು ಇಡಬಹುದಾದಷ್ಟು ದೊಡ್ಡದಿತ್ತು. ಅದರಲ್ಲಿ ಆತ ಸದ್ಯಕ್ಕೆ ಒಂದು ಕೆಜಿ ತೂಗುವಷ್ಟು ಯಾವಾವುದೋ ಚೀಟಿಗಳನ್ನಿಟ್ಟುಕೊಂಡಿದ್ದ.

ಹಸುವಿನ ಗರ್ಭಪರೀಕ್ಷೆ ಮಾಡಿಸಿದ ದಿನಾಂಕ ಬರೆದಿಟ್ಟುಕೊಂಡಿದ್ದ ಚೀಟಿಗಾಗಿ ಹುಡುಕಾಡತೊಡಗಿದ. ಆದರೆ ಜೇಬಿನಿಂದ ಅಸಂಬದ್ಧ ಚೀಟಿಗಳು ಹೊರಬರತೊಡಗಿದವು. ಯಾರಾರಿಂದಲೋ ಇಸಿಕೊಂಡ ಕೈಗಡಗಳ ಚೀಟಿ, ಡಾಕ್ಟರುಗಳು ಬರೆದುಕೊಟ್ಟ ಔಷಧ ಚೀಟಿ, ಆ ವರ್ಷದ ಸಣ್ಣದೊಂದು ಪಂಚಾಂಗ, ಕೆಇಬಿ ಬಿಲ್ಲು ರಸೀದಿಗಳು, ಕೆಎಸ್ಆರ್‌ಟಿಸಿ ಬಸ್ ಟಿಕೆಟು ಮುಂತಾದವು ಪಿತಗುಟ್ಟುತ್ತಿದ್ದವು.

ಆದರೆ ಅವನು ಹುಡುಕುತ್ತಿದ್ದ ಗರ್ಭಪರೀಕ್ಷೆಯ ಚೀಟಿ ಮಾತ್ರ ಆ ರಾಶಿಯಲ್ಲಿ ಸಿಗಲೇ ಇಲ್ಲ. ಜೇಬಿಗೆ ಜೇಬೇ ಖಾಲಿ ಮಾಡಿದರೂ ಅದರಲ್ಲಿ ಒಂದು ನಯಾಪೈಸೆ ಇರದೆ ಅವನ ಆರ್ಥಿಕ ಸ್ಥಿತಿಯನ್ನು ಸಹ ಬಟಾಬಯಲು ಮಾಡಿ ತೋರಿಸುತ್ತಿತ್ತು. ಅವನ ಹೆಸರು ಈಶ್ವರಪ್ಪ ಎಂಬುದಾಗಿತ್ತು.

ಅವನ ಅವತಾರ ಮತ್ತು ಆರ್ಭಟದ ಮಧ್ಯೆ ನಮಗೆ ಅರ್ಥವಾಗಿದ್ದಿಷ್ಟು: ಈಗ್ಗೆ ಸುಮಾರು ಆರು ತಿಂಗಳ ಹಿಂದೆ ಅವನು ದಲ್ಲಾಳಿಯೊಬ್ಬನಿಂದ ಹಸು ಖರೀದಿಸಿದ. ಆಗ ನಮ್ಮ ಆಸ್ಪತ್ರೆಯ ಸಿಬ್ಬಂದಿಯಿಂದ ಗರ್ಭಪರೀಕ್ಷೆ ಮಾಡಿಸಲಾಗಿ ಸುಮಾರು ನಾಲ್ಕೈದು ತಿಂಗಳು ಗರ್ಭವಿದೆಯೆಂದು ತಿಳಿಸಿದರು. ಹಾಗೆ ಹೇಳಿ ಆರು ತಿಂಗಳಾಯಿತು. ಅದರ ಪ್ರಕಾರ ಈಗ ಕರು ಹಾಕಿ ಒಂದೆರಡು ತಿಂಗಳಾದರೂ ಆಗಬೇಕಿತ್ತು. ಆದರೆ ಇದುವರೆಗೂ ಕರುವೂ ಇಲ್ಲ, ಕಸವೂ ಇಲ್ಲ. ದಲ್ಲಾಳಿಯಿಂದ ಲಂಚ ತಿಂದು ಆಸ್ಪತ್ರೆಯ ಸಿಬ್ಬಂದಿ ತನಗೆ ಮೋಸ ಮಾಡಿದ್ದಾರೆ. ಈಗ ಆರು ತಿಂಗಳಿಂದ ನಾನು ತಂದು ತಿನ್ನಿಸಿದ ಹಿಂಡಿಯೆಷ್ಟು? ಬೂಸಾಯೆಷ್ಟು? ಹಸು ಈದು ಎರಡು ತಿಂಗಳಿಂದ ಡೈರಿಗೆ ಹಾಲು ಹಾಕಿದ್ದರೆ ಎಷ್ಟು ಸಾವಿರ ಆದಾಯ ಬರುತ್ತಿತ್ತು? ನೀವೇ ಲೆಕ್ಕ ಹಾಕಿ ಸಾರ್! ಅದನ್ನು ಸಿಬ್ಬಂದಿಯೇ ಕೊಡಬೇಕು ಎಂದ!

ಈಶ್ವರಪ್ಪ ಆಪಾದಿಸುತ್ತಿದ್ದ 'ಸಿಬ್ಬಂದಿ' ನಮ್ಮ ಜೊತೆಯೇ ನಿಂತಿದ್ದ ಚಂದ್ರಪ್ಪನಾಗಿದ್ದ. ಅವನು ಇತ್ತೀಚೆಗೆ ಕೆಲಸಕ್ಕೆ ಸೇರಿದ್ದ ಅನನುಭವಿ ಹುಡುಗ. ದೂರದ ಊರಿನವ. ಒಬ್ಬಂಟಿಯಿದ್ದ. ಹೈಸ್ಕೂಲು ಹುಡುಗನಂತೆ ಗಿಡ್ಡಕ್ಕೆ ಇಷ್ಟೇ ಇಷ್ಟು ಇದ್ದ. ಎಲ್ಲವನ್ನೂ ಕುತೂಹಲದಿಂದ ನೋಡುತ್ತಿದ್ದ ಚಂದ್ರಪ್ಪ ಆಪಾದನೆಯ ಬೆರಳು ತನ್ನ ಕಡೆಗೇ ತಿರುಗಿದ್ದನ್ನು ನೋಡಿ ನಡುಗಿ ಹೋದ. ಅವನಿಂದ ಮಾತೇ ಹೊರಡದಂತಾಯಿತು.

"ಹಸು ಹಿಡಿದುಕೊಳ್ಳಪ್ಪ. ನಾನೊಮ್ಮೆ ಗರ್ಭಪರೀಕ್ಷೆ ಮಾಡುತ್ತೇನೆ" ಎಂದು ಹೇಳಿ ನಾನು ರೆಕ್ಟಮ್ಮಿಗೆ ಕೈ ಹಾಕಿ ಪರೀಕ್ಷಿಸಲಾಗಿ, ಮೋಪಾಗಿ ಮೈ ತುಂಬಿಕೊಂಡಿದ್ದ ಹಸು ರೈತ ಹಾಕಿದ್ದನ್ನೆಲ್ಲಾ ಚೆನ್ನಾಗಿ ಮೇಯ್ದು ಸುಖವಾಗಿತ್ತೇ ವಿನಃ ಗರ್ಭವಿರಲಿಲ್ಲ. ಅದರ ಮೈ ಮಿಂಚುತ್ತಿತ್ತು. ಈಶ್ವರಪ್ಪ ಕೂಗಿ ಹೇಳುತ್ತಿದ್ದಂತೆ 'ಕಣ್ಣೆಸರು' ಆಗುವಂತಿತ್ತು. ಹಾಲು ಹಿಂಡುವುದನ್ನು ಅವನು ನಿಲ್ಲಿಸಿರಲಿಲ್ಲ ಮತ್ತು ಹಾಲಿನ ಪ್ರಮಾಣ ಕಡಿಮೆ ಕೂಡ ಆಗಿರಲಿಲ್ಲ.

ಹಸು ಸಾಕಾಣಿಕೆಯಲ್ಲಿ ಸಾಮಾನ್ಯವಾಗಿ ಗರ್ಭವು ಏಳು ತಿಂಗಳು ತುಂಬಿದ ಮೇಲೆ ಹಾಲು ಕರೆಯುವುದನ್ನು ನಿಲ್ಲಿಸುತ್ತಾರೆ. ಹಾಗೆ ಮಾಡಿದರೆ ಗರ್ಭದಲ್ಲಿನ ಕರು

ಚೆನ್ನಾಗಿ ಬೆಳೆಯುತ್ತದೆ. ಕೆಚ್ಚಲಿಗೆ ಎರಡು ತಿಂಗಳು ವಿಶ್ರಾಂತಿ ಸಿಗುತ್ತದೆ ಮತ್ತು ಮುಂದಿನ ಸೂಲಿನಲ್ಲಿ ಹಾಲು ಹೆಚ್ಚು ಕೊಡುತ್ತದೆ ಎಂಬುವ ಉದ್ದೇಶದಿಂದ ಹಾಗೆ ಮಾಡುತ್ತಾರೆ. ಆದರೆ ಹಸು ಗರ್ಭವಿದೆ ಎಂದು ತಿಳಿದುಕೊಂಡಿದ್ದ ಈಶ್ವರಪ್ಪ ಎಂಬ ಅತಿಯಾಸೆಯ ಮನುಷ್ಯ ಹಾಲು ಕರೆಯುವುದನ್ನು ಮಾತ್ರ ನಿಲ್ಲಿಸಿರಲಿಲ್ಲ.

ಹಸು ಗರ್ಭವಿಲ್ಲ ಎಂದು ಖಚಿತವಾದ ಮೇಲೆ ಚಂದ್ರಪ್ಪನ ಕಡೆಗೆ ತಿರುಗಿ, "ನೀನು ಪರೀಕ್ಷಿಸಿ ಗರ್ಭ ಇದೆ ಎಂದು ಹೇಳಿದ್ದೆಯಾ?" ಎಂದು ಪ್ರಶ್ನಿಸಿದೆ. ಚಂದ್ರಪ್ಪ ಕೂಡಲೇ ಎರಡನೇ ಯೋಚನೆ ಮಾಡದೆ, "ಹೌದು ಸಾರ್. ಗರ್ಭ ಇದೆ ಎಂದು ಹೇಳಿದ್ದೆ," ಎಂದ.

ಆ ಹುಡುಗ ಎಷ್ಟು ಪ್ರಾಮಾಣಿಕ, ನೇರ ನಡೆ ನುಡಿಯವನು ಆಗಿದ್ದನೆಂದರೆ ಅವನನ್ನು ನಾನು ಕೇವಲ ಕಚೇರಿಯ ಸಿಬ್ಬಂದಿ ಎಂದು ಭಾವಿಸದೆ ಕುಟುಂಬದ ಸದಸ್ಯನಂತೆಯೇ ಕಾಣುತ್ತಿದ್ದೆ. ಪರಿಚಯದ ಒಂದು ಮನೆಯಲ್ಲಿ ಊಟ ತಿಂಡಿ ಮತ್ತು ಆಸ್ಪತ್ರೆಯಲ್ಲಿ ನಿದ್ರೆ, ಸ್ನಾನ, ಶೌಚಗಳ ಏರ್ಪಾಟು ಮಾಡಿಕೊಂಡಿದ್ದ. ಆಸ್ಪತ್ರೆಯಲ್ಲಿ ತನ್ನ ಕೆಲಸ ಮಾತ್ರವಲ್ಲದೆ ಬೇರೆಯವರ ಕೆಲಸಗಳನ್ನೆಲ್ಲ ಮಾಡುತ್ತಿದ್ದ.

ಗ್ರೂಪ್ 'ಡಿ' ಯವರು ರಜೆ ಇದ್ದರೆ ಅವರ ಕೆಲಸವನ್ನೂ ಮಾಡಿ ಮುಗಿಸುತ್ತಿದ್ದ. ಊರಿನಲ್ಲಿದ್ದ ತಂದೆ ತಾಯಿ ಮತ್ತಿಬ್ಬರು ಅಕ್ಕಂದಿರ ಸಂಪೂರ್ಣ ಜವಾಬ್ದಾರಿಯನ್ನು ಹೊತ್ತಿದ್ದ ಅವನು ಪ್ರತಿ ತಿಂಗಳು ಮನೆಗೆ ವ್ರತದಂತೆ ದುಡ್ಡು ಕಳುಹಿಸುತ್ತಿದ್ದ.

ಅಪರೂಪಕ್ಕೆಂಬಂತೆ ಅಂದು ಆಸ್ಪತ್ರೆಗೆ ಒಂದೆರಡು ದನಗಳು ಮಾತ್ರ ಬಂದಿದ್ದವು. ಯಾರೂ ಇಲ್ಲದ್ದರಿಂದ ವಿರಾಮವಾಗಿ ಮಾತನಾಡುತ್ತಾ ಹೋದೆವು. 'ಗರ್ಭಪರೀಕ್ಷೆ ಮಾಡಿದಾಗ ನಿನಗೆ ಅನುಮಾನ ಬರಲಿಲ್ಲವೇ?' ಎಂದು ಚಂದ್ರಪ್ಪನನ್ನು ಕೇಳಿದೆ. ಅವನು ಉತ್ತರಿಸಲಿಲ್ಲ. ಹುಡುಗ ಗಿಡ್ಡನಿದ್ದು ಹಸು ದೊಡ್ಡ ಗಾತ್ರದ್ದಾಗಿತ್ತು.

ಅವನು ಹಸು ಹಿಂದೆ ನಿಂತು ರೆಕ್ಟಮ್ಮಿನಲ್ಲಿ ಕೈ ಹಾಕಿದಾಗ ಹಸುವಿನ ಗರ್ಭಚೀಲ ಕೈಗೆಟುಕಿತೋ ಇಲ್ಲವೋ ಎನಿಸಿತು. ಸ್ವಲ್ಪ ಸಂಕೋಚ ಪ್ರವೃತ್ತಿಯವನಾದ ಚಂದ್ರಪ್ಪನಿಗೆ ಗರ್ಭ ಇದೆಯೋ ಇಲ್ಲವೋ ಎಂಬುದು ಗೊತ್ತಾಗಿಲ್ಲ. ಆದರೆ ಹಾಗೆ ತಿಳಿಸಲು ಧೈರ್ಯ ಸಾಲದೆ ಸಂಕೋಚದಿಂದ 'ಗರ್ಭ ಇದೆ' ಎಂದು ಹೇಳಿ ಆ ಸನ್ನಿವೇಶದಿಂದ ಪಾರಾಗಿರಬಹುದು ಎನಿಸಿತು.

'ಈಶ್ವರಪ್ಪನಿಗೆ ವಿನಾಕಾರಣ ನಷ್ಟವಾಯಿತಲ್ಲಾ?' ಎಂದೆ.

'ಹೌದು ತಪ್ಪಾಯಿತು ಸಾರ್. ಇನ್ಮೇಲೆ ಹೀಗೆ ಮಾಡಲ್ಲ ಸಾರ್,' ಎಂದ.

ಆಗ ನಾನು ಈಶ್ವರಪ್ಪನ ಕಡೆ ತಿರುಗಿ, 'ಹುಡುಗ ಅನನುಭವಿ. ಆದರೆ ಹಸುವಿನಂತಹವನು. ತಪ್ಪು ಒಪ್ಪಿಕೊಂಡಿದ್ದಾನೆ. ಈಗ ಕೂಗಾಡಿ ಪ್ರಯೋಜನವಿಲ್ಲ. ಏನು ಮಾಡುವುದು ಹೇಳು,' ಎಂದೆ.

ಈಶ್ವರಪ್ಪ, 'ಹತ್ತು ಸಾವಿರ ಕೊಡ್ಲಿ,' ಎಂದ.

ನಾನು: 'ಅಂಗೆಲ್ಲ ಹುಚ್ಚಾಬಟ್ಟೆ ಕೇಳಬಾರ್ದು. ಅಷ್ಟು ದುಡ್ಡಿಗೆ ಒಂದು ಸಾಧಾರಣ ಹಸುವೇ ಬರುತ್ತೆ. ಅದು ಬೇಕೆಂದೇ ಮಾಡಿದ ತಪ್ಪಲ್ಲ. ಅರಿಯದೇ ಆದ ತಪ್ಪಿಗೆ ದೇವರೂ ಕ್ಷಮಿಸುತ್ತಾನಂತೆ. ದೊಡ್ಡ ಮನಸ್ಸು ಮಾಡು. ಯಾವ ತಪ್ಪೂ ಮಾಡದವನು ಜಗತ್ತಿನಲ್ಲಿ ಎಲ್ಲಿದ್ದಾನೆ ತೋರಿಸು. ಮೊನ್ನೆ ಮೈಮೇಲಿನ ಉಣ್ಣೆ ಹೇನಿಗೆ ಔಷಧ ಹಾಕಲು ಹೋಗಿ ಒಂದು ಜೊತೆ ಎತ್ತುಗಳು ಹೊಸಳ್ಳಿಯಲ್ಲಿ ಸತ್ತೇ ಹೋಗಲಿಲ್ಲವೇ? ಹೋದ ವರ್ಷ ಹೊಲಕ್ಕೆ ಹಾಕಲು ಇಟ್ಟಿದ್ದ ಯೂರಿಯಾ ತಿಂದು ಎಮ್ಮೆಯೊಂದು ರಂಗನಹಳ್ಳೀಲಿ ಸಾಯಲಿಲ್ಲವೆ? ಹಗ್ಗ ಹರಿಯೋ ತನಕ ಜಗ್ಗಬಾರದು,' ಎಂದೆ.

ರೈತ ಮೃದುವಾದಂತೆಯೂ, ಸಡಿಲವಾದಂತೆಯೂ ಕಂಡ. ಆದರೂ ಪಟ್ಟು ಬಿಡಲಿಲ್ಲ. 'ಐದು ಸಾವಿರನಾದ್ರೂ ಕೊಡ್ಲಿ,' ಎಂದ.

ನಾನು: 'ಕೇಳು ಈಶ್ವರಪ್ಪ, ನಾನು ಏನ್ಮಾಡಿದ್ದೆ ಹೇಳ್ತೀನಿ. ಒಮ್ಮೆ ಅವಸರದ ಕೆಟ್ಟ ಕ್ಷಣದಲ್ಲಿ ತೀರಾ ಎಳೆಗಬ್ಬದ ಹಸುವಿಗೆ ಅಂದರೆ ನಲವತ್ತು ದಿನದ ಗರ್ಭದ ಹಸುವಿಗೆ ಗರ್ಭವಿಲ್ಲ ಎಂದು ಭಾವಿಸಿ ಹಾರ್ಮೋನ್ ಇಂಜೆಕ್ಷನ್ ಮಾಡಿದ್ದೆ. ಹಸು ಮಾಲೀಕ ನಲವತ್ತು ದಿನದ ಕೆಳಗೆ ಕೃತಕ ಗರ್ಭಧಾರಣೆ ಆಗಿದೆ ಎಂದರೂ ಉಡಾಫೆ ಮಾಡಿದ್ದೆ. ರೆಕ್ಟಮ್‌ನಲ್ಲಿ ಕೈ ಹಾಕಿ ಪರೀಕ್ಷಿಸಿ ಗರ್ಭವಿರಬಹುದು ಎನಿಸಿದರೂ ಮೂರ್ಖನಂತೆ ದುಡುಕಿ ಮಾಡಬಾರದ ಇಂಜೆಕ್ಷನ್ ಮಾಡಿದ್ದೆ. ಮರುದಿನವೇ ಅಬಾರ್ಷನ್ ಆಯಿತು. ಮಲ್ಲಿನ ಬಟ್ಟೆಯಂತಹ ಭ್ರೂಣವನ್ನು ಆ ಹಸುವಿನ ಮಾಲೀಕ ತಂದು ತೋರಿಸಿದಾಗ ನನ್ನ ಮೂರ್ಖತನದ ಪರಿಣಾಮ ಗೊತ್ತಾಯಿತು.'

'ಆಗ ತಾನೇ ಮೂಡಿ ಮಿಡಿಯುತ್ತಿದ್ದ ಜೀವವೊಂದು ನನ್ನ ಧಾರ್ಷ್ಟ್ಯಕ್ಕೆ ಬಲಿಯಾಗಿತ್ತು. ಅದು ಗಾತ್ರದಲ್ಲಿ ಸಣ್ಣ ಇಲಿಮರಿಯಷ್ಟಿತ್ತು. ಪ್ರಕೃತಿಯ ಕೂಸಾಗಿ ಏನೇನು ನಿರ್ದೇಶನಗಳನ್ನು ತನ್ನ ಜೈವಿಕ ಸೂತ್ರದಲ್ಲಿ ಹೊತ್ತು ತಂದಿತ್ತೋ ಏನೋ? ಪ್ರತ್ಯಕ್ಷವಾಗಿ ನೋಡದೆ, ಮೂಸದೆ, ಮುಟ್ಟದೆ, ಯಾವ್ಯಾವ ಕೊಂಡಿಗಳಿಗೆ ನಾನು ಕೊಡಲಿಯೇಟು ಹಾಕಿದ್ದೆನೋ? ಅಂತೂ ಒಂದು ಜೀವ ಹೋಯ್ತು. ನಾವು ಕೊಡುವ ಮೂರು ಸಾವಿರ, ಆರು ಸಾವಿರವಲ್ಲ ನಮಗೆ ಶಿಕ್ಷೆ, ನಾವು ಎಸಗಿದ ಕೇಡು ನಮ್ಮನ್ನು ಸಾವಿನವರೆಗೆ ಬೆನ್ನತ್ತಿ ಕಾಡುತ್ತದೆ. ಅದು ಶಿಕ್ಷೆ,' ಎಂದೆ. ಹತ್ತು ನಿಮಿಷದ ದೀರ್ಘ ಸಮಯ ಯಾರೂ ಮಾತನಾಡಲಿಲ್ಲ. ಮೂರ್ನಾಲ್ಕು ಜನ ಸಿಬ್ಬಂದಿ ಮತ್ತು ಮೂರ್ನಾಲ್ಕು ಜನ ರೈತರು ತಾವೇ ಮಾಡಿದ ತಪ್ಪೋ ಎಂಬಂತೆ ಸ್ತಬ್ಧವಾಗಿ ನಿಂತಿದ್ದರು. ಈಶ್ವರಪ್ಪನಿಗೆ, 'ನಾಳೆ ಇದೇ ಹೊತ್ತಿಗೆ ಬಂದು ಎರಡು ಸಾವಿರ ನನ್ನತ್ತಿರ ಇಸಿದುಕೊಂಡು ಹೋಗು. ಚಂದ್ರಪ್ಪ ಸಂಬಳವಾದಾಗ ನನಗೆ ಕೊಡುತ್ತಾನೆ,' ಎಂದೆ.

ಮರುದಿನ ಈಶ್ವರಪ್ಪ ಬಂದು ದುಡ್ಡು ಇಸಿದುಕೊಂಡು ಹೋದ. ಚಂದ್ರಪ್ಪ ಅದೇ ತಿಂಗಳ ಸಂಬಳದಲ್ಲಿ ಮೊದಲ ಕಂತಾಗಿ ಐದು ನೂರು ರೂಪಾಯಿ ಕೊಟ್ಟ. ಅದಾದ ಮೇಲೆ ನಾನು ಮತ್ತೆ ದುಡ್ಡು ಇಸಿದುಕೊಳ್ಳಲಿಲ್ಲ. ಬೇಡವೆಂದೆ. ಗರ್ಭಪರೀಕ್ಷೆ ಅನ್ನೋದು ಆತ್ಮ ಪರೀಕ್ಷೆಯಾಗಿ ಮಾರ್ಪಾಟಾದದ್ದು ಹೀಗೆ.

❖

ಮಳೆ ಮತ್ತು ಟೈಗರ್

ಸುಮಾರು 40 ವರ್ಷ ವಯಸ್ಸಿನವರಾಗಿದ್ದ ಪೀಟರ್ ಆಗಾಗ್ಗೆ ಧರ್ಮಸ್ಥಳದ ನಮ್ಮ ಪಶು ಆಸ್ಪತ್ರೆಗೆ ಬರುತ್ತಿದ್ದರು. ಬಹಳ ಸ್ನೇಹಮಯಿ. ಮಾತು ತಮಾಷೆ ಹೆಚ್ಚು. ಅಂತಹವರು ನನಗೂ ಅಚ್ಚುಮೆಚ್ಚು. ಅವರು ಮಂಗಳೂರಿನಲ್ಲಿ ಯಾವುದೋ ಕಂಪನಿಯಲ್ಲಿ ಡ್ರೈವರ್ ಕೆಲಸ ಮಾಡಿಕೊಂಡಿದ್ದರು. ವಾರಕ್ಕೊಮ್ಮೆ ಅಥವಾ ಎರಡು ಸಲ ತಮ್ಮ ಮನೆಗೆ ಬಂದು ಹೋಗುತ್ತಿದ್ದರು.

ನಮ್ಮ ಆಸ್ಪತ್ರೆಗೆ ಎರಡು ಕಿ.ಮೀ. ದೂರದಲ್ಲಿ ಅವರ ಸಣ್ಣ ತೋಟ, ಮನೆ, ಸ್ವಲ್ಪ ರಬ್ಬರ್ ಮರಗಳಿದ್ದವು. ಅವರ ಮನೆಯಲ್ಲಿ ಒಂದೆರಡು ಜರ್ಸಿ ಹಸುಗಳಿದ್ದವು. ಅವಕ್ಕೆ ಕೃತಕ ಗರ್ಭಧಾರಣೆ, ಗರ್ಭಪರೀಕ್ಷೆ, ಕಾಯಿಲೆ ಕಸಾಲೆಗಳಿಗೆ ಹೋಗುತ್ತಿದ್ದೆ.

ಅವು 50% ಮಿಶ್ರ ತಳಿಗಳಾದುದರಿಂದ ಪದೇ ಪದೇ ಕಾಯಿಲೆ ಬೀಳುತ್ತಿರಲಿಲ್ಲ ಮತ್ತು ಒಂದೆರಡು ಬಾರಿಗೆ ಗರ್ಭ ಧರಿಸಿ ಬಿಡುತ್ತಿದ್ದವು. ಪೀಟರ್ ಊರಲ್ಲಿಲ್ಲದಾಗ ಮನೆಯಲ್ಲಿ ಪೀಟರ್ ಪತ್ನಿ ಮೇರಿ ಮತ್ತು ಮಗಳು ಇಬ್ಬರೇ ಇರುತ್ತಿದ್ದರು. ಒಂಟಿ ಮನೆ. ಸುಮಾರು ದೂರದ ತನಕ ಬೇರೆ ಮನೆಗಳಿರಲಿಲ್ಲ. ಮಗಳು ಪಿಯುಸಿಯಲ್ಲಿ ಓದುತ್ತಿದ್ದಳು. ಕಾಲೇಜಿಗೆ ಉಜಿರೆಗೆ ಬೆಳಗ್ಗೆ ಹೋದರೆ ಬರುವುದು ಸಾಯಂಕಾಲವೇ. ಅಲ್ಲಿಯವರೆಗೆ ಮನೆಯಲ್ಲಿ ಮೇರಿ ಒಬ್ಬರೇ. ಪೀಟರ್ ಮನೆಯಲ್ಲಿ ಒಂದು ನಾಯಿ ಸಾಕಿದ್ದರು. ಅದಕ್ಕೆ ಟೈಗರ್ ಎಂಬ ಹೆಸರು.

ಅದೇನೂ ಜಾತಿ ನಾಯಿಯಾಗಿರದೆ ಕೆಂಪು ಬಣ್ಣದ ನಾಟಿ ನಾಯಿಯೇ ಆಗಿತ್ತು. ಪೀಟರ್ ಮತ್ತು ಕುಟುಂಬದವರ ಅಪೇಕ್ಷೆಗೆ ವಿರುದ್ಧವಾಗಿ ಟೈಗರ್ ತುಂಬಾ ಪುಕ್ಕಲು ಸ್ವಭಾವದ್ದಾಗಿತ್ತು. ಯಾವಾಗ ನಾನು ಹೋದರೂ ಅದು ಒಂದೆರಡು ಬಾರಿ ಕೂಗಿ ನಂತರ ಯಾರ ಕಣ್ಣಿಗೂ ಕಾಣದಂತೆ ನಾಪತ್ತೆಯಾಗಿ ಬಿಡುತ್ತಿತ್ತು. ಹೆದರಿಸಿದರೆ ಅದು ನೂರಾರು ಕಿ.ಮೀ. ವೇಗದಲ್ಲಿ ಓಡುತ್ತಿದ್ದುದು ನನಗೆ ಬಿದ್ದು ಬಿದ್ದು ನಗುವಂತೆ ಮಾಡುತ್ತಿತ್ತು. ಓಡುವ ಭರದಲ್ಲಿ ಒಮ್ಮೆ ಅದು ಒಂದು ಗುಂಡಿಗೆ ಬಿದ್ದುಬಿಟ್ಟಿತ್ತು.

ಆದರೆ ಪೀಟರ್ ಮತ್ತು ಮನೆಯವರಿಗೆ ಮಾತ್ರ ಅದರ ಮೇಲೆ ಬಹಳ ಪ್ರೀತಿಯಿತ್ತು. ಅದಕ್ಕೆ ಆಗಾಗ ಜಂತುಹುಳು ಔಷಧ ಹಾಕಿಸುತ್ತಿದ್ದರು, ವರ್ಷಕ್ಕೊಂದು ಸಲ ರೇಬಿಸ್, ಡಿಸ್ಟೆಂಪರ್ ವ್ಯಾಕ್ಸಿನೇಷನ್ ಮಾಡಿಸುತ್ತಿದ್ದರು. ಇಂಜೆಕ್ಷನ್ ಮಾಡಿಸುವ ದಿನ ಬೆಳಗ್ಗೆಯೇ ಟೈಗರ್ ಅನ್ನು ಮನೆಯಲ್ಲಿ ಕಟ್ಟಿ ಹಾಕಿಬಿಡಬೇಕಿತ್ತು. ನಾನು ಹೋಗಿ ಇಂಜೆಕ್ಷನ್ ಮಾಡುವ ತನಕ ಅದನ್ನು ಬಿಡುವ ಹಾಗಿರಲಿಲ್ಲ. ಇಲ್ಲದಿದ್ದರೆ ಅದಕ್ಕೆ ಚಿಕಿತ್ಸೆ ನೀಡಲು ಸಾಧ್ಯವಾಗುತ್ತಿರಲಿಲ್ಲ. ನನ್ನನ್ನು ನೋಡಿದರೆ ಅದು ಅಂದು ಮನೆಯನ್ನೇ ಸೇರುತ್ತಿರಲಿಲ್ಲ.

ಮೇರಿ ಅತಿ ಮುಗ್ಧರಾದುದರಿಂದ, "ಸಾರು, ಅದಕ್ಕೆ ಧೈರ್ಯ ಬರಲು ಯಾವುದಾದರೂ ಇಂಜೆಕ್ಷನ್ ಮಾಡಿ," ಎಂದು ದುಂಬಾಲು ಬೀಳುತ್ತಿದ್ದರು. ಆ ತರಹದ ಔಷಧಗಳಿಲ್ಲ ಎಂದು ಎಷ್ಟು ಹೇಳಿದರೂ ಅವರು ಒಪ್ಪಿಕೊಳ್ಳುತ್ತಿರಲಿಲ್ಲ. ನಾನು, ಪೀಟರ್ ಮತ್ತು ಮಗಳು ನಕ್ಕು ನಕ್ಕು ಸಾಕಾಗುತ್ತಿದ್ದೆವು. ನಾವೆಲ್ಲ ನಗುತ್ತಿದ್ದರೆ ಮೇರಿಯವರಿಗೆ ಸಿಟ್ಟು ಬಂದುಬಿಡುತ್ತಿತ್ತು.

ಪೀಟರ್ ಅದಕ್ಕೊಂದು ಚರ್ಮದ ಹಾರ್ನೆಸ್ ಬೆಲ್ಟ್ ತಂದು ಹಾಕಿದ್ದರು. ಅದು ಕತ್ತು ಮತ್ತು ಎದೆಗಳನ್ನು ಆವರಿಸಿಕೊಂಡ ಭದ್ರವಾದ ದೊಡ್ಡ ಬೆಲ್ಟಾಗಿತ್ತು. ಮೇರಿಯವರು ಟೈಗರಿಗೆ ಧೈರ್ಯದಿಂದಿರಲು ಮಂತ್ರಿಸಿದ ತಾಯಿತವನ್ನು ತರಿಸಿದ್ದು ಒಂದು ರೋಚಕ ಕಥೆ. ಸಣ್ಣ ಪುಟ್ಟ ಮಕ್ಕಳಿಗೆ ಆರೋಗ್ಯಕ್ಕೆ, ಸದಾ ಅಳುವುದನ್ನು ನಿಲ್ಲಿಸಲು, ಧೈರ್ಯದಿಂದಿರುವುದಕ್ಕೆ ಅಲ್ಲಿ ಒಂದು ದರ್ಗಾದಲ್ಲಿ ತಾಯಿತ ಕೊಡುತ್ತಿದ್ದರು. ಬೇರೆ ಬೇರೆ ಜಾತಿ ಧರ್ಮದವರೆಲ್ಲ ತಾಯಿತ ತಂದು ಕಟ್ಟುವುದನ್ನು ಗಮನಿಸಿದ ಮೇರಿಯವರಿಗೆ ಒಂದು ಉಪಾಯ ಹೊಳೆಯಿತು.

ಒಂದು ದಿನ ಬಿಡುವು ಮಾಡಿಕೊಂಡು ದರ್ಗಾಕ್ಕೆ ಹೋದ ಮೇರಿ ಮಗುವಿನ ಹೆಸರಿನಲ್ಲಿ ಒಂದು ತಾಯಿತ ತಂದರು. ಮೇರಿಯವರಿಗೆ ಟೈಗರ್ ನಿಜಕ್ಕೂ ಮಗುವೇ ಆಗಿತ್ತು. ಬಹಳ ಭಯ ಭಕ್ತಿಯಿಂದ ತಾಯಿತವನ್ನು ಟೈಗರ್‌ಗೆ ಕಟ್ಟಿದರು. ಆದರೆ ಟೈಗರ್ ತನ್ನ ಚಾಳಿ ಬಿಡಲಿಲ್ಲ. ಹೆದರಿ ಯದ್ವಾತದ್ವಾ ಓಡುತ್ತಿತ್ತು. "ಏನು ಮೇರಿಯವರೇ, ತಾಯಿತ ಟೈಗರ್ ಮೇಲೆ ಏನೂ ಕೆಲಸ ಮಾಡಿದಂತೆ ಕಾಣಲಿಲ್ಲ," ಎಂದರೆ ಅವರು, "ಅಯ್ಯೋ! ಖಂಡಿತವಾಗಿ ಕೆಲಸ ಮಾಡುತ್ತಿತ್ತು ಡಾಕ್ಟ್ರೆ. ಆದರೆ ಇವನು ಎರಡೇ ದಿನದಲ್ಲಿ ತಾಯಿತವನ್ನು ಎಲ್ಲಿಯೋ ಬೀಳಿಸಿಕೊಂಡುಬಿಟ್ಟ. ತಾಯಿತಕ್ಕೆ ಕೆಲಸ ಮಾಡಲು ಸಮಯವಾಗಲಿಲ್ಲವೋ ಏನೋ!" ಎಂದು ಲೊಚಗರೆಯುತ್ತಿದ್ದರು.

ಹೀಗಿದ್ದಾಗ ಒಂದು ದಿನ ಪೀಟರ್ ಮಧ್ಯಾಹ್ನದ ಹೊತ್ತಲ್ಲಿ ಆಸ್ಪತ್ರೆಗೆ ಬಂದು, ಟೈಗರ್ ಇತ್ತೀಚೆಗೆ ಕೆಲವು ದಿನದಿಂದ ಸಿಕ್ಕಾಪಟ್ಟೆ ಮೈ ಕೆರೆದುಕೊಳ್ಳುತ್ತಿದೆ ಎಂದು ತಿಳಿಸಿ, "ಮೈಮೇಲೆ ಚಿಗಟ, ಉಣ್ಣೆ, ಹೇನು ಮುಂತಾದವು ಇಲ್ಲ. ಆದರೂ ರಾತ್ರಿಯೆಲ್ಲ ಪರ ಪರ ಕೆರೆದುಕೊಳ್ಳುತ್ತಿದೆ. ಅದಕ್ಕೆ ಊಟ ತಿಂಡಿಯ ಮೇಲೆ ಗಮನ ಇಲ್ಲ. ಕಿವಿ ಮತ್ತು ತೊಡೆ, ಸಂದುಗಳಲ್ಲಿ, ಹೊಟ್ಟೆಯ ಭಾಗದಲ್ಲಿ ಚರ್ಮ ಒರಟಾಗಿದೆ. ಹುಲಿಯಂತಹ ಟೈಗರ್ ನರಿಯಂತಾಗಿದೆ" ಎಂದು ಬಹಳ ವ್ಯಸನ ಪಟ್ಟುಕೊಂಡರು.

ಆಗ ಮುಂಗಾರು ಪ್ರಾರಂಭವಾಗಿತ್ತು. ಬಯಲು ಸೀಮೆಯಲ್ಲಿ ಹುಟ್ಟಿ ಬೆಳೆದ ನನಗೆ ಅಲ್ಲಿಯ ಭೀಕರ ಮಳೆಗಳನ್ನು ನೋಡುವುದೇ ಒಂದು ವಿಶೇಷ ಅನುಭವವಾಗಿತ್ತು. ಆ ದಿನ ಮಳೆ ಬರುವುದು, ನಿಲ್ಲುವುದು ಮಾಡುತ್ತಲೇ ಇತ್ತು. ಒಂದಷ್ಟು ಹೊತ್ತು ಹುಚ್ಚು ಮಳೆ, ಮತ್ತೆ ಸ್ವಲ್ಪ ಹೊತ್ತು ಜಿಟಿ ಜಿಟಿ. ಮತ್ತೊಮ್ಮೆ ಬಿಡುವು! ರೈನ್ ಕೋಟ್ ಧರಿಸಿ, ಮೆಡಿಸಿನ್ ಬ್ಯಾಗನ್ನು ತೆಗೆದುಕೊಂಡು, ಬೈಕ್ ಡಿಕ್ಕಿಯಲ್ಲಿ ಇಟ್ಟುಕೊಂಡು ಹೊರಟೆ.

ಪೀಟರ್, "ನಾನು ಬೆಳಗ್ಗೆಯೇ ಮನೆಯಿಂದ ಹೊರಟೆ ಸಾರ್. ಸ್ನೇಹಿತರ ಮನೆಗಳಲ್ಲಿ ಅಲ್ಪ ಸ್ವಲ್ಪ ಕೆಲಸವಿತ್ತು. ಹೀಗಾಗಿ ಬಹಳ ವೇಳೆಯಾಗಿಬಿಟ್ಟಿತು. ಮನೆಯಲ್ಲಿ ಮೇರಿ ಬೆಳಗ್ಗೆಯೇ ಟೈಗರ್ ಅನ್ನು ಕಟ್ಟಿ ಹಾಕಿದ್ದಳು. ತಡ ಮಾಡಿದರೆ ಸಿಟ್ಟಾಗುತ್ತಾಳೆ. ಬೇಗ ಹೋಗುವ," ಎಂದು ಅವಸರಿಸಿದರು.

ಪೀಟರ್ ಮನೆ ಲೆಕ್ಕಕ್ಕೆ ಹತ್ತಿರ. ಆದರೆ ಎರಡು ಕಿ.ಮೀ. ಹೋಗಲು ಅರ್ಧ ಗಂಟೆಯೇ ಬೇಕಾಯಿತು. ರಸ್ತೆ ಉದ್ದಕ್ಕೂ ಕೆಸರುಮಯ. ಒಂದಷ್ಟು ದೂರವಂತೂ ಬೈಕನ್ನು ಇನ್ನೊಬ್ಬರ ಸಹಾಯದಿಂದ ತಳ್ಳಿಕೊಂಡು ಹೋಗಬೇಕು. ಅಂತೂ ಇಂತೂ ಮನೆ ಸೇರಿದೆವು. ಉದ್ದಕ್ಕೂ ಮಳೆ ಹನಿಯುತ್ತಲೇ ಇತ್ತು. ಸಾಮಾನ್ಯವಾಗಿ ಮಳೆಗಾಲದಲ್ಲಿ ಧರಿಸಿದ್ದ ರೈನ್ ಕೋಟ್ ಅತ್ಯುತ್ತಮ ಗುಣಮಟ್ಟದ್ದಾಗಿದ್ದರೂ ಮಳೆ ನೀರು ಅಲ್ಪಸ್ವಲ್ಪ ಪ್ರಮಾಣದಲ್ಲಿ ಒಳನುಗ್ಗುತ್ತಿತ್ತು. ಪ್ಯಾಂಟು ಶರ್ಟ್ ಅಷ್ಟೇ ಅಲ್ಲ ಒಳಗಿನ ಬನಿಯನ್, ಚಡ್ಡಿಗಳೆಲ್ಲ ಒದ್ದೆ ಮುದ್ದೆಯಾಗುತ್ತಿದ್ದವು.

ಆದರೆ ಎಂಥ ಮಳೆಯಲ್ಲೂ ಬೈಕ್ ಓಡಿಸುವ ಮಜಾ ನಾನೆಂದೂ ತಪ್ಪಿಸಿಕೊಳ್ಳುತ್ತಿರಲಿಲ್ಲ. ಮಳೆ ಜೋರಿದ್ದರೆ ಇನ್ನೂ ಮಜಾ! ಆದರೆ ಒಂದೇ ಒಂದು ತೊಂದರೆಯಿತ್ತು. ಮಳೆ ನೀರು ಬೈಕಿನ ಡಿಕ್ಕಿ ಪ್ರವೇಶಿಸಿ ನಂತರ ಡಿಕ್ಕಿಯಲ್ಲಿನ ಮೆಡಿಸಿನ್ ಬ್ಯಾಗ್ ಹೊಕ್ಕು ಅಲ್ಲಿದ್ದ ಇಂಜೆಕ್ಷನ್ ವಯಲ್‌ಗಳು (ಸಣ್ಣ ಬಾಟಲು) ತೊಯ್ದು ಹೋಗುತ್ತಿದ್ದವು. ವಯಲ್‌ಗಳ ಮೇಲಿನ ಲೇಬಲ್ಲುಗಳು ಒದ್ದೆಯಾಗಿ ಕಿತ್ತು ಬಂದು ಬಿಡುತ್ತಿದ್ದವು. 10, 20, 30 ಮಿಲಿ ಲೀಟರ್‌ನ ವಿವಿಧ ಔಷಧ ವಯಲ್‌ಗಳು ಒಂದೇ ಥರ ಇರುತ್ತಿದ್ದವು. ಲೇಬಲ್ಲಿಲ್ಲದ ಔಷಧವನ್ನು ಕಂಡು ಹಿಡಿಯುವುದು ಸಾಧ್ಯವಾಗುತ್ತಿರಲಿಲ್ಲ. ಇದನ್ನು ತಪ್ಪಿಸಲು ನಾನು ವಿವಿಧ ರೀತಿಯ ವ್ಯವಸ್ಥೆ ಮಾಡಿಕೊಳ್ಳುತ್ತಿದ್ದೆ. ಆದರೂ ಮಳೆಗಾಲ ಮುಗಿಯುವ ತನಕ ಈ ಫಜೀತಿ ತಪ್ಪುತ್ತಿರಲಿಲ್ಲ.

ಗಂಗೆ ಬಾರೆ ಗೌರಿ ಬಾರೆ

ಡಾ. ಮಿರ್ಜಾ ಬಷೀರ್

ಇರಲಿ. ಪೀಟರ್ ಅವರ ಮನೆಗೆ ಹೋದಾಗ ಮೇರಿಯವರು ಮನೆಯಲ್ಲಿರಲಿಲ್ಲ. ಎಲ್ಲಿ ಹೋಗಿದ್ದಾರೆಂದು ಪೀಟರ್‌ಗೂ ಗೊತ್ತಿರಲಿಲ್ಲ. ನನ್ನನ್ನು ಒಳಗೆ ಕೂರಿಸಿ ಪೀಟರ್ ಟೈಗರನ್ನು ಹಿಡಿದು ತರಲು ಹೋದವರು ಎಷ್ಟು ಹೊತ್ತಾದರೂ ಬರಲಿಲ್ಲ. ಹೊರಬಂದು ಕಣ್ಣಾಡಿಸಿದೆ. ತೋಟದ ಮೂಲೆ ಮೂಲೆ ಹುಡುಕುತ್ತಾ ಪೀಟರ್ ಅವರು ಬಂದು, “ಟೈಗರ್ ಎಲ್ಲೂ ಕಾಣಿಸುತ್ತಿಲ್ಲ. ನಿಮ್ಮನ್ನೇನಾದರೂ ನೋಡಿದರೆ ಅದು ಇವತ್ತು ಮನೆ ಸೇರುವುದಿಲ್ಲ. ನೀವು ಟೈಗರ್‌ಗೆ ಕಾಣದಂತೆ ಒಳಗೇ ಇರಿ. ಮೇರಿ ಎಲ್ಲಿ ಹೋಗಿದ್ದಾಳೆಂದು ಗೊತ್ತಿಲ್ಲ. ತೋಟದ ಮೂಲೆಯಲ್ಲಿ ಬೇರೆ ಯಾವುದೋ ನಾಯಿಯನ್ನು ಹಗ್ಗದಲ್ಲಿ ಕಟ್ಟಿದ್ದಾರೆ. ಅದು ಟೈಗರ್ ಅಲ್ಲ. ಯಾವುದೋ ಕಪ್ಪು ನಾಯಿ. ಮೇರಿ ಬಂದರೆ ಗೊತ್ತಾಗುತ್ತದೆ,” ಎಂದರು.

ಮತ್ತೆ ಕಾಲು ಗಂಟೆ ಕಾದು ಕುಳಿತೆವು. ಮೇರಿ ಬರಲಿಲ್ಲ. ಪೀಟರ್ ಮತ್ತು ನಾನು ಮತ್ತೊಮ್ಮೆ ಟೈಗರ್ ಹುಡುಕುತ್ತ ತೋಟದಲ್ಲಿ ಹೊರಟೆವು. ದನದ ಹಟ್ಟಿ ಮತ್ತು ಸುತ್ತಮುತ್ತ ಎಲ್ಲೂ ಕಾಣಲಿಲ್ಲ. ತೋಟದ ಒಂದು ಮೂಲೆಯಲ್ಲಿ ಮಾತ್ರ ಯಾವುದೋ ಕಪ್ಪು ನಾಯಿಯನ್ನು ಹಗ್ಗದಲ್ಲಿ ಕಟ್ಟಿದ್ದರು. ಅದರ ಹತ್ತಿರ ಹೋಗದೆ ದೂರದಿಂದಲೇ ವಾಪಸ್ ಬಂದೆವು. ಅದುವರೆಗೆ ಬಿಡುವು ಕೊಟ್ಟಿದ್ದ ಮಳೆ ಮತ್ತೆ ಪ್ರಾರಂಭವಾಯಿತು.

“ಟ್ರೀಟ್ಮೆಂಟಿಗೆ ಬೇರೆ ಯಾರೋ ನಾಯಿಯನ್ನು ಕಟ್ಟಿ ಹಾಕಿರಬಹುದು. ಅಪರಿಚಿತ ನಾಯಿಯ ಹತ್ತಿರ ಹೋಗುವುದು ಬೇಡ” ಎಂದರು ಪೀಟರ್. ಕಪ್ಪು ಬಣ್ಣದ ನಾಯಿ ಹೊಸಬರಾದ ನಮ್ಮ ಉಸಾಬರಿಗೆ ಬರದೆ ಕಣ್ಣು ತಪ್ಪಿಸಿ ಕಟ್ಟಿಹಾಕಿದ್ದ ರಬ್ಬರ್ ಮರದ ಮರೆಗೆ ಸರಿಯಿತು.

“ಪೀಟರ್ ಸರಿಯಾಗಿ ನೋಡಿ” ಎಂದೆ. “ನಮ್ಮದು ಕೆಂಪು ನಾಯಿ ಸಾರ್. ಇದು ಯಾರದ್ದೋ ಏನೋ? ಅದರ ಕಪ್ಪು ಬಣ್ಣ ನೋಡಿ. ಕಣ್ಣು ಬಿಟ್ಟು ಅದರಲ್ಲಿ ಬಿಳಿಯೆಂಬುದೇ ಇಲ್ಲ,” ಎಂದರು. ಅಷ್ಟು ಹೊತ್ತಿಗೆ ಮಳೆ ಜೋರಾಯಿತು. ಗೋಲಿಯಷ್ಟು ದೊಡ್ಡ ಗಾತ್ರದ ಮಳೆ ಹನಿಗಳು! ನಾವು ಮನೆಗೆ ಓಡಿ ಬರುವಷ್ಟರಲ್ಲಿ ಪೂರ್ತಿ ತೊಯ್ದೇ ಹೋದೆವು. ಮತ್ತೆ ಮೇರಿಯವರಿಗೆ ಕಾಯುತ್ತಾ ಕೂತೆವು. ಮಳೆ ಆರ್ಭಟ ಹೆಚ್ಚಾಯಿತು. ನಾಲ್ಕು ಅಡಿ ಆಚೆ ಏನಿದೆ ಎಂಬುದು ಗೊತ್ತಾಗದಂತೆ ದೆವ್ವ ಮಳೆ ಸುರಿಯತೊಡಗಿತು.

ಪಕ್ಕದಲ್ಲಿ ತಗಡಿನ ಮಾಡಿನ ದನದ ಹಟ್ಟಿ ಭೀಕರ ಶಬ್ದ ಮಾಡತೊಡಗಿತು. ಅಷ್ಟೇನೂ ಭದ್ರವಿದ್ದಂತೆ ಕಾಣದ ಪೀಟರ್ ಮನೆ

ಬಿದ್ದು ಹೋದರೇನು ಮಾಡುವುದು ಎಂದು ನನಗೆ ದಿಗಿಲಾಗತೊಡಗಿತು. ಸುತ್ತಲೂ ಇದ್ದ ಮರಗಿಡಗಳು ತಮ್ಮ ಸರ್ವಸ್ವವನ್ನೂ ಮಳೆಗೆ ಒಡ್ಡಿಕೊಂಡು ನಿಶ್ಚಿಂತೆಯಿಂದ ತೋಯುತ್ತಿದ್ದವು. ತೊಟ್ಟಿಕ್ಕುತ್ತಿದ್ದವು. ಗಾಳಿಯೇ ಇರಲಿಲ್ಲ. ಮಳೆಯ ಹೊಡೆತಕ್ಕಷ್ಟೇ ಅಲುಗುತ್ತಿದ್ದ ಅವು ಇದಕ್ಕಿಂತ ಬೇರೆ ಸುಖವೇ ಇಲ್ಲ ಎಂಬಂತೆಯೂ, ತುರೀಯಾವಸ್ಥೆಯಲ್ಲಿದ್ದಂತೆಯೂ ತೋರಿದವು.

ಒಂದೈದು ನಿಮಿಷದಲ್ಲಿ ಎಲ್ಲೆಂದರಲ್ಲಿ ಸಣ್ಣ ದೊಡ್ಡ ಝರಿಗಳು ಹರಿಯತೊಡಗಿದವು. ನೂರಾರು ಕಡೆಯಿಂದ ಟಪ ಟಪ ಮಳೆ ಹನಿಯ ಶಬ್ದ, ನೂರು ಕಡೆ ನಲ್ಲಿಯಂತೆ ಒಂದೇ ಸಮನೆ ಸುರಿಯುವ ನೀರಿನ ಶಬ್ದ, ಹರಿಯುವ ನೀರಿನ ಶಬ್ದ, ಅಲ್ಲಲ್ಲಿ ಸಣ್ಣಪುಟ್ಟ ಗುಂಡಿಗಳಲ್ಲಿ ನೀರು ಧುಮ್ಮಿಕ್ಕುವ ಶಬ್ದ. ಇಡೀ ಜಗತ್ತೇ ಮಳೆಯ ಸಂಗೀತದಲ್ಲಿ ತುಂಬಿ ಹೋಯಿತು. ಎಷ್ಟು ಸಾವಿರ ವರ್ಷದಿಂದ ಇದು ಈ ರೀತಿ ನಡೆದು ಬಂದಿದೆಯೋ?

"ಮೇರಿ ಎಂದೂ ಈ ರೀತಿ ಮಾಡಿರಲಿಲ್ಲ." ಎಂದರು ಪೀಟರ್. ಅವರಿಗೆ ಮೇರಿಯ ಮೇಲೆ ಬಹಳ ಸಿಟ್ಟು ಬಂದಂತಿತ್ತು. "ಸುಮ್ಮನೆ ನಿಮಗೆ ತೊಂದರೆ ಕೊಟ್ಟೆವು. ನಿಮ್ಮ ಸಮಯ ಹಾಳು ಮಾಡಿದೆವು. ಬೇಜಾರಾಗಬೇಡಿ ಸಾರ್," ಎಂದು ಪೀಟರ್ ಹೇಳುತ್ತಲೇ ಇದ್ದರು.

ಅರ್ಧ ಗಂಟೆಯ ನಂತರ ಮಳೆಯ ಅಬ್ಬರ ಕಡಿಮೆಯಾಯಿತು. ಸಮಯ ಸಂಜೆ ಐದು ಗಂಟೆಯ ಮೇಲಾಗಿತ್ತು. ನನಗೆ ಇನ್ನೂ ಒಂದೆರಡು ದೂರದೂರದ ಮನೆಗಳ ಭೇಟಿ ಬಾಕಿ ಇತ್ತು. "ನೀವು ಈಗ ಹೊರಡಿ ಸಾರ್. ಟೈಗರ್ ಎಲ್ಲೋ ತಪ್ಪಿಸಿಕೊಂಡು ಓಡಿದೆ. ಅದನ್ನು ಹಿಡಿದು ತರಲು ಮೇರಿ ಹೋಗಿರುವಂತಿದೆ. ಈ ಮಳೆಯಲ್ಲಿ ಅದು ಸಿಗುವುದು ಕಷ್ಟ. ಇನ್ನೊಮ್ಮೆ ಟ್ರೀಟ್ಮೆಂಟ್ ಮಾಡಿದರಾಯಿತು," ಎಂದರು ಪೀಟರ್. ಬೇರೆ ದಾರಿಯಿಲ್ಲದೆ ನಾನು ಮೆಡಿಸಿನ್ ಬ್ಯಾಗ್ ಎತ್ತಿಕೊಂಡು ಹೊರಟೆ. ಅಷ್ಟು ದೂರದಲ್ಲಿ ಮೇರಿಯವರೇ ಬರುತ್ತಿದ್ದಾರೆ!

ಮೇರಿಯವರನ್ನು ಕಂಡ ಕೂಡಲೇ ಪೀಟರ್ ಸಿಟ್ಟಾಗಿ ತುಳುವಿನಲ್ಲಿ ಭಯಂಕರ ಸ್ಪೀಡಾಗಿ ಬೈಯತೊಡಗಿದರು. ಬಹಳ ಮೆತ್ತನೆ ಸ್ವಭಾವದವರಾದ ಮೇರಿಯಮ್ಮ ಇದ್ದಕ್ಕಿದ್ದಂತೆ ಗಡಸು ವ್ಯಕ್ತಿತ್ವದವರಂತೆ ಮಾರ್ಪಾಟಾಗಿ ಅಷ್ಟೇ ರಭಸದಿಂದ ಉತ್ತರಿಸತೊಡಗಿದರು. "ಎಷ್ಟು ಹೊತ್ತೇ ಮನೆಯಿಂದ ನಾಪತ್ತೆಯಾಗುವುದು? ಡಾಕ್ಟರು ಬಂದು ಒಂದು ಗಂಟೆಯ ಮೇಲಾಯಿತು. ಹೋಗುವವಳು ನನಗೆ ತಿಳಿಸಿ ಹೋದರೆ ನಿಮ್ಮಪ್ಪನ ಗಂಟೇನು ಹೋಗುತ್ತದೆ?" ಎಂದರು.

ಅದಕ್ಕೆ ಮೇರಿಯಮ್ಮ, "ನೀನಿದ್ದರೆ ತಾನೇ ನಾನು ಎಲ್ಲಿಗೆ ಹೋಗುತ್ತೇನೆ, ಏಕೆ ಹೋಗುತ್ತೇನೆ ಎಂದು ಹೇಳುವುದು. ಡಾಕ್ಟರನ್ನು ಕರೆದುಕೊಂಡು ಬರುತ್ತೇನೆ ಎಂದು ಬೆಳಗ್ಗೆ 10 ಗಂಟೆಗೆ ಹೋದ ನೀನು ಮಧ್ಯಾಹ್ನ 3 ಗಂಟೆಯಾದರೂ ಬಂದಿಲ್ಲ. ನಾನು ನಿಮಗೆ ಕಾಯುತ್ತಲೇ ಮುದುಕಿಯಾದೆ. 3 ಗಂಟೆಗೆ ನಾನು ಹೋದದ್ದು ವರ್ಗೀಸರ ಮನೆಗೆ. ವರ್ಗೀಸರ ಮಗಳನ್ನು ನೋಡಲು ಮಂಗಳೂರಿನಿಂದ ನೆಂಟರು

ಬರುವುದರಿಂದ ಅಲ್ಲಿಗೆ ಹೋಗುತ್ತೇನೆ ಎಂದು ನಾಲ್ಕು ನೂರು ಬಾರಿಯಾದರೂ ನಿನಗೆ ಹೇಳಿದ್ದೇನೆ. ಜನುಮದಲ್ಲಿ ಹೆಂಡತಿಯ ಮಾತುಗಳು ನಿಮ್ಮ ಕಿವಿಯ ಮೇಲೆ ಒಂದು ಸಲವಾದರೂ ಬಿದ್ದಿವೆಯೇ?"

ಮೇರಿಯಮ್ಮನ ಮೇಲೆ ಮಾತಿನಲ್ಲಿ ಗೆಲ್ಲುವುದು ಅಸಾಧ್ಯವೆಂದು ಅರಿತ ಪೀಟರ್, "ಆಯ್ತು ಮಾರಾಯ್ತಿ. ನಮ್ಮ ಟೈಗರ್ ಎಲ್ಲಿದೆ, ಅದನ್ನಾದರೂ ಹೇಳು," ಎಂದು ಕೂಗಿದರು. ಮೇರಿ, "ನಿಮಗೆ ಕಿವಿಯಷ್ಟೇ ಮಿಸ್ಟೇಕ್ ಅಲ್ಲ. ನಿಮ್ಮ ಕಣ್ಣುಗಳೂ ಮಿಸ್ಟೇಕ್. ಇಲ್ಲಿಯೇ ಕಟ್ಟಿ ಹಾಕಿ ಹೋಗಿದ್ದೇನೆ," ಎಂದು ಹೊರಟರು. ಅವರ ಹಿಂದೆ ನಾವೂ ಹೆಜ್ಜೆ ಹಾಕಿದೆವು. ಕಪ್ಪು ನಾಯಿಯನ್ನು ಕಟ್ಟಿದ್ದ ಜಾಗಕ್ಕೆ ಬಂದೆವು.

ನನಗೂ ಪೀಟರ್ ಅವರಿಗೆ ಕಕ್ಕಾಬಿಕ್ಕಿಯಾಯಿತು. ಅಲ್ಲಿ ಕಟ್ಟಿ ಹಾಕಿದ್ದ ಕಪ್ಪು ನಾಯಿ ಬಣ್ಣ ಬದಲಾಯಿಸಿಕೊಂಡು ಕೆಂಪಾಗಿದೆ. ಅದು ಟೈಗರ್ ನಾಯಿಯೇ! ಮತ್ತೆ ಪೀಟರ್‌ಗೂ ಮೇರಿಗೂ ಜಟಾಪಟಿ ಶುರುವಾಯಿತು.

ಅವರ ವಾಗ್ಯುದ್ಧದ ಸಾರಾಂಶ: ಆ ದಿನ ಮೇರಿಯಮ್ಮ ಟೈಗರ್‌ಗೆ ಇಂಜೆಕ್ಷನ್ ಮಾಡಿಸಲು 12 ಗಂಟೆ ತನಕ ಕಾದಿದ್ದಾರೆ. ಪೀಟರ್ ಡಾಕ್ಟರನ್ನು ಕರೆತರಲು ಆಸ್ಪತ್ರೆಗೆ ಹೋಗಿಯೇ ಇಲ್ಲ ಎಂದು ತೀರ್ಮಾನಿಸಿದ್ದಾರೆ. ತನ್ನ ಗಂಡ ನೂರಕ್ಕೆ ನೂರು ಸುಳ್ಳ ಎಂಬುದು ಮತ್ತೊಮ್ಮೆ ಸಾಬೀತಾಯಿತೆಂದುಕೊಂಡು, ಟೈಗರ್ ಬಗ್ಗೆ ಕನಿಕರ ಮೂಡಿದೆ. ಆ ಗಳಿಗೆಗೆ ಸರಿಯಾಗಿ ಮೇರಿಯವರ ಜೀವ ಒದ್ದಾಡುವಂತೆ ಟೈಗರ್ ಪರ ಪರ ಮೈ ಕೆರೆದಕೊಂಡಿದೆ. ಗಂಡನ ಬಗ್ಗೆ ಸಿಟ್ಟು ಮತ್ತು ಟೈಗರ್ ಮೇಲಿನ ಅನುಕಂಪ ಉಕ್ಕಿ ಹರಿದು ಮೇರಿಯವರು ಕನಲಿ ಹೋಗಿದ್ದಾರೆ.

ಪರಿಚಯದವರ ಮನೆಯಲ್ಲಿ ಡಬ್ಬದಲ್ಲಿ ತರಿಸಿದ್ದ ಟ್ರ್ಯಾಕ್ಟರಿನ ಇಂಜಿನ್ ಆಯಿಲ್ ಅನ್ನು ಎದುರಿಟ್ಟುಕೊಂಡು ಟೈಗರಿನ ಚರ್ಮದ ಬೆಲ್ಟನ್ನು ತೆಗೆದಿಟ್ಟಿದ್ದಾರೆ. ಮೈಗೆ ಇಂಜಿನ್ ಆಯಿಲ್ ಸವರಿದ್ದಾರೆ. ಆ ಕರ್ರನೆಯ ಆಯಿಲ್ ದೇವರೇ ಕಳಿಸಿದ ದಿವ್ಯೌಷಧದಂತೆ ಗೋಚರಿಸಿ ಮತ್ತೊಮ್ಮೆ ಭಕ್ತಿಪೂರ್ವಕವಾಗಿ ಟೈಗರ್ ದೇಹಕ್ಕೆಲ್ಲ ಬಳಿದಿದ್ದಾರೆ. ಟೈಗರ್ ಮೈಮೇಲೆ ಒಂದು ಸೂಜಿ ಇಡಲು ಜಾಗವಿಲ್ಲದಂತೆ ಆಯಿಲ್ ಹಬ್ಬಿ ಕರ್ರಗೆ ಮಿಂಚುತ್ತಿರಲು ತಾವು ಸ್ನಾನ ಮಾಡಿ ವರ್ಗೀಸರ ಮನೆಯ ಕಾರ್ಯಕ್ರಮಕ್ಕೆ ತೆರಳಿದ್ದಾರೆ!

ಪೀಟರ್, "ನೀನು ಟೈಗರ್‌ನ ಬೆಲ್ಟ್ ಯಾಕೆ ತೆಗೆದೆ. ನಮಗೆ ಅದೇ ಮೋಸವಾಯಿತು."

ಮೇರಿ, "ಹೊಸ ಲೆದರ್ ಬೆಲ್ಟ್ ಹಾಳಾಗದಿರಲೆಂದು ತೆಗೆದೆ."

ತನ್ನದು ನೂರಕ್ಕೆ ನೂರು ಸೋಲು ಎಂದು ಪೀಟರ್ ಅರ್ಥವಾಯಿತು. ಭೀಕರವಾಗಿ ಸುರಿದ ಮಳೆ ಟೈಗರ್ ಮೈಮೇಲಿನ ದಿವ್ಯೌಷಧವನ್ನು ತೊಳೆದು ಹಾಕಿದ್ದರಿಂದ ಟೈಗರ್ ತನ್ನ ಮೂಲ ಬಣ್ಣಕ್ಕೆ ಬಂದಿದೆ. ಪೀಟರ್ ಟೈಗರ್ ಮೈಗೆ ಸೋಪು ಹಚ್ಚಿ ಮೈ ತೊಳೆದು, ವರೆಸಿ ಬಿಗಿ ಹಿಡಿದರು. ನಾನು ಪರೀಕ್ಷಿಸಿ ಇಂಜೆಕ್ಷನ್‌ಗಳನ್ನು ಮಾಡಿದೆ. ಚರ್ಮಕ್ಕೆ ಹಚ್ಚಲು ಲೋಷನ್ ಬರೆದುಕೊಟ್ಟೆ.

ಮನೆಯವರೆಲ್ಲರ ಪ್ರೀತಿ, ಆರೈಕೆ ಹಾಗೂ ಚಿಕಿತ್ಸೆಗೆ ಟೈಗರ್ ಸಂಪೂರ್ಣ ಗುಣವಾಯಿತು. ಇಂಜೆಕ್ಷನ್ ಮಾಡುತ್ತಿದ್ದ ನನ್ನನ್ನು ನೋಡಿದರೆ ಟೈಗರ್ ಮುಖದ ಮೇಲೆ ಮೂಡುತ್ತಿದ್ದ ಗಾಬರಿ, ಚಿರತೆಗೆ ಸಮಾನವಾದ ಅದರ ಓಟ ನನ್ನ ಮನಸ್ಸಿನಲ್ಲಿ ಅಚ್ಚಳಿಯದೆ ಉಳಿದಿವೆ.

❖

ಡಾ. ಸುನಿಲ್‌ಚಂದ್ರ

ಇವರ ವ್ಯಕ್ತಿತ್ವದ ವಿಶೇಷವೇ ವಿನಯ ಮತ್ತು ಸಂಕೋಚ. ತನಗೇನೂ ಗೊತ್ತಿಲ್ಲ, ತನಗೇನೂ ಪ್ರಾಮುಖ್ಯತೆ ಕೊಡಬೇಕಿಲ್ಲ ಎಂಬಂತೆ ಇರುತ್ತಾರೆ. ಒಮ್ಮೆ ಏನಾಯಿತೆಂದರೆ ಯಾವನೋ ಒಬ್ಬ ದಾಂಡಿಗ ಕಾರಿನಲ್ಲಿ ಬಂದು ರಸ್ತೆ ಪಕ್ಕದಲ್ಲಿ ನಿಂತಿದ್ದ ಡಾ. ಸುನಿಲ್‌ಚಂದ್ರರಿಗೆ ಗುದ್ದಿದ. ತೆಳ್ಳಗೆ ಉದ್ದುದ್ದ ಕಾಲುಗಳ ಒಂಟೆಯಂತಿದ್ದ ಸುನಿಲ್‌ಚಂದ್ರರು ಹಾರಿ ಬಿದ್ದರು. ಕೈ ಕಾಲಿಗೆಲ್ಲ ಏಟಾಯಿತು. ಮೊಣಕಾಲು ಊದಿಕೊಂಡಿತು. ಸುನಿಲ್‌ಚಂದ್ರ ಕಾರಿನವನ ಬಳಿ ಜಗಳಕ್ಕಿಳಿಯಲಿಲ್ಲ. ಬದಲಾಗಿ ಕಾರಿನವನೇ ಇವರೊಡನೆ ಜಗಳವಾಡಿ ಬೈದು ಹೋದ! ಇಂಥವರು ಸುನಿಲ್‌ಚಂದ್ರ!

ದೊಡ್ಡ ಹುದ್ದೆಯಲ್ಲಿದ್ದರೂ ದರ್ಪ ಇಲ್ಲ. ಸಿಬ್ಬಂದಿಯಿರಲಿ, ಆಸ್ಪತ್ರೆಗೆ ಬರುವ ರೈತರಿರಲಿ ಯಾರೊಂದಿಗೂ ಏಕವಚನದ ಬಳಕೆ ಇಲ್ಲ. ಇಲಾಖೆಯ ಯಾವುದೇ ಕಾರ್ಯಕ್ರಮಗಳಲ್ಲಿ, ಸಭೆ ಸಮಾರಂಭಗಳಲ್ಲಿ 'ಡಿ' ಗ್ರೂಪ್ ನೌಕರರು ತುದಿಗಾಲ ಮೇಲೆ ನಿಂತು ಕೆಲಸ ಮಾಡುತ್ತಾರೆ. ಆಗ ಅಧಿಕಾರಿಗಳು ಒಂದೋ ಅವರನ್ನು ಬೈಯ್ಯುತ್ತಿರುತ್ತಾರೆ ಇಲ್ಲವೇ ಭೇಷ್ ಕಣ್ರಯ್ಯ ಎಂದು ಹೊಗಳುತ್ತಿರುತ್ತಾರೆ. ಆದರೆ ಸುನಿಲ್‌ಚಂದ್ರರು ಅವರಿಗೆಲ್ಲ ದುಡ್ಡು ಕೊಟ್ಟು ತಿಂಡಿ ತಿನ್ನಿಸುತ್ತಿದ್ದರು.

ಪಶು ಔಷಧ ಶಾಸ್ತ್ರದಲ್ಲಿ ಸ್ನಾತಕೋತ್ತರ ಪದವಿ ಪಡೆದರೂ ಹೇಳಿಕೊಳ್ಳುತ್ತಿರಲಿಲ್ಲ. 2003ರಿಂದ 2006ರವರೆಗೆ ನಾನು ಧರ್ಮಸ್ಥಳ ಪಶು ಆಸ್ಪತ್ರೆಯಲ್ಲಿರುವಾಗ ಸುನಿಲ್‌ಚಂದ್ರರು ಬೆಳ್ತಂಗಡಿ ಪಶು ಆಸ್ಪತ್ರೆಯಲ್ಲಿ ಪಶುವೈದ್ಯಾಧಿಕಾರಿಗಳಾಗಿದ್ದರು. ಆಗ ಅವರ ಪರಿಚಯ ಮತ್ತು ಸ್ನೇಹವಾದದ್ದು. 2005ರಲ್ಲಿ ಸುನಿಲ್‌ಚಂದ್ರರು ಮದುವೆಯಾದರು. ಅವರ ಪತ್ನಿ ಪವಿತ್ರರ ಆಗಮನದ ನಂತರ ನಮ್ಮ ಎರಡೂ ಕುಟುಂಬದ ಸ್ನೇಹ ಇನ್ನೂ ಗಟ್ಟಿಯಾಯಿತು.

ನಮ್ಮನೆಗೆ ಅವರು ಯಾವಾಗ ಬಂದರೂ ಐಸ್ ಕ್ರೀಂ ತರುತ್ತಿದ್ದುದರಿಂದ ನನ್ನ ಮಕ್ಕಳಿಗೆ ಸುನಿಲ್‌ಚಂದ್ರರೆಂದರೆ ಅಚ್ಚುಮೆಚ್ಚು. ಅದೇ ಸಮಯದಲ್ಲಿ ನೀನಾಸಂ ತಿರುಗಾಟದ ನಾಟಕಗಳು ಉಜಿರೆಗೆ ಬಂದವು. ಈ ದಂಪತಿ ಎಂದೂ ನಾಟಕ ನೋಡದವರು. ನನ್ನ ಮತ್ತು ನನ್ನ ಹೆಂಡತಿಯ ಒತ್ತಾಯದಿಂದ ಅವರೂ ಸಹ ಕುಟುಂಬ ಸಮೇತ ನಾಟಕಕ್ಕೆ ಬಂದರು. ಮೊದಲ ದಿನ 'ಪಾತರಗಿತ್ತಿ ಪಕ್ಕ' ಎಂಬ ನಾಟಕ. ಅವರಿಬ್ಬರು ಎಷ್ಟು ಪ್ರಭಾವಿತರಾದರೆಂದರೆ ಎರಡನೇ ದಿನದ 'ರೋಮಿಯೋ ಜ್ಯೂಲಿಯಟ್' ನಾಟಕಕ್ಕೆ ನಮಗಿಂತ ಮುಂಚೆ ಅವರೇ ಹೊರಟು ನಿಂತಿದ್ದರು!

ಸುನಿಲ್‌ಚಂದ್ರರು ಬೇರೆಯವರ ಸಹಾಯಕ್ಕೆ ನಿಲ್ಲುತ್ತಿದ್ದ ಸ್ವಭಾವ ಬಹಳ ಅಪರೂಪವಾದದ್ದು. ಒಮ್ಮೆ ಹತ್ತಿರದ ಹಳ್ಳಿಯೊಂದರಲ್ಲಿ ಎಂಟು ಗಂಡು ಹಂದಿ ಮರಿಗಳ ವೃಷಣಗಳನ್ನು ಶಸ್ತ್ರಚಿಕಿತ್ಸೆ ಮಾಡಿ ತೆಗೆದು ಹಾಕಲು ಒಪ್ಪಿಕೊಂಡಿದ್ದೆ (Castration). ಆದರೆ ಅದೇ ದಿನ ಬೇರೆ ಕೆಲಸ ವಕ್ಕರಿಸಿದ ಪ್ರಯುಕ್ತ ನಾನು ಆಪರೇಷನ್ ಮಾಡಲು ಆಗದೇ ಹೋಯಿತು. ವಿಷಯ ತಿಳಿಸಿದ ಕೂಡಲೇ ಸುನಿಲ್‌ಚಂದ್ರರು ಬಿಡುವು ಮಾಡಿಕೊಂಡು ಅಷ್ಟೂ ಕೆಲಸವನ್ನು ತಾವೊಬ್ಬರೇ ಮಾಡಿ ಮುಗಿಸಿಕೊಟ್ಟರು.

ಇನ್ನೊಂದು ಸಲ ಶ್ರೀಕ್ಷೇತ್ರ ಧರ್ಮಸ್ಥಳ ದೇವಸ್ಥಾನದ ಜರ್ಸಿ ಮಣಕವೊಂದು ಮೇವು ತಿನ್ನುವುದನ್ನು ಕಡಿಮೆ ಮಾಡಿ ದಿನ ದಿನಕ್ಕೆ ದುರ್ಬಲವಾಗತೊಡಗಿತು. ಅದು ಬೇರೆ ಯಾವ ರೋಗಲಕ್ಷಣವನ್ನೂ ತೋರಿಸುತ್ತಿರಲಿಲ್ಲ. ಅದಕ್ಕೆ ಜಂತು ನಿವಾರಣಾ ಔಷಧ, ಹೊಟ್ಟೆ ಹಸಿವು ಹೆಚ್ಚಿಸಲು ಔಷಧ, ವಿಟಮಿನ್ ಮಿನರಲ್ಲುಗಳ ಪ್ರಯೋಗ ಮುಂತಾಗಿ ಏನು ಮಾಡಿದರೂ ಪ್ರಯೋಜನವಾಗಲಿಲ್ಲ.

ಪಡ್ಡೆ ಸವೆಯುತ್ತ ಹೋಯಿತು. ಅಲ್ಲಿ ದನಗಳ ಉಸ್ತುವಾರಿ ನೋಡಿಕೊಳ್ಳುತ್ತಿದ್ದ ಹುಡುಗರಿಂದ ಕೊನೆಗೆ ಒಂದು ಸುಳಿವು ಸಿಕ್ಕಿತು. ಆ ಪಡ್ಡೆ ಇತ್ತೀಚೆಗಷ್ಟೇ ದೇವಸ್ಥಾನದ ದನಗಳ ಮಂದೆ ಸೇರಿದೆ ಮತ್ತು ತನ್ನ ಪೂರ್ವಾಶ್ರಮದಲ್ಲಿ ಪ್ಲಾಸ್ಟಿಕ್ಕನ್ನು ಕಬಳಿಸುತ್ತಿತ್ತು ಎಂಬುದು ಆ ಸುಳಿವಾಗಿತ್ತು. ಮುಂದಿನ ನಮ್ಮ ಹಾದಿ ಸುಗಮವಾಯಿತು.

ಸದರಿ ಪಡ್ಡೆಯ 'ರೂಮಿನಾಟಮಿ' ಶಸ್ತ್ರಚಿಕಿತ್ಸೆಗೆ ದಿನಾಂಕ, ಸಮಯ ನಿಗದಿಪಡಿಸಿಕೊಂಡೆ. ದನದ ಮೊದಲ ಹೊಟ್ಟೆಯಾದ ರೂಮೆನ್ನನ್ನು ಶಸ್ತ್ರಚಿಕಿತ್ಸೆ ಮಾಡಿ ಅದರೊಳಗಿರಬಹುದಾದ ಪ್ಲಾಸ್ಟಿಕ್ಕನ್ನು ತೆಗೆದು ಹಾಕುವುದು ನನ್ನ ಯೋಜನೆಯಾಗಿತ್ತು. ಎಲ್ಲ ಸಿದ್ಧತೆಗಳನ್ನು ಮಾಡಿಕೊಂಡೆ. ಹೇಗೂ ಇರಲಿ ಎಂದು ಸುನಿಲರಿಗೆ ತಿಳಿಸಿದ್ದೆ. ಅವರು ತಮ್ಮ ಎಲ್ಲಾ ಕೆಲಸವನ್ನೂ ಮುಂದೂಡಿ ಸರಿಯಾದ ಸಮಯಕ್ಕೆ ಧರ್ಮಸ್ಥಳಕ್ಕೆ ಆಗಮಿಸಿಯೇ ಬಿಟ್ಟರು.

ಶಸ್ತ್ರಚಿಕಿತ್ಸೆಯನ್ನು ನೋಡಲು ಹೆಂಗರುಳಿನವರಿಗೆ ಕಷ್ಟವಾಗಬಹುದು. ಮುಟ್ಟಿದರೆ ಕುಯ್ದು ಹೋಗುವಷ್ಟು ಚೂಪಾಗಿರುವ ಚಾಕು, ಕತ್ತರಿ, ಸ್ಕಾಲ್ಪೆಲ್ ಮುಂತಾದವುಗಳನ್ನು ಝುಳಪಿಸುತ್ತ ಆಪರೇಷನ್ ಮಾಡುವ ವೈದ್ಯರು ಕಟುಕರ ಥರ ಕಾಣಬಹುದು.

ಇರಲಿ. ಸುನಿಲ್‌ಚಂದ್ರರು ಬಂದ ಮೇಲೆ ನನಗೆ ಯಾವುದೇ ಒತ್ತಡವಿಲ್ಲದಂತಾಯಿತು. ಶಸ್ತ್ರಚಿಕಿತ್ಸೆಗೊಳಪಟ್ಟ ಜರ್ಸಿ ಮಣಕ ಬಹಳ ಸಾಧು ಸ್ವಭಾವದ್ದಾಗಿತ್ತು. ಬಲ ಮಗ್ಗುಲಿಗೆ ಮಲಗಿಸಿ ಕಾಲುಗಳನ್ನು ಕಟ್ಟಿದ ನಂತರ ಆಪರೇಷನ್ ಪ್ರಾರಂಭವಾಯಿತು. ಮಣಕವನ್ನು ಹಿಡಿಯಲು ಸಾಕಷ್ಟು ಜನರಿದ್ದರು. ಸುನಿಲ್‌ಚಂದ್ರರೇ ಮಣಕದ ಹೊಟ್ಟೆಯ ಎಡಭಾಗದಲ್ಲಿ ಜಾಗ ಸಿದ್ಧಪಡಿಸಿಕೊಂಡು ಚಕಚಕನೆ ಆಪರೇಷನ್ ಮಾಡತೊಡಗಿದರು.

ರೂಮೆನ್‌ನಿಂದ ಕೆಜಿಗಟ್ಟಲೆ ಪ್ಲಾಸ್ಟಿಕ್ಕನ್ನು ತೆಗೆದು ಒಂದೆಡೆ ಒಟ್ಟು ಮಾಡಿದೆವು. ರೂಮೆನ್ ಚಲನಕ್ಕೆ ಪ್ಲಾಸ್ಟಿಕ್ಕೆಲ್ಲ ಕೆಲವು ಕಡೆ ಹಗ್ಗದಂತೆ ಹೊಸೆದುಕೊಂಡಿತ್ತು. ಸಾಧಾರಣ ಗಾತ್ರದ ಮಣಕದ ಹೊಟ್ಟೆಯಲ್ಲಿ ಅಷ್ಟೊಂದು ಪ್ಲಾಸ್ಟಿಕ್ ತುಂಬಿಕೊಂಡರೆ ಅದಕ್ಕೆ ಹಸಿವು ಹೇಗೆ ಆಗುತ್ತದೆ? ಮೇವು ತಿನ್ನಲು ಹೊಟ್ಟೆಯಲ್ಲಿ ಜಾಗವೆಲ್ಲಿದೆ? ಮನುಷ್ಯರಿಗೆ ಪ್ಲಾಸ್ಟಿಕ್ ತಟ್ಟೆ, ಕಪ್ಪುಗಳನ್ನು ಬಳಸಿದರೇ ಕಾಯಿಲೆಗಳು ಬರುತ್ತವೆ ಎನ್ನುತ್ತಾರೆ ವಿಜ್ಞಾನಿಗಳು. ಹೊಟ್ಟೆಯಲ್ಲಿ ಮಣಗಟ್ಟಲೆ ಪ್ಲಾಸ್ಟಿಕ್ ತುಂಬಿಕೊಂಡ ಹಸುಗಳಿಗೆ ಮುಂದೆ ಎಂಥ ವಿಕಾರದ ಕಾಯಿಲೆಗಳು ಕಾದುಕೊಂಡಿವೆಯೋ?

ರೂಮೆನ್‌ಗೆ ಮತ್ತು ಹೊರ ಚರ್ಮಕ್ಕೆ ಹೊಲಿಗೆ ಹಾಕಿ, ಆಪರೇಷನ್ ಗಾಯಗಳಿಗೆ ಔಷಧಹಾಕಿ ಅಗತ್ಯವಿರುವ ಇಂಜೆಕ್ಷನ್‌ಗಳನ್ನು ಮಾಡಿದೆವು. ಪಾಲಿಸಬೇಕಾದ ಸಲಹೆ ಸೂಚನೆಗಳನ್ನು ತಿಳಿಸಿದೆವು. ಕೈತೊಳೆದು ಕೊಂಡು ದೇವಸ್ಥಾನದಲ್ಲಿಯೇ ಊಟ ಮಾಡಿ ಹಿಂತಿರುಗಿದೆವು.

ಇದೆಲ್ಲಕ್ಕಿಂತ ವಿಶೇಷವಾದ ಪ್ರಸಂಗವನ್ನು ನೀವು ಕೇಳಬೇಕು. ಅದು 2005ರ ಮಳೆಗಾಲದ ಮಧ್ಯಭಾಗ. ಜುಲೈ ಅಥವಾ ಆಗಸ್ಟ್ ತಿಂಗಳಿರಬಹುದು. ಅಂದು ಮಳೆ ಬಿಡದೆ ಸುರಿಯುತ್ತಿತ್ತು. ಆ ದಿನ ಮಧ್ಯರಾತ್ರಿ ಹನ್ನೆರಡರ ಸುಮಾರಿಗೆ ಇಬ್ಬರು ರೈತರು ಬಂದು ನನ್ನ ಮನೆಯ ಬಾಗಿಲು ಬಡಿಯತೊಡಗಿದರು. ಎದ್ದು ಬಾಗಿಲು ತೆಗೆಯಲಾಗಿ ಅವರ ಮನೆಯ ನಾಟಿ ಹಸುವೊಂದು ಸಾಯಂಕಾಲದಿಂದ ಹೆರಿಗೆ ನೋವು ತೋರಿಸುತ್ತಿದೆ. ಆದರೆ ಕರು ಮಾತ್ರ ಹೊರಬಂದಿಲ್ಲವೆಂದು ತಿಳಿಸಿದರು.

"ಸಾಯಂಕಾಲವೇ ಬರಬಹುದಿತ್ತು. ಮಧ್ಯರಾತ್ರಿ ಬಂದಿದ್ದೀರಲ್ಲ?" ಎಂದೆ. "ಊರಲ್ಲಿರಲಿಲ್ಲ" ಎಂದರು. "ಮಲ್ನಾಡು ಗಿಡ್ಡ ತಳಿಯ ಹಸುವೇ?" ಎಂದೆ. "ಅಲ್ಲ ಸಾರ್, ಘಟ್ಟದ ಮೇಲಿನ ದೊಡ್ಡ ನಾಟಿ ಹಸು," ಎಂದರು. "ನೆತ್ತಿ ಚೀಲ ಒಡೆದಿದೆಯಾ? (Rupture of Amniotic sac)" ಎಂದೆ. ಅವರಾರೂ ನೋಡಿರಲಿಲ್ಲ. "ಗೊತ್ತಿಲ್ಲ"

ಎಂದರು. "ಕರುವಿನ ತಲೆಯಾಗಲೀ ಕಾಲುಗಳಾಗಲೀ ಕಾಣಿಸುತ್ತಿವೆಯೇ?" ಎಂದೆ. "ಇಲ್ಲ" ಎಂದರು. "ನಿಮ್ಮನೆ ಎಲ್ಲಿ" ಎಂದೆ. "ಅದು ಚಾರ್ಮಾಡಿ ರೋಡಲ್ಲಿ ಸೋಮನತಡ್ಕ ದಾಟಿ ಹೋಗಬೇಕು. ಅಲ್ಲಿ ಒಂದು ಸ್ಕೂಲ್ ಉಂಟು. ಆ ಸ್ಕೂಲು ದಾಟಿದ ಮೇಲೆ ಬಲಗಡೆಗೆ ಒಂದು ರಸ್ತೆ ಇದೆ. ಅದು ನೇರ ನಮ್ಮನೆಗೆ ಹೋಗುತ್ತದೆ," ಎಂದು ಹೇಳಿದರು. ಅಂದರೆ ಸುಮಾರು 10–12 ಕಿ.ಮೀ. ದೂರ.

ಹಿಂದು ಮುಂದು ನೋಡದೆ ಹೊರಟೆ. ಮೆಡಿಸಿನ್ ಬ್ಯಾಗಿನಲ್ಲಿ ಔಷಧಗಳ ಮೇಲೆ ಕಣ್ಣಾಡಿಸಿದೆ. ಬೇಕಾದ ಎಲ್ಲ ಔಷಧಗಳೂ ಇದ್ದವು. ಒಂದು ಮಾರು ಉದ್ದನೆಯ ನೂಲಿನ ಹಗ್ಗ ಸಹ ನನ್ನ ಬೈಕಿನ ಡಿಕ್ಕಿಯಲ್ಲಿತ್ತು. ಹೆರಿಗೆಯಲ್ಲಿ ಕರು ಹೊರಬರುವುದು ತೊಂದರೆಯಾದರೆ ಕರುವಿನ ಕಾಲುಗಳಿಗೆ ಅಥವಾ ತಲೆ, ಕತ್ತು, ದವಡೆಗೆ ಕಟ್ಟಿ ಕರುವನ್ನು ಹೊರಗೆಳೆಯಲು ಬಳಸುತ್ತಿದ್ದ ಹಗ್ಗ ಅದು.

ಬಂದಿದ್ದ ಇಬ್ಬರಲ್ಲಿ ಒಬ್ಬರನ್ನು ನನ್ನ ಬೈಕಿನಲ್ಲಿ ಕೂರಿಸಿಕೊಂಡೆ. ಇಬ್ಬರೂ ರೈನ್ ಕೋಟ್ ಧರಿಸಿದ್ದರು. ನಾನೂ ರೈನ್ ಕೋಟು ಮತ್ತು ಪ್ಲಾಸ್ಟಿಕ್ ಚಪ್ಪಲಿ ಧರಿಸಿ ಹೊರಟೆ. ನಾನು ಧರ್ಮಸ್ಥಳದಲ್ಲಿರುವ ತನಕ ಪ್ಲಾಸ್ಟಿಕ್ ಚಪ್ಪಲಿಗಳನ್ನು ಹಾಕಿಕೊಳ್ಳುತ್ತಿದ್ದೆ. ಚರ್ಮದ ಚಪ್ಪಲಿ ಹಾಕಿದರೆ ಒಂದು ತಿಂಗಳೊಳಗೆ ಹಾಳಾಗುತ್ತಿದ್ದವು. ಬೂಟು ಹಾಕಿಕೊಂಡರೆ ಮಳೆ ನೀರು ಬೂಟಿನೊಳಗೆ ನುಗ್ಗಿ ಬಿಡುತ್ತಿತ್ತು.

ಬಹಳ ಹೊತ್ತು ಪಾದಗಳು ಹಸಿಯಿದ್ದರೆ, ಕಾಲ್ಬೆರಳುಗಳ ಮಧ್ಯೆ ಕೂಡಲೇ ಬೂಸ್ಟ್ (ಫಂಗಸ್) ಹಿಡಿಯುತ್ತಿತ್ತು. ಬೂಸ್ಟ್ ವಾಸಿ ಮಾಡಿಕೊಳ್ಳಲು ಪಾದಗಳನ್ನು ಯಾವಾಗಲೂ ಒಣಗಿದಂತಿಟ್ಟುಕೊಳ್ಳಬೇಕು. ಆದರೆ ಮಳೆಯಿಂದಾಗಿ ನನ್ನ ಪಾದಗಳು ಸದಾ ನೀರಿನಲ್ಲಿ ಆಡುತ್ತಿದ್ದುದರಿಂದ ಬೂಸ್ಟ್ ವಾಸಿಯಾಗುತ್ತಲೇ ಇರಲಿಲ್ಲ. 2005ರ ಸುಮಾರಿಗೆ ನನಗೆ ತಗಲಿಕೊಂಡ ಬೂಸ್ಟು ಬಹಳ ವರ್ಷಗಳವರೆಗೆ ವಾಸಿಯಾಗಲಿಲ್ಲ. ಬೇಸಿಗೆಯಲ್ಲಿ ಏನೂ ಇರದ ಕಾಟ ಮಳೆಗಾಲ ಪ್ರಾರಂಭವಾದ ಕೂಡಲೇ ಹಾಜರಾಗುತ್ತಿತ್ತು. ಇರಲಿ ಬಿಡಿ. ಇದು ನಮ್ಮ ಗೋಳು.

ಉಜಿರೆಯನ್ನು ಹಿಂದೆ ಬಿಟ್ಟು ಚಾರ್ಮಾಡಿ ಕಡೆ ಹೊರಟೆವು. ನಾವು ಮೂವರು ಎರಡು ಬೈಕುಗಳಲ್ಲಿ ಹೋಗುತ್ತಿದ್ದೆವು. ಅವರ ಬೈಕು ಮುಂದೆ ಹೋಗುತ್ತಿತ್ತು. ಹಿಂದೆ ನಾನಿದ್ದೆ. ಉಜಿರೆ ಮತ್ತು ಚಾರ್ಮಾಡಿ ಮಧ್ಯೆ ನೂರಾರು ಸಲ ಓಡಾಡಿದ್ದೆ. ಹಗಲಿನ ಬೈಕ್ ಸವಾರಿಗಿನ್ನ ರಾತ್ರಿ ಸವಾರಿ ರೋಮಾಂಚಕವಾಗಿರುತ್ತಿತ್ತು. ಅಕಸ್ಮಾತ್ ಕಾಡುಪ್ರಾಣಿ ಅಡ್ಡ ಬಂದರೆ! ಭಯಾನಕವಾದ ಹಾವು ಅಡ್ಡ ಹಾದರೆ! ಅಥವಾ ಬೈಕ್ ಕೆಟ್ಟು ಹೋದರೆ! ಎನ್ನುವ ಭಯದ ಅಂಶ ಸಹ ಈ ರೋಮಾಂಚನದಲ್ಲಿ ಸೇರಿರುತ್ತಿತ್ತು ಎನಿಸುತ್ತದೆ. ಇಷ್ಟಲ್ಲದೆ ನನ್ನ ಹೀರೋಯಿಸಂ ಪ್ರದರ್ಶನವೂ ಸಹ ಸೇರಿತ್ತೇನೋ!

ಸೋಮನತಡ್ಕ ದಾಟಿ ಮೈನ್ ರೋಡಿಂದ ಬಲಕ್ಕೆ ತಿರುಗಿದ ಮೇಲೆ 2–3 ಕಿ.ಮೀ. ದೂರವಿತ್ತು ಅವರ ಮನೆ. ಮನೆ ಹಿತ್ತಲಲ್ಲಿದ್ದ ದನದ ಹಟ್ಟಿ ಪ್ರವೇಶಿಸಿ ಹಸುವಿನ ಗರ್ಭಚೀಲದೊಳಗೆ ಕೈ ಹಾಕಿದಾಗ ನನ್ನ ಎದೆ ಧಸಕ್ಕೆಂದಿತು!

ಹಸುವಿಗೆ ಹೆರಿಗೆ ನೋವು ಸಾಯಂಕಾಲ ಐದು ಗಂಟೆಯ ಸುಮಾರಿಗೇ ಪ್ರಾರಂಭವಾಗಿದೆ. ಆಗಲೇ ನೆತ್ತಿ ಚೀಲ (ಉಚ್ಚೆ ಬುಡ್ಡೆ) (Amniotic Sac) ಒಡೆದಿದೆ. ಈ ಆಮ್ನಿಯಾಟಿಕ್ ದ್ರವವೇ ಕರು ಬರುವ ಮಾರ್ಗವನ್ನು ಹಸಿಯಿರುವಂತೆ ಮತ್ತು ಲೋಳೆ ಲೋಳೆಯಾಗಿ ಜಾರುವಂತೆ ಮಾಡುತ್ತದೆ. ಆದರೆ ಕರುವಿನ ತಲೆ ಅದರ ಎರಡು ಮುಂಗಾಲುಗಳ ಕೆಳಗೆ ಜಾರಿ ಹೋಗಿತ್ತು. ಹೀಗಾಗಿ ಕರು ಹೊರಬರಲಾಗಿಲ್ಲ.

ಆಗಲೇ ತಿಳಿದ ಯಾರಾದರೂ ಕರುವಿನ ತಲೆಯನ್ನು ಸರಿಸ್ಥಿತಿಗೆ ತಂದು ಸರಿಪಡಿಸಿದ್ದರೆ ಸುಲಭವಾಗಿ ಹೆರಿಗೆಯಾಗುತ್ತಿತ್ತು. ಆದರೆ ಸರಿಪಡಿಸಲು ಯಾರೂ ಇರಲಿಲ್ಲವಲ್ಲ? ಎಂಟು ಗಂಟೆ ತಡವಾಗಿದೆ. ನೆತ್ತಿ ಚೀಲ ಒಡೆದು ಆಮ್ನಿಯಾಟಿಕ್ ದ್ರವವೆಲ್ಲ ವ್ಯರ್ಥವಾಗಿ ಸುರಿದು ಹೋಗಿದೆ. ನಾನು ಮಧ್ಯರಾತ್ರಿ ಒಂದು ಗಂಟೆಯ ಸುಮಾರಿಗೆ ಪರೀಕ್ಷಿಸಿದಾಗ ಗರ್ಭಚೀಲ ಮತ್ತು ಕರು ಬರುವ ಮಾರ್ಗ (Birth canal) ಒಣಗಿ ಹೋಗಿತ್ತು. ಮೈಮೇಲೆ ಕೂದಲು ಸಮೃದ್ಧವಾಗಿ ಬೆಳೆದ ಕರುವನ್ನು ಮುಟ್ಟಿದರೆ ಒಣ ಟರ್ಕಿ ಟವಲ್ಲು ಮುಟ್ಟಿದಂತಾಯಿತು!

ಕರು ದೊಡ್ಡದಾಗಿ ಬೆಳೆದಿದ್ದರಿಂದ ಗರ್ಭಚೀಲದ ತುಂಬ ಕರು ತುಂಬಿಕೊಂಡಿತ್ತು. ಸ್ವಲ್ಪವಾದರೂ ಜಾಗ ಇರಲಿಲ್ಲ. ಅಲ್ಲಿ ನಮ್ಮ ಕೈಗಳನ್ನು ಹಾಕಿ ಎರಡು ಮುಂಗಾಲುಗಳ ಕೆಳಗೆ ಜಾರಿದ್ದ ತಲೆಯನ್ನು ಮೇಲಕ್ಕೆ ಎತ್ತಿ ಅದರ ಸಹಜ ಸ್ಥಾನಕ್ಕೆ ತರಬೇಕಾಗಿತ್ತು. ಗರ್ಭಚೀಲದ ಒಳಗೆ ದ್ರವವಿದ್ದರೆ ಅಷ್ಟು ಕಷ್ಟವಾಗುವುದಿಲ್ಲ. ಆದರೆ ಪ್ರಸ್ತುತ ಪ್ರಕರಣದಲ್ಲಿ ಗರ್ಭಚೀಲದಲ್ಲಿ ಪಸೆಯೇ ಇಲ್ಲವಲ್ಲ! ಮತ್ತೂ ಒಂದು ಯಡವಟ್ಟಾಗಿತ್ತು. ಅದೇನೆಂದರೆ ಗರ್ಭಚೀಲ ನಿಷ್ಕ್ರಿಯವಾಗಿತ್ತು (Uterine Inertia). ಅಂದರೆ ಗರ್ಭಚೀಲವು ತನ್ನ ಸಂಕುಚನಗಳ ಮೂಲಕ ಕರುವನ್ನು ಹೊರಹಾಕುವ ಕ್ರಿಯೆಯನ್ನು (Uterine Contractions) ಸ್ಥಗಿತಗೊಳಿಸಿತ್ತು. ಕರುವನ್ನು ಹೊರಹಾಕಲು ಹಸು ಮುಲುಕುತ್ತಿರಲಿಲ್ಲ.

ನನಗೊಂದೆರಡು ಕ್ಷಣ ಕಕ್ಕಾಬಿಕ್ಕಿಯಾಯಿತು. ನಾನು ಎಂದೂ ಗರ್ಭಚೀಲದ ನಿಷ್ಕ್ರಿಯತೆಯ ಪ್ರಕರಣಗಳನ್ನು ನೋಡಿರಲಿಲ್ಲ. ಅರ್ಧ ಗಂಟೆಯ ಕೆಳಗೆ ಆರಾಮವಾಗಿ ಮನೆಯಲ್ಲಿ ನಿದ್ದೆ ಹೊಡೆಯುತ್ತ ಬಿದ್ದುಕೊಂಡಿದ್ದವನು ಇದ್ದಕ್ಕಿದ್ದಂತೆ ಕಷ್ಟಕೋಟಲೆಯಲ್ಲಿ ಸಿಗಿಬಿದ್ದಿದ್ದೆ. ನನ್ನ ಸಹಾಯಕ್ಕೆ ಯಾರೂ ಇರಲಿಲ್ಲ. ಜೊತೆಗಿದ್ದ ಇಬ್ಬರು ಗಂಡಸರು ಮತ್ತು ಮನೆಯ ಮೂವರು ಹೆಣ್ಣುಮಕ್ಕಳು ಅತಿ ವಿನಯದಿಂದ ನನ್ನ ಮತ್ತು ಹಸುವಿನ ಸುತ್ತ ನಿಂತಿದ್ದರು. ಆ ಕ್ಷಣದಲ್ಲಿ ನಾನು ಅವರ

ಕೊಟ್ಟಿಗೆಗೇ ಬಂದಿದ್ದ ದೇವರಂತೆ ಕಂಡಿರಬೇಕು. ಆದರೆ 'ಈ ದೇವರ' ಮಿತಿ, ಉದ್ವಿಗ್ನತೆ, ದಿಗಿಲುಗಳನ್ನು ಅವರೇನು ಬಲ್ಲರು?

ನಿಧಾನಕ್ಕೆ ಒಂದೊಂದೇ ಸಿಕ್ಕುಗಳನ್ನು ಬಿಡಿಸಿಕೊಳ್ಳಬೇಕೆಂದು ಮನಸ್ಸಿನಲ್ಲಿಯೇ ನಿರ್ಧರಿಸಿದೆ. ಮೊದಲು ಗರ್ಭಚೀಲದಲ್ಲಿರುವ ಕರುವಿನ ತಲೆಯನ್ನು ನೇರಗೊಳಿಸಿ ಕೊಳ್ಳತೊಡಗಿದೆ. ಅದು ನಾಟಿ ಹಸುವಾದುದರಿಂದ ಎಷ್ಟೇ ದೊಡ್ಡದಾದರೂ ಕರುವಿನ ತಲೆ, ಕುತ್ತಿಗೆಗಳು ನನ್ನ ಕೈಗೆ ಎಟುಕುತ್ತಿದ್ದವು. ಆದರೆ ತಲೆಯನ್ನು ಅತ್ತಿತ್ತ ಸರಿಸುವುದಕ್ಕೆ ಒಂದರ್ಧ ಅಂಗುಲದಷ್ಟು ಸಹ ಜಾಗವಿರಲಿಲ್ಲ. ಮತ್ತು ಎಲ್ಲ ಚಲನೆಗಳಿಗೂ ನಾನೇ ಪೂರ್ತಿ ಶಕ್ತಿಯನ್ನು ವ್ಯಯಿಸಬೇಕಾಗಿತ್ತು.

ಗರ್ಭಚೀಲ ನಿಷ್ಕ್ರಿಯಗೊಂಡಿದ್ದರಿಂದ ಹಸುವಿನ ವತಿಯಿಂದ ತಿಣುಕುವ ಯಾವುದೇ ಸಹಾಯ ಸಹಕಾರವಿರಲಿಲ್ಲ. ತೀರಾ ಇಕ್ಕಟ್ಟಾದ ಜಾಗದಲ್ಲಿ ಬಹಳ ಹೊತ್ತಿನಿಂದ ಇದ್ದ ಕರುವು ಶಕ್ತಿಗುಂದಿದಂತಾಗಿತ್ತು. ಕರುವಿನ ಚಟುವಟಿಕೆಗಳು ಕಮ್ಮಿಯಾಗಿದ್ದವು. ಕರುವಿನ ಉದ್ದುದ್ದನೆಯ ಕಾಲುಗಳ ಮೂಳೆಗಳು, ತಲೆಯ ಮೂಳೆಗಳು, ದವಡೆ ಮೂಳೆಗಳು, ಹಸುವಿನ ಸೊಂಟದ ಮೂಳೆಗಳು ನನ್ನ ಕೈಗಳಿಗೆ ಯಾವ ರೀತಿಯಲ್ಲಿ ಒತ್ತುತ್ತಿದ್ದವೆಂದರೆ ಇಕ್ಕಳದಲ್ಲಿ ಹಿಚುಕಿದಂತಾಗುತ್ತಿತ್ತು. ಎಷ್ಟು ತಿಣುಕಾಡಿದರೂ ತಲೆಯನ್ನು ಹಿಡಿದೆತ್ತಲು ಸಾಧ್ಯವಾಗಲಿಲ್ಲ. ಆಗ ನನ್ನ ಬಳಿಯಿದ್ದ ತೆಳ್ಳನೆಯ ನೂಲಿನ ಹಗ್ಗವನ್ನು ನಿಧಾನಕ್ಕೆ ಗರ್ಭಚೀಲದಲ್ಲಿ ಹಾಯಿಸಿಕೊಂಡು ಒಳಗೇ ಕರುವಿನ ಉದ್ದನೆಯ ಮುಸುಡಿಗೆ ಸುತ್ತಿ ಗಂಟು ಹಾಕಿದೆ.

ಇದೆಲ್ಲ ಕೆಲಸ ಆಗುವುದು ಗರ್ಭಚೀಲದೊಳಗಿನ ಕತ್ತಲೆಯಲ್ಲಿ. ಇದಕ್ಕೆ ಅನುಭವವೇ ಗುರು. ಪಶುವೈದ್ಯ ವೃತ್ತಿ ಎಲ್ಲವನ್ನೂ ಕಲಿಸುತ್ತದೆ. ಈಗ ಗಂಟು ಹಾಕಿದ ಹಗ್ಗದ ಇನ್ನೊಂದು ತುದಿಯನ್ನು ನನ್ನ ಪಕ್ಕದಲ್ಲಿ ಕುಳಿತಿದ್ದ ಗಂಡಸರಿಗೆ ಕೊಟ್ಟು ಸೂಚಿಸಿದ ನಂತರ ಒಮ್ಮೆಲೇ ಜಗ್ಗಲು ತಿಳಿಸಿದೆ. ಮುಗ್ಧರಾದ ಅವರಿಬ್ಬರು ಒಂದು ಸೆಕೆಂಡನ್ನೂ ವ್ಯರ್ಥ ಮಾಡಬಾರದೆಂದು ಶಕ್ತಿಯೆಲ್ಲ ಬಿಟ್ಟು ಒಮ್ಮೆಲೆ ಎಳೆದುಬಿಟ್ಟರು. ತಲೆಯೇನೋ ಕಟಕಟ ಶಬ್ದದೊಂದಿಗೆ ಸರಿಯಾದ ಜಾಗಕ್ಕೆ ಬಂದಿತು. ಆದರೆ ಕರುವಿನ ಕಾಲು ಮತ್ತು ತಲೆಯ ಮೂಳೆಗಳ ಮಧ್ಯೆ ಸಿಗಿ ಹಾಕಿಕೊಂಡ ನನ್ನ ಎಡಗೈ ಹಸ್ತದ ಅಷ್ಟೂ ಮೂಳೆಗಳು ಕಬ್ಬಿಣದ ರಾಡುಗಳಿಂದ ನರುಕಿದಂತಾಯಿತು. ಕೈ ಹೊರಗೆಳೆದುಕೊಂಡು ನೋಡಿದರೆ ಹಸ್ತಕ್ಕೆ ಹಸ್ತವೇ ಕಂಪಿಸುತ್ತಿದೆ. ಹೌದೋ ಅಲ್ಲವೋ ಎಂಬಂತೆ ನಿಧಾನಕ್ಕೆ ಊದಿಕೊಳ್ಳತೊಡಗಿತು.

ನನ್ನ ಕೈಗಾದ ಗತಿ ಕಂಡು ಆ ಮನೆಯವರ ಸಂಕಟಕ್ಕೆ ಕೊನೆಯಿಲ್ಲದಾಯಿತು. ಹೆಣ್ಣು ಮಕ್ಕಳು ಹಗ್ಗ ಹಿಡಿದೆಳೆದ ಗಂಡಸರನ್ನು ಬೈಯ್ಯತೊಡಗಿದರು. ಗಂಡಸರು, "ಕ್ಷಮಿಸಿ, ಬೇಕಂತಲೇ ಹಾಗೆ ಮಾಡಿದ್ದಲ್ಲ," ಎನ್ನುವುದು ನಡೆದೇ ಇತ್ತು. ನಾನು ಒಂದು ಪಾತ್ರೆಯಲ್ಲಿ ತಣ್ಣೀರು ತರಿಸಿ ಅದರಲ್ಲಿ ಎಡಹಸ್ತವನ್ನು ಮುಳುಗಿಸಿಕೊಂಡು ಕೂತೆ. ಇನ್ನು ನಾನು ನಿಷ್ಪ್ರಯೋಜಕನಾಗಿದ್ದೆ. ಇದಾವುದರ ಪರಿವೆ ಇಲ್ಲದೆ ಮಳೆ ಸುರಿಯುತ್ತಲೇ ಇತ್ತು.

ಹಸುವಿನ ಗರ್ಭಚೀಲ ನಿಷ್ಕ್ರಿಯವಾಗಿದ್ದುದರಿಂದ ಮತ್ತು ಕರು ಹಾಗೂ ಕರು ಬರುವ ಮಾರ್ಗ ಒಣಗಿದ್ದುದರಿಂದ ಕರು ಹೊರಬರುವುದು ಸುಲಭವಿರಲಿಲ್ಲ. ಯಾರಾದರೂ ಬಲ್ಲವರೇ ಒಬ್ಬರು ಮುಂದಿನ ಕೆಲಸ ಮಾಡಬೇಕಿತ್ತು. ಹಸುವಿಗೆ ಇಂಜೆಕ್ಷನ್ ಮಾಡಬೇಕಿತ್ತು. ಗರ್ಭಚೀಲಕ್ಕೆ ಔಷಧ ಹಾಕಬೇಕಿತ್ತು.

ನಾನು ಅರ್ಧ ಗಂಟೆ ಸುಧಾರಿಸಿಕೊಂಡೆ. ಊತ ಹೆಚ್ಚಾಗದಿದ್ದರೂ ನೋವು ಕಡಿಮೆಯಾಗಲಿಲ್ಲ. ನಾನೇ ಒಂದು ನಿರ್ಣಯಕ್ಕೆ ಬರಬೇಕಾಗಿತ್ತು. ನನ್ನ ಆಪತ್ಬಾಂಧವ ಡಾ. ಸುನಿಲ್‌ಚಂದ್ರರಿಗೆ ಫೋನ್ ಮಾಡಿದೆ. ಆಗ ರಾತ್ರಿ ಎರಡು ಗಂಟೆಯ ಮೇಲಾಗಿತ್ತು. ಮಳೆ ಸುರಿಯುತ್ತಿತ್ತು. ಬೆಳ್ತಂಗಡಿಯಿಂದ ನಾನಿದ್ದ ಜಾಗ ಹತ್ತಿರತ್ತಿರ 20 ಕಿ.ಮೀ. ಇತ್ತು. ಫೋನ್ ಎತ್ತಿಕೊಂಡ ಸುನಿಲರು ಮನೆಯ ವಿಳಾಸ ಕೇಳಿದರಷ್ಟೇ.

ಸುನಿಲರು ಬರಲಿಕ್ಕೆ ಅರ್ಧ ಗಂಟೆಯಾಗಬಹುದಾದ್ದರಿಂದ ಹಸುವಿಗೆ ಒಂದೆರಡು ಗ್ಲೂಕೋಸ್ ಬಾಟಲಿಗಳನ್ನು ಹಾಕಿದೆ. ಇಂಜೆಕ್ಷನ್ ಕೊಡಲು ಬಲಗೈ ಸಾಕಿತ್ತು. ನೋವಿಗೆ, ಸೋಂಕಿಗೆ ಇಂಜೆಕ್ಷನ್ ಮಾಡಿ ಸುನಿಲರಿಗೆ ಕಾಯುತ್ತಾ ಕುಳಿತೆ. ನಿರೀಕ್ಷೆಗಿಂತ ಮೊದಲೇ ಬಂದ ಸುನಿಲರು ಒಂದು ಕ್ಷಣವೂ ವ್ಯರ್ಥ ಮಾಡದೆ ಕೆಲಸ ಶುರು ಮಾಡಿದರು.

ಅದು ಸಂಕೀರ್ಣವಾದ ಪ್ರಕರಣವಾಗಿತ್ತು. ಸುನಿಲರೂ ಅರ್ಧ ಮುಕ್ಕಾಲು ಗಂಟೆ ಕಷ್ಟಪಡಬೇಕಾಯಿತು. ಕರು ಹೊರತೆಗೆದರು. ಮನೆಯವರೆಲ್ಲರ ಖುಷಿಗೆ ಪಾರವೇ ಇರಲಿಲ್ಲ. ಅಂಥ ಹಸುಗಳಲ್ಲಿ ಕಸ (placenta) ತನ್ನಷ್ಟಕ್ಕೆ ತಾನು ಬೀಳುವುದಿಲ್ಲವಾದ್ದರಿಂದ ಕಸವನ್ನು ಹೊರತೆಗೆದು ಗರ್ಭಚೀಲಕ್ಕೆ ಔಷಧ ಹಾಕಿದರು. ಆ ಮನೆಯಿಂದ ನಾವು ಹೊರಟಾಗ ಹತ್ತಿರತ್ತಿರ ನಾಲ್ಕು ಗಂಟೆಯಾಗಿತ್ತು. ಇದಾದ ಕೆಲವು ದಿನಗಳ ನಂತರ ಸುನಿಲರ ಮದುವೆಯಾಯಿತು. ಅದು ಪುತ್ತೂರಿನ ಪೋಳ್ಯ ವೆಂಕಟರಮಣ ದೇವಸ್ಥಾನದಲ್ಲಿ ಆದ ಸರಳ ಮದುವೆ.

ಔಷಧ ಶಾಸ್ತ್ರದಲ್ಲಿ (Pharmacology) ಅತಿ ಹೆಚ್ಚಿನ ಪರಿಶ್ರಮ ಇರುವ ಸುನಿಲರಿಂದ ನಾನು ಬಹಳಷ್ಟು ಕಲಿತಿದ್ದೇನೆ. ಇಷ್ಟೆಲ್ಲ ವಿದ್ವತ್ತಿದ್ದ ಸುನಿಲರಿಗೆ ಪಶುವೈದ್ಯಕೀಯ ಕಾಲೇಜಿನಲ್ಲಿ ಉಪನ್ಯಾಸಕರಾಗಿ ಸೇರಿ ಸಾವಿರಾರು ವಿದ್ಯಾರ್ಥಿಗಳಿಗೆ ಬೆಳಕಾಗಿ ಎಂದು ನಾನು ಒತ್ತಡ ಹೇರುತ್ತಿದ್ದೆ. ಅದರಂತೆ ಅರ್ಜಿ ಹಾಕಿದ ಅವರಿಗೆ ಬೀದರ್ ಪಶುವೈದ್ಯಕೀಯ ಕಾಲೇಜಿನಲ್ಲಿ ಔಷಧ ಶಾಸ್ತ್ರ ವಿಭಾಗದಲ್ಲಿ ಸಹಾಯಕ ಪ್ರಾಧ್ಯಾಪಕರಾಗಿ 2007ರಲ್ಲಿ ನೇಮಕವಾಯಿತು. ನಂತರ ಅವರು ಪಿಎಚ್ ಡಿ ಪದವಿ ಸಹ ಪಡೆದು ಸದ್ಯಕ್ಕೆ ಶಿವಮೊಗ್ಗದ ಪಶುವೈದ್ಯಕೀಯ ಮಹಾವಿದ್ಯಾಲಯದಲ್ಲಿದ್ದಾರೆ. ❖

ಗರ್ಭವೆಂಬ ಚಿದಂಬರ ರಹಸ್ಯ

ಧರ್ಮಸ್ಥಳ ಪಶುಚಿಕಿತ್ಸಾಲಯಕ್ಕೆ ಸುಮಾರು ಹತ್ತು ಕಿ.ಮೀ. ದೂರದಲ್ಲಿದೆ ಪುದುವೆಟ್ಟು ಗ್ರಾಮದ ಮಿಯಾರು ಹ್ಯಾಮ್ಲೆಟ್. ಅಲ್ಲಿಗೆ ಮಳೆಗಾಲದ ಒಂದು ಮಧ್ಯಾಹ್ನ ಗೋಪಾಲನ್ ನಾಯರ್ ಎಂಬುವರ ಹಸುವಿಗೆ ಜೋಡಿಗೆ ಇಂಜೆಕ್ಷನ್ (ಕೃತಕ ಗರ್ಭಧಾರಣೆ) ಮಾಡಲು ಹೋಗಬೇಕಾಯಿತು.

ಅವರು ನನ್ನ ಮೊಬೈಲ್‌ಗೆ ಕರೆ ಮಾಡಿ ತಿಳಿಸಿದ್ದರು. ಅವರ ಬಳಿ ನಾಟಿ, ಎಚ್ ಎಫ್ ಮತ್ತು ಜರ್ಸಿ ಈ ಮೂರೂ ತಳಿಗಳ ಬೆರಕೆಯ ಹಸುವೊಂದಿತ್ತು. ನಾಯರ್ ಭಾಷೆಯು ಮಲಯಾಳಂ, ತುಳು, ಕನ್ನಡ, ಇಂಗ್ಲಿಷ್, ಹಿಂದಿ ಭಾಷೆಗಳ ಬೆರಕೆಯಾಗಿರುತ್ತಿತ್ತು. ಸುಮಾರು 40–45 ವರ್ಷ ವಯಸ್ಸಿನವರಾಗಿದ್ದ ನಾಯರ್ ಮಾತನಾಡುವಾಗ ಅವರ ಕಣ್ಣು, ಬಾಯಿ, ಕಿವಿ, ಮೂಗು, ಕೈ ಕಾಲು, ಸೊಂಟ ಮುಂತಾಗಿ ದೇಹದ ನಾನಾ ಭಾಗಗಳನ್ನು ಗಮನಿಸಿದರೆ ಮಾತ್ರ ಅವರ ಮಾತುಗಳು ಅರ್ಥವಾಗುತ್ತಿದ್ದವು. ಮಾತನಾಡುವಾಗ ಅವರಿಗೆ ಕೈ ಕಾಲು ಆಡಿಸಲು ಸ್ವಲ್ಪ ಹೆಚ್ಚೇ ಜಾಗ ಬೇಕಾಗುತ್ತಿತ್ತು. ಅವರೊಬ್ಬ ಕುಂಟನ ಬಗ್ಗೆ ಹೇಳುವಾಗ ಕುಂಟುತ್ತಾ ತೋರಿಸುತ್ತಿದ್ದರು. ಆ ಏರಿಯಾದಲ್ಲಿ ಯಾರಾದರೂ ಲವರ್ಸ್ ಇದ್ದರೆ ಅವರು ಓಡಿ ಹೋಗುತ್ತಾರೆಂದು ಹೇಳಲು ಓಡಿ ತೋರಿಸುತ್ತಿದ್ದರು. ಮಕ್ಕಳ ಹತ್ತಿರ ನೃತ್ಯ ಮಾಡುತ್ತಾ ಮಾತನಾಡುತ್ತಿದ್ದರು. ಅವರು ಒಂದು ಸಣ್ಣ ಪೆಟ್ಟಿಗೆ ಅಂಗಡಿ ಇಟ್ಟುಕೊಂಡಿದ್ದರು. ಪೆಟ್ಟಿಗೆ ಅಂಗಡಿಯ ಪಕ್ಕವೇ ಅವರ ಮನೆ ಸಹ ಇತ್ತು. ಅಂಗಡಿಯಲ್ಲಿ ಪತ್ನಿ ಕೂತಿದ್ದರೆ ನಾಯರ್ ಅಂಗಡಿ ಮುಂದಿನ ಜಾಗದಲ್ಲಿ ಏಕಪಾತ್ರಾಭಿನಯದ ಮಾತುಗಾರಿಕೆಯಲ್ಲಿ ಮುಳುಗಿರುತ್ತಿದ್ದರು.

ನಾನು ಅವರ ಮನೆ ಮುಂದೆ ಕಾಣಿಸಿಕೊಂಡ ಕೂಡಲೇ ನಾಯರ್ ಎಗರಿ ಬಂದು ಹೆಂಡತಿ ಕಡೆ ತಿರುಗಿ ಕಷಾಯ ಮಾಡಲು ಕೂಗುತ್ತಿದ್ದರು. ವಯಸ್ಸಿನಲ್ಲಿ ನಾಯರ್‌ಗಿಂತ ದೊಡ್ಡವರಂತಿದ್ದ ಅವರ ಪತ್ನಿ ಆಗ ಪಾತ್ರೆ ತೊಳೆದು ಕಷಾಯಕ್ಕೆ ಬೇಕಾದ ಸಾಮಾನು ಸರಂಜಾಮುಗಳನ್ನು ಹೊಂದಿಸಿಕೊಳ್ಳತೊಡಗುತ್ತಿದ್ದರು. ಕಷಾಯಕ್ಕೆ

ಹಾಕುತ್ತಿದ್ದ ವಸ್ತುಗಳ ಹೆಸರುಗಳನ್ನು ನಾಯರ್ ಮಲಯಾಳಂನಲ್ಲಿ ಹೇಳುತ್ತಿದ್ದುದರಿಂದ ನನಗೇನೂ ಅರ್ಥವಾಗುತ್ತಿದ್ದಿಲ್ಲ.

ಆದರೂ ಕಣ್ಣು ಹುಬ್ಬು ಮೇಲಕ್ಕೇರಿಸಿ ತಲೆಯಾಡಿಸುತ್ತಿದ್ದೆ. ಉತ್ತೇಜಿತರಾದ ನಾಯರ್ ಮತ್ತೂ ಮಾತು ಮುಂದುವರಿಸುತ್ತಿದ್ದರು. ಹಾಗೆಂದು ನಾನು ನಾಯರ್ ಮನೆಯ ಹಸು ಚಿಕಿತ್ಸೆಗೆ ಬಹಳ ಸಲವೇನೂ ಹೋಗಲಿಲ್ಲ. ಆದರೆ ಸುತ್ತಮುತ್ತಲ ಯಾರ ದನಗಳಿಗೆ ಕಾಯಿಲೆಯಾದರೂ ನಾಯರ್ ಮನೆಯಿಂದ ಫೋನು ಮಾಡಿಸುತ್ತಿದ್ದರು. ಅಂದರೆ ಮನೆಯಲ್ಲಿ ಫೋನಿಲ್ಲದ ಬಡವರು ನಾಯರ್‌ಗೆ ಗಂಟು ಬೀಳುತ್ತಿದ್ದರು.

ಕೃತಕ ಗರ್ಭಧಾರಣೆಗೆ ವೀರ್ಯ ಕಡ್ಡಿಯನ್ನು ದ್ರವಸಾರಜನಕದ ಜಾಡಿಯಿಂದ (-196^0 ಸೆಂಟಿಗ್ರೇಡ್) ಹೊರತೆಗೆದು 37^0 ಸೆಂಟಿಗ್ರೇಡ್ ನೀರಿನಲ್ಲಿ (ಅಂದರೆ ನಮ್ಮ ಮೈತಾಪದಷ್ಟು ಬೆಚ್ಚಗೆ) 30 ಸೆಕೆಂಡ್‌ವರೆಗೆ ಮುಳುಗಿಸಿ ಇಡಬೇಕು. ನಂತರ ವೀರ್ಯ ಕಡ್ಡಿಯನ್ನು ಒಂದು ಒಣಗಿದ ಸ್ವಚ್ಛವಾದ ಬಟ್ಟೆಯಲ್ಲಿ ಒರೆಸಬೇಕು. ಇದನ್ನು Thawing of Semen Straw ಎನ್ನುತ್ತಾರೆ.

ಥಾಯಿಂಗ್ ಎಂದರೆ ಕನ್ನಡದಲ್ಲಿ ಕರಗಿಸುವುದು ಎಂದಾಗುತ್ತದೆ. ದ್ರವಸಾರಜನಕದಲ್ಲಿದ್ದಾಗ ವೀರ್ಯವು ಘನರೂಪದಲ್ಲಿರುತ್ತದೆ. ಥಾಯಿಂಗ್ ಮಾಡಿದಾಗ ಅದು ದ್ರವರೂಪಿಯಾಗುತ್ತದೆ. ಆಗ ನೀವೇನಾದರೂ ಒಂದು ತೊಟ್ಟು ದ್ರವೀಕರಣಗೊಂಡ ವೀರ್ಯವನ್ನು ಸೂಕ್ಷ್ಮ ದರ್ಶಕದಲ್ಲಿ ವೀಕ್ಷಿಸಿದರೆ ಆಶ್ಚರ್ಯಚಕಿತರಾಗುವಿರಿ. ಅಸಂಖ್ಯಾತ ವೀರ್ಯಾಣುಗಳು ಬಾಲ ಬೀಸುತ್ತಾ ಹರಿದಾಡುವ ಪರಿ ಜೀವಮಾನದ ಚಿತ್ರವಾಗಿ ನಿಮ್ಮ ಮನದಲ್ಲುಳಿದುಬಿಡುತ್ತದೆ.

ಹೀಗೆ ಸಿದ್ಧಪಡಿಸಿದ ವೀರ್ಯ ಕಡ್ಡಿಯನ್ನು ಕೃತಕ ಗರ್ಭಧಾರಣೆಯ ಗನ್ [Artificial Insemination Gun, AI Gun] ನಲ್ಲಿ ಸಿಕ್ಕಿಸಿಕೊಳ್ಳಬೇಕು. ಈ ಗನ್ನನ್ನು ಹಸುವಿನ ಯೋನಿಯ ಮುಖಾಂತರ ಒಳತೂರಿಸಿ ಗರ್ಭಚೀಲದ ಬಾಯಿಯಲ್ಲಿ (ಸರ್ವಿಕ್ಸ್) ಅಥವಾ ಗರ್ಭಚೀಲದಲ್ಲಿ ವೀರ್ಯವನ್ನು ಹನಿಸಬೇಕು. ಈ ಸಂಪೂರ್ಣ ಕಾರ್ಯದಲ್ಲಿ ಎಲ್ಲೂ ಸಗಣಿ ಅಥವಾ ಯಾವುದೇ ಗಲೀಜು ಗರ್ಭಚೀಲದ ಒಳಗೆ ನುಸುಳದಂತೆ ಎಚ್ಚರ ವಹಿಸಬೇಕು.

ವೀರ್ಯ ಕಡ್ಡಿಯನ್ನು 'ಥಾ' ಮಾಡಿದ ಮೇಲೆ ಆದಷ್ಟು ಬೇಗ ಕೃತಕ ಗರ್ಭಧಾರಣೆ ಮಾಡಿಬಿಡಬೇಕು. ಅಂದರೆ 5–10 ನಿಮಿಷಗಳ ಒಳಗೆ ವೀರ್ಯವನ್ನು ಹಸುವಿನ ಗರ್ಭಕೋಶದೊಳಗೆ

ಹಾಕಿಬಿಡಬೇಕು. ಇಲ್ಲದಿದ್ದರೆ ವೀರ್ಯಾಣುಗಳು ನಿಧಾನವಾಗಿ ನಿಷ್ಕ್ರಿಯಗೊಳ್ಳುತ್ತಾ ಹೋಗುತ್ತವೆ. ಅವುಗಳ ಚಲನೆ ಕ್ರಮೇಣ ನಿಧಾನವಾಗುತ್ತದೆ.

ಗರ್ಭಚೀಲ ಸೇರಿದ ಕೂಡಲೇ ವೀರ್ಯಾಣುಗಳು ವೇಗ ವರ್ಧಿಸಿಕೊಂಡು ಗರ್ಭಚೀಲದ ಮತ್ತೊಂದು ತುದಿಯಲ್ಲಿರುವ ಅಂಡಾಶಯಗಳ (ovary) ಕಡೆ ಚಲಿಸುತ್ತವೆ. ಅಂಡಾಶಯಗಳಿಂದ ಬಿಡುಗಡೆಯಾಗುವ ಅಂಡಾಣುವಿನ (ತತ್ತಿ/ಮೊಟ್ಟೆ/ovum)ಜೊತೆ ಮಿಲನವಾಗಲು ದೌಡಾಯಿಸುತ್ತವೆ. ವೀರ್ಯಾಣು ಮತ್ತು ಅಂಡಾಣುವಿನ ಮಿಲನಕ್ಕೆ Fertilization ಎನ್ನುತ್ತಾರೆ. Fertilization ಕ್ರಿಯೆ ಫೆಲೋಪಿಯನ್ ಟ್ಯೂಬಿನಲ್ಲಿ ನೆರವೇರುತ್ತದೆ (Fallopian Tube or Oviduct). ಸರ್ವಿಕ್ಸ್‌ನಿಂದ ಫೆಲೋಪಿಯನ್ ಟ್ಯೂಬಿಗೆ ಹೆಚ್ಚು ಕಮ್ಮಿ 4–5 ಇಂಚು ಅಂತರವಿದ್ದರೂ ವೀರ್ಯಾಣುಗಳಿಗೆ ಇಷ್ಟು ದೂರ ಕ್ರಮಿಸಲು ಇಪ್ಪತ್ನಾಲ್ಕು ಗಂಟೆ ಅಥವಾ ಸ್ವಲ್ಪ ಹೆಚ್ಚು ಸಮಯ ಬೇಕು. ಅವು ಹೆಣ್ಣು ಜನನಾಂಗದಲ್ಲಿ 48 ಗಂಟೆಯವರೆಗೂ ಬದುಕಿರಬಲ್ಲವು.

ನಾಯರ್ ಮನೆಗೆ ಹೊರಟ ದಿನ ನನ್ನ ಸಹಾಯಕ ಇರಲಿಲ್ಲ. ವೀರ್ಯದ ಕಡ್ಡಿಗಳನ್ನು ಇಟ್ಟಿರುವ ದ್ರವಸಾರಜನಕದ ಜಾಡಿ ಹಿಡಿದುಕೊಂಡು ಬರಲು ಯಾರೂ ಇರಲಿಲ್ಲ. ಆದುದರಿಂದ ಆಸ್ಪತ್ರೆಯಲ್ಲಿಯೇ ಎರಡು ವೀರ್ಯದ ಕಡ್ಡಿಗಳನ್ನು 'ಥಾ' ಮಾಡಿಕೊಂಡು ಥರ್ಮಾಸ್ ಫ್ಲಾಸ್ಕಿನಲ್ಲಿ ಹಾಕಿಕೊಂಡು ನಾಯರ್ ಮನೆಗೆ ಹೋಗಿದ್ದೆ. ಅಕಸ್ಮಾತ್ ಒಂದು ಕಡ್ಡಿ ಹಾಳಾದರೆ ಆಪತ್ಕಾಲಕ್ಕೆ ಇರಲಿ ಎಂದು ಎರಡು ಕಡ್ಡಿ ತೆಗೆದುಕೊಂಡು ಹೋಗಿದ್ದೆ. ಒಂದೊಂದು ಸಲ ನಮ್ಮನ್ನು ನೋಡಿದ ಕೂಡಲೆ ಕೆಲವು ರೈತರು ತಮ್ಮ ಹಸುವು ಹೀಟಿಗೆ ಬಂದಿದೆ ಎನ್ನುತ್ತಿದ್ದರು ಅಥವಾ ಒಮ್ಮೊಮ್ಮೆ ಒಂದೇ ಮನೆಯಲ್ಲಿ ಎರಡೆರಡು ಹಸುಗಳು ಏಕಕಾಲಕ್ಕೆ ಹೀಟಿಗೆ ಬಂದುಬಿಟ್ಟಿರುತ್ತವೆ. ಇಂಥ ಸಮಯದಲ್ಲಿ ಹೆಚ್ಚು ಕಡ್ಡಿಗಳು ಬೇಕಾಗುತ್ತವೆ.

ಥರ್ಮಾಸ್ ಫ್ಲಾಸ್ಕಿನಲ್ಲಿ 37 ಡಿಗ್ರಿ ಸೆಂಟಿಗ್ರೇಡ್ ತಾಪದ ನೀರನ್ನು ಹಾಕಿಕೊಂಡು ಹೋಗುವುದರಿಂದ ವೀರ್ಯಾಣುಗಳು ಒಂದೇ ತಾಪದಲ್ಲಿ ಇರುತ್ತವೆ. ಥಾಯಿಂಗ್‌ನಲ್ಲಿ 37 ಡಿಗ್ರಿ ಸೆಂಟಿಗ್ರೇಡ್ ನೀರಿನಲ್ಲಿ 30 ಸೆಕೆಂಡ್ ಇರಬೇಕಲ್ಲವೇ? ಆದರೆ ಫ್ಲಾಸ್ಕಿನಲ್ಲಿ ಹಾಕಿಕೊಂಡು ಆಸ್ಪತ್ರೆಯಿಂದ ಹಸು ಕೊಟ್ಟಿಗೆಗೆ ಹೋಗುವ ತನಕ ಅರ್ಧ ಅಥವಾ ಒಂದು ಗಂಟೆ ಫ್ಲಾಸ್ಕಿನಲ್ಲಿಯೇ ಇರುತ್ತವೆ! ಫ್ಲಾಸ್ಕ್‌ನಲ್ಲಿ ಅಷ್ಟು ಹೊತ್ತು ತಾಪ ಕರಾರುವಾಕ್ಕಾಗಿ 37 ಡಿಗ್ರಿ ಸೆಂಟಿಗ್ರೇಡ್ ಇರುವುದಿಲ್ಲ. ಅಲ್ಲಿಯೂ ಫ್ಲಾಸ್ಕಿನ ನೀರಿನ ತಾಪ ನಿಧಾನವಾಗಿ ಕಡಿಮೆಯಾಗುತ್ತಿರುತ್ತದೆ.

ವೀರ್ಯಾಣುಗಳು ವಾತಾವರಣದಲ್ಲಿನ ತಾಪಮಾನದ ಏರಿಳಿತಗಳಿಗೆ ಬಹುಬೇಗ ಈಡಾಗುತ್ತವೆ ಮತ್ತು ಅಷ್ಟಿಷ್ಟು ಸಾಯುತ್ತವೆ. ಆಸ್ಪತ್ರೆಯ ವ್ಯಾಪ್ತಿಯಲ್ಲಿ ಕ್ಷೇತ್ರ ಕಾರ್ಯ ನಿರ್ವಹಿಸುವಾಗ ಸರಿಯಾದ ಕ್ರಮವನ್ನು ಪಾಲಿಸಲಾಗದಂತಹ ಸನ್ನಿವೇಶಗಳು ಪುಂಖಾನುಪುಂಖವಾಗಿ ಸೃಷ್ಟಿಯಾಗುತ್ತವೆ.

ಗರ್ಭಚೀಲದಲ್ಲಿ ವೀರ್ಯಾಣುಗಳು ಅಡ್ಡ ಬಂದ ಎಲ್ಲ ಅಡೆತಡೆಗಳನ್ನು ದಾಟಿ ಫೆಲೋಪಿಯನ್ ಟ್ಯೂಬ್‌ನಲ್ಲಿ ಮುನ್ನುಗ್ಗಿ ಬರುತ್ತವೆ. ಫೆಲೋಪಿಯನ್ ಟ್ಯೂಬಿನ ತುದಿಯಲ್ಲಿರುವ ಫನಲ್ ಆಕಾರದ ರಚನೆ (Funnel shaped, ಲಾಳಿಕೆ ಆಕಾರದ) ಅಂಡಾಶಯದಿಂದ ಬಿಡುಗಡೆಯಾಗುವ ಅಂಡಾಣುವನ್ನು ಕ್ಯಾಚ್ ಹಿಡಿದು ಫೆಲೋಪಿಯನ್ ಟ್ಯೂಬಲ್ಲಿ ವೀರ್ಯಾಣುಗಳು ಬರುವ ಮಾರ್ಗದಲ್ಲಿರುವಂತೆ ನೋಡಿಕೊಳ್ಳುತ್ತದೆ.

ಫೆಲೋಪಿಯನ್ ಟ್ಯೂಬ್‌ನಲ್ಲಿ ಬರುತ್ತಿರುವ ಲಕ್ಷಾಂತರ ವೀರ್ಯಾಣುವಿನಲ್ಲಿ ಕೇವಲ ಒಂದೇ ಒಂದು ಮಾತ್ರ ಅಂಡಾಣುವಿನ ಜೊತೆ ಸಂಯೋಗ ಹೊಂದಿ ಮುಂಬರುವ ದಿನಗಳಲ್ಲಿ ಪಿಂಡವಾಗುತ್ತದೆ. ದನಗಳಾಗಲಿ, ನಾನಾಗಲಿ, ನೀವಾಗಲಿ ಹೀಗೇ ನಮ್ಮ ನಮ್ಮ ತಾಯಂದಿರ ಫೆಲೋಪಿಯನ್ ಟ್ಯೂಬಿನಲ್ಲಿ ಆಕಸ್ಮಿಕವಾಗಿ ಆವಿರ್ಭವಿಸಿದವರು! ವೀರ್ಯಾಣು ಅಂಡಾಣುಗಳ ಚಲನೆಯು ಎಂತಹ ಗಾಢಾಂಧಕಾರದಲ್ಲಿ ಯಾವ ಮ್ಯಾಪು, ದಿಕ್ಸೂಚಿ ಬ್ಯಾಟರಿ ಇಲ್ಲದೆ ನಡೆಯುತ್ತದೆ ಎಂದರೆ ಜಗತ್ತಿಗೆ ಸಮುದ್ರ ಮಾರ್ಗಗಳನ್ನು ಕಂಡುಹಿಡಿದ ವಾಸ್ಕೋ ಡ ಗಾಮ, ಬಾರ್ಥಲೋಮಿಯಾ ಡಯಾಸ್ ಮುಂತಾದವರ ಯಾನಗಳು ತೃಣಕ್ಕೆ ಸಮನಾಗಿ ಕಾಣುತ್ತವೆ! ಹಿಟ್ಲರನು ಕುಡಿಯೊಡೆದ ಕ್ಷಣದಲ್ಲಿ ಅವನಿಗೆ ಕಾರಣವಾದ ವೀರ್ಯಾಣು ಸ್ವಲ್ಪವೇ ಸ್ವಲ್ಪ ನಿಧಾನಿಸಿ ಬೇರೆಯದೇ ವೀರ್ಯಾಣು ಅಂಡಾಣುವಿನ ಜೊತೆ ಸಂಯೋಗ ಹೊಂದಿದ್ದರೆ ಹಿಟ್ಲರನ ಬದಲು ಮತ್ತೊಬ್ಬ ಗಾಂಧಿ ಅವತರಿಸುತ್ತಿದ್ದನೋ ಏನೋ! ಹೀಗಾಗಿದ್ದಿದ್ದರೆ ಇವತ್ತು ಜಗತ್ತು ಖಂಡಿತ ಬೇರೆ ರೀತಿ ಇರುತ್ತಿತ್ತು!

ವಾಸ್ಕೋ ಡ ಗಾಮನಂತಹವರ ಪರಾಕ್ರಮ ಇತಿಹಾಸದಲ್ಲಿ ಒಮ್ಮೆ ಮಾತ್ರ ನಡೆದಿರಬಹುದು. ಆದರೆ ವೀರ್ಯಾಣು, ಅಂಡಾಣುಗಳ ಚಲನೆ ಪ್ರತಿ ಹೆಣ್ಣು ಗಂಡುಗಳ ಮಿಲನದಲ್ಲಿದೆ. ಪ್ರತಿ ಜೀವ ಕುಡಿಯೊಡೆಯುವ ಸಮಯದಲ್ಲಿ ಘಟಿಸುತ್ತದೆ.

ಇದೆಲ್ಲ 'ಜಾದೂ' ನಿಮಗೇಕೆ ಹೇಳಿದೆನೆಂದರೆ ಕೃತಕ ಗರ್ಭಧಾರಣೆಯಂತಹ ಸರಳ ಕ್ರಿಯೆಯಲ್ಲಿ 'ಸಮಯ' ಹೇಗೆ ತನ್ನ ಸಂದಿಗ್ಧ ಪಾತ್ರವನ್ನು ವಹಿಸುತ್ತದೆ ಮತ್ತು ಗರ್ಭಧಾರಣೆಯೆನ್ನುವುದು ಕೇವಲ ಆಕಸ್ಮಿಕ ಎಂಬುದನ್ನು ನಿಮಗೆ ಶ್ರುತಪಡಿಸಲು. ಅಷ್ಟೇ ಅಲ್ಲ. ಅದು ಎಷ್ಟು ನಿಗೂಢ ಎಂಬುದನ್ನು ತಿಳಿಸಲು. ಅದೊಂದು ಯೋಗಾಯೋಗ ಎಂದು ತಿಳಿಸಲು.

ನಾನು ನಾಯರ್‌ಗೆ ಇದನ್ನೆಲ್ಲ ವಿವರಿಸಿ ಹೇಳಲು ಕನಿಷ್ಠ ನಾಲ್ಕೈದು ವರ್ಷಗಳು ಬೇಕಾದ್ದರಿಂದ ಹೆಚ್ಚು ಹೇಳಲಿಲ್ಲ. ನಾಯರ್ ಹಸು ಅಂದು ಬೆಳಗ್ಗೆ ಹೀಟಿಗೆ ಬಂದುದರಿಂದ ಮಧ್ಯಾಹ್ನ 3 ಗಂಟೆಯ ಸಮಯ ಪ್ರಶಸ್ತವಾದ ಸಮಯವಾಗಿತ್ತು. ವೀರ್ಯದ ಕಡ್ಡಿ 'ಥಾ' ಮಾಡಿ ಈಗಾಗಲೇ ಅರ್ಧ ಗಂಟೆಯಾಗಿದೆ. ಆದ್ದರಿಂದ ಕೂಡಲೇ ಗರ್ಭಧಾರಣೆ ಮಾಡುವುದು ಒಳ್ಳೆಯದು ಎಂದು ತಿಳಿಸಿದೆ.

ಆ ಸಮಯಕ್ಕೆ ಸರಿಯಾಗಿ ನನ್ನ ಮೊಬೈಲಿಗೆ ಕರೆ ಮಾಡಿದ ಪಟ್ರಮೆ ಗ್ರಾಮದ ರಾಘವ ಎಂಬುವರು ತಮ್ಮ ಮನೆಗೆ ಬರಬೇಕೆಂದು ತಿಳಿಸಿದರು. ಅವರದೊಂದು ಹಸು ಹೀಟಿಗೆ ಬಂದಿತ್ತು. ಅದು ಈಗಾಗಲೇ ನಾಲ್ಕಾರು ತಿಂಗಳಿಂದ ಹಲವಾರು ಸಲ ಕೃತಕ ಗರ್ಭಧಾರಣೆ ಮಾಡಿಸಿದರೂ ಒಂದೆರಡು ಸಲ ಬೀಡಾಡಿ ಹೋರಿಯೊಂದು ಕ್ರಾಸ್ ಮಾಡಿದರೂ ಗರ್ಭವಾಗಿರಲಿಲ್ಲ.

ರಾಘವ ಮೊದಲಿನಿಂದಲೂ ನಿರುದ್ದೇಶವಾಗಿ ನನ್ನಲ್ಲಿ ಪ್ರೀತಿ ವಿಶ್ವಾಸ ಬೆಳೆಸಿಕೊಂಡಿದ್ದರು. ಆಗುವುದಿಲ್ಲ ಎನ್ನಲಾಗದಂತಹ ಸಂದಿಗ್ಧ. ಮಳೆ ಸುರಿಯುತ್ತಿದೆ. ನಾನು ಮಿಯಾರಿನಲ್ಲಿದ್ದೇನೆ. ವೀರ್ಯ ಕಡ್ಡಿಯ ಜಾಡಿ ಆಸ್ಪತ್ರೆಯಲ್ಲಿದೆ. ಪಟ್ರಮೆಯ ವಿಶೇಷವೆಂದರೆ ಅಲ್ಲಿಗೆ ಭಯಾನಕ ರಸ್ತೆ. ರಸ್ತೆಯೆಂದರೆ ಬರೀ ಕೆಸರು ಮುದ್ದೆಯೇ ಸರಿ. ನಾನಿರುವ ಜಾಗದಿಂದ ಹತ್ತಿರ ಹತ್ತಿರ ಇಪ್ಪತ್ತು ಕಿ.ಮೀ. ದೂರವಿದೆ. ಅಲ್ಲಿಗೆ ಹೋಗಲು ಒಂದು ಗಂಟೆಗೂ ಹೆಚ್ಚು ಸಮಯ ಬೇಕು. ಇದೆಲ್ಲ ಯೋಚನೆ ಮಾಡುತ್ತ ನಾಯರರ ಹಸುಗೆ ಇಂಜೆಕ್ಷನ್ ಮಾಡಿದೆ. ಹಸು ಒಳ್ಳೆಯ ಹೀಟಿನಲ್ಲಿತ್ತು. ಗರ್ಭ ಧರಿಸುವ ಸಂಭವ ಹೆಚ್ಚಿತ್ತು. ನಾಯರ್‌ಗೆ ತಿಳಿಸಿ ಹೊರಟೆ. ನನ್ನ ಫ್ಲಾಸ್ಕ್ ನಲ್ಲಿ ಇನ್ನೊಂದೇ ಒಂದು ವೀರ್ಯ ಕಡ್ಡಿ ಇತ್ತು.

ನಾನು ರಾಘವರಿಗೆ ಫೋನ್ ಮಾಡಿ, "ಮಳೆ ಸುರಿಯುತ್ತಿದೆ. ನನ್ನ ಜೊತೆ ಸಹಾಯಕನೂ ಇಲ್ಲ. ನನ್ನ ಬಳಿ ಫ್ಲಾಸ್ಕ್ ನಲ್ಲಿ ಒಂದೇ ಒಂದು ವೀರ್ಯದ ಕಡ್ಡಿ ಇದೆ. ಆದರೆ ಅದು ಸಿದ್ಧ ಮಾಡಿ ಬಹಳ ಹೊತ್ತಾಗಿದೆ. ನಿಮ್ಮ ಮನೆಗೆ ಬರುವ ತನಕ ವೀರ್ಯಾಣುಗಳೆಲ್ಲ ಸತ್ತಿರುತ್ತವೆ. ಏನು ಮಾಡುವುದು ರಾಘವ?" ಎಂದೆ.

ರಾಘವ ಏನೂ ಹೇಳದೆ ಸುಮ್ಮನಾಗಿಬಿಟ್ಟರು. ಮಾತಾಡಲೂ ಇಲ್ಲ. ಕರೆ ತುಂಡರಿಸಲೂ ಇಲ್ಲ.

ಕಡ್ಡಿ ಮುರಿದಂತೆ 'ಬರಲಾಗುವುದಿಲ್ಲ' ಎಂದು ಹೇಳಬಹುದಿತ್ತು. ಆದರೆ ನಾನು ಹಾಗೆ ಹೇಳಲಿಲ್ಲ. ಯಾಕೆಂದರೆ ನನಗೆ ಹಾಗೆ ಹೇಳಲು ಬರುವುದೇ ಇಲ್ಲ. 'ಆಯ್ತು ರಾಘವ ಬರುತ್ತೇನೆ' ಎಂದುಬಿಟ್ಟೆ!

ಮಿಯಾರಿನಿಂದ ಹೊರಟವನು ಕಾಯರ್ತಡ್ಕ, ಬರಂಗಾಯ, ಕುದುರತ್ತಾಯ ಮಾರ್ಗದಲ್ಲಿ ಧರ್ಮಸ್ಥಳ ಕೊಕ್ಕಡ ರಸ್ತೆಗೆ ಬಂದು ನಿಡ್ಲೆ ಮುಟ್ಟಿದೆ. ಕುದುರತ್ತಾಯದ ಬಳಿ ಹೊಳೆ ಭರ್ಜರಿ ಹರಿಯುತ್ತಿತ್ತು. ಎಷ್ಟು ರಭಸವಾಗಿ ಎಂದರೆ ಅದಕ್ಕೆ ಕಟ್ಟಿದ್ದ ಬಂದೋಬಸ್ತಾದ ಸೇತುವೆ ಸಹ 'ಗುಮ್' ಎಂದು ಶಬ್ದ ಮಾಡುತ್ತಿತ್ತು. ನಿಡ್ಲೆಯಿಂದ

ಸೂರ್ಯತ್ತಾವು ಮತ್ತು ಪಟ್ರಮೆ ಕಡೆಯ ಜಲ್ಲಿಕಲ್ಲುರಸ್ತೆ ಮಳೆಯಲ್ಲಿ ತೋಯುತ್ತಾ ಮಲಗಿತ್ತು. ಮಳೆಯು ಉಸಿರು ಬಿಗಿ ಹಿಡಿದು ಹೊಡೆಯುತ್ತಿದ್ದ ಕಾರಣ ಸ್ವಲ್ಪ ದೂರದವರೆಗೆ ಮಾತ್ರ ರಸ್ತೆ ಕಾಣುತ್ತಿತ್ತು.

ಕೆಲವು ಕಡೆ ಅದು ರಸ್ತೆಯಾಗಿರದೆ ಕಂಬಳದ ಅಂಕಣವಾಗಿತ್ತು. ಪ್ರತಿ ಹತ್ತಿಪ್ಪತ್ತು ಅಡಿಗೆ ಬೈಕು ನಿಲ್ಲಿಸಿ ಮುಂದೆ ಕಾಣುವ ಸ್ವಲ್ಪ ರಸ್ತೆಯನ್ನು ಅಜಮಾಯಿಷಿ ನೋಡಿ ಕಡಿಮೆ ಕೆಸರಿದ್ದ ಕಡೆ ಮುಂದುವರಿಯಬೇಕಿತ್ತು. ಬೈಕು ಜಾರುತ್ತ ಕೆಲವೊಮ್ಮೆ ಅಡ್ಡಡ್ಡ ತಿರುಗಿ ಬಿಡುತ್ತಿತ್ತು. ಅದನ್ನು ನೇರ ಮಾಡಲು ಶಕ್ತಿ, ತಾಳ್ಮೆ ಬೇಕಿತ್ತು.

ಮಿಯಾರಿನಿಂದ ಏಕಪ್ರಕಾರವಾಗಿ ಮಳೆ ಸುರಿಯುತ್ತಿದ್ದುದರಿಂದ ರೈನ್ ಕೋಟ್ ಒಳಗೆ ನೀರಿಳಿದು ಶರ್ಟು ಪ್ಯಾಂಟುಗಳಲ್ಲದೆ ಒಳ ಉಡುಪುಗಳೆಲ್ಲ ತೊಯ್ದು ಹೋಗಿದ್ದವು. ನಿರಂತರವಾಗಿ ಗಂಟೆಗಟ್ಟಲೆ ತೊಯ್ದಿದ್ದಕ್ಕೆ ಚಳಿ ಎನಿಸತೊಡಗಿತು. ಇಂಥ ಪರಿಸ್ಥಿತಿಯಲ್ಲಿ ಮಾತ್ರ ಆ ಕರಾವಳಿ ಪ್ರದೇಶದಲ್ಲಿ ಚಳಿ ಎನಿಸುತ್ತಿತ್ತೇ ವಿನಹ ಬೇರೆ ಯಾವ ಸಮಯದಲ್ಲಿಯೂ ಚಳಿಯಾಗುತ್ತಿರಲಿಲ್ಲ. ಚಳಿಗಾಲವೂ ಹೆಸರಿಗಷ್ಟೆ ಚಳಿಗಾಲವಾಗಿರುತ್ತಿತ್ತು.

ಕಾಲ ಸರಿದರೂ ಬೈಕು ಓಡಿದರೂ ದೂರ ಕಡಿಮೆಯಾಗಲೊಲ್ಲದು. ದಾರಿಯೆಂಬುದು ಸವಾಲೆಸೆಯುತ್ತ ವಿಸ್ತರಿಸುತ್ತಿದೆ ಎನಿಸಿತು. ಗುರಿ ಹತ್ತಿರಾಗುವ ಬದಲು ಎಗರಿ ದೂರ ಸರಿಯುತ್ತಿದೆ ಎನಿಸಿತು. ಉದ್ದಕ್ಕೂ ಅದೆಷ್ಟು ದಿಬ್ಬ ಇಳಿಜಾರು, ತಿರುವುಗಳು, ಕೆಸರುಗುಂಡಿಗಳು? ಅದೆಷ್ಟು ಸಲ ಕೆಸರಲ್ಲಿ ಹೂತು ಹೋದ ಚಪ್ಪಲಿಗಳ ಹುಡುಕಿ ತೆಗೆದದ್ದು? ಮಳೆ, ರಸ್ತೆ, ಕೆಸರು ಎಲ್ಲ ಕರಗಿ ಬೈಕೊಂದೇ ಜಗತ್ತಾಗಿ ಒಂದೂ ನರಪಿಳ್ಳೆಯಿಲ್ಲದೆಡೆ ಯುಗಗಳಿಂದ ಒಬ್ಬನೇ ಪಯಣಿಸುತ್ತಿರುವಂತೆ ಭ್ರಮೆಯಾವರಿಸತೊಡಗಿತು.

ಭ್ರಮೆಯೊಡೆದಾಗ ರಾಘವರ ಮನೆಯ ಬಳಿ ಇದ್ದೆ. ಒಂದೇ ಒಂದು ನಿಮಿಷ ತಡ ಮಾಡದೆ ಹಸುಗೆ ಗರ್ಭಧಾರಣೆ ಮಾಡಿದೆ. ರೆಕ್ಟಮ್ಮಿನಲ್ಲಿ ಕೈ ಹಾಕಿ ಪರೀಕ್ಷಿಸಲಾಗಿ ಹಸು ಅತ್ಯುತ್ತಮ ಬೆದೆಯಲ್ಲಿತ್ತು. ಅಂಡಾಶಯಗಳ (ಓವರಿ) ಮೇಲೆ ಸಣ್ಣ ಗುಳ್ಳೆಯಂಥ ಫಾಲಿಕಲ್ಲುಗಳನ್ನು (Follicles) ಸ್ಪರ್ಶಿಸಿದೆ. ಈ ಫಾಲಿಕಲ್ಲುಗಳಲ್ಲಿ ಮೊಟ್ಟೆ (ತತ್ತಿ, Ovum, Egg) ಇರುತ್ತದೆ. ಫಾಲಿಕಲ್ಲುಗಳು ಒಡೆದು ಮೊಟ್ಟೆ ಬಿಡುಗಡೆಯಾಗುತ್ತದೆ. ಮೊಟ್ಟೆ ನಿಧಾನಕ್ಕೆ ಪ್ರಯಾಣ ಬೆಳೆಸಿ ಫೆಲೋಪಿಯನ್ ಟ್ಯೂಬ್ ಸೇರುತ್ತದೆ. ವೀರ್ಯದ ಕಡ್ಡಿ 'ಥಾ' ಮಾಡಿ ಅಲ್ಲಿಗೆ ಬರೋಬ್ಬರಿ ಎರಡು ಗಂಟೆಯಾಗಿತ್ತು. ಲೆಕ್ಕದ ಪ್ರಕಾರ ಅದರಲ್ಲಿ 25% ಆದರೂ ವೀರ್ಯಾಣುಗಳ ಚಲನೆ ಇದ್ದಿರಬಹುದು. ಎಷ್ಟಿತ್ತೋ

ಯಾರಿಗ್ಗೊತ್ತು! ವೀರ್ಯದ ಕಡ್ಡಿಯ ವಿಷಯವನ್ನು ರಾಘವರಿಗೆ ಮತ್ತೊಮ್ಮೆ ತಿಳಿಸಿದೆ. ಮನೆಯ ಸರ್ವಸದಸ್ಯರೂ ನನ್ನ ಸುತ್ತುವರೆದು ನಿಂತಿದ್ದರು.

"ಕ್ಷಮಿಸಿ ಸಾರ್, ನಿಮಗೆ ಈ ರೀತಿ ಇನ್ನೊಮ್ಮೆ ತೊಂದರೆ ಕೊಡುವುದಿಲ್ಲ" ಎಂದು ರಾಘವರು ಪದೇ ಪದೇ ಹೇಳಿದರು. ನನ್ನ ಇಡೀ ಚೈತನ್ಯವೇ ಜೋಮು ಹಿಡಿದಂತಾಗಿತ್ತು. ಮೈಮೇಲಿನ ಬಟ್ಟೆಯಿಂದ ನೀರಿಳಿಯುತ್ತಿತ್ತು. ನಾನು ನಿಂತ ಕಡೆ ಒಂದು ನೀರಿನ ಹೊಂಡ ಸೃಷ್ಟಿಯಾಗುತ್ತಿತ್ತು. ಭಯಂಕರ ಕಿರಿಕಿರಿಯಾಗುತ್ತಿತ್ತು. ಮನೆ ಸೇರಿ ಬಟ್ಟೆ ಬದಲಾಯಿಸುವುದಷ್ಟೇ ಸ್ವರ್ಗವೆನಿಸಿದ ಕ್ಷಣವದು!

ಸಮಯ ಆರು ಗಂಟೆಯಾಗಿತ್ತು. ಆಗಸದಲ್ಲಿ ಮೋಡ ದಟ್ಟೈಸಿ ವೇಗವಾಗಿ ಕತ್ತಲಾವರಿಸಿತು. ಚಳಿಗೆ ಒಳ್ಳೆಯದೆಂದು ರಾಘವ ಚಹಾ ತಂದುಕೊಟ್ಟರು.

ಅಲ್ಲೇ ಮನೆಯ ಚಾವಡಿಯಲ್ಲಿ ಕೂತಿದ್ದ ಅಜ್ಜನೊಬ್ಬ ನನ್ನ ಕಡೆ ತಿರುಗಿ ಕಣ್ಣು ಮಿಟುಕಿಸಿ ನುಡಿದ, "ಈ ಚಳಿ ಚಹಾಕ್ಕೆ ಬಗ್ಗುವುದಿಲ್ಲ ಸಾರ್. ಅದಕ್ಕೆ ಬೇರೆಯೇ ಬೇಕು! ಬ್ರಾಂಡಿ ಆಗಬಹುದು!"

ಇನ್ನೊಬ್ಬ, "ನೀನೇಳೋದು ಸರಿ! ಆದರೆ ಹೊರಗೆ ಮಳೆ ಬರ್ತಿದೆ. ಮಳೇಲಿ ಕುಡಿದದ್ದೆಲ್ಲ ಇಳಿದು ಹೋಗುತ್ತೆ ಅ ಹ್ಹ ಹ್ಹಾ!" ಎಂದ.

ಅಜ್ಜ "ಹೌದೌದು! ಮಳೆ ತರುವ ಅನಾನುಕೂಲದಲ್ಲಿ ಅದು ಮುಖ್ಯವಾದದ್ದು!"

ಅಜ್ಜನ ಮಾತಿಗೆ ಅಲ್ಲಿ ಕುಳಿತವರೆಲ್ಲಾ 'ಹೌದೌದು' ಎಂದು ನಗತೊಡಗಿದರು.

ಹೊರಗೆ ಮಳೆ ಸುರಿಯುತ್ತಿತ್ತು. ಚಳಿಗಾಳಿ ಆಡುತ್ತಿತ್ತು. ಅವರೆಲ್ಲ ದಿನದ ಕೆಲಸ ಮುಗಿಸಿ ಆರಾಮ ಮಾಡುತ್ತಿದ್ದರು. ದಿನದ ಜಂಜಡವನ್ನು ಮರೆತು ತಮಾಷೆ ಖುಷಿಯಲ್ಲಿ ಮುಳುಗಿದ್ದರು. ಅವರೆಲ್ಲರೂ ರಾಘವರ ತೋಟದಲ್ಲಿ ಕೆಲಸ ಮಾಡಿ ಬಂದು ದಿನದ ಕೂಲಿಗಾಗಿ ಕಾಯುತ್ತಿದ್ದರು.

ಆಗ ಅಲ್ಲಿ ಕೂತಿದ್ದ ಬಡಕಲು ದೇಹದವನೊಬ್ಬನನ್ನು ತೋರಿಸಿ, "ಈ ಸಂಜೀವ ಎಷ್ಟು ಕುಡಿಯುತ್ತಾನೆಂದರೆ ಎಂಥ ಮಳೆಯೂ ಅವನ ಅಮಲನ್ನು ಇಳಿಸಲಾಗುವುದಿಲ್ಲ," ಎಂದು ಅಜ್ಜ ಹೇಳಿದ್ದೇ ಸಂಜೀವನೂ ಸೇರಿದಂತೆ ಎಲ್ಲರೂ ಬಿದ್ದು ಬಿದ್ದು ನಗತೊಡಗಿದರು. ಕರೆಂಟು ಹೋಗಿ ಲಾಟೀನು ಬೆಳಕಿನಲ್ಲಿ ಗೋಡೆ ಮೇಲೆ ಎಲ್ಲರ ನೆರಳುಗಳು ಆಡುತ್ತಿದ್ದವು. ಸ್ವರ್ಗದ ತುಣುಕೊಂದು ಅಲ್ಲಿ ಕಡಿದುಕೊಂಡು ಬಿದ್ದಿತ್ತು.

"ಪರಪ್ಪೆ ಮನೆ ಮಾರ್ಗವಾಗಿ ವಾಪಸ್ಸು ಹೋಗಿ ಸಾರ್. ರಸ್ತೆಯ ಗುಣಮಟ್ಟ ಚೆನ್ನಾಗಿಲ್ಲದಿದ್ದರೂ ಒಂದೆರಡು ಕಿ.ಮೀ. ಹತ್ತಿರವಾಗುತ್ತದೆ," ಎಂಬ ಅಲ್ಲಿದ್ದವರ ಸಲಹೆಯಂತೆ ಪರಪ್ಪೆ ಮನೆ ಮಾರ್ಗವಾಗಿ ವಾಪಸ್ ಹೊರಟೆ. ಈ ಮಾರ್ಗದಲ್ಲಿ ದಟ್ಟ ಕಾಡು. ಅಲ್ಲಲ್ಲಿ ಪರ್ವತಾಕಾರದ ಮರಗಳು. ಒಮ್ಮೊಮ್ಮೆ ಹಗಲಿನಲ್ಲೇ ಕತ್ತಲೆ ಇರುತ್ತಿತ್ತು. ಸಂಪೂರ್ಣ ನಿರ್ಜನವಾಗಿತ್ತು. ಕುದುರತ್ತಾಯ ಬಳಿಯ ಹೊಳೆಯಂತೆ ಇಲ್ಲೊಂದು ಹೊಳೆ ಅಡ್ಡ ಹಾಯುತ್ತದೆ. ಹರಿವ ಹೊಳೆಯ ಇರುವನ್ನು ನೀವು

ಇಂಥ ಮೌನದಲ್ಲಿ, ಒಬ್ಬಂಟಿಯಾಗಿ, ಖಡಕ್ ಕತ್ತಲಲ್ಲಿ ಕೇಳಬೇಕು. ದಿವ್ಯಾನುಭವವಾಗಬಹುದಾದ ಒಂದು 'ಅಮೃತ ಘಳಿಗೆ' ನನ್ನ ಮನಸ್ಸಿನ ಗಲಿಬಿಲಿಯ ಕಾರಣದಿಂದ ಕೈತಪ್ಪಿ ಹೋಗಿತ್ತು. ಇದಕ್ಕೆ ಈಗಲೂ ನನಗೆ ವಿಷಾದವಿದೆ.

ಆ ದಿನಗಳಲ್ಲಿ ಬೆಳ್ತಂಗಡಿ ತಾಲೂಕಿನಲ್ಲಿ ಅಲ್ಲಲ್ಲಿ ನಕ್ಸಲರು ಕಾಣಿಸಿಕೊಂಡರೆಂದು ಸುದ್ದಿಯಾಗುತ್ತಿತ್ತು. ಅವರು ಇವತ್ತು ನನಗೆ ಸಿಕ್ಕೇ ಸಿಗುತ್ತಾರೆ ಎಂದು ಗಾಢವಾಗಿ ಅನ್ನಿಸತೊಡಗಿತು. ಇದ್ದಕ್ಕಿದ್ದಂತೆ ಮೈಯೆಲ್ಲಾ ಕಣ್ಣಾಗಿ, ಕಿವಿಯಾಗಿ ಯಾವಾವುದೋ ಚೂರುಪಾರು ಶಬ್ದಕ್ಕೆ ನಿಟ್ಟು ಬೀಳುತ್ತ ಸುರಿವ ಮಳೆಯಲ್ಲಿ, ಜಾರುವ ಕೆಸರಲ್ಲಿ, ಆವರಿಸಿದ್ದ ಕತ್ತಲಲ್ಲಿ ಹರಿದಾಡುವ ಹಾವುಗಳ ಮಧ್ಯೆ, ಏರಿಳಿವ ರಸ್ತೆಯಲ್ಲಿ, ಕೀಟಗಳು ಕಪ್ಪೆಗಳ ಥರಾವರಿ ಶಬ್ದದಲ್ಲಿ ಅದಾವ ಧೈರ್ಯ ನನ್ನ ಕೈ ಹಿಡಿದು ನಡೆಸಿತೋ? ನಾಲ್ಕಾರು ಕಡೆಯಂತೂ ನಿರ್ಜನ ಕಾಡಲ್ಲಿ ಬೈಕು ಇಳಿದು ಬೈಕಿನ ಬೆಳಕಲ್ಲಿ ಒಂದಷ್ಟು ದೂರ ತಳ್ಳಿಕೊಂಡು ಬಂದದ್ದು ನೆನೆಸಿಕೊಂಡರೆ ಯಶವಂತ ಚಿತ್ತಾಲರ ನಾಗಪ್ಪನಂತೆ, "ಶಹಭಾಷಲೇ ಒಂದೂ ಮಗನೇ, ಎರಡೂ ಮಗನೇ," ಎಂದು ಬೆನ್ನು ತಟ್ಟಿಕೊಳ್ಳುವಂತಾಗುತ್ತದೆ.

ಧರ್ಮಸ್ಥಳ ಹತ್ತಿರವಾಗುತ್ತಿದ್ದದ್ದು ಬೆಳಕು ಮತ್ತು ಶಬ್ದಗಳಿಂದ ಗೊತ್ತಾಗತೊಡಗಿತು. ನಾನು ಎಲ್ಲೂ ನಿಲ್ಲದೆ ಧರ್ಮಸ್ಥಳ ದಾಟಿ ನೇರವಾಗಿ ಉಜಿರೆ ಮನೆ ತಲುಪಿದೆ ಮೈಯ ನರನಾಡಿಗಳನ್ನು ನಡುಗಿಸಿದ ಅಂದಿನ ಅನುಭವ ಎಂದೂ ಮರೆಯದಂಥದ್ದಾಗಿತ್ತು. ಮನೆಯಲ್ಲಿ ಹೆಂಡತಿ ಮಕ್ಕಳೆಲ್ಲ ಕಳೆದವರು ಸಿಕ್ಕಂತೆನಿಸತೊಡಗಿದರು. ಲೋಕವೇ ಹೊಸತಾಗಿರುವಂತೆ ನವೀಕರಿಸಿಕೊಂಡಂತಾಗಿತ್ತು.

ಸಾಮಾನ್ಯವಾಗಿ ನಾನು ಹಳ್ಳಿಗಳಿಗೆ ಹೋದಾಗ ಕೃತಕ ಗರ್ಭಧಾರಣೆ ಮಾಡಿದ ಹಸುಗಳನ್ನು ಮೂರು ತಿಂಗಳ ನಂತರ ಗರ್ಭ ಕಟ್ಟಿದೆಯೋ ಇಲ್ಲವೋ ಎಂಬುದನ್ನು ಸಹ ಪರೀಕ್ಷಿಸಿ ಬರುತ್ತಿದ್ದೆ. ಅದು ನಮ್ಮ ಆಸ್ಪತ್ರೆಯ ವತಿಯಿಂದ ಸಾಧಿಸಬೇಕಾದ ಪ್ರಗತಿ ಸಹ ಆಗಿತ್ತು. ಪ್ರತಿ ತಿಂಗಳು ನಾವು ಇದರ ಬಗ್ಗೆ ಮೇಲಧಿಕಾರಿಗಳಿಗೆ ವರದಿ ಸಲ್ಲಿಸಬೇಕು. ಇದರ ಜೊತೆಗೆ ಗರ್ಭ ಧರಿಸಿದ ಹಸು/ಎಮ್ಮೆಗಳು ದಿನ ತುಂಬಿದ ಮೇಲೆ ಕರು ಹಾಕಿದ ಬಗ್ಗೆ ಸಹ ಮಾಹಿತಿ ಕೊಡಬೇಕು. ಹುಟ್ಟಿದ ಕರುಗಳು ಎಷ್ಟು? ಯಾವ ತಳಿಯ ಕರುಗಳು ಎಷ್ಟು ಹುಟ್ಟಿವೆ? ಅದರಲ್ಲಿ ಗಂಡೆಷ್ಟು ಹೆಣ್ಣೆಷ್ಟು? ಇತ್ಯಾದಿ.

ಪ್ರತಿ ಮಾಹೆಯ, ವರ್ಷದ ಪ್ರಗತಿಗಳನ್ನು ನಾನೇ ಖುದ್ದಾಗಿ ಬರೆದು ಮೇಲಧಿಕಾರಿಗಳಿಗೆ ಸಲ್ಲಿಸುತ್ತಿದ್ದೆ. ಪ್ರತಿ ಸಲವೂ ಹಸು/

ಎಮ್ಮೆಗಳಲ್ಲಿ ಹೆಣ್ಣು ಗಂಡು ಕರುಗಳ ಅನುಪಾತ 50:50 ಇರುತ್ತಿತ್ತು. ವೀರ್ಯಾಣು ಅಂಡಾಣುಗಳ ಉತ್ಪತ್ತಿಯಲ್ಲಿ, ಅವೆರಡರ ಮಿಲನದಲ್ಲಿ (ಫರ್ಟಿಲೈಸೇಷನ್), ಗರ್ಭವೆಂಬ ಆಕಸ್ಮಿಕದಲ್ಲಿ, ಅದರ ನಂತರದ ಭ್ರೂಣ ಬೆಳವಣಿಗೆಯಲ್ಲಿ ಮತ್ತು ಇಂಥ ಅನೇಕ ಕ್ರಿಯೆಗಳಲ್ಲಿ ಹೆಜ್ಜೆ ಹೆಜ್ಜೆಗೆ ಎದುರಾಗುವ ಹಲವಾರು ಅಡೆತಡೆಗಳನ್ನು ದಾಟಿ ಕರುಗಳು ಹುಟ್ಟಿ ಬರುತ್ತವೆ. ಅದರಲ್ಲಿ 50:50 ಲೈಂಗಿಕ ಅನುಪಾತ ಸಾಧಿಸುವ ಪ್ರಕೃತಿಯ ಲೆಕ್ಕಾಚಾರ ಇನ್ನೆಂಥದ್ದಿರಬಹುದು! ಅದೂ ಜೀವಜಾಲದ ಲಕ್ಷಾಂತರ, ಕೋಟ್ಯಾಂತರ ಪ್ರಾಣಿ ಪ್ರಬೇಧಗಳಲ್ಲಿ!

ರಾಘವರ ಮನೆಗೆ ಹೋಗಿ ಬಂದ ನಂತರ ಎರಡು ಮೂರು ತಿಂಗಳು ಪಟ್ರಮೆಗೆ ಭೇಟಿಗಳು ಕಡಿಮೆಯಾದವು. ಕಾರಣ ಮಳೆ ಮತ್ತು ರಸ್ತೆಯ ಗುಣಮಟ್ಟ. ಜೀಪು ಇದ್ದವರು ಮಾತ್ರ ನಮ್ಮನ್ನು ಕರೆದುಕೊಂಡು ಹೋಗಿ ಬರುತ್ತಿದ್ದರು. ಅಕ್ಟೋಬರ್ ತಿಂಗಳ ನಂತರ ಮಳೆ ವಿಶ್ರಮಿಸುತ್ತಿತ್ತು ಮತ್ತು ನಮ್ಮ ಪಟ್ರಮೆಯ ಭೇಟಿಗಳು ಪುನರಾರಂಭವಾಗುತ್ತಿದ್ದವು. ಹೀಗೊಮ್ಮೆ ಯಾರದೋ ಹಸು ಚಿಕಿತ್ಸೆಗೆ ಹೋಗಿ ಬರುವಾಗ ರಾಘವರ ಮನೆ ಮುಂದೆಯೇ ಬರಬೇಕಿತ್ತು. ರಾಘವರನ್ನು ಮಾತನಾಡಿಸುವುದು, ಕೃತಕ ಗರ್ಭಧಾರಣೆ ಮಾಡಿದ್ದ ಹಸುವನ್ನು ಪರೀಕ್ಷಿಸುವುದು ಮತ್ತು ಚಹಾ ಕುಡಿಯುವುದು ಇವುಗಳನ್ನು ಉದ್ದೇಶವಾಗಿರಿಸಿಕೊಂಡು ರಾಘವರ ಮನೆಗೆ ಹೋದೆ.

ಗ್ರಾಮದ ಪ್ರಧಾನ ರಸ್ತೆಯ ಪಕ್ಕವೇ ಅವರ ಮನೆಯಿತ್ತು. ಮನೆಯಲ್ಲಿ ಎಲ್ಲ ಇದ್ದರು. ಮನೆಯ ಸದಸ್ಯರೇ ಆದಂತಹ ದನಕರುಗಳಿಗೆ ಯಾವ ಸಮಯದಲ್ಲಿಯೂ ಮನೆಗೇ ಬಂದು ಚಿಕಿತ್ಸೆ ನೀಡುವ ಗೋ ಆಸ್ಪತ್ರೆಯ ಡಾಕ್ಟರೆಂದರೆ ಎಲ್ಲರಿಗೂ ಅಚ್ಚುಮೆಚ್ಚು. "ಪರೀಕ್ಷಿಸುವುದೇನೂ ಬೇಕಿಲ್ಲ ಸಾರ್. ಅದು ಜೋಡಿಗೆ ನಿಂತಿದೆ. ಅದರ ಬಣ್ಣವೇ ಬದಲಾಗಿದೆ ನೋಡಿ," ಎಂದರು ಒಬ್ಬರು. "ಇಲ್ಲ ಇಲ್ಲ. ನೀವು ಟೆಸ್ಟ್ ಮಾಡಿ. ಹ್ಯಾಗೂ ಬಂದಿದ್ದೀರಲ್ಲ," ಎಂದರು ಮತ್ತೊಬ್ಬರು. ಬಕೇಟಿನಲ್ಲಿ ನೀರು, ಮಗ್ಗು, ಸೋಪು, ಟವಲ್ಲು ತಂದರು ರಾಘವ. ಹಸು ಅಲ್ಲಿಯೇ ನಿಂತಿತ್ತು. ಯಾರೂ ಹಿಡಿಯುವುದು ಬೇಕಿರಲಿಲ್ಲ. ಅದು ಅಷ್ಟು ಸಾಧು.

ನಾನೊಬ್ಬನೇ ಹಿಡಿದು ಗುದದ್ವಾರದಲ್ಲಿ ಕೈ ಹಾಕಿದೆ. ಪ್ರಾಣಿಗಳಲ್ಲಿ ನಾವು ಕೈ ಹಾಕುವ ಗುದದ್ವಾರ (ರೆಕ್ಟಮ್) ದ ಕೆಳಗಡೆ ಗರ್ಭಕೋಶವಿರುತ್ತದೆ. ಗರ್ಭ ಧರಿಸಿದ್ದರೆ ಸ್ವಾಭಾವಿಕವಾಗಿಯೇ ಗರ್ಭಕೋಶ ದೊಡ್ಡದಾಗಿರುತ್ತದೆ. ಗರ್ಭವಾಗಿಲ್ಲದಿದ್ದರೆ ಸಾಮಾನ್ಯವಾಗಿ ಮೂರ್ನಾಲ್ಕು ಇಂಚು ಉದ್ದವಿರುವ ಬದನೆಕಾಯಿಯ ತರಹ ಇರುತ್ತದೆ.

ಗರ್ಭ ಧರಿಸಲು ತುಂಬಾ ಸತಾಯಿಸಿದ್ದ ಹಸು, 'ಥಾ' ಮಾಡಿ ಎರಡು ಗಂಟೆಯ ಮೇಲೆ ವೀರ್ಯ ಕಡ್ಡಿ ಬಳಸಿದ್ದೆಲ್ಲವನ್ನು ಮನಸ್ಸಿನಲ್ಲಿಟ್ಟುಕೊಂಡು, ಗರ್ಭವಿರಲು ಸಾಧ್ಯವೇ ಇಲ್ಲ ಎಂದು ಕೈ ಹಾಕಿದರೆ, ನನಗೇ ಆಶ್ಚರ್ಯವಾಯಿತು! ಗರ್ಭ ಕೋಶವು ಸರಿಯಾಗಿ ಒಂದು ಫುಟ್ ಬಾಲಿನಷ್ಟು ದಪ್ಪವಾಗಿದೆ! ಅಂದರೆ ಹಸು ಗರ್ಭ ಇದೆ!

ನಾವು ಬಳಸುವ ವೀರ್ಯ ಕಡ್ಡಿಯಲ್ಲಿ ಸಾಮಾನ್ಯವಾಗಿ ಇಪ್ಪತ್ತು ಮಿಲಿಯನ್ ವೀರ್ಯಾಣುಗಳಿರುತ್ತವೆ. ಅದು 'ಥಾ' ಮಾಡಿದಾಗ ಇರುವ ವೀರ್ಯಾಣುಗಳ ಸಂಖ್ಯೆ. ಎರಡು ಗಂಟೆ ತಡವಾಗಿದ್ದರಿಂದ ಅದರಲ್ಲಿ 25% ವೀರ್ಯಾಣುಗಳು ಮಾತ್ರ ಜೀವಂತವಿದ್ದಾವೆಂದು ಭಾವಿಸಬಹುದು. ಅಲ್ಲಿಗೆ 50 ಲಕ್ಷ ವೀರ್ಯಾಣು ಗಳಿದ್ದವೆಂದು ಲೆಕ್ಕ. ಅವು ಇಷ್ಟು ಕಡಿಮೆ ಸಂಖ್ಯೆಯಲ್ಲಿದ್ದರೆ ಗರ್ಭ ಧರಿಸುವ ಅವಕಾಶಗಳು ಇಲ್ಲವೇ ಇಲ್ಲ ಎನ್ನುವಷ್ಟು ಕಡಿಮೆ. ಆದರೂ ಹಸು ಗರ್ಭ ಧರಿಸಿದೆ!

ಗರ್ಭಕ್ಕೆ ಕಾರಣವಾದ ವೀರ್ಯಾಣು ಬಗ್ಗೆ ಯೋಚಿಸಿದೆ. ಅಷ್ಟು ತಡವಾದರೂ ತನ್ನ ಶಕ್ತಿಯನ್ನೆಲ್ಲ ಒಗ್ಗೂಡಿಸಿಕೊಂಡು ಕಾದು, ತನ್ನ ಸುತ್ತಲ ವೀರ್ಯಾಣುಗಳೆಲ್ಲ ಸತ್ತು ಹೋಗುತ್ತಿದ್ದರೂ ಸವಾಲನ್ನೇ ಅವಕಾಶ ಮಾಡಿಕೊಂಡು ಬದುಕಿ, ಗರ್ಭಕೋಶವನ್ನು ಸೇರಿದ ನಂತರ ಮತ್ತೊಮ್ಮೆ ಗಂಟೆಗಟ್ಟಲೆ ಈಜಿ ಅಂಡಾಣುವನ್ನು ಸೇರಿ ಒಂದಾಗಿ ತನ್ನ ಕಾರ್ಯದಲ್ಲಿ ಸಫಲವಾಗಿದೆ! ಅರ್ಧರ್ಧ ಸಂಖ್ಯೆಯ ಕ್ರೋಮೋಸೋಮುಗಳನ್ನು ಮಾತ್ರ ಹೊಂದಿ ಅತಂತ್ರವಾಗಿದ್ದ ವೀರ್ಯಾಣು ಮತ್ತು ಅಂಡಾಣುಗಳು ಕೂಡಿ ಸ್ಪೀಶೀಸ್ ಮುಂದುವರಿಯಲು ಬೇಕಾದ ನಿರ್ದಿಷ್ಟ ಸಂಖ್ಯೆಯ ಕ್ರೋಮೋಸೋಮುಗಳನ್ನು ಸರಿದೂಗಿಸಿವೆ! ಅಬ್ಬಬ್ಬಾ ಪ್ರಕೃತಿಯ ಕಾಣದ ಸೂತ್ರವೇ!

"ರಾಘವ, ರೋಡ್ ರೋಮಿಯೋ ಹೋರಿಗಳೇನಾದರೂ ಕ್ರಾಸ್ ಮಾಡಿದವೇ?" ಎಂದು ಕೇಳಿದೆ. ರಾಘವ, "ಇಲ್ವೇ ಇಲ್ಲ ಸಾರ್. ಅಂದು ನಿಮಗೆ ಅಷ್ಟು ಕಷ್ಟ ಕೊಟ್ಟು, ಜೋಡಿಗೆ ಇಂಜೆಕ್ಷನ್ ಮಾಡಿಸಿದ ಮೇಲೆ ಹೋರಿಗೆ ಯಾಕೆ ಕೊಡಿಸಲಿ?"

"ರಾಘವ, ಹಸು ಗರ್ಭ ಧರಿಸಿದೆ" ಎಂದೆ. ಮನೆಯಲ್ಲೆಲ್ಲ ಸಂಚಲನ ವುಂಟಾಯಿತು. ಅಬಾಲವೃದ್ಧರಾಗಿ ಎಲ್ಲರಲ್ಲೂ ಸಡಗರ ಮೂಡಿತು. ಮನೆಮಂದಿಯೆಲ್ಲಾ ಬಂದು ಹಸುವನ್ನು ನೋಡಿ, ಮುಟ್ಟಿ ಕಣ್ಣಿಗೊತ್ತಿಕೊಂಡರು. ಒಂದು ಸಣ್ಣ ಮಗು ಹಸುಗೆ ಬಾಳೆಹಣ್ಣನ್ನು ತಿನ್ನಿಸಿ ಕೈ ಮುಗಿದು ಹಸು ಎದುರು ನಿಂತಿತು. ಬಹುಶಃ ಒಬ್ಬ ಪಶುವೈದ್ಯ ಮಾತ್ರ ಈ ತರಹದ ಅಧ್ಯಾತ್ಮಿಕ ಭಾವವನ್ನು ಜಾಗೃತಗೊಳಿಸಬಲ್ಲನೋ ಏನೋ!

ಕಾಯರ್ತಡ್ಕ ಮಿಯಾರು ಕಡೆ ವಾರಕ್ಕೆ ನಾಲ್ಕಾರು ಬಾರಿಯಾದರೂ ಹೋಗುತ್ತಿದ್ದೆ. ಒಂದು ಸಲ ಹಾಗೆಯೇ ಗೋಪಾಲನ್ ನಾಯರ್ ಮನೆ ಕಡೆ ಹೋಗಿ ಹಸು ಚೆಕ್ ಮಾಡಿದೆ. ನೂರಕ್ಕೆ ನೂರು ಗರ್ಭವಿರುವ ಭರವಸೆ ಮತ್ತು ಜಂಭ ನನ್ನಲ್ಲಿ ತುಂಬಿತ್ತು. ನಾಯರ್ ಕಷಾಯ

ಮಾಡಲು ಹೆಂಡತಿಗೆ ತಿಳಿಸಿ ಹಸು ಹಿಡಿದುಕೊಂಡಿದ್ದರು. ಯಾವುದೋ ಜನಪ್ರಿಯ ಮಲಯಾಳಂ ಮಟ್ಟನ್ನು ಗುನುಗುತ್ತಿದ್ದರು.

ಇನ್ನೇನು ಈಗ ನಾಯರ್ ಖುಷಿಯಿಂದ ಸ್ಫೋಟಗೊಳ್ಳುತ್ತಾರೆ ಎಂದೆಣಿಸುತ್ತಿದ್ದೆ. ರಾಘವರ ಹಸುವಿನಲ್ಲಾದಂತೆ ಇಲ್ಲೂ ನನ್ನ ಲೆಕ್ಕಾಚಾರ ಉಲ್ಟಾ ಹೊಡೆದಿತ್ತು. ನನ್ನ ಧ್ವನಿಯೇ ಬಿದ್ದು ಹೋಯಿತು. ಮೆಲ್ಲನೆ, "ನಾಯರ್, ಹಸು ಗರ್ಭ ಧರಿಸಿಲ್ಲ," ಎಂದು ಹೇಳಿ ಕೈ ತೊಳೆದುಕೊಂಡು ನಾಯರ್ ಅಂಗಡಿಯ ಅಲ್ಲಾಡುತ್ತಿದ್ದ ಕುರ್ಚಿಯ ಮೇಲೆ ಕೂತುಕೊಂಡೆ.

ಗರ್ಭ ಎಂಬ ನಿಗೂಢದ ಎದುರು, ಗರ್ಭ ಎಂಬುವ ಬಿಡಿಸಲಾರದ ಒಗಟಿನೆದುರು, ಗರ್ಭ ಎಂಬ ಲಾಟರಿ ಗುಣದ ಸಂಕೀರ್ಣದೆದುರು, ಗರ್ಭವೆಂಬ ಯೋಗಾಯೋಗದೆದುರು ನಾನು ನನ್ನ ಡಿಗ್ರಿ, ಗೆಜೆಟೆಡ್ ಹುದ್ದೆ, ತಾಲ್ಲೂಕು ಮಟ್ಟದ ಅಧಿಕಾರಿ ಮುಂತಾದವುಗಳನ್ನು ಪಕ್ಕಕ್ಕಿಟ್ಟು ಮುದುರಿ ಕುಳಿತಿದ್ದೆ. ಮೃದುವಾಗಿದ್ದೆ. ವಿನಮ್ರನಾಗಿದ್ದೆ. ನನ್ನರಿವು ನನ್ನ ಅಜ್ಞಾನವನ್ನೂ ತಿಳಿಸುತ್ತಿತ್ತು. ಅಹಂಕಾರ ನುಚ್ಚುನೂರಾಗದೆ ಸಂಗತಿಗಳು ಅರ್ಥವೇ ಆಗುವುದಿಲ್ಲ ಎನಿಸಿತು.

ನಾಯರ್ ಹಸುವನ್ನು ಅದರ ಜಾಗಕ್ಕೆ ಕಟ್ಟಿ ಹಾಕಿ ನಿಧಾನಕ್ಕೆ ಬಂದು ಕುಳಿತರು. "ಈಗ ಮೂರು ಸಲ ಕೃತಕ ಗರ್ಭಧಾರಣೆ ವಿಫಲವಾಗಿದೆ. ನಾಲ್ಕಾರು ತಿಂಗಳು ಸಮಯವೂ ಹಾಳಾಗಿದೆ. ಮುಂದಿನ ಸಲ ಬೇರೆ ಚಿಕಿತ್ಸೆ ಮಾಡಿ ಪ್ರಯತ್ನಿಸೋಣ," ಎಂದು ನಾಯರ್‌ಗೆ ತಿಳಿಸಿದೆ.

ನಾಯರ್ ಬಹಳ ಹೊತ್ತು ಯೋಚನಾಮಗ್ನರಾಗಿದ್ದರು. ಮೌನ ನಾಯರ್‌ಗೆ ಸರಿ ಹೊಂದುತ್ತಿರಲಿಲ್ಲ. ಅದು ಅವರಿಗೆ ಅಪರಿಚಿತವಾಗಿತ್ತು. ನಾಯರ್‌ರ ಪತ್ನಿ ಕಷಾಯ ತಂದುಕೊಟ್ಟರು. ನಾನು ಗುಟುಕರಿಸುತ್ತಿದ್ದಾಗ, "ಆಯ್ತು ಬಿಡಿ ಸಾರ್. ಅದೇನು ಚಿಕಿತ್ಸೆ ನೀಡಿ, ಆಮೇಲೆ ವೀರ್ಯ ಕೊಡಿ," ಎಂದರು. ಬಹಳ ದುಡ್ಡು ಕೊಟ್ಟು ತಂದು ಸಾಕಿದ ಹಸುಗಳು ಗರ್ಭವಾಗುವುದು ತಡವಾದರೆ ರೈತರು ನಷ್ಟ ಅನುಭವಿಸುತ್ತಾರೆ. ಅದರ ಕಷ್ಟ ರೈತರ ಮಧ್ಯೆಯೇ ಬದುಕಿ ಕಂಡುಕೊಂಡಿದ್ದೆ. ಸೀಮೆಹಸುಗಳು ಅಧಿಕ ಹಾಲು ಕೊಡುವ ಒತ್ತಡದಲ್ಲಿ ಸಿಲುಕಿರುತ್ತವೆ. ಆ ಒತ್ತಡವೇ ಅವುಗಳ ಮುಕ್ಕಾಲು ಪಾಲು ರೋಗಗಳಿಗೆ ಕಾರಣ. ಕೆಚ್ಚಲು ಬಾವು, ಗರ್ಭ ಕಟ್ಟದೇ ಇರುವುದು, ಮಿಲ್ಕ್ ಫೀವರ್ (ಕ್ಯಾಲ್ಸಿಯಂ ಕೊರತೆ), ಡೌನರ್ ಕೌ ಸಿಂಡ್ರೋಮ್ (ಹಸುಗಳು ಮೇಲೇಳಲಾಗದೆ ಬಿದ್ದುಕೊಂಡಿರುವುದು) ಮುಂತಾದವು.

ಈ ತರಹದ ಕಾಯಿಲೆಗಳಿಂದ ನಾಯರ್ ಸಹ ನಷ್ಟ ಅನುಭವಿಸಿದವರೇ ಆಗಿದ್ದರು. ರೈತ ಬೇಸರಿಸಿದರೆ, ಸಿಟ್ಟಾದರೆ ಅವನಿಗಿಂತ ಅನುಕೂಲಸ್ಥರಾದ, ತಿಳಿವಳಿಕಸ್ಥರಾದ ವೈದ್ಯರೇ ಅನುಸರಿಸಬೇಕು. ಕೆಲವು ವಿಷಯಗಳಲ್ಲಿ ರೈತರೇ ವೈದ್ಯರಿಗಿಂತ ತಿಳಿವಳಿಕೆಯುಳ್ಳವರಾಗಿರುವುದೂ ಸತ್ಯ. ನನ್ನ ಮಟ್ಟಿಗೆ ಹೇಳುವುದಾದರೆ ನಾನು ಕಾಲೇಜಿನ ಪ್ರೊಫೆಸರುಗಳಿಂದ ಹೇಗೆ ಕಲಿತಿದ್ದೇನೆಯೋ ರೈತರಿಂದಲೂ ಹಾಗೆಯೇ ಕಲಿತಿದ್ದೇನೆ.

ಕಾಲೇಜಿನಲ್ಲಿ ಕಲಿತ ಕೆಲವು ವಿಷಯಗಳು ಅನಾವಶ್ಯಕವಾದವಿರಬಹುದು. ಆದರೆ, ರೈತರಿಂದ ಕಲಿತದ್ದರಲ್ಲಿ ವ್ಯರ್ಥವೆಂಬುದು ಇಲ್ಲವೇ ಇಲ್ಲ! ಇಂಗ್ಲಿಷ್ ಶಿಕ್ಷಣ, ಉನ್ನತ ಶಿಕ್ಷಣ, ಪಿಎಚ್ ಡಿ ಮುಂತಾದವುಗಳ ಜೊತೆಗೆ ಬರಬಹುದಾದ ಅನ್ಯತೆ, ಮೇಲರಿಮೆ, ಅಹಂಕಾರ, ದೌಲತ್ತುಗಳನ್ನು ಸುಲಭವಾಗಿ ತೊಡೆದು ಹಾಕಲು ರೈತ ಮತ್ತು ಕೃಷಿ ವೃತ್ತಿಗಿಂತ ಉತ್ತಮ ಶಿಕ್ಷಕನೇ ಇಲ್ಲ.

ಮತ್ತೆ ನಾಯರರೊಡನೆ ಮಾತು ಬೆಳೆಸಿದೆ:

ನಾನು: ನಾವು ಆಸ್ಪತ್ರೆಯಲ್ಲಿ ಒಂದು ನೂರು ಕೃತಕ ಗರ್ಭಧಾರಣೆ ಮಾಡಿದರೆ ಸುಮಾರು ನಲವತ್ತು ಹಸುಗಳು ಮಾತ್ರ ಗರ್ಭ ಧರಿಸುತ್ತವೆ.

ನಾಯರ್: ಮಿಕ್ಕ ಅರವತ್ತು ಹಸುಗಳು?

ನಾನು: ಅವು ಮುಂದಿನ ಇಪ್ಪತ್ತು ದಿನಕ್ಕೆ ಮತ್ತೆ ಹೀಟಿಗೆ ಬರುತ್ತವೆ. ಆಗ ಮತ್ತೆ ಇಂಜೆಕ್ಷನ್ ಮಾಡಬೇಕು. ಆಗಲೂ ಎಲ್ಲ ಗರ್ಭ ಧರಿಸುವುದಿಲ್ಲ. 40% ಮಾತ್ರ ಗರ್ಭ ಧರಿಸುತ್ತವೆ. ಎಮ್ಮೆಗಳಲ್ಲಿ ಗರ್ಭ ಕಟ್ಟುವ ಪರ್ಸೆಂಟೇಜ್ ಇನ್ನೂ ಕಡಿಮೆ!

ನಾಯರ್: ಗೊತ್ತಾಯ್ತು ಬಿಡಿ ಸಾರ್. ಈ ಸಲ ಚಿಕಿತ್ಸೆ ಮಾಡಿ. ನಾನೂ ಸಹ ಸ್ಪೆಷಲ್ ಕಷಾಯ ಮಾಡಿ ಹಾಕ್ತೀನಿ ಹಸುಗೆ, ಗರ್ಭ ಕಟ್ಟಲು.

ಹೀಗೆ ಹೇಳಿದವರೆ ನಾಯರ್ ತಮ್ಮ ಪತ್ನಿಗೆ ಕಷಾಯಕ್ಕೆ ಬೇಕಾದ ಸಾಮಗ್ರಿ ಮತ್ತು ಅವುಗಳ ಪ್ರಮಾಣವನ್ನು ಹೇಳತೊಡಗಿದರು.

"ಗರ್ಭ ಕಟ್ಟಲು ಕಷಾಯ ಸಿದ್ಧಪಡಿಸುವುದಾದರೆ ಅವಳಿ ಜವಳಿ ಹೆಣ್ಣು ಕರುಗಳಿಗೆ ಸಿದ್ಧಪಡಿಸಿ," ಎಂದು ಕೂಗಿ ಹೇಳಿದೆ.

"ಹೌದಲ್ವ?" ಎಂದು ಗಂಡ ಹೆಂಡತಿ ನಗತೊಡಗಿದರು.

ಮಿಯಾರಿಂದ ನಮ್ಮ ಆಸ್ಪತ್ರೆಯವರೆಗೆ ಡಾಂಬರು ರಸ್ತೆ ಇದ್ದುದರಿಂದ ಬೇಗನೆ ಆಸ್ಪತ್ರೆ ಮುಟ್ಟಿದೆ.

❖

ಸ್ವಾಮಿ, ನಮ್ಮಿದುಕ್ಕಿದಾಗೈತೆ ಸ್ವಲ್ಪ ಇದ್ಕೊಡ್ರಿ

ತುರುವೇಕೆರೆಯಲ್ಲಿ ಪ್ರತಿ ಸೋಮವಾರ ಸಂತೆ. ಅಲ್ಲಿನ ಪಶು ಆಸ್ಪತ್ರೆಯ ಮುಂದೆ ಕೆ ಬಿ ಕ್ರಾಸ್ ಕಡೆ ಹೋಗುವ ಮುಖ್ಯ ರಸ್ತೆಯ ಉದ್ದಕ್ಕೂ ಸಂತೆ ನೆರೆಯುತ್ತದೆ. ಸುತ್ತಮುತ್ತ ನೂರಾರು ಊರುಗಳಿಂದ ನೆರೆಯುವ ಸಾವಿರಾರು ಜನ. ಆಸ್ಪತ್ರೆಯ ವಿಶಾಲವಾದ ಕಾಂಪೌಂಡ್ ಒಳಗೆಲ್ಲ ಜನಜಾತ್ರೆ.

ಗೋಡೆಗೆ ಒರಗಿಕೊಂಡಿರುವವರು, ಮರದ ಕೆಳಗೆ ನೆರಳಿಗೆ ಕುಳಿತವರು, ಹಾಗೆಯೇ ನಿದ್ದೆ ಮಾಡಿರುವವರು, ಅಲ್ಲಿ ಇಲ್ಲಿ ಕೂತು ನಿಂತು ವ್ಯವಹಾರ ಕುದುರಿಸುವವರು, ಅಷ್ಟೊತ್ತಿಗೇ ಪರಮಾತ್ಮನ ಆವಾಹನೆಯಾಗಿ ಜಗದೊಡೆಯನ ಕಂಟ್ರೋಲಿಂದಲೂ ಬಿಡುಗಡೆ ಹೊಂದಿ ಸ್ವತಂತ್ರರಾಗಿದ್ದ ಕೆಲವರು, ಆಸ್ಪತ್ರೆಯ ಕಟ್ಟೆಯ ಮೇಲೇ ಮಲಗಿ ಗೊರಕೆ ಹೊಡೆಯುವ ಚಿಂತಿಲ್ಲದ ಚಿಗಪ್ಪಗಳು, ಅವರನ್ನು ಆಚೆ ಕಳಿಸಲು ಕೈ ಮುಗಿದು ಹೇಳಿ, ಬೈದು, ಜಗಳಾಡಿ ಕೈ ಕೈ ಮಿಲಾಯಿಸಿ, ಸೋತು ಸುಮ್ಮನಾಗಿರುವ ಆಸ್ಪತ್ರೆ ಸಿಬ್ಬಂದಿ!

1992ರಿಂದ 2001ರ ತನಕ ತುರುವೇಕೆರೆ ತಾಲೂಕಿನಲ್ಲಿ ಕೆಲಸ ಮಾಡಿ ಇದನ್ನೆಲ್ಲ ವಿವರವಾಗಿ ಕಂಡವನು ನಾನು. ಔಷಧ ತರಲು, ವ್ಯಾಕ್ಸಿನ್‌ಗಳನ್ನು ತರಲು ಅಥವಾ ಮಾಹೆಯ ಪ್ರಗತಿ ಪರಿಶೀಲನಾ ಸಭೆಗೆ, ಖಜಾನೆಗೆ, ಸಂಬಳವಾಗುತ್ತಿದ್ದ ಮೈಸೂರು ಬ್ಯಾಂಕಿನ ಕೆಲಸಕ್ಕೆಂದು, ತುರುವೇಕೆರೆ ಪಶು ಆಸ್ಪತ್ರೆಗೆ ತಿಂಗಳಲ್ಲಿ ಮೂರ್ನಾಲ್ಕು ಬಾರಿಯಾದರೂ ಹೋಗಬೇಕಾಗುತ್ತಿತ್ತು. ಅಕಸ್ಮಾತ್ ಸೋಮವಾರದ ದಿನವೇನಾದರೂ ಹೋದರೆ, ಮೇಲ್ಕಾಣಿಸಿದ ದೃಶ್ಯ ಕಾಣಸಿಗುತ್ತಿತ್ತು. ಇಷ್ಟೇ ಆಗಿದ್ದರೆ ತೊಂದರೆ ಇರುತ್ತಿರಲಿಲ್ಲ.

ಸಂತೆಗೆ ಬಂದವರಲ್ಲಿ ಕನಿಷ್ಠ 10% ಜನ ಎದುರಿಗೇ ಇದ್ದ ಪಶು ಆಸ್ಪತ್ರೆಗೆ ನುಗ್ಗುತ್ತಿದ್ದರು. ನೂರಾರು ವಿಧದ ಔಷಧಗಳಿಗೆ ಬೇಡಿಕೆ ಇಡುತ್ತಿದ್ದರು. ದನ, ಎಮ್ಮೆ, ಕುರಿ, ಮೇಕೆ, ನಾಯಿ, ಕತ್ತೆ, ಕೋಳಿಗಳಿಗೆ ಜಂತು, ಕೆಮ್ಮು, ಭೇದಿ, ಹೊಟ್ಟೆ

ಉಬ್ಬರ, ಬೆದೆಗೆ ಬಂದಿಲ್ಲ, ಗರ್ಭ ನಿಂತಿಲ್ಲ, ದಿನ ತುಂಬಿದರೂ ಕರು ಹಾಕಿಲ್ಲ, ಹೇನು, ಚಿಗಟ, ಉಣ್ಣೆ ಕಾಟ, ಕಜ್ಜಿ, ಗಾಯ, ಹೆಗಲು ಬಾವು, ಹಾಲು ಇಳುವರಿ ಕಡಿಮೆ, ಮೆಲುಕು ಹಾಕಲ್ಲ, ಸಿಡಿಗಾಲು, ಓತಿಬಾಲ, ಕುಂಟು, ಮೂಗುಹುಣ್ಣು, ಕೆಚ್ಚಲು ಬಾವು, ಗೆರಸಲು, ಬಾವು, ಲಲ್ಲು, ಎಲ್ಮಂಡ, ಶೆಲೆ, ಕುಂದು, ನೀರ್ಮಡೆ, ರಕ್ತಮಡೆ, ಕೀವುಮಡೆ, ಮೂಕ ಬೆದೆ, ನಿರಂತರ ಬೆದೆ ಇತ್ಯಾದಿ ಕಾಯಿಲೆಗಳಿಗೆ ಔಷಧ ಕೇಳಿ ಪಶುವೈದ್ಯಕೀಯ ವಿಜ್ಞಾನದ ಮೈಕ್ರೋಬಯಾಲಜಿ, ಪೆಥಾಲಜಿ, ಮೆಡಿಸಿನ್, ಸರ್ಜರಿ, ಗೈನಕಾಲಜಿ, ಪ್ಯಾರಾಸೈಟಾಲಜಿ, ಆಹಾರಶಾಸ್ತ್ರ ಮುಂತಾದ ಪುಸ್ತಕಗಳಲ್ಲಿರುವ ಎಲ್ಲ ಕಾಯಿಲೆಗಳನ್ನು ವಿಜ್ಞಾನಿಗಳಂತೆ ವರ್ಣಿಸಿ, ಔಷಧಗಳನ್ನು ಮಕ್ಕಳಂತೆ ರಚ್ಚೆ ಹಿಡಿದು, ಹಿರಿಯರಂತೆ ಗೌರವದಿಂದ, ಮೇಲಧಿಕಾರಿಗಳಂತೆ ದರ್ಪದಿಂದ, ಪುಡಿ ರಾಜಕಾರಣಿಗಳಂತೆ ಜಬರ್ದಸ್ತಿನಿಂದ, ಸರಿಸಮಾನರಂತೆ ಹಕ್ಕಿನಿಂದ, ಮತ್ತೆ ಕೆಲವರು ಸ್ನೇಹಿತರಂತೆ ಪ್ರೀತಿಯಿಂದ ಪಡೆದು ತೆರಳುತ್ತಿದ್ದರು.

ಬೆಳಗ್ಗೆ 9–10 ಗಂಟೆಯಿಂದ ಪ್ರಾರಂಭಿಸಿ ಸಾಯಂಕಾಲ ಆಸ್ಪತ್ರೆ ಬಾಗಿಲು ಮುಚ್ಚುವ ಐದು ಐದೂವರೆ ಗಂಟೆಯತನಕ ಕೇಳಿದ್ದನ್ನೇ ಕೇಳಿ, ಹೇಳಿದ್ದನ್ನೇ ಹೇಳಿ, ಕೊಟ್ಟಿದ್ದನ್ನೇ ಕೊಟ್ಟು ಸಿಬ್ಬಂದಿ ವರ್ಗದವರೆಲ್ಲರೂ ಹಿಪ್ನೋಟೈಸ್ ಆದವರಂತಾಗುತ್ತಿದ್ದರು.

ಅಲ್ಲೊಬ್ಬ ಡಾ. ರಾಜಶೇಖರಯ್ಯ ಎಂಬುವ ಸ್ಥಿತಪ್ರಜ್ಞರೊಬ್ಬರು ಸಹಾಯಕ ನಿರ್ದೇಶಕರಾಗಿದ್ದು, ಎಂಥಾ ಸನ್ನಿವೇಶದಲ್ಲಿಯೂ ತಮ್ಮ ಮಾನಸಿಕ ಸ್ಥಿಮಿತ ಕಳೆದುಕೊಳ್ಳುತ್ತಿರಲಿಲ್ಲ. ಸಂತೆಯ 10% ಜನರ ಬದಲಾಗಿ 110% ರೈತರು ನುಗ್ಗಿದರೂ ಅವರ ಮನಸ್ಥಿತಿಯಲ್ಲಿ ಏರುಪೇರಾಗುತ್ತಿರಲಿಲ್ಲ. ಸ್ಫುರದ್ರೂಪಿಯಾಗಿದ್ದ ಅವರು ಸಿಟ್ಟಾದುದನ್ನು ನಾನೆಂದೂ ನೋಡಲೇ ಇಲ್ಲ.

ತಾಲ್ಲೂಕು ಆಸ್ಪತ್ರೆಗಳಲ್ಲಿ ಸಹಾಯಕ ನಿರ್ದೇಶಕರಲ್ಲದೆ ಸಂಚಾರಿ ಪಶು ಚಿಕಿತ್ಸಾ ಘಟಕದ (Mobile Veterinary Clinic) ಒಬ್ಬ ಪಶುವೈದ್ಯ ಮತ್ತು ವಿಸ್ತರಣಾಧಿಕಾರಿಯೆಂಬ ಮತ್ತೊಬ್ಬ ಪಶುವೈದ್ಯ ರಿರುತ್ತಾರೆ. ಡಾ. ರಾಜಶೇಖರಯ್ಯನವರು ಯುವಕರಾದ ಇವರಿಬ್ಬರ ಮೇಲೆ ಭಾರ ಹಾಕಿ ತಮ್ಮ ಕಚೇರಿಯ ಆಡಳಿತ ಮಾತ್ರ ನೋಡಿಕೊಳ್ಳುತ್ತಿದ್ದರು.

ಅಂದರೆ ಇಡೀ ತಾಲೂಕಿನ ವಿವಿಧ ಪಶುವೈದ್ಯ ಸಂಸ್ಥೆಗಳ ಮೇಲುಸ್ತುವಾರಿ, ಜಿಲ್ಲಾ, ತಾಲ್ಲೂಕು ಪಂಚಾಯಿತಿಗಳಿಂದ ಬಂದ ವಂಟನದ (ಬಜೆಟ್) ನಿರ್ವಹಣೆ, ತಾಲೂಕಿಗೆ ನಿಗದಿಯಾದ

ಇಲಾಖಾ ಗುರಿಗಳು ಮತ್ತು ಸಾಧನೆ ನೋಡಿಕೊಳ್ಳುವುದು, ಪ್ರಗತಿ ಪರಿಶೀಲನಾ ಸಭೆಗಳನ್ನು ನಡೆಸುವುದು, ಜಿಲ್ಲಾ ಮತ್ತು ತಾಲ್ಲೂಕು ಮಟ್ಟದ ಸಭೆಗಳಿಗೆ ಅಂಕಿ ಸಂಖ್ಯೆಗಳೊಂದಿಗೆ ಸಿದ್ಧರಾಗುವುದು, ಹಾಜರಾಗುವುದು, ಕಂಡ ಕಂಡ ಮೇಲಧಿಕಾರಿಗಳಿಂದ ಕಡ್ಡಾಯವಾಗಿ ಉಗಿಸಿಕೊಳ್ಳುವುದು ಮಾಡುತ್ತಾ ಹೆಸರಿಗೆ ಅಧಿಕಾರಿಯಾಗಿದ್ದರೂ ಅಸಲಿಗೆ ಗುಮಾಸ್ತರಾಗಿದ್ದರು.

ತಮ್ಮನ್ನು ತಾವು 'ಗೆಜೆಟೆಡ್ ಕ್ಲಾರ್ಕ್' ಎಂದುಕೊಂಡು ನಗುತ್ತಿದ್ದ ರಾಜಶೇಖರಯ್ಯನವರು ಆಸ್ಪತ್ರೆಯಲ್ಲಿ ಎಂದೂ ಒಂದೇ ಒಂದು ದನವನ್ನು ಮುಟ್ಟಿ ಚಿಕಿತ್ಸೆ ನೀಡಿದ್ದು ನಾನು ನೋಡಲಿಲ್ಲ. ಅದಕ್ಕೆ ಅವರಿಗೆ ಸಮಯವೇ ಇರುತ್ತಿರಲಿಲ್ಲ. ಕುರ್ಚಿ ಮೇಲೆ ಕುಳಿತು ಕುಳಿತು ರಾಜಶೇಖರಯ್ಯನವರಿಗೆ ದುಂಡನೆಯ ಬೊಜ್ಜು ಬೆಳೆದು ಬಿಟ್ಟಿತ್ತು. ಅವರ ಗೌರವವರ್ಣವು ಉದ್ದನೆಯ ಮೂಗು ಎಲ್ಲ ಸೇರಿ ನನಗೆ ಸಾಕ್ಷಾತ್ ಗಣಪತಿಯಂತೆ ಕಾಣುತ್ತಿದ್ದರು.

ಇಂಥ ತುರುವೇಕೆರೆ ಆಸ್ಪತ್ರೆಗೆ ಒಮ್ಮೆ ನಾನು ಡಾ. ರಾಜಶೇಖರಯ್ಯನವರು ಕರೆದುದರಿಂದ ಹೋಗಬೇಕಾಯಿತು. ಅದು ಬಹುಶಃ 1993 ಅಥವಾ 1994ರ ಮಾರ್ಚ್ ತಿಂಗಳ ಕೊನೆಯ ದಿನಗಳು. ಮಾರ್ಚ್ ತಿಂಗಳ ಕೊನೆ ಎಂದರೆ ಆರ್ಥಿಕ ವರ್ಷದ ಕೊನೆ ಎಂದರ್ಥ. ಅಂದು ಇಡೀ ವರ್ಷದ ಪ್ರವಾಸ ಭತ್ಯೆ ಬಿಲ್‌ಗಳು, ಡಿಸಿ ಬಿಲ್‌ಗಳನ್ನು ಸಿದ್ಧಪಡಿಸಬೇಕಾಗಿತ್ತು.

ಕೆಲವಕ್ಕೆ ಜಿಲ್ಲಾ ಉಪನಿರ್ದೇಶಕರಿಂದ ವಂಟನ (ಬಜೆಟ್) ಹಾಕಿಸಿಕೊಂಡು ಬರಬೇಕಾಗಿತ್ತು. ಸಿದ್ಧವಾದ ಎಲ್ಲ ಬಿಲ್‌ಗಳನ್ನೂ ಖಜಾನೆಗೆ ಹಾಜರುಪಡಿಸಬೇಕಾಗಿತ್ತು. ಅದೆಲ್ಲ ನಾಲ್ಕಾರು ದಿನಗಳ ಕೆಲಸ. ನಾನು ತಂಡಗ ಆಸ್ಪತ್ರೆಯ ಕೆಲಸವನ್ನು ಹನ್ನೆರಡು ಗಂಟೆಯ ತನಕ ಮಾಡಿ ತುರುವೇಕೆರೆಗೆ ಬೈಕಲ್ಲಿ ಹೋದೆ. ನನ್ನ ಗೈರುಹಾಜರಲ್ಲಿ ತಂಡಗ ಚಿಕಿತ್ಸಾಲಯ ನೋಡಿಕೊಳ್ಳಲು ಒಬ್ಬ ಪಶು ಪರೀಕ್ಷಕರಿದ್ದರು.

ತುರುವೇಕೆರೆ ತಲುಪಿ ಆಸ್ಪತ್ರೆಯ ಬಳಿ ನೋಡುತ್ತೇನೆ, ಅಂದು ಸೋಮವಾರ! ಇಡೀ ಆಸ್ಪತ್ರೆಯ ಆವರಣ ಜನರಿಂದ ಕಿಕ್ಕಿರಿದು ತುಂಬಿತ್ತು. ಆಸ್ಪತ್ರೆ ಎಂಬುದು ಸಂತೆಯ ವಿಸ್ತರಣೆಯಂತಿತ್ತು. ಅದರಲ್ಲಿ ಯಾರು ಯಾರು ಅನ್ನೋದು ಸಹ ಗೊತ್ತಾಗುತ್ತಿರಲಿಲ್ಲ. ಅಂದರೆ ಸಂತೆಗೆ ಬಂದವರ್ಯಾರು ಮತ್ತು ಆಸ್ಪತ್ರೆಗೆ ಬಂದವರ್ಯಾರು ಎಂಬುದು ಗೊತ್ತಾಗುತ್ತಿರಲಿಲ್ಲ.

ಜಾನುವಾರು ಮಾಲೀಕರು ಮತ್ತು ಸಂತೆಗೆ ಬಂದ ಕೆಲವರು ಆಸ್ಪತ್ರೆಗೆ ನುಗ್ಗಿ ತಮ್ಮ ತಮ್ಮ ಪ್ರಾಣಿಗಳ ಮತ್ತು ಕಾಯಿಲೆಯ ವಿವರ ಹೇಳಿ, ಔಷಧಗಳನ್ನು (ಪುಡಿ, ಮಾತ್ರೆ, ದ್ರವರೂಪಿ ಔಷಧ ಇತ್ಯಾದಿ) ಇಸಿದುಕೊಂಡು ಮತ್ತೂ ಅಲ್ಲೇ ನಿಲ್ಲುತ್ತಿದ್ದರು. ಯಾರಿಗಾದರೂ ಟಾನಿಕ್ ಪುಡಿ ಎಂದು ಕೊಟ್ಟರೆ ತಮಗೂ ಬೇಕು ಎಂದು ಅದನ್ನೂ ಇಸಿದುಕೊಳ್ಳುತ್ತಿದ್ದರು. ಒಬ್ಬೊಬ್ಬರೂ ಎರಡು ಮೂರು ಥರದ ಔಷಧ ಪಡೆದು ಹೊರಡುತ್ತಿದ್ದರು!

ಜಂತು ಔಷಧ ಎಂದು ಪುಡಿ ಕೊಟ್ಟರೆ ಮಾತ್ರೆ ಕೊಡಿ ಎಂದು ಕೇಳುತ್ತಿದ್ದರು. ಮಾತ್ರೆ ಕೊಟ್ಟರೆ ದ್ರವ ರೂಪದ ಔಷಧ ಕೊಡಿ ಎಂದು ದುಂಬಾಲು ಬೀಳುತ್ತಿದ್ದರು. ಗಾಯಕ್ಕೆ ಹಾಕಲು ಪುಡಿ ಕೊಟ್ಟರೆ ಟಿಂಚರ್ ಕೊಡಿ ಎನ್ನುತ್ತಿದ್ದರು. ಟಿಂಚರ್ ಕೊಟ್ಟರೆ ಆಯಿಂಟ್‌ಮೆಂಟ್ ಕೊಡಿ ಎನ್ನುತ್ತಿದ್ದರು. ಇವನ್ನೆಲ್ಲ ಕೊಟ್ಟರೆ ಹತ್ತಿ, ಬ್ಯಾಂಡೇಜ್ ಬಟ್ಟೆ, ಬೇವಿನ ಎಣ್ಣೆ, ಫಿನಾಯಿಲ್ ಕೊಡಿ ಎಂದು ಗಂಟು ಬೀಳುತ್ತಿದ್ದರು.

ಪುಡಿ, ಮಾತ್ರೆಗಳನ್ನು ಕಾಗದದಲ್ಲಿ ಸುತ್ತಿ ಅಥವಾ ಪುಡಿಕೆ ಮಾಡಿ ಕೊಟ್ಟು ಕಳಿಸಬಹುದಿತ್ತು. ಆದರೆ ದ್ರವ ರೂಪದ ಔಷಧ ಕೊಡಲು ಶೀಶೆಯೇ ಬೇಕು. ಅಷ್ಟೊಂದು ಶೀಶೆಗಳು ಆಸ್ಪತ್ರೆಯಲ್ಲಿರುವುದು ಅಸಾಧ್ಯ. ರೈತರಿಗೆ ಶೀಶೆಗಳನ್ನು ತರಲು ಹೇಳಿದರೆ ಅವರಿಗೆ ಸಿಟ್ಟು ಬರುತ್ತಿತ್ತು. ಅಲ್ಲೊಂದು ಮಾತಿನ ಚಕಮಕಿ ಶುರುವಾಗುತ್ತಿತ್ತು. ಸಹಾಯಕನಾಗಿದ್ದ ನಾಗಣ್ಣನಂತೂ ಹಣ್ಣಾಗಿ ಮಾನಸಿಕ ಕ್ಷೋಭೆಗೆ ಒಳಗಾದವನಂತಿರುತ್ತಿದ್ದ.

ಈ ಗಲಾಟೆಯ ಮಧ್ಯೆ ವರ್ಷಾಂತ್ಯದ ಕೆಲಸ ಕಾರ್ಯಗಳು ಮುಂದುವರಿಯುತ್ತಲೇ ಇರಲಿಲ್ಲ. ಟೇಬಲ್ ಮೇಲಿದ್ದ ಹೊರ ರೋಗಿ ವಹಿಯಲ್ಲಿ ನಾನೇ ರೈತರ ಹೆಸರು, ಜಾನುವಾರು ವಿವರ, ರೋಗ ಮತ್ತು ಔಷಧ ವಿವರ ಎಲ್ಲ ಬರೆದುಕೊಳ್ಳುತ್ತಿದ್ದೆ. ಸಹಾಯಕ ನಿರ್ದೇಶಕರು ಎಷ್ಟೇ ತಾಳ್ಮೆ ವಹಿಸಿದರೂ ಬರವಣಿಗೆ ಕಾರ್ಯ ಅಲ್ಲಲ್ಲಿ ನಿಂತುಬಿಡುತ್ತಿದ್ದುದರಿಂದ ಚಡಪಡಿಸತೊಡಗಿದ್ದರು.

ಬೆಟ್ಟದಷ್ಟು ಕೆಲಸ ಬಾಕಿ ಇತ್ತು. ರೈತರು ಪ್ರವಾಹದೋಪಾದಿಯಲ್ಲಿ ಹರಿದು ಬರುತ್ತಿದ್ದರು. ಆಸ್ಪತ್ರೆಯ ಬಾಗಿಲಾಕುವ ಸಮಯ ಬಂತು. ರೈತರು ಬರುವುದು ನಿಂತಿತು. ಹೊರ ರೋಗಿ ವಹಿಯನ್ನು ತೆಗೆದಿಟ್ಟು ನಾನು ಡಿಸಿ ಬಿಲ್ಲುಗಳನ್ನು ಮಾಡತೊಡಗಿದೆ. ಸಂಚಾರಿ ಘಟಕದ ಡಾಕ್ಟರು, ವಿಸ್ತರಣಾಧಿಕಾರಿ ಮತ್ತು ಅಷ್ಟರಲ್ಲಿ ಆಗಮಿಸಿದ್ದ ಬಾಣಸಂದ್ರ, ಮಾಯಸಂದ್ರ ಮತ್ತು ದಂಡಿನಶಿವರದ ಡಾಕ್ಟರುಗಳು ಕೆಲಸ ಹಂಚಿಕೊಂಡು ಎಷ್ಟು ಕೆಲಸ ಮಾಡಲು ಸಾಧ್ಯವೋ ಅಷ್ಟನ್ನು ಮಾಡತೊಡಗಿದರು. ತುರುವೇಕೆರೆ ಆಸ್ಪತ್ರೆಯ ಸಿಬ್ಬಂದಿಯೆಲ್ಲ ಉಸಿರುಗಳೆದು ಸದ್ಯಕ್ಕೆ ಹಳಾರಾದರು.

ನಾನು ಕೆಲಸಕ್ಕೆ ಸೇರಿದ ಮೊದಲನೇ ದಿನದಿಂದ ಸೇವೆಯ ಕೊನೆಯ ದಿನದವರೆಗೆ ಗಮನಿಸಿರುವುದು ಇದು; ಪ್ರತಿದಿನವೂ ಕೆಲಸ ಮುಗಿಸಿ ಆಸ್ಪತ್ರೆಯ ಬಾಗಿಲು ಹಾಕುವಾಗ ಅಲ್ಲಿಯೇ ಆಚೀಚೆ ನಿಂತಿರುತ್ತಿದ್ದ ರೈತನೊಬ್ಬ ಓಡಿ ಬಂದು, ತನ್ನ ಮನೆಯ ರಾಸಿಗೆ

ಹೀಗೀಗೆ ಆಗಿದೆ. ಅದಕ್ಕೆ ಔಷಧ ಕೊಟ್ಟು ಪುಣ್ಯ ಕಟ್ಟಿಕೊಳ್ಳಿ ಸಾ... ಎಂದು ನಮ್ಮನ್ನು ತಡೆ ಹಾಕುವುದು ಕಡ್ಡಾಯವಾಗಿ ನಡೆದುಕೊಂಡು ಬಂದಿದೆ.

ಮೊದಮೊದಲೆಲ್ಲ ಸಿಟ್ಟು ಬರುತ್ತಿತ್ತು. ಆದರೆ ಬರುಬರುತ್ತ ಇದು ಅಭ್ಯಾಸವಾಗಿ ಮತ್ತು ಇದು ಪ್ರಕೃತಿ ನಿಯಮ ಇರಬೇಕೆಂದುಕೊಂಡು ಭಾವಿಸಿ ಈ ಕೊನೆಯ ರೈತನನ್ನು ನಿಭಾಯಿಸಲು ತಾಳ್ಮೆ ಉಳಿಸಿಕೊಂಡೇ ಇರುತ್ತಿದ್ದೆ.

ಹಾಗೆಯೇ ಇಲ್ಲೂ ಅದೇ ರೀತಿ ಆಸ್ಪತ್ರೆಯ ಬಾಗಿಲು ಹಾಕಿದ ಮೇಲೆ ಒಬ್ಬ ರೈತ ಬಂದು ಬಾಗಿಲು ಬಡಿದ. ಆಸ್ಪತ್ರೆಯ ಒಳಗೆ ಕೂಡಿಹಾಕಿಕೊಂಡು ಬರವಣಿಗೆಯಲ್ಲಿ ಮಗ್ನರಾಗಿದ್ದ ಎಲ್ಲರೂ 'ತಥ್ಥೇರಿಕೆ' ಎಂದು ಉದ್ಗಾರ ಹೊರಡಿಸಿದರು. ಕಾಂಪೌಂಡರ್ ಚಂದ್ರಯ್ಯ ಬಾಗಿಲು ತೆಗೆದರು. ಒಳ ಬಂದ ಆಸಾಮಿ ನಿಂತಲ್ಲಿ ಒಂದು ಕ್ಷಣ ನಿಲ್ಲದ ಗಡಿಬಿಡಿಯವನಾಗಿದ್ದ.

ಅಲ್ಲಿದ್ದ ಎಲ್ಲ ಮೂರ್ನಾಲ್ಕು ಟೇಬಲ್ಲುಗಳ ಬಳಿ ಸಾರಿ, ಎಲ್ಲಿಯೂ ನಿಲ್ಲದೆ ರೂಮಿನ ಮಧ್ಯೆ ನಿಂತು, 'ಇದರಾಗೆ ಯಾರು ಸ್ವಾಮಿ ಡಾಕ್ಟ್ರು' ಎಂದನು. ಆಗ ರಾಜಶೇಖರಯ್ಯನವರು ಕಣ್ಣು ಸನ್ನೆ ಮಾಡಿ ರೈತನನ್ನು ಹತ್ತಿರಕ್ಕೆ ಕರೆದರು. ಅವನು ಅವರ ಬಳಿ ಹೋದವನೇ 'ಸ್ವಾಮಿ, ನಮ್ಮಿದುಕ್ಕಿದಾಗ್ಯೆತೆ ಸ್ವಲ್ಪ ಇದ್ಕೊಡ್ರಿ' ಎಂದು ಪ್ರತಿ ಶಬ್ದಕ್ಕೆ ವಿರಾಮ ಕೊಟ್ಟು ಎಳೆದೆಳೆದು ಹೇಳಿ ಎರಡೂ ಹಸ್ತಗಳನ್ನು ಮಸೆದುಕೊಳ್ಳತೊಡಗಿದ!

ರೂಮಲ್ಲಿದ್ದ ನಾವೆಲ್ಲ ರೈತನ ಮಾತು ಕೇಳಿ ಬರೆಯುತ್ತಿದ್ದ ಪೆನ್ನು ಕೆಳಗಿಟ್ಟು ಒಬ್ಬರ ಮುಖವನ್ನೊಬ್ಬರು ನೋಡಿಕೊಳ್ಳತೊಡಗಿದೆವು. 'ಏನಪ್ಪಾ ಇದು, ನಮ್ಮಿದುಕ್ಕಿದಾಗ್ಯೆತೆ ಇದ್ಕೊಡ್ರಿ?'

ಬರೆಯುತ್ತಿದ್ದ ಬಿಲ್ಲು ಮತ್ತು ವೋಚರ್‌ಗಳನ್ನು ಹೊಂದಿಸಿ ಎಲ್ಲ ಅಂಕಿಗಳನ್ನು ಕೂಡುತ್ತಿದ್ದ ರಾಜಶೇಖರಯ್ಯನವರು ಒಳರೂಮಿನಲ್ಲಿ ಔಷಧಗಳನ್ನು ನೋಡಿ ಕೊಳ್ಳುತ್ತಿದ್ದ ಚಂದ್ರಯ್ಯಗೆ 'ಏಯ್ ಇವ್ನೆ, ಇವ್ನಿಗೆ ಸ್ವಲ್ಪ ಆ ಇದು ಕೊಡು' ಎಂದರು. ಸಹಾಯಕ ನಿರ್ದೇಶಕರಿಗೆ ರೈತ ಹೇಳಿದ್ದು ಪ್ರಜ್ಞೆಗೆ ತಾಕಿರಲಿಲ್ಲ ಮತ್ತು ಅವರು ಹೇಳಿದ್ದೂ ಸಹ ಅವರ ಪ್ರಜ್ಞೆಯಿಂದ ಬಂದಿರಲಿಲ್ಲವೆಂಬುದು ಹೊರ ನೋಟಕ್ಕೇ ತಿಳಿಯುತ್ತಿತ್ತು.

ಅವರು ಅಭ್ಯಾಸ ಬಲದಿಂದಲೂ, ಯಾಂತ್ರಿಕವಾಗಿಯೂ ವರ್ತಿಸಿದ್ದರು. ಅವರು ಹೇಳಿದ ಕೆಲಸಗಳನ್ನೆಲ್ಲ ಪ್ರಶ್ನೆ ಮಾಡದೆ ಕಣ್ಣು ಮಿಟುಕಿಸುವುದರಲ್ಲಿ ಮಾಡಿ ಮುಗಿಸುತ್ತಿದ್ದ ಚಂದ್ರಯ್ಯ, ಕೂಡಲೇ ರೈತನನ್ನು ಔಷಧಗಳ ರೂಮಿಗೆ ಕರೆದುಕೊಂಡು ಹೋಗಿ ಕಾಗದದಲ್ಲಿ ಸುತ್ತಿದ್ದ ಏನನ್ನೋ ಕೊಟ್ಟು 'ನೋಡು, ಇದನ್ನ ತಗೊಂಡೋಗಿ ಒಂದುಂಡೆ ಬೆಲ್ಲ, ಒಂದೀರುಳ್ಳಿ ಜೊತೆ ಕುಟ್ಟಿ ತಿನ್ಸು. ನೀನೇನಾರ ತಿಂದೀಯ. ಬಾಳಾ ಸ್ಟ್ರಾಂಗಿದು. ನೀರಲ್ಲಾಕಿ ಕುಡಿಸಬಾರ್ದು. ತಿನ್ನಿಸ್ಬೇಕು. ನೆನಪಿಟ್ಕೋ!' ಅಂದ್ರು.

ರೈತ: 'ಸರಿ ಹೋಗುತ್ತ ಸ್ವಾಮಿ?'

ಚಂದ್ರಯ್ಯ: 'ಓಹೋ ಫಸ್ಟ್ ಕ್ಲಾಸಾಗುತ್ತೆ'

ಅಂಗಂದ ಕೂಡ್ಲೆ ರೈತ ಖುಷಿಯಿಂದ ಕಾಗದದ ಪೊಟ್ಟಣವನ್ನು ಲುಂಗಿ ಪಂಚೆ ಎತ್ತಿ ನಿಕ್ಕರಿನ ಜೇಬಿನಲ್ಲಿಟ್ಟುಕೊಂಡು ಶರವೇಗದಲ್ಲಿ ನಾಪತ್ತೆಯಾದ.

ನಾನಿದ್ದು ಸಹಾಯಕ ನಿರ್ದೇಶಕರಿಗೆ (ಸ.ನಿ.) 'ಅಲ್ಲಾ ಸಾರ್, ಅವನು ಇದ್ಕಿದಾಗ್ಯೈತೆ, ಇದ್ಕೊಡ್ರಿ ಅಂದ. ಇದು ಅಂದ್ರೆ ದನಾನೋ, ಎಮ್ಮೆನೋ, ಕುರೀನೋ, ಮೇಕೇನೋ, ನಾಯಿನೋ, ಕತ್ತೆನೋ, ಕೋಳಿನೋ! ಇದಾಗ್ಯೈತೆ ಅಂದ್ರೆ ಗಾಯಾನೋ, ಕೆಮ್ಮೋ, ಭೇದಿನೋ, ಏನು? ನೀವು ಯಾವ್ದೋ ಧ್ಯಾಸದಲ್ಲಿ 'ಇದು' ಕೊಡು ಅಂದ್ರಿ. ಚಂದ್ರಯ್ಯ ಏನ್ ಕೊಟ್ರೋ ಏನೋ. ರೈತನ್ನ ವಾಪಸ್ ಕರೆಸಿ ವಿಚಾರಿಸೋಣ' ಅಂದೆ. ಚಂದ್ರಯ್ಯ ಮತ್ತು ಇತರೆ ಸಿಬ್ಬಂದಿ ನಾಗಣ್ಣ, ವಸಂತ, ತಿಮ್ಮಯ್ಯ ಎಲ್ಲ ಹೊರಹೋಗಿ ಹುಡುಕತೊಡಗಿದರು. ಆದರೆ ಗಡಿಬಿಡಿ ರೈತ ಅಲ್ಲೆಲ್ಲೂ ಕಾಣಲಿಲ್ಲ. ಸಂತೆ ಆಗಲೇ ನಿಧಾನವಾಗಿ ಕರಗುತ್ತಿತ್ತು. ಜನ ಒಬ್ಬೊಬ್ಬರೇ ಹೊರಡುತ್ತಿದ್ದರು. ಅರ್ಧಕ್ಕರ್ಧ ಖಾಲಿಯಾಗಿತ್ತು.

ಕೊನೆಗೆ ಆ ರೈತ ಆಸ್ಪತ್ರೆಯ ಹಿಂದಿನ ಕಾಂಪೌಂಡಿಗೆ ಮುಖ ಮಾಡಿ ಕುಕ್ಕರುಗಾಲಲ್ಲಿ ಕೂತು ವಿರಾಮವಾಗಿ ಉಚ್ಚೆ ಉಯ್ಯುತ್ತಿದ್ದುದನ್ನು ವಸಂತ ಗುರುತಿಸಿ ಅವನು ಮೇಲಕ್ಕೇಳುವ ತನಕ ಕಾದಿದ್ದು ಕರೆದುಕೊಂಡು ಬಂದನು. ಅವನು ಬಂದ ಕೂಡಲೆ ಅವನಿಗೆ ಕೊಟ್ಟಿದ್ದ ಔಷಧ ಪುಡಿಕೆಯನ್ನು ಚಂದ್ರಯ್ಯ ವಾಪಸ್ ಇಸಿದುಕೊಂಡರು.

ಸಹಾಯಕ ನಿರ್ದೇಶಕರು: ಅಲ್ಲಯ್ಯ ನೀನು ಯಾವುದಕ್ಕೆ ಕಾಯಿಲೆಯಾಗಿದೆ, ಏನು ಕಾಯಿಲೆಯಾಗಿದೆ ಎಂದು ಹೇಳಿ ಔಷಧ ಕೇಳಬೇಕೋ ಬೇಡವೋ? ಇದ್ಕಿದಾಗ್ಯೈತೆ ಇದ್ಕೊಡ್ರಿ ಅಂದ್ರೆ?'

ರೈತ: ನೀವೇನ್ನೂ ಕೇಳ್ಲಿಲ್ಲ, ನಾನೇಳ್ಲಿಲ್ಲ ಸ್ವಾಮಿ! ಬರ್ತಿದ್ದಂಗ್ಲೆ ಔಷ್ಧಿ ಕೊಟ್ರಿ. ನಾನು ತಗಂಡೋದೆ. ಉಚ್ಚೆಗೆ ಬ್ಯಾರೆ ಅವಸರ ಆಗಿತ್ತು ನನಿಗೆ!

ಸಹಾಯಕ ನಿರ್ದೇಶಕರು: ಥೂ ನಿನ್ನ. ಏನು ಹೇಳ್ಬೇಕು, ಏನು ಹೇಳ್ಬಾರ್ದು ಅಂತ ಗೊತ್ತಾಗಲ್ವಲ್ಲಯ್ಯ ನಿನಗೆ!

ರೈತ: ಇಷ್ಟೊತ್ತು ಹೇಳ್ಲಿಲ್ಲ ಅಂತ ಬೈದ್ರಿ. ಈಗ ಹೇಳ್ತಿದಿಯ ಅಂತ ಬೈತಿದೀರಿ. ಇರೋ ವಿಷಯ ಹೇಳ್ದೆ ಸಾ!

ಸಹಾಯಕ ನಿರ್ದೇಶಕರು: ಮಾರಾಯ, ನಿನ್ನ ಹೆಸರು, ಊರು ಹೇಳು.

ರೈತ: ಬ್ರಹ್ಮದೇವರಹಳ್ಳಿ ಹುಚ್ಚಯ್ಯ ಸಾ.

ಸಹಾಯಕ ನಿರ್ದೇಶಕರು: ಹ್ಞಾಂ... ಹುಚ್ಚಯ್ಯ. ಈಗ ಸರಿಯಾತು ನೋಡು! ನಿಮ್ಮಪ್ಪ ಅಮ್ಮ ಸರಿಯಾಗಿ ಸೆಲೆಕ್ಟ್ ಮಾಡಿ ಹೆಸರಿಟ್ಟಿದ್ದಾರೆ ನೋಡು.

ಸಹಾಯಕ ನಿರ್ದೇಶಕರು ಹೀಗೆ ಹೇಳಿದ್ದೇ ತಡ ಅಲ್ಲಿ ಕೂತಿದ್ದ ನಾವೆಲ್ಲ ಇದುವರೆಗೂ ನಗುವನ್ನು ಕಷ್ಟಪಟ್ಟು ಬಿಗಿ ಹಿಡಿದುಕೊಂಡಿದ್ದವರು ಗೊಳ್ ಎಂದು ನಗತೊಡಗಿದೆವು. ಹಿಡಿತಕ್ಕೆ ಸಿಗದ ನಗು ಉಕ್ಕಿ ಹರಿಯಿತು.

ಆಮೇಲೆ ಹುಚ್ಚಯ್ಯನ ವಿವರವಾಗಿ ಮಾತನಾಡಿಸಿ ಸೂಕ್ತ ಔಷಧ ಕೊಟ್ಟು ಕಳಿಸಿದೆವು. ಅವನ ಒಂದು ಎತ್ತಿಗೆ ಮೂಗು ಹುಣ್ಣಾಗಿತ್ತು. ಅದಕ್ಕೆ ಕಾಪರ್ ಸಲ್ಫೇಟ್ (ಮೈಲುತುತ್ತ) ಹರಳುಗಳನ್ನು ಕೊಟ್ಟೆವು. ಆ ಔಷಧವನ್ನು ನುಣ್ಣಗೆ ಪುಡಿ ಮಾಡಿ ಒದ್ದೆ ಹೆಬ್ಬೆರಳಲ್ಲಿ ಅದ್ದಿಕೊಂಡು ಮೂಗಿನ ಹೊರಳೆಗಳಲ್ಲಿ ತಿಕ್ಕಬೇಕೆಂದು ತಿಳಿಸಿದೆವು. ಮೂಗುಹುಣ್ಣು ಸಂಪೂರ್ಣ ವಾಸಿಯಾಗಲು ಇಂಜೆಕ್ಷನ್ ಸಹ ಮಾಡಿಸಲು ತಿಳಿಸಿ, ಇಂಜೆಕ್ಷನ್ ಬರೆದುಕೊಟ್ಟೆ. ಅವನ ಬ್ರಹ್ಮದೇವರಹಳ್ಳಿಯು ನನ್ನ ಕಾರ್ಯವ್ಯಾಪ್ತಿಯಲ್ಲಿ ಬರುವ ಹಳ್ಳಿಯಾಗಿತ್ತು.

ಅದಾಗಿ ಮೂರ್ನಾಲ್ಕು ತಿಂಗಳ ನಂತರ ಹುಚ್ಚಯ್ಯ ಅಕಸ್ಮಾತ್ ಕೆ ಬಿ ಕ್ರಾಸ್ ಬಳಿ ಭೇಟಿಯಾದ. ಹುಚ್ಚಯ್ಯ: "ಗುರ್ತು ಸಿಕ್ತಾ ಸಾರ್ ನಂದು?"

ನಾನು: "ಗುರ್ತು ಸಿಗ್ದೇ ಏನು ಹುಚ್ಚಯ್ಯ. ನನ್ನ ಹೆಂಡ್ತಿ ಮಕ್ಳ ಮರೀಬೋದು. ನಿನ್ನ ಮರಿಯಾಕೆ ಆಗಲ್ಲ! ನಾನು ಬರೆದುಕೊಟ್ಟ ಔಷಧ ತರಲೂ ಇಲ್ಲ. ಇಂಜೆಕ್ಷನ್ ಮಾಡಿಸಲೂ ಇಲ್ಲ. ನಿನ್ನ ಎತ್ತುಗಳನ್ನು ಏನು ಮಾಡಿದೆ?"

ಅವನು ತನ್ನ ಎತ್ತಿಗೆ ಕಾಪರ್ ಸಲ್ಫೇಟನ್ನು ಬಳಸಿದ ಮೇಲೆ ಮೂಗುಹುಣ್ಣು ಪೂರ್ಣವಾಗಿ ವಾಸಿಯಾಗದಿದ್ದರೂ ಕಡಿಮೆಯಾಯಿತಂತೆ. ಮೂಗುಹುಣ್ಣು ರೋಗವು ಸಿಸ್ಟೋಜೋಮ ನೇಜೇಲ್ ಎಂಬ ಪರೋಪಜೀವಿಯಿಂದ ಉಂಟಾಗುವ ಕಾಯಿಲೆಯಾಗಿದ್ದು, ಅದರಲ್ಲಿ ದನಗಳಿಗೆ ಮೂಗಿನಲ್ಲಿ ಗುಳ್ಳೆಗಳಾಗುತ್ತವೆ. ಗೊಣ್ಣೆ ಸುರಿಯುತ್ತದೆ. ಕೆರೆತ ಇರುವುದರಿಂದ ಮೂಗು ಉಜ್ಜಿಕೊಳ್ಳುತ್ತಿರುತ್ತವೆ. ಬಹಳ ಕಷ್ಟಪಟ್ಟು ಸಶಬ್ದವಾಗಿ ಉಸಿರಾಡುತ್ತವೆ.

ಹುಚ್ಚಯ್ಯನ ಎತ್ತಿಗೆ ಮೂಗುಹುಣ್ಣು ಕಡಿಮೆಯಾಗಿ ಉಸಿರಾಟವು ಸರಾಗವಾಗಿ, ಉಸಿರಾಟದ ಶಬ್ದ ಕಡಿಮೆಯಾಗಿದೆ. ಕೂಡಲೇ ಗಿರಾಕಿ ಹುಡುಕಿ ಎತ್ತನ್ನು ಮಾರಿಬಿಟ್ಟಿದ್ದಾನೆ! ನಮ್ಮ ರೈತರಲ್ಲಿ ಈ ಥರ ಕಾಯಿಲೆಯಿರುವ ದನಗಳನ್ನು ಗೊತ್ತಾಗದಂತೆ ಬೇರೆಯವರಿಗೆ ಮಾರಾಟ ಮಾಡುವುದು ಸರ್ವೇಸಾಮಾನ್ಯ! ಇದನ್ನು ಮುಂದಿನ ಮನೆಗೆ ದಾಟಿಸುವುದು ಎನ್ನುತ್ತಾರೆ. ಹುಚ್ಚಯ್ಯ ತನ್ನ ಎತ್ತಿನ ಜೋಡಿಯನ್ನು ಮುಂದಿನ ಮನೆಗೆ ದಾಟಿಸಿ ನಿಸೂರಾಗಿದ್ದ.

❖

ಮನದಲ್ಲಿ ಕರಗದೇ ಉಳಿದವರು

ಅದು 1985ರ ಚಳಿಗಾಲದ ಒಂದು ದಿನ. ಮಧ್ಯರಾತ್ರಿ ಎರಡು ಗಂಟೆಗೆ ಯಾರೋ ರೂಮಿನ ಬಾಗಿಲು ಬಡಿದರು. ಆಗ ನಾನು ನೊಣವಿನಕೆರೆಯಲ್ಲಿ ಕೆಲಸ ಮಾಡಲು ತೊಡಗಿ ಎರಡು ವರ್ಷಗಳಾಗಿದ್ದವು. ದಿನವೂ ವಿಭಿನ್ನ ರೀತಿಯ ಕಾಯಿಲೆಗಳನ್ನು ಎದುರಿಸಿ, ಚಿಕಿತ್ಸೆ ನೀಡಿ, ಆತ್ಮವಿಶ್ವಾಸ ಬೆಳೆದಿತ್ತು. ಆಗೆಲ್ಲ ಮಿಶ್ರತಳಿ ಹಸುಗಳು ಬಹಳ ಇರಲಿಲ್ಲ. ಹೆಚ್ಚಾನೆಚ್ಚು ನಾಟಿ ದನಗಳೇ ಇದ್ದವು. ಹೀಗಾಗಿ 60–70 ಹಳ್ಳಿಗಳನ್ನು ಆಸ್ಪತ್ರೆಯ ಮೂವರು ಸಿಬ್ಬಂದಿಯೇ ಸಂಭಾಳಿಸುತ್ತಿದ್ದೆವು. ಮಿಶ್ರತಳಿಗಳು ಹೆಚ್ಚು ಸಂಖ್ಯೆಯಲ್ಲಿ ಇದ್ದರೆ, ಪಶುವೈದ್ಯ ಸಂಸ್ಥೆಗಳು, ಸಿಬ್ಬಂದಿ ಸಹ ಅಧಿಕ ಸಂಖ್ಯೆಯಲ್ಲಿರಬೇಕು.

ನನ್ನನ್ನು ಹುಡುಕಿಕೊಂಡು ಬಂದವರಿಬ್ಬರು ಮಧ್ಯ ವಯಸ್ಸಿನವರಾಗಿದ್ದರು. ನೋಡಿದರೆ ಗೊತ್ತಾಗುವಷ್ಟು ಬಡವರಾಗಿದ್ದರು. ಇಬ್ಬರೂ ಒಂದೇ ಸೈಕಲ್ಲಲ್ಲಿ ಬಂದಿದ್ದರು. ಅವರ ನಾಟಿ ಹಸುವೊಂದು ರಾತ್ರಿ ಎಂಟು ಗಂಟೆ ಸುಮಾರಿಗೆ ಕರು ಹಾಕಿದ್ದು ಮಧ್ಯರಾತ್ರಿಯಲ್ಲಿ ಮೈ ಹೊರಡಿಸಿಕೊಂಡಿದೆ ಎಂದು ಹೇಳಿದರು. ನಾನು ಕೂಡಲೇ ಹೊರಟು ನಿಂತೆ.

ನಾನಿದ್ದ ಎರಡನೇ ಮಹಡಿಯ ರೂಮಿನಿಂದ ಔಷಧದ ಬ್ಯಾಗ್ ಹಿಡಿದು ಕೆಳಗಿಳಿದೆ. ಅಲ್ಲೇ ರಸ್ತೆ ಪಕ್ಕದಲ್ಲಿ ಬೈಕು ನಿಲ್ಲಿಸಿದ್ದೆ. ಯಾವುದೇ ಬೀಗ ಹಾಕುತ್ತಿರಲಿಲ್ಲ. ಆಗ ನನ್ನ ಬಳಿ ಯೆಜ್ಡಿ 250 ಸಿಸಿ ಬೈಕಿತ್ತು. ಅದರ ಕೀಲಿ ಕೈ ಎರಡು ಇಂಚಿನ ಮೊಳೆಯಂತಿತ್ತು. ಯಾರು ಬೇಕಾದರೂ ನೂಕಿಕೊಂಡು ಇಲ್ಲವೆ ಚಲಾಯಿಸಿಕೊಂಡು

ಹೋಗಬಹುದಿತ್ತು. ಹೀಗೆ ಐದು ವರ್ಷ ಬೈಕನ್ನು ಹೊರಗಡೆ ರಸ್ತೆಯಲ್ಲಿ ನಿಲ್ಲಿಸುತ್ತಿದ್ದೆ. ಯಾರಾದರೂ ಕದಿಯಬಹುದೆಂಬ ಭಯವೇ ಇರಲಿಲ್ಲ. ಆ ದಿನಮಾನಗಳೂ ಹಾಗಿದ್ದವು.

ಬಂದ ರೈತರು ಐದು ಕಿ.ಮೀ. ದೂರದ ಬೋಚಿಹಳ್ಳಿಯವರಾಗಿದ್ದರು. ಬಂದವರಿಬ್ಬರಲ್ಲಿ ಜಾನುವಾರು ಮಾಲೀಕ ನನ್ನ ಹಿಂದೆ ಬೈಕಲ್ಲಿ ಕುಳಿತುಕೊಂಡ. ಜೊತೆಯಲ್ಲಿ ಬಂದಿದ್ದವ ಸೈಕಲ್ ಬಳಿಯೇ ಉಳಿದುಕೊಂಡ. ಅಷ್ಟು ದೂರವನ್ನು ಕತ್ತಲಲ್ಲಿ ಒಬ್ಬನೇ ತುಳಿಯಲು ಅವನಿಗೆ ಭಯವಾಗಿರಬೇಕು. ನಿಕ್ಕರು ಮತ್ತು ಅಂಗಿಯನ್ನು ಮಾತ್ರ ಧರಿಸಿದ್ದ ಅವನು ಆ ಕೊರೆವ ಚಳಿಯನ್ನು ಬಯಲಲ್ಲಿ ಹೇಗೆ ನಿಭಾಯಿಸುತ್ತಾನೋ ಎಂದು ಯೋಚಿಸುತ್ತ ನಾನು ಬೋಚಿಹಳ್ಳಿ ಕಡೆ ಬೈಕು ಓಡಿಸಿದೆ.

ಕರುಳು ನಡುಗಿಸುವಂಥ ಚಳಿಯನ್ನು ಎದುರಿಸಲು ಆ ರೈತನ ಬಳಿ ಉಟ್ಟ ಅಂಗಿ ಲುಂಗಿ ಜೊತೆ ಇದ್ದದ್ದು ತಲೆಯ ಮೇಲೆ ಹೊದ್ದುಕೊಂಡಿದ್ದ ಟವಲ್ಲು ಮಾತ್ರ.

ನೊಣವಿನಕೆರೆಯ ಕೆರೆ ಏರಿ ಮೇಲಿಂದ ಕೋಡಿಹಳ್ಳಿ, ಹೊನ್ನೇನಹಳ್ಳಿ ದಾಟಿ ಬೋಚಿಹಳ್ಳಿ ತಲುಪಿದೆವು. ಜಾನುವಾರು ಮಾಲೀಕನಾದ ಶಂಕರಪ್ಪನ ಮನೆ ರಸ್ತೆಯ ಪಕ್ಕದಲ್ಲಿಯೇ ಇತ್ತು. ಶಂಕರಪ್ಪ ಮೊದಲು ಸರ್ಕಾರಿ ಸೇವೆಯಲ್ಲಿದ್ದು ವಜಾ ಆಗಿದ್ದಾಗಿ ತಿಳಿಸಿದ. ಅವನನ್ನು ನೋಡಿದರೆ ಆತ ಅದೇ ವ್ಯಸನದಲ್ಲಿದ್ದನೆಂದು ತೋರುತ್ತಿತ್ತು. ನಾನು ಅದರ ವಿವರಗಳನ್ನು ಕೇಳಿ ಅವನನ್ನು ಮತ್ತಷ್ಟು ದುಗುಡಕ್ಕೆ ದೂಡಲಿಲ್ಲ.

ಆದರೆ ನನ್ನನ್ನು ಚಳಿಯಲ್ಲೂ ಬೆವರುವಂತೆ ಮಾಡಿದ್ದು ಏನೆಂದರೆ ಬೈಕು ಶಂಕರಪ್ಪನ ಮನೆಯ ಬಳಿ ಬಂದ ಕೂಡಲೆ ಡಗ್ ಡಗ್ ಡಗ್ ಎನ್ನುತ್ತ ನಿಂತುಬಿಟ್ಟಿತು. ಪೆಟ್ರೋಲ್ ಟ್ಯಾಂಕ್ ಸಂಪೂರ್ಣ ಖಾಲಿಯಾಗಿತ್ತು. ಹಿಂದಿನ ದಿನ ಪೆಟ್ರೋಲ್ ಹಾಕಿಸಬೇಕಿತ್ತು. ನಾನು ಮರೆತುಬಿಟ್ಟಿದ್ದೆ! 'ಐದು ಗಂಟೆ ಆಗ್ಲಿ ಸಾರ್. ಯಾರನ್ನಾದರೂ ಕಳುಹಿಸಿ ನೊಣವಿನಕೆರೆಯಿಂದ ಪೆಟ್ರೋಲ್ ತರಿಸುತ್ತೇನೆ. ವರಿ ಮಾಡ್ಕೋಬೇಡಿ' ಎಂದ ಶಂಕರಪ್ಪ. ಆಗ ಫೋನಿರಲಿಲ್ಲ, ಮೊಬೈಲ್ ಗೊತ್ತಿರಲಿಲ್ಲ. ನೊಣವಿನಕೆರೆಯಲ್ಲಿ ಪೆಟ್ರೋಲ್ ಬಂಕ್ ಇರಲಿಲ್ಲ. ನಾಲ್ಕಾರು ಕಿರಾಣಿ ಅಂಗಡಿಗಳಲ್ಲಿ ಪೆಟ್ರೋಲನ್ನು ಹೆಚ್ಚು ರೇಟಿಗೆ ಮಾರುತ್ತಿದ್ದರು.

ಆಯಿತೆಂದು ಒಪ್ಪಿ ಒಳಗೆ ಹೋದರೆ ಒಂದು ಸಿಮೆಂಟ್ ಮೂಟೆಯಷ್ಟು ಗರ್ಭಚೀಲವನ್ನೆಲ್ಲ ಹೊರಡಿಸಿಕೊಂಡು ಮುಲುಕುತ್ತ ನಾಟಿಹಸು ಅಡ್ಡ ತಲೆ ಹಾಕಿಕೊಂಡು ಮಲಗಿತ್ತು. ಅಲ್ಲಿ ವ್ಯಕ್ತಿಯೊಬ್ಬ ಕೂತಿದ್ದ. ನಾನು ಒಳ ಹೋದ ಕೂಡಲೇ ಎದ್ದು ನಮಸ್ಕರಿಸಿ, 'ನಾನು ಬೋರೇಗೌಡ ಅಂತ ಸಾ. ಹಸು ಎಮ್ಮೆ ಕುರಿ ಮೇಕೆಗಳಿಗೆ ಹೆರಿಗೆಯಲ್ಲಿ ತೊಂದರೆಯಾದ್ರೆ ಸರಿ ಮಾಡ್ತೀನಿ. ಕರುಗಳನ್ನು ಮರಿಗಳನ್ನು ಹೊರಗೆ ಎಳೀತೀನಿ. ಹಿಂಗೆ ಮೈ ಹೊರಗೆ ಬಂದ್ರೆ ಎಲ್ಲ ಒಳಗೆ ತಳ್ಳಿ ಹೊಲಿಗೆ ಹಾಕ್ತೀನಿ ಸಾ. ಹೆರಿಗೆ ನಂತರ ಕಸ ಬೀಳದಿದ್ದರೆ ತಗೀತೀನಿ,' ಎಂದ.

ನಾನಾಗ 30 ವರ್ಷಕ್ಕಿಂತ ಕಡಿಮೆ ವಯಸ್ಸಿನವನು. ನನ್ನೆದುರು ನಿಂತು ಮಾತಾಡುತ್ತಿದ್ದಾತ ಅರವತ್ತು ವರ್ಷದ ಯಜಮಾನ.

ಎದುರು ಕೂತ ಅಜ್ಜ ನಾನು ಮಾಡುತ್ತಿದ್ದುದ್ದನ್ನೆಲ್ಲ ಸೂಕ್ಷ್ಮವಾಗಿ ಗಮನಿಸುತ್ತಿದ್ದ. ವಿಪರೀತ ಪ್ರಮಾಣದಲ್ಲಿ ಗರ್ಭಚೀಲ ಹೊರ ಹೊರಟಿದ್ದರಿಂದ ಅಜ್ಜನ ಸಹಾಯ ಪಡೆಯಲೇಬೇಕಾಗಿತ್ತು.

ಅಜ್ಜ ಅಂಥ ಎಷ್ಟು ನೂರು ಹಸು ಎಮ್ಮೆಗಳನ್ನು ನೋಡಿದ್ದನೋ ಏನೋ? ಹೊರಹೊರಟ ಭಾಗವನ್ನು ಹಿಡಿದೆತ್ತಿ ಒಳನೂಕುವುದರಲ್ಲಿ ಪ್ರವೀಣನಂತೆ ಸಹಾಯ ಮಾಡಿದ. ಗರ್ಭಚೀಲವನ್ನು ಚೆನ್ನಾಗಿ ತೊಳೆದ ನಂತರ ಒಳನೂಕಬೇಕೆಂದು ಹಾಗೂ ನಾವು ಕೈಕಾಲುಗಳನ್ನು ಕೊಟ್ಟಿಗೆಯನ್ನು ನೀರಿನಲ್ಲಿ ತೊಳೆದು ಶುಭ್ರಗೊಳಿಸಬೇಕೆಂದು ಹೇಳಿದೆ. ಬೋರೇಗೌಡ ಅದನ್ನೆಲ್ಲ ಗಮನವಿಟ್ಟು ಕೇಳಿದ.

ಬೋರೇಗೌಡನ ಕೈಗಳು ಎಷ್ಟು ಒರಟಿದ್ದವೆಂದರೆ ಅವು ಮನುಷ್ಯರ ಕೈಗಳೆನಿಸುತ್ತಿರಲಿಲ್ಲ. ಆತ ಗರ್ಭಚೀಲವನ್ನು ಕೈಯಲ್ಲಿ ಹಿಡಿದು ಒಳ ನೂಕತೊಡಗಿದನೆಂದರೆ ಅದು ಜಾರಿ ಹೋಗಲು ಅವಕಾಶವೇ ಇರಲಿಲ್ಲ. ಅಂಥ ಬಂದೋಬಸ್ತಾದ ಹಿಡಿತ ಸಾಧಿಸುತ್ತಿದ್ದ ಅಜ್ಜ.

ಈ ಅಜ್ಜನಿಗೆ ಹರೆಯದಲ್ಲಿ ಕುಸ್ತಿ ತರಬೇತಿ ನೀಡಿದ್ದರೆ ಚಾಂಪಿಯನ್ ಆಗಿರುತ್ತಿದ್ದ. ಅಜ್ಜ ಪಟ್ಟು ಹಾಕಿದರೆ ಎಂಥ ಪೈಲ್ವಾನನೂ ವಿಲಗುಟ್ಟಿ ಸೋತು ಹೋಗುತ್ತಿದ್ದ ಎನಿಸಿತು. ಹೆರಿಗೆಯಲ್ಲಿ ಅಕಸ್ಮಾತ್ ತೊಂದರೆಯಾದರೆ ಬೋರೇಗೌಡ ಎಂಥ ಪರಿಸ್ಥಿತಿಯಲ್ಲಿಯೂ ತನ್ನ ಉಡದ ಹಿಡಿತದಿಂದ ಸರಿಪಡಿಸಬಲ್ಲವನಾಗಿದ್ದ ಎಂಬುದರಲ್ಲಿ ನನಗೆ ಯಾವುದೇ ಅನುಮಾನ ಉಳಿಯಲಿಲ್ಲ.

ಹಸುವಿನ ಗರ್ಭಚೀಲವನ್ನು ಒಳನೂಕಿದ ಮೇಲೆ ನಾನು ಹಸುವಿನ ಗರ್ಭಚೀಲದಲ್ಲಿ ನಂಜಾಗದಂತೆ ಮಾತ್ರೆಗಳನ್ನಿಟ್ಟೆ. ಯೋನಿ ತುಟಿಗಳನ್ನು ಸ್ವಚ್ಛ ಮಾಡಿ ಹೊಲಿಗೆ ಹಾಕಿ ಟಿಂಚರ್, ಅಯೋಡಿನ್ ಹಾಕಿದೆ. ಅದರ ಮೇಲೆ ಬೇವಿನ ಎಣ್ಣೆಯನ್ನು ಸಿಂಪಡಿಸಿದೆ. ಬೇಕಾದ ಇಂಜೆಕ್ಷನ್ನುಗಳನ್ನು ಮಾಡಿ ಮೇಲೆದ್ದೆ.

ಬೋರೇಗೌಡ ಉದ್ದಕ್ಕೂ ತನ್ನೆಲ್ಲ ಅನುಮಾನಗಳನ್ನು ಪರಿಹರಿಸಿಕೊಳ್ಳುತ್ತಿದ್ದ. ತಾನು ಯಾವುದೇ ಕಾರಣಕ್ಕೆ ಇಂಜೆಕ್ಷನ್ ಕೊಡೋದಿಲ್ಲ. ಅದು ನನ್ನ ಕೆಲಸವಲ್ಲ. ಆದ್ದರಿಂದ ನಂಜಾಗದಿರಲು ಗರ್ಭಚೀಲದಲ್ಲಿ ಇಡುವ ಮಾತ್ರೆಗಳ ಹೆಸರು ಬರೆದುಕೊಡಿ ಎಂದು ಕೇಳಿದ. ಈ ಉದ್ದೇಶಕ್ಕೇ ನಾನು ನಿಮ್ಮನ್ನು ಕಾಣಲು ಬಂದದ್ದು ಎಂದು ಒತ್ತಿ ಹೇಳಿದನು.

ದನ ಎಮ್ಮೆ ಕುರಿ ಮೇಕೆಗಳಿಗೆ ಎಷ್ಟೆಷ್ಟು ಮಾತ್ರೆ ಉಪಯೋಗಿಸಬೇಕು, ಬಳಸುವ ವಿಧಾನವನ್ನು ವಿವರವಾಗಿ ತಿಳಿಸಿ ಮಾತ್ರೆಯ ಹೆಸರನ್ನು ಕನ್ನಡದಲ್ಲಿ ಬರೆದುಕೊಟ್ಟೆ. ಆತ ದುಡ್ಡಿನಾಸೆಗಾಗಲಿ, ನಾನೆಲ್ಲ ಬಲ್ಲೆ

ಎಂಬ ಅಹಂಕಾರಕ್ಕಾಗಲಿ ದನೀನ ಸೇವೆ ಮಾಡುತ್ತಿದ್ದಾನೆ ಎಂದು ಅನಿಸಲಿಲ್ಲ. ಯಾವುದೇ ಪಶುವೈದ್ಯನಿಗೆ ಪ್ರತಿಸ್ಪರ್ಧಿ ಎಂದು ಸೆಡ್ಡು ಹೊಡೆಯುವ ಸ್ವಭಾವದವನು ಸಹ ಆಗಿರಲಿಲ್ಲ.

ಐದು ಗಂಟೆಯಷ್ಟು ಹೊತ್ತಿಗೆ ಶಂಕರಪ್ಪನು ಪೆಟ್ರೋಲ್ ತರಲು ಯಾರನ್ನೋ ನೊಣವಿನಕೆರೆಗೆ ಕಳುಹಿಸಿದ. ಅವನು ಸೈಕಲ್ಲಲ್ಲಿ ಹೋಗಿ ಬರಲು ಒಂದು ಒಂದೂವರೆ ಗಂಟೆ ಸಮಯ ಬೇಕಾಗಿತ್ತು. ಹಾಗಾಗಿ ನಾನು ಮತ್ತು ಬೋರೇಗೌಡ ಮಾತಾಡಲು ಬೇಜಾನು ಟೈಮಿತ್ತು. ಶಂಕರಪ್ಪನ ತಾಯಿ ಹಣ್ಣು ಹಣ್ಣು ಮುದುಕಿ ಒಂದೆರಡು ಕಪ್ಪು ಚಹ ಮಾಡಲು ತಾರಾಡುತ್ತಿತ್ತು.

ಬೋರೇಗೌಡನು ರೈತರು ಹೇಳುತ್ತಿದ್ದ ಅನೇಕ ದನಗಳ ಕಾಯಿಲೆಗಳಾದ; ಅರ್ಪತಿ, ಕಲ್ಲರ್ಪತಿ, ನೀರರ್ಪತಿ, ಲಲ್ಡು, ಎಲ್ಮಂಡು, ನಾಗ್ರು, ಶೆಲೆ, ನೀರ್ ಶೆಲೆ, ಒಣಶೆಲೆ, ಕುಂದು ಮುಂತಾದ ಅನೇಕ ಕಾಯಿಲೆಗಳನ್ನು ಹೇಳುತ್ತ ಅವುಗಳಿಗೆ ಪಟಪಟನೆ ನಾಟಿವೈದ್ಯವನ್ನೂ ತಿಳಿಸಿ ನನ್ನನ್ನು ದಂಗುಬಡಿಸಿದ. ಹೊಲ ತೋಟಗಳಲ್ಲಿ ಬೆಳೆಯುವ ಅನೇಕ ಗಿಡಗಂಟಿಗಳ ಹೆಸರು ಹೇಳಿ ಸಲಹೆಗಳನ್ನು ಕೇಳಿದ.

ಕರು ಹಾಕಿದ ಹಸು ಎಮ್ಮೆಗಳಿಗೆ ಕಸ ಬೀಳದೆ ಹೋದರೆ ಬಿದಿರು ಸೊಪ್ಪನ್ನು ಹೇಗೆ ಬಳಸಬೇಕೆಂದು ಕೇಳಿದ. ಆದರೆ ಈ ವಿಷಯಗಳಲ್ಲಿ ನನಗೆ ಏನೂ ಗೊತ್ತಿರಲಿಲ್ಲ. ನಾನು ಅಲೋಪತಿಕ್ ಪಶುವೈದ್ಯ ಶಾಸ್ತ್ರವನ್ನು ಇಂಗ್ಲಿಷಿನಲ್ಲಿ ನಗರದಲ್ಲಿ ಓದಿಕೊಂಡು ಬಂದವನಾಗಿದ್ದೆ. ನನ್ನ ವಿದ್ಯೆಯೇ ನನ್ನನ್ನು ನನ್ನ ಪರಿಸರದಿಂದ ಅನ್ಯನನ್ನಾಗಿ ಮಾಡಿತ್ತು. ನಾನು ಕೃಷಿ ಹಿನ್ನೆಲೆಯ ಕುಟುಂಬದವನೂ ಸಹ ಆಗಿರಲಿಲ್ಲ.

ಅಜ್ಜಿ ಒಂದೆರಡು ಕಪ್ಪು ಚಹಾ ಮಾಡಲು ಸುಮಾರು ಹೊತ್ತು ತೆಗೆದುಕೊಂಡಿತು. ಶಂಕರಪ್ಪನ ಹೆಂಡತಿ ಮಕ್ಕಳು ಯಾರೂ ಇರಲಿಲ್ಲ. ಎಲ್ಲಿ ಹೋಗಿದ್ರೋ ಅಥವಾ ಇದ್ರೋ ಇಲ್ವೋ ಎಂಬುದು ಸಹ ಗೊತ್ತಾಗುವಂತಿರಲಿಲ್ಲ. ಅಂತೂ ಇಂತೂ ಅಜ್ಜಿ ಪೇಚಾಡುತ್ತ ಚಹಾ ತಂದುಕೊಟ್ಟಿತು.

ಆ ಚಹಾವೆಂಬುದು ಹೊಗೆಯ ವಾಸನೆ ಹಿಡಿದುಕೊಂಡು ಸಕ್ಕರೆ ರೋಗದವರು ಕುಡಿದ ಕೂಡಲೆ ಸಾಯುವಷ್ಟು ಸಿಹಿಯಾಗಿತ್ತು. ಬೋರೇಗೌಡ ಅದನ್ನು ಸಹಜವೆಂಬಂತೆ ಸೊರ್ ಸೊರ್ ಎಂದು ಕುಡಿಯತೊಡಗಿದ. ಬೋರೇಗೌಡ ಹೊಟ್ಟೆಗೆ ಬಟ್ಟೆಗೆ ತೊಂದರೆ ಇದ್ದವನಂತೆ ಕಾಣಲಿಲ್ಲ. ಬಟ್ಟೆ ಬರೆ ತಲೆ ಕೂದಲೆಲ್ಲ ಒಪ್ಪ ಓರಣವಾಗಿದ್ದು ಮೈಕೈ ತುಂಬಿಕೊಂಡಿದ್ದನು. ಘನತೆ ಗೌರವವುಳ್ಳವನೂ, ಸ್ವಾಭಿಮಾನಿಯಂತೆಯೂ ಕಾಣುತ್ತಿದ್ದ.

ಆ ದಿನ ನಾನು ಬೋರೇಗೌಡನ ಹತ್ತಿರ ಆತ್ಮೀಯತೆಯಿಂದ ವರ್ತಿಸಿಕೊಂಡಿದ್ದೆನಷ್ಟೇ ಅಲ್ಲ ಅವನ ಬೇಡಿಕೆಯಂತೆ ಮಾತ್ರೆಯ ಹೆಸರು ಬರೆದುಕೊಟ್ಟಿದ್ದೆ. ಅವನ ಕಾರ್ಯಕುಶಲತೆಯನ್ನು ಮೆಚ್ಚಿದ್ದೆ. ಆದರೆ ಅವನ ಜ್ಞಾನವನ್ನು ನಾನು ಗುರುತಿಸದೇ ಹೋದೆ. ಅವನ ಜ್ಞಾನವನ್ನು ಜ್ಞಾನವೆಂದೂ ಸಹ ನಾನು ಪರಿಗಣಿಸಿರಲಿಲ್ಲ! ಅವನು ಗೊತ್ತಿಲ್ಲದ ಕ್ಷೇತ್ರದಲ್ಲಿ ಕೆಲಸ ಮಾಡುತ್ತಿದ್ದ ಅಡ್ಡಕಸುಬಿ ಎಂದು ತಿಳಿದೆ. ನಾನು ಕಲಿತಿದ್ದ

ವಿಜ್ಞಾನದ ಹಾದಿಯಲ್ಲಿನ ಅಪಭ್ರಂಶವೆಂದು ಬಗೆದು ಕಡೆಗಣಿಸಿದ್ದೆ.

ಆದರೆ ಸರಳವಾದ ಮತ್ತು ಪ್ರಕೃತಿಗೆ ಹತ್ತಿರವಾದ ಅವನ ಚಿಕಿತ್ಸಾ ಕ್ರಮದ ಪ್ರಾಮುಖ್ಯತೆ ನನಗೆ ನಿಧಾನವಾಗಿ ತಿಳಿಯತೊಡಗಿತು. ಪಶುವೈದ್ಯ ಕ್ಷೇತ್ರವು ಇಂಥವರ ಅನುಭವವನ್ನು ಬಳಸದೆ ಬಡವಾಗಿದೆ ಎನಿಸಿತು. ಅವನು ಗ್ರಾಮೀಣ ರೈತಾಪಿ ಬದುಕಿನಿಂದ ಕಲಿಯುತ್ತಲೇ ಅರಳಿ ನಿಂತ ಸಹಜ ಕಸುಬುದಾರನಾಗಿದ್ದ. ನಾನೇ ಒತ್ತುವರಿದಾರನಾಗಿದ್ದೆ!

ನಾನು ಬೋಚಿಹಳ್ಳಿಯಿಂದ ವಾಪಸು ಹೊರಟಾಗ ಹಸು ಕೊಟ್ಟಿಗೆಯಲ್ಲಿ ಮೆಲುಕು ಹಾಕುತ್ತ ಮಲಗಿತ್ತು. ಬೋರೇಗೌಡ ಮತ್ತು ಅಜ್ಜಿ ಇಬ್ಬರು ಅಷ್ಟೊತ್ತಿಗೇ ಎಲೆಡಿಕೆ ತಿಂದು ಮೆಲುಕು ಹಾಕುತ್ತಿದ್ದರು. ಅಂತೂ ಇಂತೂ ವಾಪಸ್ಸು ಮನೆ ಸೇರಿದಾಗ ಬೆಳಗ್ಗೆ ಏಳು ಗಂಟೆಯಾಗಿತ್ತು.

ವಿಚಿತ್ರವೆಂದರೆ ನಾನು ಮತ್ತೊಮ್ಮೆ ಬೋರೇಗೌಡನನ್ನು ನೋಡಲು ಸಾಧ್ಯವಾಗಲೇ ಇಲ್ಲ. ನಾಲ್ಕಾರು ಸಲ ಬೋರೇಗೌಡನ ಮನೆಯ ಹತ್ತಿರ ಕೇಳಿಕೊಂಡು ಹೋದಾಗ ಆತ ಮನೆಯಲ್ಲಿ ಸಿಗಲಿಲ್ಲ. 1990ರ ದಶಕದಲ್ಲಿ ಒಮ್ಮೆ ಅವರ ಮನೆ ಕಡೆ ಹುಡುಕಿ ಹೋದಾಗ ಅಜ್ಜ ಕಾಲವಾಗಿದ್ದ.

ಹೀಗೆ ನಾನು ಎದುರಾದ ಮತ್ತೊಬ್ಬ ಅಜ್ಜನೆಂದರೆ 1995ರ ಸುಮಾರಿಗೆ ತುರುವೇಕೆರೆ ತಾಲೂಕಿನ ಹುಲಿಕಲ್ ಸಮೀಪದ ಯಾವುದೋ ಹಳ್ಳಿಯವನು. ಆಗ ನಾನು ತಂಡಗದ ಆಸ್ಪತ್ರೆಯಲ್ಲಿದ್ದೆ. ಒಂದು ದಿನ ಬೆಳಗ್ಗೆ ಹನ್ನೊಂದು ಗಂಟೆಗೆ ಹಸುವಿನ ಮೈ ಹೊರಟ ಪ್ರಕರಣವೊಂದು ಎದುರಾಯಿತು. ಅದಕ್ಕೆ ಬೇರೆ ಯಾರೋ ಒಬ್ಬರು ಚಿಕಿತ್ಸೆ ನೀಡಿಯಾಗಿತ್ತು.

ಆದರೆ ಚಿಕಿತ್ಸೆ ನೀಡಿ ಅವರು ಅತ್ತ ಹೋದ ಮೇಲೆ ಇತ್ತ ಹಸುವಿನ ಯೋನಿ ತುಟಿಗೆ ಹಾಕಿದ ಹೊಲಿಗೆಗಳು ಕಿತ್ತು ಹೋಗಿದ್ದವು. ಹೊಲಿಗೆಗೆ ಬಳಸಿದ ದಾರವು ಪಿಸುಕಲು ದಾರವಾಗಿದ್ದದ್ದು ಅದಕ್ಕೆ ಕಾರಣವಾಗಿತ್ತು. ಇಂಥ ಹೊಲಿಗೆ ಕಿತ್ತು ಹೋದ ಪ್ರಕರಣಗಳಲ್ಲಿ ಬರೀ ದಾರವಷ್ಟೇ ತುಂಡಾಗದೆ ಎರಡೂ ಕಡೆಯ ಯೋನಿ ತುಟಿಗಳು ಸಹಿತ ಕೊಯ್ದು ಹೋಗಿರುತ್ತವೆ. ತುಂಡಾಗಿರುವ ಯೋನಿ ತುಟಿಗಳನ್ನು ಹಿಡಿದು ಹೊಲಿಗೆ ಹಾಕಬೇಕು. ನಾನು ಬರೀ ವೈದ್ಯನ ಕಷ್ಟ ಹೇಳುತ್ತಿಲ್ಲ. ಮತ್ತೆ ಮತ್ತೆ ಹೊಲಿಗೆ ಹಾಕಿಸಿಕೊಳ್ಳಬೇಕಾದ ದನದ ಪಾಡು ಊಹಿಸಿ! ಅದೂ ಹೆಚ್ಚು ನರ ಮತ್ತು ರಕ್ತದ ಸರಬರಾಜು ಸಂಚಾರವಿರುವ ಅತಿ ಸೂಕ್ಷ್ಮವೂ, ಅತಿ ನೋವು ಸಂವೇದಿಯಾದ ಯೋನಿ ತುಟಿಗಳಲ್ಲಿ!

ಬಹಳ ಹೊತ್ತು ಕುಕ್ಕುರುಗಾಲಲ್ಲಿ ಕುಳಿತು ಹೊಲಿಗೆ ಹಾಕಿದೆ. ಅವಶ್ಯವಿದ್ದ ಇಂಜೆಕ್ಷನ್ನುಗಳನ್ನು ಮಾಡಿ ಮೇಲೆದ್ದೆ. ನನ್ನ ಕಾಲುಗಳು ಹೌದೋ ಅಲ್ಲವೋ ಎಂಬಂತೆ ಸಣ್ಣಗೆ ಕಂಪಿಸುತ್ತಿದ್ದವು. ಕುಳಿತಿದ್ದ ಕುರ್ಚಿ ಬಿಟ್ಟು ಇಳಿದು ನೆಲದ ಮೇಲೆ ಕಾಲು ಚಾಚಿಕೊಂಡು ಕುಳಿತು ಸುಧಾರಿಸಿಕೊಂಡೆ. ಖುಷಿಯಾಗಿ ಮಾತಾಡಿದೆ. ನೊಣವಿನಕೆರೆ ಪಕ್ಕದ ಮಾದಿಹಳ್ಳಿಯ ನಂಜೇಗೌಡ ಮತ್ತು ತೋಪೇಗೌಡ ಎಂಬ ಅಣ್ಣ ತಮ್ಮಂದಿರು ಇದೇ ಗ್ರಾಮದ ಅಕ್ಕ ತಂಗಿಯರನ್ನು ಮದುವೆಯಾಗಿದ್ದು ನನಗೆ ಗೊತ್ತಿತ್ತು. ಅವರ ಮನೆಯವರಂತೂ ನನ್ನನ್ನು ಹತ್ತಿರದ ಬಂಧುವೋ ಎಂಬಂತೆ ಮಾತಾಡಿಸಿ ಸಂಭ್ರಮಿಸಿದರು.

ವಾಪಸ್ಸಾಗುವಾಗ ಇದ್ದಕ್ಕಿದ್ದಂತೆ ಒಬ್ಬ ಅಜ್ಜ ಎದುರಾದ. ಕೈ ಅಡ್ಡ ಮಾಡಿ ಬೈಕ್ ನಿಲ್ಲಿಸಿದ. ನಾನೊಬ್ಬನೇ ಇದ್ದೆ. ಜೊತೆಗೆ ಸಹಾಯಕರಾರೂ ಇರಲಿಲ್ಲ. 'ಏನ್ ಸ್ವಾಮಿ, ನೀವಿಂಥ ಕೆಲ್ಸ ಮಾಡಬಹುದೇ? ಇಂಥ ಕೇಸಲ್ಲಿ ನಾಲ್ಕು ಕಾಸು ಮಾಡ್ಕಳ್ತಿದ್ದೆ. ಅದಕ್ಕೂ ಕಲ್ಲು ಹಾಕಿದ್ರಲ್ಲ ಸ್ವಾಮಿ. ಬಡವರ ಹೊಟ್ಟೆ ಮೇಲೆ ಹೊಡೆದ್ರಿ ನೀವು. ನಿಮಗೆ ಒಳ್ಳೇದಾಗಲ್ಲ,' ಎಂದು ಬೈದು ದುರುಗುಟ್ಟಿ ನೋಡಿಕೊಂಡು ಹುಲಿಕಲ್ ಗ್ರಾಮದ ಕಡೆಗೆ ಕಣ್ಮರೆಯಾದ.

ನನಗೆ ಸಿಕ್ಕಿದ್ದ ಮೊದಲ ಅಜ್ಜ ಬೋರೇಗೌಡನಂಥವನಾಗಿರದೆ ಈತ ಬಡಕಲು ಬಿದ್ದಿದ್ದ. ಉಟ್ಟಿದ್ದ ಬಟ್ಟೆ ಅಡ್ಡಾದಿಡ್ಡಿಯಾಗಿದ್ದವು. ವ್ಯಸನಕ್ಕೆ ಬಿದ್ದವನಂತೆ ಬತ್ತಿ ಹೋಗಿದ್ದ. ಕಣ್ಣುಗಳು ಗುಳಿ ಬಿದ್ದು ತಲೆಗೂದಲು ಅಸ್ತವ್ಯಸ್ತವಾಗಿದ್ದವು. ಅವನ ಕಣ್ಣಲ್ಲಿ ಸಿಟ್ಟು, ದುಃಖಗಳು ತುಂಬಿ ತುಳುಕುತ್ತಿದ್ದವು. ನನಗೆ ನಂತರ ತಿಳಿದ ವಿಷಯದ ಪ್ರಕಾರ ಅವನು ಸುತ್ತಮುತ್ತಲ ಹಳ್ಳಿಗಳಲ್ಲಿ ದನ ಕರು ಮೇಕೆಗಳಲ್ಲಿ ವೈದ್ಯಕೀಯ ಮಾಡಿಕೊಂಡು ಅಲ್ಪಸ್ವಲ್ಪ ದುಡಿದುಕೊಳ್ಳುತ್ತಿದ್ದನಂತೆ. ಆದರೆ ಇತ್ತೀಚೆಗೆ ಆತನನ್ನು ರೈತರು ಸಂಪರ್ಕಿಸದೆ ಆಸ್ಪತ್ರೆಯಿಂದ ಚಿಕಿತ್ಸೆ ಪಡೆಯತೊಡಗಿದ್ದು ಅವನಿಗೆ ತೊಂದರೆಯಾಗಿತ್ತಂತೆ. ಈ ಸಿಟ್ಟನ್ನವನು ನನ್ನ ಮೇಲೆ ತೀರಿಸಿಕೊಂಡಿದ್ದ.

ನೋವು ತುಂಬಿದ ಪ್ರಕರಣದಲ್ಲಿ ಹೊಲಿಗೆ ಹಾಕಿ ಹಿಂತಿರುಗುತ್ತಿದ್ದುದರಿಂದ ಹಸುವಿನ ನೋವು ದುಃಖಗಳು ನನ್ನ ಮನಸ್ಸಲ್ಲಿ ಒತ್ತಾಯಡುತ್ತಿದ್ದವು. ದನಗಳ ಬದುಕೂ ಸಹ ದುಃಖದಿಂದ ತುಂಬಿದೆ. ಮನುಷ್ಯನಿಗಾದರೋ ದುಃಖವನ್ನು ಪರಿಹರಿಸಿಕೊಳ್ಳುವ ಮಾರ್ಗಗಳಿವೆ. ಮಾತಿದೆ, ತಿಳಿವಳಿಕೆಯಿದೆ, ನಾನಾ ನಮೂನೆಯ ಚಿಕಿತ್ಸೆಗಳಿವೆ, ಉಪದೇಶಗಳಿವೆ, ಧರ್ಮಗಳಿವೆ, ಮಾರ್ಗದರ್ಶಕರಿದ್ದಾರೆ.

ಆದರೆ ದನಗಳಿಗೆ? ಮಾತು, ಉಪದೇಶ, ಧರ್ಮ, ಮಾರ್ಗದರ್ಶಕರಿಲ್ಲದಿರಬಹುದು. ಆದರೆ ದನಗಳಿಗೆ ತಿಳಿವಳಿಕೆಯಿಲ್ಲ ಎಂದು ಹೇಳಬಹುದೇ? ಅವು ತಮ್ಮನ್ನು ತಾವು ಸಂತೈಸಿಕೊಳ್ಳಲಾರವು ಎಂದು ನಾವು ಭಾವಿಸಬಹುದೇ? ಧರ್ಮಾಚರಣೆಗಳಿಲ್ಲದಿದ್ದರೆ ಸಾಂತ್ವನ ಇರುವುದಿಲ್ಲವೇ? ದುಃಖ, ನೋವು ಮನುಷ್ಯನಿಗೆ ತಾಕುವ ತೀವ್ರತೆಯಲ್ಲಿ ದನಗಳಿಗೆ ತಾಕುವುದಿಲ್ಲವೇ? ಅಧ್ಯಾತ್ಮಿಕ ವೈಯಕ್ತೀಕರಣ ಬರೀ ಮನುಷ್ಯರಿಗೆ

ಸಂಬಂಧಿಸಿದ್ದೇ? ಮುಂತಾಗಿ ಯೋಚಿಸುತ್ತ ಬರುತ್ತಿದ್ದ ನನಗೆ ಅಜ್ಜ ಒಮ್ಮೆಲೇ ಸರಿಯಾಗಿ ಬರೆ ಎಳೆದಿದ್ದ. ನನಗೆ ಕಕ್ಕಾಬಿಕ್ಕಿಯಾಗಿ ಹೋಯಿತು.

ಆಮೇಲೆ ನನಗೆ ಗೊತ್ತಾಗಿದ್ದೇನೆಂದರೆ ನಾನು ಆಗ ತಾನೇ ಚಿಕಿತ್ಸೆ ನೀಡಿ ಬಂದ ಹಸುವಿಗೆ ಮೊದಲು ಚಿಕಿತ್ಸೆ ನೀಡಿದವನು ಈ ಅಜ್ಜನೇ ಆಗಿದ್ದ. ಈ ಅಜ್ಜನೂ ಸಹ ಮತ್ತೆ ನನಗೆ ಮುಂದೆಂದೂ ಕಾಣಸಿಗಲಿಲ್ಲ. ನಾನು ಅಲ್ಲೇ ಎಂಟು ಹತ್ತು ಕಿಲೋಮೀಟರ್ ಫಾಸಲೆಯಲ್ಲಿರುವ ಆಲದಹಳ್ಳಿ, ಹುಲಿಕಲ್, ಕಣತೂರು, ಕೆ ಗಂಗನಹಳ್ಳಿ, ಕೆ ಮಾವಿನಹಳ್ಳಿ, ಕೆ ಬೇವಿನಹಳ್ಳಿ, ಕೆ ಮೇಲನಹಳ್ಳಿ, ಅಬುಕನಹಳ್ಳಿ, ಸಾದರಹಳ್ಳಿ, ಚಂದ್ರಾಪುರ, ಬಸವನಹಳ್ಳಿ ಮುಂತಾದ ಹಳ್ಳಿಗಳಲ್ಲಿ ತಿರುಗಾಡಿಕೊಂಡು ಕೆಲಸ ಮಾಡುತ್ತಿದ್ದರೂ ಅಜ್ಜ ಒಮ್ಮೆಯೂ ಕಣ್ಣಿಗೆ ಬೀಳದಿದ್ದುದು ಸೋಜಿಗ. ಈ ಅಜ್ಜ ದುಡ್ಡಿನಾಸೆಯ ಮತ್ತು ಪೆದ್ದು ಪಶುವೈದ್ಯ ವೃತ್ತಿಯನ್ನು ಕೈಬಿಟ್ಟು ತನ್ನ ಕೃಷಿ ಕೆಲಸದ ಕಡೆಗೆ ಗಮನ ಕೊಡುವುದು ಲೇಸೆನಿಸಿತು.

❖

ಕರಿಗೌಡ ತಿಮ್ಮಕ್ಕನ ಮೇಕೆ ಮಂದೆ

1995ರ ಬೇಸಿಗೆಯ ಒಂದು ದಿನ ನೊಣವಿನಕೆರೆಯಿಂದ ಗುಂಗುರಮಳೆಗೆ ಹೋಗಿ ಪಾರ್ಥ ಎಂಬ ನನ್ನ ಮಿತ್ರ ಮತ್ತು ಪಶುವೈದ್ಯ ವೃತ್ತಿ ಅಭಿಮಾನಿಯ ಎತ್ತಿಗೆ ಚಿಕಿತ್ಸೆ ನೀಡಿ ವಾಪಸ್ ಬರುತ್ತಿದ್ದೆ. ಆಗಲೇ ಸಮಯ ಮಧ್ಯಾಹ್ನ ಒಂದು ಗಂಟೆಯ ಮೇಲಾಗಿತ್ತು. ಆಗ ಅದು ಜಲ್ಲಿಕಲ್ಲು ರಸ್ತೆಯಾಗಿತ್ತು. ಉದ್ದಕ್ಕೂ ಜಲ್ಲಿಕಲ್ಲು ಎದ್ದಿದ್ದರಿಂದ ಬೈಕು ಕುಣುಕಲು ಬುಗುರಿಯಂತೆ ಕುಣಿಯುತ್ತಾ ಓಡುತ್ತಿತ್ತು.

ಹೊಂಗೇಲಕ್ಷ್ಮಿ ಕ್ಷೇತ್ರ, ಕಸವನಹಳ್ಳಿ, ಮಾದಿಹಳ್ಳಿ ದಾಟಿ ಮುಂದೆ ಬಂದಿದ್ದೆ. ಅಷ್ಟೊತ್ತಿಗೆ ಒಬ್ಬಾತ ಉಟ್ಟಿದ್ದ ಲುಂಗಿಯನ್ನು ಬಿಚ್ಚಿ ನನ್ನ ಗಮನ ಸೆಳೆಯಲು ಬಾವುಟದಂತೆ ಬೀಸುತ್ತಿರುವುದು ಕಾಣಿಸಿತು. ಬೈಕಲ್ಲಿ ಬರುತ್ತಿದ್ದ ನನ್ನ ಬಲಗಡೆಗೆ ನೂರು ಮೀಟರ್‌ಗಳಷ್ಟು ದೂರದಲ್ಲಿದ್ದ ಆತ ಕರಿಗೌಡ ಎಂಬುದು ಗೊತ್ತಾಯಿತು. ನಾನು ಬೈಕ್ ನಿಲ್ಲಿಸಿದೆ.

ನನಗಿಂತ ಸಣ್ಣ ವಯಸ್ಸಿನವನಾಗಿದ್ದ ಕರಿಗೌಡನಿಗೆ ಯಾವಾಗಲೂ ದುಡ್ಡಿನ ದರ್ದು ಇರುತ್ತಿತ್ತು. ಬಾಯಿ ಬಿಟ್ರೆ ತನ್ನ ತರಹೇವಾರಿ ತಾಪತ್ರಯಗಳನ್ನು ಹೇಳಿಕೊಳ್ಳುತ್ತಿದ್ದ. ಬರೀ ಐವತ್ತು ತೆಂಗಿನ ಗಿಡಗಳ ತೋಟವಿದ್ದು, ಅದರಲ್ಲಿಯೇ ಒಂದು ಹಳೆಯ ಮನೆಯಿತ್ತು. ಆ ಮನೆಯ ಮುಂದೆ ತೆಂಗಿನ ಗರಿ, ಯಡಮಟ್ಟೆ, ಹಳೆ ಮರಗಳ ತುಂಡುಗಳು, ಯಾವುದೋ ಕಾಲದ ಹೆಂಚು, ರೀಪು ರಾಶಿ ರಾಶಿಯಾಗಿ ಬಿದ್ದಿರುತ್ತಿದ್ದವು.

ಆ ಶಾದರದಲ್ಲಿ ಎಷ್ಟು ಹಾವುಗಳಿರುತ್ತಿದ್ದವೋ ಏನೋ! ಆದರೆ ಕರಿಗೌಡನು ಅದಾವುದಕ್ಕೂ ಕೇರ್ ಮಾಡದೆ ತನ್ನ ಕುಟುಂಬದೊಂದಿಗೆ ಅಲ್ಲಿ ನಿರುಮ್ಮಳವಾಗಿದ್ದ. ಇದರ ಮೇಲೆ ಅವನ ಮನೆಗೆ ಕರೆಂಟು ಸಹ ಇರಲಿಲ್ಲ. ಮಿಣಿ ಮಿಣಿ ಎನ್ನುತ್ತಿದ್ದ ಸೀಮೆಎಣ್ಣೆ ಬುಡ್ಡಿಯ ಬೆಳಕಲ್ಲಿ ರಾತ್ರಿ ಕಳೆಯುತ್ತಿದ್ದರು. ಅವನಿಗಾಗಲೇ ಮದುವೆಯಾಗಿ

ಎರಡು ಮಕ್ಕಳಿದ್ದವು. ಹಿಂದೆ ಹಲವು ಸಲ ಅವನ ಮನೆಗೆ ಹೋಗಿದ್ದೆ. ಸುತ್ತಮುತ್ತಲ ಎರಡು ಕಿ.ಮೀ. ಫಾಸಲೆಯಲ್ಲಿ ಯಾವ ಮನೆಯೂ ಇರಲಿಲ್ಲ. ಅವನ ಹೆಂಡತಿ ವಿಪರೀತ ಗಿಡ್ಡಿಯಿದ್ದು ಕರಿಗೌಡ ಹೇಳಿದ ಎಲ್ಲ ಕೆಲಸಗಳನ್ನೂ ಶಿರಸಾವಹಿಸಿ ಮಾಡುತ್ತಿದ್ದಳು. ಮನೆ ತುಂಬ ಹುಳದ ರೀತಿಯಲ್ಲಿ ಓಡಾಡುತ್ತಾ ಗಂಡ ಹೇಳಿದ ಎಲ್ಲ ಮಾತಿಗೂ ಸಮ್ಮತಿ ಸೂಚಿಸುತ್ತಿದ್ದಳು. ಅವಳಿಗೆ ಸ್ವಂತ ವ್ಯಕ್ತಿತ್ವವೇ ಇಲ್ಲವೇನೋ ಅನ್ನಿಸುತ್ತಿತ್ತು. ಆಗಾಗ ಅವರ ಮನೆಗೆ ಹೋಗುತ್ತಿದ್ದ ನನ್ನನ್ನು ತುಂಬ ಗೌರವದಿಂದ, ಸಜ್ಜನಿಕೆಯಿಂದ ಮಾತಾಡಿಸುತ್ತಿದ್ದಳು. ಬಹಳ ಮೃದು ಸ್ವಭಾವದವಳಾಗಿದ್ದ ಅವಳ ಧ್ವನಿ ಐದಾರು ಅಡಿಗಿಂತ ದೂರಕ್ಕೆ ಕೇಳದ ಮೆದುದನಿಯಾಗಿತ್ತು. ಗಂಡನ ಜಿಪುಣತನದಿಂದ ಅವಳು ಐದು ಹತ್ತು ರೂಪಾಯಿ ನೋಟನ್ನೂ ಸಹ ನೋಡಿದ್ದಳೋ ಇಲ್ಲವೋ ಎನಿಸಿ ವಿಷಾದವಾಗುತ್ತಿತ್ತು.

ತನ್ನ ಇಬ್ಬರು ಎಳೆಮಕ್ಕಳನ್ನಂತೂ ಅಷ್ಟು ಪ್ರೀತಿಯಿಂದ, ದಯೆಯಿಂದ ನಡೆಸಿಕೊಳ್ಳುತ್ತಿದ್ದಳು. ಸಿಟ್ಟೆಂಬುದು ಅವಳ ಭಾವಕೋಶ ದಿಂದಲೇ ನಾಪತ್ತೆಯಾಗಿ ಬಿಟ್ಟಿತ್ತೆನಿಸುತ್ತದೆ. ಇಂತಹ ಮೆತ್ತನೆಯ ಸ್ವಭಾವದ ಹೆಣ್ಣುಮಕ್ಕಳ ಒಳ್ಳೆಯತನದ ಒಟ್ಟು ಮೊತ್ತವೇ ನಮ್ಮ ಸಮಾಜದ ಉತ್ತಮಿಕೆ ಇರಬೇಕು.

ದನಕರುಗಳ ಸಾಕಾಣಿಕೆ, ಆರೋಗ್ಯ, ಕಾಯಿಲೆ, ಚಿಕಿತ್ಸೆ ಬಿಟ್ಟು ಇನ್ನೇನೋ ಹೇಳುತ್ತಿದ್ದೇನೆ ಎಂದುಕೊಳ್ಳಬೇಡಿ. ಪಶು ಸಂಗೋಪನೆಯಲ್ಲಿ ಕಾಲೇಜು ಪ್ರೊಫೆಸರುಗಳು, ವಿಜ್ಞಾನಿಗಳು, ಸಂಶೋಧನೆ, ವೈದ್ಯರು, ಔಷಧಗಳು, ಸಿಬ್ಬಂದಿ ಇವಷ್ಟೇ ಮುಖ್ಯವಲ್ಲ. ನಮ್ಮ ಅಪ್ಪಚ್ಚಿ ಮೂಗಿನ ಜಿಪುಣಶ್ರೇಷ್ಠ ಕರಿಗೌಡನೂ ಮತ್ತವನ ಹೆಂಡತಿ ತಿಮ್ಮಕ್ಕನೂ ಅಷ್ಟೇ ಮುಖ್ಯ.

ಒಂದೆರಡು ನಿಮಿಷದಲ್ಲಿ ನಾನು ಮನೆಯ ಅಂಗಳದಲ್ಲಿ ಈಯಲು (ಮರಿ ಹಾಕಲು) ತಿಣುಕಾಡುತ್ತಾ ಮಲಗಿದ್ದ ಮೇಕೆಯನ್ನು ಪರೀಕ್ಷಿಸುತ್ತಿದ್ದೆ. ನಾನು ಗುಂಗುರಮೆಳೆಗೆ ಹೋಗುತ್ತಿರುವಾಗಲೇ ಕರಿಗೌಡ ನನ್ನನ್ನು ನೋಡಿದ್ದನಂತೆ. ಹೀಗಾಗಿ ಮನೆಯ ಹೊರಗೇ ನಿಂತುಕೊಂಡು ಕಾದಿದ್ದು, ಹಿಂತಿರುಗುತ್ತಿದ್ದ ನನ್ನನ್ನು 'ಹಿಡಿದು' ಮನೆಗೆ ಕರೆತಂದಿದ್ದ.

'ಸಾರ್, ಬೆಳಗ್ಗೆ ಹತ್ತು ಗಂಟೆಯಿಂದ ಸೂಲುಸ್ತೈತೆ. ಮರಿ ಮಾತ್ರ ಹೊರಕ್ಕೆ ಬಂದಿಲ್ಲ. ನಾನು ಒಳಕ್ಕೆ ಕೈಹಾಕಿದ್ದೆ. ಹೆದರಿಕೆಯಾಗಿಬಿಡ್ತು. ಸುಮಾರು ಇಪ್ಪತ್ತು ಕಾಲುಗಳಿದಾವೆ ಒಳಗೆ. ಅದೇನ್ ನೋಡಿ ಸಾರ್. ಯಲ್ಡು ಮರಿ ಇದ್ರೂ ಎಂಟು ಕಾಲು ಇರ್ತಾವೆ. ಆದ್ರೆ ಅಷ್ಟೊಂದು

ಕಾಲುಗಳಿರ್ತಾವ? ಎಂಥದ್ದೋ ವಿಕಾರವಾದ ಮರಿ ಸೇರ್ಕಂಡ್ ಬಿಟ್ಟೈತೆ. ಮೇಕೆಯನ್ನು ಬದುಕಿಸಿ ಕೊಟ್ಟು ಬಿಡಿ ಸಾಕು, ಮರಿ ಹೋದ್ರೆ ಹೋಗ್ಲಿ' ಎಂದ.

ದೊಡ್ಡ ಗಾತ್ರದ ಕಪ್ಪು ಬಿಳಿ ಕೆಂದ ಬಣ್ಣದ ಮೇಕೆ ಮಲಗಿ ತಿಣುಕುತ್ತಿತ್ತು. ತಿಮ್ಮಕ್ಕ ಒಂದು ಮುರುಕಲು ಪ್ಲಾಸ್ಟಿಕ್ ಬಕೆಟಲ್ಲಿ ನೀರು, ಬಟ್ಟೆ ಸೋಪಿನ ಒಂದು ತುಂಡು, ನೆಗ್ಗಿ ಹೋಗಿದ್ದ ಸಿಲ್ವಾರ ಪಾತ್ರೆಯಲ್ಲಿ ಉಗುರು ಬೆಚ್ಚನೆಯ ನೀರು ತಂದಿಟ್ಟಳು.

ಕೈಯನ್ನು ಹಸ್ತದವರೆಗೆ ಮೇಕೆಯ ಯೋನಿಯೊಳಗೆ ತೂರಿಸಿ ಪರೀಕ್ಷಿಸಬೇಕಿತ್ತು. ಕೈ ಅಷ್ಟು ಸುಲಭವಾಗಿ ಒಳಹೋಗಲಿಲ್ಲ. ತಿಮ್ಮಕ್ಕನನ್ನು ಕೇಳಿದರೆ ಮನೆಯಲ್ಲಿ ಔಡಲ ಎಣ್ಣೆ ಇಲ್ಲ ಎಂದಳು. ಕೊಬ್ಬರಿ ಎಣ್ಣೆ ಇಲ್ಲ ಎಂದಳು. ಕಡ್ಲೆಕಾಯಿ ಎಣ್ಣೆ ಇಲ್ಲ ಎಂದಳು. ಕೈಗೆ ಎಣ್ಣೆ ಹಚ್ಚಿಕೊಂಡರೆ ಯೋನಿಯೊಳಗೆ ತೂರಿಸಿ ಪರೀಕ್ಷಿಸಬಹುದಿತ್ತು. ಅಕ್ಕಪಕ್ಕ ಮನೆಗಳೂ ಇಲ್ಲ. ಅವರು ತಂದಿಟ್ಟ ಬಟ್ಟೆ ಸಾಬೂನು ಏನು ಮಾಡಿದರೂ ನೊರೆ ಬರದಂತಹ ವಿಶೇಷ ಸಾಬೂನಾಗಿತ್ತು.

'ಎಲ್ಲಿ ಸಿಗ್ತಪ್ಪ ಈ ಸಾಬೂನು ಕರಿಗೌಡ?' ಎಂದೆ.

'ಇಲ್ಲೊಬ್ಬ ಮೂರು ತಿಂಗಳಿಗೆ ಆರು ತಿಂಗಳಿಗೊಮ್ಮೆ ಬರ್ತಾನೆ. ಯಾವುದೋ ಸೋಪು ಫ್ಯಾಕ್ಟರಿಯವನು. ಅರ್ಧ ರೇಟಿಗೆ ಕೊಡ್ತಾನೆ. ಮುಂದಿನ ಸಲ ಅವನು ಬಂದಾಗ ತಗಾಬೇಕು,' ಎಂದ.

'ಹಂಗಾದ್ರೆ ಇನ್ನಾರು ತಿಂಗಳು ಮನೇಲಿ ಸಾಬೂನಿರಲ್ಲ?' ಎಂದೆ.

'ಹೌದು. ಅವನು ಒಳ್ಳೆ ಕ್ವಾಲಿಟಿ ಸೋಪು ಕೊಡ್ತಾನೆ,' ಎಂದ.

ಮೇಕೆ ಕಣ್ಣಲ್ಲಿ ದುಃಖ ಮಡುಗಟ್ಟಿತ್ತು. ನೋವು ತಡೆಯಲಾರದೆ ಅರಚಿಕೊಳ್ಳುತ್ತಿತ್ತು. ಸಾಬೂನಿನ ತುಂಡನ್ನು ಪುಡಿ ಮಾಡಿಕೊಂಡು ಕೈಗೆ ಹಚ್ಚಿ ಗಸಗಸ ಉಜ್ಜಿ ಅಲ್ಪ ಸ್ವಲ್ಪ ನೊರೆ ಬರಿಸಿಕೊಂಡು ಎಡಗೈಯನ್ನು ಕಷ್ಟಪಟ್ಟು ಮೇಕೆ ಯೋನಿಯೊಳಗೆ ತೂರಿಸಿದೆ.

ಕರಿಗೌಡ ಹೇಳಿದ ಪ್ರಕಾರ ಒಳಗೆ ಅನೇಕ ಕಾಲುಗಳು ಕಡ್ಡಿಪುಳ್ಳೆಯಂತೆ ಇದ್ದವು. ಮೇಕೆಗಳು ಎರಡು ಮರಿಗಳನ್ನು ಹಾಕುವುದು ಅಪರೂಪವೇನಲ್ಲ. ಅವಳಿ ಜವಳಿ ಎರಡು ಮರಿ ಇದ್ದರೆ ಎಂಟು ಕಾಲುಗಳಿರಬೇಕಿತ್ತು. ಆದರೆ ಅದಕ್ಕೂ ಹೆಚ್ಚು ಕಾಲುಗಳಿರುವಂತೆ ಭಾಸವಾಯಿತು ಮತ್ತು ತಲೆಗಳು ಒಂದೂ ಸಿಗದೆ ಇದೇನೋ Monstrous (ವಿಕಾರವಾದ, ಅಸಹಜವಾದ) ಮರಿಯಿರಬೇಕೆಂದು ನನಗೇ ಭಯವಾಯಿತು.

ನಾನೆಂದೂ ಈ ಥರದ ವಿಕಾರವಾದ ಮರಿಗಳನ್ನಾಗಲೀ, ಕರುಗಳನ್ನಾಗಲೀ ತೆಗೆದಿರಲಿಲ್ಲ ಮತ್ತು ನೋಡಿರಲಿಲ್ಲ. ಇವತ್ತು ಅದಕ್ಕೆ ಮುಹೂರ್ತ ಕೂಡಿ ಬಂದಿದೆಯೇನೋ ಅನ್ನಿಸಿ ದಿಗಿಲಾಯ್ತು. ಕೈ ಹೊರತೆಗೆದೆ. ಗರ್ಭಚೀಲದಲ್ಲಿ ಇರುವ ಜಾಗವನ್ನೆಲ್ಲಾ ಮರಿಗಳೇ ಆಕ್ರಮಿಸಿಕೊಂಡಿರುವಾಗ ನಾವು ನಮ್ಮ ಸಂಪೂರ್ಣ ಹಸ್ತವನ್ನು ಒಳಗಿಟ್ಟು ಮರಿಗಳನ್ನು ತಿರುಗಿಸುವುದು ಮೇಕೆಗಳಿಗೆ ಎಷ್ಟು ಅಧಿಕ ಒತ್ತಡ ಮತ್ತು ನೋವು ಉಂಟು ಮಾಡುತ್ತದೋ? ಇನ್ನೊಂದು ವಿಷಯವೆಂದರೆ ನಾವು

ಪದೇ ಪದೇ ಕೈಯನ್ನು ಹೊರತೆಗೆಯುವುದು ಮತ್ತು ಒಳಹಾಕುವುದು ಮಾಡುತ್ತಿದ್ದರೆ ಪ್ರತಿ ಬಾರಿಯೂ ಹೊರಗಿನ ಸೋಂಕನ್ನು (infection) ಒಳ ಸೇರಿಸಿದಂತೆ. ಅದಕ್ಕೆ ಹಸ್ತದ ಒಳ ಹೊರ ಚಲನೆಯನ್ನು ಆದಷ್ಟು ಕಡಿಮೆ ಮಾಡಬೇಕು. ಹಾಗೆಯೇ ಯೋಚಿಸಿದೆ.

ನನಗಿನ್ನೂ ಮರಿಗಳ ಲೆಕ್ಕ ಸಿಕ್ಕಿರಲಿಲ್ಲ. ಮೂರು ಅಥವಾ ನಾಲ್ಕಿರಬಹುದು. ಒಂದು ಮರಿಯ ಕಾಲುಗಳು ಇನ್ನೊಂದು ಮರಿಯ ಕಾಲುಗಳೊಂದಿಗೆ ಥಳುಕು ಹಾಕಿಕೊಂಡರೆ ಮರಿಗಳು ಹೊರಬರುವುದಿಲ್ಲ. ಬಾಟಲಿಯಲ್ಲಿ ಹಾಕಿದ ಏಡಿಗಳಂತೆ ಒಂದರ ಕಾಲು ಮತ್ತೊಂದು ಮರಿಯ ಕಾಲುಗಳನ್ನು ಮುಂದಕ್ಕೆ ಚಲಿಸದಂತೆ ಮಾಡಿದರೆ? ಒಂದು ಮರಿಯ ಕಾಲುಗಳ ಜೊತೆ ಬೇರೆ ಮರಿಯ ಕಾಲುಗಳನ್ನು ಹಿಡಿದು ಎಳೆದರೆ ಮರಿಯು ಹೊರಬರಲು ಸಾಧ್ಯವಾಗುವುದಿಲ್ಲ. ಇದಕ್ಕೆ ಆ ಕ್ಷಣದಲ್ಲಿ ಒಂದು ಸರಿಯಾದ ಉಪಾಯ ಹೊಳೆಯಿತು. ಅದರಂತೆ ಎಡಗೈಯನ್ನು ಹಸ್ತದ ತನಕ ಒಳಹಾಕಿದೆ. ಮೇಕೆ ನೋವು ತಾಳಲಾರೆ ತಲೆಯೆತ್ತಿ ಜೋರಾಗಿ ನೆಲಕ್ಕೊಡೆದುಕೊಂಡಿತು. ಕರಿಗೌಡನಿಗೆ ಮೇಕೆ ತಲೆಯನ್ನು ಅಲ್ಲಾಡದಂತೆ ಬಿಗಿಯಾಗಿ ಹಿಡಿಯಲು ಜೋರು ಮಾಡಿದೆ. ಮೇಕೆ ಮಲಗಿಸಿಕೊಂಡಿದ್ದ ಜಾಗವನ್ನೆಲ್ಲ ಹುಲ್ಲು, ಗೋಣಿಚೀಲಗಳನ್ನು ಹಾಕಿ ಮೆತ್ತಗೆ ಮಾಡಿದ್ದೆವು. ಇದರಿಂದ ಮೇಕೆ ನೆಲಕ್ಕೆ ರಪ್ಪನೆ ಹೊಡೆದರೂ ಅದರ ಮುಖಕ್ಕಾಗಲೀ, ಕೊಂಬುಗಳಿಗಾಗಲೀ ಏಟಾಗುತ್ತಿರಲಿಲ್ಲ.

ಕೈ ಒಳಹಾಕಿದವನೇ ಗರ್ಭಚೀಲವನ್ನೆಲ್ಲ ಹಸ್ತದಲ್ಲಿ ಜಾಲಾಡಿದೆ. ಮೇಕೆಯ ಗರ್ಭಚೀಲ ಸಣ್ಣದಿರುವುದರಿಂದ ಹಾಗೆ ಜಾಲಾಡುವುದು ಸುಲಭ. ಹೀಗೆ ಜಾಲಾಡುತ್ತಿರಬೇಕಾದರೆ ಒಂದು ಮರಿಯ ತಲೆ ಸಿಕ್ಕಿತು. ಸಿಕ್ಕ ತಲೆಯನ್ನು ಬಿಗಿ ಹಿಡಿದು ಗರ್ಭಚೀಲದ ಒಂದು ಬದಿಗೆ ಸರಿಸಿಕೊಂಡೆ. ಆಗ ಅದರ ನಾಲ್ಕು ಕಾಲುಗಳು ಮಾತ್ರ ಬೇರೆಯಾಗಿ ಸರಿದು ಬಂದವು. ಇಷ್ಟು ಹೊತ್ತಿಗೆ ನನ್ನ ಎಡಗೈಯ ಹಸ್ತವು ಮಣಿಕಟ್ಟಿನ ತನಕ ಒಳಹೋಗಿತ್ತು.

ಮರಿ ಹೊರಬರಬೇಕಾದ birth canal (ಹೆರಿಗೆ ಮಾರ್ಗ) ಸಂಪೂರ್ಣ ಸಡಿಲಗೊಂಡಿತ್ತು. ಹೆರಿಗೆ ಮಾರ್ಗವೆಂದರೆ ಗರ್ಭಚೀಲದಿಂದ ಪ್ರಾರಂಭವಾಗಿ ಗರ್ಭಚೀಲದ ಬಾಯಿ (cervix), ಯೋನಿ ನಾಳ (vagina) ಮತ್ತು ಯೋನಿ ತುಟಿಗಳು (vulval lips) ಇಷ್ಟು ಅಂಗಗಳು ಸಡಿಲಗೊಂಡು ಹಿಗ್ಗಿಕೊಂಡಿರುತ್ತವೆ. ನಾನು ಹಿಡಿದುಕೊಂಡಿದ್ದ ಮರಿಯನ್ನು ನಿಧಾನಕ್ಕೆ ಹೊರಗೆಳೆದುಕೊಂಡೆ.

ಆ ಮರಿಯನ್ನು ಒಣ ಗೋಣಿಚೀಲದ ಮೇಲಿಟ್ಟು ಮತ್ತೆ ಒಳಗೆ ಕೈ ಹಾಕಿದೆ. ಒಂದು ಮರಿ ಹೊರಗೆಳೆದು ಹಾಕಿದ್ದರಿಂದ ಗರ್ಭಚೀಲದಲ್ಲಿ ಒಂದಷ್ಟು ಜಾಗ ಖಾಲಿಯಾಗಿತ್ತು. ಒಳಗೆ ಜಾಲಾಡಿಸುತ್ತಿದ್ದಂತೆ ಎರಡು ತಲೆಗಳು ಸಿಕ್ಕವು. ಅದರಲ್ಲಿ ಒಂದನ್ನು ಹಿಡಿದು ತಲೆ ಮೊದಲ್ಗೊಂಡು ಹೊರಗೆ ಎಳೆದು ಗೋಣಿಚೀಲದ ಮೇಲೆ ಹಾಕಿದೆ. ಎರಡೂ ಮರಿಗಳು ಜೀವಂತವಿದ್ದು ಕೂಗತೊಡಗಿದವು. ಎರಡು ಜೀವಂತ ಮರಿಗಳನ್ನು ಎಳೆದಿದ್ದರಿಂದ ಕರಿಗೌಡ ಮತ್ತು ತಿಮ್ಮಕ್ಕರ ಮುಖಗಳು ಊರಗಲವಾಗಿದ್ದವು.

ಗರ್ಭಚೀಲದೊಳಗಿನ ಎರಡು ಮರಿಗಳು ಹೊರಬಂದುದರಿಂದ ಎಷ್ಟೋ ಹಗುರಾಗಿ ಮೇಕೆಯು ತನ್ನ ಮಕ್ಕಳನ್ನು ನೋಡಲು ಎದ್ದು ನಿಲ್ಲುವುದಕ್ಕೆ ಶುರು ಮಾಡಿತು. ಆದರೆ ನಾನು ಕರಿಗೌಡನಿಗೆ ಹಾಗೆಯೇ ಮಲಗಿಸಿಕೊಂಡಿರಲು ತಿಳಿಸಿ ಮತ್ತೆ ಒಳಗೆ ಕೈ ಹಾಕಿದೆ. ಎರಡೇ ಮರಿ ಇರಬಹುದೆಂದು ಭಾವಿಸಿದ್ದ ಎಲ್ಲರಿಗೂ ಆಶ್ಚರ್ಯವಾಗುವಂತೆ ಮೂರನೇ ಮರಿಯನ್ನು ಹೊರಗೆಳೆದು ಗೋಣಿಚೀಲದ ಮೇಲೆ ಮಲಗಿಸಿದೆ.

ಮೂರು ಮರಿಗಳೂ ಹೆಣ್ಣುಮರಿಗಳೇ ಆಗಿದ್ದು, ಅವರೆಲ್ಲರ ಸಂತೋಷಕ್ಕೆ ಪಾರವಿಲ್ಲದಂತಾಯಿತು. ಆದರೆ ಕರಿಗೌಡನಿಗೆ ಮಾತ್ರ ಸಮಾಧಾನವಾಗದೆ 'ಇನ್ನೂ ಮರಿಗಳಿರಬಹುದು ಸರಿಯಾಗಿ ನೋಡಿ ಸಾರ್' ಎಂದ!

'ಇಲ್ಲ ಕಣಣ್ಣ ಇಷ್ಟೇ' ಎಂದೆ.

'ಯಾವುದಾದರೂ ಪದರದಲ್ಲಿ ಸಿಕ್ಕಂಡಿರಬಹುದು' ಎಂದು ರಾಗವೆಳೆದ!

ಅವನೇನೂ ತಮಾಷೆಗೆ ಹಾಗೆ ಹೇಳುತ್ತಿರಲಿಲ್ಲ. ಅವನಿಗದು ಗಂಭೀರ ವಿಷಯವಾಗಿತ್ತು.

ಗರ್ಭಚೀಲದಲ್ಲಿ ನಂಜಿನ ಮಾತ್ರೆ ಇಟ್ಟು ಮೇಲಕ್ಕೆದ್ದೆ. ತಿಮ್ಮಕ್ಕ ಮೇಕೆಯನ್ನೆಲ್ಲ ನೀಟಾಗಿ ಬಿಸಿ ನೀರಲ್ಲಿ ತೊಳೆದು ಚಿಂದಿಯಾಗಿದ್ದ ಒಣಬಟ್ಟೆಯಲ್ಲಿ ಒರೆಸಿದಳು. ಒಂದೆರಡು ಇಂಜೆಕ್ಷನ್ ಮಾಡಿದೆ. ಕರಿಗೌಡ 'ಇನ್ನೊಂದೆರಡು ಇಂಜೆಕ್ಷನ್ ಮಾಡ್ರಿ ಸಾರ್. ಹಾಲು ಹೆಚ್ಚಾಗ್ಲಿ. ಮೂರು ಮರಿ ಇದಾವೆ' ಎಂದು ಗೋಗರೆಯತೊಡಗಿದ. ಅವನು ಬರೀ ಜಿಪುಣನಷ್ಟೇ ಅಲ್ಲ ಜಿಗುಟು ಕೂಡ. ಹತ್ತಿಕೊಂಡರೆ ಬಿಡದ ಜಿಗಣೆ.

'ಮೇಕೆಗೆ ಬೇಕಾದ ಔಷಧಗಳನ್ನೆಲ್ಲ ಇಂಜೆಕ್ಷನ್ ಮುಖಾಂತರವೇ ಕೊಡಲಾಗುವುದಿಲ್ಲ. ಅದಕ್ಕೆ ಅವಶ್ಯವಿರುವ ಕೆಲವು ಮಾತ್ರೆ ಮತ್ತು ಪುಡಿಗಳನ್ನು ಬರೆದುಕೊಡುತ್ತೇನೆ. ಅವನ್ನು ತಂದು ಬೆಲ್ಲದಲ್ಲಿ ಅಥವಾ ಮೇಕೆಯು ತಿನ್ನುವ ಹಿಂಡಿ ಮಿಶ್ರಣದಲ್ಲಿ ಸೇರಿಸಿ ತಿನ್ನಿಸು' ಎಂದು ಹೇಳಿ 'ಔಷಧ ಬರೆಯಲು ಒಂದು ತುಂಡು ಪೇಪರ್ ಕೊಡು' ಎಂದೆ.

ಗಂಡ ಹೆಂಡತಿ ಇಬ್ಬರೂ ಒಂದು ತುಂಡು ಬಿಳಿ ಪೇಪರಿಗಾಗಿ ಮನೆಯೆಲ್ಲಾ ಹುಡುಕಿ ಹುಡುಕಿ ಸುಸ್ತಾದರು. ಕೇವಲ ಎರಡು ಔಷಧ ಹೆಸರುಗಳನ್ನು ಬರೆಯಲು ಬೇಕಾಗುವಷ್ಟು ಕಾಗದ ಸಹ ಅವರ ಮನೆಯಲ್ಲಿ ಸಿಗಲಿಲ್ಲ.

'ದಿನಪತ್ರಿಕೆ ಬರಲ್ವಾ ನಿಮ್ಮನೆಗೆ' ಎಂದು ಕೇಳಿದೆ. 'ಇಲ್ಲ ಸಾರ್. ನಾವು ನ್ಯೂಸ್ ಪೇಪರ್ ತರ್ಸಲ್ಲ. ಹೋಟೆಲಲ್ಲಿ ಅಥವಾ ಅಂಗಡೀಲಿ ಓದ್ತೀನಿ,' ಎಂದ ಸರಾಗವಾಗಿ.

ಕೊನೆಗೆ ಯಾರೋ ಕೊಟ್ಟು ಹೋಗಿದ್ದ ಲಗ್ನಪತ್ರಿಕೆಯಲ್ಲಿ ಔಷಧ ಬರೆದುಕೊಟ್ಟೆ. ಕರಿಗೌಡನ ಮನೆಯೊಂದೇ ಅಲ್ಲ ಅನೇಕ ಮನೆಗಳಲ್ಲಿ ನಾನು ಈ ಸಮಸ್ಯೆಯನ್ನು ಎದುರಿಸಿದ್ದೇನೆ. ಮನೆಯವರೆಲ್ಲ ವಿದ್ಯಾವಂತರಾದರೂ ಸಹ ಮನೆಯಲ್ಲಿ ದಿನಪತ್ರಿಕೆಯಾಗಲೀ, ನಿಯತಕಾಲಿಕೆಗಳಾಗಲೀ ಅಥವಾ ಯಾವುದೇ ಒಂದು ಪುಸ್ತಕವಾಗಲೀ ಇರುವುದಿಲ್ಲ. ಶಾಲೆಗೋಗುವ ಮಕ್ಕಳಿದ್ದರೆ ಅವು ತಮ್ಮ ಯಾವುದಾದರೂ ನೋಟ್ ಬುಕ್ಕಿನ ಹಾಳೆಯನ್ನು ಹರಿದು ಕೊಡುತ್ತವೆ.

ಕರಿಗೌಡನ ಮಗ ಮತ್ತು ಮಗಳು ಇಬ್ಬರೂ ಇನ್ನೂ ಸಣ್ಣವರಿದ್ದುದರಿಂದ ಶಾಲೆಗೆ ಹೋಗದಿದ್ದುದೇ ನನ್ನ ಕಷ್ಟಕ್ಕೆ ಕಾರಣವಾಗಿತ್ತು. ಅವೆರಡು ಮಕ್ಕಳೂ ತಮ್ಮ ತಾಯಿಯ ಆದೇಶವನ್ನು ಪಾಲಿಸುತ್ತಾ ನಾವೆಲ್ಲರೂ ಮಾಡುತ್ತಿದ್ದುದನ್ನು ಬೆರಗುಗಣ್ಣಿನಿಂದ ನೋಡುತ್ತಾ ಕುಳಿತಿದ್ದರು.

ಮೇಕೆ, ಮೇಕೆ ಮರಿ ಹಾಕುವುದು, ಔಷಧೋಪಚಾರ ಮುಂತಾದ ನಗರದ ಮಕ್ಕಳಿಗೆ ಎಂದೂ ಸಿಗದ ಅರಿವನ್ನು ಪ್ರತ್ಯಕ್ಷವಾಗಿ ನೋಡಿ ಪಡೆಯುತ್ತಿದ್ದರು. ಬರೀ ಓದಿ ತಿಳಿಯುವುದಲ್ಲ ಅದು. ರಾಗಿ, ಭತ್ತ, ಜೋಳ, ಅವರೆ, ತೊಗರಿ, ಅಲಸಂದೆ, ಸೊಪ್ಪು, ತರಕಾರಿ, ತೆಂಗು, ಅಡಿಕೆ, ದನ ಕರು, ಕುರಿ, ಮೇಕೆ, ಬೇಸಾಯ, ಗೊಬ್ಬರ, ಕಳೆ, ಕಣ್ಣಿ, ಮೂಗುದಾರ ಮುಂತಾದವುಗಳ ತುದಿ ಮೊದಲನ್ನು ಸಹಜವಾಗಿ ತಮ್ಮ ನರನಾಡಿಗಳಲ್ಲಿ ಅನುಭವಿಸಿ ಪ್ರಜ್ಞೆಯ ಭಾಗವಾಗಿಸಿಕೊಳ್ಳುವ ಪ್ರಕ್ರಿಯೆಯಲ್ಲಿದ್ದರೆಂದು ಕಾಣುತ್ತದೆ. ಇದೆಲ್ಲ ಮಕ್ಕಳು ಕಲಿಯಲೇಬೇಕಾದ ವಿದ್ಯೆ ಎನಿಸಿತು ನನಗೆ.

ತಿಮ್ಮಕ್ಕನ ಕಾಳಜಿಯಿಂದ ಮೂರು ಮರಿಗಳೂ ಬದುಕುಳಿದವು ಮತ್ತು ಮೂರ್ನಾಲ್ಕು ವರ್ಷದಲ್ಲಿ ಒಂದು ಮೇಕೆಯ ಮಂದೆಯೇ ಸೃಷ್ಟಿಯಾಯಿತು.

❖

ಹೆಂಡತಿಯೊಬ್ಬಳು ಮನೆಯೊಳಗಿದ್ದರೆ...

ಮದುವೆಯಾದ (ಏಪ್ರಿಲ್ 1988) ಹೊಸತರಲ್ಲಿ ಒಮ್ಮೆ ಬೆಂಗಳೂರಿನ ಮೆಜೆಸ್ಟಿಕ್‌ನಿಂದ ನಾನು ಮತ್ತು ನನ್ನ ಹೆಂಡತಿ ಹಸೀನಾ ಯಾವುದೋ ಊರಿಗೆ ಹೊರಟಿದ್ದೆವು. ನಾನೆಂತಹ ಎಡವಟ್ಟನೆಂದರೆ ಹೆಂಡತಿ ಜೊತೆಯಲ್ಲಿದ್ದರೂ, ಅಭ್ಯಾಸ ಬಲದಿಂದ, ಮರೆತು ಒಬ್ಬನೇ ಓಡಿ ಹೋಗಿ ಬಸ್ಸಿಡಿದು ಒಂದು ಟಿಕೆಟ್ ತೆಗೆದುಕೊಂಡು ಖಾಲಿ ಇದ್ದ ಸೀಟಲ್ಲಿ ಕುಳಿತುಬಿಟ್ಟಿದ್ದೆ! ಹೆಂಡತಿ ಗಾಬರಿ ಬಿದ್ದು ಮಿಂಚಿನ ವೇಗದಲ್ಲಿ ಹಿಂದೆಯೇ ಓಡಿಬಂದದ್ದಕ್ಕೆ ಸರಿ ಹೋಯಿತು. ಇಲ್ಲದಿದ್ದರೆ ನಮ್ಮ ವೈವಾಹಿಕ ಜೀವನದಲ್ಲಿ ಫೈಟಿಂಗ್ ಪ್ರಸಂಗವೊಂದು ಸೇರಿಕೊಳ್ಳುತ್ತಿತ್ತೋ ಏನೋ!

ಸರಿಸುಮಾರು ಅದೇ ಸಮಯದಲ್ಲಿ ಮೇ ಅಥವಾ ಜೂನ್ 1988ರ ಮೊದಲ ವಾರದಲ್ಲೊಮ್ಮೆ ನನ್ನ ಮತ್ತು ಸಿಬ್ಬಂದಿಯ ಸಂಬಳವನ್ನು ತಿಪಟೂರಿನ ಮೈಸೂರು ಬ್ಯಾಂಕಲ್ಲಿ ನಗದೀಕರಿಸಿಕೊಂಡು, ಸಾಯಂಕಾಲ ತಡವಾದುದರಿಂದ ನೊಣವಿನಕೆರೆಗೆ ಹಿಂದಿರುಗದೆ ತುಮಕೂರಿಗೆ ಹೊರಟೆ. ಮರುದಿನ ಭಾನುವಾರವಾಗಿತ್ತು. ನನ್ನ ಬಳಿ ಒಟ್ಟು ನಾಲ್ಕು ಜನರ ಸಂಬಳವಿತ್ತು. ಎಲ್ಲರೂ ಸೇರಿ ಮನೆಗೊಯ್ಯುತ್ತಿದ್ದ ಸಂಬಳದ (Take home salary) ಒಟ್ಟು ಮೊತ್ತ ರೂ.5,500/– ಒಳಗೇ ಇತ್ತು. ನನ್ನ ಒಟ್ಟು ಸಂಬಳ ರೂ. 2524/– ಇತ್ತು ಮತ್ತು ಮನೆಗೊಯ್ಯುತ್ತಿದ್ದದ್ದು ರೂ.1783–70 ಆಗಿತ್ತು. ಆಗ ಅದು ದೊಡ್ಡ ಸಂಬಳವೇ ಆಗಿತ್ತು.

ಸೋಮವಾರ ಬೆಳಗ್ಗೆ ನಾನು ವಾಪಸು ನೊಣವಿನಕೆರೆಗೆ ಹೊರಟಾಗ ಗಾಬರಿ ಬಿದ್ದು ದುಡ್ಡು ಹುಡುಕುತ್ತಿದ್ದೆ. ಯಾವ ಜೇಬಲ್ಲೂ ದುಡ್ಡಿರಲಿಲ್ಲ. ಯಥಾಪ್ರಕಾರ ದುಡ್ಡನ್ನೆಲ್ಲ ಕಳೆದುಕೊಂಡಿದ್ದೇನೆ ಎಂದು ಯೋಚಿಸುತ್ತಾ ಹಸೀನಾಗೆ ಬಸ್ ಚಾರ್ಜ್ ಸಾಲ ಕೇಳಿದೆ.

ನನ್ನ ಯಡವಟ್ಟು ಗುಣ ಅವಳಿಗೆ ಆಗ ಚೆನ್ನಾಗಿ ಗೊತ್ತಾಯಿತೆಂದು ಕಾಣುತ್ತೆ. ಯಾಕೆಂದರೆ ದುಡ್ಡನ್ನೆಲ್ಲ ನಾನು ಶನಿವಾರ ಸಂಜೆಯೇ ಹಸೀನಾ ಕೈಗೆ ಕೊಟ್ಟು ಆ ಕ್ಷಣವೇ ಮರೆತು ಬಿಟ್ಟಿದ್ದೆ. ನನ್ನ ಬಂಡವಾಳ ಬಯಲು ಮಾಡಿಕೊಳ್ಳಲು ನಾನು ಹೆಚ್ಚೇನೂ ಸಮಯ ತೆಗೆದುಕೊಳ್ಳಲಿಲ್ಲ. ಅವತ್ತಿನ ಆ ಕ್ಷಣದಿಂದ ಹಿಡಿದು ಇವತ್ತಿನ ಈ ಕ್ಷಣದವರೆಗೆ ನಾನು ಸ್ವತಂತ್ರವಾಗಿ ಹಣದ ವಹಿವಾಟನ್ನು ಮಾಡಿಯೇ ಇಲ್ಲ, ಎಲ್ಲ ಹೆಂಡತಿಯದೇ. ದುಡ್ಡಿನ ಬಗ್ಗೆ ನನ್ನ ದಿವ್ಯ ನಿರ್ಲಕ್ಷ್ಯ ಹುಟ್ಟಿನಿಂದಲೇ ಬಂದದ್ದು.

ಇನ್ನೊಂದು ವಿಚಿತ್ರ ಎಂದರೆ ಮದುವೆಯಾಗಿ ನಾಲ್ಕೈದು ವರ್ಷವಾದರೂ ಒಂದೇ ಒಂದು ಸೀರೆಯನ್ನಾಗಲೀ, ಡ್ರೆಸ್ಸನ್ನಾಗಲೀ ಅಥವಾ ಕೊನೆಯ ಪಕ್ಷ ಒಂದು ಕರ್ಚೀಫನ್ನಾಗಲೀ ನಾನು ಕೊಡಿಸಿರಲಿಲ್ಲ ಮತ್ತು ಹಸೀನಾ ಕೇಳಿರಲಿಲ್ಲ. ನಾನು ಹಸೀನಾಗೆ ಮೊದಲ ಸೀರೆ ಕೊಡಿಸಿದಾಗ ನನ್ನ ಮಗಳಿಗಾಗಲೇ ಮೂರ್ನಾಲ್ಕು ವರ್ಷವಾಗಿತ್ತು. ಲೋಕದಲ್ಲಿ ಬಟ್ಟೆಬರೆ ಕೊಡಿಸದ ನನ್ನಂಥ ಗಂಡಂದಿರು ಸಿಗಬಹುದು ಆದರೆ ಅಷ್ಟು ವರ್ಷ ಬಟ್ಟೆ ಕೇಳದ ಹೆಂಡತಿ ಸಿಗುವುದು ಕಷ್ಟ. ಬಟ್ಟೆಯೊಂದೇ ಅಲ್ಲ ಅವಳೇನನ್ನೂ ಕೇಳಿರಲಿಲ್ಲ. ಗಂಡಸರಿರಲಿ ಹೆಣ್ಣುಮಕ್ಕಳೇ ಇದನ್ನು ನಂಬುವುದಿಲ್ಲ. ನನಗೆ ಸೀರೆ ಕೊಡಿಸಬಾರದೆಂದೇನೂ ಇರಲಿಲ್ಲ. ಆದರೆ ಯಾಕೆ ಕೊಡಿಸಿರಲಿಲ್ಲವೆಂಬುದು ಇವತ್ತಿಗೂ ಅರ್ಥವಾಗುತ್ತಿಲ್ಲ. ನನ್ನ ಅರಾಜಕ ಮನಸ್ಥಿತಿ ಇದಕ್ಕೆ ಕಾರಣವಿರಬಹುದು.

ಮದುವೆ ನಂತರ ನಾವು ಮೊದಲು ಮನೆ ಮಾಡಿದ್ದು ಹಂಪಸಾಗರದಲ್ಲಿ. ಮೊದಲ ಸಲ ಅಲ್ಲಿಗೆ ಹೊರಟಾಗ ಹಸೀನಾಳ ತಾಯಿಯವರು ಮಗಳಿಗೆ ಏನೋ ಕಿವಿಮಾತು ಹೇಳುತ್ತಿದ್ದರು. ಅದು ಏನಿರಬಹುದೆಂದು ನಾನು ಅತ್ತ ಕಿವಿಗೊಟ್ಟೆ, 'ಬರೀ ಬಟ್ಟೆ ಒಗೆಯೋದು, ಇಸ್ತ್ರಿ ಮಾಡೋದು, ಕಸ ಗುಡಿಸೋದು, ನೆಲ ಸಾರಿಸೋದು ಇಂಥವನ್ನೇ ಮಾಡ್ತಾ ಇರಬೇಡ. ಇಲ್ಲದ ಕೆಲಸಗಳನ್ನು ಸೃಷ್ಟಿಸಿಕೋ ಬೇಡ. ರೆಸ್ಟ್ ತೆಗೆದುಕೊಳ್ತಿರು,' ಮುಂತಾಗಿ ಹೇಳುತ್ತಿದ್ದರು.

ನನಗೆ ಆಶ್ಚರ್ಯವಾಯಿತು. ಎಲ್ಲರೂ ತಮ್ಮ ಮಕ್ಕಳಿಗೆ ಕೆಲಸ ಮಾಡಿ, ಮನೆಯನ್ನು ಅಚ್ಚುಕಟ್ಟಾಗಿ ಇಟ್ಟುಕೊಳ್ಳಲು ಹೇಳಿದರೆ, ಇವರೇಕೆ ಹೀಗೆ ಕೆಲಸ ಮಾಡದೇ ಇರಲು ಉಪದೇಶಿಸುತ್ತಿದ್ದಾರೆ ಎಂದೆನಿಸಿತು. ಆದರೆ ಕೆಲವೇ ದಿನದಲ್ಲಿ ಅವರು ಸರಿಯಾಗಿ ಉಪದೇಶಿಸಿದ್ದಾರೆ ಎಂದು ಅರಿವಾಯಿತು.

ಯಾಕೆಂದರೆ ಹಸೀನಾ ಒಂದೇ ಒಂದು ನಿಮಿಷವೂ ಸುಮ್ಮನೆ ಕೂಡುವ ಜಾಯಮಾನದವಳಾಗಿರಲಿಲ್ಲ. ಒಂದರ ಮೇಲೆ ಒಂದರಂತೆ ನಿರಂತರವಾಗಿ ಕೆಲಸ ಮಾಡುತ್ತಿದ್ದಳು. 1988ರಿಂದ 2015ರವರೆಗೆ ಯಾವ ಮನೆಗೆಲಸದವರನ್ನೂ ನೇಮಿಸಿಕೊಳ್ಳಲಿಲ್ಲ. ಎಂಥ ಕೆಲಸವೇ ಇರಲಿ, ಎಷ್ಟೇ ಕೆಲಸವಿರಲಿ, ಮನೆಗೆ ಎಷ್ಟೇ ಬೀಗರು ಬಿಜ್ಜರು ಬರಲಿ ತಾನೊಬ್ಬಳೇ ನಿಭಾಯಿಸುತ್ತಿದ್ದಳು.

ಹಿಂದಿಯಲ್ಲಿ ಸ್ನಾತಕೋತ್ತರ ಪದವಿ ಪಡೆದಿರುವ ಹಸೀನಾ ಮದುವೆ ಸಮಯದಲ್ಲಿ ತುಮಕೂರಿನ ಖಾಸಗಿ ಕಾಲೇಜೊಂದರಲ್ಲಿ ಹಿಂದಿ ಉಪನ್ಯಾಸಕಿಯಾಗಿ ಕೆಲಸ ಮಾಡುತ್ತಿದ್ದಳು. ಆದರೆ 1988ರಲ್ಲಿ ಮದುವೆಯಾಗಿ ಎರಡು ತಿಂಗಳಲ್ಲಿ ವರ್ಗಾವಣೆ ಪ್ರಯುಕ್ತ ದೂರದ ಬಳ್ಳಾರಿ ಸೀಮೆಯ ಹಂಪಸಾಗರಕ್ಕೆ ಹೋಗಬೇಕಾಯಿತು. ಹಸೀನಾ ಮುಲಾಜಿಲ್ಲದೆ ಕೆಲಸ ಬಿಟ್ಟಳು.

ನನ್ನ ಒಟ್ಟು 32 ವರ್ಷಗಳ ಸೇವಾವಧಿಯಲ್ಲಿ 12 ವರ್ಗಾವಣೆಗಳಾದವು. ಹಾಕಿದ ಕಡೆ ಗಂಟುಮೂಟೆ ಕಟ್ಟಿಕೊಂಡು ಹೋದೆವು. ಹತ್ತಿರವೋ ದೂರವೋ, ಕಷ್ಟವೋ ಸುಖವೋ ಎಂಬುದನ್ನು ಲೆಕ್ಕಿಸದೆ ಕೆಲಸದಲ್ಲಿ ಮುಳುಗಿದೆವು. ನಾನು ಆಸ್ಪತ್ರೆ ಕೆಲಸದಲ್ಲಿ ಮುಳುಗಿದ್ದರೆ, ಮನೆಯ ಆಗುಹೋಗುಗಳ ಬಗ್ಗೆ ನಿಶ್ಚಿಂತೆಯಿಂದ ಇರುತ್ತಿದ್ದೆ. ಮನೆ ಹಸೀನಾಳ ಕೈಯಲ್ಲಿ ಎಡರು ತೊಡರುಗಳಿಗೆ ಆಸ್ಪದವೇ ಇಲ್ಲದಂತೆ ನಡೆಯುತ್ತಿತ್ತು.

ದುಡ್ಡು ಕಾಸಿನ ಬಾಬತ್ತಂತೂ ಅತ್ಯಂತ ಸುಲಲಿತವಾಗಿ ಸಾಗುತ್ತಿತ್ತು. ಒಂದೇ ಒಂದು ಪೈಸೆಯೂ ವ್ಯರ್ಥವಾಗುತ್ತಿರಲಿಲ್ಲ. ಹೆಣ್ಣುಮಕ್ಕಳೇ ಹಾಗೆಂದು ಕಾಣುತ್ತದೆ. ಬ್ಯಾಂಕುಗಳಲ್ಲಿ ಎಲ್ಲ ವ್ಯವಸ್ಥಾಪಕ ಹುದ್ದೆಗಳನ್ನೂ ಹೆಣ್ಣುಮಕ್ಕಳಿಗೇ ಮೀಸಲಿಡಬೇಕೆಂದು ನನಗೆ ಯಾವಾಗಲೂ ಅನ್ನಿಸಿದೆ. ಕನಿಷ್ಠ ಪಕ್ಷ 50% ಹುದ್ದೆಗಳನ್ನು ಮೀಸಲಿಟ್ಟು ಗಂಡಸರು ಮೂಗು ತೂರಿಸದಿದ್ದರೆ ದೇಶದ ಕಥೆಯೇ ಬೇರೆಯಾಗಿ ಬಿಡುತ್ತದೆ. ಲೋಕದಲ್ಲಿ ಗಂಡಸರ ಒಳ್ಳೆಯತನಕ್ಕಿಂತ ಹೆಣ್ಣುಮಕ್ಕಳ ಒಳ್ಳೆಯತನ ದೊಡ್ಡದಿರುವ ಹಾಗೆ ಕಾಣುತ್ತದೆ. ಇದು ಹೆಂಗಸರಿರಲಿ ಗಂಡಸರೂ ಒಪ್ಪುತ್ತಾರೆ.

ಒಮ್ಮೆ ನಾನು ಧರ್ಮಸ್ಥಳದಲ್ಲಿದ್ದಾಗ ಮಳೆಗಾಲದ ಒಂದು ದಿನ ದನಗಳ ಚಿಕಿತ್ಸೆಗೆ ದಡಪಿತ್ತಲು, ಡಿಚ್ಚಾರು, ಮುಚ್ಚಾರು, ಬೊಲ್ಮಣರು, ನೆರಳ್ದಪೊಳಿಕೆ ಮುಂತಾದ ಕಡೆ ಅಡ್ಡಾಡಿ ತೋದು ತಪ್ಪಡೆಯಾಗಿದ್ದೆ. ಅಲ್ಲೊಂದು ಕಡೆ ರಸ್ತೆಯಲ್ಲಿ ಹೊಳೆ ಬಿರುಸಾಗಿ ಹರಿಯುತ್ತಿತ್ತು. ಹೋಗುವಾಗ ಇಲ್ಲದ್ದು ಬರುವಾಗ ಹೊಳೆ! ಬಯಲುಸೀಮೆಯ ನನ್ನಂತಹವರಿಗೆ ಇದು ಪರಮಾಶ್ಚರ್ಯವಾಗಿತ್ತು.

ಅದೇನಾಗುತ್ತದೆಯೋ ನೋಡೋಣ ಎಂದು ಗಾಂಚಾಲಿ ಮಾಡುತ್ತ ಹೊಳೆಯಲ್ಲಿ ಒಂದೆರಡಡಿ ಹೋದೆ. ಹೊಳೆಯ ರಭಸ ಹೇಗಿತ್ತೆಂದರೆ ರೆಪ್ಪೆ ಬಡಿಯುವುದರೊಳಗೆ ನಾನು ಬೈಕ್ ಸಮೇತ ನೀರಿನಲ್ಲಿ ಬಿದ್ದೆ. ಇದುವರೆಗೆ

ಮಳೆಯಲ್ಲೇ ಇದ್ದುದರಿಂದ ಪೂರಾ ತೊಯ್ದು ಹೋಗಿದ್ದೆ. ಆದರೆ ನೀರಿನಲ್ಲಿ ಬಿದ್ದುದರಿಂದ ಹೆಲ್ಮೆಟ್ ಒಳಗೆಲ್ಲ ನೀರು ನುಗ್ಗಿದವು. ಬೇಗನೇ ಮೇಲೆದ್ದೆ. ಅದೃಷ್ಟಕ್ಕೆ ನೀರು ಹೆಚ್ಚು ಆಳ ಇರಲಿಲ್ಲ. ಬೈಕನ್ನು ಯಮಸಾಹಸ ಮಾಡಿ ಹಿಂದಕ್ಕೆ ಎಳೆದುಕೊಂಡೆ.

ಹೆಲ್ಮೆಟ್ಟಿನ ಒಳಗೆ ಸ್ಪಂಜೆಲ್ಲ ನೆಂದು ಹೋಗಿತ್ತು. ತೊಟ್ಟಿಕ್ಕುತ್ತಿದ್ದ ಹಸಿ ಬಟ್ಟೆಯನ್ನು ತಲೆಗೆ ಸುತ್ತಿಕೊಂಡಂತಾಯಿತು. ಹೆಲ್ಮೆಟ್ಟನ್ನು ತೆಗೆದು ಬೈಕಿನ ಹ್ಯಾಂಡಲ್ಲಿಗೆ ಸಿಕ್ಕಿಸಿದೆ. ಔಷಧಬ್ಯಾಗಿನ (ಮೆಡಿಸಿನ್ ಕಿಟ್) ಸ್ಥಿತಿ ಇನ್ನೂ ಅಧ್ವಾನವಾಗಿತ್ತು. ಲೆದರ್ ಬ್ಯಾಗಿನ ತುಂಬ ನೀರು ತುಂಬಿಕೊಂಡು ಕೆಲವು ವಯಲ್ (ಔಷಧಸಣ್ಣ ಬಾಟಲುಗಳು) ಬ್ಯಾಗಿನಲ್ಲಿ ತೇಲುತ್ತಿದ್ದವು. ಮುಖ ಕೈ ಒರೆಸಿಕೊಳ್ಳಲು ಇಟ್ಟಿದ್ದ ಸಣ್ಣ ಟವಲ್ಲು ನೆಲ ಒರೆಸುವ ಬಟ್ಟೆಯಂತಾಗಿತ್ತು. ತಲೆಯಿಂದ ಕಾಲ್ಬೆರಳಿನ ತನಕ ನೀರಿಳಿಸುತ್ತ ಬಯಲಲ್ಲಿ ಸುರಿವ ಮಳೆಯಲ್ಲಿ ಕಿರಿಕಿರಿ ಅನುಭವಿಸುತ್ತಾ ನಿಂತಿದ್ದೆ!

ಆಗ ರಸ್ತೆಯ ಪಕ್ಕದ ಸಸ್ಯರಾಶಿಯಿಂದ ಒಂದು ಮುಖ ಹೊರಬಂದು 'ನಮಸ್ಕಾರ ಸರ' ಎಂದಿತು. ಅನಿರೀಕ್ಷಿತವಾಗಿ ಕಂಡ ಮುಖ ಮತ್ತು ಧ್ವನಿಯಿಂದ ನಿಟ್ಟುಬಿದ್ದು ನೋಡಲು ಒಂದು ಪುಟ್ಟ ದೇಹದ ಅಜ್ಜಿ ಎದುರು ಬಂದಿತು. ಅಜ್ಜಿಯನ್ನು ಎಲ್ಲಿಯೋ ನೋಡಿದ್ದೆನಾದರೂ ಎಲ್ಲಿ ಎಂದು ನೆನಪಾಗಲಿಲ್ಲ. ಅಜ್ಜಿ ಎಲ್ಲ ನೆನಪು ಮಾಡಿಕೊಟ್ಟಿತು. ಅವರ ಸತ್ತು ಹೋಗುತ್ತಿದ್ದ ಹಸುವನ್ನು ಒಂದೇ ದಿನ ಎರಡು ಸಲ ಅವರ ಮನೆಗೆ ಹೋಗಿ ಚಿಕಿತ್ಸೆ ನೀಡಿ ಬದುಕಿಸಿದ್ದೆನಂತೆ. ಅದಲ್ಲ ಮುಖ್ಯ. ಅಜ್ಜಿಯ ಪ್ರಕಾರ ಅವರು ನಮ್ಮನೆಯ ಸ್ಥಿರ ದೂರವಾಣಿಗೆ ಕರೆ ಮಾಡಿದಾಗಲೆಲ್ಲ ಅವರಿಗೆ ನನ್ನ ಬಗ್ಗೆ ನಿಖರವಾಗಿ ಮಾಹಿತಿ ನೀಡುತ್ತಿದ್ದುದ್ದು ನನ್ನ ಹೆಂಡತಿ ಹಸೀನಾಳಂತೆ!

ಆ ಅಜ್ಜಿ ಮಳೆ ನಿಂತು ಹೊಳೆ ಇಳಿಯೋ ತನಕ ಒಂದು ಗಂಟೆ ಕಾಲ ಅಲ್ಲಿಯೇ ಹತ್ತಿರದಲ್ಲಿದ್ದ ಮನೆಗೆ ಕರೆದುಕೊಂಡು ಹೋಗಿ ಎರಡೆರಡು ಸಲ ಚಹಾ ಮಾಡಿ ಕುಡಿಸಿತು. 'ನಿಮ್ಮ ಹೆಂಡತಿಗೆ ನನ್ನ ನಮಸ್ಕಾರಗಳನ್ನು ತಿಳಿಸಿ' ಎಂದು ಹಲವಾರು ಸಲ ಹೇಳಿತು. ಹೀಗೆ ಕಗ್ಗಾಡಿನಲ್ಲಿ ಅನಾಮಿಕ ಅಜ್ಜಿಯ ಬಾಯಲ್ಲಿ ಹಸೀನಾ ಪ್ರತ್ಯಕ್ಷವಾಗಿದ್ದು ವಿಶೇಷವಾಗಿತ್ತು.

ಈ ಅಜ್ಜಿ ಒಂದೇ ಅಲ್ಲ ಇಂಥ ಹಲವಾರು ರೈತರು ಮನೆಗೆ ಬಂದಾಗ ಅಥವಾ ಫೋನಿನಲ್ಲಿ ವಿಚಾರಿಸಿದಾಗ ನನ್ನ ಚಲನವಲನಗಳನ್ನು ತಿಳಿಸಿ ಅವರ ಎಲ್ಲ ಅನುಮಾನಗಳನ್ನು

ಕೈಲಾದಷ್ಟು ಪರಿಹರಿಸುತ್ತಿದ್ದಳು. ಅಸಡ್ಡೆಯಿಲ್ಲ, ಧಿಮಾಕಿಲ್ಲ, ಎದುರಿದ್ದವರ ಕಷ್ಟ ನಿವಾರಣೆಯಾಗಬೇಕಷ್ಟೆ. 'ಮಗುವಾಗಿದ್ದಾಗಿನಿಂದಲೂ ಹಸೀನಾ ಎಂದೂ ನಮ್ಮನ್ನು ರೋಸಿದ ನೆನಪೇ ಇಲ್ಲ' ಎಂದು ಆಗಾಗ ಹಸೀನಾಳ ತಾಯಿಯವರು ಹೇಳುತ್ತಿದ್ದರು.

ನನ್ನ ತಂದೆಯವರು ಸುಮಾರು ತೊಂಬತ್ತು ವರ್ಷಗಳ ಕಾಲ ಬದುಕಿ ಬಾಳಿದವರು. ಅವರು ಕೊನೆವರೆಗೂ ನನ್ನ ದೊಡ್ಡಣ್ಣನ ಮನೆಯಲ್ಲಿದ್ದರು. ಆಗೀಗ ನನ್ನ ಮನೆಗೂ ಬಂದಿರುತ್ತಿದ್ದರು. ಅವರ ಬಗ್ಗೆ ಹಸೀನಾ ತೋರುತ್ತಿದ್ದ ಅಕ್ಕರೆ ಅನುನಯಗಳು ಅನನ್ಯವಾಗಿದ್ದವು. ನನ್ನ ತಂದೆಗೆ ಕೊನೆಗಾಲದಲ್ಲಿ ಮರೆವು ಆವರಿಸಿಬಿಟ್ಟಿತ್ತು. ಅವರು ಊಟ ತಿಂಡಿ ನೀರು ಸ್ನಾನ ರೋಜ ನಮಾಜು ಕುರಾನು, ರಾತ್ರಿ ಹಗಲು ನಿದ್ದೆ ಎಚ್ಚರ ಎಲ್ಲ ಮರೆತುಬಿಟ್ಟಿದ್ದರು. ಅವರಿಗೆ ಏನೂ ಗೊತ್ತಾಗುತ್ತಿರಲಿಲ್ಲ. ಅವರು ಮಗುವಿನಂತಾಗಿದ್ದರು.

ನಾವು ಒಟ್ಟು ಐದು ಜನ ಒಡಹುಟ್ಟಿದವರು. ಇದರಲ್ಲಿ ಕೊನೆಯ ಮಗಳನ್ನು ಮಾತ್ರ ಅವರು ಮರೆತಿರಲಿಲ್ಲ. ಮಿಕ್ಕ ನಾವು ನಾಲ್ಕು ಜನ ಲೆಕ್ಕಕ್ಕಿಲ್ಲದಂತಾಗಿದ್ದೆವು. ಸುದೀರ್ಘ ಕಾಲ ಬದುಕಿ ಸಾವಿರಾರು ಜನರೊಂದಿಗೆ ಒಡನಾಡಿದ್ದ ಅವರು ಕಣ್ಮುಚ್ಚುವಾಗ ಈ ಲೋಕದ ಇಬ್ಬರೇ ಇಬ್ಬರನ್ನು ಹೆಸರು ಮತ್ತು ಸಂಬಂಧದಿಂದ ಗುರುತಿಸಬಲ್ಲವರಾಗಿದ್ದರು. ಅವರಿಬ್ಬರು ಮಗಳು ಜರೀನಾ ಮತ್ತು ಸೊಸೆ ಹಸೀನಾ ಆಗಿದ್ದರು.

ನಾನು ಸಾಮಾನ್ಯವಾಗಿ ಹಸೀನಾಳೊಡನೆ ಗಂಭೀರವಾಗಿ ಮಾತನಾಡಿದ್ದು ಮತ್ತು ವರ್ತಿಸಿಕೊಂಡದ್ದು ಪ್ರತಿಶತ ಇಪ್ಪತ್ತಾದರೆ ತಮಾಷೆಯಾಗಿದ್ದದ್ದು ಪ್ರತಿಶತ ಎಂಬತ್ತು. ಬರೀ ತಮಾಷೆ, ಹುಡುಗಾಟ, ನಗು, ಕೇಕೆಯ ನಡುವೆಯೇ ದುರಂತಗಳು ಅಪ್ಪಳಿಸಿದವು.

ನಮ್ಮ ಮದುವೆಗೆ ಸ್ವಲ್ಪ ಮುಂಚೆ ಹಸೀನಾಳ ಎರಡನೇ ಅಣ್ಣ, ತುಮಕೂರಿನ ಒಂದು ಎಂಜಿನಿಯರಿಂಗ್ ಕಾಲೇಜಿನಲ್ಲಿ ಉಪನ್ಯಾಸಕರಾಗಿದ್ದವರು, ಕಿಡ್ನಿ ವೈಫಲ್ಯದಿಂದ ಅಸುನೀಗಿದರು. ಇದಾದ ನಂತರ ನಾಲ್ಕಾರು ವರ್ಷ ಸದ್ದಿಲ್ಲದೆ ಉರುಳಿದವು. ಆಮೇಲೆ ವಿಧಿ ಮತ್ತೊಮ್ಮೆ ಗುಡುಗಿತು. ಹಸೀನಾಳ ದೊಡ್ಡಣ್ಣನ ಹೆಂಡತಿಯವರು ತಮ್ಮ ಎರಡನೇ ಹೆರಿಗೆ ಆದ ನಂತರ ಇದ್ದಕ್ಕಿದ್ದಂತೆ ಮೃತರಾದರು. ಇದಾದ ಎರಡು ವರ್ಷಗಳ ನಂತರ ಆ ದೊಡ್ಡಣ್ಣನೂ ತೀರಿಕೊಂಡರು. ಇವರೂ ಸಹ ತುಮಕೂರಿನ ಪ್ರತಿಷ್ಠಿತ ಖಾಸಗಿ ಕಾಲೇಜೊಂದರಲ್ಲಿ ಭೌತಶಾಸ್ತ್ರದ ಉಪನ್ಯಾಸಕರಾಗಿದ್ದರು.

ನಾಲ್ಕೈದು ವರ್ಷಗಳ ಅಂತರದಲ್ಲಿ ಕೆಲಸದಲ್ಲಿದ್ದ ಇಬ್ಬರು ಗಂಡುಮಕ್ಕಳನ್ನು ಹಾಗೂ ಹಿರಿ ಸೊಸೆಯನ್ನು ಕಳೆದುಕೊಂಡಿದ್ದ ಚಮನ್ ಸಾಬ್ (ಹಸೀನಾಳ ತಂದೆ) ಮತ್ತು ಅವರ ಶ್ರೀಮತಿಯವರ ಕಣ್ಣೆದುರು ಏನೂ ಅರಿಯದ ಇಬ್ಬರು ತಬ್ಬಲಿ ಮೊಮ್ಮಕ್ಕಳಿದ್ದರು.

ಈ ದುಃಖದ ಹೊಡೆತಕ್ಕೆ ಸುಲಭದ ತುತ್ತಾದವರು ಚಮನ್ ಸಾಹೇಬರು. ಮೊದಲೇ ಮಧುಮೇಹದ ರೋಗಿಯಾಗಿದ್ದ ಅವರು ಎರಡೂ ಕಣ್ಣು ಕಳೆದುಕೊಂಡರು. ಎಷ್ಟು ವೇಗವಾಗಿ ದೃಷ್ಟಿ ಹೋಯಿತೆಂದರೆ ವೈದ್ಯರೇ ಆಶ್ಚರ್ಯಗೊಂಡಂತಿತ್ತು. ಕೆಲವೇ ದಿನಗಳ ಕೆಳಗೆ ಚೆನ್ನಾಗಿ ಓಡಾಡಿಕೊಂಡಿದ್ದ ಅವರು ಕೈಯಲ್ಲಿ ಕೋಲು ಕುಟ್ಟುತ್ತ ನಡೆಯುವುದು ಮನುಕುಲದ ಕಷ್ಟ ಕೋಟಲೆಗಳ ಸಂಕೇತದಂತಿತ್ತು.

ನಾನು ಕಂಡ ಅತ್ಯಂತ ಮುಗ್ಧ ಜೀವಿಗಳಲ್ಲಿ ಒಬ್ಬರಾಗಿದ್ದ ಚಮನ್ ಸಾಹೇಬರು ತುಮಕೂರಿನ ವಿಜ್ಞಾನ ಕಾಲೇಜಿನಲ್ಲಿ ಭೌತಶಾಸ್ತ್ರದ ರೀಡರ್ ಆಗಿದ್ದರು. ಒಬ್ಬ ನಿಷ್ಪಾಪಿಗೆ ವಿಧಿ ಇಷ್ಟು ಕ್ರೂರವಾಗಿರಬಹುದೇ ಎಂದು ಅನಿಸುತ್ತಿತ್ತು. ದೃಷ್ಟಿ ಹಿಂಗಿ ಹೋಗಿ ತಾವೇ ಕಟ್ಟಿಸಿದ್ದ ಮನೆಯ ಮಧ್ಯದ ಹಾಲಿನ ಉದ್ದ 18 ಹೆಜ್ಜೆ, ಅಗಲ 10 ಹೆಜ್ಜೆ ಎಂದು ಅವರು ನಡೆದಾಡುವುದನ್ನು ನೋಡಲು ಕಷ್ಟವಾಗುತ್ತಿತ್ತು. ಚಮನ್ ಸಾಹೇಬರು ಜೀವನದ ಸಂಜೆಯಲ್ಲಿ ಸುಖ ಸಂತೋಷವನ್ನು ಅನುಭವಿಸುವುದಿರಲಿ ಕನಸಿನಲ್ಲಿಯೂ ಊಹಿಸದಂತಾಗಿ ಕಾಣದ ಲೋಕಕ್ಕೆ ಹೊರಟು ಹೋದರು.

ಇದೆಲ್ಲವೂ ಸಾಲದೆಂಬಂತೆ ನನಗೆ ಮತ್ತು ಹಸೀನಾಳಿಗೆ ಸಾವಿಗೆ ಸಮನಾದ ದುರಂತಗಳೆರಡು ಅಪ್ಪಳಿಸಿ ಮನೆಯೇ ಸ್ಮಶಾನವಾದಂತಾಯಿತು. ನಮಗೆ ಹೊರ ದಾರಿಯೇ ಇಲ್ಲದಂತೆ ಎಲ್ಲ ಬಾಗಿಲುಗಳೂ ಮುಚ್ಚಿಕೊಂಡವು. ನಾವು ಮತ್ತೊಮ್ಮೆ ನಿಧಾನವಾಗಿ ಮಗು ಓಡಾಡುವುದನ್ನು ಕಲಿತಂತೆ ಏಳುತ್ತ ಬೀಳುತ್ತ ತೆವಳುತ್ತ ದಿನದೂಡತೊಡಗಿದೆವು.

ಆ ದಿನದಲ್ಲಿ ರಹಮತ್ ತರೀಕೆರೆ ಅವರು ಕುಟುಂಬ ಸಮೇತ ನಮ್ಮನೆಗೆ ಎರಡು ಮೂರು ಸಲ ಬಂದು ಮಾತಾಡಿಸಿ ಹೋಗಿದ್ದನ್ನು ಮರೆಯಲಾರೆ. ಇವರಲ್ಲದೇ ನಾನು ಶಿವಮೊಗ್ಗದಲ್ಲಿದ್ದಾಗ ತಮ್ಮ ಇಳಿ ವಯಸ್ಸನ್ನು ಲೆಕ್ಕಿಸದೆ ಬಂದು ನಮ್ಮನ್ನು ಸಂತೈಸಿದ ಹಿರಿಯ ಪಶುವೈದ್ಯರಾದ ಚಿತ್ರದುರ್ಗದ ಡಾ. ಚಂದ್ರಶೇಖರಪ್ಪನವರನ್ನು ಸಹಿತ ನೆನೆಯದೇ ಇರಲಾರೆ. ಹಸೀನಾ ಮತ್ತು ಹಸೀನಾಳ ತಾಯಿಯವರು ತಮ್ಮ ಧೈರ್ಯ, ತಾಳ್ಮೆ ಮತ್ತು ದೊಡ್ಡತನಗಳಿಂದ ಮುಳುಗಿ ಹೋಗುತ್ತಿದ್ದ ಮನೆತನವನ್ನು ಸಂಭಾಳಿಸತೊಡಗಿದರು. ಅವರಿಬ್ಬರ ಆಶಾವಾದ, ಜೀವನೋತ್ಸಾಹಕ್ಕೆ ಸಾಟಿಯೇ ಇರಲಿಲ್ಲ.

ಹಸೀನಾಳ ತಾಯಿಯವರದ್ದು ಗಟ್ಟಿಜೀವ. ಅದೆಲ್ಲಿಂದ ಸಮಾಧಾನ ತಂದುಕೊಳ್ಳುತ್ತಿದ್ದರೋ, ಅದೆಲ್ಲಿಂದ ಧೈರ್ಯ ಒಟ್ಟು

ಗೂಡಿಸಿಕೊಳ್ಳುತ್ತಿದ್ದರೋ, ಅದು ಹೇಗೆ ಮನಸ್ಸಿನ ಸ್ಥಿಮಿತ ಕಾಯ್ದುಕೊಳ್ಳುತ್ತಿದ್ದರೋ ಗೊತ್ತಿಲ್ಲ. ಇದೆಲ್ಲವೂ ಸಾಲದೆಂಬಂತೆ ತವರಿನ ತಮ್ಮ ಆಸ್ತಿಗಾಗಿ ಕೋರ್ಟಿನಲ್ಲಿ ದಾವೆ ಹೂಡಿ ಪಟ್ಟು ಬಿಡದೆ ವರ್ಷಗಟ್ಟಲೇ ಹೋರಾಡಿ ನ್ಯಾಯ ತಮ್ಮದಾಗಿಸಿಕೊಂಡರು. ಎಲ್ಲೆಲ್ಲಿಯದೋ ದುಡ್ಡನ್ನು ಒಟ್ಟುಗೂಡಿಸಿದರು. ಮೊಮ್ಮಕ್ಕಳನ್ನು ಓದಿಸಿದರು. ಕೈಕೊಡುತ್ತಿದ್ದ ಆರೋಗ್ಯ ಕಾಪಾಡಿಕೊಳ್ಳಲು ಮೂರು ಸಲ ಆಪರೇಷನ್ನಿಗೊಳಗಾದರು.

ಅವರು ದುಡ್ಡಿಗೆ ಹೆದರಲಿಲ್ಲ, ಕಾಯಿಲೆಗೆ ಹೆದರಲಿಲ್ಲ. ಹತ್ತಿರ ಸುಳಿದಾಡುತ್ತಿದ್ದ ಸಾವನ್ನು ಹಿಮ್ಮೆಟ್ಟಿದರು. ಬರುತ್ತಿದ್ದ ಕುಟುಂಬ ಪಿಂಚಣಿ ಮತ್ತು ಮನೆ ಬಾಡಿಗೆ ದುಡ್ಡಿಂದ ಸಂಸಾರ ನಡೆಸಿದರು. ತನ್ನ ಮತ್ತಿಬ್ಬರು ಗಂಡುಮಕ್ಕಳನ್ನು ಪೊರೆದರು. ಯಾರಿಂದಲೂ ಸಹಾಯ ಯಾಚಿಸಲಿಲ್ಲ. ಸಾಲ ಕೇಳಲಿಲ್ಲ. ಒಂದು ಕವಡೆ ಕಾಸನ್ನು ವ್ಯರ್ಥ ಮಾಡಲಿಲ್ಲ. ಹತ್ತಿರತ್ತಿರ ಎಂಬತ್ತಾದರೂ, ಆಪರೇಷನ್ನುಗಳಾದರೂ ಮನೆಗೆಲಸ ಮಾಡುವುದು ಬಿಡಲಿಲ್ಲ. ಪ್ರಜಾವಾಣಿ, ಸುಧಾ, ಮಯೂರ, ಲಂಕೇಶ್, ಗೌರಿ ಲಂಕೇಶ್ ಪತ್ರಿಕೆಗಳನ್ನು ಓದುವುದನ್ನು ಬಿಡಲಿಲ್ಲ. ಒಬ್ಬರ ಹತ್ತಿರ ಜಗಳವಾಡಲಿಲ್ಲ. ಕೆಟ್ಟವರನ್ನು ಹತ್ತಿರ ಸುಳಿಯಗೊಡುತ್ತಿರಲಿಲ್ಲ. ಮಕ್ಕಳು ಮೊಮ್ಮಕ್ಕಳ ಜೊತೆ ಜೀವದಿಂದಿದ್ದರು. ನನ್ನ ಮಗ ಮತ್ತು ಮಗಳನ್ನು ಸಹ ಅವರೇ ದೊಡ್ಡದು ಮಾಡಿದವರು.

2010ರ ನಂತರ ಹಸೀನಾ ಒಂದು ಖಾಸಗಿ ಶಾಲೆಯಲ್ಲಿ ಹಿಂದಿ ಭಾಷಾ ಶಿಕ್ಷಕಿಯಾಗಿ ಸೇರಿಕೊಂಡಳು. ಇಡೀ ದಿನ ಶಾಲೆಯಲ್ಲಿ ಮಕ್ಕಳ ಜೊತೆ ಆಟ ಪಾಠಗಳಲ್ಲಿ ಹೊತ್ತು ಹೋಗುತ್ತಿತ್ತು. ಸಂಗೀತ, ಸಿನಿಮಾ, ಸಾಹಿತ್ಯಗಳಲ್ಲಿ ಅಭಿರುಚಿಯಿದ್ದ ಹಸೀನಾಗೆ ಮಕ್ಕಳನ್ನು ಪ್ರಭಾವಿಸುವುದು ಸುಲಭವಿತ್ತು. ಶಾಲೆಗೆ ಸೇರಿದ ವರ್ಷದಲ್ಲಿಯೇ ಕೆಲವು ಮಕ್ಕಳು ತಮ್ಮ ಹುಟ್ಟುಹಬ್ಬಗಳನ್ನು ಕನ್ನಡ ಪುಸ್ತಕಗಳ ವಿನಿಮಯ ಮಾಡಿಕೊಳ್ಳುವುದರ ಮುಖಾಂತರ ಆಚರಿಸಿಕೊಳ್ಳತೊಡಗಿದರಂತೆ!

ಹಸೀನಾ ಮತ್ತು ಅವರ ತಾಯಿಯ ಮಧ್ಯೆ ನಡೆಯುತ್ತಿದ್ದ ಮಾತು–ಕಥೆಗಳ ಬಗ್ಗೆ ಒಂದೆರಡು ಮಾತನ್ನು ನಾನಿಲ್ಲಿ ಹೇಳಬೇಕು. ಅವರ ಮಾತುಗಳು ಪ್ರೀತಿಯಿಂದ, ಸಂತಾಪದಿಂದ, ನೋವಿನಿಂದ ತುಂಬಿರುತ್ತಿದ್ದವು. ಹೃದಯದಿಂದ ಹೊರಬಿದ್ದ ಶಬ್ದಗಳು ತಮ್ಮೆಲ್ಲ ಮೊನಚನ್ನು ಕಳೆದುಕೊಂಡು ನುಣ್ಣಗೂ, ನಿರಪಾಯಕರವಾಗಿಯೂ ಇರುತ್ತಿದ್ದವು. ಅವು ನೆನಪಿನಲ್ಲಿ ಅದ್ದಿ ಬಂದಂತಿರುತ್ತಿದ್ದವು. ಅವು ಅಸಹಾಯಕತೆಯಿಂದ ಕೂಡಿರುತ್ತಿದ್ದವು. ಹಸೀನಾ ನಾಲ್ಕು ಜನ ಅಣ್ಣತಮ್ಮಂದಿರ ಜೊತೆ ಹುಟ್ಟಿದ ಏಕೈಕ ಮಗಳಾಗಿದ್ದಳು. ಎಲ್ಲ ಗಂಡುಮಕ್ಕಳಿಗಿಂತ ನಿಶ್ಚಿಂತಳಾಗಿದ್ದ ಮಗಳಿಗೆ ಬಂದೊದಗಿದ ಆಪತ್ತುಗಳಿಂದ ಅವರ ತಾಯಿ ಜರ್ಝರಿತರಾಗಿದ್ದರು. ಮಗಳ ದುಃಖ ಅವರೆದೆಯಲ್ಲಿ ಮುಳ್ಳಾಗಿ ಕುಂತಿತ್ತು.

ನನ್ನನ್ನು ಕಂಡರಂತೂ ಆ ತಾಯಿಗೆ ತುಂಬು ಅಭಿಮಾನವಿತ್ತು. ಮದುವೆಯಾಗಿ ಎಷ್ಟು ವರ್ಷವಾದರೂ ಒಂದೇ ಒಂದು ದೂರು, ಜಗಳ ಇರಲಿಲ್ಲ. ನಮ್ಮ ಸಂಸಾರ ಶಾಂತ ಸಮುದ್ರದಂತಿತ್ತು. ದೇವರ ಕೋಣೆಯ ನೀಲಾಂಜನದಂತಿತ್ತು. ಅದೂ ಅಲ್ಲದೆ ನನ್ನ ಕಥೆಗಳು ಪ್ರಜಾವಾಣಿ, ಮಯೂರ, ಸುಧಾ, ಗೌರಿ ಲಂಕೇಶ್ ಮುಂತಾದ ಕನ್ನಡ ಪತ್ರಿಕೆಗಳಲ್ಲಿ ಆಗಾಗ ಪ್ರಕಟವಾಗುತ್ತಿದ್ದವು. ಬಹುಮಾನಗಳೂ ಬರುತ್ತಿದ್ದವು. ಹೀಗಾಗಿ ಅಭಿಮಾನ ದುಪ್ಪಟ್ಟಾಗಿತ್ತು. ಅವರ ಕೋರಿಕೆಯಂತೆ ಮೊದಲ ಮೊಮ್ಮಗನಿಗೆ ಮದುವೆ ಮಾಡಿದೆವು. ಅವರು ಇಷ್ಟಪಟ್ಟದ್ದನ್ನು ನಾವು ಯಾರೂ ಬೇಡ ಅನ್ನುತ್ತಿರಲಿಲ್ಲ. ಮೊಮ್ಮಗನ ಮದುವೆಗೆ ಕಾಯುತ್ತಿದ್ದರೋ ಎಂಬಂತೆ ಅದಾದ ಐದನೇ ದಿನವೇ ನಮ್ಮನ್ನಗಲಿದರು. ಕೊನೆಗಳಿಗೆವರೆಗೆ ಅವರು ಬದುಕಿನೊಡನೆ ಸೆಣಸುತ್ತಲೇ ಇದ್ದರು. ಕೊನೆಗಳಿಗೆವರೆಗೆ ದುಃಖಸಾಗರವನ್ನು ಹೊತ್ತುಕೊಂಡೇ ಇದ್ದರು. ಅದೇಕೋ ಬದುಕು ಅವರಿಗೆ ಕರುಣೆಯನ್ನು ತೋರಲೇ ಇಲ್ಲ. ಅಂಥವರ ಮಗಳು ಹಸೀನಾ ನನ್ನ ಹೆಂಡತಿ. ಇವರಿಬ್ಬರು ತಮ್ಮ ಪಾತ್ರವನ್ನು ಸಮರ್ಪಕವಾಗಿ ನಿರ್ವಹಿಸದಿದ್ದರೆ ನಾನೆಲ್ಲಿ ಉತ್ತಮ ಪಶುವೈದ್ಯನಾಗಲು ಸಾಧ್ಯವಿತ್ತು? ನಾನೆಲ್ಲಿ ಚಿಂದಿಯಾಗಿ ಹೋಗುತ್ತಿದ್ದೆನೋ ಏನೋ?

ಹಸೀನಾಳ ಇನ್ನೊಂದು ವಿಶೇಷವೆಂದರೆ ಅವಳಿಗೆ ಜಗತ್ತಿನಲ್ಲಿ ಯಾರೂ ಕುರೂಪಿಗಳಿಲ್ಲ! ಎಲ್ಲ ಸುಂದರವಾಗಿದ್ದಾರೆ! ಎಲ್ಲರೂ ಒಳ್ಳೆಯವರೇ! ಶಾಖಾಹಾರಿಯಾದ ಈವಮ್ಮನಿಗೆ ನಾಲಿಗೆಯ Taste Buds ಇಲ್ಲವೇ ಇಲ್ಲ ಎನ್ನುವುದು ನನ್ನ ದೃಢ ನಂಬಿಕೆ. ಯಾಕೆಂದರೆ ಅವಳಿಗೆ ರುಚಿಕೆಟ್ಟ ಅಡಿಗೆಯೇ ಇಲ್ಲ! ಎಲ್ಲ ರುಚಿಕಟ್ಟು! ಇವಳ ಒಳ್ಳೆಯತನದ ಅಡಿಯಲ್ಲಿ ಅಪ್ಪಚ್ಚಿಯಾಗಿರುವ ನನ್ನ ಒಂದೇ ಒಂದು ಸಣ್ಣ ಜಂಭ ಏನೆಂದರೆ ನಾನೆಂದೂ ಅವಳ ಮೇಲೆ ಮಾಂಸಾಹಾರ ಹೇರಿಲ್ಲ ಎಂಬುದು!

ಹಸೀನಾಗೆ ಹತ್ತಾರು ಅಡ್ಡ ಹೆಸರುಗಳನ್ನಿಟ್ಟಿದ್ದೇನೆ. ಯಾವುದಾದರೊಂದು ಹೆಸರಿನಿಂದ ಕರೆಯುತ್ತೇನೆ. ಪ್ರತಿಸಲವೂ ಒಂದೊಂದು ಹೆಸರು. ಸಿಟ್ಟಿಲ್ಲ. ಸೆಡವಿಲ್ಲ. ಕೆಲಸದ ಮಧ್ಯೆ ಬಿಡುವಿಲ್ಲ. ಸುಸ್ತಿಲ್ಲ. ಸೋಲಿಲ್ಲ. ಆದರೆ ಅಪ್ಪಳಿಸಿದ ದುರಂತಗಳ ದುಃಖವಿದೆ. ಸಾಗರದಷ್ಟು ನೀರಿವೆ ಕಣ್ಣಲ್ಲಿ. ಸರಿಹೋದೀತೋ? ಸರಿಹೋಗುವುದಿಲ್ಲವೋ? ದುಃಖ ಹರಿದೀತೋ? ತೆರೆ ಸರಿದೀತೋ? ಸುಖವು ಮುಖವ ತೋರೀತೋ? ಏನಾದೀತು ನಾಳೆ?

ಕುವೆಂಪುರವರ 'ಸ್ವರ್ಗದ್ವಾರದಿ ಯಕ್ಷಪ್ರಶ್ನೆ' ಎಂಬ ಕವನವಿದೆ. ಅದರಲ್ಲಿ ಕುವೆಂಪುರವರು ಕನಸಿನಲ್ಲಿ ಸ್ವರ್ಗಸ್ಥರಾಗುತ್ತಾರೆ. ಆದರೆ ಸ್ವರ್ಗದ ದ್ವಾರಪಾಲಕ ಬಾಗಿಲು ತೆಗೆಯದೆ 'ಯಾರು ನೀನು' ಎಂದು ಪ್ರಶ್ನಿಸುತ್ತಾನೆ. ಆಗ ಕುವೆಂಪು 'ಪುಟ್ಟಪ್ಪ, ಕೆ ವಿ ಪುಟ್ಟಪ್ಪ, ಕುವೆಂಪು, ಲೆಕ್ಚರರ್, ಅಸಿಸ್ಟೆಂಟ್ ಪ್ರೊಫೆಸರ್, ಪ್ರೊಫೆಸರ್, ಪ್ರಿನ್ಸಿಪಾಲ್, ವೈಸ್ ಛಾನ್ಸಲರ್, ಪದ್ಮಶ್ರೀ, ಪದ್ಮಭೂಷಣ, ರಾಷ್ಟ್ರಕವಿ' ಮುಂತಾಗಿ ಏನು ಹೇಳಿದರೂ ಸ್ವರ್ಗದ ಬಾಗಿಲು ತೆರೆಯುವುದಿಲ್ಲ. 'ಭೂ ಲೋಕದ ಪದವಿ ಪ್ರಶಸ್ತಿಗಳಿಗಿಲ್ಲಿ ಬೆಲೆಯಿಲ್ಲ. ನಿನ್ನ ಹೃದಯದೊಲವಿನ ಹೆಸರನೇಳು,' ಎನ್ನುತ್ತಾನೆ ದ್ವಾರಪಾಲಕ.

ಆಗ ಕುವೆಂಪು 'ಹೇಮಿಯ ಗಂಡ' ಎಂದು ಹೆಂಡತಿಯ ಹೆಸರೇಳಿ ಸ್ವರ್ಗ ಪ್ರವೇಶ ಪಡೆಯುತ್ತಾರೆ. ಹಾಗೆಯೇ ನನಗೇನಾದರೂ ಇದೇ ಸನ್ನಿವೇಶ ಬಂದರೆ, ನಾನು ಸ್ವರ್ಗದ ದ್ವಾರಪಾಲಕನನ್ನು ಸತಾಯಿಸುವುದಿಲ್ಲ. 'ಹಸೀನಾಳ ಗಂಡ' ಎಂದು ಮೊದಲಿಗೇ ಹೇಳಿ ಸ್ವರ್ಗ ಪ್ರವೇಶಿಸುತ್ತೇನೆ!

❖